സംസ്കാരദേശീയതയുടെ
ചലച്ചിത്രപാഠങ്ങൾ

samskaradeseeyathayude chalachitrapadangal

•

p s radhakrishnan

•

first edition
december 2016

•

typesetting & published
chintha publishers, thiruvananthapuram

•

•

cover
vinod

•

വിതരണം

ദേശാഭിമാനി ബുക്ക് ഹൗസ്

H O തിരുവനന്തപുരം–695 035
phone: 0471-2303026, 6063026
www.chinthapublishers.com
chinthapublishers@gmail.com

ബ്രാഞ്ചുകൾ

ഹെഡ്ഡാഫീസ് ബ്രാഞ്ച് കുന്നുകുഴി • സ്റ്റാച്യു തിരുവനന്തപുരം • കെ എസ് ആർ ടി സി ബസ് സ്റ്റേഷൻ ആലപ്പുഴ • കെ എസ് ആർ ടി സി ബസ് സ്റ്റേഷൻ എറണാകുളം • മച്ചിങ്ങൽ ലെയ്ൻ തൃശൂർ • ഐ ജി റോഡ് കോഴിക്കോട് • മാവൂർ റോഡ് കോഴിക്കോട് • എൻ ജി ഒ യൂണിയൻ ബിൽഡിങ് കണ്ണൂർ • സെൻട്രൽ ബസ് ടെർമിനൽ കോംപ്ലക്സ് താവക്കര കണ്ണൂർ

CO - 2448 / 4049
ISBN - 978-93-86364-24-1

സംസ്കാരദേശീയതയുടെ ചലച്ചിത്രപാഠങ്ങൾ

പി എസ് രാധാകൃഷ്ണൻ

ചിന്ത പബ്ലിഷേഴ്സ്
തിരുവനന്തപുരം-695 035

പി എസ് രാധാകൃഷ്ണൻ

1967 ൽ ജനനം. കോട്ടയം സി എം എസ്, ബസേലിയസ്, ചങ്ങനാശ്ശേരി എസ് ബി എന്നീ കലാലയങ്ങളിൽ വിദ്യാഭ്യാസം. മഹാത്മാഗാന്ധി സർവ്വകലാശാലയിലെ സ്കൂൾ ഓഫ് ലെറ്റേഴ്സിൽനിന്നും *ഭാരതീയ സൗന്ദര്യദർശനത്തിന്റെ സ്വാധീനം മലയാളവിമർശനത്തിൽ* എന്ന വിഷയത്തിൽ പി എച്ച് ഡി. 1995 മുതൽ 2010 വരെ ശ്രീശങ്കരാചാര്യസംസ്കൃതസർവ്വകലാശാല മലയാളവിഭാഗത്തിൽ അദ്ധ്യാപകൻ. 2010 മുതൽ മഹാത്മാഗാന്ധി സർവ്വകലാശാലയിലെ സ്കൂൾ ഓഫ് ലെറ്റേഴ്സിൽ. 2012 സെപ്തംബർ 3 മുതൽ 2016 ജൂലൈ 31 വരെ സ്കൂൾ ഓഫ് ലെറ്റേഴ്സ് ഡയറക്ടറായിരുന്നു. ഇപ്പോൾ പ്രൊഫസറും ഡീനുമാണ്. യു ജി സി ഗവേഷണപദ്ധതിയുടെ ഭാഗമായി *ജനപ്രിയസാഹിത്യ*ത്തിലും സംസ്ഥാന ചലച്ചിത്ര അക്കാദമിയുടെ ഫെല്ലോഷിപ്പിൽ *ദേശീയതയും സിനിമയും* എന്ന വിഷയത്തിലും ഉപരിപഠനം. മികച്ച ചലച്ചിത്രനിരൂപകനുള്ള ദേശീയപുരസ്കാരം (സുവർണ്ണകമൽ 2012), നിരൂപണത്തിനും പഠനഗ്രന്ഥത്തിനുമുള്ള കേരളസംസ്ഥാനപുരസ്കാരം (2008, 2009, 2010), കേരള ഫിലിം ക്രിട്ടിക്സ് അവാർഡ് (2005, 2008, 2013) *ഭാവനയുടെ ചരിത്രാവർത്തം: മലയാളകഥയുടെ കാലാവസ്ഥകൾ* എന്ന പഠനത്തിന് സാഹിത്യനിരൂപണത്തിനുള്ള തായാട്ട് അവാർഡ് (2012) എന്നിവ ലഭിച്ചിട്ടുണ്ട്. *കുട്ടികൃഷ്ണമാരാരുടെ സൗന്ദര്യദർശനം* (1999), *സാഹിത്യം ചരിത്രം സംസ്കാരം: മാറുന്ന സമവാക്യങ്ങൾ* (2005), *കുട്ടികൃഷ്ണമാരാർ*(2010), *ചരിത്രവും ചലച്ചിത്രവും ദേശ്യഭാവനയുടെ ഹർഷമൂല്യങ്ങൾ*(2010), *ഭാവനയുടെ ചരിത്രാവർത്തം: മലയാളകഥയുടെ കാലാവസ്ഥകൾ*(2012), *ദൃശ്യഹർഷത്തിന്റെ സമയരേഖകൾ: ഇന്ത്യൻസിനിമയുടെ 100 വർഷങ്ങൾ*(2013), *മാരാരും മലയാളവിമർശനവും: രസധ്വനിവായനകൾ*(2016) എന്നിവ പ്രധാനകൃതികൾ.

ഭാര്യ : പ്രിയ

മകൻ : അമ്പു

വിലാസം : പ്രൊഫസർ
സ്കൂൾ ഓഫ് ലെറ്റേഴ്സ്
മഹാത്മാഗാന്ധി സർവ്വകലാശാല
പി ഡി ഹിൽസ് പി ഒ
കോട്ടയം 686 560
drradhakrishnanps@gmail.com

ഫോൺ : 9446567097

ഉള്ളടക്കം

സംസ്കാരദേശീയതയുടെ ചലച്ചിത്രാവിഷ്കാരങ്ങൾ 9

തിരക്കാഴ്ചകളിലെ ശബ്ദമൗനങ്ങൾ

ഇന്ത്യൻ സിനിമയുടെ 100 വർഷങ്ങൾ 21

ദ്രാവിഡദേശീയതയുടെ അഭ്രാവിഷ്കാരം 58

തിരഭൂപടത്തിലെ ഐക്യകേരളം മലയാളസിനിമ(1956–2016) 66

വടക്കൻപാട്ടുസിനിമകളിലെ ദേശരാഷ്ട്രഭാവന 101

ചെമ്മീൻ ദേശീയസിനിമയോ? 110

പഴശ്ശിരാജാ: ചരിത്രാനുകല്പനം മലയാളസിനിമയിൽ 122

ദേശീയസിനിമ ദേശീയപൗരി 133

സ്ത്രീ പ്രതിനിധാനം മലയാളസിനിമയിൽ 143

പ്രസാധകക്കുറിപ്പ്

ഇന്ത്യൻ സിനിമയുടെ സാംസ്കാരിക പ്രതിനിധാനങ്ങളെ സൂക്ഷ്മതലത്തിൽ വിശകലനം ചെയ്യുന്ന പുസ്തകമാണിത്. ഇന്ത്യൻ ചലച്ചിത്രം വിവിധ ചരിത്രഘട്ടങ്ങളിൽ മുന്നോട്ടുവച്ച സാംസ്കാരിക പരിസരത്തെ ഇതിൽ വെളിപ്പെടുത്തുന്നു. ഇന്ത്യൻ സിനിമ പിന്നിട്ട നൂറു വർഷങ്ങൾ പരിശോധിക്കുന്നുണ്ടിതിൽ. കേരളത്തിന്റെ സ്വത്വ രൂപീകരണത്തിൽ സിനിമ വഹിച്ച പങ്കും പരിശോധിക്കപ്പെടുന്നു. ദേശീയതയും പൗരത്വവും സിനിമയിൽ എപ്രകാരം പ്രതിനിധീകരിക്കപ്പെടുന്നുവെന്നും സമകാല രാഷ്ട്രീയത്തിൽ ഉരുവം കൊള്ളുന്ന സാംസ്കാരിക സംഘർഷങ്ങളെ എപ്രകാരം അഭിസംബോധന ചെയ്യുന്നുവെന്നും ഈ പുസ്തകം പരിശോധിക്കുന്നു. സിനിമയെയും സംസ്കാരത്തെയുംകുറിച്ചു പഠിക്കുന്നവർക്ക് ഒഴിവാക്കാനാകാത്ത കൃതിയാണിത്.

ചിന്ത പബ്ലിഷേഴ്സ്

സംസ്കാരദേശീയതയുടെ ചലച്ചിത്രാവിഷ്കാരങ്ങൾ

ഇന്ത്യൻ സിനിമയുടെ സാംസ്കാരികരാഷ്ട്രീയം ഒരിക്കലും ഏകതാനമായിരുന്നില്ല. ഏകോപനത്തിനായുള്ള സംരംഭങ്ങളാവട്ടെ കൂടുതൽ വൈരുദ്ധ്യങ്ങളിലേക്കാണ് പരിണമിച്ചത്. ഇന്ത്യൻ ജനതയുടെ അബോധങ്ങളിൽ സഞ്ചലിതമായിരുന്ന മിത്തുകളും ഐതിഹ്യങ്ങളും വീരാരാധനയും അടങ്ങുന്നതാണ് ആദ്യകാലസിനിമയുടെ വിഭവങ്ങൾ. പുരാണേതിഹാസാഖ്യാനങ്ങൾ, ഭക്തകവിജീവിതം, കാല്പനികമായ ചരിത്രകഥനങ്ങൾ എന്നിവയ്ക്ക് എത്രയോ ഭാഷ്യങ്ങളുണ്ടായി! ഇവിടെ ശ്രദ്ധേയമാകുന്നത്, പുരാണേതിഹാസ ചിത്രങ്ങളിലെ വരേണ്യതാല്പര്യങ്ങളാണ്. അവ ഉപരിവർഗ്ഗബന്ധങ്ങളെ പുനരുല്പാദിപ്പിക്കുകയും അക്കാലത്തെ ദേശീയാഹ്വാനങ്ങൾ സ്വാംശീകരിക്കുകയും ചെയ്തു. മതത്തെയും ദേശീയരാഷ്ട്രീയത്തെയും സമീകരിക്കുന്ന ലാവണ്യവ്യവസായത്തിന് വിപണിയേകിയത് പൗരാണികമായ ആവിഷ്കാരങ്ങളായിരുന്നു. ദേശീയപരിസരമാണോ സംസ്കാരത്തിന് നിദാനമായതെന്ന പ്രശ്നം ഇവിടെയുണ്ട്. ദേശീയതയുടെ രൂപണവും രൂപാന്തരണവും സാംസ്കാരികഭൂമികയിലാണെന്ന മറുവാദവുമുണ്ട്. ദേശീയതയെന്ന സങ്കല്പനത്തെയാകെ വൈരുദ്ധ്യാത്മകമാക്കുന്നത് ഇത്തരം നിലപാടുകളാണ്. സ്വരാജ്യത്തെക്കുറിച്ചുള്ള തിലകന്റെയും ഗാന്ധിയുടെയും നിലപാടുകൾ ഇതിനു തെളിവാണ്. സ്വരാജ്യത്തെ ജന്മാവകാശമായി കാണുകയും ഗണേശോത്സവം പോലുള്ള അനുഷ്ഠാനങ്ങളിലൂടെ ദേശീയവാദത്തെ കൂടുതൽ തീവ്രമാക്കുകയുമായിരുന്നു തിലകൻ ചെയ്തത്. ഗാന്ധിയുടെ നിലപാട് ഇതിൽനിന്നും പലനിലയ്ക്കും വിഭിന്നമായിരുന്നു. ദേശീയവാദികളുടെ ഭൗതികമായ ഊറ്റത്തെ അപേക്ഷിച്ച് ആന്തരികവും നിയന്ത്രിതവുമായിരുന്നു ഗാന്ധിയുടെ സ്വദേശിവിചാരങ്ങൾ. കായികവും ആത്മീ

യവുമായ ഊർജ്ജസ്രോതസ്സുകൾ തിരിച്ചറിയുകയും പ്രകൃതിവിഭങ്ങളോട് കൂടിച്ചേർന്ന് പോവുകയും ചെയ്യുന്ന ജീവിതമായിരുന്നു ഗാന്ധി പറഞ്ഞതും പരീക്ഷിച്ചതും. സ്വദേശിപ്രസ്ഥാനത്തിൽ ഇതു പലവിധ ഭിന്നിപ്പിനും കാരണമായിട്ടുണ്ട്. അഭിപ്രായവ്യത്യാസത്തിന് കാരണങ്ങൾ ഇനിയുമുണ്ട്. അധിനിവേശകരുടെ നിയമപരമായ പിന്തുണയോടെ ഇന്ത്യയുടെ പ്രാചീനവും അസ്വാഭാവികവുമായ ആചാരാനുഷ്ഠാനങ്ങളിലും മതവിശ്വാസങ്ങളിലും നിർണ്ണായകമായ ചില മാറ്റങ്ങൾ നടക്കുന്നതും അക്കാലത്താണ്. ബ്രിട്ടീഷ് സർക്കാരിന്റെ മേൽനോട്ടത്തിലാണ് ഇതധികവും സംഭവിച്ചത്. പാരമ്പര്യവും ആധുനികതയും തമ്മിലുള്ള ഉരസൽ സ്വാഭാവികമായും കൂടുതൽ സംഘർഷാത്മകമാകുന്നത് ഇക്കാലത്താണ്. ആധുനികതയും യാഥാസ്ഥിതികതയുമായുള്ള പ്രശ്നമാണെന്ന് പ്രത്യക്ഷത്തിൽ തോന്നാവുന്ന കാര്യമാണിത്. തുടർന്നുള്ള വിലയിരുത്തലിൽ കാലബദ്ധമായ ഷെനറിയോയിൽ മാറ്റമുണ്ടാവുന്നു. പ്രാദേശീയതയ്ക്കും ദേശീയതയ്ക്കുമിടയിലെ അന്തരം ഇവിടെ കൂടുതൽ വെളിവാകുന്നു. അധിനിവേശക നയങ്ങളിലൂടെ നിർവ്വചിക്കപ്പെടുന്ന ദേശീയാധുനികതയോട് സമരസപ്പെടുക പ്രാദേശികസമൂഹത്തിന് എളുപ്പമായിരുന്നില്ല. പ്രാദേശികമായ സൂക്ഷ്മസംസ്കാരധാരകളെ നിരാകരിക്കുകയോ നിരാധാരമാക്കുകയോ ചെയ്തുകൊണ്ടാണ് ദേശീയാധുനികത പ്രബലമാകുന്നത്. പാരമ്പര്യ തൊഴിൽമേഖലകളിലെ വ്യാപകചൂഷണം, കർഷകരുടെനേർക്കുള്ള മർദ്ദനം എന്നിങ്ങനെ പ്രാദേശികമായ സാമ്പത്തിക-സാംസ്കാരികവ്യവസ്ഥയെയാകെ താറുമാറാക്കുന്ന സമീപനമായിരുന്നു ഭരണവർഗ്ഗത്തിന്റേത്. സാംസ്കാരികസ്വത്വത്തെയെന്നപോലെ സർഗ്ഗാത്മകമായ അവകാശങ്ങളെയും ഇവ പ്രതികൂലമായി ബാധിച്ചു. സാംസ്കാരികക്രമങ്ങളുടെ സ്വാംശീകരണം തത്ത്വത്തിൽ അവയുടെ തമസ്കരണത്തിലാണ് കലാശിച്ചത്. 1876 ൽ നടപ്പാക്കിയ നാട്യാവതരണനിയമം തദ്ദേശീയമായ കലാവിഷ്കാരത്തിന്റെ നേർക്കുള്ള മുൻവിധികളുടെ ബാക്കിപത്രമായിരുന്നു. പുരാണപ്രമേയം മാത്രമല്ല, സാമൂഹിക വിഷയങ്ങളുള്ള നാടകങ്ങളും പ്രകോപനപരമാണെന്ന ധാരണയോടെയാണ് അധികാരികൾ അവ വിലക്കിയത്. ഇവിടെ പ്രകോപനം അധികാരികളുടെ പക്ഷത്തുനിന്നാണെന്ന് വ്യക്തം. പുരാണേതിഹാസങ്ങൾ (കീചകവധം, 1859) മാത്രമല്ല, *നീൽദർപ്പൺ* (1896) പോലുള്ള സാമൂഹിക രാഷ്ട്രീയനാടകങ്ങളും ഇവർക്ക് അനഭിമതമായിരുന്നു. പാരമ്പര്യവിളകളുടെ സ്ഥാനത്ത് തോട്ടമുടമകളായ വെള്ളക്കാരുടെ ക്രൂരമായ സമ്മർദ്ദത്തിന് വഴങ്ങി നീലം കൃഷി ചെയ്യേണ്ടിവന്ന കർഷകർ നിലവിലുള്ള കോടതിനിയമങ്ങൾകൊണ്ടാണ് ഇവയെ പ്രതിരോധിച്ചത്. തുടർന്ന് ഭരണപക്ഷത്തുനിന്നുണ്ടായ പീഡനമാണ് ദീനബന്ധുവിന്റെ *നീൽദർപ്പണിൽ* വിഷയമായത്. നാടകാവതരണത്തിലെ നിയന്ത്രണ-നിരോധനനിയമങ്ങൾ തീവ്രമാകുന്നത് *നീൽദർപ്പണോ*ടെയാണ്. മേൽസൂചിപ്പിച്ച നാടകനിരോധനത്തിനു പിന്നിലെ രാഷ്ട്രീയം, സാംസ്കാരികമായ പ്രശ്നം

മാത്രമായിരുന്നില്ല. സാമൂഹിക–സാമ്പത്തിക–രാഷ്ട്രീയ ബന്ധങ്ങളിൽ നിന്നു വേറിട്ട നില സംസ്കാരത്തിനില്ല. നാടക–നാടോടിമാധ്യമങ്ങൾക്കുമേലുണ്ടായ നിരോധനനിയമങ്ങൾ ഇതിന്റെ സാക്ഷ്യങ്ങളാണ്. താമസിയാതെ ചലച്ചിത്രപ്രദർശനത്തിനുമേലും നിയന്ത്രണവും നിരോധനവുമുണ്ടായി. മതാത്മകമെന്നപോലെ മതാതീതമായ മാനങ്ങളുള്ളതുമാണ് സാംസ്കാരികദേശീയത. ദേശീയതയുടെ മാനകങ്ങൾ വിവിധമെന്നപോലെ വൈരുദ്ധ്യങ്ങളുമുള്ളതാണെന്ന് ബോദ്ധ്യപ്പെടുത്തുന്നതായിരുന്നു കലാവിഷ്കാരങ്ങൾക്കുമേൽ ബ്രിട്ടീഷുകാർ നടപ്പാക്കിയ നിയമനിർമ്മാണങ്ങൾ. *കീചകവധം* നാടകത്തിലെ പ്രതിനായക (കീചകൻ)നെ വെള്ളക്കാരന്റെ പ്രതിരൂപമാക്കുന്ന അതേ സങ്കേതങ്ങളാണ് സിനിമയിലും പരീക്ഷിച്ചത്. സിനിമയുടെ ജനകീയമായ സ്വീകാര്യതയിൽ വന്ന വർദ്ധനയാണ് 1918 ലെ സിനിമാറ്റോഗ്രാഫ് നിയമത്തിലേക്കു നയിച്ചത്. 1919 ലും 1920 ലും നേരിയ മാറ്റങ്ങളോടെ ഇവ പുനരവതരിപ്പിക്കപ്പെട്ടു. സെൻസർ ബോർഡിന്റെ ഘടനയും പ്രവർത്തനവും നിയന്ത്രിച്ചിരുന്നത് ബ്രിട്ടീഷുകാരനായ ചെയർമാനാണ്. ബോർഡിനുമുന്നിൽ മൊഴി നല്കാൻ ഹാജരായ ദേശീയവാദികളായ ചലച്ചിത്രകാരന്മാർപോലും സെൻസർ ബോർഡിന് അനുകൂലമായിരുന്നുവെന്നത് വിചിത്രമായി തോന്നാം. വിദേശചിത്രങ്ങളിലെ അക്രമങ്ങളെയും ചുംബനരംഗങ്ങളെയും ചൊല്ലിയായിരുന്നു ആകെയുണ്ടായ മുറുമുറുപ്പ്. ചുരുക്കത്തിൽ സ്റ്റുഡിയോ ഉടമകളായ ചലച്ചിത്രകാരന്മാരിൽ പലരും ഒത്തുതീർപ്പുകൾക്ക് തയ്യാറാവുകയായിരുന്നുവെന്നുപറയാം. മഹാരാഷ്ട്ര ഫിലിം കമ്പനി(1917)രൂപീകരിച്ച ബാബുറാവു പെയിന്റർ, കോഹിനൂർ സ്റ്റുഡിയോ(1920)യിലെ ദ്വാരകദാസ് സമ്പത്ത് എന്നിങ്ങനെ ചിലർ മാത്രമാണ് കമ്പനി നിയമങ്ങളെ എതിർത്തും അധിനിവേശവിരുദ്ധസമരങ്ങളെ പിന്തുണച്ചും ചിത്രങ്ങളെടുത്തത്. സ്വാഭാവികമായും ഇത്തരം ചിത്രങ്ങൾ നിരോധിക്കപ്പെട്ടു. സർക്കാർനിയമങ്ങൾ വകവെക്കാതിരുന്ന ദ്വാരകദാസ് സമ്പത്തിനെപ്പോലുള്ളവർ ജയിൽ ശിക്ഷ ഏറ്റുവാങ്ങിയവരാണ്.

സാംസ്കാരികപ്പഴമയെ അംഗീകരിക്കുന്ന മതേതരദേശീയതയും അതിനു വിപരീതദശയിൽ ഏകീകൃതമായ മതാന്തരദേശീയതയും രാഷ്ട്രീയത്തിൽ പ്രബലമായിരുന്ന ചരിത്രകാലത്തിലാണ് സിനിമയും ജനകീയമാകുന്നത്. മതം ചലച്ചിത്രാഖ്യാനത്തിലും നിർണ്ണായകമായിരുന്നു. രാഷ്ട്രത്തെ ചലച്ചിത്രവല്ക്കരിക്കുന്ന സംരംഭങ്ങളിൽ മതവ്യവഹാരം സന്നിഹിതമായിരുന്നു. പുരാണേതിഹാസങ്ങൾ–ഭക്തകവിജീവിതങ്ങൾ–സാമൂഹികചരിത്രം എന്നീ നാലു ജനുസ്സുകളിലായിരുന്നു നിശ്ശബ്ദസിനിമകളുടെ ആഖ്യാനം. ഫാൽക്കെയും മറ്റും ആദ്യഗണത്തിൽമാത്രം ശ്രദ്ധിച്ചവരാണ്. എന്നാൽ, ബാബുറാവു പെയിന്ററെപ്പോലൊരാൾ പുരാണവും ഭക്തിയും ചരിത്രവും സാമൂഹികതയുമൊക്കെ മാറി മാറി പരീക്ഷിച്ചയാളാണ്. സാംസ്കാരികമായ ബഹുത്വവുമായി ദേശീയതകളെ സമീകരിക്കുന്ന നീക്കങ്ങളാണ് ബാബുറാവുവിന്റേത്.

കെട്ടുകഥകളെയും കേട്ടുകഥകളെയും സമകാലികവത്ക്കരിക്കുന്ന സാംസ്കാരിക രാഷ്ട്രീയമായിരുന്നു അദ്ദേഹത്തിന്റേത്. ചുറ്റുപാടുകളിലെ രൂക്ഷമായ യാഥാർത്ഥ്യങ്ങളെ അഭിമുഖീകരിക്കാനും വിഷയീകരിക്കാനുമുള്ള ശ്രമങ്ങളും അദ്ദേഹത്തിന്റെ ഭാഗത്തുനിന്നുണ്ടായി. ആകെയുള്ള ഭൂമി വായ്പയ്ക്കായി പണയംവെച്ച കർഷകരുടെ ദാരുണദുരന്തം പ്രതിനിധീകരിച്ച *സവ്കാരിപാഷ്* (1925) നിശ്ശബ്ദസിനിമായുഗത്തിലെ ഒറ്റപ്പെട്ട സംരംഭമായിരുന്നു. ഒന്നാം ലോകമഹായുദ്ധം സാധാരണകർഷകരെ എങ്ങനെ അവരുടെ സ്വന്തം ഇടങ്ങളിൽനിന്നും ഭ്രഷ്ടരാക്കിയെന്നതിന്റെ രേഖണം കൂടിയാണ് *സവ്കാരിപാഷ്.* യുദ്ധാനന്തരമുണ്ടായ വറുതിയും ഭക്ഷ്യക്ഷാമവും വിളനാശവുമെല്ലാം കർഷകജീവിതത്തെ ദാരുണമായി ബാധിച്ചു. തങ്ങൾക്കുള്ളതെല്ലാം വിറ്റും പണയപ്പെടുത്തിയും ജനപദങ്ങൾ വിട്ട് നഗരങ്ങളിലേക്ക് കുടിയേറുന്ന കർഷകരുടെ ദൈന്യവും അന്യതയും രാഷ്ട്രീയപ്രശ്നമായിട്ടാണ് ചലച്ചിത്രാഖ്യാനം പരിചരിച്ചത്. സ്വരാജ് സങ്കല്പത്തെ പ്രശ്നവല്ക്കരിക്കുന്നതോടൊപ്പം മതാത്മകമായി നീങ്ങുന്ന ദേശീയാവബോധത്തെ അതിവർത്തിക്കുവാനും *സവ്കാരിപാഷി*നു കഴിഞ്ഞു. ദേശീയതയുടെ സാംസ്കാരികധാരകൾ കൂടുതൽ വ്യത്യസ്തവും ബഹുവചനാത്മകവുമാകുന്നതിന്റെ സൂചന കൂടിയാണിത്.

അധിനിവേശകതാല്പര്യങ്ങൾക്ക് തിരിയാത്ത സാമൂഹികയാഥാർത്ഥ്യങ്ങളെയാണ് അക്കാലത്തെ ഇന്ത്യൻസിനിമ പ്രതിനിധീകരിച്ചത്. വ്യത്യസ്തജനുസ്സുകളിലായി നിർമ്മിക്കപ്പെട്ട നിശ്ശബ്ദചിത്രങ്ങൾ സാമ്രാജ്യത്വത്തെ പ്രകോപിപ്പിച്ചിരുന്നു എന്നതിന് തെളിവാണ് സെൻസർ ബോർഡിന്റെ രൂപീകരണം. താമസിയാതെ, ആംഗലനിർമ്മിതചിത്രങ്ങൾക്ക് പ്രദർശനസമയത്തിന്റെ ഏഴരശതമാനം നീക്കിവെക്കണമെന്ന തീരുമാനവുമുണ്ടായി. ഹോളിവുഡ് ചിത്രങ്ങൾക്ക് ഇന്ത്യയിലുള്ള ജനപ്രിയതയെ നേരിടുന്നതിന്റെ ഭാഗമായിക്കൂടിയാണ് ഇത്തരത്തിലൊരു നീക്കം കമ്പനി പക്ഷത്തുനിന്നുണ്ടായത്. അധിനിവേശത്തെ സാധൂകരിക്കുകയും പരിഷ്കരണങ്ങളെ ആഘോഷിക്കുകയും ചെയ്യുന്ന പ്രമേയങ്ങളായിരുന്നു സാമ്രാജ്യത്വചിത്രങ്ങളുടേത്. ഇന്ത്യയിലെന്നപോലെ ആഫ്രിക്കയിലും *എംപയർ ഫിലിംസി*ന്റെ ചിത്രങ്ങൾ പ്രദർശിപ്പിച്ചു. ആഫ്രിക്കക്കാരില്ലാത്ത ആഫ്രിക്കൻ സിനിമപോലെ ഇന്ത്യക്കാരില്ലാത്ത ഇന്ത്യൻ ചിത്രങ്ങളും ജനസമ്മതി നേടിയില്ല. ഇതിനുകാരണം കൊളോണിയൽ വിരുദ്ധത മാത്രമായിരുന്നില്ല. സ്വദേശി സിനിമകൾപോലെ ഇന്ത്യൻജനതയുടെ വൈകാരികജീവിതത്തെ സ്വാധീനിക്കാൻ അവയ്ക്കായില്ലെന്നതാണ് വസ്തുത. ഇന്ത്യയെയും ഇന്ത്യക്കാരെയും വെള്ളക്കാരുടെ നോട്ടങ്ങളിലൂടെ അവതരിപ്പിക്കുന്നവയായിരുന്നു ഇറക്കുമതി ചിത്രങ്ങൾ. സ്വയം നിർണ്ണയിക്കാനോ തീരുമാനങ്ങളെടുക്കാനോ പ്രാപ്തിയില്ലാത്ത പ്രജകളെയായിരുന്നു സാമ്രാജ്യത്വചിത്രങ്ങൾ വിഭാവനം ചെയ്തത്. മറ്റൊരുതലത്തിൽ ഇതൊരു സാമ്പത്തികപ്രശ്നം കൂടിയാണ്.

ഇറക്കുമതി ചിത്രങ്ങളെ നേരിടാൻ നികുതിയിളവിനോടൊപ്പം കസ്റ്റംസ് നികുതിയുടെ പത്തുശതമാനം വർദ്ധനവും അന്നത്തെ വാണിജ്യവ്യവസായസമിതി അദ്ധ്യക്ഷൻ സേഠ് വാൽചന്ദ് ഹീരാചന്ദ് ആവശ്യപ്പെടുന്നുണ്ട്. സ്വദേശിവാദമോ കൊളോണിയൽ വിരുദ്ധതയോ അല്ല വിപണിയാണ് ഇവിടെ മുഖ്യവിഷയമാകുന്നത്. 1927-28 കാലത്ത് പ്രസിദ്ധീകരിച്ച ഇന്ത്യൻസിനിമാറ്റോഗ്രാഫ് കമ്മിറ്റി റിപ്പോർട്ട് തത്ത്വത്തിൽ ബ്രിട്ടീഷുകാരെയല്ല, ഇന്ത്യക്കാരെയാണ് അനുകൂലിച്ചത്. ബ്രിട്ടീഷ് ചിത്രങ്ങൾക്ക് സവിശേഷപരിഗണന കിട്ടിയില്ലെന്നുമാത്രമല്ല, ഇന്ത്യൻസിനിമയ്ക്ക് ഗുണകരമായ അനേകം നടപടികൾ കമ്മിറ്റി ശുപാർശ ചെയ്യുകയുമുണ്ടായി. സ്വാഭാവികമായും സാമ്രാജ്യത്വഭരണകൂടം ശുപാർശകൾ പൂർണ്ണമായും തമസ്കരിച്ചു. വിദേശീയചിത്രങ്ങളോടുള്ള മനോഭാവത്തെ നിർണ്ണയിച്ചത് പ്രധാനമായും സാമ്പത്തികഘടകങ്ങളായിരുന്നുവെന്ന് വ്യക്തം. സിനിമയുടെ ദേശീയകാമനകളെ സ്വരൂപിക്കുന്നതിൽ നിർണ്ണായകമായത് സാമ്പത്തിക-രാഷ്ട്രീയബന്ധങ്ങളാണെന്ന് പറയാം.

വൈദേശികമേല്ക്കോയ്മയില്ലാത്ത സ്വദേശത്തെക്കുറിച്ചുള്ള സ്വപ്നം സിനിമയിൽ തീവ്രമാകുന്നത് മുപ്പതുകളോടെയാണ്. വ്യത്യസ്തഗണത്തിലുള്ള സിനിമകൾ അന്നേ പരീക്ഷിക്കപ്പെട്ടു കഴിഞ്ഞിരുന്നു. പൗരാണികപ്രമേയത്തിൽനിന്നും ചരിത്രത്തിലേക്കും ജനകീയതയുടെ തനിമയുള്ള പ്രാദേശീയക വിചരിതങ്ങളിലേക്കുമുള്ള ദിശാന്തരം ഇതിന്റെ പശ്ചാത്തലത്തിലായിരുന്നു. ചലച്ചിത്രജനുസ്സുകളുടെ നാനാത്മകത ദേശീയതയെ കൂടുതൽ അമൂർത്തമാക്കുന്നുണ്ട്. അതിനാൽ സിനിമയിലെ ദേശഭാവനയുടെ അതിരുകൾ നിരന്തരമായ പുനർചിന്തയ്ക്ക് വിഷയമാകേണ്ടതുണ്ട്. നാനാത്വത്തിലെ ഏകത്വമെന്ന ആഹ്വാനം നടത്തുമ്പോഴും അതിന്റെ മറുവശത്ത് ഏകത്വത്തിലെ നാനാത്വമായി ദേശീയവ്യവഹാരങ്ങൾക്ക് പരിണാമമുണ്ടാകുന്നു. ഇത്തരമൊരു വൈരുദ്ധ്യത്തിന് കാരണം ഭരണകൂടത്തിന്റെ അധികാരതാല്പര്യമാണ്. ദേശരാഷ്ട്രത്തിലെ അധികാരരൂപങ്ങളാണ് ദേശീയതയുടെ സ്ഥാനവും പരിധിയും നിർണ്ണയിക്കുന്നത്. എന്നാൽ, ദേശീയതയുടെ ഓരോ നിർവ്വചനവും മറ്റനേകം നിർവ്വചനങ്ങൾക്കുള്ള സാദ്ധ്യതകൂടിയാണ്. സ്ഥലത്തിന്റെയും കാലത്തിന്റെയും അതിരുകൾക്കപ്പുറം വ്യാപനമുള്ള അമൂർത്തപ്രക്രിയയായി ദേശീയതയെ തിരിച്ചറിയേണ്ടിയിരിക്കുന്നു. കോളനിവിരുദ്ധസമരങ്ങളും മുന്നേറ്റങ്ങളും ദേശീയതയെ നിർവ്വചിച്ച രീതി അതിലൊന്ന് മാത്രമാണ്. ദേശത്തിനുള്ളിലേക്ക് ഏകീകരിച്ച് ഒരുമപ്പെടുത്തുമ്പോഴും ദേശവാസികൾക്കിടയിലുള്ള അപരിചിതത്വം അവശേഷിക്കുന്നു. എങ്കിലും രാഷ്ട്രീയവും സാംസ്കാരികവുമായ സാമുദായികജീവിതത്തെ ഭാവനയിൽ ഉരുവാക്കുകയാണവർ. ദേശാന്തരമായ വൈരുദ്ധ്യങ്ങൾക്കും വൈജാത്യങ്ങൾക്കുമുള്ളിൽനിന്നാണ് ഭാവനാത്മകമായ ഏകീകരണം ബഹുജനങ്ങൾക്കിടയിൽ ഉണർത്തിയെടുക്കുന്നത്. സിനിമയുടെ തുടക്കത്തിൽ മറാഠിദേശീയതയായിരുന്നുവെങ്കിൽ പിന്നീടത് ഹിന്ദിയുടെ

പക്ഷമായിരുന്നു. ഗാന്ധിജി നേതൃത്വം നല്കിയ കർമ്മപരിപാടികളും സമരമുന്നേറ്റങ്ങളും വൈകാരികതയോടെ സിനിമ പുനർനിർമ്മിച്ചിട്ടുണ്ട്. നിശ്ശബ്ദസിനിമയുടെ കാലത്ത് ഏറെ സമ്മർദ്ദങ്ങൾക്കുള്ളിൽനിന്നാണ് ഇത്തരം ചിത്രങ്ങൾ നിർമ്മിക്കപ്പെട്ടതെന്നത് വസ്തുതയാണ്. സമാന്തരമായി ഭഗത്സിങ്ങും ചന്ദ്രശേഖർ ആസാദും സുഖദേവുമൊക്കെ ഉൾപ്പെടുന്ന ക്ഷുബ്ധയൗവനത്തിന്റെ രാഷ്ട്രീയബദലുകളും ഇരുപതുകളിൽ സജീവമായിരുന്നു. സ്ത്രീശാക്തീകരണം, ജാതിവിമർശനം, അയിത്തോച്ചാടനം, മതമൈത്രി തുടങ്ങിയ ആഭ്യന്തരവിഷയങ്ങളും സിനിമ ഉപയോഗിക്കുന്നുണ്ട്. ജാതിവിരുദ്ധതയും മതാതീതമായ മാനുഷികതയുമായിരുന്നു ഭക്തിപ്രമേയചിത്രങ്ങളുടെ പൊതുസ്വഭാവം. നിന്ദിതരും പീഡിതരുമായ ജനതയുടെ ഉറ്റബന്ധുവായാണ് ദൈവത്തെ ഭക്തിസിനിമകൾ സാക്ഷ്യപ്പെടുത്തിയത്. 1932 ൽ ദേബകി ബോസ് നിർമ്മിച്ച *ചണ്ഡീദാസി*ന്റെ ബംഗാളിപ്പതിപ്പും 1934 ൽ വന്ന നിതിൻ ബോസിന്റെ ഹിന്ദിപ്പതിപ്പും ജാതിഹിന്ദുത്വത്തെ വിമർശിക്കുകയും അതിനുള്ളിലെ രൂക്ഷമായ വിവേചനങ്ങളെ വിചാരണ ചെയ്യുകയും ചെയ്തിരുന്നു. ജാതിവ്യവസ്ഥയെയും അസ്പൃശ്യതയെയും ചോദ്യം ചെയ്ത ഏക്നാഥിന്റെ ജീവിതത്തെ മുൻനിർത്തിയാണ് വി ശാന്താറാം *ധർമാത്മാ* (1935) ചലച്ചിത്രമാക്കിയത്. *ധർമ്മാത്മാ*യ്ക്ക് സെൻസർ ബോർഡിൽനിന്നും വന്ന സമ്മർദ്ദങ്ങൾ ഭക്തിപ്രസ്ഥാനത്തിന്റെ ദൈവശാസ്ത്രവും പ്രത്യയശാസ്ത്രവും എത്രത്തോളം പ്രകോപനപരമായിരുന്നുവെന്നതിന്റെ തെളിവാണ്. സ്ഥാപനവല്ക്കരിക്കപ്പെട്ട ദൈവമാതൃകകൾക്കപ്പുറം ജനാധിപത്യമുഖമുള്ള ദൈവസാമീപ്യത്തെയാണ് നിതിൻ ബോസും ശാന്താറാമുമൊക്കെ കാംക്ഷിച്ചത്. ദൈനംദിനവ്യവഹാരത്തിലെ ആർജ്ജവമായിരുന്നു ഭക്തിയുടെ ഉപാധിയും പ്രതീകവുമായത്. പൗരാണികപ്രമേയങ്ങളിലെപ്പോലെ കറപുരളാത്ത ദൈവമാനുഷരല്ല കബീർദാസും തുക്കാറാമും ചണ്ഡീദാസുമൊക്കെ. ഇവർ ദൈവവും മനുഷ്യരും തമ്മിലുള്ള ദൂരം സ്വന്തം കർമ്മജീവിതത്തിലൂടെ പരമാവധി കുറയ്ക്കുകയോ ഇല്ലാതാക്കുകയോ ചെയ്തവരാണ്. പുരാണചിത്രങ്ങൾ യാഥാർത്ഥ്യത്തെ അതിമാനുഷികതയിലൂടെ അവതരിപ്പിച്ചപ്പോൾ *തുക്കാറാം* (1936), *ധർമ്മാത്മാ* (1935) തുടങ്ങിയ ചിത്രങ്ങൾ ദൈവികതയെ മാനുഷികമാക്കുകയായിരുന്നു. ആത്മീയദേശീയതയുടെ വിഭിന്നമുഖങ്ങളെയാണ് മേൽസൂചിപ്പിച്ച ജനുസ്സുകൾ പ്രതിനിധീകരിക്കുന്നത്. പൗരാണികചിത്രങ്ങൾ മതാത്മകതയോട് അനുരഞ്ജനപ്പെടുമ്പോൾ ഭക്തിചിത്രങ്ങൾ മതാതീതമായ മാനവികതയെയാണ് പിന്തുടർന്നത്.

ദേശീയവിചാരങ്ങൾ കൂടുതൽ സങ്കീർണ്ണവും സംഘർഷാത്മകവുമായി മാറുന്നത് ഇന്തോ-പാക് വിഭജനകാലത്താണ്. വേരറ്റുപോകുന്നവരുടെ ഉന്മാദവും വിഭ്രാമകതയും കലാവിഷ്കാരങ്ങളിലും പ്രതിഫലിച്ചു. നാടിനും വീടിനുമൊപ്പം ഉറ്റബന്ധുക്കളെയും നഷ്ടപ്പെട്ടവരുടെ പലായനവും കുടിയേറ്റവും ചലച്ചിത്രാഖ്യാനത്തിന്റെ ആന്തരികഘടനയെ

ത്തന്നെ മാറ്റിയെഴുതിയിട്ടുണ്ട്. നെമായ് ഘോഷിന്റെ *ചിന്നമൂൽ* (1950) വിഭജനദുരന്തത്തെ കാല്പനികവല്ക്കരിക്കാതെ യഥാതഥമായി പരിചരിച്ച ചിത്രമാണ്. സ്വാതന്ത്ര്യാനന്തരകാലത്ത് *ചിന്നമൂലി*ന് ഭരണകൂടത്തിന്റെ നിരന്തരമായ കൈയേറ്റങ്ങൾ നേരിടേണ്ടിവന്നുവെന്നത് മറ്റൊരു വൈരുദ്ധ്യം. ചിത്രീകരണവേളയിൽ പൊലീസ് തിരക്കഥ പിടിച്ചെടുത്തു. സെൻസർ ബോർഡിന്റെ ഭാഗത്തുനിന്നും കടുത്ത നടപടിയുണ്ടായി. സ്വാതന്ത്ര്യപൂർവ്വകാലത്തെന്നപോലെ പില്ക്കാലത്തും ഭരണകൂടത്തിന്റെ മനോഭാവത്തിന് കാര്യമായ വ്യത്യാസമുണ്ടാകുന്നില്ല. ഭരണകൂടത്തെ വിമർശിച്ചതിന്റെ പേരിലാണ് ഭഗത്സിങ്ങിന്റെ ജീവചരിത്രത്തെ ആസ്പദമാക്കിയ *ശഹീദ് ഇ അസം ഭഗത്സിങ്* (1954), *പ്രിസനർ ഓഫ് ഗോൽക്കൊണ്ട* (1954) എന്നീ സിനിമകൾ സെൻസർ കുരുക്കിൽപ്പെട്ടത്. സിനിമയുൾപ്പെടെയുള്ള കലാവിഷ്കാരങ്ങളെ ഭരണതാല്പര്യങ്ങൾക്ക് അനുകൂലമാക്കുന്ന ബലതന്ത്രം പൊതുവെ പ്രബലമാണ്. ആവിഷ്കാരപരമായ സ്വാതന്ത്ര്യത്തെ അവർ എക്കാലവും ഭയപ്പെടുന്നു. സ്വാതന്ത്ര്യത്തിന് നിയന്ത്രണരേഖ ഏർപ്പെടുത്തുന്നതോടെ അത് പ്രയോഗമെന്ന നിലവിട്ട് സങ്കീർണ്ണമായ അധികാരസമസ്യയുടെ തലത്തിലേക്ക് മാറുന്നു. ദേശരാഷ്ട്രത്തിന്റെ രാഷ്ട്രീയഭൂമികയിൽ ഉണ്ടായ വിണ്ടടർന്ന ഗർത്തങ്ങൾ വെളിപ്പെടുത്തുന്നതിന് നേരിട്ട വിലക്ക് സൂചിപ്പിക്കുന്നത് മറ്റൊന്നല്ല. അതേസമയം ഭരണകൂടത്തിന്റെ ഗൂഢവും അഗൂഢവുമായ ആശിസ്സോടെ പ്രവർത്തനമണ്ഡലം വിപുലമാക്കുന്ന ആഭ്യന്തരകോളനീകരണത്തെ ഭരണകൂടം നിലനിർത്തുകയും ചെയ്യുന്നു. ഇന്ത്യൻദേശീയതയുടെ ചരിത്രവിജ്ഞാനം ഉപരിവർഗ്ഗത്തിന്റെ താല്പര്യങ്ങളെ മാത്രം പരിചരിക്കുന്നതാണെന്ന് രണജിത്ത് ഗുപ്ത എഴുതിയത് ഇന്നും പ്രസക്തമാണ്.

സംസ്കാരദേശീയതയിൽ ഏകോപനത്തിന്റെയും വികോപനത്തിന്റെയും വിരുദ്ധസ്ഥാനങ്ങളുണ്ട്. വിപണിയുടെ പ്രീണനകലയെന്ന നിലയ്ക്ക് സിനിമയ്ക്ക് പലപ്പോഴും സാംസ്കാരികബഹുത്വത്തേക്കാൾ ഏകത്വത്തിലാണ് താല്പര്യം. എന്നാൽ, രാഷ്ട്രീയയാഥാർത്ഥ്യം ഏകത്വത്തിനുള്ളിൽ നിരുപാധികം അടക്കം ചെയ്യാവുന്നതല്ലെന്ന തിരിച്ചറിവും സമാന്തരമായുണ്ട്. സിനിമയുടെ ചരിത്രത്തിലും സാംസ്കാരികമായ ബഹുത്വത്തിലേക്കുള്ള നീക്കങ്ങൾ സംഭവിക്കാറുണ്ട്. അങ്ങനെവരുമ്പോൾ ഭരണകൂടമാവും പ്രതിസ്ഥാനത്താവുക. *ചിന്നമൂൽ* നേരിട്ട ഏറ്റവും വലിയ പ്രതിസന്ധി ഭരണവർഗ്ഗത്തിന് അനുകൂലമാകാതിരുന്നതാണ്. അഭയാർത്ഥികളെത്തന്നെയായിരുന്നു നെമായ്ഘോഷ് സിനിമയിലും അണിനിരത്തിയത്. ജന്മദേശത്തിൽനിന്നും വേരോടെ പിഴുതുപോകേണ്ടിവന്നവരുടെ ദുരന്തം അവർതന്നെ ചിത്രത്തിൽ സാക്ഷ്യപ്പെടുത്തി. മറുഭാഗത്ത്, അത്തരമൊരു സംരംഭം ഇന്ത്യയുടെ സാമൂഹികവും സാംസ്കാരികവുമായ ബഹുത്വത്തെ തിരിച്ചറിയുകയും അതിനുള്ളിൽ സംഭവിച്ച വിഭാഗീയതയുടെ കാരണങ്ങൾ അന്വേഷിക്കുകയുമായിരുന്നു

ചിന്നമൂൽ. സ്വതന്ത്രദേശം പാഴ്ക്കിനാവായി പൊലിഞ്ഞുപോകുന്നതിന്റെ വിഭ്രാന്തി ഋത്വിക് ഘട്ടക്കും മറ്റൊരു തലത്തിൽ പരിചരിച്ചിരുന്നു. വേരു പൊട്ടിപ്പോയവരുടെ മനോനിലയും എങ്ങും നിലയില്ലാതെ ഭ്രഷ്ടരായി അലഞ്ഞുതിരിയേണ്ടിവന്നവരുടെ വ്യഥയും ആന്തരീകരിക്കുന്നതായിരുന്നു ഘട്ടക്കിന്റെ ആഖ്യാനം. *നാഗരിക്* (1952) *അജാന്ത്രിക്* (1959) *സുബർണ്ണരേഖ* (1962) തുടങ്ങിയ ചിത്രങ്ങൾ ദേശത്തെ ചൂഴുന്ന കാല്പനികാംശങ്ങളെ വീണ്ടുവിചാരം ചെയ്യുന്നവയായിരുന്നു. സാംസ്കാരികമായ ഉദ്ഗ്രഥനത്തേക്കാൾ, അതിന്റെ വൈവിദ്ധ്യവും സങ്കരതയുമാണിത് വെളിവാക്കുന്നത്. ഏകാത്മകവും ഏകാധിപത്യപരവുമായ പ്രത്യയശാസ്ത്രമായല്ല ഘട്ടക്കും നെമായ് ഘോഷുമൊക്കെ ദേശീയതയെ പരിചരിച്ചത്. വർഗ്ഗപരവും സാമൂഹികവും സാംസ്കാരികവുമായ ബഹുവചനാത്മകതയെയാണ് അവർ ചലച്ചിത്രവല്ക്കരിച്ചത്. വിഭജനകാലവും അതിലേക്ക് നയിച്ച രാഷ്ട്രീയവും വ്യത്യസ്തമായ സാദ്ധ്യതയാണ് തുറന്നുതരുന്നത്. രാഷ്ട്രീയാബോധത്തിലെ വ്യതിരിക്തത ദേശീയതയെയും ബഹുരൂപിയാക്കുന്നു. കോളനീകരണാനന്തരരാഷ്ട്രത്തെ ദേശീയതകളുടെ സാംസ്കാരികബഹുത്വത്തിലാണ് ഇവർ അടയാളപ്പെടുത്തുന്നത്. വർത്തമാനത്തെ നിർവ്വചിക്കാൻ ഭൂതകാലത്തെ പുനരാനയിക്കുന്നതിന്റെ വ്യർത്ഥത ഇവിടെ തിരിച്ചറിയേണ്ടതായുണ്ട്. വർത്തമാനകാലത്തെ അതിനുള്ളിൽനിന്ന് സംബോധന ചെയ്യേണ്ടിവരുമ്പോഴാണ് ദേശരാഷ്ട്രസങ്കല്പനവും അതിലെ സാംസ്കാരികമായ ആഭിമുഖ്യങ്ങളും കൂടുതൽ സങ്കീർണ്ണമാകുന്നത്. സാമ്രാജ്യത്വവിരുദ്ധതയിൽനിന്നോ സാംസ്കാരിക പാരമ്പര്യത്തെ മുൻനിർത്തിയോ മാത്രം ദേശീയതയെ ആഘോഷിക്കുന്നതിന്റെ പരിമിതിയാണ് ഇവിടെ വ്യക്തമാകുന്നത്. സാമൂഹിക-രാഷ്ട്രീയാവബോധങ്ങളിൽ കാലക്രമേണ സംഭവിച്ച വ്യതിയാനങ്ങൾ ദേശീയതാസങ്കല്പനത്തെ കൂടുതൽ ചലനാത്മകമാക്കിയിട്ടുണ്ട്. ഇതിനുസമാന്തരമായി, സാമ്രാജ്യത്വവാഴ്ചയുമായുള്ള ഒത്തുതീർപ്പുകളിലൂടെ ഇന്ത്യക്കാരെ ആധുനികാവബോധത്തിലേക്ക് പരിവർത്തിപ്പിക്കാമെന്ന മുൻവിധിയോടെ പ്രവർത്തിച്ച സാംസ്കാരികപ്രസ്ഥാനങ്ങളുമുണ്ടായിരുന്നു. ഇവയ്ക്കിടയിലെ വൈരുദ്ധ്യങ്ങൾ നിലനിർത്തിക്കൊണ്ടാണ് സാംസ്കാരികതയെയും സാമൂഹികപരിഷ്കരണത്തെയും കൂട്ടിയോജിപ്പിക്കുന്ന പ്രക്രിയയായി ദേശീയത പിന്നീട് നിർവ്വചിക്കപ്പെട്ടത്. കൊളോണിയൽ വിരുദ്ധതയെ വിഷയീകരിച്ചപ്പോഴും അതിനപ്പുറമുള്ള സ്വത്വാത്മകമായ സങ്കീർണ്ണപ്രശ്നങ്ങളെയും ദേശീയപ്രസ്ഥാനത്തിന്റെ ഭാഗമാക്കാൻ ഗാന്ധിയെപ്പോലൊരാൾ പലനിലയ്ക്കും മുതിർന്നത് ശ്രദ്ധേയമാണ്. മതം, സമൂഹം, സാമ്പത്തികം, വിദ്യാഭ്യാസം തുടങ്ങി അനേകവിഷയങ്ങളെ തന്റെ സ്വരാജ് സങ്കല്പനത്തിലേക്ക് സമ്മേളിപ്പിക്കുകയാണ് ഗാന്ധി ചെയ്തത്. രാഷ്ട്രീയലക്ഷ്യത്തെയും സാംസ്കാരികതയെയും ദേശസ്വത്വങ്ങളിലേക്ക് അവയുടെ അനേകതകളോടെ സമീകരിക്കാനുള്ള തീവ്രമായ അഭിലാഷം അതിലടങ്ങിയിട്ടുണ്ട്. അതു ചിലപ്പോൾ അപ്രാ

യോഗികമാവാം. അപ്രായോഗികമാവുകയെന്നാൽ പരാജയമാകുന്നുവെന്നല്ല. മറ്റൊരു സാദ്ധ്യത തുറന്നുതരികയെന്നതാണ്. ഗത്യാത്മകവും പരിണാമിയുമായ അബോധമോ അവബോധമോ ആയി ദേശീയതകളെ തിരിച്ചറിയേണ്ടതായുണ്ട്.

ചലച്ചിത്രാഖ്യാനത്തെ വിപണിമൂല്യം നിർണ്ണയിക്കുന്ന സന്ദർഭത്തിൽ സാംസ്കാരികദേശീയത(കൾ)യ്ക്ക് അതിന്റെ വിവിധചോദനകളെ എത്രത്തോളം തിരക്കാഴ്ചകളിൽ നിലനിർത്താനാവുമെന്ന് സംശയമാണ്. ജനകീയതയേക്കാൾ, ജനപ്രിയതയുടെ മൂലകങ്ങളാണ് ചലച്ചിത്രഭാഷയെ നിയന്ത്രിക്കുന്നത്. ബഹുജനത്തിന്റെ സ്വപ്നങ്ങളെയും പ്രതീക്ഷകളെയുമാണ് സിനിമ പ്രതിനിധീകരിക്കുന്നത്. അഥവാ, അങ്ങനെയാവണമെന്ന് സിനിമാവ്യവസായം നമ്മളെ വിശ്വസിപ്പിക്കുന്നു. വൈകാരികമൂല്യങ്ങളെയാണവ ലക്ഷ്യമാക്കുന്നത്. രാഷ്ട്രത്തെ മാതാവാക്കുകയും അതിനുള്ളിലെ അസ്വാസ്ഥ്യങ്ങളെയും വിഭാഗീയതയെയും കുടുംബപ്രശ്നമായി പരിചരിക്കുകയും ചെയ്യുന്ന എത്രയോ ചിത്രങ്ങൾ സ്വാതന്ത്ര്യപൂർവ്വത്തിലും ഉത്തരകാലത്തിലുമുണ്ടായി. അങ്ങനെ വരുമ്പോൾ കൂട്ടുകുടുംബത്തിന്റെ തകർച്ചയെയും ദേശത്തിന്റെ ശിഥിലീകരണത്തെയും സമീകരിക്കുന്ന ചിഹ്നമാണ് വീട്. ബാഹ്യശക്തികളുടെ ഇടപെടലുകളാൽ താറുമാറായ കുടുംബങ്ങൾ പിന്നീട് ഒന്നിക്കുന്നതിന്റെ ചലച്ചിത്രാഖ്യാനങ്ങൾ 1947 നുശേഷം കൂടുതൽ സജീവമാകുന്നുണ്ട്. ദേശത്തെ പ്രതിവല്ക്കരിച്ച് കുടുംബത്തെ വീണ്ടെടുക്കുന്ന പരിഹാരമാർഗ്ഗങ്ങളാണ് അവയിലുണ്ടായിരുന്നത്. ദേശമെന്നപോലെ കുടുംബവും മാതൃസ്ഥാനത്താണ്. കൂട്ടുകുടുംബത്തിന്റെയും അതുവഴി അഖണ്ഡദേശത്തിന്റെയും മഹത്വവും ശക്തിയും സുരക്ഷിതത്വത്തിലേക്കാണ് മടങ്ങി വരുന്നത്. ദേശരാഷ്ട്രത്തോട് വിധേയത്വം പുലർത്തുകയും അതിനെ ആദർശവല്ക്കരിക്കുകയും ചെയ്യുന്ന സമീപനത്തിന് ഔദ്യോഗികമായ സ്വീകാര്യത ലഭിക്കുക സ്വാഭാവികം. എന്നാൽ, സിനിമയെ ദേശരാഷ്ട്രത്തിന് അനുയോജ്യമായി പരിവർത്തിപ്പിക്കുന്ന നയം വിപണിതലത്തിൽ മാത്രമായി പരിമിതപ്പെടുന്നതല്ല. വിപണിയുമായുള്ള നീക്കുപോക്കുകളിലൂടെയാണ് സിനിമയിലെ ദേശീയതാനിർമ്മിതി സാക്ഷാല്ക്കരിക്കപ്പെടുന്നത്. ഭരണകൂടവും അതാണ് അഭിലഷിക്കുന്നത്. ദേശീയതയുടെ സാംസ്കാരികരാഷ്ട്രീയം സ്വതന്ത്രഭാരതത്തിലെ ആദ്യസർക്കാർ പുനർനിർവ്വചിച്ചത് സെൻട്രൽ ബോർഡ് ഓഫ് ഫിലിം സെൻസേഴ്സ് (1953, ഏപ്രിൽ 29)രൂപീകരിച്ചുകൊണ്ടാണ്. സ്വാതന്ത്ര്യസമരം പ്രമേയമാക്കിയതുകൊണ്ടു മാത്രം ദേശീയസിനിമയാവില്ല. സർക്കാരിന്റെ പൊതുനയങ്ങൾക്കുകൂടി അനുരൂപമാകണം ദേശീയസിനിമ. സെൻസർ ബോർഡിന്റെ വിജ്ഞാപനത്തിൽ സിനിമയുടെ കഥയും തിരക്കഥയും ഷൂട്ടിങ്ങിനുമുമ്പ് ഉത്തരവാദപ്പെട്ടവരെ ബോധിപ്പിച്ച് അനുമതി വാങ്ങണമെന്നുണ്ടായിരുന്നു. ദേശീയനേതാക്കളുടെ വിമർശനം, അയൽരാഷ്ട്രങ്ങളെക്കുറിച്ചുള്ള പരാമർശം തുടങ്ങിയ അസ്വാഭാവികപ്രമേയങ്ങൾക്ക് വില

ക്കുണ്ടായിരുന്നു. ദേശീയോദ്ഗ്രഥനവും സമകാലിക-സാമൂഹികപ്രശ്ന ങ്ങളും അവതരിപ്പിക്കുന്ന ആഖ്യാനങ്ങൾക്കായിരുന്നു ഔപചാരികമായ സ്വീകാര്യത. ദേശരാഷ്ട്രത്തിന്റെ നിയമശാസനകളാൽ നിയന്ത്രിതമാ യതോടെ ഭരണകൂടത്തിന്റെ പ്രത്യയശാസ്ത്ര ഉപകരണമായി സിനി മയും പാകപ്പെടുത്തുകയായിരുന്നു. സാംസ്കാരികദേശീയതയുടെ തുറ വികൾ അസാധുവാക്കുന്ന നീക്കമാണ് പിന്നീട് ബോർഡ് പിന്തുടർന്നത്. 1954 ൽ പുറത്തുവന്ന രണ്ട് ഭഗത്സിങ് ചിത്രങ്ങൾ (*ശഹീദ് ഇ അസം ഭഗത്സിങ്* 1954, *പ്രിസനർ ഓഫ് ഗോൽക്കൊണ്ട* 1954) സെൻസർ കുരു ക്കിൽ അകപ്പെട്ടതിന്റെ കാരണം ഭരണകൂടത്തിനെതിരെയുള്ള വിമർശ നമാണ്. ദേശീയസിനിമയെന്ന ഗണവും സാംസ്കാരികദേശീയതയെന്ന പരികല്പനയും നിയന്ത്രിതവും അസ്വതന്ത്രവുമായ നിലയിലേക്ക് ചുരു ങ്ങുന്നതിന്റെ സൂചനയാണ് സെൻസർ ബോർഡ് നടത്തിയ ഇടപെടലു കൾ. ദേശരാഷ്ട്രവുമായുള്ള ഒത്തുതീർപ്പുകളിലൂടെയാണ് സിനിമയുടെ മൂല്യത്തിന് സാധൂകരണമുണ്ടാകുന്നതെന്ന വസ്തുത വിചിത്രമായി ത്തോന്നാം.

ആധുനികരാഷ്ട്രത്തിലെ ഓരോ പൗരനും പൗരിക്കും അവരുടെ ദേശാഭിമാനം നിരന്തരമായി പരസ്യപ്പെടുത്തേണ്ട സാഹചര്യമാണ് നില വിലുള്ളത്. പൊലീസും പട്ടാളവും കോടതിയും പോലുള്ള മർദ്ദകോപ കരണങ്ങളാൽ മാത്രമല്ല പൗരസമൂഹത്തെ വരുതിയിലാക്കുന്നത്. സമൂ ഹത്തിലും സംസ്കാരത്തിലും ആധിപത്യം പുലർത്തുന്ന പ്രത്യയ ശാസ്ത്രത്തെ തങ്ങൾക്ക് അനുപാകമാക്കി മാറ്റിയെടുക്കുന്നതിലൂടെ യാണ്. യുദ്ധവും വംശീയവാദവുമെല്ലാം ദേശീയപൗരനെ നിർവ്വചിക്കുന്ന കാലത്തോടുചേർന്നാണ് സിനിമാവ്യവസായവും നീങ്ങുന്നത്. അശാ സ്ത്രീയവും വസ്തുതാവിരുദ്ധവും ചരിത്രനിഷേധിയുമായ അവ ബോധവും വ്യാജവിശ്വാസങ്ങളുംകൊണ്ട് ഉണർത്തിയെടുക്കുന്ന മിഥ്യാ ധാരണകളുടെ വ്യവസ്ഥയായി സാംസ്കാരിക-രാഷ്ട്രീയപ്രത്യയശാ സ്ത്രവും മാറിക്കഴിഞ്ഞു. അങ്ങനെയാവുന്നതിലേക്ക് നയിക്കാൻ ഭരണ കൂടം നിരന്തരം ശ്രമിക്കുകയും ചെയ്യുന്നു. ഇന്ത്യയുടെ സാഹചര്യത്തിൽ ഇതുകൂടുതൽ പ്രസക്തമാണ്. ഭരിക്കുന്ന ആശയം ഭരണവർഗ്ഗത്തിന്റെ ആശയമായി പരിവർത്തിപ്പിക്കുന്ന സാഹചര്യം ഇന്ത്യപോലെ സാംസ്കാ രികമായ ബഹുസ്വരതയുള്ള ദേശവുമായി ഒരുനിലയ്ക്കും ഒത്തുപോ വുകയില്ല. ദേശത്തെയും ദേശീയാവബോധത്തെയുംകുറിച്ചുള്ള ധാരണ കളിൽ നിർണ്ണായകമായ പല മാറ്റങ്ങളും 1990 കളോടെ സംഭവിക്കുന്നു ണ്ട്. ദേശാഭിമാനവും ദേശീയോദ്ഗ്രഥനവും ആഘോഷിക്കുന്ന ചിത്രങ്ങൾ സമാന്തരമായി അപരതകളെ നിരന്തരം സൃഷ്ടിക്കുകയും നിലനിർത്തു കയുമാണെന്നത് യാഥാർത്ഥ്യമാണ്. രാഷ്ട്രത്തിനുള്ളിൽ നിന്നുതന്നെ ദേശശത്രുവിനെ സങ്കല്പിക്കുകയും കണ്ടെത്തുകയും തുറങ്കിലടയ്ക്കു കയും ചെയ്യുന്നതിനെ ആഘോഷിക്കുന്ന ദേശീയവാദസിനിമകളിൽ ഇതിന്റെ പകർന്നാട്ടമുണ്ട്. ദേശീയധർമ്മം ഭൂരിപക്ഷസമുദായത്തിന്റെ

അവകാശമായി പ്രസ്താവിച്ചുകൊണ്ടാണ് ഇതര സമുദായങ്ങളെ വംശീയമായി അപകർഷപ്പെടുത്തുന്ന സംരംഭങ്ങളുമുണ്ടായത്. സെൻസർ ബോർഡിന്റെ അനുമതിയോടെയാണ് പലതും പ്രദർശനത്തിന് വന്നതെന്നത് സംസ്കാരദേശീയതയെ കൂടുതൽ സങ്കീർണ്ണമാക്കുന്നു. ഇതിന് സമാന്തരമായി യുദ്ധവും വർഗ്ഗീയലഹളയും പൗരസമൂഹത്തിൽ ഉളവാക്കുന്ന വിഭക്തകർത്തൃത്വവും വിഷാദരോഗവും അന്യവത്ക്കരണവും ചിത്രീകരിച്ച സിനിമകൾ സെൻസർഭീഷണി നേരിട്ടിട്ടുമുണ്ട്. ആവിഷ്കാരസ്വാതന്ത്ര്യത്തെ ഭരണകൂടം എന്തിന് ഭയക്കണമെന്ന സംശയം ഇപ്പോൾ ഉത്തരമില്ലാത്ത ചോദ്യമായി മാറിയിരിക്കുന്നു.

മറുപടികളില്ലെങ്കിലും വലതുപക്ഷ ദേശീയവാദത്തിനെതിരെ ഇടവേളകളില്ലാതെ പ്രതികരിക്കാൻ ദൃശ്യമാധ്യമങ്ങൾക്കായെന്നതാണ് സമകാലവിശേഷം. ഇക്കാര്യത്തിൽ കഥാചിത്രങ്ങൾ പോലെയോ അതേക്കാളേറെയോ വംശീയമുൻവിധികളെയും ഏകാധിപത്യദേശീയവാദത്തെയും ചോദ്യം ചെയ്തത് ഹ്രസ്വചിത്രങ്ങളാണ്. വ്യത്യസ്തമാനങ്ങളുള്ള ജനുസ്സുകളിലൂടെ രാഷ്ട്രത്തെ ഏകപക്ഷീയമായി അടയാളപ്പെടുത്താനാവില്ലെന്നതിന്റെ സൂചനകൂടിയാണിത്. ദേശഭാവനപോലെ ദേശനിർമ്മിതിയും തുടർച്ചയുള്ള പ്രക്രിയയുടെ ഭാഗമാണ്. ഒരുഘട്ടത്തിൽ കനപ്പെട്ടു നില്ക്കുന്ന ഒന്നിനെ അസ്ഥാനത്താക്കി പുതുതായ പലതും പരീക്ഷിക്കപ്പെടും. ഏകശിലാരൂപമായി സാംസ്കാരികദേശീയതയെ മെരുക്കാത്തതിന് കാരണം ദേശീയതയുടെ പ്രകാശനത്തിലുള്ള വൈവിദ്ധ്യമാണ്. സാമൂഹികവും സാംസ്കാരികവും വർഗ്ഗ-വംശപരവുമായ പരിഗണനകൾക്കപ്പുറം ബഹുജനത്തെ ഒന്നിപ്പിക്കുന്ന പ്രത്യയശാസ്ത്രമായി ദേശീയത എന്ന പരികല്പനയ്ക്ക് തുടരാനാവുമോ എന്ന് സംശയമാണ്. അതിനായുള്ള ഓരോ നീക്കവും ദേശീയതയുടെ അമൂർത്തതയെ ഓർമ്മിപ്പിക്കുന്നു. ഒപ്പം, ദേശീയതകളുടെ ബഹുവചനാത്മകതയെയും. വിഭിന്ന ദേശീയതകൾ പരസ്പരവിരുദ്ധമായ നിലപാടുകളോടെ സഹവസിക്കുന്ന രാഷ്ട്രീയകാലാവസ്ഥയിൽ നിന്നുമൊരു പലായനം സിനിമയ്ക്കാവില്ലെന്നതാണ് വർത്തമാനചരിത്രം.

തെരഞ്ഞെടുത്ത ഗ്രന്ഥസൂചി

Anderson, Benedict.1983. *Imagined Communities:Reflections on the Origin and Spread of Nationalism* – London:Verso.

Bharat, Meenakshi & Nirmal Kumar (ed.). 2008. *Filming the line of control* – Delhi:Routledge.

Bhabha, Homi. K. 2008. *Nation and Narration* – Oxon:Routledge.

Chakravarthy, Sunitha S. 2001. *National Identity in Indian Popular Cinema* – New Delhi:OUP.

Chatterjee, Partha.1986. *Nationalist Thought and the Colonial World: A Derivative Discourse?* – London:Zed Books

Dissanayake,Wimal (ed.). 1994. *Colonialism & Nationalism in Asian Cinema.* Bloomington: Indian Uty Press.

Garga, B D. 2005. *The Art of Cinema: An Insider's Journey Through 50 Years of Film History* – New Delhi: Viking

Gupta, Sankar Sen (Tr. & Ed.).1861.Dinbandhu Mitra's *Nildurpan or The Indigo Planting Mirror.* – Calcutta:Indian publications

Jaikumar, Priya 2007. *Cinema at the End of Empire* – Calcutta: Seagull.

Rajadhyaksha, Ashish & Paull Willemen. 2002. *Encyclopaedia of Indian Cinema* – New Delhi: OUP.

Sovik, Raychaudari. 2000. *Partition Trauma: The Oedipal Rupture. Dreaming The Cinematic Will of Ritwik Kumar Ghatak* – Calcutta: Papyrus.

Vasudev, Aruna. 1978. *Liberty & License in Indian Cinema* – New Delhi: Vikas Publishing House.

Vitali,Valentina. Paul Willemen. 2008. *Theorising National Cinema.* UK: Palgrave Macmillian.

Watve, Bapu. 2004. *Dadasaheb Palke:The Father of Indian Cinema* – New Delhi: NBT.

തിരക്കാഴ്ചകളിലെ ശബ്ദമൗനങ്ങൾ ഇന്ത്യൻ സിനിമയുടെ 100 വർഷങ്ങൾ

ഇന്ത്യൻ കഥാസിനിമ ക്രിസ്തുചരിത (Life of Jesus Christ) ത്തോട് കടപ്പെട്ടിരിക്കുന്നു. കാണുന്നതും കേൾക്കുന്നതുമായതെന്തും കഥയാക്കുന്നവരാണല്ലോ ഇന്ത്യക്കാർ. ചെറുപാരമ്പര്യം കനത്ത് മഹാഖ്യാനങ്ങളായി തീർന്നതിന് മഹാഭാരതമോ കഥാസരിത്സാഗരമോ മാത്രമല്ല ഉദാഹരണങ്ങൾ. കുട്ടിയും കുറച്ചും ഗുണിച്ചുമൊക്കെ കഥാന്തരത്തിന്റെ അനേകം താവഴികളുണ്ട് ഇന്ത്യയിൽ. ലൂമിയർമാരുടെ ക്രിസ്തുചരിതമാണ് കൃഷ്ണനെയും ഹരിശ്ചന്ദ്രനെയും സത്യവാനെയുമൊക്കെ തിരശ്ശീലയിൽ ഭാവന ചെയ്യാൻ ഫാൽക്കെയെ നിർബ്ബന്ധിച്ചത്. ഇന്ത്യൻ മിത്തോളജിയുടെ യാന്ത്രികമായ പുനരുല്പാദനത്തിന് വഴിയൊരുക്കുകയായിരുന്നു ഫാൽക്കെയുടെ കഥാനുവർത്തനങ്ങൾ. ഫാൽക്കെയ്ക്ക് മുമ്പും ചലനചിത്രങ്ങൾ ഇന്ത്യയിൽ ധാരാളമുണ്ടായിരുന്നു. ബോംബെയിലെ എല്ലൈറ്റ് വാട്സണി (1896) ൽ തുടങ്ങി പ്രാദേശികമായ ലിബർട്ടി തിയേറ്ററിലൂടെ സിനിമ അതിന്റെ വരവ് അറിയിച്ചു. പ്രൊഫ. ആൻഡേഴ്സണിന്റെയും പ്രൊഫ. സ്റ്റീവൻസിന്റെയും ചലച്ചിത്ര പ്രദർശനങ്ങൾ തുടർവർഷങ്ങളിൽ നടന്നു. പാരസികപുഷ്പങ്ങൾ (Flowers of Persia) ക്കൊപ്പം ഇന്ത്യൻ ജീവിതത്തിലെ ചില രസകരമായ സന്ദർഭങ്ങളും റാലികളുമാണ് ആൻഡേഴ്സൺ പ്രദർശിപ്പിച്ചത്. വൈകാതെ ഇന്ത്യക്കാരും ചലനചിത്രങ്ങളുടെ നിർമ്മാണത്തിനൊരുങ്ങി. ഹരിശ്ചന്ദ്ര എസ് ഭട്വടേക്കർ എന്ന 'സാവേദാദ' വടക്കേ ഇന്ത്യൻ പുലർക്കാലങ്ങളിലെ സാധാരണക്കാഴ്ചയായ ഒരു *മൽപ്പിടുത്തം* (1899) ചിത്രീകരിച്ചുകൊണ്ട് ഇതിന് തുടക്കമിട്ടു. പത്രപരസ്യങ്ങൾ സിനിമയെ മഹാവിസ്മയമായിട്ടാണ് കൊണ്ടാടിയത്. അന്നൊക്കെ പ്രദർശനങ്ങൾക്ക് തെരഞ്ഞെടുത്തത് നാടകശാലകളാണ്. നാടകത്തെ തുടർന്നു നടന്ന

ചലച്ചിത്രങ്ങളുടെ അവതരണമായിരുന്നു മുഖ്യാകർഷണം. ബോംബെ പോലെ കൽക്കട്ടയും ചലച്ചിത്രങ്ങളോട് താല്പര്യമുള്ള നഗരമായിരുന്നു. കൽക്കട്ടയിലെ ഹീരാലാൽസെൻ ബംഗാളിനാടകങ്ങൾക്കൊപ്പം വിദേശ ചിത്രങ്ങളും (1901) പ്രദർശിപ്പിച്ചു. പ്രൊഫ. സ്റ്റീവൻസന്റെ സംരംഭങ്ങൾ ഹീരാലാലിനെ സ്വാധീനിച്ചിട്ടുണ്ട്. നാടകത്തിലെ ചില പ്രസക്തരംഗ ങ്ങളുടെ ചലച്ചിത്രീകരണവും തുടർന്നുള്ള അവതരണവും ഇതിന് തെളി വാണ്. അരങ്ങും വെള്ളിത്തിരയുമായുള്ള സമന്വയത്തിലെ പുതുമയാണ് ഇവരെ ആകർഷിച്ചത്. ഇരുപതാംശതകത്തിന്റെ ആദ്യദശകങ്ങളിൽ നാടകശാലകൾ സിനിമാക്കൊട്ടകകളായി പുതുക്കിയെടുക്കുന്ന പ്രവണത വ്യാപകമായി. ചലിക്കും പടങ്ങൾക്ക് വിപണിയെ ആകർഷി ക്കാനാകുമെന്ന് പലരും താമസിയാതെ തിരച്ചറിഞ്ഞു തുടങ്ങി. അഭി നേതാവായി തുടങ്ങി ക്രമേണ തിയേറ്റർ ഉടമയും ഇറക്കുമതി ചിത്ര ങ്ങളുടെ പ്രദർശകനുമായി മാറിയ ജെ എഫ് മദൻ പുതുതായി തുറന്നു കിട്ടിയ ചലച്ചിത്രവിപണിയെ സജീവമാക്കി. ബയോസ്കോപ്പിക് യന്ത്രവും ഫിലിമുകളും മദൻ തിയേറ്റഴ്സ് വാടകയ്ക്ക് നല്കുമായിരുന്നു. 1920 കൾ ആകുമ്പോഴേക്കും ഇന്ത്യയിലെ തിയേറ്ററുകളുടെ മൂന്നിൽ രണ്ടുഭാഗത്തിന്റെയും അവകാശം മദന് കൈവന്നു.

ഇന്ത്യൻ പശ്ചാത്തലവും കഥാപാത്രങ്ങളുമുള്ള ചലനചിത്രങ്ങൾ ക്കായുള്ള കാത്തിരിപ്പിന് അറുതിയാകുന്നത് ആർ ജി ടോർണിയുടെ *പുണ്ഡലിക്* (1912 മെയ് 18) പ്രദർശിപ്പിച്ചതോടെയാണ്. യോഗിവര്യന്റെ ഐതിഹ്യകഥയ്ക്കൊപ്പം *എ ഡെഡ് മാൻസ് ചൈൽഡ്* എന്ന വിദേശ ചിത്രവും ടോർണി അവതരിപ്പിച്ചു. ടോർണിയുടെ *പുണ്ഡലികി*നെ ആദ്യ ഇന്ത്യൻകഥാസിനിമയെന്ന് രേഖപ്പെടുത്തുവാനുള്ള തടസ്സം പല ചരി ത്രകാരന്മാരും പ്രകടിപ്പിച്ചിട്ടുണ്ട്. *പുണ്ഡലിക്* അതേ പേരുള്ള നാട കത്തിന്റെ പകർപ്പാണെന്നതാണൊരു വാദം. കൂടാതെ, ഇംഗ്ലീഷുകാരുടെ പങ്കാളിത്തമുള്ള ചിത്രീകരണവും അനുബന്ധമായി ചേർത്ത വിദേശി ചിത്രത്തിന്റെ പ്രദർശനവും വിവാദത്തിനു കാരണമായി. ടോർണി പിന്നീട് ചിത്രങ്ങളൊന്നും എടുക്കാതിരുന്നതും പ്രശ്നമായി. എന്നാൽ, ഇക്കാരണത്താൽ ടോർണിയുടെ ചിത്രം അയോഗ്യമാകുമോ എന്ന ചോദ്യം ഇപ്പോഴും അവശേഷിക്കുന്നു. *പുണ്ഡലികി*ന്റെ അതേ വർഷം തന്നെയാണ് പടാങ്കർ കമ്പനി, *സാവിത്രി*യുടെ നിർമ്മാണം തുടങ്ങുന്നത്. രാമായണകഥാസന്ദർഭങ്ങളും അവരുടെ മനസ്സിലുണ്ടായിരുന്നു. എന്നാൽ ഇതൊന്നും ഫലപ്രാപ്തിയിലെത്തിയില്ല എന്നതാണ് വസ്തുത. ഇതേവർഷം ശ്രദ്ധേയമായത് ഇറക്കുമതി ചിത്രമായ *ശിവതാണ്ഡവ* (Dance of Siva) മായിരുന്നു. വിദേശീയമായ കഥാകഥനങ്ങൾക്കായി രുന്നു അന്ന് ഇന്ത്യയിൽ ജനപ്രിയത. ബൈബിൾ കഥകളുടെയും ഷേക്സ്പിയർ നാടകങ്ങളുടെയും ഡിക്കൻസ് നോവലുകളുടെയും ചലച്ചിത്രപ്പതിപ്പുകൾ പ്രേക്ഷകർക്ക് പരിചിതമായിരുന്നു.

ദാദാസാഹിബ് ഫാൽക്കെ: പാരമ്പര്യവും ആധുനികതയും

ഇത്രയൊക്കെയായിട്ടും ഇന്ത്യൻ മിത്തോളജിയുടെ യാന്ത്രികമായ പുനരുല്പാദനത്തിന് വഴിയൊരുക്കിയത് ദാദാസാഹിബ് ഫാൽക്കെയുടെ *രാജാഹരിശ്ചന്ദ്ര* (1913, മെയ് 3) ആയത് ചരിത്രത്തിലെ മറ്റൊരു യാദൃച്ഛികതയാവാം. ഫാൽക്കെക്ക് മുമ്പ് പൗരാണികാദർശങ്ങൾക്ക് നാടകങ്ങളിൽ വലിയ മൂല്യമുണ്ടായിരുന്നു. ഇന്ത്യയിൽ സമൃദ്ധമായിരുന്ന ദൃശ്യാവതരണങ്ങളുടെ താവഴിയിലാണ് സിനിമയും പ്രചരിച്ചത്. കോളനിവിരുദ്ധമായി പ്രമേയങ്ങളെ നാടകീകരിക്കുന്ന പതിവ് അരങ്ങിൽ സാധാരണമായിരുന്നു. *കീചകവധം* (1859) പോലൊരു നാടകം സാമ്രാജ്യത്വഹത്യയുടെ അന്യാപദേശമാക്കി മാറ്റാൻ അവതരണങ്ങൾക്ക് കഴിഞ്ഞിരുന്നു. ഇത് ഈസ്റ്റ് ഇന്ത്യാക്കമ്പനി ശ്രദ്ധിക്കുകയും പ്രദർശനങ്ങൾക്ക് പല വിധത്തിൽ തടസ്സം ഏർപ്പെടുത്തുകയും ചെയ്തു. രസിപ്പിച്ച് പ്രകോപിക്കുകയായിരുന്നു നാടകങ്ങൾ പൊതുവെ ചെയ്തുകൊണ്ടിരുന്നത്. അതിനപ്പുറം സാമ്രാജ്യത്വത്തിന്റെ ചരിത്രപാതകങ്ങൾ അവയ്ക്ക് വിഷയമായില്ല. ഭൂതകാലത്തോടുള്ള ആഭിമുഖ്യത്തെ രസനീയമാക്കി അവർ കാലത്തോട് കണക്ക് തീർത്തു. എല്ലാ നാടകങ്ങളും പക്ഷേ, ഇതുപോലെയായിരുന്നില്ല. ദീനബന്ധുമിത്രയുടെ നീൽദർപ്പന്റെ *രംഗപാഠം* (1896) അധികാരികൾ നിരോധിച്ച സാഹചര്യങ്ങൾ പാടെ വ്യത്യസ്തമാണ്. നീൽദർപ്പൺ ബ്രിട്ടീഷ് കമ്പനികളെയാകെ വിമർശനവിഷയമാക്കുന്നില്ല. എന്നാൽ, തോട്ടമുടമകളായ വെള്ളക്കാരെ ശക്തമായി നാടകം അപലപിച്ചിരുന്നു. നീൽദർപ്പണിന്റെ പ്രദർശനം നിയമപരമായും നിയമവിരുദ്ധമായും നിരോധിക്കുവാൻ അധികാരികൾ പലമാർഗ്ഗങ്ങൾ സ്വീകരിച്ചു. നാടകാവതരണത്തിലെ നിയന്ത്രണനിരോധനനിയമങ്ങൾ ശക്തമാകുന്നത് നീൽദർപ്പണോടെയാണ്. കഥാസിനിമയുടെ ആദ്യനിർമ്മാതാവായ ഫാൽക്കെയെ ഉദ്ദീപിപ്പിച്ചത് നാടകം ഉൾപ്പെടെയുള്ള ബ്രിട്ടീഷ്വിരുദ്ധമായ ദൃശ്യാവിഷ്കാരങ്ങളായിരുന്നു. ദേശീയവാദിയായ സിനിമക്കാരനെന്ന പ്രതിച്ഛായ ഫാൽക്കെക്ക് എന്നും തുണയായിരുന്നു. എന്നാൽ സിനിമയുടെ വിജയത്തിന് ദേശീയപക്ഷപാതം മാത്രം മതിയാവുമായിരുന്നില്ല. അതിനായി ആളും അർത്ഥവും സിനിമയിലേക്ക് ഏകോപിപ്പിക്കേണ്ടതുണ്ട്. മറ്റേതിലുമെന്നപോലെ സിനിമയുടെ ചരിത്രവും ഭൂമിശാസ്ത്രപരമാണ്.

സിനിമയുടെ പ്രചാരണപ്രവർത്തനങ്ങൾക്ക് തുടക്കമാകുന്നത് ബോംബെയിലാണ്. പാഴ്സി തിയേറ്ററുടമകൾ സിനിമയ്ക്കായി പണം മുടക്കിത്തുടങ്ങുന്നത് പത്തൊൻപതാം നൂറ്റാണ്ടിന്റെ അന്ത്യത്തോടെയായിരുന്നു. കൊളോണിയൽ സാമ്പത്തികതയുടെ അടിസ്ഥാനമായിരുന്ന ബോംബെ അന്നേക്ക് വ്യാവസായിക നഗരമായി അറിയപ്പെട്ടിരുന്നു. തുറമുഖ സൗകര്യം ബോംബെക്ക് വിപണിമൂല്യം വർദ്ധിപ്പിച്ചു. നാടകങ്ങളിൽ മുതൽമുടക്കിയവർ പിന്നീട് സിനിമയിലേക്ക് തിരിഞ്ഞു. സിനിമാ നിർമ്മാണമായിരുന്നില്ല അവരുടെ ലക്ഷ്യം, വാടകയ്ക്കെടുത്ത

സിനിമാപ്രിന്റുകളുടെ പൊതുപ്രദർശനമായിരുന്നു. ചലച്ചിത്രമെന്ന നവ കലാരൂപത്തോട് ജനം കാണിച്ച അത്യാഹ്ലാദമാണ് ഇവരെ ആകർഷിച്ചത്. ഇതാകട്ടെ അവരുടെ കണക്കുകൂട്ടലുകൾക്ക് അപ്പുറമായിരുന്നു. അധികം വൈകാതെ നാടകശാലകൾ പലതും സിനിമാക്കൊട്ടകകളായി. കാഴ്ച യുടെയും നോട്ടത്തിന്റെയും പുതുവഴക്കങ്ങൾക്ക് ഇതൊരു വൻതുട ക്കമായി. 1776 ൽ നിലവിൽ വന്ന ബോംബെ തിയേറ്റർ 1835 ഓടെ ഇന്ത്യ യിലെ വലിയ വ്യാപാരിയും വ്യവസായിയുമായ ജംഷെദ്ജി ജീജീഭോയ് വിലയ്ക്കെടുത്തു. പാഴ്സി നാടകാവതരണത്തിന് വ്യാവസായികപരി വേഷം വരുന്നതും ഇക്കാലത്താണ്. പ്രാദേശികപ്രമേയങ്ങളെ എലിസ ബീത്തൻ അരങ്ങ്വിശേഷങ്ങളിലേക്ക് അനുവർത്തിക്കുന്ന നാടകശാല കളും താമസിയാതെയുണ്ടായി. ചിലയിടത്ത് ചരിത്രവും പുരാവൃത്തവും ഐതിഹ്യവുമൊക്കെ കാല്പനിക സാഹസികപരമ്പരകളായി മാറുന്നത് ഇക്കാലത്താണ്. ബോംബെ കൂടാതെ കൽക്കട്ട, മദ്രാസ്, ലാഹോർ എന്നിവിടങ്ങളിലും പാഴ്സി തിയേറ്ററുകൾക്ക് ജനസമ്മതി ഉണ്ടായിരുന്നു. കൊട്ടകകളെ സ്വപ്നങ്ങൾ വില്ക്കുന്ന പ്രദർശനശാലയാക്കുകയാ യിരുന്നു പാഴ്സിനാടകങ്ങളുടെ ലക്ഷ്യം. സംഭവിക്കാനിരിക്കുന്ന ചല ച്ചിത്രപ്രദർശനത്തിന് അനുയോജ്യമായ സാംസ്കാരികകാലാവസ്ഥ ഒരുക്കിയെടുത്തത് പാഴ്സി അരങ്ങുകളാണ്. പുരാണേതിഹാസങ്ങളിലെ കഥാസന്ദർഭങ്ങളെ പ്രേക്ഷകരുടെ സ്വപ്നകാമനകളിലേക്ക് സന്നിവേശി പ്പിക്കുന്നതിൽ സിനിമയുടെ മുൻഗാമിയായിരുന്നു പാഴ്സി തിയേറ്റർ. ഫാൽക്കെയിൽ ഇതിന്റെ തുടർച്ചകാണാം. പിന്നീട് ഹിന്ദിസിനിമാലോ കവും ഇതേ മാർഗ്ഗം പിന്തുടർന്നു. തിയേറ്ററിന്റെ യാന്ത്രിക പുനരുല്പാ ദനമായിരുന്നു ആദ്യകാലത്ത് സിനിമ. നാടകാവതരണങ്ങൾക്ക് അനു ബന്ധമായി ചലച്ചിത്ര പ്രദർശനവും നടന്നിരുന്നു. കൽക്കട്ടയിലെ ഹീരാ ലാൽസെന്നിന്റെ റോയൽ ബയോസ്കോപിക് കമ്പനിക്കാർ നാടക ത്തിന്റെ ചലച്ചിത്രപകർപ്പുകൾക്കുള്ള വിപണി ആദ്യംമുതല്ക്കേ മനസ്സി ലാക്കിയിരുന്നു. തിയേറ്ററുടമകളോ സംഘങ്ങളോ ആയിരുന്നു നാടക ത്തിന്റെ ചലച്ചിത്രണത്തിൽ ഏർപ്പെട്ടത്. മറാഠിനാടകങ്ങളിൽ രംഗസാമ ഗ്രികൾ ഒരുക്കിയിരുന്ന ബാബുറാവുപെയിന്ററാണ് പിന്നീട് മഹാരാഷ്ട്ര ഫിലിംകമ്പനിയുടെ ഉടമയായത്. ആന്ധ്രയിലെ സുരഭി തിയേറ്റർ സംഘവും തമിഴ്നാട്ടിൽ നാടകകൃത്തായ പമ്മൽ കെ സംബന്ധം മുത ലിയാർ സംഘവും ടി കെ ഷണ്മുഖം കമ്പനിയും, കർണ്ണാടകത്തിലെ ഗുബ്ബ വീരണ്ണ കമ്പനിയും അതതു പ്രദേശങ്ങളിലെ സിനിമാവ്യവസാ യത്തെ ഉഷാറാക്കിയ കൂട്ടരാണ്. നാടകത്തിൽനിന്നും സിനിമയിലേക്കുള്ള പരിണതി ഭാവുകത്വപരമായ അനിവാര്യതയായിരുന്നില്ല. നാടകങ്ങൾക്ക് അപ്പോഴും പിന്നീടും ആവശ്യക്കാരുണ്ടായിരുന്നു. നാടകക്കമ്പനികൾ സിനിമയോട് കാണിച്ചത് വിപണിനിഷ്ഠമായ താല്പര്യമായിരുന്നുവെന്ന് കരുതാം. വ്യവസായികതയുടെ കലോല്പന്നമെന്ന നിലയ്ക്ക് ചലച്ചിത്ര ങ്ങൾക്കുണ്ടായിരുന്ന പ്രദർശനസൗകര്യവും ജനപ്രിയതയുമാണ്

കമ്പനികളെ മുതൽമുടക്കാൻ പ്രേരിപ്പിച്ചത്. മാത്രവുമല്ല, നാടകരൂപത്തെ അതേനിലയ്ക്ക് ചലച്ചിത്രമാക്കുന്ന പതിവ് ഇരുപതുകളിലും മുപ്പതു കളിലും വ്യാപകമായിരുന്നു. അതേസമയം കാഴ്ചപ്പെടലിന്റെയും കാഴ്ചപ്പെടുത്തലിന്റെയും തലത്തിൽ സംഭവിച്ച പുതുശീലങ്ങൾ സിനിമയെ ആധുനികയുഗത്തിന്റെ ഉല്പന്നമായി കാണാൻ നിർബ്ബന്ധിക്കുകയും ചെയ്തു. യാഥാർത്ഥ്യത്തിന്റെ പുനരാവിഷ്കാരത്തെ സംബന്ധിച്ചിട ത്തോളം ഇതര ദൃശ്യാവതരണങ്ങളിൽ നിന്നു പലനിലയ്ക്കും വിഭിന്ന മായിരുന്നു സിനിമ. യഥാർത്ഥതയുടെ സന്നിവേശം സിനിമയിൽ പ്രതീ തിരൂപത്തിലായിരുന്നു. അവ പകരുന്ന ദൃശ്യഹർഷം രംഗകലകളുടേ തിൽനിന്നും വേറിട്ടതായിരുന്നു. പ്രേക്ഷകരുടെ സ്വകാര്യതയ്ക്ക് മുൻ ഗണനയുള്ള പ്രദർശനശാലകളായിരുന്നു ആദ്യകാലം മുതലേ തയ്യാറാ ക്കിയിരുന്നത്. ചലച്ചിത്രങ്ങളുടെ പ്രാദേശീകരിച്ച രൂപാന്തരങ്ങളുമായുള്ള അഭിമുഖീകരണം പകരുന്ന ഹർഷമൂല്യത്തിലെ വ്യതിരേകവും പ്രധാ നമാണ്. പ്രേക്ഷകപക്ഷത്ത് അധിനിവേശിതന്റെ വിധേയവിസ്മയം ഒരു ഭാഗത്തും സാങ്കല്പികമായെങ്കിലും അധിനിവേശകനെ നിലംപരിശാ ക്കുന്നതിലെ ആനന്ദം മറുഭാഗത്തും പ്രവർത്തിച്ചിരുന്നു. കാണിയുടെ ഉടൽനിലയെ ഒരേസമയം ശിക്ഷണത്തിന്റെയും അതിവർത്തനത്തി ന്റെയും രംഗസ്ഥലിയാക്കുകയായിരുന്നു സിനിമാക്കൊട്ടകകൾ.

ചലച്ചിത്രനിർമ്മാണവും പ്രദർശനവും സ്വദേശിവാദത്തിനുള്ള ഉപ കരണമായി മാറിയതിനു ഇങ്ങനെയൊരു പശ്ചാത്തലവുമുണ്ട്. ഇതിനെ ചെറുക്കാൻ ബ്രിട്ടീഷുകാരും പണിപ്പെട്ടിരുന്നു. മുൻ നാടകനടനും പിന്നീട് നാടക–സിനിമാ നിർമ്മാതാവുമായി മാറിയ ജെ എഫ് മദൻ സ്വദേശി–വിദേശി വൈരുദ്ധ്യത്തിലെ വിപണി തനിക്ക് അനുകൂലമാക്കിയ രീതി ശ്രദ്ധേയമാണ്. പ്രേക്ഷകരുടെ മനംമാറ്റം മനസ്സിലായതോടെ സ്വന്തം തിയേറ്ററുകൾ, സിനിമാശാലകളായി മദൻ പുനർനിർമ്മിച്ചു. അക്കാലത്ത് 175 ലേറെ തിയേറ്ററുകളിലായി മദൻ ഇറക്കുമതി ചെയ്ത പടങ്ങൾ ഓടിയിരുന്നു. അതിൽ ലണ്ടൻഫിലിംകമ്പനിയിൽ നിന്നു വാങ്ങിയ ഒന്നാം ലോക മഹായുദ്ധത്തിന്റെ പ്രിന്റുകളുംപെടുന്നു. യുദ്ധകാലയളവുകൾ ഉപയോഗിച്ച് ബ്രിട്ടീഷ്സേനയുടെ വിനോദത്തിനായി വലിയ കൊട്ടകകൾ പണിതയാളാണ് ജെ എഫ് മദൻ. പിന്നീട് മെട്രോപിക്ചേഴ്സും യുണൈ റ്റഡ് ആർട്ടിസ്റ്റ്സുമായി മദൻ കരാറിലായി. ആംഗലവാദികളായ വരേണ്യ –നാഗരികസമൂഹത്തിന്റെ താല്പര്യങ്ങളെ പ്രീണിപ്പിക്കുന്നതായിരുന്നു വ്യവസ്ഥകൾ. ഇന്ത്യൻ നിശ്ശബ്ദസിനിമകളൊന്നും തന്നെ മദന്റെ നിർമ്മാണ–വിതരണ സാമ്രാജ്യത്തിൽ ഉണ്ടായിരുന്നില്ലെന്നതാണ് വാസ്തവം.

സ്വദേശിവാദസിനിമകൾ പ്രചരിക്കുന്ന വേളയിലും അതിന് വിരു ദ്ധചേരി ഇന്ത്യൻപക്ഷത്ത് പ്രബലമായിരുന്നു. സാമ്രാജ്യത്വവാഴ്ചയുമായി ഒത്തുതീർപ്പിലായ ഇത്തരം സംരംഭങ്ങൾ ഒരുഭാഗത്തും ദേശീയ വികാരം ചലച്ചിത്രവല്ക്കരിക്കുന്ന സിനിമകൾ മറുഭാഗത്തും അണിനിരന്നു. ദാദാ

സാഹിബ് ഫാൽക്കെയുടെ ചലച്ചിത്രസംരംഭങ്ങൾ പോലെതന്നെ അദ്ദേഹത്തിന്റെ സാമ്പത്തിക-രാഷ്ട്രീയനിലപാടുകളും സാംസ്കാരികചരിത്രത്തിന്റെ ഭാഗമാണ്. ബ്രിട്ടീഷ്ഗവൺമെന്റ് നിയമിച്ച ഇന്ത്യൻ സിനിമാറ്റോഗ്രാഫ് അന്വേഷണകമ്മിറ്റി മുമ്പാകെ 1928 ൽ ഫെബ്രുവരി 13 ന് ഫാൽക്കെ നല്കിയ മൊഴിയിൽ ഇന്ത്യൻ ചലച്ചിത്രങ്ങളിലെ മൂല്യച്യുതിയും സിനിമയുടെ വ്യവസായസാദ്ധ്യതയും നിർമ്മാണ-വിതരണതലത്തിലെ പ്രതിസന്ധികളും പ്രദർശനശാലകളുടെ അലഭ്യതയും ചർച്ചാവിഷയമാവുന്നുണ്ട്. ഇതിൽ സുപ്രധാനം ഇന്ത്യയിലെ പ്രദർശനശാലകളുടെ മേൽ ജെ എഫ് മദൻ നേടിയ ഏകപക്ഷീയമായ കുത്തകയെപ്പറ്റിയുള്ളതാണ്. സിനിമാക്കൊട്ടകകളിൽ മൂന്നിലൊന്ന് ഭാഗം കൈക്കലാക്കിയതോടെ ഇന്ത്യൻ സിനിമാവ്യവസായത്തെ പ്രതിസന്ധിയിലാക്കാൻ മദനു കഴിഞ്ഞു. ഇവിടെ ഫാൽക്കെയുടെ മൊഴിയിൽ തെളിയുന്ന രണ്ട് വസ്തുതകളുണ്ട്. അതിലൊന്ന് ഇറക്കുമതി ചിത്രങ്ങൾ ഇന്ത്യൻ ചലച്ചിത്ര നിർമ്മാണത്തെ പ്രതിലോമകരമായി ബാധിച്ചു എന്നതാണ്. ഉള്ളടക്കത്തിലും ആഖ്യാനത്തിലും ഇത് വ്യക്തമാണ്. മദനെപ്പോലുള്ളവരുടെ പ്രദർശനശാലകൾക്ക് ഇറക്കുമതി ചിത്രങ്ങളിലായിരുന്നു താല്പര്യം. പ്രദർശനത്തിൽ വിദേശചിത്രങ്ങൾക്ക് വന്ന മേൽക്കൈ ഇന്ത്യൻ ചലച്ചിത്രവ്യവസായത്തെ കടുത്ത സമ്മർദ്ദത്തിലാക്കിയെന്ന് ഫാൽക്കെയുടെ മൊഴിയിൽ വ്യക്തമാണ്. സിനിമയുടെ ദേശീയവല്ക്കരണമാണ് ഫാൽക്കെ കാണുന്ന പരിഹാരം. ഇന്ത്യൻ പ്രേക്ഷകരെയും പാശ്ചാത്യ പ്രേക്ഷകരെയും അദ്ദേഹം രണ്ട് നിലയ്ക്കാണ് സാക്ഷ്യപ്പെടുത്തുന്നത്. മൊഴികളിൽ ശ്രദ്ധേയമാകുന്ന രണ്ട് ഘടകങ്ങൾ പ്രധാനമാണ്. അതിലൊന്ന് പാശ്ചാത്യചിത്രങ്ങളോടുള്ള പ്രതിഷേധമാണ്. മറ്റൊന്ന്, പെൺലൈംഗികതയോടുള്ള ഭീതിയും അതുണർത്തുന്ന നടുക്കവുമാണ്. ഇന്ത്യൻ പുരാണ സ്ത്രീകഥാപാത്രങ്ങളെ അവതരിപ്പിച്ചിരുന്നത് അധികവും വിദേശ വനിതകളായിരുന്നു. ജെ എഫ് മദൻ നിർമ്മിച്ച് ജോർജ്ജ് മഹീനിയെന്ന ഇറ്റലിക്കാരൻ സംവിധാനംചെയ്ത *സാവിത്രി (1923)*, യുജീനിയോ ലിഗുവൊറൊയുടെ *നളദമയന്തി (1920)* തുടങ്ങിയ ചിത്രങ്ങൾ അതിരു കടന്ന അനുരാഗലീലയുടെ പേരിൽ വിവാദത്തിലായി. നിർമ്മാണതലത്തിൽ ബ്രിട്ടീഷ് പിന്തുണയുണ്ടായിരുന്ന ഇത്തരം ചിത്രങ്ങൾ പൗരസ്ത്യതയെ സ്ത്രൈണതയായി പുനർനിർവ്വചിച്ചിരുന്നു. സാമ്രാജ്യത്വത്തിന്റെ സാന്നിദ്ധ്യത്താൽ വശംവദയാകുന്ന പൗരസ്ത്യദേശത്തെയാണ് ദമയന്തിയും സാവിത്രിയും പ്രതിനിധീകരിച്ചത്. ഇത് കൂടാതെ പാരമ്പര്യമൂല്യവ്യവസ്ഥയ്ക്ക് അനുരൂപയായ സ്ത്രീയെ പുരാണമിത്തുകളിൽനിന്നും അവതരിപ്പിക്കാനും ഇവർ ശ്രമിച്ചിരുന്നു. അതാവട്ടെ, 1920 കളിൽ സ്വദേശിവാദികളായ സിനിമാക്കാർ നിർമ്മിച്ച അനേകം സതി പരമ്പര ചിത്രങ്ങളിൽപ്പെടും.

ഫാൽക്കെയുടെ സ്വദേശിനിലപാട് യാദൃച്ഛികമോ വിപണിതന്ത്രത്തിന്റെയോ മാത്രം ഫലമായിരുന്നില്ല. ബ്രിട്ടീഷ് സർക്കാരിന്റെ നികുതി

നയങ്ങൾക്കെതിരായി പ്രതിഷേധം അപ്പോഴേക്ക് വ്യാപകമായിരുന്നു. 19-ാം നൂറ്റാണ്ടിന്റെ അവസാനവേളയിൽ പരുത്തിത്തുണികൾ ഉൾപ്പെടെയുള്ള തദ്ദേശീയ ഉല്പന്നങ്ങൾക്ക് ഏർപ്പെടുത്തിയ നികുതിഭാരം ജനതയ്ക്ക് താങ്ങാവുന്നതിൽ ഏറെയായിരുന്നു. സ്വദേശി പ്രസ്ഥാനം സാമൂഹിക വികാരമായി മാറുന്നത് ഇതോടെയാണ്. നിത്യോപയോഗത്തിൽ ഉണ്ടായിരുന്ന ബ്രിട്ടീഷ് ഉല്പന്നങ്ങളോടുള്ള മനോഭാവത്തിലും ഇതിന്റെ പ്രതിഫലനമുണ്ടായി. വിദേശനിർമ്മിതവസ്തുക്കളുടെ ബഹിഷ്കരണത്തിനുള്ള ആഹ്വാനം സാമൂഹികജീവിതത്തിന്റെ എല്ലാ തലങ്ങളിലും അനുഭവപ്പെട്ടു. ഇത് സ്വാശ്രയത്വവും സ്വയംപര്യാപ്തവുമായ തദ്ദേശീയ വ്യവസായ സംരംഭങ്ങൾക്കായുള്ള ആഹ്വാനംകൂടിയായിരുന്നു. നാട്ടുവഴക്കങ്ങൾ ഉണർത്തിയെടുക്കുന്നതിനും ഓർമ്മയുടെ നിരത്തുകൾ ഏകോപിപ്പിക്കുന്നതിനുമുള്ള കാരണംകൂടിയായിരുന്നു സ്വദേശിവാദം. മുതലാളിത്തനീക്കങ്ങൾക്കും കുത്തകനിക്ഷേപതാല്പര്യങ്ങൾക്കും പ്രതിരോധം തീർക്കുക മാത്രമായിരുന്നില്ല സ്വദേശീയതയുടെ അന്തസ്സത്ത. സാമ്രാജ്യത്വപ്രലോഭനങ്ങളിൽനിന്നും വ്യാവസായികാധുനികതയിൽനിന്നും ധാർമ്മികവും ആന്തരികവുമായ വ്യതിയാനം ഉള്ളതാവണം സ്വദേശി വ്യവസായ സംരംഭമെന്ന് ഗാന്ധിജി നിഷ്കർഷിച്ചിരുന്നു. ഇന്ത്യൻ ജനപദങ്ങളുടെ ഉന്നമനംപോലും ഗാന്ധിയുടെ സ്വദേശിനയത്തിൽ ഉൾപ്പെട്ടിരുന്നു. സ്വരാജ്യം ജന്മാവകാശമാണെന്ന നിലപാടിൽനിന്നും ആന്തരികമായ വിഭിന്നതയുള്ളതായിരുന്നു ഗാന്ധിയുടെ നിലപാട്. കായികവും ആത്മീയവുമായ ഊർജ്ജസ്രോതസ്സുകൾ തിരിച്ചറിയുകയും പ്രകൃതിവിഭവങ്ങളുമായി ഒത്തുപോവുകയുംചെയ്യുന്ന ജീവിത സമീപനമായിരുന്നു ഗാന്ധിയുടേത്. സ്വദേശിപ്രസ്ഥാനത്തിനുള്ളിൽ വന്ന ആശയപരമായ ഭിന്നിപ്പിന് ഇത് കാരണമായിട്ടുണ്ട്. വ്യവസായകലയായ സിനിമയോട് ഗാന്ധി സ്വീകരിച്ച നിർമ്മമതയിലും ഇതിന്റെ തുടർച്ചയുണ്ട്. അങ്ങനെയൊരു സാഹചര്യത്തിലാണ് ദാദാസാഹിബ് ഫാൽക്കെയെപ്പോലുള്ളവർ സിനിമയുടെ വികാസ-പരിണാമ-പരീക്ഷണങ്ങളിലേക്ക് സ്വദേശിവാദം സന്നിവേശിപ്പിക്കുന്നത്. ബാലഗംഗാധർ തിലകന്റെ രാഷ്ട്രീയപ്രത്യയശാസ്ത്രവുമായുള്ള അനുരഞ്ജനം ഫാൽക്കെയുടെ ചലച്ചിത്രജീവിതത്തിൽ ഉടനീളം പ്രകടമാണ്. കഥാസിനിമയുടെ നിർമ്മാണത്തിൽ മാത്രമായി പരിമിതപ്പെടുന്നതല്ല ഫാൽക്കെയുടെ താല്പര്യം. തിലകന്റെ പത്രാധിപത്യത്തിലുള്ള *കേസരി*യിൽ സിനിമയ്ക്കായി തുടങ്ങിയ പുതിയ പംക്തി ഏറെക്കാലം കൈകാര്യം ചെയ്തത് ഫാൽക്കെയായിരുന്നു. സിനിമ നൂതനമായ വ്യാവസായികകലയായി തിരിച്ചറിയപ്പെടുന്നതിന്റെ സൂചന ഇതിലുണ്ട്. സിനിമയുടെ വ്യാപനശേഷിയിൽ തിലകനും വിശ്വാസം അധികമായിരുന്നു. സിനിമയിൽനിന്നും മിക്കവാറും വിട്ടുനിന്ന കാലത്ത് ഫാൽക്കെ അവതരിപ്പിച്ച *രംഗഭൂമി*യെന്ന നാടകത്തിന്റെ അവതരണത്തെയും തിലകൻ പിന്തുണച്ചിരുന്നു. രാഷ്ട്രനിർമ്മാണത്തിന്റെയും സാമ്പത്തികസ്വരൂപീക

രണത്തിന്റെയും ഉപാധിയായിരുന്നു ഫാൽക്കെയുടെ സ്വദേശീയവാദമെന്നു വ്യക്തമാണ്. പോയകാലത്തെ സ്വപ്നങ്ങളുടെ പകരംവയ്പിനും സാക്ഷാൽക്കരണത്തിനുമുള്ള മാധ്യമമായി സിനിമ. ദേശീയതാവാദം സ്വാഭാവികമായും യൂറോകേന്ദ്രിതമായ ആധുനികരാഷ്ട്രസങ്കല്പവുമായി ഒത്തുതീർപ്പുകളിൽ ഏർപ്പെട്ടിരുന്നു. സിനിമയുടെ ആവിർഭാവവും തുടർഗതികളും ഇതിന് അനുപാകമായിട്ടായിരുന്നു. സാങ്കല്പികമായ രാഷ്ട്രീയസമുദായമെന്ന ബോദ്ധ്യം ഇന്ത്യൻ പ്രേക്ഷകരിൽ ഉണർത്തിയെടുക്കാൻ സിനിമയ്ക്ക് ആകുമായിരുന്നു. സ്വതന്ത്ര്യപൂർവ്വകാലത്ത് സിനിമയ്ക്ക് അങ്ങനെയൊരു ധർമ്മം ഉണ്ടെന്ന് ഫാൽക്കെ വിശ്വസിച്ചിരുന്നു. അന്യാപദേശങ്ങളിലൂടെ പുതിയൊരു ദേശത്തെയും ജനതയെയും സാങ്കല്പികമായി സ്വരൂപിക്കുന്ന ആദിമസംരംഭങ്ങളായിരുന്നു ഫാൽക്കെയുടേത്. മുതൽമുടക്കിലും കഥയുടെ തെരഞ്ഞെടുപ്പിലും തൊഴിൽമേഖലയിലും സിനിമ സ്വദേശിയാവണമെന്ന് അദ്ദേഹത്തിന് നിർബ്ബന്ധം ഉണ്ടായിരുന്നു. ഫാൽക്കെയുടെ കാര്യത്തിൽ വസ്തുതാപരമായി ഇത് ശരിയുമായിരുന്നു. ചരിത്രത്തിലും ഐതിഹ്യങ്ങളിലും വരുന്ന ദേശകഥനങ്ങൾ, ദേശപ്രതിനിധാനങ്ങൾ, ആചാരാനുഷ്ഠാനങ്ങൾ, ജനപ്രിയസംസ്കാരത്തിലെ ആകർഷകമായ ഘടകങ്ങൾ എന്നിവയുടെ മിശ്രിതമായിരുന്നു ഫാൽക്കെയുടെ ചലച്ചിത്രസമുച്ചയം. സിനിമയുടെ നിർമ്മിതി, വിതരണം, പ്രദർശനം, ജനകീയസ്വാധീനം തുടങ്ങിയ കാര്യങ്ങളിൽ അദ്ദേഹത്തിന് വ്യക്തമായ ധാരണയുണ്ടായിരുന്നു. കാണികൾക്ക് എന്തുവേണമെന്ന കാര്യത്തിലും ഫാൽക്കെയുടെ സമീപനം വ്യത്യസ്തമായിരുന്നു. സാമ്രാജ്യത്വാനുകൂലസിനിമകളുടെ പ്രദർശനം തദ്ദേശീയ ചലച്ചിത്രവ്യവസായത്തിന് പ്രതികൂലമാകുമോ എന്ന് അദ്ദേഹം സംശയിച്ചു. പ്രണയരംഗങ്ങളിലും മറ്റും പാശ്ചാത്യശീലങ്ങൾ അനുവർത്തിക്കുന്നതിനോട് ഫാൽക്കെ പ്രതിഷേധിക്കുന്നുണ്ട്. ഫാൽക്കെ അനുശീലിച്ചുവന്ന സ്വദേശീയമായ ലാവണ്യാവബോധത്തെ സാധൂകരിക്കുന്നതായിരുന്നു അദ്ദേഹത്തിന്റെ സിനിമകൾ. ഇന്ത്യയിലെ ആദ്യ കഥാസിനിമയെന്ന് അംഗീകരിക്കപ്പെട്ട *രാജാഹരിശ്ചന്ദ്ര* (1913)യുടെ ആഖ്യാനം ഇതുദാഹരിക്കുന്നു. ഹരിശ്ചന്ദ്രകഥയുടെ നാടകീയ പുനരാവിഷ്കാരങ്ങൾ ഫാൽക്കെയ്ക്കു മുമ്പും ജനപ്രിയമായിരുന്നു. വിനായക് പ്രസാദ് താലിബ് ഉറുദുവിൽ എഴുതിയ *ഹരിശ്ചന്ദ്ര* (1884) എന്ന നാടകവും ഭാരതേന്ദു ഹരിശ്ചന്ദ്രയുടെ *സത്യഹരിശ്ചന്ദ്ര* (1885)യും കാണാൻ ധാരാളം പ്രേക്ഷകർ ഉണ്ടായിരുന്നു. സഹനത്തിന്റെയും ഉപേക്ഷയുടെയും ആർജ്ജവത്തിന്റെയും സ്ഥിതമൂല്യങ്ങളെ പുനരുല്പാദിപ്പിക്കുന്ന മിത്തെന്ന നിലയ്ക്കാണ് നാടകവും സിനിമയും ഹരിശ്ചന്ദ്രകഥ ഉപയോഗിച്ചിട്ടുള്ളത്. പാശ്ചാത്യമൂല്യങ്ങൾക്ക് എതിരെയുള്ള ഇന്ത്യൻ പ്രതികരണമായിരുന്നു ഹരിശ്ചന്ദ്രകഥ. മറാഠിയും ഹിന്ദിയും തമിഴും മലയാളവും ഉൾപ്പെടെ പല ഭാഷകളും ഹരിശ്ചന്ദ്രപുരാണം ചലച്ചിത്രമാക്കിയിട്ടുണ്ട്. കമ്പനിഭരണത്തിനെതിരെ പ്രജാപക്ഷത്തുനിന്നും

മുന്നോട്ടുവയ്ക്കാവുന്ന പൗരാണിക പ്രതിനിധാനമായിരുന്നു ഹരിശ്ചന്ദ്രൻ. ബ്രാഹ്മണപൗരോഹിത്യത്തിന് അധികാരത്തോടു തോന്നിയ ആസക്തിയോ അവരുടെ പ്രജാവിരുദ്ധനീക്കങ്ങളോ അല്ല ഫാൽക്കെയെ ആകർഷിച്ചത്. മറിച്ച് സാമ്രാജ്യത്വത്തിന് പ്രതിപക്ഷമായി ദേശീയമായ ഈടുവയ്പുകളെ അവതരിപ്പിക്കുകയായിരുന്നു സിനിമയും നാടകവുമൊക്കെ. പ്രജാഹിതത്തേക്കാൾ ബ്രഹ്മർഷികളുടെയും രാജർഷികളുടെയും പരീക്ഷണത്തിന്റെ ഇരയായിരുന്നു ഹരിശ്ചന്ദ്രൻ. അദ്ദേഹത്തിന്റെ സത്യഗ്രഹത്തിൽ പൗരോഹിത്യ വ്യവസ്ഥയോടുള്ള നിശ്ശബ്ദമായ പ്രതിഷേധമുണ്ടായിരുന്നു. എന്നാൽ ഹരിശ്ചന്ദ്രന് എപ്പോഴും നീതി നിഷേധിക്കപ്പെട്ടു. സിനിമ പക്ഷേ, വിദേശീയഭരണത്തെ സ്ഥാനാന്തരപ്പെടുത്തുന്ന സ്വദേശിമാതൃകയായിട്ടാണ് ഹരിശ്ചന്ദ്രനെ അവതരിപ്പിച്ചത്. കോളനീകരണത്തെ അപനിർമ്മിക്കുന്ന അധികാരവികേന്ദ്രീകരണത്തിന്റെ പ്രത്യക്ഷബിംബമായി സിനിമയിലെ ഹരിശ്ചന്ദ്രന് രൂപാന്തരം വന്നു. *സാവിത്രി* (1914), *ലങ്കാദഹൻ* (1917), *ശ്രീകൃഷ്ണജന്മം* (1918), *കാളിയമർദ്ദൻ* (1918), *ഭക്തപ്രഹ്ളാദ* (1926) തുടങ്ങിയ ഫാൽക്കെ ചിത്രങ്ങൾ അധിനിവേശകരോടുള്ള പ്രതിരോധത്തിന്റെ ഭാഷ്യങ്ങളായിരുന്നു. ദേശീയതത്തെ ദൈവികമായി പുനർവിന്യസിക്കുന്നവയാണ് ഇത്തരം അന്യാപദേശങ്ങൾ. പുരാണകഥകൾപോലെ സന്ന്യാസകവികളുടെ ജീവിതവും ഫാൽക്കെ ചലച്ചിത്രമാക്കിയിട്ടുണ്ട്. *സന്ത് നാമദേവ്, തുക്കാറാം, ജാനാബായ്, ഏക്നാഥ്* തുടങ്ങിയ ശ്രമണപാരമ്പര്യമുള്ള ഭക്തകവികളും ഫാൽക്കെയുടെ ദേശീയപദ്ധതിയുടെ ഭാഗമായി. ഒപ്പം, ഛത്രപതി ശിവജിയുടെ സാഹസികതകളും.

ഇത്തരം സംരംഭങ്ങൾക്ക് ദൂരവ്യാപകമായ ഫലം ഉളവാക്കാനാകുമായിരുന്നു. പുരാണേതിഹാസകഥനങ്ങളും ഭക്തകവി ജീവിതവും ശിവജിയെപ്പോലുള്ളവരുടെ സാഹസികതകളും ഫാൽക്കെയ്ക്ക് ശേഷമുള്ള തലമുറയ്ക്കും പ്രിയപ്പെട്ട വിഷയമായിരുന്നു. ദേശീയതയുടെ വിവരണങ്ങളിലൂടെ രാഷ്ട്രനിർമ്മാണത്തിന്റെ ഭൂത– ഭാവികാലങ്ങളിലേക്ക് കാണികളെ ബന്ധപ്പെടുത്താനാവുന്നു എന്ന് തോന്നിപ്പിക്കാൻ ഇതിനാവും. അങ്ങനെ അവർക്ക് ദേശീയഭാഗധേയത്തിൽ നിർണ്ണായകസ്ഥാനമുണ്ടെന്ന് വരുത്തുകയുമാവാം. ദേശത്തിന്റെ ഉത്ഭവം, തുടർച്ച, പാരമ്പര്യം, സാർവ്വകാലികത എന്നിവയിലായിരുന്നു സിനിമകൾ ഊന്നിയത്. ദേശത്തിന്റെ സത്തയും സ്വഭാവവും ചരിത്രാതീതമായ സനാതനമൂല്യമുള്ളതും പരിണാമരഹിതവുമാണെന്ന സൂചനയാണിത് നല്കുന്നത്. ദേശസങ്കല്പനത്തെ സാർവ്വലൗകികമായ മൂല്യസഞ്ചയമായി നിർവ്വചിക്കുകയായിരുന്നു സിനിമകളെന്ന് പറയാം. ഭൂരിപക്ഷവംശീയതയുടെ ശുദ്ധിയും മൗലികതയും ഉള്ളവർക്കേ ദേശീയസ്വത്വം അവകാശപ്പെടാനാവൂ എന്ന മിഥ്യാധാരണയാവും ഇതിന്റെ അന്തിമഫലം. പ്രേക്ഷകരെ സ്ഥാനപ്പെടുത്തുന്നതിലെ അസന്തുലിതത്വം ഇവിടെ പ്രകടമാണ്. സമുദായശ്രേണിയുടെ അടിപ്പടവുകളിലെ ജനവിഭാഗത്തിനും സ്ത്രീസമൂഹ

ത്തിനും സിനിമ അപ്പോഴും അപ്രാപ്യമായിരുന്നു. കീഴാളവിഭാഗത്തിൽ പ്പെട്ട ബാബുറാവു പെയിന്ററും മറ്റും സിനിമയിൽ സജീവമായതോടെ യാണ് ചരിത്രകാല്പനികതയും സാമൂഹികജീവിതവും സിനിമയ്ക്ക് വിഷയമാവുന്നത്.

ഫാൽക്കെയുടെ ഹ്രസ്വചിത്രങ്ങൾക്കുണ്ടായിരുന്ന ജനസമ്മതി വലു തായിരിക്കുന്നു. സ്റ്റുഡിയോ കേന്ദ്രിതമായി ചലച്ചിത്രവ്യവസായം സജീ വമാകുന്ന കാലമായിരുന്നു അത്. ഫാൽക്കെയ്ക്ക് പങ്കാളിത്തം ഉണ്ടാ യിരുന്ന ഹിന്ദുസ്ഥാൻ ഫിലിം കമ്പനി കൂടാതെ കോഹിന്നൂർ, ഇംപീരി യൽ, രഞ്ജിത് മൂവിടോൺ, സാഗർ തുടങ്ങിയവയും ചലച്ചിത്ര നിർ മ്മാണത്തിൽ സജീവമായായിരുന്നു. കോഹിന്നൂർ സ്റ്റുഡിയോയുടെ ആദ്യ ചിത്രമായ *ഭക്തവിദുർ* (1921) മഹാഭാരതകഥാപാത്രത്തിന്റെ ജീവിതപ്പാത അനുവർത്തിക്കുന്നതായി പ്രത്യക്ഷത്തിൽ തോന്നാം. റൗളത്ത് നിയമം ഉൾപ്പെടെയുള്ള ബ്രിട്ടീഷ്രാജ് നയങ്ങൾ പ്രച്ഛന്നമായി ചോദ്യം ചെയ്ത ചിത്രമായിരുന്നു *ഭക്തവിദുർ.* സ്വരാജിനും സ്വാതന്ത്ര്യത്തിനുമായുള്ള കാംക്ഷകൾ വെള്ളിത്തിരയിലെ മുദ്രാവാക്യങ്ങളായതോടെ ചിത്രം വിവാദത്തിൽപ്പെട്ടു. ആദ്യം കൽക്കത്തയിലും പിന്നീട് മദ്രാസിലും ചിത്രം നിരോധിച്ചു. നിസ്സഹകരണസമരത്തിലേക്ക് ജനതയെ പ്രകോപിപ്പിച്ചു എന്നതായിരുന്നു കാരണം. മാത്രമല്ല, വിദുരനെ ഗാന്ധിയാക്കി രൂപാന്ത രപ്പെടുത്തിയതും പ്രശ്നമായി. ഗാന്ധിത്തൊപ്പിയും ഖദർഷർട്ടും അണിഞ്ഞ സമ്പത്തിന്റെ വിദുരവേഷം ജനസ്വാധീനമുള്ള രാഷ്ട്രീയനേ താവിനെ ഓർമ്മിപ്പിക്കുന്നതാണെന്നും സെൻസർ ബോർഡ് വിലയിരു ത്തി. ദ്വാരക്ദാസ് സമ്പത്താവട്ടെ തൊട്ടടുത്ത വർഷം ചിത്രത്തിന്റെ പേര് *ധർമ്മവിജ*യെന്നു മാറ്റി വീണ്ടും റിലീസ് ചെയ്തു. ഗാന്ധിയൻ ചിഹ്നങ്ങ ളായ ചർക്കയുടെയും തക്ലിയുടെയും നിറവിൽ ദേശീയഗാനങ്ങളും കൊട്ട കകളിൽ അവതരിപ്പിച്ചു. നിശ്ശബ്ദസിനിമയിലെ അന്യാപദേശകല്പന കൾ കൂടുതൽ കടുത്തതും പ്രകോപനപരവുമായി യാഥാർത്ഥ്യത്തെ മുഖാമുഖം കാണുന്ന സന്ദർഭമായിരുന്നു ഇരുപതുകൾ. സിനിമയുടെ വർദ്ധിച്ചുവരുന്ന ജനപ്രിയതയാണ് പ്രദർശനാനുമതി വേണമെന്ന സർക്കാർ നയത്തിലേക്ക് നയിച്ചത്. നിഷേധാത്മകമായ ബിംബക ല്പനയുടെ പേരിൽ ബാബുറാവു പെയിന്ററുടെ സിനിമകളും തുടരെ സെൻസർ ചെയ്യപ്പെട്ടിരുന്നു.

സെൻസർഷിപ്പും സിനിമയും

1918 ൽ സിനിമാറ്റോഗ്രാഫ് നിയമം പാസാക്കിയതോടെ ചലച്ചിത്ര പ്രദർശനത്തിന് സെൻസർ ബോർഡിന്റെ അനുമതിവേണമെന്ന നിബ ന്ധന കർക്കശമായി. 1919 ലും 1920 ലും നിയമത്തിൽ ചില മാറ്റങ്ങൾ വരുത്തിയെങ്കിലും ചലച്ചിത്രങ്ങൾക്ക് അധികാരികളുടെ കർക്കശമായ മേൽനോട്ടത്തിന് വശപ്പെടേണ്ടതായിവന്നു. തുറമുഖനഗരികളായ ബോംബെ, കൽക്കത്ത, മദ്രാസ്, റംഗൂൺ എന്നിവിടങ്ങളിൽ 1920 ൽ

സെൻസർ ബോർഡ് നിലവിൽവന്നു. സ്വദേശിചിത്രങ്ങളുടെ ആഖ്യാനത്തിൽ ഘടനാപരമായ വ്യത്യാസം സംഭവിച്ച കാലത്താണ് ബോർഡുകൾ സംഘടിപ്പിക്കപ്പെട്ടത്. ബോർഡുകളുടെ രൂപീകരണപ്രവർത്തനം സാമ്രാജ്യത്വത്തിനുമേലുള്ള സമ്മർദ്ദങ്ങൾ വ്യക്തമാക്കുന്നതാണ്. ബ്രിട്ടീഷുകാർക്കായിരുന്നു ബോർഡിൽ മേൽക്കൈ. ബ്രിട്ടീഷുകാരനായ പൊലീസ് കമ്മീഷണറായിരുന്നു ബോർഡ് ചെയർമാൻ. ബോർഡിന്റെ ജോലികൾ പൂർത്തിയാക്കിയിരുന്ന രണ്ട് ഇൻസ്പെക്ടർമാരിൽ ഒരാൾ ബ്രിട്ടീഷുകാരനും മറ്റേയാൾ ഇന്ത്യക്കാരനുമായിരുന്നു. ഇവരുടെ ശുപാർശയിലാണ് സർട്ടിഫിക്കറ്റ് നല്കിയിരുന്നത്. സിനിമാറ്റോഗ്രാഫ് കമ്മിറ്റിക്കുമുന്നിൽ മൊഴി നല്കിയ പലരും സെൻസർബോർഡിന് അനുകൂലമായിരുന്നുവെന്നത് വിചിത്രമായി തോന്നാം (എറിക് ബാർനൗ, എസ് കൃഷ്ണസ്വാമി 1980:52). വിദേശസിനിമകളോടുള്ള നീരസം പലരിലും പ്രകടമാണ്. ചിലരുടെ സാക്ഷിമൊഴികളിൽ ഇന്ത്യയിലെ കുറ്റകൃത്യങ്ങൾ പ്രോത്സാഹിപ്പിക്കുന്ന വിദേശിചിത്രങ്ങൾക്ക് നിയന്ത്രണംവേണമെന്ന ആവശ്യം കാണാം. വർദ്ധിച്ചുവരുന്ന *മോട്ടോർകാർ മോഷണ*ത്തെപ്പറ്റി പലരും ആവർത്തിക്കുന്നുണ്ട്. വിദേശചിത്രങ്ങളിൽ പ്രണയരംഗങ്ങൾ അധാർമ്മികവും ഇന്ത്യൻ മൂല്യങ്ങൾക്ക് അപകടകരവുമാണെന്ന് പലരും സാക്ഷ്യപ്പെടുത്തി. അധരചുംബനരംഗങ്ങൾ നീക്കം ചെയ്യണമെന്ന ആവശ്യവും ഉയർന്നു. മറ്റൊരു സാക്ഷിയുടെ ആവശ്യം സമീപദൃശ്യ (close up)ങ്ങൾ ഒഴിവാക്കണമെന്നതാണ്. വ്യത്യസ്തതലത്തിൽ വന്ന വാദഗതികൾ കർക്കശമായ രാഷ്ട്രീയ സെൻസർഷിപ്പിന് വഴിയൊരുക്കിയെന്ന് പറയാം.

വ്യവസായമാണ് സിനിമയെന്ന ധാരണ ഉറപ്പായതോടെ നിർമ്മാണവ്യവസ്ഥയിലും മാറ്റംവന്നു. ഓരോ സ്റ്റുഡിയോയ്ക്കും പ്രത്യേകം താരങ്ങളും അണിയറപ്രവർത്തകരുമുണ്ടായി. മാസാമാസമുള്ള വേതനവ്യവസ്ഥയ്ക്കും കരാറായി. ഫാൽക്കെയും ഇത്തരമൊരു സാഹചര്യത്തിന്റെ ഭാഗമായിരുന്നു. ഫാൽക്കെ മാതൃകയിലുള്ള റിയലിസത്തിന്റെ ദൃശ്യപ്രകാരങ്ങളിൽ താമസിയാതെ വ്യതിയാനങ്ങൾ സംഭവിക്കുന്നുണ്ട്. ഫാൽക്കെയുടെ ചിത്രങ്ങൾ മാനകീകരിച്ച ഗണകല്പനകൾ കുറച്ചു കാലംകൂടി നിലനിന്നിട്ടുണ്ടാവാം. എന്നാൽ അവയുടെ ആഖ്യാനസന്നിവേശത്തിലും സംബോധനകളിലും കാര്യമായ വകഭേദങ്ങൾ കാണാനാവും. കൂടുതൽ ആസൂത്രിതവും പ്രകോപനപരവും ജനകീയവുമായ തലത്തിലാണ് യഥാർത്ഥതയെ പിന്നീടുള്ളവർ ഒരുക്കിയെടുത്തത്. സാമ്രാജ്യത്വവിമർശനം സ്വാഭാവികമായും കൂടുതൽ പ്രത്യക്ഷവും വാചാലവുമായി. ഗാന്ധിജിയുടെയും ഭഗത്സിങ്ങിന്റെയും രാഷ്ട്രീയനിലപാടുകൾ ചിത്രീകരിച്ചത് സിനിമയുടെ ജനസമ്മതി വർദ്ധിപ്പിച്ചു. സ്വാഭാവികമായും ബ്രിട്ടീഷ് ഭരണകൂടം സിനിമയുടെ പ്രചാരത്തെ സംശയത്തോടെ നോക്കിത്തുടങ്ങുന്നത് ഈ സന്ദർഭത്തിലാണ്. കാല്പനികയാഥാർത്ഥ്യത്തിന്റെ വർണ്ണശബളിമയിൽനിന്നും കടുത്ത യാഥാർത്ഥ്യത്തിലേക്കുള്ള രൂപാന്തരത്താ

ലാണ് *1920* കൾ ശ്രദ്ധേയമാകുന്നത്. അരങ്ങുകൾ രൂപകല്പന ചെയ്തിരുന്ന ബാബുറാവു പെയിന്ററാണ് പിന്നീട് മഹാരാഷ്ട്ര ഫിലിംകമ്പനി (1917) രൂപീകരിച്ചത്. പരീക്ഷണതല്പരനായിരുന്ന ബാബുറാവു മിത്തോളജിയും ചരിത്രവും മാത്രമല്ല സാമൂഹികനവോത്ഥാനവും വിഷയീകരിച്ചു. സ്വദേശിപാരമ്പര്യവാദത്തെ രാഷ്ട്രീയവും സാംസ്കാരികവും സാങ്കേതികവുമായി സിനിമയിൽ പരാമർശിക്കുന്നതായിരുന്നു പെയിന്ററുടെ ചിത്രങ്ങൾ. *സ്വയംവർ* (1918), *സുരേഖാഹരൺ* (1921) എന്നീ ചിത്രങ്ങൾ തിലകന്റെ ആശീർവ്വാദം ലഭിച്ചവയാണ്. പക്ഷേ, ബാബുറാവു അതിൽമാത്രം തൃപ്തനായില്ല. തുടർന്ന് ചരിത്രാഖ്യാനങ്ങളിലേക്കും സാമൂഹികകഥനങ്ങളിലേക്കും തന്റെ താല്പര്യം വിപുലീകരിക്കുകയായിരുന്നു അദ്ദേഹം. *സിംഹഗഡ്* (1923), *ഭാജിറാവു ദേശപാണ്ഡെ* (1921) എന്നീ ദേശീയവാദസിനിമകൾക്കൊപ്പം മറാഠി ഭരണകർത്താക്കളുടെ ജീവിതവും സാമൂഹികപരിഷ്കരണനോവലുകളും റാവു സിനിമയാക്കി. നോവലിസ്റ്റായ ആപ്തെയുടെ *സാവ്കാരിപാഷ്* (1925) എന്ന ആഖ്യായികയ്ക്ക് അദ്ദേഹത്തെക്കൊണ്ട് തിരക്കഥയെഴുതിച്ചതിൽ ബാബുറാവുവിന്റെ ദീർഘവീക്ഷണം പ്രകടമാണ്. കർഷകദുരന്തംപോലുള്ള സാമൂഹികപ്രശ്നത്തിന് ചലച്ചിത്രാനുവർത്തനം ഉണ്ടാകുന്നത് സാവ്കാരിപാഷോടെയാണ്. കൃഷിഭൂമിയും പാർപ്പിടവും പണയപ്പെട്ട് നഗരത്തിൽ അനാഥനായി ചുറ്റിത്തിരിയേണ്ടി വന്ന കർഷകന്റെ കഥ ഒറ്റപ്പെട്ടതായിരുന്നില്ല. ഒന്നാംലോകമഹായുദ്ധത്തെ തുടർന്നുണ്ടായ വറുതിയും വിളനാശവും ഭക്ഷ്യക്ഷാമവും ഏറ്റവും ബാധിച്ചത് കാർഷികവൃത്തിയെയാണ്. അതിജീവനത്തിനുള്ള എല്ലാ വഴികളും അടഞ്ഞതോടെ നഗരത്തുറുങ്കുകളിലേക്ക് എടുത്തെറിയപ്പെടുന്ന കർഷകരുടെ അന്യതയും അനാഥത്വവും വലിയൊരു സാമൂഹികപ്രശ്നമായി സിനിമ തിരിച്ചറിഞ്ഞു. ദൃശ്യങ്ങളുടെ കാവ്യാത്മകതയും ചിത്രസന്നിവേശത്തിലെ സന്ദർഭയുക്തിയും സാവ്കാരിപാഷിന്റെ വ്യതിരിക്തതയായിരുന്നു. വി ശാന്താറാം അഭിനയിച്ച ചിത്രത്തിലെ കർഷകവേഷം ആദ്യകാല ഗാന്ധിയെ ഓർമ്മിപ്പിക്കുന്നുവെന്ന വിവാദവും അക്കാലത്തുണ്ടായി. പിന്നീട് സംവിധായകനായപ്പോൾ വി ശാന്താറാംതന്നെ ഇതേ ചിത്രം (1936) പുനർനിർമ്മിച്ചിട്ടുണ്ട്. മുപ്പതുകളിൽ വന്ന സന്ന്യാസജീവിതത്തിന്റെ ചലച്ചിത്രഭാഷ്യങ്ങളിലും ആധുനികീകരിച്ച ദേശത്തിനായുള്ള കാമന കാണാനാവും. ജാതിവ്യവസ്ഥയെയും അസ്പൃശ്യതയെയും നേരിട്ട ഏക്നാഥ് (16-ാം) ന്റെ ജീവിതം പ്രമേയമാക്കിയ വി ശാന്താറാമിന്റെ *ധർമ്മാത്മാ* (1935) നിയമക്കുരുക്കിൽ പെട്ടുപോയ ചിത്രമാണ്. ആദ്യശീർഷകമായ മഹാത്മാ എന്നത് ഏതോ ജനകീയനേതാവിനെ ഓർമ്മപ്പെടുത്തുന്നു എന്നതായിരുന്നു ഒരാരോപണം. തുടർന്നും സെൻസർ ബോർഡ് പ്രദർശനത്തിനുമുമ്പ് പലമാറ്റങ്ങളും നിർദ്ദേശിച്ചെങ്കിലും ശാന്താറാം വഴങ്ങിയില്ല. ഗാന്ധിയുടെ പടം പോയിട്ട് പേര് പോലും പരാമർശിക്കാനാവാത്ത സ്ഥിതിയായിരുന്നു. എന്നിട്ടും ഗാന്ധിയെ ആലേഖനം

ചെയ്യുന്ന അനേകം ഡോക്യുമെന്ററികൾ അക്കാലത്തുണ്ടായി.

ആധുനികതയും പാരമ്പര്യവുമായുള്ള സംഘർഷത്തിന്റെ ഇരയായിരുന്നു സിനിമയിലെ സ്ത്രീസാന്നിദ്ധ്യം. പ്രമേയപരമായ രൂപാന്തരം സംഭവിക്കുമ്പോഴും നിശ്ശബ്ദസിനിമയിലെ പെൺമയുടെ ഭാവനയും രൂപണവും നിശ്ചിതമായ മൂല്യങ്ങൾക്കുള്ളിലായിരുന്നു. വരേണ്യഹൈന്ദവ മൂല്യങ്ങളായിരുന്നല്ലോ വലിയൊരളവിൽ നിശ്ശബ്ദചിത്രങ്ങളെ—പ്രത്യേകിച്ചും—മിത്തോളജികളെ നിയന്ത്രിച്ചിരുന്നത്. സാമ്രാജ്യത്വാനുകൂലികളും ദേശീയവാദികളും സ്ത്രീയോട് പുലർത്തിയ മനോഭാവങ്ങൾക്ക് തമ്മിൽ വലിയ അന്തരമുണ്ടായിരുന്നില്ലെന്നതാണ് യാഥാർത്ഥ്യം. കുറച്ച് വ്യത്യസ്തമായ ചന്ദുലാൽഷായുടെ *ഗുൺ സുന്ദരി* (1927) ആധുനികയും പൗരബോധമുള്ളവളുമായ സ്ത്രീയെ അവതരിപ്പിക്കുന്നുണ്ട്. കുടുംബത്തിനു പുറത്തുള്ള പൊതുവിടത്തിന്റെ ഭാഗമാവാനാണ് ഗുൺസുന്ദരി മുതിരുന്നത്. എങ്കിലും ചിത്രാവസാനം അവരെ കൂട്ടുകുടുംബവ്യവസ്ഥയിലേക്ക് ചുരുക്കിയെടുക്കുന്നുമുണ്ട്. സിനിമയ്ക്ക് അകത്തും പുറത്തുമുള്ള സ്ത്രീജീവിതത്തിന് ഇത്തരം അനേകം അടക്കിയെടുക്കലുകളെ നേരിടേണ്ടിവന്നിട്ടുണ്ട്. ഇന്ത്യയിലെ ആദ്യ വനിതാസംവിധായികയായ ഫത്മ ബീഗത്തിന് *ബുൾ ബുൾ - ഇ - പരിസ്താൻ* (1926) എന്ന ചിത്രത്തിനുശേഷം നടിയും തിരക്കഥാകൃത്തുമായി മാത്രമേ സിനിമയിൽ തുടരാനായുള്ളുവെന്നത് ചരിത്രത്തിലെ മറ്റൊരു വിപര്യയമാണ്. അതുകൊണ്ടാവാം ചലച്ചിത്രമണ്ഡലത്തിലെ സ്ത്രീയുടെ പ്രവൃത്തിപഥം കൂടുതൽ സ്വതന്ത്രവും സാഹസികവുമാക്കാൻ ആംഗ്ലോ - ഇന്ത്യനെന്നോ യൂറോ - ഇന്ത്യനെന്നോ വിളിക്കാവുന്ന അഭിനേത്രികൾ വേണ്ടിവന്നത്. ഇരുപതുകളിലെയും മുപ്പതുകളിലെയും ഇന്ത്യൻ സിനിമയുടെ ചരിത്രം ഇക്കൂട്ടരുടെ പങ്കാളിത്തം കൊണ്ടുകൂടിയാണ് ശ്രദ്ധേയമാകുന്നത്. *വിലോചന* (മരിയൻ ഹിൽ), *സുലോചന* (റൂബിമേയേഴ്സ്), *റോമില* (സോഫി എബ്രഹാം), *പ്രമീള* (എസ്തർ എബ്രഹാം), *മാധുരി* (ബെറൈൽ ഡോയ്‌ലി), *നാദിയ* (മേരി ഇവാൻസ്) തുടങ്ങിയവർ ആദ്യകാല സിനിമകളിലെ ആക്ഷൻ നായികമാരായിരുന്നു. സുലോചനയെപ്പോലുള്ള സൂപ്പർതാരങ്ങളുടെ ചിത്രങ്ങൾക്ക് അവരുടെ ആത്മചരിതവുമായി ബന്ധമുണ്ട്. സിനിമ, ടെലിഫോൺ, വിദ്യാഭ്യാസം, വൈദ്യശാസ്ത്രം തുടങ്ങിയ ആധുനികവ്യവഹാരമണ്ഡലങ്ങളെയാണ് *സിനിമ കി റാണി (1926)*, *ടെലിഫോൺ കി തരുണി (1926)* തുടങ്ങിയ ചിത്രങ്ങൾ സംബോധന ചെയ്യുന്നത്.

നിശ്ശബ്ദസിനിമ തെക്കെ ഇന്ത്യയിൽ

ഫാൽക്കെ ഉണർത്തിവിട്ട നിശ്ശബ്ദസിനിമാതരംഗം തെക്കേ ഇന്ത്യയും ആവേശപൂർവ്വമാണ് ഏറ്റെടുത്തത്. ഇരുപതാം നൂറ്റാണ്ടിന്റെ ആദ്യദശകങ്ങളിൽ തന്നെ ഹ്രസ്വചിത്രങ്ങൾ തമിഴകത്ത് പ്രദർശിപ്പിച്ചിരുന്നു. ജോർജ്ജ് അഞ്ചാമന്റെ കിരീടധാരണം തഞ്ചാവൂരുകാരനായ മരു

തപ്പമൂപ്പനാർ ചിത്രീകരിക്കുകയും മദ്രാസിൽ പ്രദർശിപ്പിക്കുകയും ചെയ്തിട്ടുണ്ട്. ക്ഷേത്രശില്പങ്ങളെയും ഉത്സവങ്ങളെയും എ ഡേവിഡ് ചലച്ചിത്രമാക്കി. ആദ്യകഥാസിനിമയുടെ ആവിർഭാവം പിന്നെ അധികം വൈകിയില്ല. ആർ നടരാജമുതലിയാരുടെ *കീചകവധ* (1916)മായിരുന്നു ആദ്യ ചിത്രം. ആർ നടരാജമുതലിയാരാണ് തെക്കെ ഇന്ത്യയിലെ ആദ്യ സ്റ്റുഡിയോയും ചലച്ചിത്രനിർമ്മാണക്കമ്പനിയും (1916) തുടങ്ങുന്നത്. സ്വദേശി പ്രസ്ഥാനത്തിന്റെ ആവേശം നടരാജ മുതലിയാരിലും പ്രകടമായിരുന്നു. അമേരിക്കയിൽനിന്നും ബ്രിട്ടനിൽനിന്നും വരുന്ന ചിത്രങ്ങളുടെ പ്രദർശനം തുടർന്നുവരുന്ന കാലത്ത് തന്റെ സ്ഥാപനത്തിന് ഇന്ത്യാ ഫിലിംകമ്പനി എന്നാണ് മുതലിയാർ പേരിട്ടത്. മുതലിയാരാണ് തമിഴകത്തെ ആദ്യകാല നിശ്ശബ്ദചിത്രങ്ങളുടെ നിർമ്മാതാവ്. ബോംബെയിലും മറ്റുമുള്ളതുപോലെ തിരശ്ശീലയ്ക്ക് സമീപമുള്ളയാൾ കൈവശമുള്ള കാർഡുകളിൽ സംഭാഷണമെഴുതി സദസ്യർക്കായി ഉറക്കെ വായിക്കുന്ന പതിവുണ്ടായിരുന്നു. തുടർന്ന് *ദ്രൗപതിവസ്ത്രാപഹരണം* (1917), *മഹിരാവണ* (1919), *കലിംഗമർദ്ദനം* (1920) തുടങ്ങിയ ചിത്രങ്ങൾ മുതലിയാരുടേതാണ്. ആദ്യ ശബ്ദചിത്രമായ *കാളിദാസ്* (1932) റിലീസായശേഷവും നിശ്ശബ്ദസിനിമയുടെ നിർമ്മാണം തമിഴകത്ത് സജീവമായിരുന്നു. മുപ്പതുകളാകുമ്പോൾ മദ്രാസിലും വെല്ലൂരിലും തിരുവനന്തപുരത്തും മൈസൂരിലുള്ള സ്റ്റുഡിയോകളിലായി 110 നിശ്ശബ്ദചിത്രങ്ങളെങ്കിലും നിർമ്മിച്ചിട്ടുണ്ട് (Bhaskaran,Theodore 2012:85).

ആർ എസ് പ്രകാശിന്റെ *ഭീഷ്മപ്രതിജ്ഞ (1921)*യായിരുന്നു തെലുങ്കിലെ ആദ്യസിനിമ. സി പുല്ലയ്യയുടെ *ഭക്തമാർക്കണ്ഡേയ* (1925)യും ആദ്യചിത്രങ്ങളിൽപ്പെടുന്നു. കന്നടത്തിൽ നാടകക്കമ്പനി ഉടമയായിരുന്ന ഗുബ്ബി വീരണ്ണയായിരുന്നു നിശ്ശബ്ദ സിനിമയ്ക്ക് ജനസമ്മതി നേടിക്കൊടുത്തത്. വീരണ്ണയുടെ കർണ്ണാടക ഫിലിം കോർപ്പറേഷനും, സ്റ്റുഡിയോയും 1930 കളിലാണ് പ്രവർത്തിച്ചു തുടങ്ങുന്നത്. കേരളീയർ താരതമ്യേന മുതൽമുടക്കുന്ന കാര്യത്തിൽ വിമുഖരാണ്. സിനിമയുടെ കാര്യത്തിലും ഇത് തന്നെ സംഭവിച്ചു. ആദ്യകഥാസിനിമ പ്രദർശിപ്പിക്കാൻ 1928 വരെ മലയാളികൾ കാത്തിരിക്കേണ്ടി വന്നു. അതിനുമുമ്പ് ചലനചിത്രങ്ങളുമായി സ്വാമികണ്ണ് വിൻസെന്റ് തിരുവിതാംകൂർ സന്ദർശിച്ചിട്ടുണ്ട്. തന്റെ ബയോസ്കോപ്പും മറ്റുപകരണങ്ങളും തൃശൂർകാരനായ ജോസഫ് വാറുണ്ണിക്ക് വിറ്റശേഷമാണ് അദ്ദേഹം മദ്രാസിലേക്ക് മടങ്ങിയത്. തമിഴകത്തെ വിജയം കേരളത്തിൽ വിൻസെന്റിന് ആവർത്തിക്കാൻ ആവാത്തത് ഇതൊരു കാരണമാവാം. വാറുണ്ണിയുടെ പ്രദർശനങ്ങളാവട്ടെ ഒട്ടൊക്കെ വിജയമായിരുന്നു. എങ്കിലും കഥാസിനിമയുടെ ആവിർഭാവം പിന്നെയും വൈകി. പുതിയകാലത്തിന്റെ കലാരൂപമായി സിനിമയെ മനസ്സിലാക്കിയ ആളായിരുന്നു *വിഗതകുമാര*ന്റെ സംവിധായകനായ ജെ സി ഡാനിയേൽ. എന്നാൽ യാഥാസ്ഥിതികമായ സാമൂഹികക്രമവും ചലച്ചിത്രയാഥാർത്ഥ്യവും രണ്ടായി കാണാനാവാത്തവരുടെ

മുമ്പിലാണ് സ്വന്തം സിനിമ അദ്ദേഹത്തിന് പ്രദർശിപ്പിക്കേണ്ടി വന്നത്. സിനിമയുടെ പരാജയത്തേക്കാളും വിഷമകരമാണ് നായികയായ ദളിത് വനിത പി കെ റോസി നേരിട്ട അവമതി. വിഗതകുമാരനെത്തുടർന്നു വന്ന പി വി റാവുവിന്റെ *മാർത്താണ്ഡവർമ്മ* (1933)യെയും തിരുവിതാംകൂറുകാർ കേസിൽ കുടുക്കി. ഇത്തവണ നോവലിന്റെ പകർപ്പവകാശം പ്രസാധകരിൽനിന്നും വാങ്ങാതിരുന്നതിനായിരുന്നു കേസ്. രാജകുടുംബാംഗങ്ങളുടെ സാന്നിദ്ധ്യത്തിൽ നടന്ന ആദ്യപ്രദർശനത്തിനുശേഷം *മാർത്താണ്ഡവർമ്മ*യുടെ പ്രിന്റ് കോടതി കണ്ടുകെട്ടി. പ്രസാധകരുടെ ചായ്പിൽനിന്നും *മാർത്താണ്ഡവർമ്മ*യുടെ പ്രിന്റ് നാഷണൽ ഫിലിം ആർക്കൈവ്സിൽ എത്തിച്ചത് സ്ഥാപനത്തിന്റെ ക്യൂറേറ്ററായിരുന്ന പി കെ നായരാണ്. തെക്കെ ഇന്ത്യയുടേതായി ഇന്ന് അവശേഷിക്കുന്ന ചുരുക്കം കഥാചിത്രങ്ങളിൽ ഒന്ന് മാർത്താണ്ഡവർമ്മയുടേതാണ്. ഇതര ഭാഷകൾ മിത്തോളജികളെ അവലംബമാക്കിയ വേളയിൽ മലയാള സിനിമ സാമൂഹികവും വർത്തമാനകാലപ്രാധാന്യമുള്ള പ്രമേയങ്ങളാണ് പരീക്ഷിച്ചത്. പിന്നീടുള്ള മലയാളസിനിമയുടെ ഗതിവിഗതികളെ ഇത് കാര്യമായി സ്വാധീനിച്ചിട്ടുണ്ട്.

ശബ്ദം സിനിമയെ പുനർനിർവ്വചിക്കുന്നു

നിശ്ശബ്ദതയിൽനിന്നും ശബ്ദത്തിലേക്കുള്ള സിനിമയുടെ അന്തരണം യാദൃച്ഛികമായി സംഭവിച്ചതല്ല. നിശ്ശബ്ദസിനിമയുടെ പ്രദർശനവേളയിൽ സംഭാഷണങ്ങൾ, എഴുതിക്കാണിച്ചിരുന്നു. പ്രദർശനസ്ഥലത്ത് സിനിമ 'പറയാൻ' പരിശീലനം നേടിയവർ തന്നെയുണ്ടായിരുന്നു. തുടക്കത്തിലും രംഗങ്ങൾക്കിടയിലും ഇവരുടെ കഥാകഥനം പതിവായിരുന്നു. വെള്ളിത്തിരയിലെ സിനിമയ്ക്കു സമാന്തരമായി കഥാവതരണവും ഗാനാലാപവും സംഗീതവുമൊക്കെ അരങ്ങേറിയിരുന്നു. സിനിമയുടെ വിപണി വിപുലമായതോടെ ആഖ്യാനബാഹ്യമായ കൂട്ടിച്ചേർക്കലുകൾ വ്യാപകമായി. എന്നാൽ ശബ്ദസന്നിവേശത്തിന്റെ ആഘാതം മറ്റൊരു സംഭവമായിരുന്നു. ശബ്ദപഥം സിനിമയോടുള്ള സമീപനത്തെയാകെ വീണ്ടെഴുതി. അതോടെ നിശ്ശബ്ദസിനിമയുടെ കാലത്തുണ്ടായിരുന്ന അന്യവല്ക്കരണവും ഇടനിലക്കാരുടെ സാന്നിദ്ധ്യവും ക്രമേണ ഇല്ലാതായി. പ്രേക്ഷകരുമായി മുഖാമുഖം നിന്നു സംസാരിക്കുന്ന അവസ്ഥ സിനിമയുടെ പ്രചാരത്തിന് ആക്കം കൂട്ടി. പാട്ടുകളും പശ്ചാത്തലസംഗീതവും സംഭാഷണങ്ങളുമെല്ലാം ചേർന്ന് പ്രേക്ഷകഭാവുകത്വത്തിൽ വലിയ മാറ്റമാണ് വരുത്തിയത്. സിനിമ കാണാൻ മാത്രമല്ല കേൾക്കാനുള്ള കല കൂടിയായി മാറി. ആദ്യകാല ശബ്ദചിത്രങ്ങളിലെ ഗാനങ്ങളുടെ ആധിക്യം പ്രേക്ഷകരുടെ കേൾവിശീലത്തിൽ വന്ന നവാഭിമുഖ്യങ്ങളുടെ സാക്ഷ്യംകൂടിയാണ്. ഇന്ത്യയിലെ ആദ്യശബ്ദചിത്രമായ *ആലംആറ* (1931 മാർച്ച് 14) പാഴ്സി മാതൃകയിലുള്ള നൃത്തഗാനരംഗങ്ങളാലാണ് ശ്രദ്ധേയമായത്. ആദ്യഹിന്ദിചിത്രം കൂടിയായ *ആലംആറ*

യുടെ നിർമ്മാണത്തിൽ വിദേശീയരായ സാങ്കേതികവിദഗ്ദ്ധരെ ഒഴിവാക്കാൻ ഇറാനി ശ്രമിച്ചിരുന്നു. ശബ്ദസാന്നിദ്ധ്യം മാറ്റി നിർത്തിയാൽ *ആലംആറ* പിന്തുടർന്നത് നിശ്ശബ്ദചിത്രങ്ങളുടെ കഥന വഴികളെയാണ്. അറേബ്യൻ രാവുകളുടെ രൂപഘടനയും ഇന്ത്യൻ നാടോടിക്കഥകളുടെ ധാർമ്മികതലവും സമ്മേളിക്കുന്നതായിരുന്നു *ആലംആറ.* ആദ്യകാല 'ടോക്കി'കൾക്ക് പക്ഷേ, മുൻഗാമികളായ നിശ്ശബ്ദചിത്രങ്ങളെ അത്രത്തോളം അപ്രസക്തമാക്കാൻ കഴിഞ്ഞില്ലെന്നതാണ് സത്യം. അവ കുറെക്കാലംകൂടി പിടിച്ചുനിന്നു. നിശ്ശബ്ദാഖ്യാനത്തിന്റെ സവിശേഷസാദ്ധ്യതകൾ തിരിച്ചറിഞ്ഞ കലാകാരന്മാർക്ക് ശാബ്ദികതയിലേക്കുള്ള പരിണാമം അത്രവേഗം അംഗീകരിക്കാനാകുമായിരുന്നില്ല. ലോകത്തെ ആദ്യ ശബ്ദസിനിമയായ *ജാസ് സിംഗറി* (1927) നെത്തുടർന്ന് വിപണിയിലുണ്ടായ വൻകുതിപ്പിന്റെ പശ്ചാത്തലത്തിലും ചാർളി ചാപ്ലിനെപ്പോലൊരാൾ നിശ്ശബ്ദസിനിമകളാണ് എടുത്തിരുന്നത്. അവ ക്ലാസിക്കുകളായി മാറുകയും ചെയ്തു. ശബ്ദ സാന്നിദ്ധ്യവുമായി ഒത്തുതീർപ്പിലാവാൻ ചാപ്ലിൻ പിന്നെയും കാലമെടുത്തു. അപ്പോഴാവട്ടെ വിപണി വിജയം ചാപ്ലിന് നഷ്ടവുമായി. ഇന്ത്യക്കാരായ ഫാൽക്കെയ്ക്കും ബാബുപെയിന്റർക്കുമൊക്കെ ഇത് ബാധകമാണ്. ഫാൽക്കെയുടെ ഏക ശബ്ദചിത്രമായ *ഗംഗാവതരണി* (1937)നെ അദ്ദേഹത്തിന്റെ നിശ്ശബ്ദചിത്രങ്ങളുമായി താരതമ്യപ്പെടുത്താനാവില്ല. ഇത് കലാപരമായ ദൗർബല്യമായിരുന്നില്ല. കലാവിഷ്കാരം സ്വത്വാത്മകമായി തിരിച്ചറിഞ്ഞവരുടെ ധർമ്മസങ്കടമായിരുന്നു. *ടോക്കീസ്* പരീക്ഷണമെന്ന നിലയ്ക്കാണ് ആദ്യകാലത്ത് പ്രദർശന വിജയം നേടിയത്. അത് എല്ലാ ചിത്രങ്ങൾക്കും ബാധകമാകുന്ന നിയാമകമായിരുന്നില്ല.

*ആലംആറ*യെ തുടർന്ന് ഹിന്ദിസിനിമയിൽ ശബ്ദ ചിത്രങ്ങൾക്ക് ആവശ്യക്കാരേറെയായി. 1931 ൽ മാത്രം 31 ചിത്രങ്ങളാണ് റിലീസായത്. ഹിന്ദിയിൽ 23 ഉം ബംഗാളിയിൽ മൂന്നും തമിഴിലും തെലുങ്കിലും ഓരോന്നുമായിരുന്നു. അതിൽ മദൻ തിയേറ്റേഴ്സിന്റെ പങ്ക് മൂന്നിലൊന്നോളം വരും. നാടകവേദിയുമായുള്ള ബന്ധത്തിൽനിന്നും ശബ്ദസിനിമയും വിമുക്തമായിരുന്നില്ല. ആദ്യ സിനിമകൾക്ക് അരങ്ങാട്ടത്തിന്റെ ഛായ ഉണ്ടായിരുന്നു. ആട്ടവും പാട്ടും അരങ്ങിൽനിന്നും തിരലോകത്തിലേക്ക് വിവർത്തിക്കുന്ന പ്രക്രിയ ശബ്ദസിനിമയും പിന്തുടർന്നു. സാഹസികതയ്ക്ക് സ്ഥാനാന്തരം വരുത്തി പിന്നണി ഗാനങ്ങൾ സിനിമയ്ക്ക് പുതിയ വിപണി ഒരുക്കിക്കൊടുത്തു. പാടാൻ അറിയുന്നവരായിരുന്നു സിനിമയിലെ ആദ്യകാല അഭിനേതാക്കൾ. തെക്കെ ഇന്ത്യയിലും ഈ പ്രവണതയ്ക്ക് മാറ്റമുണ്ടായിരുന്നില്ല. ഭക്തിയും സംഗീതവുമായുള്ള ലയം സിനിമയുടെ പുതിയ ആകർഷണമായി. ജി എൻ ബാലസുബ്രഹ്മണ്യത്തിന്റെ ദുഷ്യന്തവേഷത്തിന് എം എസ് സുബ്ബലക്ഷ്മിയുടെ ശകുന്തളയെന്ന സമവാക്യമായിരുന്നു വിജയമന്ത്രം. *ഭക്തമീര*യിലും *സാവിത്രി*യിലും ഇതാവർത്തിച്ചു. കെ ബി സുന്ദരാംബാൾ, പാപനാശം ശിവൻ, എം കെ ത്യാഗ

രാജഭാഗവതർ എന്നിവരുടെ ചലച്ചിത്രജീവിതം സംഗീതപ്രാവീണ്യത്തിന്റെ തുടർച്ചയിലാണ് സംഭവിക്കുന്നത്. ക്ലാസിക്കൽ സംഗീതാലാപം കൂടുതൽ ജനകീയമാക്കുന്നതിന് സിനിമ വഴിയൊരുക്കിയെന്നതും പരാമർശിക്കേണ്ടതുണ്ട്. പിന്നീട് സിനിമ ഉപേക്ഷിച്ച സംഗീതജ്ഞർക്ക് സാധാരണക്കാർക്കിടയിൽ സ്വീകാര്യത വർദ്ധിച്ചതിനും സിനിമ കാരണമായി. നടനാവുന്നതിനുള്ള പ്രധാനയോഗ്യത അഭിനയത്തേക്കാൾ ഗാനാലാപത്തിനുള്ള അസാമാന്യവൈദഗ്ദ്ധ്യമാണെന്ന തോന്നൽ നാല്പതുകളിലും തുടർന്നു. വടക്ക്, കെ എൽ സൈഗാളും തെക്ക്, എം കെ ത്യാഗരാജഭാഗവതരുമൊക്കെ ഇന്നും ആരാധിക്കപ്പെടുന്നത് അവരുടെ ആലാപവിശേഷത്താലാണല്ലോ.

സ്വദേശീയവാദത്തിന്റെ പ്രകടനപരമായ തലങ്ങളിൽ നിന്നു വ്യത്യസ്ത്മായി സാമൂഹികപരിഷ്കരണം സിനിമയുടെ മുഖ്യവിഷയമായത് മുപ്പതുകളിലാണ്. സാമൂഹികനവോത്ഥാനപരമായ ആഖ്യാനങ്ങളിലെ ആധുനികതാമനോഭാവം ക്രമേണ സിനിമയിലും പ്രസരിച്ചു. സിനിമയിലെ മദ്ധ്യവർഗ്ഗാധിപത്യം തീവ്രമായിത്തുടങ്ങുന്ന സന്ദർഭംകൂടിയാണിത്. പാരമ്പര്യവും ആധുനികതയുമായുള്ള സംഘർഷം പ്രമേയമാകുന്നതും ഇക്കാലത്താണ്. ഭൂതകാലത്തിലേക്കുള്ള വിമർശാത്മകവീക്ഷണവും വർത്തമാനത്തെയും വരും കാലത്തെയുംകുറിച്ചുള്ള പ്രത്യാശയും അവ നിലനിർത്തി. ബാംഗാളി, മറാഠി, കന്നട, തെലുങ്ക്, മലയാളം, ഉറുദു തുടങ്ങിയ ഭാഷകളിലെ ആഖ്യായികകളിൽ കാലത്തെ ചരിത്രവല്ക്കരിക്കുന്ന പ്രവണത കാണാമായിരുന്നു.

ചരിത്രവുമായുള്ള സംവാദങ്ങളിൽനിന്നും സിനിമയ്ക്കും ഒഴിയാൻ ആവുമായിരുന്നില്ല. ദേശഭാവനയിലും ക്രമേണ വ്യതിചലനങ്ങളുണ്ടായി. കാല്പനികതയുടെയും ഫാന്റസിയുടെയും മായികപ്രപഞ്ചത്തിൽനിന്നും റിയലിസത്തിന്റെ ലോകത്തിലേക്ക് ചലച്ചിത്രാഖ്യാനം ചുവടുമാറുന്നത് മുപ്പതുകളിലാണ്. ഗാന്ധിയുടെ സാമൂഹിക–രാഷ്ട്രീയനിലപാടുകളാണ് പ്രഭാത് സ്റ്റുഡിയോ നിർമ്മിച്ച ഭക്തകവി ചിത്രങ്ങളെയും പ്രലോഭിപ്പിച്ചത്. ദേവകീ ബോസ് ബംഗാളി (1932)യിലും നിതിൻബോസ് ഹിന്ദി (1934)യിലുമായി ചണ്ഡിദാസി (14–ാം നൂറ്റാണ്ട്) ന്റെ ജീവിതം ചലച്ചിത്രത്തിലാക്കി. വി ദാംലേ/ഫട്ടേലാൽ ടീമിന്റെ *സന്ത് തുക്കാറാം* (1936) എന്ന മറാഠിചിത്രവും ജാതിനിഷ്ഠമായ അരാജകത്വത്തെയും അസ്പൃശ്യതയെയും ശക്തമായി അപലപിച്ചിരുന്നു. ഭക്തിയുടെ നാടോടിപാരമ്പര്യം പിന്തുടരുന്ന ഇത്തരം ചിത്രങ്ങൾക്ക് അസാധാരണമാംവിധം സാധാരണതയുണ്ടായിരുന്നു. നവോത്ഥാനമാനവികതയുടെ സമ്മർദ്ദമാവാം ജാതിഹിന്ദുത്വത്തിനെതിരായ നിലപാടെടുക്കാൻ ഭക്തകവിചിത്രങ്ങളെ നിർബ്ബന്ധിച്ചത്. ദൈവത്തിനും മനുഷ്യനുമിടയിലെ പൗരോഹിത്യത്തിന്റെ മാദ്ധ്യസ്ഥ്യത്തെയാണ് ഭക്തിഗണത്തിൽപ്പെട്ട ചിത്രങ്ങൾ നിഷേധിച്ചത്. എന്നാൽ മുപ്പതുകളിലെ ചിത്രങ്ങളുടെ പ്രതിബദ്ധതയോ പരിഷ്കരണതാല്പര്യമോ അവയുടെ മുൻകാലമാതൃകകളിൽ ഇല്ലായിരുന്നു. ഭക്തി

ചരിതങ്ങളെ വർത്തമാനകാലത്തിലെ വ്യവസ്ഥാമാലിന്യങ്ങൾ നീക്കം ചെയ്യാനാണ് ദാംലെയെയും ഫത്തേലാലിനെയും ശാന്താറാമിനെയും പോലുള്ള സംവിധായകർ ശ്രമിച്ചത്. സ്വാഭാവികമായും ഇവർ സെൻസർബോർഡിന്റെ നോട്ടപ്പുള്ളികളുമായി.

ബ്രിട്ടീഷ്ചലച്ചിത്രവ്യവസായം പുനരുദ്ധരിക്കുന്നതിനായിട്ടാണ് 'എംപയർ ഫിലിംസ് കോർപ്പറേഷൻ' എന്ന ബ്രിട്ടീഷ് സംരംഭം തുടങ്ങിയത്. എന്നാൽ പരോക്ഷമായി ഇന്ത്യൻസിനിമാവ്യവസായത്തിനുവന്ന ജനസമ്മതിയാണ് അവരെ അതിലേക്ക് നയിച്ചത്. സ്വദേശിസിനിമയെ അതിന്റെ തട്ടകത്തിൽ നേരിടാനാവുമെന്ന് എംപയർ ഫിലിംസ് കരുതി. അവർ നേരിട്ട മറ്റൊരു ഭീഷണി അമേരിക്കൻ ചിത്രങ്ങളിൽനിന്നാണ്. ഇന്ത്യക്കാരുടേത് കഴിഞ്ഞാൽ അമേരിക്കൻ ചിത്രങ്ങൾക്കായിരുന്നു സ്വീകാര്യത. ഡഗ്ലസ് ഫെയർ ബാങ്ക്സിനെപ്പോലുള്ളവരുടെ സംഘട്ടനചിത്രങ്ങൾ ജനങ്ങളെ ആകർഷിച്ചിരുന്നു. ഇതിനെല്ലാം പകരമായി നിർമ്മിച്ച *ജംഗിൾബോയി* (1936) യോ *എലിഫന്റ് ബോയി* (1937)യോ കാണാൻ ആളെ കിട്ടിയതുമില്ല. സാമ്രാജ്യത്വചിത്രങ്ങളെ പിന്തുണച്ചവരിൽ ഇന്ത്യൻ നിർമ്മാതാക്കളുമുണ്ട്. ജെ എഫ് മദനെയും ധീരേൻ ഗാംഗുലിയെയും പോലുള്ളവർ ബ്രിട്ടീഷ് പിന്തുണയോടെ ചിത്രങ്ങൾ നിർമ്മിച്ചവരാണ്. സ്വന്തം ചിത്രങ്ങൾ ഇംഗ്ലണ്ടിൽ പ്രദർശിപ്പിച്ചതിനെത്തുടർന്ന് തനിക്ക് ലഭിച്ച വൈദേശികവാഗ്ദാനങ്ങൾ നിരസിച്ച ഫാൽക്കെയുടെ രാഷ്ട്രീയം ഇതിന് സമാന്തരമായി ആലോചിക്കാവുന്നതാണ്. മദനെയും ഗാംഗുലിയെയുംപോലെ ഇന്ത്യക്കാർക്കും ബ്രിട്ടീഷുകാർക്കും ഇടയിലെ ദല്ലാളാകാൻ ഫാൽക്കെ വിസമ്മതിച്ചപ്പോൾ, കൂടുതൽ സാമ്പത്തികഭദ്രതയുള്ളവർ അതിന് തയ്യാറാവുകയായിരുന്നു. ഇന്ത്യയിലെ പ്രദർശനശാലകളുടെ കുത്തക നേടിയിരുന്ന മദനെപ്പോലുള്ളവർ ആംഗലചിത്രങ്ങൾക്ക് നല്കിയ പിന്തുണ സ്വദേശി സംരംഭങ്ങൾക്ക് തിരിച്ചടിയായി. 1928 ൽ ഇന്ത്യൻ സിനിമാറ്റോഗ്രാഫ് കമ്മിറ്റി സമർപ്പിച്ച റിപ്പോർട്ടിൽ ഇന്ത്യൻ ചലച്ചിത്ര പ്രവർത്തകർക്ക് ഇക്കാര്യത്തിലുള്ള ഉൽക്കണ്ഠ പ്രകടമാണ്.

സിനിമയൊരു വ്യവസായം കൂടിയാണെന്ന ധാരണ ഉറപ്പായതോടെ നിർമ്മാണവ്യവസ്ഥയിലും മാറ്റംവന്നു. ഓരോ സ്റ്റുഡിയോയ്ക്കും പ്രത്യേകം താരങ്ങളും അണിയറപ്രവർത്തകരുമുണ്ടായി. മാസാമാസമുള്ള വേതനവ്യവസ്ഥയ്ക്കും കരാറായി. ഫാൽക്കെ മാതൃകയിലുള്ള റിയലിസത്തിന്റെ ദൃശ്യപ്രകാരങ്ങളിൽ താമസിയാതെ വ്യതിയാനങ്ങൾ സംഭവിക്കുന്നതു കാണാം. ഫാൽക്കെ ചിത്രങ്ങൾ മാനകീകരിച്ച ഗണകല്പനകൾ കുറച്ചു കാലം കൂടി അനുകരിക്കപ്പെട്ടിട്ടുണ്ടാവാം. എന്നാൽ അവയുടെ കഥനത്തിലും സംബോധനകളിലും കാര്യമായ വൈജാത്യങ്ങൾ കാണാമായിരുന്നു. കൂടുതൽ ആസൂത്രിതവും പ്രകോപനപരവും ജനകീയവുമായ തലത്തിലാണ് യഥാർത്ഥതയെ മുപ്പതുകളിലെ സിനിമകൾ ഒരുക്കിയെടുത്തത്. സാമ്രാജ്യത്വവിമർശനം സ്വാഭാവികമായും

കൂടുതൽ പ്രത്യക്ഷവും വാചാലവുമായി. കാല്പനികസങ്കല്പത്തിൽനിന്നും നിറംകെട്ട യാഥാർത്ഥ്യത്തിലേക്കുള്ള അന്തരത്താലാണ് 1930 കൾ ശ്രദ്ധേയമാകുന്നത്. പ്രഭാത് സ്റ്റുഡിയോ നിർമ്മിച്ചിരുന്ന ശ്രമണകവിചരിതങ്ങൾക്ക് ഇതര ഭാഷകളിലും അനുവർത്തനമുണ്ടായി. ദൈവികതയെ മാനുഷികീകരിച്ച് ദൈനംദിനജീവിതത്തെ ഭക്തിയുടെ ഉപാധിയും പ്രതീകവും ആക്കുന്ന ശൈലിയാണ് തെക്കെ ഇന്ത്യയിലും കാണാനാവുക. തമിഴകത്തെ *ന്യൂ തിയേറ്റേഴ്സ് നന്ദനാർ* (1933), *സിരുതൊണ്ട നായനാർ* (1935) തുടങ്ങിയ ചിത്രങ്ങൾ സാമൂഹികവ്യവസ്ഥയിൽ മാറ്റം വരേണ്ടതിന്റെ അനിവാര്യതയാണ് ഓർമ്മിപ്പിച്ചത്. സാമൂഹികപ്രമേയങ്ങളിലും ഇതിന്റെ തുടർച്ചയുണ്ടായി. മങ്ങിയതോ ഇരുണ്ടതോ ആയ ജീവിതത്തെയാണ് സ്വദേശീയരുടെ പാരമ്പര്യവാദത്തിന് സമാന്തരമായി ശാന്താറാമിനെയും പി സി ബറുവയെയും പോലുള്ളവർ അവതരിപ്പിച്ചത്.

സ്ത്രീയുടെ സാമൂഹികസ്ഥാനനിർണ്ണയം പ്രമേയമാകുന്നത് ഇക്കാലത്താണ്. ഇത് പലപ്പോഴും വിവാദമായിട്ടുണ്ട്. ജാതിപരമായ ഉച്ചനീചത്വം, അസ്പൃശ്യത, വിധവാവിവാഹം തുടങ്ങിയ ദേശീയഅജണ്ടകൾ സിനിമയിലെത്തിയതോടെ മെലോഡ്രാമയെന്ന ഗണത്തിന് ജനസമ്മതിയായി. മെലോഡ്രാമയുടെ രാഷ്ട്രീയപ്രതിബദ്ധത കൂടുതൽ വിശകലനം ആവശ്യപ്പെടുന്നുണ്ട്. വടക്കെ ഇന്ത്യൻ സിനിമകളെ അനുകരിക്കാതെ പ്രാദേശികമായ യാഥാർത്ഥ്യവുമായി ബന്ധപ്പെടുത്തുന്ന ആഖ്യാനമായിരുന്നു തെക്കെ ഇന്ത്യക്കാരുടേത്. ഹിന്ദിയിലെ *ഹിന്ദ് കേസരി* (1935) *മദർ ഇന്ത്യ* (1938), *തെലുങ്കിലെ മാതൃഭൂമി* (1930) *തമിഴിലെ ത്യാഗഭൂമി* (1939) എന്നിവയിൽ ദേശാഭിമാനത്തിനാണ് മുൻഗണന. ത്യാഗഭൂമിയുടെ സംവിധായകനായ കെ സുബ്രഹ്മണ്യം ഗാന്ധിയുടെ സാമൂഹിക നിലപാടുകളെയാണ് ചലച്ചിത്രവല്ക്കരിച്ചത്. ജാതിഭേദമില്ലാതെയുള്ള ക്ഷേത്രപ്രവേശനം, വിധവാവിവാഹം, മതമൈത്രി, നിസ്സഹകരണം, മദ്യനിരോധനം തുടങ്ങിയ ദേശീയ അജണ്ടകൾ നടപ്പാക്കുന്ന സിനിമകളായിരുന്നു ഏറെയും. ദേശീയ പ്രസ്ഥാനത്തിന്റെ പശ്ചാത്തലത്തിൽ പൗരോഹിത്യത്തെ കുറ്റവിമുക്തമാക്കാനുള്ള താല്പര്യം പല ചിത്രങ്ങളിലും വാച്യമായി കാണാനാവും. നാടകീയമായ കുടുംബബന്ധങ്ങളുടെയും അഭിജാതമായ ദേശീയവാദത്തിന്റെയും ചേരുവകളുള്ള മെലോഡ്രാമകൾ ചലച്ചിത്രവിപണിക്ക് പ്രിയങ്കരമായിരുന്നു. ഫ്യൂഡലിസം, ഗോത്രപാരമ്പര്യം എന്നീ നവപാരമ്പര്യചിഹ്നങ്ങളെ നിയമം, ജനാധിപത്യം തുടങ്ങിയ സമകാലീന വ്യവഹാരങ്ങളിലേക്ക് സംക്രമിപ്പിച്ചുകൊണ്ടാണ് ജനകീയസംസ്കാരത്തിന്റെ കലാരൂപമായ സിനിമ സ്വയം നിർവ്വചിച്ചത്. ബോംബെ രഞ്ജിത് മൂവിടോൺ, സാഗർ ഫിലിംകമ്പനി, തമിഴകത്തെ മോഡേൺ തിയേറ്റേഴ്സ്, സുന്ദർഭാരതി സ്റ്റുഡിയോ, തുടങ്ങിയവ സിനിമയെയും നവോത്ഥാനപ്രസ്ഥാനത്തെയും സമീകരിക്കാൻ ശ്രമിച്ചിരുന്നു. ഇതിനായി സാഹിത്യത്തെയാണ് ഇവർ അധികവും ആശ്രയിച്ചത്.

സ്ത്രീയുടെ ചലച്ചിത്രവല്ക്കരണത്തിലൂടെ സാമൂഹിക പ്രശ്നങ്ങളെ അഭിമുഖീകരിക്കാൻ സിനിമകൾ മുതിർന്നു. കുടുംബത്തിനായി എല്ലാം ത്യജിക്കുന്ന സ്ത്രീയെയും, പുരുഷദ്വേഷിയായ സ്ത്രീവാദിയെയും ഇവിടെ കാണാം. സാഹിത്യകാരനായ കെ എം മുൻഷി *(ഡോ. മധുരിക 1935)* യും അണ്ണാദുരൈ *(വേലൈക്കാരി,* 1942)യെപ്പോലുള്ള രാഷ്ട്രീയക്കാരും സാമൂഹികപ്രമേയങ്ങൾക്ക് തിരക്കഥയെഴുതിയിട്ടുണ്ട്. സിനിമയുടെ സ്വാധീനം മനസ്സിലാക്കിയിട്ടാവാം ബ്രിട്ടീഷ് ഫിലിംകമ്പനിയും *സതി വിജയ* (1930) *അൻജാനി* (1932) തുടങ്ങിയ ചിത്രത്തിലൂടെ ഭാരതീയനാരിയുടെ വാർപ്പുമാതൃകകൾ ആവർത്തിച്ചിരുന്നു. വാഡിയ മൂവിടോൺ കമ്പനിയാവട്ടെ ഭാരതീയവനിതയുടെ ആർക്കിടൈപ്പിനെ സ്ഥാനാന്തരപ്പെടുത്തി തൽസ്ഥാനത്ത് ആധുനികയും സാമ്രാജ്യത്വവിരുദ്ധയും പോരാളിയുമായ സ്ത്രീയെ അവതരിപ്പിച്ചു. *നിർഭയ നാദിയ* (Fearless Nadia) യെ നായികയാക്കി മുപ്പതുകളിലിറങ്ങിയ *ഹണ്ടർവാലി* (1936), *ഫ്രണ്ടിയർ മെയിൽ* (1936), *ഹറികെയ്ൻ ഹൻസ* (1937), *പഞ്ചാബ് മെയിൽ* (1939) തുടങ്ങിയ നാദിയാചിത്രങ്ങൾ നഗരങ്ങൾക്കപ്പുറം ഗ്രാമാന്തരങ്ങളിലും ഹിന്ദിയിതരപ്രദേശങ്ങളിലും ജനപ്രിയതയുള്ളതായിരുന്നു. ആണുങ്ങളെ പറപറത്തുന്ന നായികയെന്നത് മാത്രമായിരുന്നില്ല നാദിയ ചിത്രങ്ങളുടെ പ്രത്യേകത. ആഖ്യാനത്തിലും അവതരണത്തിലും ഉടനീളം കോളനിവിരുദ്ധചിഹ്നങ്ങൾ അവ അണിനിരത്തി. സമാന്തരമായി പിതൃദായക്രമത്തെ അസ്ഥിരപ്പെടുത്തുകയും ചെയ്തു. ഇംഗ്ലീഷുകാർ പ്രതിനിധീകരിച്ചിരുന്ന ആധുനികതയുടെ ഉപാധികളെ അവർക്കെതിരെ ഉപയോഗിക്കുകയായിരുന്നു നാദിയ ചിത്രങ്ങൾ. നാദിയയുടെ തീവണ്ടിച്ചിത്രങ്ങളിലെ ആക്ഷൻരംഗങ്ങൾ ഇതിനുദാഹരണമാണ്. ദേശബാഹ്യമായ ശക്തിസമാഹരണത്തിന്റെ അനിവാര്യത അവ ആവർത്തിച്ചു.

മുപ്പതുകളിൽ വന്ന വ്യത്യസ്തചലച്ചിത്രസംരംഭങ്ങളാണ് തുടർകാലങ്ങളിൽ നിർണ്ണായകമായത്. 'ഇപ്റ്റ'യെന്ന ഇന്ത്യൻ പീപ്പിൾ തിയേറ്റർ അസോസിയേഷനിലെ നാടകപ്രവർത്തകർ സിനിമയിലേക്ക് കടന്നുവരുന്നത് മുപ്പതുകളുടെ അവസാനമാണ്. മെഹ്ബൂബ്ഖാൻ, സിയസർ ഹാജി, കെ എ അബ്ബാസ്, രാമചന്ദ്രഠാക്കൂർ എന്നിവരിതിൽപ്പെടും. മെഹ്ബൂബ്ഖാനാണ് *ഔരത*(1940) തും *മദർ ഇന്ത്യ*(1957)യും എടുത്തത്. സാഗർ ഫിലിംകമ്പനി, പ്രഭാത് സ്റ്റുഡിയോ ബോംബെ ടാക്കീസ് എന്നിവയിലാണ് മെഹ്ബൂബ് ഖാൻ പ്രവർത്തിച്ചത്. ജനങ്ങളുമായി സമ്പർക്കമുണ്ടായിരുന്ന ഇപ്റ്റ പ്രവർത്തകർ സിനിമയെയും കടുത്ത ജീവിതയാഥാർത്ഥ്യങ്ങളുമായി ബന്ധപ്പെടുത്താനാണ് ശ്രമിച്ചത്. വ്യാവസായികാധുനികതയും നെഹ്രുവിയൻ സോഷ്യലിസവും ഉണർത്തിയ പ്രത്യാശ ഇവരുടെ തിരക്കഥകളുടെ അന്തർദ്ധാരയായിരുന്നു. രാജ്കപൂർ ചിത്രങ്ങൾക്ക് കെ എ അബ്ബാസ് എഴുതിയ തിരക്കഥകളിൽ സമത്വവ്യവസ്ഥയോടുള്ള പക്ഷപാതം വ്യക്തമായിരുന്നു. അനാഥനും നിസ്വനും നഷ്ടപ്പെടുന്നവനുമായ നായകൻ സിനിമയ്ക്ക് പ്രിയങ്കരനാവുന്നത് ഇക്കാല

ത്താണ്. മിത്തോളജി യുഗത്തിൽനിന്നും വർത്തമാനയാഥാർത്ഥ്യത്തിലേക്കുള്ള പരിണതി സിനിമയുടെ ദേശീയനിലപാടുകളിൽ വന്ന അന്തരണത്തെ അടയാളപ്പെടുത്തുന്നുണ്ട്. കാല്പനികതയുടെയും യഥാർത്ഥതയുടെയും വിരുദ്ധസാഹചര്യങ്ങൾ ഒന്നിച്ചണിനിരത്തുന്ന കലാതന്ത്രമായിരുന്നു സിനിമ പരീക്ഷിച്ചത്. ഇറക്കുമതി ചിത്രങ്ങളുടെ എണ്ണത്തിൽ ഓരോ വർഷവും വലിയ കുറവാണ് സംഭവിച്ചുകൊണ്ടിരുന്നത്. തദ്ദേശീയ വിപണിയിലെ കുതിപ്പാണ് ലോകമഹായുദ്ധകാലത്തും സിനിമയ്ക്ക് നിക്ഷേപകരെ ലഭിക്കാനായത്. അക്കാലത്ത് മെലോഡ്രാമയും സാമൂഹിക പരിബദ്ധതയും സമന്വയിക്കുന്ന സിനിമകളായിരുന്നു ആധുനികീകരിക്കപ്പെടുന്ന ദേശരാഷ്ട്രത്തിന്റെ പ്രതിനിധീകരണമായി തിരിച്ചറിയപ്പെട്ടത്. യുദ്ധാനന്തരസന്ദർഭത്തിലാണ് സ്വദേശീയവാദം പുനർനിർണ്ണയിക്കപ്പെട്ടത്. പ്രത്യാശയിലും ഭാവനയിലും പുതിയൊരു ദേശത്തെ നാല്പതുകളിലെ സിനിമകൾ വിഭാവനംചെയ്തു. ദേശഭാവനയേക്കാൾ അതിലുണ്ടായ ശൈഥില്യമാണ് 1947 നുശേഷമുള്ള ചിത്രങ്ങൾ അനുഭവപ്പെടുത്തിയത്. അതിന്റെ പ്രധാന കാരണം ഇന്തോ-പാക് വിഭജനവും തദനന്തരമുണ്ടായ ദാരുണമായ ദുരന്തങ്ങളുമായിരുന്നു. സ്വാഭാവികമായും സിനിമകളിലൂടെ പ്രത്യക്ഷതനേടിയ പ്രതീക്ഷാഭരിതമായ ഉട്ടോപിയൻ രാഷ്ട്രസങ്കല്പം തകർന്നടിയുന്നതിന്റെ വിങ്ങലുകൾ സിനിമയുടെ കാല്പനികമനോഘടനയെയും സ്വാധീനിച്ചു. അതേസമയം തകർച്ചയുടെ നിരാശാഗർത്തങ്ങളിൽനിന്നും അതിജീവനത്തിന്റെ പുതിയ വഴികൾ സിനിമ തേടിത്തുടങ്ങുന്നതും ഇക്കാലത്താണ്.

സിനിമ സ്വാതന്ത്ര്യാനന്തരം

സ്വാതന്ത്ര്യാനന്തരകാലത്ത് റിയലിസത്തിന്റെ ചലച്ചിത്രാവിഷ്കാരത്തിൽ പിന്നെയും മാറ്റങ്ങളുണ്ടായി. സിനിമയിലേക്കുള്ള ഇപ്റ്റയുടെ രംഗപ്രവേശം യാഥാർത്ഥ്യത്തെ അകാല്പനികമായി നേരിടുന്ന പുതിയൊരു ഗണത്തിന്റെ തുടക്കമായിരുന്നു. വിഭജനകാലത്തെ അഭയാർത്ഥികളുടെയും കുടിയിറക്കപ്പെട്ടവരുടെയും ജീവിതം അനേകം ചിത്രങ്ങൾക്ക് പ്രമേയമായി. നഗരങ്ങളിൽ അന്യവല്ക്കരിക്കപ്പെടുകയോ അനാഥരാക്കപ്പെടുകയോ ആയിരുന്നു ഇവർ. സ്വന്തമായൊരിടം നേടിയെടുക്കാനുള്ള കുടിയേറ്റക്കാരുടെ പോരാട്ടവും അതിജീവനത്തിനായുള്ള സംഘടിതബോധവും ഇപ്റ്റയുടെ നാടകങ്ങൾ അവതരിപ്പിച്ചിരുന്നു. സിനിമയിലും അവരിത് ആവർത്തിച്ചു. കുടിയേറ്റക്കാരായ അഭയാർത്ഥികൾ പുതിയൊരു ഇന്ത്യൻ ജനവിഭാഗത്തെയാണ് പ്രതിനിധീകരിച്ചത്. അവരുടെ സംഘടനാബോധവും സമത്വസുന്ദരമായ ഭാവിയിലുള്ള പ്രത്യാശയും സിനിമയും പങ്കുവച്ചു. റിയലിസത്തിന്റെ ഇരുളും വെളിച്ചവും വീണ സിനിമകളിൽ ഇതിന് സമാനമായ ആഖ്യാനനൈരന്തര്യം പ്രകടമാണ്. സ്വന്തം ഇടങ്ങളിൽനിന്നും ഭ്രഷ്ടരായവരുടെ പലായനവും കുടിയേറ്റവും ചലച്ചിത്രഘടനയെയും പുനർരചിച്ചു. ഇപ്റ്റയുടെ ചലച്ചിത്രപ്രവർത്തനത്തിൽ

രാഷ്ട്രീയപ്രതിബദ്ധതയും സാഹസികതയുമുണ്ടായിരുന്നു. ഡോക്യുമെന്ററിയുടെയും ചലച്ചിത്രത്തിന്റെയും കഥനവൈജാത്യങ്ങൾ സമീകരിച്ച നെമായ്ഘോഷിന്റെ *ചിന്നമൂലി* (1950) ന് പലഭാഗത്തുനിന്നുണ്ടായ എതിർപ്പുകൾ ഇതിന് തെളിവാണ്. വിഭജനദുരന്തത്തെ അകാല്പനികമാക്കുന്നതിനായി അഭയാർത്ഥികളെ സിനിമ അണിനിരത്തി. *ചിന്നമൂലി*ന്റെ ഷൂട്ടിങ് വേളയിൽ പൊലീസ് തിരക്കഥ പിടിച്ചെടുത്തു. സെൻസർ ബോർഡിന്റെ ഇടപെടലും *ചിന്നമൂലി*ന് നേരിടേണ്ടിയിരുന്നു. വിഭജനത്തിന്റെ പ്രത്യാഘാതം സമൂഹത്തെ സാംസ്കാരികവും രാഷ്ട്രീയവുമായി പാർശ്വീകരിക്കുന്നതിന്റെ നിരവധി സൂചനകൾ ഋത്വിക്ഘട്ടക്കിന്റെ ചിത്രങ്ങളിലുണ്ട്. സാമ്പത്തിക–രാഷ്ട്രീയപരിസരത്തിൽനിന്നും ഒഴിവാക്കപ്പെട്ടവരുടെ ശൂന്യബോധത്തെയാണ് ചിത്രങ്ങൾ പിന്തുടർന്നത്. വിഭജനത്തിന്റെ പ്രതിഫലനങ്ങളെ അതിന്റെ സങ്കീർണ്ണതകളിൽ വ്യാഖ്യാനിക്കാനാണ് ഘട്ടക് ശ്രമിച്ചത്. വേരുകൾ നഷ്ടമായവരുടെ മാനസികവിഭ്രമവും എങ്ങും സ്ഥാനപ്പെടുത്താനാവാതെ അലയേണ്ടിവരുന്നവരുടെ വ്യഥകളും ആന്തരീകരിച്ചവയാണ് ഘട്ടക്കിന്റെ *നാഗരിക്* (1952), *അജാന്ത്രിക്* (1959), *മേഘേധാക്കാതാരാ* (1960), *കോമൾഗന്ധാർ* (1961), *സുബർണ്ണരേഖ* (1962) തുടങ്ങിയ ചിത്രങ്ങൾ. ശബ്ദസന്നിവേശത്തിലും സംഗീതത്തിലും മാത്രമല്ല ആഖ്യാനഘടനയിലും പൂർവ്വമാതൃകകളിൽ നിന്നുള്ള വിച്ഛേദവും വ്യതിയാനവും ഘട്ടക്ചിത്രങ്ങൾ വെളിപ്പെടുത്തി. സിനിമയിലെ കാല്പനികമായ ദേശഭാവന പുനഃപരിശോധിക്കാൻ അവ നിർബ്ബന്ധിച്ചു. മാത്രമല്ല, ദേശീയരൂപങ്ങളുടെ വംശീയവും സാംസ്കാരികവുമായ വൈരുദ്ധ്യാത്മകത ബൃഹത്പാരമ്പര്യത്തെ അസ്ഥിരപ്പെടുത്തുന്നതുമായിരുന്നു.

സ്വാതന്ത്ര്യാനന്തരസന്ദർഭം പ്രതിസന്ധിയുടെയും അതിവർത്തനത്തിന്റെയും ചരിത്രം കൂടിയായിരുന്നു. വാഗ്ദത്തഭൂമിയെക്കുറിച്ചുള്ള സ്വപ്നങ്ങളിൽ വിള്ളൽ വീണെങ്കിലും ദുരന്തപതനത്തോട് സിനിമ സാർത്ഥകമായിട്ടാണ് പ്രതികരിച്ചത്. ഇന്ത്യൻസിനിമയെന്നത് പലർക്കും പലതായി തോന്നിപ്പിക്കുന്ന കാലാവസ്ഥയായിരുന്നു തുടർന്നുണ്ടായത്. 1947 ൽ ഇന്ത്യയിൽ നിർമ്മിച്ച 280 ചിത്രങ്ങളിൽ 183 ഉം ഹിന്ദിയിലായിരുന്നു. ഹിന്ദിചിത്രങ്ങളുടെ ആധിപത്യം ഈ ഘട്ടത്തിൽ ഏതാണ്ട് പൂർണ്ണമായിരുന്നു. പിന്നെ കൂടുതൽ ചിത്രങ്ങൾ ബംഗാളി (33)യിലും തമിഴി (29)ലുമായിരുന്നു. മലയാളം ഈ സമയത്തൊന്നും പരിഗണനയിൽ വരുന്നില്ല. *വിഗതകുമാരന്റെ*യും *മാർത്താണ്ഡവർമ്മ*യുടെയും ദുർവ്വിധി മലയാളസിനിമാവ്യവസായത്തെയും ബാധിച്ചു. മോഡേൺ തിയേറ്റേഴ്സിന്റെ *ബാലനും* നിർമ്മാണദശയിൽ പ്രതിസന്ധികളുണ്ടായി. നിർമ്മാതാവിന്റെ സാമ്പത്തിക പിന്തുണയാണ് മലയാളത്തിലെ ആദ്യശബ്ദചിത്രമാക്കി *ബാലനെ* (1938) മാറ്റിയത്. എങ്കിലും വ്യവസായകലയെന്ന നിലയ്ക്ക് സിനിമയെ ഉപയോഗപ്പെടുത്താൻ അപ്പോഴും മലയാളികൾക്കാകുമായിരുന്നില്ല. ബാലനെ തുടർന്നുവന്ന ആർട്ടിസ്റ്റ് പി ജെ ചെറിയാന്റെ *നിർമ്മല*

(1940) യും *ജ്ഞാനാംബിക* (1941) യും ഒറ്റപ്പെട്ട സംരംഭങ്ങൾ മാത്രമായിരുന്നു. മലയാളത്തിൽ ചലച്ചിത്രപ്രവർത്തനം സജീവമാകുന്നത് കുഞ്ചാക്കോ/കോശി ടീമിന്റെ ഉദയാസ്റ്റുഡിയോ (1947)യുടെയും പി സുബ്രഹ്മണ്യത്തിന്റെ മെറിലാന്റ് സ്റ്റുഡിയോ(1951)യുടെയും ആവിർഭാവത്തോടെയാണ്. 1950-60 കാലം നോക്കിയാൽ വർഷം ശരാശരി ഏഴ് ചിത്രങ്ങളെങ്കിലും ഇറങ്ങിയെന്നു പറയാം. എന്നാൽ വിഭജനകാലത്തിന്റെ മഹാദുരന്തത്തോട് ചലച്ചിത്രഭാഷയിൽ പ്രതികരിക്കാൻ മലയാളം തയ്യാറായിരുന്നില്ല. മുപ്പതുകളിലെയും നാല്പതുകളിലെയും ഇന്ത്യൻ സിനിമയിൽ പ്രത്യാശാരൂപകമായിരുന്നു ദേശഭാവന. പ്രതീക്ഷകളെ കാല്പനികമാക്കി ദേശഭൂപടം തയ്യാറാക്കുകയായിരുന്നു അന്നത്തെ സിനിമകൾ. ഫാൽക്കെയുടെ കാലത്തേക്കാൾ പ്രത്യക്ഷത ഇതിനുണ്ടായിരുന്നു. സംഭാഷണങ്ങളിലോ വിഷ്വലുകളിലോ മാത്രമായി ഇത് പരിമിതപ്പെട്ടില്ല. ഗ്രാമഫോൺ റെക്കോർഡുകളും പാട്ടുപുസ്തകങ്ങളും ഭാവികമായ ദേശത്തിന്റെ വരവോതിയവയാണ്. സ്വനഗ്രാഹികൾക്കു കൈവന്ന ജനപ്രിയത സിനിമയ്ക്ക് അനുകൂലമായിരുന്നു. ക്രമേണ സിനിമയുടെ അനുബന്ധവ്യവസായമായി ഇതുമാറി. ഔദ്യോഗികമായ സാംസ്കാരികപദവി അപ്പോഴും സിനിമയ്ക്ക് അന്യമായിരുന്നു. നികുതിനയത്തിനെതിരായി തിയേറ്ററുകളടച്ച് പ്രതിഷേധവും ഇക്കാലത്ത് (1949) നടന്നു. ഭരണകൂടത്തിന്റെ പിന്തുണ ഇല്ലാതെയാണ് സ്വാതന്ത്ര്യാനന്തരവും സാംസ്കാരിക ശക്തിയായി സിനിമ തുടർന്നത്. നികുതിയിളവുകളോ കുറഞ്ഞനിരക്കിലുള്ള വായ്പയോ ലഭിക്കാതെയാണ് സിനിമാനിർമ്മാണം അതിജീവിച്ചത്. സിനിമാപ്രശ്നങ്ങൾ പഠിക്കാൻ എസ് കെ പാട്ടീൽ അദ്ധ്യക്ഷനായ അന്വേഷണകമ്മീഷനെ നിയമിച്ചത് 1949 ലാണ്. സിനിമയുടെ വിവിധതലങ്ങളെ ബാധിക്കുന്ന ശിപാർശകളുള്ള കമ്മീഷൻ റിപ്പോർട്ട് 1951 ൽ സമർപ്പിച്ചെങ്കിലും കാര്യമായ പരിഗണന സർക്കാർ ഭാഗത്തു നിന്നുണ്ടായിട്ടില്ല.

നാടിന്റെ വിഭജനത്തെ കുടുംബഘടനയ്ക്കുള്ളിൽനിന്നും വ്യാഖ്യാനിക്കുന്ന നിരവധിചിത്രങ്ങൾ അൻപതുകളിലുണ്ടായി. കൂട്ടുകുടുംബത്തിന്റെ തകർച്ചയെയും ദേശത്തിന്റെ ശൈഥില്യത്തെയും സമീകരിച്ചവയാണ് വീട് പ്രമേയമാക്കിയ ചിത്രങ്ങൾ. ഏറെയും ബാഹ്യപ്രേരണകളാൽ താറുമാറായ കുടുംബങ്ങൾ അവസാനം ഒരുമിക്കുന്നതിന്റെ കഥനങ്ങളായിരുന്നു. വീട് പ്രമേയമാക്കിയ ചിത്രങ്ങൾ പലതും ആദർശാത്മകമായിരുന്നു. ദേശത്തെ മാതാവായി പ്രതീകവല്ക്കരിക്കുന്നത് അവയിൽ സാധാരണമായിരുന്നു. വീണ്ടെടുത്ത കുടുംബവുമായി സുരക്ഷിതമായ മാതൃസ്ഥാനത്തിലേക്ക് മടങ്ങുന്നതിനുള്ള താല്പര്യമായിരുന്നു ഇത്തരം ചിത്രങ്ങളുടെ സ്വഭാവം. അഖണ്ഡരാഷ്ട്രത്തിന്റെ ശക്തിയും മഹത്വവും സുരക്ഷിതത്വവും ഇത്തരം ചിത്രങ്ങൾ ആവർത്തിച്ചു. ദേശീയമെന്ന സങ്കല്പനത്തെ അസുന്ദരമായ യാഥാർത്ഥ്യമായി നിരൂപിച്ച ഘട്ടക്കിന്റെ ദർശനം ഇവർക്ക് അന്യമായിരുന്നു. നവരാഷ്ട്രത്തെക്കുറിച്ചുള്ള ഇപ്റ്റ

യുടെ നിലപാടുകളായിരുന്നു കെ എ അബ്ബാസിന്റെ ചിത്രങ്ങളിൽ പ്രതിഫലിച്ചത്. യാഥാർത്ഥ്യത്തെ നാടകീകരിക്കുകയും സന്ദിഗ്ദ്ധതകളിലൂടെ അഭിമുഖീകരിക്കുകയും ചെയ്യുന്ന പ്രവണത അബ്ബാസിന്റെ ആദ്യചിത്രമായ *ധർതി കി ലാൽ* (1946) ലിൽനിന്നും അദ്ദേഹത്തിന്റെ തുടർന്നുള്ള തിരക്കഥകളിലേക്കും പകർന്നുപോവുന്നുണ്ട്. വി ശാന്താറാമിന്റെ *ഡോ. കോട്നിസ് കി അമർ കഹാനി* (1946), രാജ്കപൂറിന്റെ *ആവാരാ* (1951), *ശ്രീ 420* (1955) തുടങ്ങിയവയിൽ സാമ്രാജ്യത്വത്തെ സമ്പന്നതയോടും നിസ്വതയെ ദേശീയത്വത്തോടും ഏകീകരിക്കുന്ന പരോക്ഷസൂചനകളുണ്ട്. സമ്പന്നരുടെ കൈയേറ്റങ്ങൾ പശ്ചാത്തലമാക്കി നിസ്വജീവിതങ്ങളെ ആദർശാത്മകമാക്കുന്ന ശൈലി താമസിയാതെ മെലോഡ്രാമകളുടെ ഘടനയെയാകെ പുനഃക്രമീകരിക്കുന്നതായിരുന്നു. ബിമൽറോയിയുടെ *ദോ ബിഗാ സമീൻ* (1954), ചേതൻ ആനന്ദിന്റെ *നീചാനഗർ* (1946), വിജയ് ആനന്ദിന്റെ *കാലാബസാർ* (1960), ഗുരുദത്തിന്റെ *പ്യാസാ* (1957) മെഹ്ബൂബിന്റെ *മദർ ഇന്ത്യ* (1957) എന്നിവ ഇപ്റ്റയുടെ കലാത്മകരാഷ്ട്രീയവും നൂതനമായ ചലച്ചിത്രഭാഷയും സമന്വയിച്ചവയായിരുന്നു. സ്വദേശിവാദത്തിന്റെയും ദേശീയതയുടെയും ജനകീയസംസ്കാരത്തിന്റെയും വർത്തമാനകാലാവസ്ഥയുടെ ഭാഗമായിരുന്നു ചേതൻ ആനന്ദിന്റെയും ബിമൽറോയിയുടെയും മെഹ്ബൂബിന്റെയും ചിത്രങ്ങൾ.

രാഷ്ട്രീയതയുടെ സിനിമാവല്ക്കരണം

ഇതിൽനിന്നും വ്യത്യസ്തമായി കൂടുതൽ പ്രകടനപരവും നാടകീയവുമായാണ് തെക്കെ ഇന്ത്യൻ സിനിമകൾ ചരിത്രത്തെ സമീപിച്ചത്. കൂടുതൽ നായകകേന്ദ്രിതമായിരുന്നു അവയിലെ ആഖ്യാനം. ഐതിഹ്യങ്ങളും നാടോടിക്കഥകളും ചരിത്രസംഭവങ്ങളും അവയ്ക്ക് പ്രമേയമായി. ഛത്രപതി ശിവജിയുടെയും റാണി ലഷ്മിഭായിയുടെയും ഭഗത് സിങ്ങിന്റെയും ജീവചരിതങ്ങൾക്ക് ഹിന്ദിയിൽവന്ന ചലച്ചിത്രവല്ക്കരണങ്ങൾ ഇവയെ പ്രചോദിപ്പിച്ചിട്ടുണ്ടാവാം. ദേശീയപ്രസ്ഥാനത്തോട് ബ്രിട്ടീഷ് വിരുദ്ധവികാരവും സാമൂഹികതലത്തിലെ പ്രതിലോമകരമായ പ്രവണതകളുടെ വിമർശനവും അവ ആഖ്യാനത്തിൽ ഏകോപിപ്പിച്ചു. സെറ്റുകളുടെ വർണ്ണക്കൊഴുപ്പിനേക്കാൾ വാചാലമായ അവതരണത്തിലാണ് തമിഴും തെലുങ്കും കൂടുതൽ ശ്രദ്ധിച്ചത്. സാമൂഹികവിമർശനം നാടകീയവും പ്രകടനപരവുമായി മാറിയതിന് പിന്നിൽ അവരുടെ വൈകാരികമായ കർത്തൃബോധത്തിന്റെ നിറവുണ്ട്. ദ്രാവിഡമുന്നേറ്റകഴകം (ഡി എം കെ) അവരുടെ രാഷ്ട്രീയപ്രചാരണോപാധിയായി നാടകത്തെയും സിനിമയെയും നന്നായി പ്രയോജനപ്പെടുത്തിയിട്ടുണ്ട്. രാഷ്ട്രീയത്തിനും സിനിമയ്ക്കും ഇതൊരുപോലെ ഗുണകരമായി. സിനിമയുടെ കഥാകഥനത്തിൽ ദ്രാവിഡ രാഷ്ട്രീയമായിരുന്നു നിർണ്ണായകം. രാഷ്ട്രീയത്തിന്റെ സിനിമാവല്ക്കരണം ദൂരവ്യാപകമായി പ്രതിധ്വനികളുള്ളതായിരുന്നു. ഇന്ത്യൻ ദേശീയപ്രസ്ഥാനത്തോടും പ്രാദേശിക

ദ്രാവിഡവാദത്തോടുമുള്ള താല്പര്യം സിനിമകളിൽ വാചാലമായി. രാഷ്ട്രീയനേതാവും നാടകകൃത്തുമായ അണ്ണാദുരൈയുടെ *ശിവാജി കണ്ട സാമ്രാജ്യം* മറാഠിവീരന്റേതുപോലെ തമിഴകത്തെ ദേശീയവാദിയുടെ വീരഗാഥകൂടിയായിരുന്നു. നാടോടികഥകളുടെയും സമകാലിക സംഭവങ്ങളുടെയും സങ്കലനത്തിലൂടെ ദ്രാവിഡമുന്നേറ്റത്തെ സ്വത്വ രാഷ്ട്രീയമായി രൂപാന്തരപ്പെടുത്താൻ അണ്ണാദുരൈക്കും കരുണാനിധിക്കും പ്രയാസമുണ്ടായിരുന്നില്ല. കരുണാനിധി തിരക്കഥയെഴുതിയ *പരാശക്തി* (1952)യും എം ജി രാമചന്ദ്രന്റെ *നാടോടിമന്ന* (1958)നും സമാന്തരവഴികളിലൂടെ സഞ്ചരിച്ചത് ദ്രാവിഡമഹിമയുടെ അന്തരംഗത്തിലായിരുന്നു. ദേശീയവാദവും ഭാഷാവാദവും ദ്രാവിഡരാഷ്ട്രീയ പശ്ചാത്തലത്തിലായിരുന്നു വിലയിരുത്തപ്പെട്ടത്.

രാഷ്ട്രീയതയുടെ സിനിമാവല്ക്കരണം സ്വതന്ത്രഇന്ത്യയിലും പ്രശ്നങ്ങൾക്ക് കാരണമായിട്ടുണ്ട്. ഭഗത്സിങ്ങിന്റെ ജീവചരിത്രത്തെ ആസ്പദമാക്കിയ *ശഹീദ് ഇ അസം, പ്രിസനർ ഓഫ് ഗോൽക്കൊണ്ട* (1954) എന്നീ ചിത്രങ്ങൾ ബ്രിട്ടീഷ്വിരുദ്ധത കൊണ്ടല്ല, ഭാരതസർക്കാരിന്റെ നേർക്കുള്ള വിമർശനംമൂലമാണ് സെൻസർ കുരുക്കിൽപ്പെട്ടത്. സെൻസർ നിയമങ്ങൾ ഇക്കാലത്ത് കൂടുതൽ കർക്കശമായെന്ന കാര്യവും ശ്രദ്ധേയമാണ്. ദേശരാഷ്ട്രത്തിനുള്ളിൽ ദേശീയത കൃത്യമായ അതിരുകളുള്ളതും നിയന്ത്രിതവുമായ നിർമ്മിതിയാണെന്നത് വ്യക്തം. കമ്പനികാലത്തെന്നപോലെ സ്വാതന്ത്ര്യാനന്തരവും സിനിമയുടെ പ്രചാരത്തെ ഭരണകൂടം ഭയന്നിരുന്നു. 1953 ഏപ്രിൽ 29 ന് സെൻസർ ബോർഡ് രൂപീകരിച്ചതിന് പിന്നിൽ ഭരണകൂടതാല്പര്യം പ്രകടമാണ്. സെൻസർബോർഡിന്റെ വിജ്ഞാപനത്തിലെ നിയാമകങ്ങൾ സർക്കാർ നിലപാടിന്റെ പ്രത്യക്ഷസൂചന നല്കുന്നതാണ്. ദേശീയനേതാക്കളുടെ വിമർശനം, അയൽരാഷ്ട്രങ്ങളെക്കുറിച്ചുള്ള പരാമർശം എന്നിവ നിഷിദ്ധമായിരുന്നു. കഥയും തിരക്കഥയും ഉത്തരവാദപ്പെട്ടവരെ ബോധിപ്പിച്ച് അനുമതിവാങ്ങണമെന്ന നിഷ്കർഷയും കാണാം. 'അസ്വാഭാവിക' പ്രമേയത്തിന് അനുമതി തരില്ലെന്ന മുന്നറിയിപ്പുമുണ്ട്. ദേശരാഷ്ട്രവ്യവസ്ഥയ്ക്ക് അനുപാകമായി ചലച്ചിത്രാഖ്യാനത്തെ വരുതിയിലാക്കുവാനാണ് സെൻസർബോർഡ് മുതിർന്നത്. ദേശീയനയത്തിന്റെ ഭാഗമായി സിനിമയെ പുനർനിർവ്വചിക്കുന്ന നയമാണ് ഭരണകൂടം പിന്തുടർന്നത്. ഭരണകൂടത്തിന്റെ പ്രത്യയശാസ്ത്രോപകരണമായി സിനിമയെയും ശിക്ഷണം ചെയ്യുകയായിരുന്നു സെൻസർബോർഡിന്റെ അജൻഡ. വിഭജനകാലത്തെ കൂട്ടപ്പലായനം, മതാത്മകമായ സംഘർഷങ്ങൾ, അഭയാർത്ഥികളുടെ കുടിയേറ്റം എന്നിങ്ങനെയുള്ള രാഷ്ട്രീയകാരണങ്ങൾ ഭരണപക്ഷത്തുനിന്നും അവർക്ക് അനുകൂലമായി അണിനിരത്താനാവും. വീടും നാടും വൈകാരികപ്രമേയമാക്കിയ അന്നത്തെ ചിത്രങ്ങൾ പലതും ദേശത്തിനുള്ളിലെ ആന്തരികമായ പിളർപ്പിനെയാണ് പരോക്ഷമായി സംബോധന ചെയ്തത്. ദേശീയ അജണ്ടയായി മാറിയ നെഹ്രുവിയൻ

സോഷ്യലിസ്റ്റ് സ്വപ്നങ്ങൾക്ക് ഇവ പാകമാകാതിരുന്നതാണ് പ്രശ്നമുണ്ടായത്. ദേശീയസാംസ്കാരികനയത്തിന്റെ പ്രചരണം മുൻനിർത്തിയാണ് 1949 ൽ ഫിലിംഡിവിഷൻ ആരംഭിച്ചത്. ലോകത്തിലെ ഏറ്റവും വലിയ ഡോക്യുമെന്ററി നിർമ്മാതാക്കളായി ഫിലിംഡിവിഷൻ മാറാൻ പിന്നെ അധികം കാലതാമസമുണ്ടായില്ല. വാർത്താചിത്രങ്ങളിലെ റിയലിസത്തിനും കഥാചിത്രത്തിലെ റിയലിസത്തിനുമുള്ള ആവിഷ്കാരപരമായ വ്യതിയാനതയെ തിരിച്ചറിയാൻ ഗവൺമെന്റ് പലപ്പോഴും വിസമ്മതിച്ചുവെന്നതാണ് യാഥാർത്ഥ്യം. സർക്കാരിന്റെ മേൽനോട്ടം നിലനില്ക്കുമ്പോഴും സിനിമയുടെ സർഗ്ഗാത്മകത അനിയന്ത്രിതമായി തുടർന്നു. കഥാസിനിമയും സർക്കാർ നയങ്ങളുമായുള്ള ശീതസമരത്തിന്റെ സാക്ഷ്യംകൂടിയാണ് അമ്പതുകൾ. 1951 ൽ പാട്ടീൽ അന്വേഷണകമ്മീഷൻ നല്കിയ ക്രിയാത്മകനിർദ്ദേശങ്ങളൊന്നും നടപ്പിലായില്ലെന്നത് ഇതിനുതെളിവാണ്. ഫിലിം ഫൈനാൻസ് കോർപ്പറേഷൻ, ചലച്ചിത്രപഠനത്തിനുള്ള ഫിലിം ഇൻസ്റ്റിറ്റ്യൂട്ട് എന്നിവ സ്ഥാപിക്കണമെന്ന നിർദ്ദേശം കമ്മീഷൻ റിപ്പോർട്ടിലുണ്ടായിരുന്നു. എന്നാൽ ഇവയ്ക്ക് പരിഗണന ലഭിക്കുന്നത് അറുപതുകളിൽ മാത്രമാണ്. എന്നാൽ കമ്മീഷൻ സിനിമയിൽ പ്രതിഷേധാർഹമായിക്കണ്ട കാര്യങ്ങൾ സ്റ്റേറ്റ് മുഖവിലയ്ക്ക് എടുക്കുകയും ചെയ്തു. സത്യജിത് റായിയുടെ *പഥേർ പാഞ്ചാലി* (1955) യുടെ രംഗപാഠവും സാമ്പത്തികവുമായ വിജയം ഇന്ത്യൻ സിനിമാചരിത്രത്തിൽ പുതിയ ഏടായി മാറുന്നത് ഇക്കാലത്താണ്. നവറിയലിസത്തിന്റെ സർഗ്ഗപ്രത്യക്ഷമെന്ന നിലയ്ക്ക് *പഥേർ പാഞ്ചാലി* നൂതനമായ അനുഭവമായിരുന്നു. സ്റ്റുഡിയോകേന്ദ്രിതമായ മെലോഡ്രാമകൾക്ക് വിപരീതമായി വാതിൽപ്പുറചിത്രീകരണവും സ്വാഭാവികവെളിച്ചവും അനാടകീയമായ ആഖ്യാനവും *പാഥേർ പാഞ്ചാലി*യെ വ്യതിരിക്തമാക്കി. അന്നത്തെ ഇന്ത്യൻദേശരാഷ്ട്രം നേരിടുന്ന ധർമ്മസങ്കടങ്ങളുടെ വ്യക്തമായ പരിച്ഛേദമായിരുന്നു സത്യജിത്റായിയുടെ സിനിമ. വ്യവസായികമായ ആധുനികതയോട് വ്യക്തമായ പക്ഷപാതമുണ്ടായിരുന്ന നെഹ്റുവിയൻ ഭരണകാലത്താണ് *പഥേർ പാഞ്ചാലി*യുടെ ആവിർഭാവം. *പഥേർ പാഞ്ചാലി*യാവട്ടെ വ്യവസായപൂർവ്വഭാരതത്തിന്റെ അവസ്ഥാന്തരങ്ങളെയാണ് പ്രതിനിധീകരിച്ചത്. എന്നാൽ, ദേശീയാധുനികതയുടെ വ്യാവസായിക വ്യവസ്ഥയിലേക്ക് പ്രവേശിക്കാനുള്ള താല്പര്യം സിനിമ മറച്ചുവയ്ക്കുന്നുമില്ല. സ്വാതന്ത്ര്യാനന്തര ദേശീയപദ്ധതികളോടും രാഷ്ട്രീയ നയത്തോടും കലാത്മകമായ നീക്കുപോക്കുകൾ നടത്തിയ സിനിമകളായിരുന്നു റായിയുടെ *പഥേർ പാഞ്ചാലി*, *അപരാജിതോ* (1956) *അപുർസൻസാർ* (1959) എന്നിവ. പാശ്ചാത്യമായ വിഭവങ്ങളെ രാഷ്ട്രോന്മുഖമാക്കി മാറ്റണമെന്ന പരോക്ഷാഹ്വാനം സർക്കാർ നയങ്ങളിൽ കാണാം. അതേസമയം ചരിത്രവും പാരമ്പര്യവുമായുള്ള സംവാദങ്ങളെ നിലനിർത്തുന്ന സാംസ്കാരികവും രാഷ്ട്രീയവുമായ മൂല്യങ്ങൾ സർക്കാർ മുറുകെപ്പിടിക്കുകയും ചെയ്തു. റായിയുടെ

അപുത്രയം വ്യാവസായികാധുനികതയെയും ദേശീയോദ്ഗ്രഥനത്തെയും സമന്വയിക്കുന്ന സംരംഭമാണ്. ദേശത്തെക്കുറിച്ചുള്ള വൈകാരികവും ജനകീയവുമായ കർമ്മങ്ങൾ പുനർനിർമ്മിക്കേണ്ടതിന്റെ അനിവാര്യതയിലേക്കാണ് ഈ ചിത്രങ്ങൾ നീങ്ങിയത്. മൂന്നാംലോകത്തിന്റെ നിലപാടെന്ന നിലയ്ക്ക് നെഹ്റു മുന്നോട്ടുവച്ച ചേരിചേരാനയം പത്രത്താളുകളിൽ ഏറെ ആഘോഷിക്കപ്പെട്ടിരുന്നു. ആധുനികതയുമായുള്ള നെഹ്റുവിയൻ സംവാദങ്ങൾ പരോക്ഷമായി റായിസിനിമകളിലും പ്രതിഫലിച്ചിട്ടുണ്ട്. പാശ്ചാത്യാധുനികതയ്ക്ക് ഇന്ത്യൻ ദേശീയപക്ഷത്തുനിന്നുള്ള ബദലായി നെഹ്റുവിന്റെ നയങ്ങൾ പൊതുവെ വിലയിരുത്തപ്പെട്ടു. ദേശീയസിനിമയുടെ വേറിട്ട വഴികളും നയങ്ങളുമാണ് സത്യജിത്ത്റായി പരീക്ഷിച്ചത്. സമകാലികരിൽനിന്നും റായിയെ വ്യത്യസ്തനാക്കുന്നത് സാമൂഹിക യാഥാർത്ഥ്യത്തോടുള്ള വ്യതിരിക്തമായ സമീപനവും ഏകാന്തമായ പുനരാഖ്യാനവുമാണ്. ഭൂതകാലത്തെക്കുറിച്ച് അപൂർവ്വമായ അവബോധം ഉണർത്തിയെടുക്കുകയും സ്വാതന്ത്ര്യാനന്തര ഇന്ത്യയുടെ പുനർനിർമ്മിതിയിൽ പ്രത്യാശപ്രകടിപ്പിക്കുകയുമാണ് പാഥേർ പാഞ്ചാലിയെ തുടർന്നുള്ള റായിച്ചിത്രങ്ങൾ. ആധുനികതയോടുള്ള ഇന്ത്യൻ ജനതയുടെ മനോഭാവവും പ്രതികരണവും ആഖ്യാനത്തിന്റെ ധ്വനിപാഠമാക്കുകയായിരുന്നു അദ്ദേഹം. ഗ്രാമ-നഗരവൈരുദ്ധ്യം, നാഗരികതയുടെ ദുരൂഹത, നാഗരികമായ സ്ത്രീപുരുഷബന്ധങ്ങളിലെ സങ്കീർണ്ണത, ഫ്യൂഡലിസത്തിന്റെ അപചയം, പൗരാവബോധമുള്ള നവജനസമൂഹത്തിന്റെ ആവിർഭാവം എന്നിങ്ങനെ ജനപദത്തിൽനിന്നും നാഗരികതയിലേക്കുള്ള പരിണതികളെയാണ് സത്യജിത്ത് റായി അന്വേഷിച്ചത്. *ജൽസാഗർ* (1958), *ദേവി* (1960), *കാഞ്ചൻജംഗ* (1962), *ചാരുലത* (1964), *പ്രതിദ്വന്ദി* (1970), *ഗണശത്രു* (1989), *അഗാന്തുക്ക്* (1992) തുടങ്ങിയ ചിത്രങ്ങൾ സംവിധായകന്റെ വൈവിദ്ധ്യാത്മകതയ്ക്ക് നിദാനമാണ്.

തെക്കെ ഇന്ത്യൻ സിനിമകളിലും ദേശീയാധുനികതയുടെ പ്രാദേശികീകരണം സംഭവിക്കുന്നതും ഇതേകാലത്താണ്. എണ്ണത്തിൽ കുറവെങ്കിലും മലയാളസിനിമയ്ക്ക് ദേശീയമായ മേൽവിലാസം ഉണ്ടാകുന്നത് *നീലക്കുയിലി*ലാണ്. മെലോഡ്രാമയും റിയലിസത്തിന്റെ ഭിന്നാവിഷ്കാരവും വാതിൽപ്പുറചിത്രീകരണവും സ്വാഭാവികവെളിച്ചവുമൊക്കെ ഒരു പരിധിവരെ ഉപയോഗിച്ച സിനിമയാണ് *നീലക്കുയിൽ*. 1950കളുടെ മദ്ധ്യത്തോടെ റിയലിസം മലയാളസിനിമയ്ക്ക് പ്രിയങ്കരമായി. *ജീവിതനൗക*(1951)യിലും *നവലോക*(1951)ത്തിലും റിയലിസത്തോടുള്ള ആഭിമുഖ്യം നിഴലിക്കുന്നുണ്ട്. *നീലക്കുയിലാ*വട്ടെ യഥാർത്ഥതയെയും കാല്പനികതയെയും സമീകരിച്ചു. *നീലക്കുയിലി*ന് ലഭിച്ച ദേശീയാംഗീകാരം (മികച്ച രണ്ടാമത്തെ ചിത്രത്തിനുള്ള പ്രസിഡന്റിന്റെ വെള്ളിമെഡൽ) മലയാള സിനിമാസങ്കല്പനത്തെ മൊത്തത്തിൽ മാനകീകരിച്ചു. *നീലക്കുയിൽ* ഒരു മാപകമായി തീർന്നതുകൊണ്ടാകാം ദേശീയതയുടെ

പ്രകാശനത്തിന് മലയാളസിനിമ പിന്നീട് പൗരാണികമൂല്യങ്ങൾ തേടി പ്പോകാതിരുന്നത്. ഉച്ചനീചത്വത്തെയും അസ്പൃശ്യതയെയും പുരുഷാ ഭിമുഖ്യമുള്ള വ്യവസ്ഥയേയും ഉപരിതലത്തിലാണെങ്കിലും അഭി മുഖീകരിച്ച ചിത്രമായിരുന്നു *നീലക്കുയിൽ*. നവോത്ഥാനാധുനികത യിലേക്ക് പ്രവേശിക്കുന്ന സമൂഹത്തിന്റെ ഉൽക്കണ്ഠയും സംഭ്രമവും ചിത്രത്തിൽ പ്രകടമാണ്. ദേശോദ്ഗ്രഥനപദ്ധതിക്ക് പാകമായ മൂല്യങ്ങൾ വിളംബരപ്പെടുത്തുവാൻ *നീലക്കുയിലി*നു കഴിഞ്ഞു. *നീലക്കുയിലി*നെ തുടർന്നുവന്ന *ന്യൂസ്പേപ്പർബോയി* നിയോറിയലിസത്തിന്റെ സ്പർ ശമുള്ള ചിത്രമായിരുന്നു. അടുത്തവർഷം വന്ന *രാരിച്ചൻ എന്ന പൗര നാ*വട്ടെ ദേശീയപൗരത്വത്തെ പ്രശ്നവല്കരിക്കുകയും ചെയ്തു. ബാലകന്മാരെ ആധുനികപൗരന്മാരായി വിഭാവനംചെയ്തുകൊണ്ട് പൗരത്വത്തിനുള്ളിലെ സന്ദിഗ്ധതകളെ സംബോധന ചെയ്യുകയായി രുന്നു മേൽ സൂചിപ്പിച്ച ചിത്രങ്ങൾ. തമിഴകത്തെ *പരാശക്തി* (1952) ദ്രാവിഡരാഷ്ട്രീയത്തെ അതിന്റെ തീക്ഷ്ണതയോടെ അവതരിപ്പിച്ച ചിത്രമാണ്. ദ്രാവിഡത്തനിമാവാദവും ഭാഷാവാദവും പൗരോഹിത്യ വിരുദ്ധതയും ലോകമഹായുദ്ധത്തിന്റെ പശ്ചാത്തലത്തിൽ അവതരിപ്പി ക്കുകയായിരുന്നു *പരാശക്തി*. തെലുങ്കിൽ മിത്തോളജികളുടെ സമകാലികീകരണമാണ് കൂടുതൽ ജനപ്രിയമായത്. ഓർമ്മയുടെയും വിശ്വാസത്തിന്റേയും ആദിരൂപങ്ങളെ വീണ്ടെടുക്കുന്ന രീതി തമിഴിലും തെലുങ്കിലും കന്നടത്തിലും പൊതുവെ ഉണ്ടായിരുന്ന പ്രവണതയാണ്. മലയാളമാകട്ടെ, റിയലിസത്തിന്റെ പ്രകാരഭേദങ്ങളെയാണ് പരീക്ഷിച്ചത്. ഇവിടെ ശ്രദ്ധേയമാകുന്ന വസ്തുത, ഹിന്ദി ചിത്രങ്ങളുടെ ആധിപത്യ ത്തിന് തമിഴും തെലുങ്കും മലയാളവും ഭീഷണി ഉയർത്തി തുടങ്ങിയിരു ന്നു എന്നതാണ്. മലയാളസിനിമയുടെ ഏറ്റവും ചലനാത്മകമായ ചരിത്രം അറുപതുകളിലാണ്. ആധുനികതയുമായുള്ള നിരന്തരസംവാദങ്ങൾ അന്നത്തെ ചിത്രങ്ങളിൽ സാധാരണമായിരുന്നു. സാഹിത്യവും സിനിമ യുമായുള്ള ബന്ധം കൂടുതൽ തീവ്രമാകുന്നത് ഇക്കാലത്താണ്. നവോ ത്ഥാനകാലനോവലുകളുടെ ചലച്ചിത്രവൽക്കരണം സിനിമയുടെ സാമൂ ഹിക ധർമ്മത്തെയാണ് പുനർനിർവ്വചിച്ചത്. കെ പി എ സി അവതരിപ്പിച്ച തോപ്പിൽഭാസിയുടെ പല നാടകങ്ങളുടെയും ചലച്ചിത്രഭാഷ്യം ഇതിന് സഹായകമായി. മലയാളസിനിമയിൽ വ്യത്യസ്തങ്ങളായ ഗണങ്ങൾ പരീക്ഷിക്കപ്പെടുന്നത് 1961 ലാണ്. അവയിൽ കാലാന്തരത്തിലേക്ക് പ്രവേശിച്ചത് രാമുകാര്യാട്ടിന്റെ *മുടിയനായ പുത്രനും* കുഞ്ചാക്കോയുടെ *ഉണ്ണിയാർച്ച*യുമാണ്. സാമൂഹിക പ്രവണതകളെ അതിനുള്ളിൽനിന്ന് രണ്ട് രീതിയിൽ സംബോധന ചെയ്തവയാണ് ഈ ചിത്രങ്ങൾ. പ്രാദേശികമായ ചരിത്രാനുഭവത്തെയാണ് നവരാഷ്ട്രനിർമ്മാണത്തിന്റെ ഭാഗമായി മലയാളസിനിമ തുടർന്ന് പുനരാവിഷ്കരിച്ചതെന്ന് പറയാം. അടിസ്ഥാനവർഗ്ഗത്തിന്റെ ജീവിതം, ജാതൃതീതമായ നോട്ടങ്ങൾ മതനിരപേക്ഷത, മാനവികത തുടങ്ങിയവ സിനിമ പുനരുല്പാദിപ്പിച്ചു.

ദൃശ്യഭാഷയുടെ വിനിമയസാദ്ധ്യതകൾ തുടരെ പരീക്ഷിക്കപ്പെടുന്നത് ഇക്കാലത്താണ്. പ്രാദേശികമായി നിർവ്വചിക്കുമ്പോഴും ദേശീയതാസങ്കല്പത്തെ സംബോധന ചെയ്യുകയായിരുന്നു മലയാളസിനിമ. ദേശീയധാരയുടെ ഭാഗമായിരിക്കുമ്പോൾത്തന്നെ പ്രാദേശികമായും മറിച്ചും സ്വയം നിർവ്വചിക്കേണ്ടി വരിക — ഇത്തരമൊരു ധർമ്മസങ്കടത്തെ പ്രമേയത്തിലും അവതരണത്തിലും ജനപ്രിയതയിലും സംബോധന ചെയ്ത സിനിമയായിരുന്നു *ചെമ്മീൻ*. കേന്ദ്രസർക്കാരിന്റെ ഫിലിം ഫൈനാൻസ് കോർപ്പറേഷൻ സാമ്പത്തികസഹായം നല്കാൻ വിസമ്മതിച്ച *ചെമ്മീൻ* പിന്നീട് ഏറ്റവും മികച്ച ഇന്ത്യൻ സിനിമയ്ക്കുള്ള പ്രസിഡന്റിന്റെ സ്വർണ്ണമെഡൽ (1965) ഉൾപ്പെടെ നിരവധി പുരസ്കാരങ്ങൾ നേടി. *ചെമ്മീ*ന്റെ സ്വീകാര്യത വ്യക്തമാക്കുന്നത് പ്രാദേശീയതയുടെ ദേശീയവല്കരണത്തിന് ലഭിച്ച പ്രാമാണികതയാണ്. രാഷ്ട്രനിർമ്മാണത്തിന്റെ ഭാഗമായി നിർവ്വചിക്കുന്ന പ്രാദേശിക ഇന്ത്യൻസിനിമയെയാണ് ചെമ്മീൻ പ്രതിനിധീകരിച്ചത്. തെക്കെ ഇന്ത്യയിൽ ജനകീയദേശീയതയെ ഏറ്റവും ഫലപ്രദമായി അറുപതുകളിൽ സന്നിവേശിപ്പിച്ചത് മലയാളസിനിമയായിരുന്നു.

നവസിനിമ: കലയും രാഷ്ട്രീയവും

ദേശീയപദ്ധതിയെ അതിനുള്ളിലെ സങ്കീർണ്ണതയോടെ അഭിമുഖീകരിച്ച കലാസിനിമയ്ക്കും കാല്പനികമായി വാണിജ്യവല്ക്കരിച്ച മെലോഡ്രാമകൾക്കും ഇടയിലെ വൈരുദ്ധ്യം അറുപതുകളിൽ കൂടുതൽ പ്രകടമായിരുന്നു. ഏകീകരിച്ചും ആന്തരീകരിച്ചും വികസ്വരമാക്കുന്ന ദേശീയപദ്ധതിയാണ് ബൃഹദ്ദേശമായ ഇന്ത്യയിൽ പ്രാവർത്തികമായിരുന്നത്. ഭൂവിസ്തൃതിയും വൻ ജനസംഖ്യാനിരക്കും സാമ്പത്തികപിൻബലവും ദേശത്വത്തെയും രാഷ്ട്രത്വത്തെയും സാധൂകരിച്ച തത്ത്വങ്ങളാണ്. വംശീയവും ഭാഷാപരവുമായ പ്രാദേശീയാവബോധമാവട്ടെ ഇതിൽനിന്നും വ്യത്യസ്തമാണ്. രാഷ്ട്രത്തിന്റെ ഭദ്രതയെ ആധുനികീകരണവുമായി ബന്ധപ്പെടുത്തിയാണ് ദേശീയോദ്ഗ്രഥനപദ്ധതികൾക്ക് ജനകീയമുഖം നല്കാൻ ഭരണവർഗ്ഗം ഇന്ത്യയിൽ ശ്രമിച്ചുവന്നത്. സ്വാഭാവികമായും ശിഥിലമായ സാമൂഹിക സാംസ്കാരിക വ്യവഹാരങ്ങളുടെ പ്രവിശ്യകളെ ദേശമെന്ന വൈവിദ്ധ്യാത്മകസമുച്ചയത്തിനുള്ളിൽനിന്നും വേറിട്ടു കാണാൻ പൗരസമൂഹം നിർബ്ബന്ധിക്കപ്പെടും. പഞ്ചവത്സരപദ്ധതികളും ചേരിചേരാനയവും പ്രസാദാത്മകമായ ഭൂതകാലരേഖകളും കാല്പനികവല്ക്കരിക്കപ്പെട്ട വർത്തമാനകാലഭാവനയും ഇന്ത്യക്ക് പ്രത്യാശാകരമായ പ്രതിച്ഛായ പകർന്നിരുന്നു. സിനിമയുൾപ്പെടെയുള്ള ദൃശ്യ-ശ്രാവ്യാവിഷ്കാരങ്ങൾ ഭാവിയെ നൂറ്റെടുക്കാനാണ് ശ്രമിച്ചത്. അമ്പതുകളിൽ ഭാവികമായ ഭാവനയ്ക്ക് സമാന്തരമായി ശിഥില മൂല്യങ്ങളുടെ ഇരുണ്ട ഗർത്തങ്ങളെയും സിനിമ പ്രതിനിധീകരിച്ചിരുന്നു. സാങ്കേതികതലത്തിൽ സിനിമയുടെ വളർച്ചയ്ക്ക് അനുകൂലമായിരുന്നു അറുപതുകൾ. എന്നാൽ

സ്വപ്നഭംഗത്തിന്റെയും വീണടർന്ന പ്രതിഛായയുടെയും നിഴൽപുരണ്ട കാലത്തെ വിസ്മൃതമാക്കാൻ കാല്പനികഭാവനയ്ക്ക് ആകുമായിരുന്നില്ല. ചൈനയുമായുള്ള യുദ്ധമേല്പിച്ച ദാരുണമായ പ്രത്യാഘാതം, കോൺഗ്രസിലും കമ്യൂണിസ്റ്റ് പാർട്ടിയിലും ഉണ്ടായ പിളർപ്പ്, തമിഴകത്തെ ദ്രാവിഡഭാഷാരാഷ്ട്രീയസമരം, അയൽരാജ്യത്തെ യുദ്ധസന്നാഹം, നക്സലിസം എന്നിങ്ങനെ നീളുന്ന അറുപതുകളുടെ കാലാവശേഷമാണ് എഴുപതുകളിൽ രാഷ്ട്രീയപ്രതിസന്ധിയായി മാറിയത്. പോരാത്തതിന് 1965–66 കാലത്തെ ഭീകരമായ വരൾച്ചയും വറുതിയും കാല്പനികരാഷ്ട്രീയസ്വപ്നങ്ങളെ കൂടുതൽ യാഥാർത്ഥ്യനിഷ്ഠമാക്കി. ഇന്ത്യയിലെ സിനിമകളിൽ യുദ്ധവും പട്ടാളക്കാരുടെ ജീവിതവും പ്രമേയമാകുന്നത് ഇക്കാലത്താണ്. വി ശാന്താറാമിന്റെ *ഡോ. കോട്നിസ്* കി *അമർ കഹാനി* (1939) യെന്ന പൂർവ്വമാതൃക പറയാമെങ്കിലും അറുപതുകളിലെ ചേതൻ ആനന്ദും രാജ് കപൂറുമൊക്കെ നേരിട്ടത് കൂടുതൽ ദാരുണമായ രാഷ്ട്രീയസമ്മർദ്ദത്തെയാണ്. ഇന്ത്യാദേശത്തെ അനുഭാവത്തോടെയാണിവർ പരിചരിച്ചത്. ചേതൻ ആനന്ദിന്റെ *ഹകീകത്* (1964) സമർപ്പിച്ചിട്ടുള്ളത് നെഹ്റുവിനാണ്. ഇന്തോ–ചൈനായുദ്ധത്തെ ഇന്ത്യൻ ജനതയുടെ പക്ഷത്തുനിന്നാണ് ചേതൻ ആനന്ദ് വിലയിരുത്തുന്നത്. നെഹ്റുവിന്റെ ആഹ്വാനങ്ങളും യുദ്ധകാലാവസ്ഥയുടെ വാർത്താചിത്രങ്ങളും *ഹകീകതിൽ* ഉൾക്കൊള്ളിച്ചിട്ടുണ്ട്. ദേശാഭിമാനവും പൗരബോധവും പുതുതായി നിർവ്വചിക്കപ്പെടുന്ന സന്ദർഭത്തോട് സാർത്ഥകമായാണ് സിനിമ പ്രതികരിച്ചത്. അറുപതുകളിലെ മലയാളസിനിമകളിലും യുദ്ധകാലാവസ്ഥയുടെ പ്രതിധ്വനികളുണ്ടായി. പാറപ്പുറത്തിന്റെ നോവലുകളുടെ ചലച്ചിത്രാനുവർത്തനത്തോടെയാണ് യുദ്ധവും പട്ടാളജീവിതവും രാഷ്ട്രീയയാഥാർത്ഥ്യമായി സിനിമ ഉൾക്കൊള്ളുന്നത്. പട്ടാളബാരക്കുകളിലിരുന്ന് ഗൃഹാതുരതയോടെ നാടിനെയും നാട്ടാരെയും ഓർത്തുപാടുന്ന നായകചിത്രം അന്നത്തെ ഇന്ത്യൻസിനിമകളിലെ സ്ഥിരമാതൃകയായിരുന്നു. യുദ്ധപ്രമേയചിത്രങ്ങളുടെ ആഹ്വാനത്തിൽ വന്ന വ്യതിരിക്തത വാർത്താചിത്രങ്ങളുടെ അന്തഃസന്നിവേശമാണ്. യുദ്ധകാലാവസ്ഥ പ്രതിപാദിക്കുന്ന ഡോക്യുമെന്ററിയുടെ പ്രസക്തഭാഗങ്ങൾ കഥാകഥനത്തോട് ചേർത്തണയ്ക്കുന്ന പരിചരണരീതി അറുപതുകളുടെ സവിശേഷതയായിരുന്നു. കഥാത്മകയാഥാർത്ഥ്യത്തെയും വസ്തുയാഥാർത്ഥ്യത്തെയും സമീകരിക്കുന്ന പരിചരണം ജനസമ്മതി നേടുകയും ചെയ്തു. മനോജ് കുമാറിന്റെ *ഉപ്കാർ* (1967) തുടങ്ങുന്നത് അന്നത്തെ പ്രധാനമന്ത്രി ലാൽബഹദൂർ ശാസ്ത്രിയുടെ പ്രഭാഷണത്തിന്റെ ശബ്ദരേഖയിലൂടെയാണ്. അപ്പോഴേക്കും ഇന്തോ– പാക് യുദ്ധമായിരുന്നു ജനപ്രിയ ചിത്രങ്ങളുടെ പുതിയവിഭവം. തുടർ ദശകങ്ങളിലും ദേശീയ തീവ്രവാദത്തിന്റെ ചേരുവകളോടെ യുദ്ധപ്രമേയങ്ങളും മതലഹളകളും ചലച്ചിത്രവല്ക്കരിക്കപ്പെട്ടു.

അറുപതുകളുടെ നഷ്ടങ്ങളാണ് തത്ത്വത്തിൽ ഇന്ത്യൻസിനിമയുടെ

നവാഭിമുഖ്യങ്ങളെ പാകപ്പെടുത്തിയത്. അമ്പതുകളിൽ തന്നെ ഇതിന്റെ സാർത്ഥകമായ തുടക്കങ്ങൾ കാണാനാകും. ജനപ്രിയഹിന്ദിസിനിമയ്ക്ക് സമാന്തരമായി അമ്പതുകളിൽ തന്നെ കലാസിനിമയുടെ പൊടിപ്പുകൾ കാണാം. ഗുരുദത്തും ബിമൽറോയിയുമൊക്കെ കലയ്ക്കും വിപണിക്കുമിടയിലെ മദ്ധ്യമാർഗ്ഗം തിരിച്ചറിഞ്ഞവരാണ്. അമ്പതുകൾ മുതൽ ഇന്ത്യയിൽ സംഘടിപ്പിച്ചു വന്ന അന്താരാഷ്ട്ര ചലച്ചിത്രമേളകളിലെ പങ്കാളിത്തം ബിമൽറോയിയുടെയും സത്യജിത് റായിയുടെയും രാമുകാര്യാട്ടിന്റെയുമൊക്കെ സമീപനത്തെ പുനർരചിച്ചിട്ടുണ്ട്. ഇന്ത്യൻ സിനിമകൾക്ക് കാൻ ചലച്ചിത്രമേളയിലും വെനീസ് ചലച്ചിത്രമേളയിലും ലഭിച്ച പ്രത്യേകപരാമർശവും, മികച്ച ചിത്രത്തിനുള്ള അംഗീകാരവും ലഭിക്കുന്നത് ഇക്കാലത്താണ്. ഇന്തോ – സോവിയറ്റ് സഹനിർമ്മാണ സംരംഭങ്ങളും അമ്പതുകളിലാണ് പ്രാവർത്തികമാക്കുന്നത്. അറുപതുകൾ തുടങ്ങുമ്പോഴേക്കും സത്യജിത് റായിയും റിത്വിക് ഘട്ടക്കും , ചേതൻ ആനന്ദും ബിമൽറോയിയുമൊക്കെ ഇന്ത്യൻ സിനിമയുടെ 'യഥാർത്ഥ' പ്രതിനിധികളായി അറിയപ്പെട്ടു തുടങ്ങിയിരുന്നു. ജനപ്രിയ ഹിന്ദി ചിത്രങ്ങളിൽ നിന്നും ഇവരുടെ ചിത്രങ്ങൾ നേടിയ അന്തരണം ഇന്ത്യൻ സിനിമയുടെ സംഭവബഹുലമായ ചരിത്രത്തിന്റെ ഭാഗം കൂടിയാണ്. 1960 ൽ രൂപീകരിച്ച ഫിലിം ഫൈനാൻസ് കോർപ്പറേഷനും ഫിലിം ഇൻസ്റ്റിറ്റ്യൂട്ട് ഓഫ് ഇന്ത്യയും ഇന്ത്യൻസിനിമയുടെ ചരിത്രവഴികളിൽ നിർണ്ണായകസാന്നിദ്ധ്യങ്ങളായി. സിനിമയും സമൂഹവുമായുള്ള ബന്ധത്തെ സംവാദാത്മകമായി സമീപിക്കുന്ന ഒരുകൂട്ടം സംവിധായകരെ സംഭാവന ചെയ്യാൻ മേൽ സൂചിപ്പിച്ച സ്റ്റേറ്റിന്റെ സംരംഭങ്ങൾക്കായെന്നത് വൈരുദ്ധ്യമായി തോന്നാം. രാഷ്ട്രീയമായ മോഹഭംഗവും സമൂഹത്തിൽനിന്നുള്ള വ്യക്തിയുടെ അന്യവല്ക്കരണവും, തോക്കിൻക്കുഴലിലൂടെയുള്ള വിപ്ലവസ്വപ്നങ്ങളും സ്റ്റേറ്റിന്റെ പ്രത്യയശാസ്ത്ര സംവിധാനങ്ങളോടുള്ള തീവ്രപ്രതിഷേധവും ഏകാന്തമായ യുവത്വത്തിന്റെ നിരാലംബതയും അഭിമുഖീകരിക്കാൻ തയ്യാറായ മൃണാൾസെന്നിനെയും മണികൗളിനെയും ശ്യാം ബെനഗലിനെയും അടൂർ ഗോപാലകൃഷ്ണനെയും അരവിന്ദനെയും പോലുള്ള സംവിധായകർ തയ്യാറായി. അറുപതുകളുടെ അവസാനത്തിലും എഴുപതുകളുടെ തുടക്കത്തിലും വന്ന ഇവരുടെ സിനിമകൾ പ്രാദേശികതയ്ക്കുള്ളിൽനിന്ന് ഇന്ത്യാദേശത്തിന്റെ വർത്തമാനകാലവിഹ്വലതകളെ സംബോധന ചെയ്തു. മൃണാൾസെന്നിന്റെ ചലച്ചിത്ര ജീവിതം അമ്പതുകളിൽ തുടങ്ങിയെങ്കിലും തുടർ ദശകങ്ങളിലാണ് അദ്ദേഹത്തിന്റെ ചിത്രങ്ങൾക്ക് കൂടുതൽ സ്വീകാര്യത ലഭിക്കുന്നത്. ഇടതുപക്ഷരാഷ്ട്രീയത്തോടും നക്സലൈറ്റ് വിദ്യാർത്ഥിപ്രസ്ഥാനത്തോടുമുള്ള അനുകൂല മനോഭാവം മൃണാൾ സെന്നിന്റെ ചിത്രങ്ങളിൽ പ്രകടമാണ്. സ്റ്റേറ്റ് എന്ന ആശയം ഹിംസാത്മകമായി മാറുന്നതിന്റെ സാക്ഷ്യങ്ങളായി മൃണാൾ സെന്നിന്റെ *ഭുവൻ ഷോം*(1969) *കൽക്കട്ടാത്രയത്തിലെ ഇന്റർവ്യൂ* (1970), *കൽക്കത്ത* 71(1972), *വാടതിക്* (1973)

എന്നീ ചിത്രങ്ങൾ. നാഗരികതയിലേക്ക് നീങ്ങിയ കലാസിനിമയുടെ വക്താക്കളിൽ നിന്നു വ്യത്യസ്തമായി ഗ്രാമീണരുടെയും ആദിവാസികളുടെയും ആവാസവ്യവസ്ഥ നാഗരിക വികസനത്തിൽനിന്നും നേരിടുന്ന ഭീഷണിയെയാണ് പ്രതിപാദിച്ചത്. ചലച്ചിത്ര പ്രവർത്തനത്തെ രാഷ്ട്രീയപ്രസ്താവമായി അടയാളപ്പെടുത്തുന്ന ആശയസംഹിതയുടെ വക്താവ് കൂടിയായിരുന്നു മൃണാൾ സെൻ. പിന്നീട് ജോൺ എബ്രഹാമിന്റെ *അമ്മ അറിയാൻ* (1986) എന്ന ചിത്രമാണ് ആശയസമരമായി സിനിമയെ പ്രഖ്യാപിക്കുകയും പ്രദർശനങ്ങളെ ജനകീയമാക്കി തീർക്കുകയും ചെയ്തത്. പ്രാദേശികമായ അതിരുകൾ വിപുലമാക്കിക്കൊണ്ടാണ് ദേശീയരാഷ്ട്രീയ വിപര്യയങ്ങളെ'നവ സിനിമ' ചലച്ചിത്രീകരിച്ചത്. ബംഗളിൽ മാത്രമല്ല ഹിന്ദി (ആറ് ചിത്രങ്ങൾ)യിലും ഒറിയയിലും തെലുങ്കിലും സിനിമകൾ ചെയ്തയാളാണ് മൃണാൾസെൻ. ഇന്ത്യയിലെ ഹിന്ദിയുൾപ്പെടെയുള്ള ഭാഷാചിത്രങ്ങളിൽ നവസിനിമാതരംഗം അലയടിച്ചു. കുമാർ സഹാനി, ശ്യംബെനഗൽ (ഹിന്ദി), അടൂർ ഗോപാലകൃഷ്ണൻ, അരവിന്ദൻ, ജോൺ എബ്രഹാം (മലയാളം)പട്ടാഭി രാമറെഡ്ഡി, ഗിരീഷ് കർണാട്, ബി വി കാരന്ത്, എം എസ് സത്യു, ഗിരീഷ് കാസറവള്ളി (കന്നട) എന്നിവരുടെ സംരംഭങ്ങൾ സിനിമയുടെ മാറിയ മനോഭാവം പ്രതിഫലിപ്പിക്കുന്നു. ഇവിടെ ശ്രദ്ധേയമാകുന്ന വസ്തുത ബംഗാളി കഴിഞ്ഞാൽ തെക്കെ ഇന്ത്യയിലെ കന്നടത്തിലും മലയാളത്തിലുമാണ് നവസിനിമയുടെ കലയും രാഷ്ട്രീയവും തീവ്രമാകുന്നത്. ഗന്നാത്തിൽ സാമൂഹികാനാചാരങ്ങൾ പ്രശ്നവല്കരിക്കപ്പെട്ടപ്പോൾ ബംഗാളിയും മലയാളവും സാമുദായികതയിലെ സങ്കീർണ്ണബന്ധങ്ങളെ കൂടുതൽ ആന്തരികമായിട്ടാണ് സമീപിച്ചത്. റായിയും ഘട്ടക്കും സെന്നും സ്വീകരിച്ച വഴികൾ വ്യത്യസ്തമായിരിക്കാം. നാഗരികതയിലും ഗ്രാമീണപ്രകൃതിയിലും ഗോത്രപാരമ്പര്യത്തിലും മനുഷ്യാവസ്ഥയുടെ അജ്ഞേയമായ കണങ്ങൾ തേടിപ്പോയവരാണവർ. തദ്ദേശീയമായ ദൃശ്യസാക്ഷാല്ക്കരണവും ശബ്ദലേഖനവും സംഗീതവും വ്യത്യസ്തതലങ്ങളിൽ ഉപയോഗിച്ചത് ഇവരാണ്. പിന്നീട് ബുദ്ധദേവ് ദാസ്ഗുപ്തയും അപർണ്ണസെന്നും നാഗരികതയിലെ മാനുഷികവൈരുദ്ധ്യങ്ങളോട് പ്രതികരിച്ച രീതി വ്യത്യസ്തമാണ്. മലയാളത്തിലെ നവസിനിമയുടെ ചരിത്രം ഭിന്നാത്മകമാണ്. അടൂരും അരവിന്ദനും ജോണും സിനിമ നിർമ്മിച്ച രീതി വേറിട്ടവിധത്തിലാണ്. കെ ജി ജോർജ്ജും, കെ ആർ മോഹനനും, കെ പി കുമാരനും, പി എ ബക്കറും അവരവരുടെ നിലകളിൽ വ്യത്യസ്തത പുലർത്തുന്നു. കലാസിനിമയുടെ ആദ്യകാലവക്താക്കളെപ്പോലെ ഫിലിംഫൈനാൻസ് കോർപ്പറേഷന്റെ ധനസഹായം ലഭിക്കാതെയാണ് മലയാളത്തിലെ നവസിനിമക്കാർ പ്രവർത്തിച്ചതെന്ന കാര്യംകൂടി ഓർക്കേണ്ടതുണ്ട്. നവസിനിമയെ സംബന്ധിക്കുന്ന ചില പ്രവണതകൾ മലയാളത്തിലും അനുഭവപ്പെടുന്നുണ്ട്. പ്രധാനമായും സംവിധായകരെ കർത്താവ് (Auther) ആക്കുന്ന ഫ്രഞ്ച്നവസിനിമാസങ്കല്പം, അമച്വർ അഭിനേതാക്കളുടെ

പങ്കാളിത്തം, പ്രകൃതിബദ്ധവും സ്വാഭാവികവുമായ ശബ്ദലേഖനം, മിസ്–എൻ–സീൻ, ഡീപ് ഫോക്കസ് തുടങ്ങിയ ചിത്രീകരണശൈലികൾ എന്നിങ്ങനെ പൊതുവായി പങ്കുവയ്ക്കാവുന്ന ചിലത് ഫ്രഞ്ച്– ഇന്ത്യൻ നവസിനിമാസങ്കല്പങ്ങൾക്ക് ഇടയിലുണ്ട്. എന്നാൽ അതുകൊണ്ടു മാത്രം രണ്ടിടത്തെയും നവസിനിമാതരംഗം ഒരേതലത്തിലായിരുന്നില്ല. ബംഗാളിലെയും കേരളത്തിലെയും സമീപനത്തിൽപ്പോലുമുണ്ട് വ്യത്യാസം. ചലച്ചിത്രനിർമ്മാണവും രാഷ്ട്രീയപ്രവർത്തനവും ഒന്നായിക്കാണുന്ന നിലപാട് മൂന്നാം സിനിമയുടെ പ്രഖ്യാപിതലക്ഷ്യങ്ങളിലൊന്നാണ്. ചലച്ചിത്രഭാഷയെ ജനകീയമാക്കുക, പ്രേക്ഷകരോട് നേരിട്ടുസംവദിക്കുക, വറുതിയെയും വിശപ്പിനെയും സൗന്ദര്യശാസ്ത്രമാക്കുക തുടങ്ങിയ മൂന്നാം സിനിമയുടെ രാഷ്ട്രീയം ജോൺ എബ്രഹാമും ബക്കറും അവരുടെ ചിത്രങ്ങളിൽ പിന്തുടരാൻ ശ്രമിച്ചിരുന്നു. വിറ്റോറിയ വിസീക്കയെപ്പോലെ ഫെല്ലിനിയും ഗ്ലോബർ റോഷയും ഫെർണാണ്ടോ സൊലാരിസും ഒറ്റേവിയോ ജറ്റിനിയും എഴുപതുകളിലെ മലയാളകലാസിനിമയുടെ ലാവണ്യരാഷ്ട്രീയത്തെ സ്വാധീനിച്ചിട്ടുണ്ട്. എന്നാൽ ഇന്ത്യൻ സാഹചര്യത്തിൽ നിന്നുകൊണ്ടുള്ള വിപ്ലവപ്രതീക്ഷകളും രാഷ്ട്രീയസംവാദവും പ്രത്യാശയും ആന്തരികമായി വിഭിന്നതയുള്ളതാണ്. അടൂരിന്റെയും അരവിന്ദന്റെയും ജോണിന്റെയും ബക്കറിന്റെയും സിനിമകൾക്കിടയിലെ വ്യതിരിക്തത ഇതിന് തെളിവാണ്. സഖാവ് ശ്രീധരന്റെ കൊലപാതക *(മുഖാമുഖം)* വും പുരുഷന്റെ ആത്മഹത്യ *(അമ്മ അറിയാൻ)*യും രവിയുടെ അശാന്തി *(ഉത്തരായനം)*യും കുഞ്ഞുണ്ണി *(അശ്വത്ഥാമാവ്)*യുടെ ഭ്രഷ്ടതയും ദയാരഹിതമായ നിസ്സംഗതയുടെ പരിണതഫലമാണ്. ഇവരുടെ നിർമ്മമതയിൽപ്പോലും വിപ്ലവാത്മകമായ അന്തസ്സത്തയുണ്ട്. രാഷ്ട്രീയമായ തിരിച്ചടികളെ അതനുഭവിച്ചവരുടെയും അതോട് ബന്ധപ്പെട്ടവരുടെയും പക്ഷത്തുനിന്ന് തിരിച്ചറിയുന്ന പ്രകൃതഭേദവും നവസിനിമയ്ക്കുണ്ട്.

സിനിമയുടെ അന്തിമഫലം വിനോദമാണോ കലയാണോ എന്ന ചോദ്യം എഴുപതുകളുടെ അവസാനത്തോടെ കൂടുതൽ രൂക്ഷമാകുന്നുണ്ട്. ഫിലിം ഫൈനാൻസ് കോർപ്പറേഷനെ പ്രതിസ്ഥാനത്താക്കുന്ന പല നിരീക്ഷണങ്ങളും അക്കാലത്തുണ്ടായി. കലാസിനിമയ്ക്കും പ്രദർശനവിജയം നേടുന്ന വാണിജ്യ സിനിമകൾക്കുമിടയിൽ വൈരുദ്ധ്യം ആരോപിക്കേണ്ടതില്ലെന്ന സർക്കാർ നിലപാട് അക്കാലത്ത് ശക്തമായിരുന്നു. വിനോദ വ്യവസായമെന്ന നിലയ്ക്കാവണം സിനിമയെ കാണേണ്ടത് എന്ന നിർദ്ദേശം നിലനില്ക്കുമ്പോഴും കലാസിനിമകളുടെ നിർമ്മാണവും പ്രദർശനവും സജീവമായിരുന്നു. മൃണാൾസെൻ, ശ്യാംബെനഗൾ, ഗിരീഷ് കർണാട്, അടൂർ ഗോപാലകൃഷ്ണൻ, അരവിന്ദൻ തുടങ്ങിയവരുടെ സംരംഭങ്ങൾ തിയേറ്ററുകളിൽ വിജയം വരിച്ചവയാണെന്നതും ഇവിടെ ഓർക്കേണ്ടതുണ്ട്. അടിയന്തരാവസ്ഥയുടെ പ്രത്യാഘാതങ്ങൾ അധികവും ആന്തരീകരിച്ചത് മൃണാൾസെന്നിനെയും ഗോവിന്ദ് നിഹാലാ

നിയെയും ജോൺ എബ്രഹാമിനെയും പോലുള്ളവരാണ്. നിയമവ്യവസ്ഥയും രാഷ്ട്രീയയാഥാർത്ഥ്യവുമായുള്ള സങ്കീർണ്ണമായ സംഘർഷങ്ങൾ പ്രകാശ്മെഹ്റയുടെ *സഞ്ജീ* (1974)റും ഗോവിന്ദ് നിഹാലാനിയുടെ *അർദ്ധ്സത്യ*(1983)യും പരിചരിച്ച രീതിയിലെ വൈരുദ്ധ്യം സമാന്തരസിനിമയ്ക്കും കച്ചവടസിനിമയ്ക്കും ഇടയിലെ ലാവണ്യരാഷ്ട്രീയത്തിന്റെ പ്രതിഫലനം കൂടിയാണ്. നിയമപാലകർ തന്നെ നിയമം കൈയിലെടുക്കുന്നതിന്റെ സാമൂഹികരാഷ്ട്രീയമാണ് അർദ്ധ്സത്യ അന്വേഷിച്ചത്. ഇതേ പ്രശ്നത്തെ വൈയക്തികമായ വൈകാരികതയോടെ അവതരിപ്പിക്കുകയായിരുന്നു സഞ്ജീർ ചെയ്തത്. താരാധിപത്യമുള്ള സിനിമയും സംവിധായകർത്തൃത്വത്തിന് പ്രാമാണികതയുള്ള സിനിമയും തമ്മിലുള്ള അന്തരത്തിന്റെ സൂചനയാണ് ഇത് നല്കുന്നത്. ഇത്രയും രൂക്ഷമായ സാമ്പത്തികരാഷ്ട്രീയം മലയാളസിനിമയെ ബാധിച്ചിട്ടില്ല. തുടക്കത്തിൽ മടിച്ചുനിന്ന മലയാളസിനിമ എഴുപതുകളുടെ അവസാനത്തോടെ വാണിജ്യസിനിമയുടെ സാമ്രാജ്യമായ ബോളിവുഡിനെ എണ്ണത്തിൽ മറികടക്കുന്നുണ്ട്. 1978 ൽ 116 ഹിന്ദി ചിത്രങ്ങൾ വന്നപ്പോൾ മലയാളത്തിൽ 123 ചിത്രങ്ങളാണ് പ്രദർശനത്തിന് തയ്യാറായത്. ഇന്ത്യയിൽ ഏറ്റവുമധികം സിനിമ നിർമ്മിച്ച സംസ്ഥാനമായി കേരളം മാറിയതും 1978 ലാണ്. തൊട്ടടുത്ത വർഷവും മലയാളത്തിൽ 130 ചിത്രങ്ങളുണ്ടായിരുന്നു. തൊട്ടുമുമ്പിൽ തമിഴും (139) തെലുങ്കു (131)മായിരുന്നു. ചലച്ചിത്രനിർമ്മാണത്തിൽ ഹിന്ദിചിത്രങ്ങൾ നേടിയ സർവ്വാധിപത്യം ക്രമേണ ലോപിക്കുന്നത് എഴുപതുകളുടെ അന്ത്യത്തിലാണ്. തൊണ്ണൂറുകളിലെ താരാധിനിവേശം മലയാളത്തെപ്പോലെ തെലുങ്കിനെയോ തമിഴിനെയോ ബാധിച്ചില്ല. മലയാളസിനിമയുടെ നിർമ്മാണം കുത്തനെ നിലംപതിക്കുന്നത് തൊണ്ണൂറുകളിലാണ്. രണ്ടായിരത്തിലേക്ക് കടക്കുമ്പോഴേക്കും വാർഷികശരാശരി അമ്പതുകളിൽ ഒതുങ്ങി. വ്യവസായമെന്ന നിലയ്ക്ക് മലയാളസിനിമ പ്രതിസന്ധിയിലാവുന്നതു തൊണ്ണൂറുകളുടെ അന്ത്യത്തിലാണ്. താരങ്ങൾക്ക് അപ്രാപ്യമായ പ്രമേയങ്ങളും കഥനസന്ദർഭങ്ങളും പരീക്ഷിച്ചുകൊണ്ടാണ് തമിഴ്സിനിമ പ്രതികൂലസാഹചര്യങ്ങൾ അതിജീവിച്ചത്. മലയാളസിനിമയിൽ ഇത്തരമൊരുമാറ്റം വരാൻ 2010 വരെ കാത്തിരിക്കേണ്ടി വന്നുവെന്നതാണ് വിചിത്രം.

നവശതാബ്ദത്തിലേക്ക് പ്രവേശിച്ച സിനിമയ്ക്ക് മുന്നിലുള്ള വെല്ലുവിളികൾ അനേകമാണ്. തൊണ്ണൂറുകളിൽ ഏറിവന്നിരുന്ന കച്ചവടതാല്പര്യം കലാസിനിമയിൽ ഏതാണ്ട് പൂർണ്ണമാവുന്നത് ഈ സന്ദർഭത്തിലാണ്. കോർപ്പറേറ്റ് കമ്പനികൾ നിർമ്മാണരംഗത്ത് വന്നതോടെ സിനിമയും ആസൂത്രിതമായ പാക്കേജിന്റെ ഭാഗമായി. ഇന്റർനെറ്റും, മൊബൈൽസ്മാർട്ട് ഫോണും, ടെലിവിഷനും ഉൾപ്പെടുന്ന നവമാധ്യമ സൗകര്യങ്ങൾ സിനിമയുടെ പ്രചാരണത്തിനായി ലാഭകരമായി പരീ

ക്ഷിച്ച് തുടങ്ങി. കലാത്മകതയുടെ മാനദണ്ഡം എന്തായിരിക്കണമെന്ന് വിപണിതാല്പര്യക്കാർ നിശ്ചയിക്കുന്ന സാഹചര്യം ഇന്ത്യൻ സിനിമയെ പ്രതിലോമകരമായിട്ടാണ് ബാധിച്ചത്. എന്നാൽ വിപുലമായ പ്രദർശന സാദ്ധ്യതയും വിപണിപരമായ സുരക്ഷിതത്വവും സിനിമാ നിർമ്മാണ ത്തിലേക്ക് പലരേയും പ്രലോഭിപ്പിക്കുന്നതായിരുന്നു. കോർപ്പറേറ്റ് നിക്ഷേപം സ്വീകരിക്കുമ്പോഴും പ്രാദേശീയതയെ ആഖ്യാനത്തിൽ വീണ്ടെടുക്കാൻ തമിഴകം ശ്രമിച്ചിട്ടുണ്ട്. കോർപ്പറേറ്റ് മൂലധനം വിനി യോഗിച്ച് അവർക്കെതിരെ നിലപാടെടുക്കാൻ അവരുടെ ചില ചിത്ര ങ്ങൾക്കെങ്കിലും കഴിഞ്ഞിരുന്നു. ക്രമേണ ചലച്ചിത്രവിപണി അങ്ങേയറ്റം വിപുലമാക്കാൻ അവർക്കു കഴിഞ്ഞു. വിദേശവിപണിയിൽ ബോളിവു ഡിന് വെല്ലുവിളി ഉയർത്തുന്ന സാന്നിദ്ധ്യമായി തമിഴ് സിനിമ മാറി. എൺപതുകളിലെ രാമായണ– മഹാഭാരത ടെലിവിഷൻ പരമ്പരകളുടെ വൻജനസമ്മതി ഹിന്ദിയിലെ ‘കച്ചവടമസാല’കളെ പ്രതിരോധത്തിലാ ക്കിയത് ഇവിടെയോർക്കാവുന്നതാണ്. ‘ആക്ഷൻ’ ഗണത്തിൽനിന്നും പ്രണയകാല്പനികതയിലേക്ക് ചുവടുമാറിക്കൊണ്ടാണ് ഹിന്ദി ചിത്രങ്ങൾ ടെലിവിഷൻ ഭീഷണിയെ നേരിട്ടത്. ക്രമേണ, വിദേശലൊക്കേഷനുക ളിലെ ഗാനചിത്രീകരണവും പ്രവാസഭാരതീയരുടെ ദേശാഭിമാനവും വല തുപക്ഷാശയങ്ങളുടെ അവതരണവും ഹിന്ദിപ്പടങ്ങളുടെ പുതിയ ചേരു വയായി. വിദേശവിപണിയുടെ പിന്തുണ ഹിന്ദിചിത്രങ്ങൾക്ക് അനുകൂ ലമായിരുന്നു. പാശ്ചാത്യസംഗീത ചാനലുകളുടെ പ്രക്ഷേപണരീതിയും അവതാരകശൈലിയുമൊക്കെ ഗാനചിത്രീകരണത്തിലേക്ക് സന്നിവേശി പ്പിച്ചതിലും സിനിമയുടെ സമാഹരണശേഷി വ്യക്തമാണ്. നഗര– ഗ്രാമ ങ്ങൾക്കിടയിലെ പാരസ്പര്യം, ഇന്ത്യാത്വത്തോടുള്ള അഭിനിവേശം, ടെക്നോക്രാറ്റുകളുടെ പെരുമാറ്റക്രമങ്ങൾ എന്നിവയാണ് മണിരത്ന ത്തെയും ശങ്കറിനെയും പോലുള്ള തമിഴ് സംവിധായകർ അനുവർത്തി ച്ചത്. ആഗോളവിപണിയെയാണ് ഇവരും ലക്ഷ്യമാക്കിയത്. ഹിന്ദിയിലെ വൻകിടചിത്രങ്ങളിൽ വലതുപക്ഷവ്യതിയാനവും വിഭാഗീയസ്വരവും മുഴ ങ്ങുന്ന കാലത്താണ് ആഗോളവിപണിക്ക് അനുപാകമായ വിധത്തിൽ സിനിമയെ ഇവർ രൂപകല്പന ചെയ്തത്. ഇത്രയൊക്കെയായിട്ടും ഇതേ സ്ഥലത്തുനിന്നാണ് ചെറിയ മുതൽമുടക്കുള്ള പുതുസിനിമകൾ സ്വന്തം ഇടം കണ്ടെത്തുവാൻ മുതിരുന്നത്.

ആശയപരമായും സാങ്കേതികമായും നവസിനിമ മുന്നോട്ടുവച്ച നില പാടുകൾക്ക് ഇന്നും പ്രസക്തി ഇല്ലാതായിട്ടില്ല. സിനിമയുടെ നിർമ്മാ ണത്തിലും സാങ്കേതികതയിലും ലാവണ്യാത്മകതയിലും നവതരംഗ ത്തിന്റെ അലയൊച്ചകൾ വർത്തമാനസിനിമകളിലും എതിരൊലിയാക്കു ന്നുണ്ട്. ഇവിടെ വ്യതിയാനത നവസിനിമയെ സാദ്ധ്യമാക്കിയ കർത്തൃ നിഷ്ഠമായ പ്രതിബദ്ധതയുടെയും രാഷ്ട്രീയ നിലപാടുകളുടെയും അഭാ

വമാണ്. താരനിബിഡമായ ചലച്ചിത്രസംസ്കാരത്തിന് ബദലായി മിക്ക ഭാഷകളിലും സിനിമകൾ നിർമ്മിക്കപ്പെടുന്നുണ്ട്. സ്വപ്നങ്ങളുടെ ഏറ്റവും വലിയ ഫാക്ടറിയായ ബോളിവുഡിൽ തന്നെ മുഖ്യധാരയ്ക്ക് പുറത്തുള്ളവരോ പുതുമുഖങ്ങളോ ആയ സംവിധായകരെയും അഭിനേതാക്കളെയും അണിനിരത്തുന്ന സിനിമകളും കാണാനാവും. ഇതിനൊരു പരിമിതിയെന്നു പറയാവുന്നത് സമാന്തരചലച്ചിത്രനിർമ്മാണമേഖലയെയും റിലയൻസ് പോലുള്ള കോർപ്പറേറ്റ് കമ്പനികൾ റാഞ്ചിയിരിക്കുന്നു എന്നതാണ്. അതേ സമയം ഇന്ത്യാത്വത്തിന്റെ മാറിയ ദിശകളെ ചലച്ചിത്രീകരിക്കുന്നതിൽ മറാഠി സിനിമകൾ പ്രദർശിപ്പിക്കുന്ന ആർജ്ജവം ശ്രദ്ധേയമാണ്. സ്ത്രീ–ദളിത് പ്രശ്നങ്ങളെ ഒരളവിലെങ്കിലും സംബോധന ചെയ്യാൻ പുതുസിനിമയ്ക്കാവുന്നു. ഇറാനിയൻ സിനിമയുടെ കാര്യത്തിലെന്നപോലെ കുട്ടികളും പ്രകൃതിയും നാട്ടറിവുമൊക്കെ ഇടപഴകുന്ന അഗാധമായ ലാളിത്യം മറാഠി ചിത്രങ്ങൾ അനുഭവപ്പെടുത്തുന്നു. ഹിന്ദിയിലും തമിഴകത്തുമുള്ള വർത്തമാനകാലസിനിമകൾ ആഖ്യാനത്തിലെ നാടകീയത നിലനിർത്തുമ്പോഴും കൂടുതൽ പരീക്ഷണാത്മകമാണ്. സുലളിതമെന്നുതോന്നിപ്പിക്കുന്ന സംഭവത്തെപ്പോലും ആഖ്യാനപരമായ വ്യതിരേകത്തിലൂടെ അപരിചിതവും അസാധാരണവുമാക്കാൻ ഇവയ്ക്കാവുന്നു. ഹിന്ദി ചിത്രങ്ങൾക്ക് നഗരജീവിതത്തോടാണ് അടുപ്പമെങ്കിൽ തമിഴിൽ ഗ്രാമാനുഭവങ്ങളോടാണ് താല്പര്യം. അവരുടെ അവസ്ഥാന്തരങ്ങളിൽനിന്നും പുതുസംരംഭങ്ങൾ ഇപ്പോൾ ഉണ്ടാകുന്നുണ്ട്.

മലയാളംപോലെ ഇതരഭാഷകളിലും താരവിമുക്തമായ സിനിമയുടെ കാലം ശക്തിപ്രാപിച്ചു കഴിഞ്ഞു. വിപണിയുടെ പരിധി മനസ്സിലാക്കി സിനിമയുടെ നിർമ്മാണം പൂർത്തിയാക്കണമെന്ന നിർബ്ബന്ധം ഇന്ത്യയിലെ നവസംവിധായകർക്കുണ്ട്. ആകസ്മികങ്ങളിലൂടെ നീങ്ങുകയും അപ്രവചനീയമായി പരിവർത്തിക്കുകയും ചെയ്യുന്ന ആഖ്യാനപരിചരണമാണ് ഇവരുടേത്. മെട്രോനഗരത്തിന്റെ ഇരുളും വെളിച്ചവുമുള്ള ജീവിതംപോലെ ഇന്ത്യൻ ജനപദങ്ങളും ഇവരുടെ സിനിമ വിഷയീകരിച്ചു. സിനിമയുടെ കഥനവഴക്കങ്ങളും നിർണ്ണയിക്കപ്പെടുന്നത് നഗര–ഗ്രാമവൈവിദ്ധ്യങ്ങൾക്കുള്ളിലാണ്. നവമാധ്യമസാങ്കേതികതയുടെ ആധികൃത്തിനുള്ളിൽ ജീവിച്ചുകൊണ്ട് മാറിയ കാലത്തോട് ഇന്ത്യയിലെ സമകാലികസിനിമ ക്രിയാത്മകമായി ഇടപെട്ടുതുടങ്ങിയിരിക്കുന്നുവെന്നതാണ് പ്രത്യാശാകരമായ വസ്തുത.

തെരഞ്ഞെടുത്ത ഗ്രന്ഥസൂചി

Barnow, Eric. Krishnaswami S.1990. *Indian Film*. — New Delhi:OUP.

Bhaskaran,Theodore. 2012. *Silent Origins*. Frontline July 27.P. 81-85.

Garga, B D. 2005.*The Art of Cinema* – Delhi: Penguin.

Rajadyaksha, Ashish.1996. *India: Filming the Nation*.Ed.Geoffrey Novelsmith. *The Oxford History of World Cinema*. New York: OUP.P.678-689.

Rangoonwala, Firoze. 1975. *75 Years of Indian Cinema* – New Delhi: India Book Company.

ദ്രാവിഡദേശീയതയുടെ അഭ്രാവിഷ്കാരം

മുംബൈ കേന്ദ്രിതമായ ചലച്ചിത്രനിർമ്മാണരീതിയല്ല തെക്കേ ഇന്ത്യൻ സിനിമകൾ പൊതുവെ അനുവർത്തിച്ചത്. ഏകീകരിക്കപ്പെട്ട ദേശീയവിചാരങ്ങൾ നിലനില്ക്കുന്ന കാലത്തുതന്നെ പ്രാദേശീയതകളുടെ വേറിട്ടവഴികളാണ് അവർ അനുഗമിച്ചത്. പൂർവ്വകാലത്തെന്നപോലെ പ്രകടനപരവും നാടകീയവുമായാണ് തെക്കെ ഇന്ത്യൻ സിനിമകൾ ചരിത്രത്തെ സമീപിച്ചത്. കുടുതൽ നായകകേന്ദ്രിതമായിരുന്നു അവയിലെ ആഖ്യാനം. ഐതിഹ്യങ്ങളും നാടോടിക്കഥകളും ചരിത്രസംഭവങ്ങളും അവയ്ക്ക് പ്രമേയമായി. ഛത്രപതി ശിവജിയുടെയും റാണി ലക്ഷ്മിഭായിയുടെയും ഭഗത്സിങ്ങിന്റെയും ജീവചരിത്രങ്ങൾക്ക് ഹിന്ദിയിൽവന്ന ചലച്ചിത്രവല്ക്കരണങ്ങൾ ഇവയെ പ്രചോദിപ്പിച്ചിട്ടുണ്ടാവാം. ദേശീയപ്രസ്ഥാനത്തോട് ബ്രിട്ടീഷ് വിരുദ്ധവികാരവും സാമൂഹികതലത്തിലെ പ്രതിലോമകരമായ പ്രവണതകളുടെ വിമർശനവും അവ ആഖ്യാനത്തിൽ ഏകോപിപ്പിച്ചു. സെറ്റുകളുടെ വർണ്ണക്കൊഴുപ്പിനേക്കാൾ വാചാലമായ അവതരണത്തിലാണ് തമിഴും തെലുങ്കും കൂടുതൽ ശ്രദ്ധിച്ചത്. സാമൂഹികവിമർശനം നാടകീയവും പ്രകടനപരവുമായി മാറിയതിന് പിന്നിൽ അവരുടെ വൈകാരികമായ കർത്തൃബോധത്തിന്റെ നിറവുണ്ട്. പ്രാദേശികരാഷ്ട്രീയപ്രത്യയശാസ്ത്രത്തെ ചലച്ചിത്രാഖ്യാനവുമായി സമീകരിക്കുന്ന സംരംഭങ്ങൾ തമിഴകത്താണ് പരീക്ഷിക്കപ്പെട്ടത്. നാടകങ്ങളിലൂടെ ജനപ്രിയമായ പ്രാദേശിയതാവാദം തന്നെയാണ് സിനിമയും പിന്നീട് ആവിഷ്കരിച്ചത്. *ചിലപ്പതികാര*ത്തിലെ കണ്ണകി-കോവലൻ പുരാവൃത്തം പോലെതന്നെ ലോകമഹായുദ്ധത്തിന്റെ പരിണതഫലങ്ങൾ എങ്ങനെ പ്രാദേശികജീവിതത്തെ ശിഥിലമാക്കി എന്ന സാക്ഷ്യങ്ങളായിരുന്നു സ്വാതന്ത്ര്യാനന്തരതമിഴ്സിനിമ. രാഷ്ട്രീയനേതാവും നാടകകൃ

ത്തുമായ അണ്ണാദുരൈയുടെ *ശിവാജി കണ്ട സാമ്രാജ്യം* മറാഠിവീരന്റേതു പോലെ തമിഴ്പോരാളിയുടെ വീരഗാഥകൂടിയായിരുന്നു. നാടോടിക്കഥകളുടെയും സമകാലികസംഭവങ്ങളുടെയും സമാകലനത്തിലൂടെ ദ്രാവിഡമുന്നേറ്റത്തെ സ്വത്വരാഷ്ട്രീയമായി രൂപാന്തരപ്പെടുത്താൻ അണ്ണാദുരൈക്കും കരുണാനിധിക്കും പ്രയാസമുണ്ടായിരുന്നില്ല.

രാഷ്ട്രീയപ്രവർത്തനവും ദൃശ്യകലാരൂപങ്ങളുമായുള്ള പാരസ്പര്യം തമിഴകത്തിന്റെ സാംസ്കാരികചരിത്രത്തിൽ പലനിലയ്ക്കും നിർണ്ണായകമാണ്. ദ്രാവിഡദേശീയവാദമായിരുന്നു അമ്പതുകളിലെ കലാവ്യവഹാരങ്ങളിലെ ആഭിമുഖ്യങ്ങൾക്ക് ദിശയേകിയത്. തെരുവുകൂത്തുകളിലും നാടകാവതരണങ്ങളിലുംനിന്ന് ക്രമേണ ചലച്ചിത്രമേഖലയിലേക്കും കലയുടെ രാഷ്ട്രീയം പ്രകടമായി. ലോകമഹായുദ്ധം ചലച്ചിത്രനിർമ്മാണത്തെ ബാധിച്ച സന്ദർഭത്തിലാണ് നാടകങ്ങൾ തമിഴരങ്ങുകളിൽ തിരിച്ചുവരവുനടത്തുന്നത്. ദ്രാവിഡദേശീയരാഷ്ട്രീയത്തിന്റെ ആശയവാദങ്ങളായിരുന്നു നാടകങ്ങളുടെ ഘടനയെയും ഉള്ളടക്കത്തെയും ചിട്ടപ്പെടുത്തിയത്. 1944 ൽ ദ്രാവിഡകഴകമെന്ന രാഷ്ട്രീയപ്പാർട്ടി രൂപീകരിച്ചതിനെത്തുടർന്നുണ്ടായ സമ്മേളനങ്ങളിൽ അണ്ണാദുരൈയുടെ *ചന്ദ്രോദയം* നാടകമായിരുന്നു നിരന്തരമായി അവതരിപ്പിക്കപ്പെട്ടത്. ദ്രാവിഡമുന്നേറ്റകഴകം (ഡി എം കെ) അവരുടെ രാഷ്ട്രീയ പ്രചാരണോപാധിയായി നാടകത്തെയും സിനിമയെയും നന്നായി പ്രയോജനപ്പെടുത്തിയിട്ടുണ്ട്. രാഷ്ട്രീയത്തിനും സിനിമയ്ക്കും ഇതൊരുപോലെ ഗുണകരമായി. സിനിമയുടെ കഥാകഥനത്തിൽ ദ്രാവിഡരാഷ്ട്രീയമായിരുന്നു നിർണ്ണായകം. രാഷ്ട്രീയത്തിന്റെ സിനിമാവല്ക്കരണം ദൂരവ്യാപകമായ പ്രതിദ്ധ്വനികളുള്ളതായിരുന്നു. ഇന്ത്യൻ ദേശീയപ്രസ്ഥാനത്തോടും പ്രാദേശികദ്രാവിഡവാദത്തോടുമുള്ള താല്പര്യം സിനിമകളിൽ ക്രമേണ കൂടുതൽ വാചാലമായി. ദ്രാവിഡകഴകത്തിന്റെ രാഷ്ട്രീയാഹ്വാനങ്ങൾ ഭാരതിദാസൻ ഉൾപ്പെടെയുള്ള പല എഴുത്തുകാരെയും ആകർഷിച്ചിട്ടുണ്ട്. നാടകത്തിൽ മാത്രമല്ല സിനിമകൾക്കും ഭാരതിദാസൻ (ഉദാ: സുഭദ്ര 1945) സംഭാഷണമെഴുതി. ഭാരതിദാസന്റെ വചനങ്ങൾക്ക് സ്വാഭാവികമായും അനുകർത്താക്കളുമുണ്ടായി. സേലത്തെ മോഡേൺ തിയേറ്റേഴ്സ് വചനകർത്താക്കളുടെ കളരിയായിരുന്നു. ദ്രാവിഡപ്രസ്ഥാനത്തോട് താല്പര്യമുണ്ടായിരുന്ന പലരും തുടർദശകങ്ങളിൽ സിനിമയുടെ ഭാഗമായി. കഥയെഴുത്തിലും പാട്ടെഴുത്തിലും മാത്രമല്ല അഭിനയത്തിലും ദേശീയവാദികളുടെ സാന്നിദ്ധ്യമുണ്ടായി. വിമതസിനിമയുടെ കാലമെന്ന് അമ്പതുകളെ തിയോഡോർ ഭാസ്കർ വിശേഷിപ്പിക്കുന്നുണ്ട്. പുരോഗമനയുക്തിയും വിഗ്രഹഭഞ്ജനപ്രവണതയുമാണ് അമ്പതുകളിലെ തമിഴ്സിനിമയ്ക്ക് വിമതമുഖം നല്കിയത്. ധനികരുടെ അധികസമ്പത്ത് നിസ്വഗണവുമായി പങ്കുവെക്കണമെന്ന പ്രബോധനമുള്ള *നല്ലതമ്പി* (1949) യുടെ കഥയും സംഭാഷണവും എഴുതിയത് അണ്ണാദുരൈയാണ്. പ്രേക്ഷകരെ കൊട്ടകയിലേക്ക് ആകർഷിക്കുന്ന രസതന്ത്രമായിരുന്നു

ഡയലോഗുകൾ. നാടകത്തിൽ പരീക്ഷിച്ച അതേ വാചാലത സിനിമയെയും ശബ്ദമുഖരിതമാക്കി. അക്കാലത്തെ തമിഴ്സിനിമയുടെ നിർമ്മാണം, വിതരണം, ജനകീയത എന്നിവയിലേക്കും ഇതിന്റെ പ്രതിഫലനമുണ്ടായിരുന്നു. സിനിമയുടെ ക്ലൈമാക്സ്രംഗം സുദീർഘമായ വാദപ്രതിവാദങ്ങളാൽ സമൃദ്ധമായിരുന്നു. യാഥാസ്ഥിതികരുടെയും ഉല്പതിഷ്ണുക്കളുടെയും വാക്കുകളാണ് സിനിമയുടെ സ്വീകാര്യത നിർണ്ണയിച്ചിരുന്നത്. പല ചിത്രങ്ങളിലെയും പേച്ചുകൾ വഴിയോരത്ത് നാടകീയമായി അവതരിപ്പിക്കുന്നത് അക്കാലത്ത് സാധാരണമായിരുന്നു. അമേരിക്കൻസിനിമയിലെ രംഗങ്ങളും സംഭാഷണരീതികളും അന്നത്തെ ചലച്ചിത്രരചയിതാക്കളെ പ്രചോദിപ്പിച്ചിട്ടുണ്ട്. ഒരർത്ഥത്തിൽ പ്രചോദനമൂലകങ്ങൾ തമിഴകരാഷ്ട്രീയത്തിന് അനുപാകമായി പ്രാദേശികവല്ക്കരിക്കുകയാണ് അവർ ചെയ്തത്. പ്രമേയപരമായ ആവശ്യമായിട്ടല്ല രാഷ്ട്രീയമായ അനിവാര്യതയായിട്ടാണ് വിഗ്രഹഭഞ്ജനവും സാമുദായികവിമർശനവും പരിചരിക്കപ്പെട്ടത്. മേൽസൂചിപ്പിച്ചപോലെ സാമൂഹികവിമർശനമുള്ള ജനകീയനാടകങ്ങളായിരുന്നു കാലതാമസമില്ലാതെ ചലച്ചിത്രവല്ക്കരിക്കപ്പെട്ടത്. ഇവിടെ ശ്രദ്ധേയമാകുന്ന വസ്തുത ദ്രാവിഡപ്രസ്ഥാനങ്ങളിലെ നേതാക്കളായ അണ്ണാദുരൈയെയും ആസൈതമ്പിയെയും എം കരുണാനിധിയെയും പോലുള്ള എഴുത്തുകാരെ അന്നത്തെ നിർമ്മാണക്കമ്പനികൾ സംഭാഷണരചയിതാക്കളായി മാത്രമാണ് നിയോഗിച്ചതെന്നാണ്. ചലച്ചിത്രവ്യാഖ്യാനത്തിന്റെ ഇതരമേഖലകളിൽ അവർ സജീവമാകുന്നത് അമ്പതുകളിലാണ്. കരുണാനിധിയുടെ *പരാശക്തി* (1952) യോടെ മാറ്റം കൂടുതൽ തീവ്രമായി. *പരാശക്തി*ക്കുമുമ്പ് *മരുതനാട്ട് ഇളവരശിക്കും* (1950), ക്രെഡിറ്റിൽ പേരുചേർക്കാത്ത കുറെചിത്രങ്ങൾക്കും കരുണാനിധി സംഭാഷണമെഴുതിയിരുന്നു. *പരാശക്തി*യുടെ വിജയം കരുണാനിധിക്ക് മാത്രമല്ല ദ്രാവിഡപ്രത്യയശാസ്ത്രത്തിന് ലഭിച്ച അംഗീകാരം കൂടിയായിരുന്നു.

പ്രദർശനത്തിനെത്തിയതുമുതൽ ഒട്ടേറെ വിവാദങ്ങൾ പരാശക്തിയുടെ റിലീസിനോട് അനുബന്ധിച്ചുണ്ടായി. സാമൂഹികമണ്ഡലത്തിന്റെ വിവിധവിഭാഗങ്ങളിൽനിന്നും ചിത്രം നിരോധിക്കണമെന്നും ആവശ്യമുയർന്നു. പത്രപ്രവർത്തകർ, ദേശീയവാദികൾ, ന്യായാധിപൻമാർ, സെൻസർബോർഡ് അംഗങ്ങൾ, ഉന്നതപൊലീസുദ്യോഗസ്ഥർ എന്നിവർ ചിത്രം നിരോധിക്കണമെന്ന് ആവശ്യപ്പെട്ട് നിവേദനം നല്കിയവരാണ്. പലനിലയിലുണ്ടായ സമ്മർദ്ദത്തിന്റെപേരിലാണ് നാഷണൽ പിക്ചേഴ്സിനോട് കേന്ദ്രവാർത്താസംപ്രേക്ഷണമന്ത്രാലയം വിശദീകരണം ആവശ്യപ്പെട്ടത്. ദ്രാവിഡകഴകത്തിൽ പ്രവർത്തിച്ചിരുന്ന പാവലർ ബാലസുന്ദരത്തിന്റെ *തൂക്കുമേടൈ* എന്ന നാടകത്തെ അനുവർത്തിച്ചാണ് *പരാശക്തിക്ക്* കരുണാനിധി തിരക്കഥയും സംഭാഷണവുമെഴുതിയത്. ഏറെ ജനസമ്മതിനേടിയ ബാലസുന്ദരത്തിന്റെ നാടകം അധികാരികൾ നേരത്തെ നിരോധിച്ചിരുന്നുവെന്നതും പരാമർശിക്കേണ്ടതുണ്ട്.

സിനിമയുടെ സ്ഥലകാലങ്ങളിലെ ചില വൈരുദ്ധ്യങ്ങൾ ഇവിടെ പരിഗണിക്കേണ്ടതുണ്ട്. റംഗൂണിൽ ജോലിനോക്കുന്ന മൂന്നുസഹോദരങ്ങൾ പെങ്ങളുടെ കല്യാണം കൂടാൻ നാട്ടിലേക്ക് വരാനൊരുങ്ങുന്നതിനെ തുടർന്നുള്ള അപ്രതീക്ഷിതസംഭവങ്ങളിലൂടെയാണ് ചിത്രത്തിന്റെ ആഖ്യാനം പുരോഗമിക്കുന്നത്. രണ്ടാം ലോകമഹായുദ്ധത്തിന്റെ പ്രത്യാഘാതത്താൽ സഹോദരങ്ങളെല്ലാം പരസ്പരം വേർപെട്ടവരായിരുന്നു. വല്ലവിധത്തിലും നാട്ടിലെത്തിയ ഗുണശേഖരനെ കാത്തിരുന്നത് അന്യം നിന്ന തറവാടും കല്യാണിയെന്ന വിധവയായ സഹോദരിയുമായിരുന്നു. വിചിത്രമായ യാദൃച്ഛികതയ്ക്കുള്ളിലാണ് അന്യോന്യബന്ധങ്ങൾ അഴിയുന്നതും പിന്നീട് മുറുകുന്നതും.നാട്ടിലെത്തിയ ഗുണശേഖരനെ കല്യാണി തിരിച്ചറിയുന്നില്ല. എന്നാലയാൾ കല്യാണി സഹോദരിയാണെന്ന് മനസ്സിലാക്കി ചില ആൾമാറാട്ടത്തിലൂടെ അവളെ പിന്തുടരുന്നു. ക്ഷേത്രാങ്കണത്തിൽവെച്ച് കല്യാണിയെ അപമാനിക്കാൻ ശ്രമിച്ച പുരോഹിതനെ ഗുണശേഖരൻ മൃതപ്രായനാക്കുന്നുണ്ട്. സിനിമയുടെ ക്ലൈമാക്സിലെ കോടതിരംഗത്തിലാണ് പരസ്പരം വേർപെട്ടുപോയ സഹോദരങ്ങൾ കൂടിച്ചേരുന്നത്. കുടുംബമാഹാത്മ്യം ദ്യോതിപ്പിക്കുന്ന പ്രമേയത്തിനുള്ളിലാണ് സാമൂഹികവിമർശനവും രാഷ്ട്രീയപ്രബോധനവും ഉൾപ്പെടുന്നത്. ദ്രാവിഡനാടിന്റെ വാഴ്ത്തുഗീതത്തോടെയാണ് ചിത്രം തുടങ്ങുന്നത്. ഭാരതിദാസന്റെ വരികളിൽ കാടും കടലും കടന്നു പുഴയും നെല്പാടവും വീരപുരുഷന്മാരും പതിവ്രതകളുമൊക്കെയുള്ള ഭൂതകാലത്തെ ഭാവിയുടെ പ്രത്യാശയായി അവതരിപ്പിക്കുകയാണിവിടെ. ഗീതത്തെത്തുടർന്നുള്ള സ്വാഗതാഖ്യാനത്തിൽ തമിഴകത്തിന്റെ വർത്തമാന കാലം വെളിപ്പെടുന്നു. മാതൃദേശം വിട്ട് മറ്റ് രാജ്യങ്ങളിലേക്ക് കുടിയേറേണ്ടിവന്ന തമിഴ്മക്കളുടെ ദുരിതമാണിവിടെ വിഷയം. ഇവിടെ അണ്ണാദുരൈയെ ഉദ്ധരിക്കുന്നതിലൂടെ *പരാശക്തി*യുടെ രാഷ്ട്രീയം കൂടുതൽ വെളിച്ചപ്പെടുന്നു. കോൺഗ്രസ് ഭരണത്തിന്റെ വിമർശനമായി ഇത് സ്വാഭാവികമായും അറിയപ്പെട്ടു. മുഖ്യമന്ത്രിയായിരുന്ന സി രാജഗോപാലാചാരി ചിത്രത്തെ അക്കാലത്തുതന്നെ അപലപിച്ചിരുന്നു. ഗുണശേഖരന്റെ ആത്മഗതങ്ങളിലൂടെയാണ് നാടിന്റെ വർത്തമാനം ചിട്ടപ്പെടുത്തിയിട്ടുള്ളത്. പ്രേക്ഷകരോട് നേരിട്ട് സംസാരിക്കുന്ന വിധത്തിലാണത്. മഴയ്ക്കായി വരുണനെ ഭജിക്കുന്നതും വറുതി പരിഹരിക്കുന്നതിന് അമ്പലംചുറ്റുന്നതും നിഷ്ഫലമാണെന്ന് പറയുന്നത് ആൾമാറിയ ഗുണശേഖരനാണ്. മഴയ്ക്കായി വരുണനോട് പ്രാർത്ഥിക്കാൻ പറഞ്ഞ രാജാജിയുടെ മനോഭാവമാണിവിടെ ഗുണശേഖരൻ പരോക്ഷമായി ചോദ്യംചെയ്യുന്നത്. ശിലയെ ദൈവമായി പൂജിക്കുന്നവരെയും അയാൾ കുറ്റപ്പെടുത്തുന്നുണ്ട്. ഇയാൾ നടത്തുന്ന വിമർശനങ്ങൾ കേവലമൊരു ഉന്മാദിയുടേതല്ലെന്നും അത്തരമൊരു പ്രച്ഛന്നവേഷത്തിലൂടെ ഡി എം കെയുടെ പ്രഖ്യാപിത രാഷ്ട്രീയമാണ് പ്രചരിപ്പിക്കുന്നതെന്നുമുള്ള ശക്തമായ വിമർശനം അക്കാലത്തുതന്നെയുണ്ടായിരുന്നു. എന്നാൽ ഏറ്റവും വിവാദമായത്

ക്ലൈമാക്സിലെ കോടതി രംഗമായിരുന്നു. അത്തരം കോടതി രംഗങ്ങൾ അക്കാലത്ത് സിനിമകളിൽ സാധാരണവുമായിരുന്നു. കോടതിയിൽ പറയുന്ന കാര്യങ്ങൾ വസ്തുതാപരവും ആധികാരികവുമാണെന്ന തോന്നൽ പ്രേക്ഷകരിൽ സംക്രമിപ്പിക്കാനാവുമെന്നത് ഇതിനൊരു കാരണമാകാം. കോടതിമുറിയിലെ പേച്ച് കാഴ്ചക്കാർ ഏറ്റുപറഞ്ഞിരുന്നൊരു കാലമുണ്ടായിരുന്നു. *പരാശക്തി*പോലുള്ള ചിത്രങ്ങളുടെ സംഭാഷണങ്ങൾ പുസ്തകരൂപത്തിൽ ലഭ്യമായിരുന്നത് ഇതിന് സൗകര്യമായി. സാഹിത്യത്തിന്റെ തുടർച്ചയായിട്ട് അറിയപ്പെടാനാണ് സിനിമകളന്ന് താല്പര്യപ്പെട്ടത്. ചുരുക്കത്തിൽ നാടകത്തിലെ വാചികപാരമ്പര്യം അമ്പതുകളിലെ സിനിമയിലും ആവർത്തിച്ചു. സിനിമയിലെ കോടതിരംഗത്തിൽവെച്ചാണ് എല്ലാപ്രശ്നങ്ങളും പരിഹരിക്കപ്പെടുന്നതും അറ്റുപോയബന്ധങ്ങൾ കൂടിച്ചേരുന്നതും. പരാശക്തിയോടെ ഈ പ്രവണത കൂടുതൽ ജനസമ്മതിനേടി. തന്റെ പെങ്ങളെ അപമാനിക്കാൻ മുതിർന്ന പൂജാരിയെ ഗുണശേഖരൻ ആക്രമിക്കുകയും കുത്തിമുറിവേല്പിക്കുകയും ചെയ്യുന്ന രംഗം അക്രമം കൊണ്ടല്ല ശ്രദ്ധേയമായത്. ആഖ്യാനന്തരത്തിൽ തെളിയുന്ന രണ്ടുകാര്യങ്ങൾ ഇങ്ങനെ ചുരുക്കാം. 1. സ്ത്രീയുടെ പാതിവ്രത്യത്തിന്റെ മഹത്വീകരണം. 2. ആരാധനാലായങ്ങളിലുള്ളത് പ്രതികരണശേഷിയില്ലാത്ത വെറും ശില. കോടതിയിൽ ഗുണശേഖരൻ ഇതേ കാര്യം ആവർത്തിക്കുന്നുണ്ട്. അവിടെ കുറെക്കൂടി തീവ്രമായി തമിഴിന്റെ സ്വത്വപ്രശ്നം അയാൾ ഉയർത്തുന്നുണ്ട്. ജീവനം തുടങ്ങുന്നത് ഒരിടത്ത്. അതിജീവനമാകട്ടെ മറ്റൊരിടത്തും. പുറംനാട്ടിൽ ജീവനോപാധി തേടേണ്ടിവരുന്ന ഒരാളെങ്ങനെ തമിഴനാകും? ദ്രാവിഡമായ അസ്തിത്വം ഉപേക്ഷിച്ച് പരദേശിയാകേണ്ടിവന്ന തമിഴ്മക്കളെയാണ് ഗുണശേഖരൻ പ്രതിനിധീകരിക്കുന്നത്. മറ്റൊന്നുള്ളത് പെൺമാനത്തിന്റെ അരക്ഷിതാവസ്ഥയാണ്. നിയമം, നിയമത്തിന്റെവഴിക്ക് പോകട്ടെയെന്ന ഭരണകൂടനിലപാടും ഇവിടെ അസ്ഥിരപ്പെടുന്നു. ഇതൊരു പലായനപ്രവണതയായി *പരാശക്തി*യിൽ മാറുന്നുണ്ട്. വിധവയായ കല്യാണി തന്റെ അനാഥജീവിതത്തിനിടയിൽ പല സന്ദർഭങ്ങളിലായി വേട്ടയാടപ്പെടുന്നുണ്ട്. അഭയം നല്കിയവരും അനുനയം പറഞ്ഞവരുമാണ് കല്യാണിയെ അപമാനിക്കാൻ മുതിർന്നിട്ടുള്ളത്. ദൈവത്തിന്റെ പ്രതിപുരുഷന്മാർപോലും ഇക്കാര്യത്തിൽ വ്യത്യസ്തരാവുന്നില്ല. നിയമം നിയമത്തിന്റെ വഴിക്കല്ല. സമ്പത്തുള്ളവന്റെയും വരേണ്യസമുദായങ്ങളുടെയും കൂടെയാണ് നീങ്ങുന്നതെന്ന് ചിത്രത്തിൽ മറയില്ലാതെ വെളിപ്പെടുന്നുമുണ്ട്. പാതിവ്രത്യം ദ്രാവിഡരാഷ്ട്രത്തിന്റെ അസ്തിത്വവുമായി ബന്ധപ്പെടുന്ന അവസ്ഥാരൂപകമാണ്. ഭാഷയോടും ദേശത്തോടും ബന്ധപ്പെടുത്തിയാണ് പാതിവ്രത്യത്തെ ചിത്രം പരിചരിക്കുന്നത്. അപകടത്തിൽപ്പെടുന്ന കല്യാണിയെ രക്ഷപ്പെടുത്തുന്ന ഗുണശേഖരൻ ദ്രാവിഡനാടിനെക്കുറിച്ചുള്ള വാഗ്ദാനങ്ങളെയാണ് സാക്ഷാൽക്കരിക്കുന്നത്.

ഇതൊക്കെയാണെങ്കിലും ദ്രാവിഡപ്രസ്ഥാനം തുടക്കത്തിൽ പ്രതി

നിധീകരിച്ച പിതൃദായപ്രത്യയശാസ്ത്രനിലപാടുകളിൽനിന്നും *പരാശക്തി*പോലൊരു ചിത്രം സൂക്ഷ്മതലത്തിൽ വ്യതിചലിക്കുന്നുവെന്നത് ആഖ്യാനപരമായ വൈരുദ്ധ്യമാണ്. താലികെട്ടുമായി ബന്ധപ്പെട്ട സർവ്വ നിയന്ത്രണങ്ങളെയും പെരിയാർ ഇ വി രാമസ്വാമിയുടെ സ്വാഭിമാനപ്രസ്ഥാനം കാറ്റിൽ പറത്തിയിരുന്നു. ദ്രാവിഡമുന്നേറ്റകഴകം അതിന്റെ രാഷ്ട്രീയോർജ്ജം സംഭരിച്ചതുപോലും പെരിയാറുടെ ആശയങ്ങൾ ആന്തരീകരിച്ചാണ്. വിധവാവിവാഹവും വിവാഹമോചനവും പെണ്ണിന്റെ അവകാശമാണെന്ന് ദ്രാവിഡപ്രസ്ഥാനക്കാർ വാദിച്ചിരുന്നു. വിവാഹമെന്നത് സ്ഥാപനവല്ക്കരിക്കപ്പെട്ട സാമൂഹികവിപത്താണെന്ന് പ്രസ്താവിച്ചയാളാണ് പെരിയാർ. പക്ഷേ, *പരാശക്തി*പോലുള്ള ഡി എം കെ പക്ഷചിത്രങ്ങൾ പാതിവ്രത്യത്തെയും താലിബന്ധത്തെയും മഹത്വല്ക്കരിക്കുകയാണ് ചെയ്തത്. എന്നല്ല ദ്രാവിഡനാടെന്ന സങ്കല്പിതരാഷ്ട്രത്തിന്റെ ജീവനാഡിയായി പിതൃദായക്രമത്തിന്റെ വ്യവസ്ഥകളെ പ്രക്ഷേപിക്കുകയും ചെയ്തു. മതവിശ്വാസത്തിന്റെ നേർക്കുള്ള ആക്രമണത്തിലുമുണ്ട് സന്ദിഗ്ദ്ധത. കോടതിരംഗത്ത് ഗുണശേഖരൻ നല്കുന്ന മൊഴി ശ്രദ്ധിക്കുക. ഞാൻ അമ്പലത്തിൽ കുഴപ്പമുണ്ടാക്കിയെന്നത് ശരിയാണ്. എന്നാലത് അമ്പലങ്ങൾ വേണ്ടെന്നുവെച്ചല്ല. മറിച്ച് ആപല്ക്കാരികളുടെ മടയായി ആരാധനാലയങ്ങൾ മാറാതിരിക്കനാണ്. ഞാൻ പുരോഹിതനെ ആക്രമിച്ചുവെന്നത് സത്യമാണ്. അതുപക്ഷേ, അയാളൊരു ഭക്തനായതുകൊണ്ടല്ല. പട്ടാപ്പകൽ ഒരാസ്തികന് നിരക്കാത്ത പിത്തലാട്ടം നടത്തിയതിനാലാണ്. ഇവിടെ മതത്തെയോ ആസ്തികതയെയോ വിശ്വാസിയെയോ ഹനിക്കുന്ന യാതൊന്നുമില്ല. മറിച്ച്, ദൈവത്തിനും മനുഷ്യനുമിടയിൽ മാദ്ധ്യസ്ഥ്യം വഹിക്കുന്ന പൗരോഹിത്യമാണ് വിചാരണചെയ്യപ്പെടുന്നത്. വേണമെങ്കിൽ മാനുഷികമൂല്യങ്ങളിലൂടെ ദൈവത്തിലേക്കുള്ള വഴിയേ പോകുന്നതിൽ ദ്രാവിഡകക്ഷിക്കാർക്ക് എതിർപ്പില്ലെന്ന് വാദിക്കാം. മതത്തെയും വിശ്വാസത്തെയുമല്ല അതിന്റെ ദുരുപയോഗമാണ് *പരാശക്തി* വിഷയമാക്കിയത്. മതത്തോട് കൂറും വിശ്വാസവും പരോക്ഷമായി പുലർത്തുന്ന ചിത്രമാണെന്ന തോന്നൽ സെൻസർ ബോർഡ് അംഗങ്ങൾക്കും തോന്നിയിരുന്നു. ദൈവത്തിന്റെ ഇടപെടൽ നിർണ്ണായകമാകുന്ന അമ്പലരംഗം നോക്കുക. അപമാനിതയാകുന്ന കല്യാണിയമ്മയുടെ നിലവിളികേട്ടാണ് കുപ്പനെന്ന ആൾ മണിയടിച്ച് അപായനില പുറത്തറിയിക്കുന്നത്. കൂട്ടമണിയടിയെത്തുടർന്ന് രംഗം ദേവിയായ പരാശക്തിയിലേക്ക് മാറുകയാണ്. വെള്ളിത്തിരയിൽ തെളിയുന്ന ദേവിപരാശക്തിയുടെ പ്രതിരൂപമാവട്ടെ മുഴങ്ങുന്ന മണിയിലേക്ക് സൂപ്പർ ഇംപോസ് ചെയ്തിരിക്കുകയാണ്. കല്യാണിയുടെ നിലവിളിക്ക് ബദലായി വിഗ്രഹത്തിനുപിന്നിൽനിന്നും ദേവിയുടേതെന്ന് തോന്നിപ്പിക്കുന്ന പ്രതികരണമുണ്ടാകുന്നു. അതാവട്ടെ ഗുണശേഖരന്റേതായിരുന്നു. ദൈവവും മനുഷ്യനുമായുള്ള ബന്ധത്തെ നിഷേധിക്കുകയല്ല, സന്ദിഗ്ധമായ മറ്റൊരു തലത്തിലേക്ക്, അതീന്ദ്രിയമായ അസാന്നിദ്ധ്യത്തിലേക്ക്,

സംക്രമിപ്പിക്കുകയാണ് *പരാശക്തി*യെന്ന് ഇവിടെ തോന്നാം. രൂപീകരണകാലത്തെ ഭൗതികവാദത്തിന്റെയും നാസ്തികൃത്തിന്റെയും പ്രഖ്യാപനങ്ങൾ തുടർന്നുള്ള ദ്രാവിഡമുന്നേറ്റകക്ഷിയുടെ പ്രവർത്തനത്തിൽ പല ഒത്തുതീർപ്പുകൾക്കും വഴിമാറിയിട്ടുണ്ട്. പെരിയാർ ഇ വി രാമസ്വാമിയുടെ പ്രത്യയശാസ്ത്രനിലപാടുകളിൽപ്പോലും വ്യതിയാനമുണ്ടായിട്ടുണ്ട്. ദ്രാവിഡമുന്നേറ്റ രാഷ്ട്രീയത്തെ പ്രതിനിധീകരിക്കുന്ന *പരാശക്തി*പോലൊരു ചിത്രം ഇത്തരത്തിലുള്ള വിചാരപരമായ അന്തരണത്തെ സൂക്ഷ്മത്തിൽ പ്രതിഫലിപ്പിക്കുന്ന സാംസ്കാരികരേഖയാണ്.

ദ്രാവിഡസിനിമയെന്ന ഗണത്തെയും അതിനെ ദ്രാവിഡരാഷ്ട്രീയവുമായി ഉണ്ടായിരുന്ന അഗാധബന്ധത്തെയും ഇത് പ്രശ്നവൽക്കരിക്കുന്നുണ്ട്. ദ്രാവിഡദേശീയപ്രസ്ഥാനത്തിന്റെ വിഭക്തരൂപങ്ങളായി മാറിയ ഡി എം കെ (അഥവാ തി മു ക) യും എം ജി ആറിന്റെയും ജയലളിതയുടെയും എ ഐ എ ഡി എം കെയും ഭരണം നിലനിർത്തുന്നതിന് ജാതിഹിന്ദുത്വവുമായി പിന്നീട് പരമാവധി ഒത്തുതീർപ്പുകൾക്ക് തയ്യാറായെന്നത് പില്ക്കാലരാഷ്ട്രീയചരിത്രം. സ്വന്തം പ്രത്യയശാസ്ത്രത്തിന്റെ പ്രചരണായുധമായി ഡി എം കെ ഉപയോഗിച്ച *പരാശക്തി*യുടെ ജനപ്രിയചേരുവകളായിരുന്നു ഇതേ കക്ഷിയുടെ തിരഞ്ഞെടുപ്പുരാഷ്ട്രീയത്തിന്റെ അതിജീവനത്തിന് ഹേതുവായതെന്ന വൈരുദ്ധ്യം എം എസ് എസ് പാണ്ഡ്യൻ ചർച്ചചെയ്യുന്നുണ്ട്. മതങ്ങളെ ആക്രമിക്കുമ്പോഴും അതിന്റെ ആന്തരികഘടനയെ ഒരുതരത്തിലും അലോസരപ്പെടുത്താതെ സമവായരൂപത്തിൽ അനുനയിച്ചുപോകുന്ന രീതിയാണ് ദളിതത്വത്തെ പ്രതിനിധീകരിച്ച വിടുതലൈ ചിരുത്തൈകൾ കക്ഷിക്കാരും പിന്തുടർന്നത്. കക്ഷിനേതാവായ തിരുമാവളവൻ ജയലളിതയുടെ പിന്തുണയോടെ 2006 ൽ നിയമസഭാംഗമായി. ബ്രാഹ്മണപ്രീണനത്തിന്റെ പേരിൽ ജയലളിതയെ നിശിതമായി വിമർശിച്ചയാളാണ് തിരുമാവളവൻ. അതിലും പ്രധാനം ക്ഷേത്രങ്ങളിലെ സംസ്കൃതമന്ത്രോച്ചാരണത്തെ ജയലളിത തന്റെ മുൻഭരണകാലത്ത് അനുകൂലിച്ചിരുന്നു എന്നതാണ്. സംസ്കൃതം മാറി ചിലയിടത്തൊക്കെ തമിഴ് മൊഴിയിൽ മന്ത്രോച്ചാരണം നടത്താനുള്ള അനുമതി പിന്നീടുവന്ന ഡി എം കെയുടെ ഭരണകാലത്ത് (2001–2006)അനുവദിക്കുകയും ചെയ്തു. പക്ഷേ, പൗരോഹിത്യത്തിന്റെ മുൻകാലതീർപ്പുകളിലുള്ള ക്ഷേത്രസങ്കല്പം, വിഗ്രഹാരാധന, പ്രതിഷ്ഠാകർമ്മം തുടങ്ങിയ ആചാരാനുഷ്ഠാനങ്ങളുടെ കാര്യത്തിൽ തിരുമാവളനെപ്പോലെ ഡി എം കെ യും നീക്കുപോക്കുകൾക്ക് തയ്യാറാവുകയായിരുന്നു. ഭാഷയുടെ വച്ചുമാറ്റത്തിനപ്പുറം പൗരോഹിത്യ–ദൈവശാസ്ത്രത്തെയോ ക്ഷേത്രബന്ധമായ സ്ഥാപനവല്ക്കരണത്തെയോ വിചാരണചെയ്യാൻ വിടുതലൈ ചിരുത്തൈകൾ പോലെ കീഴാളകർത്തൃബോധമുള്ള സംഘടനകൾക്ക് കഴിയാതെപോകുന്നുവെന്നത് വസ്തുതയാണ്. രാഷ്ട്രീയത്തിന്റെ സിനിമാവല്ക്കരണത്തെയും അവ ഉല്പാദിപ്പിക്കുന്ന സാമൂഹിക–സാമ്പത്തികബന്ധങ്ങളെയും നിർബാധം അപലപിച്ചിരുന്ന

പലരും താമസിയാതെ താനെതിർത്തിരുന്ന മുതലാളിത്തരൂപങ്ങളുടെ ഭാഗമായെന്നത് ഒറ്റപ്പെട്ട സംഭവമല്ല. ഭാവിയിലെ രാഷ്ട്രീയവിപര്യയത്തിന്റെ ദുസ്സൂചനകൾ 1952 ൽ പുറത്തുവന്ന *പരാശക്തി* ആഖ്യാനാന്തരമായെങ്കിലും വിഭാവനംചെയ്തുവെന്നത് സിനിമയുടെ രാഷ്ട്രീയബന്ധത്തെ കൂടുതൽ പ്രവചനാതീതവും ദുരൂഹവുമാക്കുന്നു.

തെരഞ്ഞെടുത്ത ഗ്രന്ഥസൂചി

പാർത്ഥസാരഥി, എം 2006. *പരാശക്തി:ദ്രാവിഡസിനിമയും* ജാതിയും. *പച്ചക്കുതിര* 2:11. പുറം 36–41

Pandian, M S S 2007. *Brahmin and Non-Brahmin: Genealogies of the Tamil Political Present* – Delhi:Permanent Black.

Pandian, M S S 2003. *Life and Time of a D M K Film.* Ravi S.Vasudevan(ed.) *Making Meaning in Indian Cinema* – New Delhi: OUP.

തിരഭൂപടത്തിലെ ഐക്യകേരളം മലയാളസിനിമ (1956–2016)

I

സ്വതന്ത്രഭാരതം പത്താം വർഷത്തിലേക്ക് കടക്കുമ്പോഴാണ് ഐക്യകേരളം സാങ്കേതികതലത്തിൽ യാഥാർത്ഥ്യമാകുന്നത്. ബൃഹദ്ദേശമെന്ന നിലയ്ക്ക് ഇന്ത്യ അപ്പോഴും സ്വയം നിർവ്വചിച്ചു കഴിഞ്ഞിരുന്നില്ല. പൊരുത്തക്കേടുകളിൽ മാത്രം പൊരുത്തമുള്ള ദേശഭാഷാവഴക്കങ്ങളെ ക്രോഡീകരിക്കുന്ന പ്രക്രിയയിൽ അന്നേക്ക് കേരളവും ഭാഗമായിക്കഴിഞ്ഞിരുന്നു. അതിരുകളുടെ നിർണ്ണയം പൗരസമൂഹത്തിന്റെ ബോധമണ്ഡലത്തെയും പുനസ്സംഘടിപ്പിച്ചിട്ടുണ്ട്. പ്രദേശം വിട്ട് പുതിയൊരു ബോധമണ്ഡലത്തിലേക്കാണവർ പ്രവേശിക്കുന്നത്. പലതും ഒഴിവാക്കിയും പകരംവച്ചും കൂട്ടിയിണക്കിയുമാണ് ദേശനിർമ്മിതി പൂർത്തിയാവുന്നത്. ആ നിലയ്ക്ക് ഐക്യകേരളം എന്നതുതന്നെ അമൂർത്തമായ ദേശഭാവനയാണ്. ഇടകലരാൻ വിസമ്മതിക്കുന്നതും ഇടഞ്ഞുനില്ക്കുന്നതുമായ എത്രയോ പ്രതിനിധാനങ്ങൾ ആ സങ്കല്പനത്തിന്റെ അന്തർദ്ധാരയിലുണ്ട്. സ്റ്റേറ്റ് അതിന്റെ ഭരണസംവിധാനം പ്രയോജനപ്പെടുത്തി ദേശത്തിന്റെ ആന്തരികമായ ബഹുമുഖതയെ ഏകോപിപ്പിക്കാനാണ് എക്കാലവും മുതിർന്നിട്ടുള്ളത്. കേന്ദ്രീകരണത്തിലൂടെ ജീവിതമൂല്യങ്ങളെയും ഭാഷാഭേദങ്ങളെയും വേഷധാരണത്തെയും ഭക്ഷണശീലങ്ങളെയും ആഘോഷങ്ങളെയും മാനകീകരിക്കാനാവും. സ്വാംശീകരണത്തിന്റെ പരിധിയിൽ കലാവ്യവഹാരങ്ങളും അകപ്പെടാറുണ്ട്. നാടോടിയും ക്ലാസിക്കലുമായ കലാരൂപങ്ങൾ രാഷ്ട്രപിന്തുണയോടെ അരങ്ങേറുന്നത് ഉദാരമെന്നു പുറമെ തോന്നിപ്പിക്കുന്ന വ്യവസ്ഥകൾക്കുള്ളിൽനിന്നാണ്. കലാരൂപങ്ങൾ കൂടുതൽ ജനപ്രിയമാകുന്തോറും ഉപാ

ധികൾ കൂടുതൽ കർക്കശമാകും. സ്റ്റേറ്റിന്റെ താല്പര്യങ്ങൾക്കുള്ളിൽ മാത്രം പ്രവർത്തനക്ഷമമാകുന്ന സർഗ്ഗപ്രവർത്തനമാണ് ഇവിടെ ലക്ഷ്യ മാക്കുന്നത്. കൊളോണിയൽ വാഴ്ചയുടെ ആദ്യഘട്ടത്തിൽ നാടകവും പിന്നീട് സിനിമയും ആവിഷ്കാരനിരോധനത്തിന്റെ ഇരകളായിത്തീർന്ന ത് മേൽസൂചിപ്പിച്ച ഇടപെടലിന്റെ തീക്ഷ്ണതയെ ഉദാഹരിക്കുന്നു. കോ ളനിയനന്തരകാലത്തും സിനിമയ്ക്കുമേലുള്ള കൈയേറ്റങ്ങൾക്ക് ലോപ മുണ്ടായിരുന്നില്ല. പുതുക്കിയ സെൻസർ നിയമാവലിയും സർക്കാരിന്റെ ഫിലിം ഫൈനാൻസ് കോർപ്പറേഷനും ചലച്ചിത്രവ്യവഹാരത്തെ വരു തിയിൽ നിർത്താനാണ് താല്പര്യപ്പെട്ടത്. ആവിഷ്കാരമണ്ഡലത്തിനു മേൽ നടത്തുന്ന ഇത്തരം കൈയേറ്റങ്ങളെ സിനിമ തന്ത്രപരമായിട്ടാണ് നേരിട്ടത്. തുടക്കംമുതല്ക്കേ ദേശീയനയവുമായി ആസൂത്രിതമായ ഒത്തു തീർപ്പുകളിൽ സിനിമ ഏർപ്പെട്ടു. ഇന്ത്യയിലെ പ്രാദേശികസിനിമകൾ അവർ സ്വരൂപിച്ച സ്ഥലകാലങ്ങൾക്കുള്ളിൽനിന്നാണ് പൊതുനയത്തോട് സംവദിച്ചത്. ഹിന്ദിഭാഷാചിത്രങ്ങൾ പ്രകടിപ്പിച്ച ദേശാഭിമാനവിപണനം അതേതോതിൽ പ്രാദേശികസിനിമകളിൽ കണ്ടെത്താനാവില്ല. സ്വന്തം പ്രദേശത്തിന്റെയും സംസ്കാരത്തിന്റെയും വ്യതിരിക്തതകളെയാണവർ സിനിമയിലൂടെ തേടിയത്. പൊതുനയവുമായി പ്രാദേശികതയെ ഒരുക്കിയെടുക്കുകയായിരുന്നു അവയുടെ ലക്ഷ്യം. കേരളത്തിലെ സിനി മാവ്യവസായം ദേശീയധാരയോട് ചേർന്നുപോകുവാനാണ് അക്കാലത്ത് ശ്രമിച്ചിരുന്നത്. കേരളദേശം യാഥാർത്ഥ്യമായതിനെത്തുടർന്നുണ്ടായ ചിത്രങ്ങൾ ഉറ്റുനോക്കിയാലിതു ബോദ്ധ്യമാകും. 1930 കളാകുമ്പോഴേക്ക് ഇതിഹാസങ്ങളെയും ചരിത്രത്തെയും ഐതിഹ്യത്തെയും സാമൂഹിക തയെയും കാല്പനികവല്ക്കരിക്കുന്ന അനേകം ചലച്ചിത്രസംരംഭങ്ങളു ണ്ടായി. സ്റ്റേറ്റ് വിഭാവനം ചെയ്ത സ്വാഭാവിക പ്രമേയങ്ങളും ആവിഷ്കാര പരമായ സമകാലികതയും ഈ ചിത്രങ്ങൾക്കുണ്ടായിരുന്നു. നെഹ്റു വിയൻ സോഷ്യലിസവും ദേശീയാധുനികതയും ആഖ്യാനത്തിലേക്ക് സമീകരിക്കാനാണ് വ്യത്യസ്തഗണങ്ങളിലൂടെ മലയാളസിനിമ ശ്രമിച്ചത്. അവയിൽ ചിലത് സമകാലികമൂല്യങ്ങളെ വിദൂരഭൂതത്തിൽനിന്നും തെര ഞ്ഞെടുത്തു. എന്നാൽ മലയാളസിനിമ ഘടനയിലും ആഖ്യാനപരിചര ണത്തിലും യഥാതഥമെന്നു പറയാവുന്ന ആവിഷ്കാരരീതിയെയാണ് അധികവും ആശ്രയിച്ചത്. ഒരുപക്ഷേ, കൂടുതൽ സാങ്കല്പികവും കാല്പ നികതയുടെ വർണ്ണപ്പകിട്ടുള്ളതുമായ സ്വപ്നലോകം തമിഴ്പടങ്ങളിൽ തുടരെ കാണാനാകുമെന്നതുകൊണ്ടാകാം മലയാളം ചുറ്റുപാടുകളി ലേക്ക് ഉറ്റുനോക്കിത്തുടങ്ങിയത്. *നീലക്കുയിലി* (1954) ലൂടെ വിശ്വാസ്യത നേടിയെടുത്ത കാല്പനികറിയലിസമെന്ന് വിളിക്കാവുന്ന പരിചരണരീ തിയായിരുന്നു തുടർദശകങ്ങളിൽ തീവ്രമായിരുന്നത്. പ്രദേശഭാവന 1956 ലെ ഐക്യകേരളരൂപീകരണത്തോടെ നിലയ്ക്കുകയല്ല, തുടരുകയായി രുന്നുവെന്നതാണ് വസ്തുത. നാടകവും കഥാപ്രസംഗവും സിനിമയും ഉൾപ്പെടെയുള്ള ജനകീയകലാരൂപങ്ങൾ ഭാവനയിലൂടെ ദേശയാ

ഥാർത്ഥ്യത്തെ അതതു മാധ്യമങ്ങളുടെ സാദ്ധ്യതകൾക്കുള്ളിൽനിന്നും പുനർനിർമ്മിച്ചുകൊണ്ടേയിരുന്നു. സാമുദായികമായ സംസക്തി, ജാത്യാതീതമായ നോട്ടങ്ങൾ, മതനിരപേക്ഷമാനവികത തുടങ്ങിയവയ്ക്കായിരുന്നു സിനിമ ഊന്നൽ നല്കിയത്. കാലാകാലങ്ങളായി കൈമാറ്റം ചെയ്യപ്പെട്ടുവന്ന വ്യവസ്ഥകളുടെ സ്ഥിരപ്രകൃതത്തോട് കലഹിച്ചും നവലോകത്തിനായി കാംക്ഷിച്ചും സിനിമ ദേശീയാധുനികതയെ പുനഃസൃഷ്ടിച്ചു. ദൃശ്യഭാഷയുടെ ചാരുതയും വിനിമയശേഷിയും സിനിമകൾ തുടരെ പരീക്ഷിച്ച് തുടങ്ങുന്നതും ഇതേ കാലത്തായിരുന്നു. ദേശീയാധുനികതയുടെ വ്യാപനത്തിൽ അലിഞ്ഞില്ലാതെയാവുന്നത് പലപ്പോഴും ചെറുപ്രദേശങ്ങളാണ്. ദേശീയത കനക്കുമ്പോൾ പ്രാദേശീയത ശോഷിക്കുന്നു.മുഖ്യവും പാർശ്വീകരിക്കപ്പെട്ടതുമായ ധാരകൾക്ക് ഇടയിലെ ബലതന്ത്രങ്ങളെയും ആഭ്യന്തരമായ വൈരുദ്ധ്യങ്ങളെയും ദേശകഥനങ്ങൾക്ക് തുടർച്ചയായി നേരിടേണ്ടതായിട്ടുണ്ട്. ദേശാന്തരികതയിലെ അതിരുകളെ ദേശീയാധുനികതയുടെ ഉല്പന്നവും ഉല്പാദകമാധ്യമവുമായ സിനിമ എങ്ങനെ അഭിമുഖീകരിക്കുകയും ആവർത്തിക്കുകയും ചെയ്യുന്നുവെന്നതിലായിരുന്നു കാര്യം. ഇത് എളുപ്പമെന്നതുപോലെ പ്രയാസമേറിയതുമായ പ്രവർത്തനമാണ്. പ്രാദേശികമായിരിക്കുമ്പോഴും ദേശീയതാസങ്കല്പനത്തെ സംബോധന ചെയ്യേണ്ടതായി വരിക. മറിച്ച്, ദേശീയ ധാരയുടെ ഭാഗമായിരിക്കെ പ്രാദേശികമായി സ്വയം നിർവ്വചിക്കാൻ നിർബ്ബന്ധിതമാവുക. ഇത്തരമൊരു ധർമ്മസങ്കടത്തെ പ്രമേയത്തിലും അവതരണത്തിലും പ്രചരണത്തിലും ജനപ്രിയതയിലും 1950 കളിലെ സിനിമകൾക്ക് സംബോധനചെയ്യേണ്ടതായിവന്നു.

മലയാളസിനിമയിൽ ഗുണപരമായ മാറ്റങ്ങൾ അനുഭവപ്പെടുന്നത് അമ്പതുകളിലാണ്. എന്നാൽ അതിനുമുമ്പുതന്നെ കെ വി കോശിയും കുഞ്ചാക്കോയും ചേർന്നുള്ള നിർമ്മാണക്കമ്പനിയായ *കെ ആൻഡ് കെ പ്രൊഡക്ഷൻസ്* (1947)സജീവമായി രംഗത്തുണ്ടായിരുന്നു. കൂട്ടുകമ്പനിയിൽനിന്നും കെ വി കോശി മാറിയതിനെത്തുടർന്ന് കെ ആൻഡ് കെ പ്രൊഡക്ഷൻസ് ഉദയാസ്റ്റുഡിയോയായി മാറി. ഉദയായും മെറിലാന്റും കൂടാതെ വേറെയും നിർമ്മാണക്കമ്പനികൾ അക്കാലത്താണ് സജീവമാകുന്നത്. പരീക്കുട്ടിസാഹിബിന്റെ *ചന്ദ്രതാരാ പ്രൊഡക്ഷൻസ്*, ശോഭന പരമേശ്വരൻ നായരുടെ *രൂപവാണി* എം ഒ ജോസഫിന്റെ *മഞ്ഞിലാസ്* തുടങ്ങി വ്യത്യസ്തസമീപനമുള്ള നിർമ്മാതാക്കളും താമസിയാതെ നിർമ്മാണത്തിൽ സജീവമായി. പ്രേക്ഷകപക്ഷത്ത് സിനിമ കൂടുതൽ ജനകീയമാവുകയും വ്യാവസായികതലത്തിൽ ലാഭകരമാവുകയും ചെയ്യുന്ന കലാരൂപമായി ക്രമേണ രൂപാന്തരപ്പെടുകയായിരുന്നു. ചരിത്ര–സാമൂഹിക കാലത്തോടുള്ള നിതാന്തസമ്പർക്കവും സംവാദവും ചലച്ചിത്രഭാഷയെ പുനർരചിച്ചു. തിരു–കൊച്ചി–മലബാറെന്ന ത്രിവിധ പ്രവിശ്യകൾക്കുള്ളിൽനിന്നും കല്പിതദേശത്തെ ഭാവന ചെയ്യുകയായിരുന്നു സിനിമ. ഐക്യകേരളത്തിനായുള്ള കുതിപ്പും കിതപ്പും സിനിമയും

ഏറ്റെടുത്തു. സ്വാതന്ത്ര്യാനന്തരസന്ദർഭത്തിലെ ഇന്ത്യൻ ദേശരാഷ്ട്ര ത്തോട് മലയാളസിനിമ പ്രതിവചിച്ചത് കാല്പനികവും അതിഭാവുക ത്വവുമുള്ള റിയലിസത്തിന്റെ വഴികളിലൂടെയാണ്. നെഹ്റുവിയൻ രാഷ്ട്ര നിർമ്മാണപദ്ധതികൾ ഉണർത്തിയ സോഷ്യലിസ്റ്റ് മോഹങ്ങൾ, ജാതി നിർമ്മാർജ്ജനത്തിനും സമുദായപരിഷ്കരണത്തിനുമായുള്ള ആഹ്വാ നങ്ങൾ, കർഷകത്തൊഴിലാളി സമരങ്ങൾ, ഇടതുപക്ഷരാഷ്ട്രീയത്തിലെ വിമോചനകാംക്ഷകൾ, ദേശീയാധുനികതയിലെ മതനിരപേക്ഷത, നാനാ ത്വത്തിലെ ഏകത്വം, ശാസ്ത്രയുക്തി തുടങ്ങിയ സങ്കല്പനങ്ങൾ പ്രസ രിപ്പിച്ച പ്രത്യാശയും ഉൽക്കണ്ഠയും സമ്മർദ്ദങ്ങളും അമ്പതുകളിലെ ചലച്ചിത്രാഖ്യാനത്തിലും അനുഭവപ്പെട്ടു. കുടുംബാഖ്യാനങ്ങളുടെ അക ങ്ങളിൽനിന്നും ഭൗതികജീവിതത്തിന്റെ പുറങ്ങളിലേക്കുള്ള അന്തരണം സാങ്കേതികം മാത്രമല്ല. സിനിമയുടെ സ്വരൂപഘടനയിൽ ആന്തരികമായി സംഭവിച്ച വ്യതിയാനം കൂടിയായിരുന്നു. ബഹുജനമാധ്യമമെന്ന നില യ്ക്ക് മലയാളസിനിമ അന്നേക്ക് കൂടുതൽ ആത്മപ്രതിഫലനപരമായി. ഭൗതികയാഥാർത്ഥ്യങ്ങളെ സിനിമ കാഴ്ചപ്പെടുത്തിയ വിധത്തിൽ ഇതു വ്യക്തമായിരുന്നു. *ജ്ഞാനാംബിക* (1951) പുറത്തുവന്ന അതേ വർഷം റിലീസായ പോപ്പുലർ പ്രൊഡക്ഷൻസിന്റെ *നവലോക*(1951)ത്തിൽ മുത ലാളിത്തചൂഷണവും സംഘടിതതൊഴിലാളി മുന്നേറ്റവും ആഖ്യാനകേന്ദ്ര ത്തിനുള്ളിലേക്ക് പ്രവേശിക്കുന്നതു കാണാം. സമ്പന്നതയുടെയും മർദ്ദിതചൂഷണത്തിന്റെയും വിപരീതചേരിക്കുള്ളിൽ നിർത്തിയാണ് കഥാ പാത്രങ്ങളെ *നവലോകം* അവതരിപ്പിക്കുന്നത്. സമ്പന്നതയ്ക്കും നിസ്വ തയ്ക്കും ഇടയിലെ ഒത്തുതീർപ്പിന്റെ കരുക്കളായി കഥാപാത്രങ്ങളെ ചിട്ട പ്പെടുത്തുന്ന പരിചിതമായ കഥനരീതി ഇവിടെയും ആവർത്തിക്കുന്നു. എസ്റ്റേറ്റ് സൂപ്പർവൈസറായി വരുന്ന ഗോപിയും ദേവകിയുമായുള്ള ബന്ധത്തിനുള്ളിലാണ് തൊഴിലാളി-മുതലാളി സംഘർഷങ്ങളെ സ്ഥാന പ്പെടുത്തിയിരിക്കുന്നത്. മദ്ധ്യവർഗ്ഗനാഗരികനായ വ്യക്തിയുടെ സാന്നി ദ്ധ്യവും ഇടപെടലുമാണ് ജന്മിത്തത്തിന്റെ മാനസാന്തരത്തിനും പ്രശ്ന പരിഹാരത്തിനും കാരണമാകുന്നത്. ചരിത്രകാലങ്ങളുടെ പിന്തുടർച്ച യുള്ള മഹാപാതകങ്ങൾക്ക് പശ്ചാത്താപം എത്രത്തോളം പരിഹാരമേകു മെന്ന സംശയം അപ്പോഴും അവശേഷിക്കുന്നു. എന്തായാലും സ്റ്റുഡിയോ ബാനറുകളിൽ പുറത്തുവന്നിരുന്ന കുടുംബമെലോഡ്രാമകളിൽനിന്നും ആഖ്യാനതലത്തിലെങ്കിലും *നവലോകം* വ്യത്യസ്തമായിരുന്നു. മർദ്ദക രോട് പ്രതിഷേധവും മർദ്ദിതരോട് അനുഭാവവും സ്ഥിതിസമത്വത്തോട് ആഭിമുഖ്യവും ജാതിനിർമ്മാർജ്ജനത്തോട് പ്രതിബദ്ധതയുമുള്ള കല്പി തസമൂഹം അമ്പതുകളിലെ സിനിമകളുടെ അവിഭാജ്യഘടകമായിരുന്നു. വൈരുദ്ധ്യങ്ങളില്ലാത്ത സമത്വസുന്ദരമായ രാഷ്ട്രഭാവന അവയുടെ ഉള്ളടക്കത്തിലുണ്ട്. ആഖ്യാനത്തെ പ്രാദേശികീകരിച്ചുകൊണ്ടാണ് ദേശീ യാധുനികതയുടെ വ്യവഹാരങ്ങളുമായി സിനിമ ഇടപഴകിയത്. പ്രാദേ ശീയതയെ രാഷ്ട്രീയഭാവനയ്ക്ക് അനുസൃതമായി ഒരുക്കിയെടുക്കുവാ

നുള്ള ചോദന അവയിലുണ്ട്.

സ്വാതന്ത്ര്യപൂർവ്വകാലത്തിൽനിന്നും പൗരത്വത്തിന്റെ വ്യാവഹാരികവ്യാപനം മലയാളസിനിമയിൽ കൂടുതൽ തീവ്രസന്ദിഗ്ദ്ധമാകുന്നത് *1950* കളോടെയാണ്. *നീലക്കുയിൽ* (1954), *ന്യൂസ് പേപ്പർബോയ്* (1955), *രാരിച്ചൻ എന്ന പൗരൻ* (1956) എന്നീ ചിത്രങ്ങൾക്ക് സംബോധന ചെയ്യേണ്ടിയിരുന്നത് വർത്തമാനത്തെയും സമീപഭാവിയെയുമാണ്. ഐക്യകേരളം രാഷ്ട്രീയയാഥാർത്ഥ്യമായി മാറിയേക്കാവുന്ന സാമൂഹികകാലാവസ്ഥയോടു സംവദിക്കുന്നവയാണ് *നീലക്കുയിലും* മറ്റും. ദേശീയതയെയും പ്രാദേശികതയെയും ആഖ്യാനാത്മകമായി സമീകരിക്കുവാനുള്ള ബോധപൂർവ്വമായ ശ്രമം അവയിലുണ്ട്. പ്രാദേശീയത്തിൽനിന്നും ദേശീയത്തിലേക്കുള്ള രൂപാന്തരണം ഒരിക്കലും സുഗമമായിരുന്നില്ല. അതിലും പ്രയാസമായിരുന്നു പ്രാദേശികതകൾക്കിടയിൽ ഐകരൂപ്യം വരുത്തിയെടുക്കുകയെന്നത്. ഭാഷയിലും പ്രകൃതത്തിലും സംസ്കാരത്തിലുമെന്നല്ല പ്രാദേശികതയുടെ സൂക്ഷ്മസ്ഥലികളിൽപ്പോലും അന്യോന്യാന്തരം നിലനില്ക്കുന്നുണ്ട്. ഇവയൊക്കെ മറച്ചോ മരവിപ്പിച്ചോ അല്ലാതെ സാങ്കല്പികമായ തലത്തിൽപ്പോലും സിനിമയിലെ ഐക്യകേരളം സാദ്ധ്യമാവുകയില്ല. അതിലേക്കുള്ള പോംവഴികളിലൊന്ന് ദേശീയനയങ്ങളോടും നവനിയമവ്യവസ്ഥയോടും അനുകൂലമായിപ്പോവുകയാണ്. പ്രാദേശികതാല്പര്യങ്ങളെ ദേശീയധാരയിലേക്ക് സമർപ്പിക്കുന്ന ആഖ്യാനരീതിയാണിത്. ദേശരാഷ്ട്രത്തോടുള്ള കൂറും വിശ്വാസവുമാണ് ഇവിടെ പരോക്ഷമായി തെളിയുന്നത്.

നീലക്കുയിലി (1954) ന്റെ നിർമ്മാണത്തിലും അവതരണത്തിലും നിലനിർത്തിയ പ്രാദേശിക പക്ഷപാതത്തിന് കേവലമൊരു അവകാശവാദത്തിനപ്പുറമുള്ള മാനമുണ്ട്. സമ്പൂർണ്ണമലയാള സിനിമ എന്നത് *നീലക്കുയിലിൽ* തുടങ്ങുന്നുവെന്ന് നിർമ്മാണപ്രവർത്തനത്തിൽ സഹകരിച്ച ശോഭനാപരമേശ്വരൻ നായർ പലപ്പോഴും സൂചിപ്പിച്ചിട്ടുണ്ട്. മലയാളത്തിന്റെ കഥ, മലയാളപ്രകൃതി, നാടൻ വേഷവിധാനങ്ങൾ, ജീവിതം, സംഭാഷണം തുടങ്ങി ഏതുനിലയ്ക്കും ആദ്യത്തെ റിയലിസ്റ്റിക് സിനിമയായിട്ടാണ് അണിയറ പ്രവർത്തകർ *നീലക്കുയിലിനെ* കാണുന്നത് (2009:3). *നീലക്കുയിലി*ന്റെ മേലുള്ള അവകാശവാദങ്ങൾ രണ്ടു നിലയ്ക്കാണ്. ഒന്ന്: സമ്പൂർണ്ണ മലയാളസിനിമ തന്നെയാണ് ആദ്യത്തെ റിയലിസ്റ്റിക് സിനിമയെന്ന വിചാരം. അമ്പതുകളിലെ കേരളീയജീവിതത്തിന്റെ ദൃശ്യപരമായ ഡോക്യുമെന്റേഷനുള്ള സിനിമയുടെ നിർമ്മാണത്തോടും ആഖ്യാനത്തോടും ബന്ധപ്പെട്ട കാര്യമാണത്. രണ്ടാമത്തേതാകട്ടെ, സാമൂഹ്യജീവിതത്തിന്റെയും ചരിത്രകാലത്തിന്റെയും രേഖയെന്ന നിലയ്ക്കുള്ളതാണ്. ഇവിടൊരു വൈരുദ്ധ്യമുള്ളത് *നീലക്കുയിലി*ന്റെ പ്രദർശനവേളയിൽ ഐക്യകേരളഭൂപടം തയ്യറായിരുന്നില്ലെന്നതാണ്. മാത്രവുമല്ല, തൃശൂരിലെ ചിറ്റിലപ്പള്ളിയിലാണ് *നീലക്കുയിലി*ന്റെ ഭൂരിഭാഗവും ചിത്രീകരിച്ചത്. ചിത്രത്തിന്റെ കഥയും സംഭാഷണവും തയ്യാറാ

ക്കിയത് തിരു-കൊച്ചി-മലബാറുകാരെ ഒരേപോലെ ആകർഷിക്കണമെന്ന നിലയ്ക്കായിരുന്നു. *നീലക്കുയിലി*നെ കൂടാതെ *രാരിച്ചൻ എന്ന പൗരൻ, നായരു പിടിച്ച പുലിവാൽ* തുടങ്ങിയ കഥകളും ഉറൂബിന്റെ പക്കലുണ്ടായിരുന്നു. *നീലക്കുയിലി*ന്റെ തിരഞ്ഞെടുപ്പ് സൂചിപ്പിക്കുന്നത് പ്രാദേശീയതയെ ദേശാന്തരികമായി പരിവർത്തിപ്പിക്കാനുള്ള കഥയുടെ പ്രസരണശേഷി തന്നെയാണ്. തിരുവിതാംകൂർകാരനായ ഒരു തിരക്കഥാകൃത്തിനെ പരീക്ഷിച്ചെങ്കിലും സ്വന്തം പ്രവിശ്യാപരിധിക്കപ്പുറം താണ്ടാൻ അദ്ദേഹത്തിന്റെ സംഭാഷണങ്ങൾക്കാകുമോ എന്ന സംശയമാണ് ഉറൂബിലേക്ക് മടങ്ങാൻ അണിയറപ്രവർത്തകരെ പ്രേരിപ്പിച്ചത്. ഐക്യകേരളമെന്ന പ്രദേശത്തെ നിർമ്മാണദശയിൽത്തന്നെ ഭാവന ചെയ്തിട്ടുണ്ടെന്നതിന്റെ സൂചന ശോഭനാപരമേശ്വരൻ നായരെയും എ വിൻസെന്റിനെയും പോലുള്ളവർ രേഖപ്പെടുത്തിയിട്ടുള്ളതാണ്. പൂർണ്ണ മലയാളസിനിമയെന്ന് പ്രസ്താവിക്കുമ്പോഴും ഇന്ത്യൻ റിപ്പബ്ലിക്കിന്റെ ഭാഗമാവാനുള്ള അഭിനിവേശം *നീലക്കുയിലി*ന്റെ ആഖ്യാനനിർമ്മിതിയിൽ വ്യക്തമാണ്. മുപ്പതുകളിലും നാല്പതുകളിലുമായി തിരു-കൊച്ചി- മലബാർ പ്രദേശങ്ങളിൽ നടന്ന ജനകീയസമരങ്ങൾ *നീലക്കുയിലി*നെയും ഘടനീകരിച്ചിട്ടുണ്ട്. അയിത്തോച്ചാടനം, സമത്വവാദം പ്രജായത്തഭരണം തുടങ്ങി നവപൗരാവബോധവും നൂതനലോകാവബോധവും സിനിമയുടെ ഉള്ളടക്കത്തിലുണ്ട്. അന്നത്തെ കേരളസമൂഹത്തിന്റെ ശിഥിലസ്ഥലികളിൽനിന്നും നവഭാരതപൗരനെയാണ് ചിത്രം തേടുന്നത്. ആഖ്യാനത്തിലെ നവോത്ഥാനാധുനികചിഹ്നങ്ങൾ മനുഷ്യകേന്ദ്രിതമായ രാഷ്ട്രസങ്കല്പവുമായി ഒത്തുപോകുന്നവയാണ്. അനാഥയായ നീലിയുടെ കുട്ടിയെ ഏറ്റെടുത്തതിൽ പ്രധിഷേധിച്ചവരോടുള്ള പോസ്റ്റ്മാസ്റ്റർ ശങ്കരൻനായരുടെ പ്രതികരണത്തിൽ ആധുനികമായ പൗരബോധം, ജനാധിപത്യാവകാശം, സ്ഥിതിസമത്വം എന്നിവയോടുള്ള ആഭിമുഖ്യം വെളിവാകുന്നുണ്ട്."അവനും ജീവിക്കാനുള്ള അവകാശവും അധികാരവുമുണ്ട്. അവനീ ലോകത്തിലെ പൗരനാണ്. ഈ ലോകത്തിൽ പിച്ചവച്ചു നടന്ന് വലുതാകേണ്ടവനാണ്, രാജ്യം ഭരിക്കേണ്ടവനാണ്. ലോകം ഭരിക്കേണ്ടവനാണ്" (ഉറൂബ്, 2004:49) എന്ന പ്രസ്താവം ദേശീയപൗരത്വത്തിന്റെ രാഷ്ട്രീയപ്രാധാന്യമാണ് ആവർത്തിക്കുന്നത്.

പ്രജാത്വത്തിൽനിന്നും ഭരണാധികാരാവകാശമുള്ള പൗരത്വത്തിലേക്കുള്ള രൂപാന്തരണത്തിന്റെ രാഷ്ട്രീയമാണ് *നീലക്കുയിലി*ന്റെ ആഖ്യാനം നിർണ്ണയിക്കുന്നത്. പൗരത്വത്തിന്റെ മാനകമായിട്ടാണ് നവമാനവികമൂല്യങ്ങൾ ചിത്രത്തിൽ സന്നിവേശിപ്പിച്ചിട്ടുള്ളത്. ആഖ്യാനത്തിന്റെ ആദ്യഘട്ടം നീലി എന്ന ദളിത് വനിതയെയും തുടർഭാഗം മോഹനെന്ന ബാലകനെയുമാണ് വിഷയീകരിക്കുന്നത്. ഇതിനുള്ളിലാണ് ആധുനികദേശീയവാദിയായ പോസ്റ്റുമാസ്റ്റർ ശങ്കരൻനായരും സവർണ്ണമുൻവിധികളുടെ തടവുകാരനായ സ്കൂൾമാഷ് ശ്രീധരൻനായരും സ്ഥാനപ്പെടുന്നത്. ഇവർക്കിടയിലെ പൊരുത്തക്കേടുകൾ കേരളീയസമൂഹത്തിന്റെ പൊതുമനോഭാവം

പ്രതിഫലിപ്പിക്കുന്നു. ആധുനികതയും പാരമ്പര്യമൂല്യങ്ങളുമായുള്ള സംഘർഷം മാത്രമായി ഇത് പരിമിതപ്പെടുന്നില്ല. ആധുനികമായ ശാസ്ത്ര-സാമൂഹിക-മാനവിക മൂല്യങ്ങളിലെ വൈരുദ്ധ്യങ്ങളുടെ സൂക്ഷ്മ രാഷ്ട്രീയവും ആഖ്യാനത്തിലുണ്ട്. ദളിത് അവസ്ഥയുമായുള്ള അഭിമുഖീകരണങ്ങളിൽനിന്നും തന്ത്രപരമായ അകലം *നീലക്കുയിലി*ലുണ്ട്. ശ്രീധരൻ മാഷ് മാത്രമല്ല, നീലിയുടെ കൂട്ടരും അവളെ തള്ളിപ്പറയുന്നുണ്ട്. അതുവഴി ജാതിവ്യവസ്ഥയിലെ പ്രകൃതിവിരുദ്ധത വിമർശ വിഷയമാക്കുന്നതിൽ അലംഭാവമുണ്ടായി. പകരം കുട്ടിയായ മോഹന്റെ രാഷ്ട്ര പൗരത്വത്തിലേക്ക് ആഖ്യാനത്തിന്റെ ദിശ മാറുകയും ചെയ്തു. ബാലനായ മോഹനെ ദേശീയപൗരനാക്കാനുള്ള ആഹ്വാനത്തിന് പിന്നിലെ നിർബ്ബന്ധങ്ങളിലൊന്ന് ശ്രീധരൻ മാഷിന്റെ നിലപാടുകൾ സാധൂകരിക്കപ്പെടുന്നുണ്ടെന്നതാണ്. അതുവഴി മാഷിനെ ദേശരാഷ്ട്രത്തിന്റെ ഉത്തമമാതൃകയായി നിർവ്വചിക്കുകയുമാവാം. ഇവിടെ പോസ്റ്റുമാസ്റ്ററായ ശങ്കരൻനായരുടെ പൊതുപ്രസ്താവനകളെല്ലാം ഭാവിരാഷ്ട്രീയത്തെയാണ് ലക്ഷ്യമാക്കുന്നത്. ദേശീയപൗരത്വം, ജാതി-മതരഹിതസമൂഹം, മാനവികത, രാഷ്ട്രഭരണം എന്നിങ്ങനെ പ്രത്യാശാഭരിതമായ കാലമാണ് ശങ്കരൻനായരുടെ വിചാരധാരയിലുള്ളത്. ഫലത്തിൽ സമകാലികദളിതാവസ്ഥയിലെ ദാരുണതയും പീഡാനുഭവവും കഥാകഥനത്തിന് അന്യമാവുകയും ചെയ്തു. പ്രാദേശികമായ സാമൂഹ്യവ്യവസ്ഥയുമായുള്ള അഭിമുഖീകരണം ഉപരിവർഗ്ഗപക്ഷത്തു നിന്നാണ് *നീലക്കുയിൽ* നിർവ്വഹിക്കുന്നത്. ദളിതാവസ്ഥയെ സ്വാഭാവികമാക്കി, വരേണ്യമനോഭാവത്തെയും മാനസാന്തരത്തെയും ആഖ്യാനത്തിൽ ആദർശവത്കരിക്കുന്നുണ്ട്. പൗരബോധം, രാഷ്ട്രീയാഭിമാനം തുടങ്ങി ആധുനികമായ മനോഘടന ദളിത് സമൂഹത്തിന് അപ്രാപ്യമാണെന്ന പരോക്ഷസൂചനയുമുണ്ട്. മദ്ധ്യവർഗ്ഗനിഷ്ഠമായ കുടുംബവ്യവസ്ഥയെ ആദർശവല്ക്കരിക്കുമ്പോഴും ആന്തരികമായ അസന്തുലിതത്വം ചിത്രത്തിൽ സംബോധന ചെയ്യപ്പെടാതെ പോകുന്നു. ശ്രീധരൻമാഷുമായുള്ള ദാമ്പത്യജീവിതം നീലിക്ക് അന്യമാണ്. എന്നാൽ മാഷിന് നീലിയിലുണ്ടായ മകനത് പ്രാപ്യമാവുകയും ചെയ്യുന്നു! മക്കളില്ലാത്ത മാഷിനും ഭാര്യ നളിനിക്കും മോഹന്റെ 'ദത്തെടുക്കൽ' പ്രശ്നമാവുന്നതുമില്ല. അങ്ങനെ അവർണ്ണതയുടെ പ്രായശ്ചിത്ത വ്യവഹാരത്തിലേക്ക് ദളിതാവസ്ഥയെ പരിമിതപ്പെടുത്താനാവും. ദളിതനും അനാഥനുമായ മോഹന് ആധുനികദേശീയപൗരനാവാൻ ശ്രീധരൻനായരുടെയും നളിനിയുടെയും ദത്തുപുത്രൻ ആവേണ്ടിവരുന്നുവെന്നതാണ് ആഖ്യാനത്തെ സന്ദിഗ്ദ്ധവും സങ്കീർണ്ണവുമാക്കുന്നത്. കുടുംബഘടനയിൽ മോഹന് ലഭിച്ച സ്വീകാര്യത അമ്മയായ നീലിയുടെ ഭ്രഷ്ടജീവിതത്തിനോ അനുഭവിച്ച ദുരന്തത്തിനോ ഉള്ള പരിഹാരമാവുന്നില്ല. സ്ഥിതിവ്യവസ്ഥയുടെ പൊതുനിരത്തിന് പുറത്തായിരുന്നു നീലിയെങ്കിൽ മോഹന്റെ വഴി അകത്തേക്കുള്ളതാണ്. ഉള്ളിലേക്കുള്ള പ്രവേശനത്തിൽ മോഹന് നഷ്ടമാകുന്നത് അവന്റെ കീഴാള

കർതൃത്വമാണ്. ദളിത് പിന്നോക്കജീവിതം പോലെ മുസ്ലീം പ്രതിനിധാനങ്ങളെയും പെൺനിലയെയും പൊതുധാരയിലേക്ക് സമീകരിക്കാനാണ് *നീലക്കുയിൽ* പോലുള്ള ദേശീയസിനിമ എപ്പോഴും ശ്രമിക്കുന്നത്. ഗാനങ്ങളുടെ ഈണത്തിലും ഈരടിയിലും ആലാപനത്തിലും ചിത്രീകരണത്തിലും പതിഞ്ഞ പ്രാദേശികത്തനിമയും രാഷ്ട്രത്തിന്റെ ഔപചാരികദേശീയനയവുമായുള്ള ഒത്തുതീർപ്പുകളും ആഖ്യാനത്തിൽ നിരന്തരം കാണാനാവും. *നീലക്കുയിലിന്* ദേശീയതലത്തിൽ ലഭിച്ച അംഗീകാരം (മികച്ച ചിത്രത്തിനുള്ള വെള്ളിമെഡൽ) പൗരത്വത്തെ പ്രജാവല്ക്കരിക്കുന്ന രാഷ്ട്രവ്യവഹാരങ്ങളോട് സന്ധിയായതിന്റെ ഫലം കൂടിയാണ്. ഭാവനാത്മകമാണെങ്കിൽപ്പോലും പൗരത്വത്തിലെ അധികാരാവകാശങ്ങളുടെ ബോദ്ധ്യത്തിലേക്ക് പ്രവേശിച്ചവരല്ലല്ലോ പ്രജകൾ. പ്രജാത്വത്തിൽ നിന്നും പൗരത്വത്തിലേക്കുള്ള സ്ഥാനാന്തരണം സാങ്കല്പികമാണെന്ന ഓർമ്മപ്പെടുത്തൽ കൂടിയാണ് *നീലക്കുയിൽ* പോലുള്ള ചിത്രങ്ങളുടെ പുനർകാഴ്ചകളിൽ തെളിയുന്നത്.

ദേശീയാധുനികമായ പോസ്റ്റ്മാസ്റ്ററുടെ പ്രബോധനങ്ങൾക്കും മനംമാറ്റം വന്ന മാഷുടെയും മാനസാന്തരത്തിനപ്പുറമുള്ള പ്രശ്നം അപ്പോഴും അവശേഷിക്കുകയാണ്. അത് മോഹന്റെ പൗരത്വമാണ്. വൈകിയവേളയിൽ മോഹന് ലഭിക്കുന്ന പരിഗണനയും സ്വീകാര്യതയും അവൻ അർഹിക്കുന്ന നീതിയാവുന്നില്ല. കാരണം നീലിയുടെ ഭ്രഷ്ടജീവിതത്തിന്റെ തുടർച്ച പേറുന്നവനാണ് മോഹനെന്നതാണ്. നീലിയുടെ സ്ഥിതി സമൂഹത്തിന് പുറത്തേക്കായിരുന്നെങ്കിൽ മോഹന്റേത് പുറത്തുനിന്നും അകത്തേക്കുള്ളതാണെന്നു മാത്രം. തന്റെ പിതൃത്വം വൈകിമാത്രം സാക്ഷ്യപ്പെടുത്തിയ മാഷുടെയും അയാളുടെ ഭാര്യയായ നളിനിയുടെയും മൂല്യപ്രമാണങ്ങൾക്ക് അനുസരിച്ച് മോഹന് തന്റെ അസ്തിത്വം ഉറപ്പിക്കേണ്ടതായുണ്ട്. സ്വന്തമായി അവകാശപ്പെടാവുന്ന ഇടമോ അനുഗുണമായ വ്യവസ്ഥയോ അവന് തുണയേകുന്നില്ല. അങ്ങനെയൊന്നാവുന്നതിലേക്ക് മോഹന് ഇനിയുമൊരുപാട് കാത്തിരിക്കേണ്ടതായുണ്ട്. ചിലപ്പോൾ ദേശീയപൗരത്വം അവനിൽനിന്നും തെന്നിമാറിപ്പോയെന്നു വരാം. അഥവാ അങ്ങനെയൊന്നിലേക്ക് മാറുന്നതിന് മുന്നേ മോഹന്റെ കീഴാളസ്വത്വം സവർണ്ണതാല്പര്യങ്ങളാൽ പുനർരചിതമായെന്നും വരാം. *നീലക്കുയിലി*ന്റെ നൈതികവിവക്ഷകൾ ദളിതാവസ്ഥയുടെ നിജസ്ഥിതി മറയ്ക്കുക മാത്രമല്ല സവർണ്ണമനോഭാവത്തെയും മാനസാന്തരത്തെയും ആദർശവല്ക്കരിക്കുന്നുമുണ്ട്. കീഴ്വഴക്കങ്ങളെ അപനിർമ്മിക്കുന്ന നിർമ്മാണാത്മകത ഇവിടെ പ്രതീക്ഷിക്കാനാവില്ല. കുടുംബം, പൗരബോധം, ദേശാഭിമാനം തുടങ്ങിയ വ്യവഹാരങ്ങൾ ദളിത് ബഹുജനത്തിന് അപ്രാപ്യമാണെന്ന പരോക്ഷസൂചന സിനിമ നല്കുന്നുണ്ട്. ദളിത്‌വിമോചനമല്ല, സവർണ്ണതയുടെ ആധുനികീകരണമാണ് *നീലക്കുയിൽ* നിറവേറ്റുന്നത്. നിർവ്വഹണത്തിൽ നഷ്ടമാവുന്നത് മോഹന്റെ കീഴാളപൗരത്വമാണ്.

മോഹന്റെ വ്യാപാരമണ്ഡപം പ്രാദേശികതയുടെ പരിധിയിൽനിന്നും ദേശീയതയുടെ ബൃഹത്വിതാനത്തിലേക്കുള്ള സ്ഥാനഭേദമായിരുന്നു. ഇത് ഭാവനയിൽ ഉരുത്തിരിയുന്ന സാങ്കല്പികനിർമ്മിതിയാണ്. മോഹനെപ്പോലുള്ളവർക്ക് തങ്ങളുടെ വംശീയകർത്തൃത്വം വിസ്മരിക്കാനും ആധുനികമായ ദേശീയപൗരത്വത്തിന് യോഗ്യരായെന്നു വിശ്വസിപ്പിക്കാനും ഇത്തരം നിർമ്മിതികൾക്കാവുന്നു. ഭാവനയെ ദേശീയകാമനയിലേക്ക് സന്നിവേശിപ്പിക്കുകയാണ് *നീലക്കുയിൽ*. ജൈവപരമായ എല്ലാ വ്യത്യാസങ്ങളെയും അപ്രധാനീകരിച്ച് എന്തിനെയും കേന്ദ്രീകരിക്കുന്ന ഭരണതാല്പര്യത്തെയാണ് സിനിമയും പുനർനിർമ്മിക്കുന്നത്. ആധുനികദേശീയപദ്ധതിയുമായി സിനിമ നടത്തിയ ഉടമ്പടിയും ഇടപാടുമായിരുന്നു *നീലക്കുയിലിൽ* പ്രതിഫലിക്കുന്നത്. *നീലക്കുയിലി*ന്റെ തൊട്ടടുത്ത വർഷം വന്ന ആദർശ് കലാമന്ദിറിന്റെ *ന്യൂസ്പേപ്പർ ബോയി* (സംവിധാനം പി രാമദാസ്, 1955) യും ആധുനികീകരണത്തിലെ വൈരുദ്ധ്യങ്ങളിൽനിന്നും വിമുക്തമല്ല. മദിരാശിപോലുള്ള നഗരവുമായുള്ള ബന്ധം, അച്ചടിശാല, വ്യാവസായികബന്ധങ്ങൾ എന്നിങ്ങനെ ആധുനികതയുടെ ചിഹ്നങ്ങൾ ആഖ്യാനത്തിൽ നിരവധിയാണ്. എന്നാൽ *നീലക്കുയിലി*ലെ പോലെ യാന്ത്രികതയുടെ ചലനാത്മകത ആഖ്യാനത്തിന്റെ ഭാഗമാവുന്നില്ല. യന്ത്രവല്ക്കരണവുമായി പൊടുന്നനെ പൊരുത്തപ്പെടാൻ വിസമ്മതിക്കുന്ന മലയാളിയുടെ മനോഭാവവും അവിടെ വ്യക്തമാണ്. അപ്പുവിന്റെ ലോകം കൂടുതൽ സങ്കീർണ്ണവും മാറ്റങ്ങളുടെ തീവ്രയാഥാർത്ഥ്യങ്ങൾ നിരന്തരം ഓർമ്മപ്പെടുത്തുന്നതുമാണ്. നാടും നഗരവും അപ്പുവിൽ സന്നിവേശിച്ചിട്ടുണ്ട്. ആധുനിതകതയുമായുള്ള സമവായം സിനിമയുടെ തുടക്കത്തിലേ ബോദ്ധ്യമാവുന്നുണ്ട്. *ന്യൂസ് പേപ്പർ ബോയി*യുടെ നിർമ്മാണപ്രവർത്തനത്തിൽ മുഴുകിയ അനേകം ചെറുപ്പക്കാരുടെ പ്രത്യാശ കൂടിയാണ്. ആധുനികമായ പൊതുമണ്ഡലം ഉയർത്തുന്ന അനേകം സംവാദമണ്ഡലങ്ങളെ അപ്പുവിന് അഭിമുഖീകരിക്കേണ്ടതായുണ്ട്. ചിത്രാദ്യത്തിൽ നാടുവിടുകയും പിന്നീട് മടങ്ങുകയും ചിത്രാന്തത്തിൽ വർത്തമാനപത്രവിതരണക്കാരനായി മാറുകയും ചെയ്ത അപ്പുവിനെയാണ് നമ്മൾ കാണുന്നത്. ശുഭമെന്നോ സമാപ്തമെന്നോ അല്ല 'ആരംഭ'മെന്നാണ് *ന്യൂസ് പേപ്പർ ബോയി*യുടെ പ്രദർശനം തീരവെ എഴുതി വരുന്നത്. വർത്തമാനപത്രവിതരണക്കാരിൽനിന്നും രാഷ്ട്രാധികാരികളായി മാറിയ ചരിത്രപുരുഷന്മാരുടെ നിരയിലേക്ക് സംക്രമിക്കുന്ന ശുഭസൂചന ചിത്രാരംഭത്തിലുണ്ട്. പുതിയൊരു തുടക്കത്തിന്റെ പ്രതിനിധാനമായി അപ്പുവിന്റെ ബാലകത്വത്തെ തെരഞ്ഞെടുക്കുകയാണ് ചിത്രം.

എന്നാൽ ആധുനികീകരണത്തോട് ദ്വന്ദ്വാത്മകമായ സമീപനമാണ് ചിത്രം പുലർത്തുന്നത്. അച്ചടിശാലയും അതിലെ യന്ത്രസാമഗ്രികളും ആഖ്യാനത്തിൽ അപരിമിതമോ നിർവ്വികാരമോ ആയാണ് സ്ഥാനപ്പെടുത്തിയിരിക്കുന്നത്. മനുഷ്യവർഗ്ഗത്തെയും അവരുടെ ഉല്പാദനക്ഷമതയെയും വിലയിരുത്തുന്ന നവ-പൊതുമണ്ഡലം പല നിലയ്ക്ക് ചിത്ര

ത്തിൽ തെളിയുന്നുണ്ട്. ഉല്പന്നവും അതിന്റെ ഉല്പാദകനുമായുള്ള വൈകാരികബന്ധം അവശേഷിപ്പിക്കാത്ത നവലോകക്രമത്തെയാണ് അപ്പുവിന് നേരിടേണ്ടിയിരുന്നത്. മുദ്രണയന്ത്രത്തിൽ കുടുങ്ങിയ കൈ നഷ്ടമായതിനെത്തുടർന്ന് അപ്പുവിന്റെ അച്ഛൻ ശങ്കരൻനായർ തന്റെ തൊഴിലിടത്തിൽനിന്നും പുറത്താവുന്നതാണല്ലോ ആഖ്യാനത്തിലെ പ്രതിസന്ധിയുടെ തുടക്കം. ആധുനികവും പാരമ്പര്യാത്മകവുമായ തൊഴിൽമണ്ഡലങ്ങൾക്കിടയിൽ എന്നപോലെ സൃഷ്ടിക്കും ഉല്പന്നത്തിനും ഇടയിലെ അന്തരവും ഇവിടെ വ്യക്തമാണ്. പുതിയ സംവർഗ്ഗത്തിൽ വ്യക്തി അപ്രസക്തനാവുകയും അയാളുടെ സ്ഥാനം കേവലമൊരു ഇടനിലക്കാരന്റേതു മാത്രമായിത്തീരുകയും ചെയ്യുന്ന സാഹചര്യം ശങ്കരൻനായർക്ക് തിരിയാത്തതാണ്. യാന്ത്രികമായ ഉല്പാദനവ്യവസ്ഥയ്ക്ക് പാകമാവുന്ന വ്യക്തിയല്ല ഭിന്നശേഷിക്കാരനായ ശങ്കരൻനായർ. അയാളുടെ അപകടത്തിൽപ്പോലും ആധുനികയന്ത്രവും മനുഷ്യനുമായുള്ള വൈരുദ്ധ്യവും അപാകവും വ്യക്തമാണ്. യാന്ത്രികമായ വ്യവസായാധുനികതയിലെ സാമ്പത്തികബന്ധങ്ങളുടെ നേർക്കുള്ള വിമർശാത്മനോട്ടമായി പെട്ടെന്നിതു തോന്നാം. എന്നാൽ സമകാലീനമായ സാമൂഹിക-സാമ്പത്തികബന്ധങ്ങളെ മനുഷ്യത്വം മുൻനിർത്തി പുറന്തള്ളുകയല്ല ചിത്രം. മാനുഷികമായ ഇച്ഛാശക്തിയാൽ നൂതനമായ തൊഴിൽ മണ്ഡലത്തിലേക്ക് നവപൗരനെ ഒരുക്കിയെടുക്കുന്നതിന്റെ ആവേശം ചിത്രത്തിന്റെ പിന്നണിയിലുണ്ട്. അപ്പുവിന്റെ മദ്രാസ് ജീവിതവും നാട്ടിലേക്കുള്ള തിരിച്ചുവരവും പുതിയ ചുമതലകളിലേക്കുള്ള അവന്റെ പ്രവേശവുമെല്ലാം ചലനാത്മകമായ ജീവിതത്തുടർച്ചയുടേതാണ്. മാറിയ സാഹചര്യങ്ങളോട് അപ്പുവിന് ഇണങ്ങിയേ തീരൂ. ജീവിതമെന്നപോലെ അവന്റെ തീരുമാനങ്ങളും അനുദിനം മാറിയേക്കാം. ലഭ്യമായ സാഹചര്യങ്ങളെ തനിക്കനുകൂലമാക്കി മാറ്റുന്ന ആധുനികവ്യക്തിയുടെ അയവും ഉദാരതയും അപ്പുവിലും പ്രതീക്ഷിക്കാം. സമാന്തരമായി ആധുനികമണ്ഡലത്തിൽ അന്യനാകാൻ വിസമ്മതിക്കുമ്പോഴും പൊതുമണ്ഡലത്തിലേക്ക് സ്ഥാനാദേശം വരുന്നതിന്റെ സന്ദിഗ്ദ്ധത അവനെ പിന്തുടരുന്നുണ്ട്. അച്ഛനായ ശങ്കരൻ നായർ ആധുനികമായ അച്ചടിയന്ത്രത്തോട് തോറ്റെങ്കിലും അയാളുടെ മകൻ അതേ സംവിധാനത്തെ കുടുംബത്തിന്റെ ജീവനോപാധിയാക്കുന്നുണ്ട്. ചിത്രം പുറത്തുവരുന്ന കാലത്ത് വർത്തമാനപത്രത്തിനുണ്ടായിരുന്ന ജനസമ്മതിയും വിശ്വാസ്യതയും ഇതോട് ചേർത്തു കാണേണ്ടതുണ്ട്. പത്രവിതരണം നടത്തുന്ന അപ്പുവിന്റെ പ്രതിച്ഛായ ദേശീയപൗരത്വത്തിലേക്കുള്ള ആരോഹണം കൂടിയാണ്. *നീലക്കുയിലി*ലെ മോഹനന് ഉണ്ടായേക്കാവുന്ന ഗുരുതരസങ്കീർണ്ണമായ പ്രത്യാഘാതങ്ങൾ സാമൂഹിക-സാമുദായികവ്യവസ്ഥ അപ്പുവിനായി ഒരുക്കിവച്ചിട്ടില്ലെന്നു കരുതാം. ദേശീയാധുനികതയിലേക്കും പൗരത്വത്തിലേക്കുമുള്ള അപ്പുവിന്റെ ആരോഹണം മോഹനെയോ രാരിച്ചനെയോ അപേക്ഷിച്ച് കൂടുതൽ സുഗമമാണെന്നു വ്യക്തം. ചിത്രാവ

സാനം പ്രദർശിപ്പിക്കുന്ന '*തുടരും*' എന്ന എഴുത്തിലെ പ്രത്യാശയും മറ്റൊന്നല്ല. അസ്പൃശ്യതയെന്ന ഭീതിദയാഥാർത്ഥ്യത്തെ നവോത്ഥാനകല്പനകൾക്കുള്ളിൽ നിന്നാണ് *നീലക്കുയിലും ന്യൂസ് പേപ്പർ ബോയി*യും സിനിമ സംബോധന ചെയ്യുന്നത് ദേശീയവാദികളുടെ പ്രായശ്ചിത്തത്തിനും ആത്മശുദ്ധീകരണത്തിനും ഹേതുവാകുന്ന ഭാവനാത്മകമായ ആദർശരാഷ്ട്രത്തെയാണ്. *രാരിച്ചനെന്ന പൗരനി* (1956) ലെത്തുമ്പോൾ കാല്പനികമായ രാഷ്ട്രഭാവന ദേശാന്തരികമായ സൂക്ഷ്മയാഥാർത്ഥ്യങ്ങളുമായി സംഘർഷത്തിലാകുന്നത് കാണാം. ഉറ്റവരോ ഉടയവരോ ഇല്ലാതെ അങ്ങാടിപ്പശുക്കൾക്കും തെരുവുനായ്ക്കൾക്കുമൊപ്പം വളർന്നുവന്നാണ് രാരിച്ചൻ *അവന് വികാരങ്ങളേ ഉള്ളൂ, ആശയങ്ങളില്ല; വാക്കുകളേയുള്ളൂ, ചിന്തകളില്ല; കണ്ണുകളെയുള്ളൂ, ദൂരക്കാഴ്ചയില്ല;* എന്നിങ്ങനെ തുടങ്ങുന്ന ആദ്യരംഗത്തിലെ പ്രസ്താവം ഏവർക്കും തുല്യമായ നിയമസംരക്ഷണമെന്ന വിശ്വാസത്തെയാണ് ശിഥിലമാക്കുന്നത്. ബാലകനെന്ന നിലയ്ക്ക് യാതൊരു പരിരക്ഷയും പരിചരണവും നിയമം രാരിച്ചന് അനുവദിക്കുന്നില്ല. പൗരനെന്ന ഭാരിച്ച വിശേഷണം പേറുമ്പോഴും പൗരാവകാശം രാരിച്ചന് എക്കാലവും അന്യമായിരുന്നു. താൻ നടത്തിയ കളവ് ഏറ്റുപറഞ്ഞിട്ടും, പരാതി പിൻവലിച്ചിട്ടും രാരിച്ചന് നിയമം ഇളവ് അനുവദിക്കുന്നില്ല. എന്നല്ല, നല്ല നടപ്പിനായി തടവറ വിധിക്കുകയും ചെയ്യുന്നു. ശിക്ഷയും ശിക്ഷണവും ആരോപിച്ച് ദേശരാഷ്ട്രവ്യവസ്ഥയ്ക്ക് അനുരൂപനാക്കി രാരിച്ചനെ മാറ്റിയെടുക്കാമെന്നത് കേവലം വിശ്വാസം മാത്രമാണ്. ഇന്ത്യൻദേശഭൂപടത്തിൽ രാരിച്ചന്മാർക്ക് തങ്ങളെ എവിടെ, എങ്ങനെ സ്ഥാനപ്പെടുത്താമെന്ന ചോദ്യത്തിന് അപ്പോഴും പരിഹാരമായിട്ടില്ല.

ദേശീയ സിനിമയെന്ന സങ്കല്പനം അപനിർമ്മിക്കേണ്ട അനിവാര്യത പരോക്ഷമായി ബോദ്ധ്യപ്പെടുത്തിയ ചിത്രമാണ് *ചെമ്മീൻ*. ദേശീയസിനിമയുടെ പൊതുധാരയിൽനിന്നും ജനപ്രിയസൂത്രവാക്യത്തിൽ നിന്നും പല നിലയ്ക്കും *ചെമ്മീൻ* വ്യത്യസ്തമായിരുന്നു. ദേശാഭിമാനഗാനങ്ങളോ, ആഹ്വാനങ്ങളോ, പ്രത്യക്ഷമായ ചിഹ്നങ്ങളോ, ഉദ്ബോധനങ്ങളോ *ചെമ്മീനി*ലില്ല. പ്രാദേശികീകരിക്കപ്പെട്ട സ്ഥലസ്ഥാനത്തിനുള്ളിലാണ് ആഖ്യാനത്തെ ക്രമീകരിച്ചിട്ടുള്ളത്. ദേശാന്തരങ്ങളെ ബന്ധപ്പെടുത്തുന്ന മോട്ടിഫായി കടലിന്റെ സാന്നിദ്ധ്യം സിനിമയിൽ നീളെയുണ്ട്. *ചെമ്മീനി*ലെ ജീവിതത്തിന്റെ ആഹ്ലാദത്തിലും ആഘോഷത്തിലും ആധിയിലും ആകുലതയിലും അലയാഴിയുടെ നിബിഡതയുണ്ട്. കാഴ്ചയിലും കേൾവിയിലും അതിന്റെ അലയടികളുണ്ട്. ദേശീയമെന്നപോലെ ദേശാന്തരമായ ആദിരൂപമാണ് കടൽ. ഒഴുകിയെത്തുന്ന ഏത് പ്രദേശത്തിനും ഓരോരോ പേരുകളിൽ കടലിനെ അവകാശപ്പെടാം. ദാതാവും മാതാവും രക്ഷിതാവും ശിക്ഷിതാവുമാണ് *ചെമ്മീനി*ലെ കടൽ. ദേശീയതലത്തിൽ ചെമ്മീന് ലഭിച്ച അംഗീകാരങ്ങൾ മലയാളസിനിമയ്ക്ക് ഉണർവ്വേകിയിട്ടുണ്ട്. എങ്കിലും അതിനുമുമ്പും പിൻപുമുള്ള നടപ്പു വഴി

കളെ മലയാളം പൂർണ്ണമായി കൈവെടിഞ്ഞില്ല. പാരമ്പര്യവും ആധുനികതയുമായുള്ള സംഘർഷാത്മകബന്ധം ഇതോടെ മറ്റൊരു ഘട്ടത്തിലേക്ക് പ്രവേശിക്കുകയായിരുന്നു. വൈക്കം മുഹമ്മദ് ബഷീർ എഴുതിയ *ഭാർഗ്ഗവീനിലയം*(1961), എം ടി വാസുദേവൻ നായരുടെ *മുറപ്പെണ്ണ്* (1965), തോപ്പിൽഭാസി രചിച്ച *അശ്വമേധം* (1967), തുടങ്ങി എ വിൻസെന്റ് സംവിധാനം ചെയ്ത ചിത്രങ്ങൾ ഒന്നിനൊന്ന് വ്യത്യസ്തമായിരുന്നു. പ്രേതഭാവനയെയും എഴുത്തിലെ ദമിതകാമനയെയും ഇടകലർത്തി യാഥാർത്ഥ്യത്തിന്റെ വിഭ്രാമകതലത്തിന് ചലച്ചിത്രഭാഷ്യം പകരുകയായിരുന്നു *ഭാർഗ്ഗവീനിലയം*. സർഗ്ഗോന്മാദത്തിലും കാലഭാവനയിലും ലൈംഗികചോദനയിലും പ്രേതഭാവത്തെ ഭാവാന്തരപ്പെടുത്തുന്നതിൽ ബഷീറിന്റെ പിന്തുണ വലുതായിരുന്നു. *ഗന്ധർവ്വക്ഷേത്രം* (1972), *ശ്രീകൃഷ്ണപരുന്ത്* (1984) തുടങ്ങിയ പ്രേതജനുസ്സിൽപ്പെട്ട വിൻസെന്റ് ചിത്രങ്ങൾക്കിടയിൽ *ഭാർഗ്ഗവീനിലയം* ഒരു വ്യതിരേകമാണ്. സാഹിത്യസൃഷ്ടികൾ സിനിമയാക്കുന്നതിൽ സേതുമാധവനുള്ള താല്പര്യം സംവിധാനവൃത്തിയുടെ തുടക്കത്തിലേ വ്യക്തമാണ്. മുട്ടത്തുവർക്കി (*ജ്ഞാനസുന്ദരി* 1961), കെ.ടി മുഹമ്മദ് (*കണ്ണും കരളും* 1962), തോപ്പിൽഭാസി (*ഓമനക്കുട്ടൻ* 1964) എന്നിവരെക്കൊണ്ട് തിരക്കഥ എഴുതിച്ചതിൽനിന്നും സംവിധായകന്റെ മനോഭാവം പ്രകടമാണ്. താമസിയാതെ മലയാളത്തിലെ ജനപ്രിയനാടകങ്ങളും നോവലുകളും അദ്ദേഹം ചലച്ചിത്രമാക്കി. *ഓടയിൽനിന്ന്* (1965), *അരനാഴികനേരം* (1970), *യക്ഷി* (1969), *വാഴ്വേമായം* (1970), *കടൽപ്പാലം* (1969), *ഒരു പെണ്ണിന്റെ കഥ* (1971), *അനുഭവങ്ങൾ പാളിച്ചകൾ* (1971), *കരകാണാക്കടൽ* (1971) എന്നിവ അതിൽ ചിലതാണ്. നാടകവും സിനിമയുമായ മാധ്യമപരമായ അന്തരം സേതുമാധവൻ ചിത്രങ്ങളിൽ ക്രമികമായി സംഭവിക്കുന്നുണ്ട്. എ വിൻസെന്റ് ദൃശ്യാത്മകശൈലീകരണത്തിന് മുതിരുമ്പോൾ സേതുമാധവൻ ദൃശ്യാന്തരികമായ പശ്ചാത്തലത്തിനും കഥാപാത്രങ്ങളുടെ വിശദാംശത്തിനുമാണ് പ്രാധാന്യം കൊടുത്തത്. ചിലപ്പോൾ കഥാപാത്രങ്ങൾ ആഖ്യാനത്തെ നിയന്ത്രിക്കും. മറ്റു ചിലപ്പോൾ മറിച്ചും. പി ഭാസ്കരൻ, തോപ്പിൽഭാസി എന്നിവരുടെ കാര്യത്തിലും ആനുപാതികമായ വ്യത്യാസത്തോടെ ഇതു പ്രകടമാണ്. പാറപ്പുറത്ത് (*അന്വേഷിച്ചു കണ്ടെത്തിയില്ല* (1967), *ആദ്യകിരണങ്ങൾ* (1964),*നിണമണിഞ്ഞ കാൽപ്പാടുകൾ* (1963), ഉറൂബ് (*ഉമ്മാച്ചു* 1971), ജി വിവേകാനന്ദൻ (*കള്ളിച്ചെല്ലമ്മ* 1964), എം ടി (*ഇരുട്ടിന്റെ ആത്മാവ്* 1967), തോപ്പിൽഭാസി (*മൂലധനം* 1969) എന്നിവരുടെ സാഹിത്യം പി ഭാസ്കരൻ അറുപതുകളിൽ സിനിമയാക്കിയിട്ടുണ്ട്. സാഹിത്യത്തോടുള്ള അത്യാദരം ചലച്ചിത്രഭാഷയെ പരിമിതപ്പെടുത്തിയിരുന്ന ആദ്യഘട്ടത്തിൽ നിന്നുള്ള വ്യതിയാനം അറുപതുകളുടെ രണ്ടാംപകുതിയിലെ ചിത്രങ്ങളിൽ പ്രകടമാണ്. സമൂഹത്തിനും വ്യക്തിക്കും ഇടയിലെ പൊരുത്തക്കേടുകൾ, മദ്ധ്യവർഗ്ഗജീവിതത്തിലെ ശ്ലഥബന്ധങ്ങൾ, തൊഴിലാളിയുടെ നിരാലംബത തുടങ്ങി സൂക്ഷ്മവിശകലനം ആവശ്യമുള്ള വിഷയങ്ങൾ

സിനിമയിലും പ്രതിഫലിച്ചു. പി ഭാസ്കരന്റെയും തോപ്പിൽഭാസിയുടെയും രാഷ്ട്രീയപശ്ചാത്തലവും വിൻസെന്റിന്റെയും സേതുമാധവന്റെയും നാഗരികകർതൃത്വവും അവരുടെ സിനിമയിലുമുണ്ട്. അറുപതുകളിൽ നിർണ്ണായകസാന്നിദ്ധ്യമായിമാറിയ മദ്ധ്യവർഗ്ഗത്തിന്റെ നിലപാടു മാറ്റവും ലോകവീക്ഷണവും ജീവിതസമീപനവും കഥാകഥനത്തെയും പുനർരചിച്ചിട്ടുണ്ട്. ഇടതുപക്ഷസമരങ്ങളും സമരാന്തരവിപര്യയവും സിനിമയെയും ആവേശിച്ചു. സാമൂഹികമായ വീണ്ടെടുപ്പിനുള്ള വൈകാരികവിക്ഷോഭവും പ്രത്യാശാനഷ്ടത്തിന്റെ തിരയടക്കവും അതിലേക്ക് സംക്രമിപ്പിച്ചിട്ടുണ്ട്. തൊഴിലാളി സഖാവിന് സ്ഥാനഭ്രംശം വരുത്തിയ നാഗരികമാനവന്റെ ആരോഹണം അറുപതുകളുടെ അന്ത്യത്തോടെയാണ് വ്യാപകമാകുന്നത്. ഗൃഹാതുരഭൂതകാലത്തിന്റെയും പ്രാദേശികത്തനിമയുടെയും പരോക്ഷസാന്നിദ്ധ്യമായി ഗ്രാമം പ്രാമുഖ്യം നേടുന്നത് ഇതേത്തുടർന്നാണ്.

നാഗരികതയുടെ കൈയേറ്റങ്ങളെ ഗ്രാമസൗഭാഗ്യങ്ങളാൽ ചെറുക്കുന്ന എ വിൻസെന്റിന്റെ *മുറപ്പെണ്ണ്* (1969 രചന: എം ടി വാസുദേവൻനായർ) അവതരണത്തിൽ മാത്രമല്ല, കാഴ്ചയുടെ തലത്തിലും സംഭവിച്ച മാറ്റത്തിന്റെ സൂചനയായിരുന്നു. കൂട്ടുകുടുംബത്തിന്റെയും മരുമക്കത്തായത്തിന്റെയും തകർച്ച, കാർഷിക സമ്പദ്സ്രോതസ്സുകളുടെ വരൾച്ച, ഭൂപരിഷ്കരണത്തിന്റെ പ്രതിഫലനങ്ങൾ, അണുകുടുംബത്തോടുള്ള പ്രതിപത്തി എന്നിവ സിനിമയെയും മാറ്റിയെഴുതി. ഇതിനൊരു മറുവശവുമുണ്ട്. ആധുനികനാഗരികസമൂഹം അനിശ്ചിതത്വത്തിലാക്കിയത് അടിസ്ഥാനവർഗ്ഗത്തിന്റെ രാഷ്ട്രീയപ്രസക്തിയെയാണ്. അന്നേക്ക് തൊഴിലാളി സമൂഹത്തിനുമേൽ ഇടച്ചേരിക്കാരുടെ സംഘടനകൾ ആസ്തിയും അധികാരവും ചെലുത്തിത്തുടങ്ങിയിരുന്നു. അമ്പതുകളുടെ അന്തത്തിൽനിന്നും അറുപതുകളിലേക്ക് പടർന്ന ഭരണകൂടങ്ങളുടെ അസ്ഥിരത, കമ്യൂണിസ്റ്റ്പ്രസ്ഥാനത്തിലെ പിളർപ്പ്, യന്ത്രവല്ക്കരണത്തോടുള്ള ആഭിമുഖ്യം, കുടിൽവ്യവസായങ്ങളുടെ തകർച്ച എന്നിങ്ങനെ നീളുന്ന പുതിയ പ്രശ്നങ്ങൾ ആത്യന്തികമായി ഒറ്റപ്പെടുത്തിയത് തൊഴിലാളി സമൂഹത്തെയാണ്. തൊഴിലില്ലായ്മയുടേതെന്നപോലെ വേതനവർദ്ധനവിനായുള്ള തുടർസമരങ്ങളുടെ കാലംകൂടിയായിരുന്നു എഴുപതുകൾ. സഖാവിന്റെ സാമൂഹികസ്വത്വത്തിൽനിന്നും വ്യക്തി എന്ന നിലയിലേക്കുള്ള പരിണതി കെ എസ് സേതുമാധവന്റെ *അനുഭവങ്ങൾ പാളിച്ചകളി* (1971) ലുണ്ട്. ചെല്ലപ്പനിൽ ഇത് ഒരു വൻപതനമായാണ് അനുഭവപ്പെടുന്നത്. തൊഴിലാളിസമരങ്ങളെ മദ്ധ്യവർഗ്ഗരാഷ്ട്രീയം റാഞ്ചുന്ന കാലത്തിന്റെ ഇരയാണ് ചെല്ലപ്പൻ. അങ്ങനെയാകാൻ അയാൾ വിസമ്മതിച്ചുവെങ്കിലും. താൻ പുലർത്തിയ രാഷ്ട്രീയവിശ്വാസത്തിലും പ്രത്യയശാസ്ത്രത്തിലും നിന്ന് ഭ്രംശിക്കപ്പെട്ട ഒരാളുടെ ഭയാനകമായ ഏകാന്തതയാണ് ചെല്ലപ്പനെ പിന്തുടർന്നത്. മുതലാളിത്തവുമായി യാതൊരുവിധ നീക്കുപോക്കിനും അയാൾ തയ്യാറല്ല. രാഷ്ട്രീയപ്രസ്ഥാനങ്ങളിൽനിന്നും

തന്നിൽ നിന്നുതന്നെയുമുള്ള ചെല്ലപ്പന്റെ അന്യത നായകത്വത്തിന്റെ ഉള്ളടക്കത്തെയും പുനർനിർവ്വചിക്കുന്നതായിരുന്നു. തനിക്ക് ചുറ്റും മാറിമറിയുന്ന ലോകക്രമം തൊഴിലാളി സഖാവിലുണർത്തുന്ന സംഭീതിയെ അയാൾ നേരിടുന്നത് തന്റെ അസ്തിത്വത്തെ മയക്കത്തിലാഴ്ത്തിയോ വിസ്മരിച്ചോ ആണ്. ചെല്ലപ്പനെ ബാധിച്ച അസ്തിത്വപ്രതിസന്ധിയിൽ അയാൾ തെരഞ്ഞെടുക്കുന്നത് മരണമാണ്. അവറോസ് മുതലാളിയെ ഉന്മൂലനംചെയ്ത് തൂക്കുമരത്തിലേക്ക് കല്ലിച്ചമുഖവുമായി നീങ്ങുന്ന ചെല്ലപ്പന്റെ ചിത്രം ഇടതുപക്ഷരാഷ്ട്രീയം എഴുപതുകളിൽ നേരിടാനിരിക്കുന്ന പ്രതിസന്ധിയുടെ സൂചനയുള്ളതാണ്. ചെല്ലപ്പന്റെ ഉന്മൂലനനീക്കങ്ങൾ പല ചോദ്യങ്ങളും ഉയർത്തുന്നു. തൊഴിലാളിവർഗ്ഗമുന്നേറ്റത്തെ അതിന്റെ എല്ലാപ്രത്യയശാസ്ത്രപരതയോടും റാഞ്ചുന്ന മദ്ധ്യവർഗ്ഗബ്യൂറോക്രസിയുടെ സമരരീതിയോടുള്ള പ്രതിഷേധത്തിൽ പരിമിതപ്പെടുത്തുന്നതല്ല ചെല്ലപ്പൻ തെരഞ്ഞെടുത്ത മരണം. ഒരർത്ഥത്തിൽ ചെല്ലപ്പന്റെ നീക്കങ്ങൾ ആത്മബലിയുടെ ധ്വനിയുള്ളതാണ്. ആത്മഹത്യയിലേക്ക് ചെന്നണയാൻ പോന്ന അതിഭൗതികപ്രശ്നങ്ങളാണ് അയാളെ മഥിക്കുന്നത്. എന്നാൽ തൊഴിലാളിക്കുമേലുള്ള ചൂഷണം അവകാശമായി നിലനിർത്തുന്ന മുതലാളിത്തത്തെ ഉന്മൂലനം ചെയ്യേണ്ടത് തന്റെ ധാർമ്മികതയായാണ് അയാൾ കരുതിയത്. തനിച്ചത് നടപ്പാക്കുകയും ചെയ്യുന്നു. കുടുംബത്തിൽനിന്നും പ്രസ്ഥാനത്തിൽനിന്നും സംഭവിച്ച ഭ്രഷ്ടതയാണ് അവസാനഘട്ടത്തിൽ ആത്മബലിക്ക് അയാളെ പ്രാപ്തനാക്കുന്നത്. സഖാവെന്ന നിലയ്ക്ക് തന്നിലെ തൊഴിലാളിസ്വത്വത്തിന്റെ വീണ്ടെടുപ്പാണ് ചെല്ലപ്പന്റെ നീക്കങ്ങളിലുള്ളത്. സമരാഭിമുഖ്യങ്ങളിൽ വന്നുചേർന്ന വ്യതിയാനങ്ങളോട് പൊരുത്തപ്പെടാനാവാത്ത തൊഴിലാളിയുടെ വർഗ്ഗാവബോധമാണ് ചെല്ലപ്പനെ ഉന്മൂലനവാദിയാക്കുന്നത്. ഇടതുപക്ഷരാഷ്ട്രീയപ്രസ്ഥാനത്തിൽ അറുപതുകളുടെ അന്ത്യത്തിൽ വന്ന പിളർപ്പിലും എഴുപതുകളിലെ തീവ്ര ഇടതുപക്ഷത്തിന്റെ ആവിർഭാവത്തിലും ചെല്ലപ്പൻ പ്രതിനിധീകരിക്കുന്ന അന്യതയും നിരാശയുമുണ്ട്. ബൂർഷ്വാസിയാവാൻ വിസമ്മതിക്കുന്ന തൊഴിലാളിയുടെ വിധി ചെല്ലപ്പൻ സ്വയം ഏറ്റെടുത്തതാണ്. ചെല്ലപ്പന്റെ ആത്മബലിക്ക് രക്തസാക്ഷിത്വത്തിന്റെ നിറഭേദമുണ്ട്. തൂക്കുമരണം അത്തരമൊരു അനിവാര്യതയിൽ ചെല്ലപ്പനെന്ന തൊഴിലാളി സഖാവ് സ്വയം തെരഞ്ഞെടുത്തതാണ്. രാമു കാര്യാട്ടിന്റെ *ചെമ്മീൻ* (1966), സേതുമാധവന്റെ *യക്ഷി* (1968), തോപ്പിൽ ഭാസിയുടെ *മൂലധനം* (1969) തുടങ്ങിയ ചിത്രങ്ങളിൽ നായകത്വത്തിൻമേൽ പതിയുന്ന അപഭ്രംശങ്ങൾ ഇല്ലെന്നല്ല. പക്ഷേ, അപരനായകത്വം ഉടനീളം പരിചരിക്കപ്പെടുന്നത് *അനുഭവങ്ങൾ പാളിച്ചകളി*ലാണെന്ന് മാത്രം. നായകനിൽനിന്നും അപരനായകനിലേക്കുള്ള രൂപാന്തരണം സത്യനെപ്പോലൊരു അഭിനേതാവിലാണ് അഭിസന്ധിക്കുന്നത് എന്നത് യാദൃച്ഛികമായിരുന്നില്ല. വിഭക്തമനസ്സുമായി പൗരുഷത്തിന്റെ സന്ദിഗ്ദ്ധതകളും പരിഭവവുംപേറി നടക്കുന്ന ഏകാകികൾ എഴു

പതുകളിലെ നവ/ആർട്ട്ചിത്രങ്ങളിൽ തുടരെയുണ്ട്. അവരുടെ അസ്വാസ്ഥ്യം പക്ഷേ, ചെല്ലപ്പന്റേതായിരുന്നില്ല. യുവതലമുറയുടെ പ്രതികരണങ്ങളിൽ അറുപതുകളുടെ സാഹസികത ഇല്ലായിരുന്നു. രാഷ്ട്രാന്തരികതയിൽനിന്നുള്ള അന്യവല്കരണമോ മുതലാളിത്തവുമായുള്ള നിരുപാധികപോരാട്ടമോ ഇക്കൂട്ടരെ പ്രലോഭിപ്പിച്ചിട്ടില്ല.

II

നവസിനിമയുടെ സാംസ്കാരികപരിസരം

ലോകായതവും സിനിമയുമായുള്ള പാരസ്പര്യം മറ്റൊരുതലത്തിൽ നൂതനമായ വിതാനത്തിലേക്ക് പ്രവേശിക്കുന്നത് എഴുപതുകളിലാണ്. തുടർന്ന് സിനിമയുടെ ഘടനയിലും വിനിമയത്തിലും ഗുണപരമായ വ്യത്യാസമുണ്ടായിട്ടുണ്ട്. റിയലിസത്തോട് ആർട്ട് സിനിമയുടെ വക്താക്കൾ പൊതുവെ വിമുഖരായിരുന്നു. സാഹസികതയേക്കാൾ അന്തർമുഖതയെയാണ് കലാസിനിമ പിന്തുടർന്നത്. മാനവികമായ അസ്തിത്വവ്യഥകൾ കൂടുതൽ ഏകാന്തവും ദാർശനികവുമായി പരിചരിക്കപ്പെട്ടു. അക്കാദമികശിക്ഷണമുള്ള ഒരുകൂട്ടം സംവിധായകരും ചലച്ചിത്രസാക്ഷരരായ പ്രേക്ഷകരുമാണ് കലാസിനിമയുടെ തുടർജീവിതത്തിന് പശ്ചാത്തലമൊരുക്കിയത്. അടൂർ ഗോപാലകൃഷ്ണൻ, അരവിന്ദൻ, ജോൺ എബ്രഹാം, കെ ജി ജോർജ്, കെ ആർ മോഹനൻ, പി എ ബക്കർ, ജി എസ് പണിക്കർ എന്നിവരുടെ ചലച്ചിത്രസമീപനത്തിലെ സങ്കേതവും സൗന്ദര്യവും രാഷ്ട്രീയവും ഒന്നിനൊന്ന് വ്യത്യസ്തമായിരുന്നു. സിനിമയുടെ ലാവണ്യത്തെയും ആനന്ദാനുഭവത്തെയും കർത്തൃപക്ഷത്തും കാണിപക്ഷത്തുംനിന്ന് സമൂലം തിരുത്തിയെഴുതാനാണ് ഇവർ മുതിർന്നത്. കേവലം വിപണിനേട്ടത്തിനപ്പുറമാണ് സിനിമയുടെ വ്യാവഹാരികധർമ്മമെന്ന് ഇവർ വിശ്വസിച്ചു. കലയും ജീവിതവുമായുള്ള ബന്ധം കൂടുതൽ വൈരുദ്ധ്യാത്മകമാണെന്ന തോന്നൽ സംവിധായകരിൽ പലരെയും ബാധിച്ചിട്ടുണ്ട്. അവരെ നയിച്ചതും ധാരണാപരമായ വ്യതിരേകമായിരുന്നു. യാഥാർത്ഥ്യത്തിന്റെ ചലച്ചിത്രാവിഷ്കാരം ആർട്ട് സിനിമയിൽ പരീക്ഷണമായിരുന്നു. കലയ്ക്കും കാലത്തിനും യാഥാർത്ഥ്യത്തിനുമിടയിലെ ബന്ധങ്ങൾ കൂടുതൽ സങ്കീർണ്ണമാകുന്നതിന്റെ ലക്ഷണങ്ങൾ ആർട്ട് സിനിമയിൽ തുടരെ പ്രകടമായിരുന്നു. കാഴ്ചയിലെ സമീകരണത്തേക്കാൾ അന്യവല്കരണത്തെയാണ് എഴുപതുകളിലെ നവസിനിമ പ്രസരിപ്പിച്ചത്. ഇന്ത്യൻ നവതരംഗസിനിമകൾക്ക് നിർമ്മാണതലത്തിൽ ലഭിച്ചിരുന്ന സ്റ്റേറ്റ് പിന്തുണ മലയാളത്തിന് അന്യമായിരുന്നു. അതിനാൽ മലയാള കലാസിനിമകളുടെ നിർമ്മാണ–വിതരണ–പ്രദർശനമേഖലകൾ കൂടുതൽ സാഹസികമായിരുന്നു. അടൂർ ഗോപാലകൃഷ്ണന്റെ സർഗ്ഗാത്മകതയ്ക്ക് സാഫല്യമേകിയത് ചിത്രലേഖ ഫിലിം

സെക്രട്ടറിയായിരുന്നു. പി എൻ മേനോന്റെ *ഓളവും തീരവും*(1970) നിർമ്മിച്ചത് പി എ ബക്കർ ആയിരുന്നു. പിന്നീട് ജോൺ എബ്രഹാം ഒഡേസ്സയുടെ ബാനറിൽ ജനകീയപങ്കാളിത്തത്തോടെ സിനിമ നിർമ്മിക്കുകയും അതേ കൂട്ടർക്കായി കൊട്ടകകൾക്കപ്പുറത്ത് ചിത്രം പ്രദർശിപ്പിക്കുകയും ചെയ്തു. ഇവിടെ തിരിച്ചറിയേണ്ട മറ്റൊരു വസ്തുത കലയ്ക്കും കച്ചവടത്തിനും ഇടയിൽ നീങ്ങുന്ന മദ്ധ്യവർത്തിസിനിമയുടെ സജീവധാരയാണ്. അറുപതുകളിലെ ആഖ്യാനവഴികൾ ഒട്ടൊക്കെ നിലനിർത്തുമ്പോഴും അവതരണത്തിലും അനുവർത്തനത്തിലും അതിജീവനത്തിനായുള്ള വെമ്പൽ മദ്ധ്യവർത്തി ചിത്രങ്ങൾ വെളിപ്പെടുത്തുന്നുണ്ട്. പി എൻ മേനോന്റെ *ഓളവും തീരവും* (1970) *കുട്ട്യേടത്തി* (1972) തുടങ്ങിയ ചിത്രങ്ങൾ പ്രാദേശികതയുടെ സ്വാംശീകരണത്തിലും ചരാചരപ്രകൃതിയുടെ സന്നിവേശത്തിലും ഒന്നിനൊന്ന് വ്യതിരിക്തമായിരുന്നു. പിന്നണിഗാനങ്ങളെയും പശ്ചാത്തലസംഗീതത്തെയും ആ നിലയ്ക്ക് അദ്ദേഹം ഉപയോഗപ്പെടുത്തിയിട്ടുമുണ്ട്. മനുഷ്യമനസ്സിന്റെ ഇരുണ്ട ഗർത്തങ്ങളിലേക്കാണ് മേനോൻ ചിത്രങ്ങൾ ആഴ്ന്നിറങ്ങിയതും നടുക്കുന്ന പലതും പുറത്തേക്ക് വമിപ്പിച്ചതും. സാമുദായികനിയാമകങ്ങൾക്ക് നിരക്കാത്തവരോ പാകമാകാത്തവരോ ആയ അനേകരെ മേനോൻ ചിത്രങ്ങളിൽ പ്രേക്ഷകർ കണ്ടുമുട്ടുന്നു. ദുരൂഹമായ മനുഷ്യബന്ധങ്ങളെ ദൃശ്യഭാഷയോട് സമീകരിക്കുന്ന രീതി *ഗായത്രി* (1973) യും *ചെമ്പരത്തി* (1972) യും *പണിമുടക്ക* (1972) വുംപോലുള്ള ചിത്രങ്ങളിലുണ്ട്. എൺപതുകളിൽ ഭരതൻ, പത്മരാജൻ തുടങ്ങിയവരുടെ സമീപനത്തിൽ മേനോൻ പ്രതിനിധീകരിച്ച സങ്കല്പത്തിന്റെ തുടർച്ച കാണാനാവും. പുരുഷപക്ഷത്തുനിന്ന് ലോകവും ചുറ്റുപാടുകളും സ്ത്രീത്വവുമൊക്കെ തിരിച്ചറിയുന്ന പ്രവണത കലാസിനിമയെപ്പോലെ മദ്ധ്യവർത്തിസിനിമയും പിന്തുടർന്നു. കരുത്തും കരുതലും അതിജീവനവുമായിരുന്നു മദ്ധ്യവർത്തി നായകന്റെ കൈമുതൽ. അവരുടെ പരാജയങ്ങളിൽപ്പോലും ആസക്തികളെ പിൻചെല്ലുന്നവന്റെ അഹന്തയുണ്ടായിരുന്നു. കലാസിനിമയാവട്ടെ, നായകത്വത്തെ പരാമവധി മാനവീകരിക്കുകയാണ് പൊതുവെ ചെയ്തത്. മനംമടുപ്പിക്കുന്ന അപനായകത്വമായിപ്പോലും ചിലപ്പോളിത് അനുഭവപ്പെട്ടേക്കാം. ആൾക്കൂട്ടത്തിൽ അലിയാതെ ഒറ്റപ്പെട്ട തുരുത്തുകളായിത്തീർന്നവരാണ് ഏറെയും. നാഗരികമദ്ധ്യവർഗ്ഗത്തിന് ഭൂതകാലത്തോട് തീർക്കാൻ കണക്കുകളില്ല. അവരുടെ ബാദ്ധ്യത വർത്തമാനമാണ്. ഗർഭസ്ഥാനങ്ങളിൽനിന്ന് പുറപ്പെട്ടുപോരുമ്പോഴും അവരുടെ യാത്രകൾ സന്ദിഗ്ദ്ധതയിലാണ് കലാശിക്കുന്നത്. ചലനത്തെ പുറംമോടിയാക്കി നിശ്ചലതയെ ഉള്ളിൽ കുരുക്കിനിർത്തുന്ന സമസ്യകൾ കലാസിനിമ അവതരിപ്പിച്ചിരുന്നു. ജീവിതവുമായുള്ള ഇടപാടുകളിൽ തങ്ങളെ എവിടെ സ്ഥാനപ്പെടുത്തണമെന്ന് തിരിയാത്തവരാണ് അധികവും. *സ്വയംവര*ത്തിലെ വിശ്വം-സീത ദമ്പതികളുടെ തുടർയാത്രകളിൽ തെളിയുന്നത് ആവാസസ്ഥാനങ്ങൾക്കും തൊഴിലിടങ്ങൾക്കും അവർ ജീവിക്കുന്ന കാലവു

മായുള്ള പൊരുത്തക്കുറവാണ്. തന്റെ പൂർവ്വഗാമികളെപ്പോലെ സാമൂഹികപ്രതിബദ്ധതയോ രാഷ്ട്രീയധാർമ്മികതയോ വിശ്വത്തെ അലട്ടുന്നില്ല. വിശ്വത്തിന്റെ പ്രതിസന്ധികൾ വ്യക്തിനിഷ്ഠമാണ്. രാഷ്ട്രീയജാഥകളിൽനിന്ന് അയാളെപ്പോഴും മാറിനില്ക്കുന്നു. വഴിയോരക്കാഴ്ചപോലെ അയാൾ പ്രകടനങ്ങൾ നിരീക്ഷിച്ച് നില്ക്കുന്നുണ്ട്. ട്യൂട്ടോറിയലിലെ അദ്ധ്യാപനവൃത്തിയിലും പ്രസ് ജോലിയിലും മില്ലിലെ കണക്കെഴുത്തിലും നിരാധാരനായ ഒരുവന്റെ അന്യതയാണ് വിശ്വത്തെ ആവേശിച്ചിട്ടുള്ളത്. *കൊടിയേറ്റ* (1977) ത്തിലെ ശങ്കരൻകുട്ടിയുടെ ലാഘവത്തിലും *എലിപ്പത്തായ* (1984) ത്തിലെ ഉണ്ണിയുടെ ഉദാസീനതയിലും *മുഖാമുഖ* (1984) ത്തിലെ സഖാവ് ശ്രീധരന്റെ പലായനഭാവത്തിലുമെല്ലാം ആനുപാതികമായ അന്തരത്തോടെ ഇതാവർത്തിക്കുന്നുണ്ട്. കാലാധീനംപോലെ കാലാന്തരികവുമാണ് അവരുടെ രാഷ്ട്രീയനിലപാടുകൾ. രാഷ്ട്രീയബോധത്തിന്റെ സാന്ദ്രതയുള്ള കർത്തൃത്വങ്ങളാണ് അവരുടേത്. പുരുഷായനത്തിന്റെ മറുപക്ഷത്തായി സ്ഥാനപ്പെടുത്തിയിട്ടുള്ള പെൺപക്ഷമെന്തിനെയാണ് പ്രതിനിധീകരിക്കുന്നതെന്ന സംശയം അപ്പോഴും അവശേഷിക്കുന്നു. പുരുഷന്റെ മരണമോ മനംമാറ്റമോ ഉന്മാദമോ പലായനമോ അരക്ഷിതമാക്കുന്ന സാന്നിദ്ധ്യമാണ് നവസിനിമയിലെ സ്ത്രീയുടേത്. *സ്വയംവര*ത്തിലെ വിശ്വത്തിന്റെ മരണത്തോടെയാണ് സീതയുടെ ഭാവി അനിശ്ചിതത്വത്തിലാകുന്നത്. ഇവിടെ സ്ത്രീക്ക് അനുവദിച്ചിട്ടുള്ള സാമൂഹികസ്ഥലം വീണ്ടും ചുരുങ്ങുകയാണ്. പുരുഷനിൽനിന്ന് വേറിട്ട തങ്ങളുടെ അസ്തിത്വം നിർണ്ണയിക്കാനാകാത്ത സ്ത്രീമാതൃകകളെയാണ് കാണികൾ തുടരെ സന്ധിക്കുന്നത്. പുരുഷന്റെ ഏകാകിതയുടെയും ഗൃഹാതുരതയുടെയും സുഷുപ്തകാമനയുടെയും മതിഭ്രമത്തിന്റെയും മൂകസാക്ഷികളാകാനാണ് ചില സ്ത്രീകളുടെയെങ്കിലും യോഗം. *ഉത്തരായന* (1974) ത്തിലെ രവിയുടെ സ്വത്വാന്വേഷണപ്രയാണത്തിന് തടസ്സമായി കാമുകിയുമുണ്ട്. ഗാന്ധിയൻ സഹനരാഷ്ട്രീയവും വിപ്ലവാത്മകമായ ഗുരുവരുളുകളും രവിയിൽ ഏശുന്നില്ല. രണ്ടു സമാന്തരധാരയിലും ഉടക്കിനില്ക്കുന്നതല്ല രവിയുടെ മനോരഥം. അന്തഃസത്ത നഷ്ടമായ രാഷ്ട്രീയകാലവസ്ഥയാണ് രവിയെ നിർവ്വേദിയാക്കിയത്. കഴിഞ്ഞകാലത്തിനും സമീപകാലത്തിനും പാകമാകാത്ത മനോഘടനയാണ് രവിയുടേത്. നഗരത്തിരക്കുകളിൽ മുഴുകാൻ അയാൾക്കാവുന്നില്ല. നാഗരികതയുമായുള്ള *മുഖാമുഖ*ത്തിൽ തനിക്ക് നേരിടേണ്ടിവന്നതോടെ അയാൾ വിരക്തിയിലാണ്. വിപ്ലവരാഷ്ട്രതന്ത്രത്തിന്റെ സത്താശൂന്യതയും സമത്വവാദത്തിന്റെ അപ്രായോഗികതയും ഇതിൽപ്പെടും. രവിയിൽ സ്ഥായിയായ സിനിക്കൽമനോഭാവമാണ് കാമുകിയുടെ നേർക്കും അയാൾ പുലർത്തുന്നത്. കൈയിൽപ്പുരണ്ട പ്രസാദകണങ്ങൾ തൂത്തുകളയുമ്പോലെയാണ് രാധയോടുള്ള മമത അയാൾ ഇല്ലാതാക്കുന്നത്. രവിയുടെ വിമോചനകാംക്ഷകളിൽ പലായനവാസനയേറും അശാന്തിയിൽനിന്ന് വിശ്രാന്തിയിലേക്കുള്ള രവിയുടെ പ്രയാണത്തിന് വിരാമമാ

കുന്നത് അരയാൽചുവട്ടിലാണ്. അരയാൽ സാന്ത്വനരൂപകമാകുന്നിന്റെ പ്രതിഫലനം കെ ആർ മോഹനന്റെ *അശ്വത്ഥാമാവി*ലും(1978)ഉണ്ട്. *അശ്വത്ഥാമാവിൽ* സ്ത്രീപുരുഷബന്ധം കൂടുതൽ വിഭക്തവും വിഘടിതവുമാണ്. പാരമ്പര്യവുമായുള്ള തീവ്രസംഘർഷമാണ് സ്വന്തം ആസക്തികളെ പിന്തുടരാൻ കുഞ്ഞുണ്ണിക്ക് ചോദനയേകുന്നത്. ബോധമാകെ അബോധമാക്കി മാറ്റുന്ന യാഥാർത്ഥ്യത്തിന്റെ അപരരംഗമാണ് കുഞ്ഞുണ്ണിക്ക് അഭയം. മദ്ധ്യവർഗ്ഗസദാചാരമോ സുരക്ഷാഭീതിയോ അയാളിലില്ല. ആദർശപ്രണയമായും ഭോഗകാമനയായും ബന്ധബാദ്ധ്യതയായും കുഞ്ഞുണ്ണിയുടെ ജീവിതത്തിൽ സ്ത്രീകൾ കടന്നുവരികയും പോവുകയുമാണ്. സ്ഥലകാലങ്ങളുടെ അഭയസ്ഥാനങ്ങളിൽനിന്ന് ഭ്രഷ്ടനായി അന്തമില്ലാതെ അലയുന്നവന്റെ തേങ്ങൽ അശ്വത്ഥാമാവിലുണ്ട്. തന്നെ അവിടെ എങ്ങനെ അടയാളപ്പെടുത്തണമെന്ന് തിരിയാത്തതാണ് കുഞ്ഞുണ്ണിയുടെ പ്രശ്നം.

ജീവിക്കുന്ന കാലത്തെ നിരാധാരമാക്കുന്നതിന്റെ അനേകം സന്ദർഭങ്ങൾ എഴുപതുകളിലെ നവസിനിമയിലുണ്ട്. കാലത്തോട് രമ്യപ്പെടാനാകാത്തതിന്റെ അപകർഷമാണ് കാമുകിയോടുള്ള പ്രതികരണത്തിൽ ഉറയുന്നത്. പ്രണയം പൊതുവെ അനുനയത്തിന്റേതാണ്. ഗൃഹാതുരതയുടെ ഏടുകളിലാണ് സ്മരണകളിരമ്പുന്നത്. അതേസമയം, സ്ത്രീ-പുരുഷബന്ധത്തിന് കാല്പനികമായിമാത്രം തുടരാനാകില്ലെന്ന വ്യക്തമായ സൂചനയും ഇല്ലാതില്ല. *സ്വയംവരം* നല്കുന്ന മുന്നറിയിപ്പും *ഉത്തരായന*ദിശയിലെ അനാസക്തിയും അകാല്പനികമായ ജീവിതത്തെയോ അതിജീവിതത്തെയോ ആണ് എതിർപാർക്കുന്നത്. *അതിഥി* (1973)യിലെ കാത്തിരിപ്പിലും വീടുവിട്ടുള്ള യാത്രയിലും യാഥാർത്ഥ്യം കൂടുതൽ പരുഷമാകുകയാണ്. *അതിഥി*യിലെ രമണി തന്റെ വാസഗൃഹം വിട്ടിറങ്ങുന്നതിന് പ്രതീകാത്മകമായ പശ്ചാത്തലമുണ്ട്. ഭർത്താവുൾപ്പെടെയുള്ള കുടുംബാംഗങ്ങൾ കാത്തിരിക്കുന്ന പരമകാരുണികനായ അതിഥി ഓരോരുത്തരുടെയും സങ്കല്പനിർമ്മിതിമാത്രമാണ്. ഈയൊരു തിരിച്ചറിവാണ് രമണിയുടെ പെൺമയെ പുനർനിർവ്വചിക്കുന്നത്. പ്രതീക്ഷകളിൽ മാത്രം ജീവിക്കുന്ന അതിഥിയുടെ ആന്തരീകരണം തത്ത്വത്തിൽ സംഭവിക്കുന്നത് രമണിയിലാണ്. യാഥാർത്ഥ്യത്തിന്റെയും വിഭ്രാമകതയുടെയും വിപരീതങ്ങൾ രമണിയിലാണ് സന്ധിക്കുന്നത്. ഗാർഹികാന്തരീക്ഷത്തിന് പുറത്ത് തന്റെ തൃഷ്ണകൾ പിന്തുടരുന്ന സ്ത്രീത്വത്തിന്റെ കാമന *അതിഥി*യിലുണ്ട്. തന്റെ നിയന്ത്രണം രമണി സ്വയം ഏറ്റെടുക്കുകയാണ്. കുടുംബത്തിന് പുറത്തേക്ക് അവളെ നയിക്കുന്നതും തന്റെ ഇടം കണ്ടെടുത്തവളുടെ പോരിമയാണ്. ജാതിവിവേചനത്തിന്റെ ഹിംസാത്മകമായ ഇടപെടൽ കുട്ട്യേടത്തിയുടെ ആത്മഹത്യയിൽ കലാശിച്ചകാര്യം സമാന്തരമായി ചിന്തിക്കാവുന്നതാണ്. *കുട്ട്യേടത്തി*യിൽ ദളിതനായ അപ്പുണ്ണി അപമാനിക്കപ്പെടുന്നതും ആക്രമിക്കപ്പെടുന്നതും സവർണ്ണസ്ത്രീയുമായുള്ള ബന്ധത്തിന്റെ പേരിലാണല്ലോ. *ചെമ്പരത്തി*യിൽ രതിയും

ഹിംസയും നോട്ടത്തിലേക്കും പെരുമാറ്റത്തിലേക്കും വ്യാപിച്ചിരിക്കുന്നു. വേട്ടക്കാരന്റെ വെറിയും ദാഹവും അക്ഷമയും ഉറഞ്ഞുകൂടിയ ആൺനോട്ടങ്ങളുടെ ദൃശ്യാവർത്തനംതന്നെ ചിത്രത്തിലുണ്ട്. *അശ്വത്ഥാമാവി*ലെ കുഞ്ഞുണ്ണി ആദർശപ്രണയത്തിലും ലൈംഗികകാമനയിലും ദാമ്പത്യധർമ്മത്തിലുമായിട്ടാണ് സ്വജീവിതത്തിലേക്കുവരുന്ന സ്ത്രീകളെ സ്ഥാനപ്പെടുത്തുന്നത്. *സ്വപ്നാടനത്*തിലെ ഡോക്ടറുടെ വിഭക്തവ്യക്തിത്വം കൂടുതൽ ദുരൂഹമാണ്. അമ്മയും ഭാര്യയും കാമുകിയുമെല്ലാം ഡോക്ടറുടെ ശിഥിലമനസ്സിന്റെ അതിരുകളിൽ വന്നുംപോയുമിരിക്കുന്നു. വിഫലമായ പ്രണയവും അമ്മയോടുള്ള വിധേയത്വവുമാണ് അയാളുടെ ഈടുവെപ്പുകൾ. ഭാര്യയോടയാൾ നിലനിർത്തുന്ന അപകർഷബോധത്തിൽ അമ്മയുടെയും കാമുകിയുടെയും ഛായ പുരണ്ടിരിക്കുന്നു. ഗൃഹാതുരമായ ഓർമ്മകളാണ് വന്ധ്യതയായി അയാളെ ആവേശിക്കുന്നത്. ഭൂത–വർത്തമാനങ്ങൾക്കിടയിലെ വിടവുകൾ പരിഹരിക്കാൻ ഡോക്ടർക്കാവുന്നില്ല. കാലാവശേഷമായി അവ ചികിത്സയ്ക്ക് ശേഷവും വേട്ടയാടുന്നു. ജോൺ എബ്രഹാമിന്റെ *ചെറിയാച്ചന്റെ ക്രൂരകൃത്യങ്ങളിൽ* ആധുനികസാമൂഹികബന്ധത്തിന്റെ സമവാക്യങ്ങൾ നിരന്തരം അസ്ഥാനപ്പെടുത്തിന്നുണ്ട്. ജന്മിത്തത്തിന്റെ കൈയേറ്റങ്ങൾ നിസ്സഹായരാക്കിയതിൽ ചെറുകിടഭൂവുടമയായ ചെറിയാച്ചനുമുണ്ട്. തന്നെ വലയംചെയ്യുന്ന സ്ഥാപനങ്ങളിലും ചെറിയാച്ചനില്ല. പണിയോടും പാർട്ടി ഓഫീസുകളോടും ചെറിയാച്ചന് ഒരേ അകലമാണ്. എവിടെയും പങ്കാളിത്തമുണ്ടെന്ന് തോന്നാമെങ്കിലും എല്ലാത്തിനും പുറമേ മാത്രമാണ് ചെറിയാച്ചൻ തന്നെ സാക്ഷ്യപ്പെടുത്തിയിട്ടുള്ളത്. അയാൾ കല്പിതമായ ഭയകാമനകളുടെ രക്തസാക്ഷിയാണ്. എല്ലാ കുറ്റച്ചാർത്തുകളും തനിക്കെതിരെയാണെന്ന് ചെറിയാച്ചൻ വിചാരിക്കുന്നു. കുറ്റവാളിയാണെന്ന് തനിച്ച് തീരുമാനിച്ച് ശിക്ഷവിധിക്കുകയാണയാൾ. ചെറിയാച്ചന്റെ പേടി നവമദ്ധ്യവർഗ്ഗത്തിന്റെ സന്ദിഗ്ദ്ധതതയും അരക്ഷിതത്വവും ഇടകലർന്നതാണ്. പേടിയോടുള്ള മനോഭാവത്തെ വർഗ്ഗത്തിലേക്കും ചരിത്രകാലത്തിലേക്കും വിവർത്തിക്കുന്നിടത്താണ് ജോണിന്റെ വഴിമാറ്റം വ്യക്തമാകുന്നത്. സമൂഹത്തിലെ ഓരോ പ്രതിനിധാനവും ഓരോ നിലയ്ക്കാണ് ചെറിയാച്ചനെക്കാണുന്നത്. ചെറിയാച്ചനാകട്ടെ താൻ ആരായി ജീവിതം തുടരണമെന്ന് നിർണ്ണയിക്കാനാവുന്നതുമില്ല. മതമോ രാഷ്ട്രീയമോ കുടുംബമോ തറവാടോ ഒന്നും അയാൾക്ക് സാന്ത്വനമേകുന്നില്ല. ഇവയെല്ലാം തനിക്ക് കെണിയൊരുക്കിയ സ്ഥാപനങ്ങളെന്ന് ചെറിയാച്ചൻ തന്നെയും മറ്റുള്ളവരെയും വിശ്വസിപ്പിക്കുന്നു. ചെയ്യാത്ത പാതകങ്ങൾ സ്വയമാരോപിച്ച് എല്ലായിടത്തുനിന്നും ഓടിമറയുന്ന ചെറിയാച്ചൻ കാലഭ്രംശമേറ്റ ആധുനികപൗരന്റെ അനാഥത്വം പേറുന്നവനാണ്. തെങ്ങിന്റെ മണ്ടയോ തട്ടിൻപുറമോ അയാൾക്ക് സുരക്ഷയേകുന്നില്ല. നാമാവശേഷമായ ഫ്യൂഡൽഭൂതകാലവും തകർന്ന കാർഷികബന്ധവുമെല്ലാം ചെറിയാച്ചന്റെ പലായനത്തിലും പതനത്തിലും മിന്നിമായുന്നു. ശരാശരിയെന്ന ഒരൊറ്റ ശരിമാത്രമുള്ള സമൂഹത്തിൽ

മറ്റെല്ലാവഴികളും തെറ്റോ അസ്വാഭാവികമോ ആയി കണക്കാക്കപ്പെടുന്നു. ശരാശരിയുടെ ഏകാധിപത്യത്തിന്റെ രക്തസാക്ഷിയാണ് ചെറിയാച്ചനും (വെങ്കിടേശ്വരൻ സി എസ് 2011:81). ഫ്യൂഡൽ ആവാസവ്യവസ്ഥയിൽ നിന്നും നാഗരികതയിലേക്ക് പരിവർത്തിക്കപ്പെടുന്നവരുടെ സമ്മർദ്ദവും സംഘർഷവും നവസിനിമയ്ക്ക് സങ്കേതം മാത്രമായിരുന്നില്ല. യുവാക്കളിൽ അന്നേക്ക് വ്യാപകമായിരുന്ന അവിശ്വാസവും ശൂന്യബോധവും സ്വാഭാവികമായി സിനിമയിലും പ്രതിഫലിച്ചു. അസ്തിത്വവ്യഥയും ആത്മനിരാസവും നിർവ്വേദവും ക്രമേണ ആഖ്യാനങ്ങളിൽ സ്ഥായിയായി. എഴുപതുകളോടെ സാഹിത്യവും സിനിമയുമായുള്ള സമ്പർക്കം കൂടുതൽ തീവ്രവും ആന്തരികവുമാകുന്നുണ്ട്. *ഖസാക്കിന്റെ ഇതിഹാസ* (1969) ത്തിലെ രവിയെയും *മയ്യഴിപ്പുഴയുടെ തീരങ്ങളി* (1971) ലെ ദാസനെയും പോലെ ജീവിതബന്ധങ്ങളിൽ നിശ്ശൂന്യതയും സംത്രാസവും അനുഭവിക്കുന്നവർ നവസിനിമയിലുമുണ്ട്. ഒരുപക്ഷേ, അന്നത്തെ ചരിത്രരാഷ്ട്രീയകാലാവസ്ഥയുമായുള്ള അന്തർബന്ധത്തിൽനിന്നും ഉറവായതാകാം. പ്രമേയാനുവർത്തനമല്ല. സത്താനുവർത്തനമാണ് സിനിമ പിന്തുടർന്നത്. സി എൻ ശ്രീകണ്ഠൻനായരുടെ ശബ്ദായമാനനാടകമായ *കാഞ്ചനസീത* അരവിന്ദൻ സിനിമയാക്കിയപ്പോൾ വന്ന രൂപാന്തരം ഇവിടെയോർക്കാം. നാടകാന്തത്തിൽ വരുന്ന സീത പ്രകൃതിയാണെന്ന പ്രസ്താവമാണ് സിനിമയുടെ അന്തസ്സത്ത. യാഥാർത്ഥ്യബോധത്തെ അമൂർത്തമാക്കി വിഭ്രാത്മകതയിൽ നിർവ്വചിക്കുന്ന കഥനവഴിയാണ് അരവിന്ദന്റേത്. മൂകതയും നിശ്ചലാത്മകതയും ഇഴയുന്ന കാലക്രമമാണ് ചിത്രങ്ങൾ അനുവർത്തിക്കുന്നത്. കാടും കടലുമടങ്ങുന്ന ചരാചരപ്രകൃതിയെ മോട്ടിഫാക്കുന്ന പരാവർത്തനം. ദാർശനികമായ ആഭിമുഖ്യം അന്തർലീനമായ ആഖ്യാനരീതിയാണ് അരവിന്ദൻചിത്രങ്ങളിലേത്. *എസ്തപ്പാനി* (1973)ലും *കുമ്മാട്ടി* (1979)യിലും *ചിദംബര*(1983)ത്തിലുമെല്ലാം നിർവ്വേദത്തിന്റെ വ്യഞ്ജനയുണ്ട്. ജീവിതത്തിനും മരണാനന്തരമുള്ള മിത്തീകരണത്തിനുമിടയിലെ വൈരുദ്ധ്യങ്ങളുടെ തുടർഭാഷ്യമായും അരവിന്ദൻചിത്രങ്ങളെക്കാണാം. അവയിൽ പൗരസ്ത്യമായ അസ്തിത്വസമസ്യയുടെ മിന്നാട്ടമുണ്ട്. ഉദാഹരണത്തിന്, സർവ്വസാധാരണനായ എസ്തപ്പാന് മരണാനന്തരം സംഭവിക്കുന്ന വിപര്യയം നോക്കുക. പൊതുസമൂഹത്തിന് തിരിയാത്ത അജ്ഞേയമായ അതീതപ്രകൃതിയായാണല്ലോ എസ്തപ്പാൻ മാറുന്നത്.

പ്രാദേശികതവിട്ട് ദേശീയമായ ബഹുവിതാനത്തിലേക്ക് വിവർത്തിക്കാനുള്ള താല്പര്യം നവസിനിമയും നിലനിർത്തി. പിന്നെയൊരു വ്യത്യാസം അന്തർദ്ദേശീയചലച്ചിത്രോത്സവങ്ങളിലും മറ്റും അവയ്ക്ക് ലഭിച്ച പങ്കാളിത്തവും അംഗീകാരവുമാണ്. ജനാധിപത്യഭ്രംശങ്ങളും ഏകാധിപത്യപ്രവണതയും നിരാശയും നിരാലംബമാക്കിയത് യുവതലമുറയെയാണ്. പ്രത്യാശിക്കാനൊന്നുമില്ലാത്ത ശൂന്യമായ വർത്തമാനത്തോടുള്ള പ്രതികരണം കലഹവും പലായനവും ഇടകലർന്നതായിരു

ന്നു. മൃണാൾ സെന്നിനെയോ ഗോവിന്ദനിഹലാനിയെയോ ശ്യാം ബെന ഗലിനെയോപോലെ ആയിരുന്നില്ല അടൂരും അരവിന്ദനും ജോണുമൊക്കെ ആഖ്യാനത്തെ രാഷ്ട്രീയവല്ക്കരിച്ചത്. ചരിത്രപ്രതിസന്ധികളുടെ ആന്ത രീകരണം ഇവരുടെ ആഖ്യനത്തിലേറും. എന്നാൽ നിലപാടുകളിലെ അന്തരം സമീപനത്തിൽ പ്രകടവുമാണ്. പ്രതികരണങ്ങളിലെ അന്യാ ത്മകതയിൽ വിപ്ലവാത്മകമായ വ്യതിയാനമുണ്ടായിരുന്നു. സഖാവ് ശ്രീധ രന്റെ കൊലപാതകവും (*മുഖാമുഖം*) പുരുഷന്റെ ആത്മഹത്യയും (*അമ്മ അറിയാൻ*) രവിയുടെ അശാന്തിയും (*ഉത്തരായനം*) ക്രൂരമായനിസ്സംഗ തയുടെ പരിണതഫലം കൂടിയാണ്. ഇവരുടെ നിർമമതയിൽ വിപ്ലവാ ത്മകമായ അന്തസ്സത്തയുടെ പ്രഭവം കാണാം. വംശീയമായ പ്രകൃതി- പുരുഷ പുരാവൃത്തത്തെ വിപ്ലവാഖ്യാനത്തിലേക്ക് അനുവർത്തിക്കുന്ന തിലെ വ്യതിരേകംപോലും ചിലപ്പോൾ അനുഭവപ്പെടുന്നുണ്ട്. കലാപ വാസന നിർവ്വേദത്തിലേക്ക് പരിവർത്തിക്കുന്ന രാഷ്ട്രീയവിപര്യയംമാത്ര മല്ല ഇവിടെ. വിപ്ലവാനന്തരകാലാവസ്ഥയിലെ അന്യാധീനതയും സംത്രാ സവും സ്വേച്ഛാപരമായി അനുവർത്തിക്കുകയുമല്ല. രാഷ്ട്രീയപ്രത്യാഘാ തങ്ങളെ അനുഭവിച്ചവരുടെയും അതോട് ബന്ധപ്പെട്ടവരുടെയും പക്ഷ ത്തുനിന്ന് തിരിച്ചറിയുന്ന പ്രകൃതവും നവസിനിമയ്ക്കുണ്ട്. ആത്മഹ ത്യപോലും ഭൗതികാതീതമായ പ്രശ്നമായി രൂപാന്തരപ്പെടുകയാണി വിടെ. വസന്തത്തിന്റെ ഇടിമുഴക്കത്തിനുശേഷമുള്ള മടുപ്പിക്കുന്ന നിശ ബ്ദതയുടെ രാഷ്ട്രീയധാരണവും ചരിത്രപരമായ വൈരുദ്ധ്യങ്ങളും സിനിമയ്ക്ക് അപ്രാപ്യമായിരുന്നില്ല. നിർമ്മാണവിതരണരംഗത്തും പ്രദർശനത്തിലും നേരിട്ട പ്രതികൂലതകൾ ഇവർ നേരിട്ടത് സിനിമയോ ടുള്ള പ്രതിബദ്ധതയിലാണ്. കർത്തൃരൂപമെന്നനിലയ്ക്ക് സംവിധായ കന്റെ സാന്നിദ്ധ്യം ഉറപ്പിച്ചത് കലാസിനിമയാണ്. എൺപതുകളിലും കലാസിനിമയുടെ സ്വീകാര്യത നിലനിന്നിരുന്നു. അടൂരിന്റെ *മുഖാമുഖം* (1998), *എലിപ്പത്തായം* (1998), *അനന്തരം* (1998), അരവിന്ദന്റെ *ചിദംബരം* (1998) ജോണിന്റെ *ചെറിയാച്ചന്റെ ക്രൂരകൃത്യങ്ങൾ* (1982), *അമ്മ അറി യാൻ* (1987), ഷാജി എൻ കരുണിന്റെ *പിറവി* (1987) തുടങ്ങിയവ അക്കാ ലത്തിന്റെ സൃഷ്ടികളാണ്. തൊണ്ണൂറുകളോടെ കലാസിനിമയിൽ വ്യാവ സായിക താല്പര്യങ്ങൾ ഏറുന്നതായിക്കാണാം. താരകേന്ദ്രിതമായി ചല ച്ചിത്രവിപണി പുനർനിർവ്വചിക്കപ്പെട്ടകാലത്താണിത് സംഭവിക്കുന്നത്. സ്വാഭാവികമായും താരപ്രഭാവം കലാസിനിമയെയും റാഞ്ചിയെടുത്തു. വാണിജ്യസമവാക്യങ്ങൾക്ക് ബദലുകൾതീർത്ത നവസിനിമ ക്രമേണ പലവിധ ഒത്തുതീർപ്പുകൾക്കും തയ്യാറായി. മൂലധനനിക്ഷേപം ഏറിവ രുന്നകാലത്താണ് ആർട്ട്സിനിമയും അതിലെ പ്രാദേശിക-ദേശീയരാ ഷ്ട്രീയവുമൊക്കെ ലാഭകരമല്ലാതാകുന്നത്. കോർപ്പറേറ്റ്കമ്പനികൾ നിർമ്മാണരംഗത്ത് വന്നതോടെ സിനിമയൊരു പാക്കേജിന്റെ ഭാഗമായി. ടി വി, റേഡിയോ, മൊബൈൽ ഫോൺ തുടങ്ങിയ നവമാധ്യമങ്ങളാ ണല്ലോ കോർപ്പറേറ്റുകൾക്ക് പരസ്യവിപണിയൊരുക്കുന്നത്. ദേശീയത

ലത്തിലുള്ള അംഗീകാരത്തിന്റെ മാനകങ്ങളെയും കമ്പനികൾ പുനർനിർവ്വചിച്ചു. കലാസിനിമ അനുവർത്തിച്ചുപോന്ന ധാരയെ തമസ്കരിക്കാനും ഹോളിവുഡിന്റെ പാറ്റേണിലേക്ക് നിർമ്മാണരംഗത്തെ പരിണമിപ്പിക്കാനും ഇവർക്ക് സാധിച്ചു. വിപണി കലയുടെ മാപകമാകുന്നതോടെ ആഖ്യാനത്തിന്റെ അടവുകളുംമാറി. ലാളിത്യം ലഘുത്വമായി അർത്ഥാന്തരപ്പെടുന്ന സാഹചര്യത്തെയാണ് പ്രാദേശികസിനിമയ്ക്ക് നേരിടേണ്ടിയിരുന്നത്. തെക്കെ ഇന്ത്യയിൽനിന്ന് തമിഴ്സിനിമയാണ് ബോളിവുഡിനൊപ്പം പ്രദർശനരംഗത്തെ നവസാദ്ധ്യത തിരിച്ചറിഞ്ഞ് വിപണിയെ അനുകൂലമാക്കിയെടുത്തത്. നവമാധ്യമങ്ങളുമായി സിനിമ നേടിയ സൗഹാർദ്ദം മലയാളത്തിന് അടുത്തകാലംവരെ അന്യമായിരുന്നു. തിയേറ്ററുകൾവിട്ട് വീട്ടിലെ ടി വി സെറ്റുകളുടെ മുന്നിലേക്കുള്ള പ്രേക്ഷകരുടെ പിന്മാറ്റം ഫലപ്രദമായി നേരിടാൻ മലയാളസിനിമയ്ക്കായില്ല. കോളിവുഡും ബോളിവുഡുമൊക്കെ ഇതേസാഹചര്യത്തെ അഭിമുഖീകരിച്ചിട്ടുണ്ട്. ദൃശ്യഭാഷയും സാങ്കേതികതയും ആഗോളകാലാവസ്ഥയ്ക്ക് അനുപാകമാക്കാനാണ് അവർ മുതിർന്നത്. കോർപ്പറേറ്റ് നിക്ഷേപം സ്വീകരിക്കുമ്പോഴും തനതുസങ്കല്പനങ്ങളെ ആഖ്യാനത്തിൽ വീണ്ടെടുക്കാൻ തമിഴർക്ക് ആകുമായിരുന്നു. കോർപ്പറേറ്റ് കൈയേറ്റങ്ങളെ പ്രാദേശികതാല്പര്യങ്ങളിലേക്ക് ഒരളവെങ്കിലും തിരിച്ചുപിടിക്കാൻ അവർക്കായി. മലയാളചലച്ചിത്രരംഗം വലിയപ്രതിസന്ധികൾ നേരിടുന്ന വേളയിലാണ് നിർമ്മാണത്തിലും പ്രദർശനത്തിലുമൊക്കെ സാരമായ മാറ്റമുളവാകുന്നത്. സിനിമാസംഘടനകൾക്കിടയിലെ തർക്കവും വിലക്കുകളും താരചിത്രങ്ങളുടെ തുടർപരാജയവും മലയാളത്തിന് താങ്ങാവുന്നതിലേറെയായിരുന്നു. തമിഴ്–തെലുങ്ക് സിനിമകളുടെ വിപണിസ്വാധീനം കൂടുതൽ വ്യാപകമാകുന്നതും ഇക്കാലത്താണ്. പൊതുവെ ആധുനികമാധ്യമസൗകര്യങ്ങൾ ഉപയോഗപ്പെടുത്താൻ എക്കാലവും വിസമ്മതിച്ചവരാണ് മലയാളികൾ. സിനിമയും ഇതിന് അപവാദമല്ല. ടെലിവിഷനോടുള്ള സമീപനത്തിൽ ഇതുവ്യക്തമാണ്. മെലോഡ്രാമയ്ക്ക് മുകളിലുള്ള സിനിമയുടെ അവകാശം തൊണ്ണൂറുകളോടെ ടി വി സ്വന്തമാക്കി. ടെലിവിഷന് അപ്രാപ്യമായ സാങ്കേതികസാദ്ധ്യതകളെ ചലച്ചിത്രവല്ക്കരിക്കാനാണ് മലയാളേതരസിനിമാവ്യവസായം മുതിർന്നത്. മാധ്യമവ്യവഹാരങ്ങളെ സിനിക്കലായി പരിചരിക്കുന്ന ആഖ്യാനശീലങ്ങൾ മലയാളസിനിമയെ വിട്ടൊഴിയാൻ പക്ഷേ, കാലംപിന്നെയുമെടുത്തു. മൊബൈലുകളെ പഴിച്ചും കമ്പ്യൂട്ടറുകൾ തല്ലിപ്പൊട്ടിച്ചും പൗരുഷമുറപ്പാക്കുന്ന രംഗങ്ങൾക്കൊണ്ടാണ് മലയാളസിനിമ പുതുപ്രവണതകളെ നേരിട്ടത്. കേരളത്തിന്റെ സവിശേഷസാഹചര്യം മാധ്യമത്തെ സന്ദേശമാക്കുന്നതിൽനിന്ന് പ്രതിരോധിക്കുന്നതാണെന്ന സി എസ് വെങ്കിടേശ്വരന്റെ നിരീക്ഷണം ഇവിടെ പ്രസക്തമാണ്. ഇതിനൊരുകാരണം മദ്ധ്യവർഗ്ഗാധിപത്യം മലയാളിയുടെ പൊതുമണ്ഡലത്തെ കൈയടക്കിയതാണ്. വ്യവസ്ഥിതിയുടെമേൽ സംഭവിക്കുന്ന നേരിയ വ്യതിയാനംപോലും ആശങ്ക

യോടെയാണ് ഇവർ കണ്ടത്. അമിതമായ സുരക്ഷിതബോധമാകാം അപരിചിതമായ ഏതൊന്നിന്റെയും വരവിനെ പ്രതിരോധത്തിലാക്കുന്നത്. സാങ്കേതികമായ പരീക്ഷണത്തിലും ഇതിന്റെ പ്രതിഫലനം സ്വാഭാവികമായുണ്ടാകും. തമിഴിലുംമറ്റും മാധ്യമവിനിമയങ്ങൾ തൊണ്ണൂറുകളുടെ അവസാനത്തോടെ നിർണ്ണായകമായിമാറിയിരുന്നു. നവമാധ്യമസൗകര്യങ്ങളെ പ്രാദേശികവൈകാരികതയിലേക്ക് രൂപാന്തരപ്പെടുത്താൻ പിന്നെയധികം കാലതാമസം വന്നതുമില്ല. നവശതാബ്ദത്തിന്റെ ആദിദശകം തീരുമ്പോഴാണ് സിനിമയുടെ അപരാഖ്യാനമായി പുതുമാധ്യമവിഭവങ്ങൾ മലയാളസിനിമ സ്വാംശീകരിച്ചുതുടങ്ങുന്നത്.

III

ന്യൂജനറേഷൻ സിനിമയെ ആർക്കാണ് പേടി?

ചലച്ചിത്രമണ്ഡലത്തിൽ 'ന്യൂ ജനറേഷൻ സിനിമ' ഉണ്ടാക്കിയ പൊല്ലാപ്പ് ചെറുതല്ല. ഇതിന് സമാനമെന്നു പറയാവുന്നത് 1990 കളുടെ തുടക്കത്തിൽ ഉത്തരാധുനികതയെ ചൊല്ലിയുണ്ടായ ബഹളമാണ്. അന്നുണ്ടായൊരു സംശയം ആരാണ് ഉത്തരാധുനികരല്ലാത്തതെന്നാണ്? 'ന്യൂ ജനറേഷൻ സിനിമ'യുടെ കാലത്തും ഇതാവർത്തിച്ചു. പഴയകാല സിനിമയും സമാന്തരമദ്ധ്യവർത്തി ചിത്രങ്ങളും മാത്രമല്ല കാലംതെറ്റിയ സൂപ്പർതാര പാക്കേജുകളും ന്യൂ ജനറേഷനാവാൻ മത്സരിച്ചു. അവകാശവാദങ്ങൾ അധികവും പ്രമേയങ്ങളെമാത്രം ഭ്രമണം ചെയ്യുന്നവയായിരുന്നു. ഇതിനൊരു മറുവശമുള്ളത്, പുതുതലമുറ പടങ്ങളെ അശ്ലീലവല്ക്കരിച്ച് കാല്പനികമായ കുടുംബപുരാണങ്ങൾ ആഘോഷിക്കുന്ന ഉദ്യമങ്ങളായിരുന്നു. മദ്ധ്യവർഗ്ഗത്തിന്റെ കുടുംബസദാചാരമായിരുന്നു തുറുപ്പുചീട്ട്. 1980 കളിൽ സാജനും ജോഷിയും പി ജി വിശ്വംഭരനും വിജയകരമായി പൂർത്തിയാക്കിയ വെള്ളിത്തിരയിലെ ഇന്നിങ്സുകൾ മദ്ധ്യവയസ്കർ ഗൃഹാതുരത്വത്തോടെ ഓർത്തെടുത്തു. പുതുമക്കാരുടെ പടങ്ങളിൽ 'അക്രമ'വും 'അശ്ലീല'വും 'ലൈംഗികത'യും ആരോപിച്ചിവർ സംതൃപ്തരായി. വീടിന്റെ മറവിൽ സ്വകാര്യമായി 'അനുഷ്ഠിക്കേ'ണ്ട കാര്യങ്ങൾ നടുമുറ്റത്തു നടപ്പാക്കുന്നവരാണ് ന്യൂജനറേഷൻകാരെന്ന ആക്ഷേപം കുറിക്കുകൊണ്ടു. കാര്യങ്ങൾ ഇത്രയുമൊക്കെ ആയതോടെ ചലച്ചിത്രസാഹിത്യമണ്ഡലവും ഉഷാറായി. ന്യൂജനറേഷൻ സിനിമയുടെ ഉള്ളടക്കം പുസ്തകവിപണി ഏറ്റെടുത്തു. നവതലമുറ സിനിമ അവതരിപ്പിക്കുവാൻ പ്രസാധകർ തിടുക്കംകൂട്ടി. മലയാളിയുടെ 'സ്വകാര്യാഭിമാന'മായ അന്താരാഷ്ട്ര ചലച്ചിത്രമേളയിൽ ന്യൂജനറേഷൻ പുസ്തകങ്ങൾ ചൂടപ്പമായി. നിലവിലുള്ള വ്യവസ്ഥിതിയുടെ അടരുകളിൽ വരുന്ന നേരിയ വ്യതിയാനംപോലും എത്ര അങ്കലാപ്പോടെയാണ് മലയാളിമദ്ധ്യ

വർഗ്ഗം മനസ്സിലാക്കുന്നതെന്നതിന് അവസാന ഉദാഹരണമാണ് 'ന്യൂ ജനറേഷൻ സിനിമ' എഴുത്തും ടെലിവിഷൻ ചർച്ചകളും സംക്ഷേപിച്ചാൽ തെളിയുന്ന ചില സംഗതികളുണ്ട്.

ഒന്ന്: ആഗോളീകരണാനന്തരകാലത്തെ യുവസമൂഹത്തിന്റെ താല്പര്യമേഖലയുടെയും ആവിഷ്കാരപരമായ സാഹസികതയുടെയും നേർക്കുള്ള അസഹിഷ്ണത.

രണ്ട്: മദ്ധ്യവർഗ്ഗ സദാചാരമാണ് മലയാളിസമൂഹത്തെ ഇപ്പോഴും ഭരിക്കുന്നതെന്ന വസ്തുത.

മൂന്ന്: കുടുംബമഹിമയുടെയും പാരമ്പര്യത്തിന്റെയും മഹത്വീകരണം.

ഇതൊന്നും പോരാതെയാണ് 'കോപ്പിയടി'യും ബൗദ്ധികവിപണിയിലെ കുറെ 'വിരുദ്ധത'കളും ഇവർക്കെതിരെ ആരോപിക്കുന്നത്.

കാലം കഴിഞ്ഞവർക്കും കാലത്തിലൂടെ നീങ്ങുന്നവർക്കും ഇടയിലെ വിടവ് എന്ന പതിവുപല്ലവിയിൽ പരിമിതപ്പെടുന്നതല്ല പുതുകാലചിത്രങ്ങൾ. എന്നാൽ എഴുപതുകളിലെ നവതരംഗസിനിമയുമായി 'ന്യൂ ജനറേഷ'നെ താരതമ്യപ്പെടുത്താനാവില്ല. ആധുനികതയും പാരമ്പര്യവുമായുള്ള സംവാദങ്ങളാൽ തിടംവച്ച എഴുപതുകളിലെ നവസിനിമയിൽ സംവിധായകന്റെ കർത്തൃരൂപത്തിന് പ്രാമാണികതയേറും. സംവിധായകന്റെ 'മാത്രം' ഉല്പന്നമായാണ് നവസിനിമ അറിയപ്പെട്ടത് അഥവാ അറിയപ്പെടുത്തിയത്. കേരളീയമെന്ന പോലെ ഇന്ത്യനവസ്ഥയിലും അത് പ്രസക്തമായിരുന്നു. സംവിധായകരെ കർത്താവ് (Auther) ആക്കുന്ന പ്രവണത, അമചർ അഭിനേതാക്കളുടെ പങ്കാളിത്തം, പ്രകൃത്യാത്മകവും സ്വാഭാവികവുമായ ശബ്ദലേഖനം, ഡീപ് ഫോക്കസിങ് തുടങ്ങി പൊതുവായി പങ്കുവയ്ക്കാവുന്ന പലതും ഇന്ത്യൻ ഭാഷകളിലെ നവസിനിമ സംരംഭങ്ങൾക്കിടയിലുണ്ട്. ഇവരുടെ സമീപനത്തെ പുനർനിർവ്വചിച്ചത് രാഷ്ട്രീയപ്രബുദ്ധതയും പ്രക്ഷുബ്ധതയുമായിരുന്നു. രാഷ്ട്രീയമായ അസ്ഥിരതയും അരക്ഷിതത്വവും അവരുടെ ആഖ്യാനത്തിൽ പ്രതിഫലിച്ചത് യാദൃച്ഛികമായിരുന്നില്ല. എഴുപതുകളെ പുതുകാലത്തിലേക്കോ മറിച്ചോ അതേനിലയ്ക്ക് പുനഃസന്നിവേശിപ്പിക്കുന്നതിൽ ചരിത്രപരമായ സാധുതയില്ല. സിനിമയ്ക്ക് ഒരു കാലത്തും ഏതെങ്കിലും ഒരു തലമുറയുടെ മാത്രം സ്വകാര്യസ്വത്താകാനാവില്ല. നിക്ഷേപത്തിന്റെയോ വായ്പയുടെയോ പ്രലോഭനങ്ങളും ബലതന്ത്രങ്ങളുമുള്ള 'ന്യൂ ജനറേഷൻ' ബാങ്കിങ് സംവിധാനം വർത്തമാനസിനിമയുടെ ജനപ്രിയ ചേരുവകളിൽ എങ്ങനെ ആരോപിക്കാനാവും? 'ന്യൂ ജനറേഷൻ സിനിമ'യെന്ന വിശേഷണം ആഷിക് അബുവിനെയും അൻവർ റഷീദിനെയും അഞ്ജലിമേനോനെയും പോലുള്ളവർ പലപ്പോഴായി നിഷേധിച്ചിട്ടുള്ളതാണ്. ആഷിക് അബു പറയുന്നു. "ന്യൂവേവ് എന്ന പേരിൽ ഒരു ചീത്തപ്പേരുണ്ട്. സത്യത്തിൽ അങ്ങനെയൊരു വേർതിരിവ് സിനിമയിലില്ല. പുതിയ കാലത്തിനു ചേർന്ന സിനിമകളേയുള്ളൂ" (*ഗൃഹലക്ഷ്മി*, ജൂൺ, 2012 പുറം:12). നിര

ന്തരം പുതുതാവുകയെന്നത് ഏതൊരു കലാരൂപത്തിനും അനിവാര്യമാണ്. മലയാളസിനിമാവ്യവസായത്തിനു തിരിച്ചടിയായത് തൊണ്ണൂറുകളുടെ പുത്തൻ ദൃശ്യ-ശ്രാവ്യ സന്നാഹങ്ങളോട് വിമുഖത നടിച്ചതാണ്. ടെലിവിഷനെ മാത്രമല്ല, നവമാധ്യമസാങ്കേതികവിദ്യയുടെ വിപുലസാദ്ധ്യതകളെയും അടുത്തകാലംവരെ മലയാളസിനിമ അവഗണിക്കുകയായിരുന്നു. ലാവണ്യപരമായും വ്യാവസായികമായും മലയാളചിത്രങ്ങൾ പിന്നാക്കമാകാൻ ഇതൊരു കാരണമായി. സിനിമയുടെ വിപണിസാദ്ധ്യതയും പ്രേക്ഷകസ്വീകാര്യതയും മാത്രമല്ല ആഖ്യാനവഴികളിലെ വ്യതിയാനതയും നിരന്തരമായി പരീക്ഷിക്കപ്പെടുന്നത് 2010 നെ തുടർന്നാണ്. ആരവങ്ങളില്ലാതെ വന്ന പുതുമുഖങ്ങൾ മലയാളിയുവത്വത്തെ പ്രതിനിധീകരിക്കുന്നവരായി. അവരുടെ മനോഘടനയുടെയും ഇന്ദ്രിയാനുഭവങ്ങളുടെയും പ്രത്യക്ഷതയായി സിനിമയും മാറി. സിനിമയിൽ പരിചരിക്കപ്പെടുന്ന സ്ഥല-കാലങ്ങൾ ചുരുങ്ങുകയും ഏതാനും ദിവസങ്ങളോ ഒരു ദിവസമോ ഏതാനും മണിക്കൂറുകളോ ആഖ്യാനപരിധിയായി. സ്ഥലരാശികൾ വാതിൽപ്പുറങ്ങളേക്കാൾ അകങ്ങളിലേക്ക് മാറി. ഫ്ളാറ്റുകൾ, പണിതീരാത്ത കെട്ടിടങ്ങൾ, വാഹനങ്ങൾ, മൾട്ടിസ്പെഷ്യാലിറ്റി ആശുപത്രികൾ എന്നിങ്ങനെ ആഖ്യാനകം നാഗരികമായ ഇടങ്ങളാൽ നിബിഡമായി. വ്യത്യസ്ത്യാഖ്യാനങ്ങളെ ഒരേകാലത്ത് സമന്വയിപ്പിക്കുകയും നാട്യങ്ങളില്ലാതെ അവ സമീകരിക്കുകയും ചെയ്യുന്ന രീതി അവർ ഇതിഹനാടകം വികസിപ്പിച്ചെടുത്തിരുന്നു. രാജേഷ്പിള്ളയുടെ *ട്രാഫിക്* (2011), സമീർ താഹിറിന്റെ *ചാപ്പാകുരിശ്* (2011), അരുൺ അരവിന്ദിന്റെ *ഈ അടുത്തകാലത്ത്* (2012), ലിജിൻ ജോസിന്റെ *ഫ്രൈഡേ* (2012) എന്നിങ്ങനെയുള്ള ചിത്രങ്ങളിൽ രേഖീയമല്ലാതെ ചരിക്കുന്ന ആഖ്യാനവഴികൾ കാണാനാവും. ഒന്നിലധികം ആഖ്യാനങ്ങളെ ഒരേകാലത്ത് പരിചരിക്കുകയും പ്രത്യേകസന്ധി-പ്രതിസന്ധി-യിൽ അവയെ ഇടകലർത്തുകയും ചെയ്യുന്ന ദൃശ്യവാങ്മയവുമായി അപ്പോഴേക്കും പ്രേക്ഷകർ പരിചിതരായിക്കഴിഞ്ഞു. അഞ്ജലിമേനോൻ പറയുന്നത്, "ഉള്ളടക്കത്തിലും കഥ പറയുന്ന രീതിയിലുമാണ് ഈ സിനിമകൾ പുത്തൻ തലമുറസിനിമകളാകുന്നതെ"ന്നാണ്. ഓരോ സംവിധായകനും സംവിധായികയും കഥ പറയുന്നത് ഒരേ രീതിയിലാകുന്നില്ല. നായകത്വത്തിലെ നാടകീയതയും അവസാനിക്കാത്ത ഉദീരണങ്ങളും അമാനുഷതയും ആഘോഷിക്കുന്നവരല്ല പുതുതലമുറക്കാർ. മുൻകാലത്തെ സ്ഥിതമാതൃകകളെ അതിജീവിക്കാൻ അവരെപ്പോഴും ശ്രമിക്കുന്നു. ചലച്ചിത്രമേളകളിലുള്ള പങ്കാളിത്തം, ആഗോളസിനിമകളുടെ ലഭ്യത, നവലിബറലിസവും ആഗോളീകരണവുമായുള്ള അനുഭവപരിചയം തുടങ്ങിയവയുടെ സങ്കല്പനമുള്ള സാംസ്കാരിക-രാഷ്ട്രീയ കാലാവസ്ഥയാണ് ഇവരുടെ സങ്കല്പനങ്ങളെ രൂപാന്തരപ്പെടുത്തിയത്. വ്യത്യസ്താഖ്യാനങ്ങളെ സമീകരിക്കാനും സമാന്തരമായി അവയെ നിലനിർത്താനും സാധിച്ചത് മാധ്യമീകരണത്തിന്റെ പുതിയ തുറവികളാണ്. പിരീഡ് സിനിമയുടെ ആർഭാ

ടമോ വിപുലവിതാനങ്ങളോ അല്ല, സാന്ദർഭികമായ ദൈനംദിന വ്യവഹാരങ്ങളാണ് സമകാലിക സംവിധായകരെ ആകർഷിച്ചത്. ഇവരുടെ മനോഭാവം സിനിമയിലെ കാലത്തെ കൂടുതൽ അമൂർത്തവും ക്ഷണികവുമാക്കി. മെട്രോ നാഗരികതയ്ക്കും അതിനു പ്രാന്തങ്ങളിലെ ജീവിതവൈരുദ്ധ്യങ്ങൾക്കും ഇടയിലെ അകലമേറിവന്നതിന്റെ പശ്ചാത്തലം ഇവിടെ ആവർത്തിക്കാറുണ്ട്. നാഗരികഭാവനയിൽ സന്ദിഗ്ദ്ധമായ യാദൃച്ഛികതകൾ സന്നിവേശിപ്പിക്കുന്നത് ഒരു രീതിയാണ്. ഇതിനൊരു കാരണം സിനിമയുടെ ആദ്യകാണികൾ അധികവും യുവാക്കളാണെന്നതാണ്. ഒരുപരിധിവരെ സിനിമയുടെ വിധിനിർണ്ണയവും അവരെ ആശ്രയിച്ചിരിക്കുന്നു. നഗരങ്ങളിൽ ഫ്ളക്സ് നാട്ടിനിർത്തുന്ന ആഘോഷങ്ങളേക്കാൾ നവമാധ്യമസാങ്കേതികതയുടെ സാദ്ധ്യതകൾ സിനിമയുടെ പ്രചരണത്തിന് പരമാവധി ഉപയോഗപ്പെടുത്തുകയാണ് ഇവർ ചെയ്തത്. കൂടാതെ നവസിനിമസങ്കല്പവുമായി ഒത്തുപോകുന്നവരുടെ കൂട്ടായ്മ സ്വരൂപിക്കാൻ ഇവർക്കാവുകയും ചെയ്തു. അവരുടെ സ്വന്തം ചിത്രമെന്ന് നവകാലത്തിന്റെ വക്താക്കളെ വിശ്വസിപ്പിക്കാനായത് പുതുമാധ്യമസമ്പർക്കംകൊണ്ടായിരുന്നു. നിർമ്മാണ ചെലവിന്റെ എഴുപത്തഞ്ചുശതമാനത്തോളം സാറ്റ്ലൈറ്റ് അവകാശമായി കിട്ടുന്നുവെന്ന സൗകര്യം ചെറുബജറ്റിൽ വരുന്ന പല ചിത്രങ്ങൾക്കും ആദ്യകാലത്ത് തുണയായിട്ടുണ്ട്. എൺപതുകളുടെ ആദ്യപകുതിയിൽ കാണാനായതുപോലെ സിനിമയുടെ നിർമ്മാണത്തിൽ വലിയൊരു കുതിപ്പുണ്ടാവാനിത് കാരണമായിട്ടുണ്ട്.

2011 ൽ 88 ചിത്രങ്ങളുണ്ടായിരുന്ന സ്ഥാനത്ത് 2012 ൽ 127 ഉം 2013 ൽ 158 ഉം 2014 ൽ 151 ഉം ചിത്രങ്ങളാണ് സെൻസർ ചെയ്തത്. ശരാശരി 130 ചിത്രങ്ങൾ! 2000–10 കാലത്തെ വാർഷികശരാശരി ഇതിൽ പകുതിയോളമേ വരൂ. സിനിമയുടെ നിർമ്മാണത്തിലും നിർമ്മാണാനന്തരവുമുള്ള ചെലവിലും വന്ന അയവും ഉദാരതയും സാക്ഷ്യപ്പെടുത്തുന്നതാണ് കഴിഞ്ഞ അഞ്ചുവർഷംകൊണ്ട് എണ്ണത്തിൽവന്ന വർദ്ധന. ഇതിനൊരു കാരണം ഡിജിറ്റൽ ചിത്രീകരണത്തിലേക്കുള്ള അന്തരണമാണ്. ഡിജിറ്റൽ സാങ്കേതികവിദ്യയുടെ കടന്നുവരവ് സിനിമയെന്ന മാധ്യമത്തെ അടിസ്ഥാനപരമായി മാറ്റിയിട്ടുണ്ട്. ശബ്ദസന്നിവേശത്തിനുശേഷം സിനിമയിൽ സംഭവിച്ച വലിയ വിപ്ലവമായിട്ടാണ് ഡിജിറ്റൽ സാങ്കേതികവിദ്യയെ സി എസ് വെങ്കിടേശ്വരൻ വിശേഷിപ്പിക്കുന്നത്. "സിനിമയും വസ്തുയാഥാർത്ഥ്യവും തമ്മിലുള്ള ബന്ധവും ദൃശ്യബിംബത്തിന്റെ ആധികാരികത തന്നെയും സംശയാസ്പദമായിത്തീർന്നിരിക്കുന്നു. ഡിജിറ്റൽ ദൃശ്യസാങ്കേതികവിദ്യക്ക് (Digital Imaging Technology) ഇന്നു സിനിമ നിർമ്മിക്കാൻ വസ്തുയാഥാർത്ഥ്യത്തിന്റെതന്നെ ആവശ്യമില്ല....." (*മലയാളസിനിമാപഠനങ്ങൾ*, ഡി സി ബുക്സ്, 2011 പു. 78). ഡിജിറ്റലിലേക്കുള്ള ചുവടുമാറ്റം നിർമ്മാണ–വിതരണ–പ്രദർശന രംഗങ്ങളിൽ മാത്രമല്ല കാഴ്ചപ്പാടുകളിലും പ്രതിഫലിച്ചു. കാലാകാലങ്ങളായി വിസ്മയ

ങ്ങൾ അടക്കം ചെയ്തിരുന്ന ഫിലിം ചുരുളുകളുള്ള തകരപ്പെട്ടികൾക്കായുള്ള കാത്തിരിപ്പ് ഇന്നൊരു 'നൊസ്റ്റാൾജിയ' മാത്രമായി. സിനിമ നിർമ്മിക്കുന്ന വസ്തുയാഥാർത്ഥ്യത്തിന്റെ രൂപവും രീതിയും മാറി. ചിത്രീകരണത്തിന് ക്യാമറയോ പശ്ചാത്തലത്തിന് സ്ഥലകാലയാഥാർത്ഥ്യമോ നിർബ്ബന്ധമില്ലാതെയായി. യാഥാർത്ഥ്യത്തിനും അയാഥാർത്ഥ്യത്തിനുമിടയിലെ ലോലമായ അന്തരം പോലും കാണാനാവാത്തവിധം ആഖ്യാന സ്ഥലികൾ വിലോലമായി. പ്രമാണത്തിലും പ്രത്യക്ഷത്തിലും പുതുമാധ്യമങ്ങളുടെ സാദ്ധ്യതകളെയാണ് പ്രേക്ഷകർക്ക് അഭിമുഖീകരിക്കേണ്ടിയിരുന്നത്. സിനിമയുടെ നിർമ്മാണരീതിയിൽ നിർണ്ണായകമായ ഗതിമാറ്റത്തിനുള്ള സാദ്ധ്യതയാണ് ഡിജിറ്റലീകരണം സാദ്ധ്യമാക്കിയത്. ഡിജിറ്റലിൽ ചെയ്യുന്ന സിനിമയുടെ സൗകര്യം, ഷൂട്ട് ചെയ്യുന്ന ദിവസം തന്നെയത് ഹാർഡ് ഡിസ്കിലേക്ക് പരിവർത്തിപ്പിച്ച് എഡിറ്റ് ചെയ്യാനും ഡബ്ബിങ് നടത്താനും കഴിയുമെന്നതാണ്. സമയവും അധികച്ചെലവും ലാഭിക്കാൻ ഇതുമൂലം കഴിയും. *ചാപ്പാക്കുരിശിൽ* ജോമോൻ ടി ജോൺ കാനൻ 7 ഡി ക്യാമറ ഉപയോഗിച്ചത് ചെലവുചുരുക്കലിനു മാത്രമല്ല, ചിത്രീകരണമെന്ന തോന്നൽ വരുത്താതെ നഗരപ്രാന്തങ്ങളിൽ സഞ്ചരിക്കാനും ഇത് സൗകര്യമൊരുക്കുന്നുണ്ട്. സാമ്പത്തികമായ അച്ചടക്കത്തോടെ നിർമ്മാണം പൂർത്തിയാക്കുന്ന ഇവരുടെ സിനിമകൾക്ക് മുടക്കുമുതൽ വേഗം തിരിച്ചുപിടിക്കാനുമാകും. സി ഡി, ഡി വി ഡി, ഉപഗ്രഹ സംപ്രേഷണം, ഇന്റർനെറ്റ് ഡൗൺലോഡിങ് എന്നീ പ്രദർശനസൗകര്യങ്ങൾ സ്വന്തം ഉല്പന്നങ്ങൾക്ക് അനുകൂലമാക്കിയെടുക്കാൻ ഇവർക്കു കഴിഞ്ഞു. കുറഞ്ഞചെലവിൽ മെച്ചപ്പെട്ട റിസൽട്ട് ഉണ്ടാക്കുന്ന പ്രവണതയ്ക്ക് തുടക്കമാകുന്നത് ആഷിഖ് അബുവിന്റെയും വി കെ പ്രകാശിന്റെയും സമീർതാഹയുടെയും ലിജിൻ ജോസിന്റെയുമൊക്കെ കാലത്താണ്. 'ന്യൂ ജനറേഷൻ'കാർക്കുമേൽ ആരോപിച്ച ചോരണക്കുറ്റം അപ്രസക്തമായതിന്റെ പ്രധാന കാരണം സിനിമയുടെ നിർമ്മാണ-പ്രദർശനരംഗത്ത് ഇവർ വരുത്തിയ മാറ്റമാണ്. എന്നാൽ പ്രശ്നം 'പുതുതലമുറ' ചിത്രങ്ങളുടെ മുൻഗണനകളും നിലപാടുകളും എന്തിനെ സംബോധന ചെയ്യുന്നു എന്നിടത്താണ്. അസാധാരണമായതൊന്നും ആഖ്യാനത്തിൽ സംഭവിക്കാതിരിക്കാനാണ് നവതലമുറക്കാർക്ക് താല്പര്യം. പക്ഷേ, അത്ര സാധാരണമായതല്ല അവിടെ സംഭവിക്കുന്നതെന്നത് വസ്തുതയാണ്. ആദിമദ്ധ്യാന്തപ്പൊരുത്തമുള്ള ആഖ്യാനത്തിലേക്കുള്ള മടക്കം ഇവരിൽ പ്രതീക്ഷിക്കാനാവില്ല. *ട്രാഫിക്കിലും ചാപ്പാക്കുരിശിലും ഈ അടുത്ത കാലത്തിലും* നഗരവും നഗരാതിർത്തികളും അടുത്തടുത്തായി പരിചരിച്ചിട്ടുണ്ട്. ഇവയ്ക്കിടയിലെ വൈരുദ്ധ്യം നിലനിർത്താനാണ് പുതുസംവിധായകർ ശ്രദ്ധിക്കുന്നത്. അൻവർ റഷീദിന്റെ *ബ്രിഡ്ജ്* (2009), *ഉസ്താദ് ഹോട്ടൽ* (2012) എന്നീ ചിത്രങ്ങളിൽ നഗരം വലുതാകുന്നതോടെ അവശ്യവസ്തു അല്ലാതായിത്തീരുന്ന ഒരുപറ്റം മനുഷ്യരെ കാണാനാവും. സമൂഹവിളുമ്പുകളിലേക്ക് എടുത്തെറിയപ്പെട്ട രണ്ട്

അനാഥജീവിതങ്ങളുടെ സമാന്തരാഖ്യാനമാണ് *ബ്രിഡ്ജി*ലുള്ളത്. നഗരത്തിലെ സിനിമാശാലയിൽ മകനാൽ ഉപേക്ഷിക്കപ്പെട്ട അന്ധയായ വൃദ്ധയുടെയും ചവറുകൂമ്പാരങ്ങളിലേക്ക് എറിയപ്പെട്ട പൂച്ചക്കുഞ്ഞിന്റെയും വിപര്യയങ്ങളിലെ സദൃശ്യതയെ പതിഞ്ഞ ദൃശ്യതാളത്തിൽ അവതരിപ്പിക്കുകയാണ് *ബ്രിഡ്ജ്*. റെയിൽവെ പ്ലാറ്റ്ഫോമിലെ ആൾക്കൂട്ടത്തിനിടയിൽ തനിച്ചാവുന്ന ഇരുവരുടെയും ദൃശ്യം ആഗോളീകരണത്തിനു മുന്നിലെ ചോദ്യചിഹ്നമാണ്. ഡോ. ബിജുവിന്റെ *പേരറിയാത്തവർ* (2014) സമാന്തരമായി പരിഗണിക്കേണ്ട ചിത്രമാണ്. നഗരമാലിന്യങ്ങൾ നീക്കുന്ന ഊരും പേരുമില്ലാത്ത വർഗ്ഗത്തെ ആര് ഏറ്റെടുക്കുമെന്ന അസുഖകരമായ ചോദ്യം ആഖ്യാനത്തിന്റെ അന്തർഗ്ഗതങ്ങളിലുണ്ട്. വികസനത്തിന്റെ ദല്ലാളന്മാർ നിരന്തരം നാടുനീക്കിക്കൊണ്ടിരിക്കുന്ന ഇവരെ രാഷ്ട്രഭൂപടത്തിൽ എവിടെയാണ് സ്ഥാനപ്പെടുത്താനാവുക?

വൈകാരികതയെ വൈരുദ്ധ്യാത്മകമാക്കുന്ന അന്തർബന്ധങ്ങളെ സമകാലസിനിമ ആഖ്യാനവല്ക്കരിച്ചു എന്നതൊരു വസ്തുതയാണ്. അനുദിനം മാറിവരുന്ന കാലയാന്ത്രികതയിലേക്ക് ഇറങ്ങിച്ചെല്ലുന്നവരാണ് ഇക്കൂട്ടർ. *ചാപ്പാക്കുരിശി*ലെ അർജ്ജുനും അൻസാരിക്കും ഇടയിലെ പൊരുത്തക്കേടുകളിൽ മലയാളിസ്വത്വത്തിലെ ഉഭയപരത വ്യക്തമാണ്. മെട്രോ നാഗരികതയുടെ അകവും പുറവുമായി സ്ഥാനപ്പെടുത്തിയിട്ടുള്ള അനേകരുടെ പ്രതിനിധാനമാണ് അർജ്ജുനും അൻസാരിയും. അർജ്ജുന്റെ അക്രമോത്സുകതയിലും അൻസാരിയുടെ ഉദാരതയിലും സമാന്തരമായി നീങ്ങുന്ന യുവത്വത്തിനുള്ളിലെ സാമൂഹിക-സാമുദായിക ശ്രേണീകരണം വ്യക്തമാണ്. ഒരാൾക്ക് പ്രണയം രതികാമനയുടെ പുരണോപാധി മാത്രമാണ്. അപരനാവട്ടെ മൂകവും കാല്പനികവുമായ ചങ്ങാത്തവും. തൊഴിലിടത്തിലും ഭക്ഷണശാലയിലും അയാളെ കാത്തിരിക്കുന്നത് അവമതിയാണ്. നഗരമദ്ധ്യത്തിലെന്നതിനേക്കാൾ തെരുവോരങ്ങളിലും ബസ് കാത്തിരിപ്പുകേന്ദ്രത്തിലും വീടിനുള്ളിലുമൊക്കെയാണ് അയാളെ കാണാനാവുക. കാണികളുടെ അനുതാപവും സഹഭാവവും അൻസാരിക്ക് അനുകൂലമാകാനൊരു കാരണം അനാഗരികവും ഗൃഹാതുരവുമായ ജീവിതവീക്ഷണമാണ്. ആധുനിക സാങ്കേതികവിദ്യയുടെ മുന്നിൽ വിളറിപിടിച്ച മലയാളിമനസ്സിന്റെ പ്രതിസ്ഫുരണമാണ് അൻസാരിയിലുള്ളത്. അർജ്ജുന്റെ അത്യാധുനികമായ മൊബൈൽ കൈക്കലാക്കുന്നതോടെ അൻസാരി അനുഭവിക്കുന്ന സംഘർഷവും ആത്മഹർഷവും ഇതോടു ചേർത്ത് കാണേണ്ടതുണ്ട്. ജീവിതത്തിൽ തനിക്ക് നേരിട്ടു ചെയ്യാനാവാത്ത കാര്യങ്ങളെല്ലാം അയാൾ നടപ്പാക്കുന്നത് അർജ്ജുന്റെ മൊബൈൽ തനിക്കാവുമ്പോലെ ഇണക്കിയെടുത്തിട്ടാണ്. തന്നെ സ്ഥിരമായി അപമാനിക്കുന്ന കടയുടമയോടും സൂപ്പർമാർക്കറ്റിലെ നിത്യസന്ദർശകരോടും അൻസാരി കണക്കുതീർക്കുന്നത് മൊബൈൽ വച്ചുള്ള ഒളിച്ചുകളിയിലൂടെയാണ്. അൻസാരിയുടെ ഉടലഭിലാഷങ്ങളുടെയും കർത്തൃകാമനയുടെയും നീട്ടിയെടുക്കലായി മൊബൈലിനെ തിരി

ച്ചറിയേണ്ടതുണ്ട്. ഏതൊരു ശരാശരി മലയാളിയെയും പോലെ അൻസാരിക്കും നവസാങ്കേതിക സംവിധാനമുള്ള മൊബൈൽ ആദ്യമൊക്കെ മെരുങ്ങാത്ത വസ്തുവാണ്. ഇതേ യന്ത്രവിസ്മയമാണ് പിന്നീട് അയാളുടെ സ്വപ്നകാമനകൾ സാക്ഷാൽക്കരിക്കുന്നത്. അതിസാങ്കേതികത തുറന്നുതരുന്ന ആധികൃത്തിന്റെയും ആസക്തിയുടെയും പ്രതിനിധാനമാണ് അർജ്ജുൻ. റിയൽ എസ്റ്റേറ്റ് ബിസിനസും കെട്ടിടനിർമ്മാണ കമ്പനിയുമൊക്കെയായി പടർന്നുപോകുന്ന അർജ്ജുന്റെ തൊഴിൽമണ്ഡലത്തിൽ മാത്രമല്ല മൊബൈൽ അനിവാര്യമാകുന്നത്. അയാളിലെ ഗൂഢകാമനകളുടെ ഉപഭോഗത്തിനുള്ള ഉപാധിയെന്ന നിലയ്ക്കു കൂടിയാണ്. രതിയോടും അക്രമത്തോടും ചേർന്നുപോകുന്ന അവസ്ഥാന്തരമാണ് സമ്പന്നത. യാഥാർത്ഥ്യത്തെ കനവിലും വിഭ്രാമകതയിലും പരിചരിക്കാനുള്ള വെമ്പൽ *ചാപ്പാക്കുരിശി*ലുണ്ട്. അൻസാരിയുടെ കാര്യത്തിൽ, അയാൾ അതേവരെ ജീവിച്ചുവന്ന വഴിയാണോ അന്യന്റെ മൊബൈൽ തുറന്നുകൊടുത്ത വിസ്മയമാണോ യഥാർത്ഥമെന്ന സംശയം അപ്പോഴും അവശേഷിക്കുന്നു. ക്ലൈമാക്സിലെ കൈയാങ്കളിയുടെ ഒടുക്കം തിരിച്ചടിക്കുന്ന അൻസാരിയിൽ മാറ്റം പ്രകടമാണ്. അയാളിപ്പോൾ പുതിയൊരു വ്യക്തിയായിരിക്കുന്നു. ഹോട്ടലിലെ പരിഹാസങ്ങളുടെ നേർക്കുള്ള പ്രതികരണം ഇത് കൂടുതൽ ഉറപ്പിക്കുന്നതാണ്. അൻസാരിയിലെ ഭാവാന്തരണം മലയാളിത്തത്തിലെ കാലഭീതിയെയും മുൻവിധികളെയും സംബോധന ചെയ്യുന്നതും കാഴ്ചപ്പുറത്ത് പരിഹാരമേകുന്നതുമാണ്.

'ദൈവത്തിന്റെ സ്വന്തം നാടെ'ന്ന പരസ്യമൊഴിയുടെ വിപരീതങ്ങളിലൂടെയാണ് *പേരറിയാത്തവർ* സഞ്ചരിക്കുന്നത്. അവർക്ക് പേരുകളില്ല. ഉള്ളത് അച്ഛൻ–മകൻ എന്ന ബന്ധം മാത്രം. ആ ബന്ധം പോലും ശിഥിലമാക്കുന്നതാണ് പുതിയ രാഷ്ട്രീയനയതന്ത്രം. *പേരറിയാത്തവർ* നമ്മളോട് ഒന്നും പറയുന്നില്ല. മകന് നല്ലൊരു കളിപ്പാട്ടംപോലും വാങ്ങിക്കൊനാവാത്ത അവസ്ഥയെ ശപിക്കുന്നതുമില്ല. അവരുടെ മൗനത്തിലും അതിനിടയിൽ മുറിയുന്ന സംഭാഷണത്തിലും അഭിമുഖീകരിക്കുന്ന രാഷ്ട്രീയ കാലാവസ്ഥയിലും തെളിയുന്ന വസ്തുത 'ദൈവത്തിന്റെ സ്വന്തം നാടി'നെ ഇപ്പോൾ നിയന്ത്രിക്കുന്ന സൂപ്പർ ദൈവങ്ങൾ വികസനമൂർത്തികളായ കോർപ്പറേറ്റുകളാണെന്നാണ്. ഇവിടെ പേരറിയാത്തവരുടെ എണ്ണം പെരുകിക്കൊണ്ടേയിരിക്കുന്നു. അച്ഛനെയും മകനെയും പോലെ ബ്രിഡ്ജിലെ അമ്മയും പൂച്ചക്കുട്ടിയുമൊക്കെ ഇതേ ഗണത്തിൽപ്പെടും. മാധ്യമാധികൃത്തിന്റെ തുറസ്സായ ലോകത്തിൽ *ബ്രിഡ്ജി*നെയും *പേരറിയാത്തവരെ*യും സ്ഥാനപ്പെടുത്താനാവില്ല. മാറിമറിയുന്ന സാമ്പത്തികബന്ധങ്ങൾ മാനുഷികതയിൽ വരുത്തുന്ന നിശൂന്യതയിലേക്കുള്ള ദിശാസൂചിയാണ് ഇത്തരം ചിത്രങ്ങൾ. അൻവറിന്റെ *ഉസ്താദ് ഹോട്ടലിൽ* രുചിയുടെ രാഷ്ട്രീയമുണ്ട്. വൈദേശികവിഭവങ്ങൾ വിപണി കീഴടക്കിയ സന്ദർഭത്തിലാണ് രുചിയുടെ തദ്ദേശീയ പാരമ്പര്യം ആഖ്യാനത്തിൽ പ്രതിരോധം തീർക്കുന്നത്. സ്നേഹത്തിന്റെയും പ്രണയത്തി

ന്റെയും പ്രകൃതിഭാവനയുടെയും സ്വാദുള്ള ഓർമ്മക്കൂട്ടാണ് തലമുറകൾക്കിടയിലെ വിടവ് അസംഗതമാക്കുന്നത്. രുചിബോധം പഴമയെയും പുതുമയെയും കൂട്ടിയിണക്കുന്ന കണ്ണിയാണ്. പരദേശീയമായ ഭക്ഷണസംസ്കാരത്തിന്റെ അധിനിവേശം ഏറിവരുന്ന കാലത്താണ് രുചിയുടെ വംശീയത്തനിമ പ്രശ്നമാകുന്നത്. അതിൽ പ്രതിരോധത്തിന്റെ രസന അടങ്ങിയിരിക്കുന്നു. സുലൈമാനിയുടെ അപൂർവ്വത അതിലെ ചേരുവകളിലല്ല, അതിൽ പകരുന്ന മൊഹബത്തിലാണെന്നു കരുതുന്ന കരിംഭായിക്കും അയാളുടെ ചെറുമകനും ഇടയിലെ ദൂരം എത്രത്തോളം പരിഹരിക്കപ്പെട്ടുവെന്ന സംശയം അപ്പോഴും അവശേഷിക്കുന്നു. വിപണികളിൽ നിർമ്മിക്കപ്പെടുന്ന രുചിയും കരിംഭായിയുടെ മൊഹബത്തിന്റെ രുചിയും പ്രതിനിധാനം ചെയ്യുന്നത് രണ്ടുകാലങ്ങളെയാണ്. വിനോദവ്യവസായം ചെറുത്തുനിന്ന അതേ വിഭവംതന്നെയാണ് നവീകരിച്ച ഉസ്താദ് ഹോട്ടലിന് അതിജീവനമേകുന്നത്. കമ്പോളവുമായി നടത്തിയ ഒത്തുതീർപ്പുകളുടെ ചിഹ്നങ്ങളുള്ളതാണ് കരിംഭായിയിൽനിന്നും ഫൈസിയിലേക്ക് കൈമാറ്റം ചെയ്ത ഉസ്താദ് ഹോട്ടലെന്നത് മറ്റൊരു വൈരുദ്ധ്യം. *സാൾട്ട് ആൻഡ് പെപ്പറി*ലും ബന്ധങ്ങൾ അകലുന്നതിനും ചേർത്തണയ്ക്കുന്നതിനും തീൻമേശ വിഭവങ്ങളാണ് പശ്ചാത്തലമൊരുക്കുന്നത്. സിനിമയിലെ വൈകാരിക പ്രതികരണങ്ങളും ആഘോഷവും സൗഹാർദ്ദവുമെല്ലാം വിഭവങ്ങളുമായുള്ള തുടർച്ചകളിൽ നടക്കുന്നതാണ്. കാളിദാസനും അയാളുടെ സുഹൃത്തായ പുരാവസ്തു ഗവേഷകനുമൊക്കെ രുചിഭേദങ്ങളുടെ ഓർമ്മയിലും വീണ്ടെടുപ്പിലും ജീവിക്കുന്നവരാണ്. മൾട്ടിനാഷണൽ വിഭവങ്ങൾ പ്രാദേശികരസനയെ കവർന്നെടുക്കുന്ന നീക്കങ്ങൾ അൻവറിന്റെയും ആഷിക്കിന്റെയും സിനിമകളിലുണ്ട്. പാചകവും പാകം ചെയ്യലുമായുള്ള വ്യത്യാസം ഇവിടെ ആവർത്തിക്കുന്നു. വംശസ്മൃതികളുടെയും ആത്മീയാനുഭവത്തിന്റെയും പ്രണയവിനിമയത്തിന്റെയും സ്രോതസ്സാണ് ഉസ്താദ് ബിരിയാണിയും തട്ടിൽപുട്ടുദോശയും. നഗരമദ്ധ്യത്തിലും നാഗരികരാവാൻ വിസമ്മതിക്കുന്ന കുറെയാളുകളെ ഇവിടെ കാണാനാവും. ഇതര പുതുസിനിമകളേക്കാൾ *ഉസ്താദ് ഹോട്ടലി*ലെ സ്ഥലരൂപകങ്ങൾ ചരരാശിയിലാണ്. നാഗരികതയുടെ ആധിക്യം പ്രസരിക്കുന്ന സ്ഥലത്ത് ബദൽജീവിതം സാദ്ധ്യമാക്കുകയാണ് കരിംഭായിയെപ്പോലുള്ളവർ. കടലിന്റെ പശ്ചാത്തലം പോലെ അജ്മീറും മധുരയും ആഖ്യാനകത്തെ സഞ്ചലിതമാക്കുന്നുണ്ട്. പ്രാദേശികമായ രുചിയും അറിവും വൈദ്യവും തനതുകലകളുമെല്ലാം അപഹരിക്കുന്ന ആഗോളവിപണിയുടെ അധിനിവേശ താല്പര്യങ്ങളെ എത്രത്തോളം സംബോധന ചെയ്യാൻ സമകാലിക സിനിമയ്ക്കാവുന്നു എന്നതാണ് പ്രധാനം. അതേസമയം എതിർക്കപ്പെടേണ്ട പ്രതിഭാസങ്ങളെ പ്രാദേശീകരിച്ച് നിലനിർത്തുന്നുമുണ്ട്. *സാൾട്ട് ആന്റ് പെപ്പറിൽ* നിശ്ചലനും മൂകനുമായി ജീവച്ഛവംപോലെ ആദിവാസിയെ സ്ഥാനപ്പെടുത്തുന്നതിൽ ഒളിച്ചിരിക്കുന്ന ചിരി അധിനിവേശകൻ നിക്ഷേ

പിച്ചുപോയതാണ്. ഫൈസി ഏറ്റെടുക്കുന്ന ഉസ്താദ്ഹോട്ടൽ, ടൂറിസത്തോടുള്ള താല്പര്യം മറച്ചുവയ്ക്കുന്നില്ല. തലമുറകളുടെ വിടവായല്ല, ഇരുതലമുറകളുടെ ഫ്യൂഷനായാണ് ഇതനുഭവപ്പെടുക.

സ്ഥലം മാത്രമല്ല കാലത്തെയും ഇവരെങ്ങനെ ആന്തരീകരിക്കുന്നുവെന്നത് മറ്റൊരു സംവാദവിഷയമാണ്. ആഗോളീകരണ സമ്പർക്കത്തിന്റെ ഇരകളായിത്തീർന്ന അനേകമാളുകൾ സമകാലീന സിനിമയിലുണ്ട്. റ്റെസ (*22 ഫീമെയിൽ കോട്ടയം*), വിഷ്ണു (*ഈ അടുത്തകാലത്ത്*), ഫൈസി (*ഉസ്താദ് ഹോട്ടൽ*), അർജ്ജുൻ, അൻസാരി (*ചാപ്പാക്കുരിശ്*), അന്ന, റസൂൽ (*അന്നയും റസൂലും*) എന്നിവരെല്ലാം സാഹചര്യങ്ങളുടെ ഇരകൾകൂടിയാണ്. അതിജീവനത്തിനായി നടത്തുന്ന ഒത്തുതീർപ്പുകൾ ഒരുഭാഗത്ത്. മറുഭാഗത്ത്, ജീവിതംതന്നെ കൈവിട്ടുപോകുന്നവരെയും കാണാനാവും. യഥാതഥവും സ്വാഭാവികവുമായ പരിചരണമാണെങ്കിലും അവയുടെ രാഷ്ട്രീയം ഇനിയും വിചാരണ ചെയ്യേണ്ടതായുണ്ട്. സ്ത്രീകളെ ഭോഗവസ്തുവായും കാമപൂരണത്തിനുള്ള ഇരകളായും നിലനിർത്തുന്ന വ്യവസ്ഥയിൽനിന്നുള്ള വിച്ഛേദം അവിടെ സംഭവിക്കുന്നില്ല. പൊതുവിൽ പുരുഷേച്ഛയിലുള്ള പെണ്ണിനെയാണ് ഇവരുടെ ഫ്രെയിമുകളും കാഴ്ചവയ്ക്കുന്നത്. അതിനൊരു കാരണം പുരുഷസമൂഹം ചലച്ചിത്രമണ്ഡലത്തെ നിയന്ത്രിക്കുന്നുവെന്നതാണ്. അഞ്ജലി മേനോൻ തിരക്കഥ തയാറാക്കിയ *ഉസ്താദ് ഹോട്ടൽ*, അവർ സംവിധാനം ചെയ്ത *മഞ്ചാടിക്കുരു* (2012), *ബാംഗ്ലൂർ ഡെയ്സ്* (2014) തുടങ്ങിയ അപവാദങ്ങൾ ഇല്ലെന്നില്ല. പക്ഷേ, അവിടെയും പെണ്ണിന്റെ തീരുമാനങ്ങൾ പുരുഷപക്ഷമാണ് വ്യവസ്ഥചെയ്യുന്നത്. സാമൂഹികമാധ്യമങ്ങളിൽ സജീവമാകുമ്പോഴും വ്യക്തിനിഷ്ഠസമീപനംമൂലം രാഷ്ട്രീയമായ ഇടപെടലുകൾ പുതുകാലത്ത് വല്ലാതെ നിസ്സാരീകരിക്കപ്പെടുന്നുണ്ട്. ഇതൊരു കുറവെന്നതിനേക്കാൾ സാമാന്യപ്രവണതയായും മനസ്സിലാക്കാം. സ്വകാര്യവും വ്യക്തിപരവുമായ തലത്തിൽ സർവ്വവും പരിഹരിക്കാമെന്ന വിശ്വാസം വ്യാജയാഥാർത്ഥ്യത്തിന്റെ സമ്മതനിർമ്മിതിയെയാണ് അനുകൂലിക്കുക.

'ന്യൂജനറേഷൻ സിനിമ' സജീവമായതോടെ വംശനാശം വന്നവരുടെ ഗണത്തിൽപ്പെട്ടവരാണ് കുട്ടികളും അപ്പൂപ്പനും അമ്മൂമ്മയുമൊക്കെ. കാരണവസ്ഥാനത്തുണ്ടായിരുന്ന അമ്മാവന്മാർക്കും സ്ഥാനഭ്രംശം വന്നു. *ടാ തടിയാ* യിലെ രജനികാന്തിന്റെ കട്ടഫാനായ വല്യമ്മച്ചിയെപ്പോലുള്ളവരെ മാറ്റിനിർത്തിയാൽ നവതലമുറയുടെ കുടുംബസങ്കല്പം ഒന്നുവേറെതന്നെയാണ്. ഇങ്ങനെയുള്ള സന്ദർഭത്തിലും കുട്ടികളുടെ ലോകത്തിലൂടെ സഞ്ചരിക്കാൻ മലയാളസിനിമയ്ക്കായെന്നത് ശ്രദ്ധേയമാണ്. മോഹൻരാഘവന്റെ റ്റി ഡി *ദാസൻ സ്റ്റാന്റേർഡ് VI ബി* (2010), ഷെറിയുടെ *ആദിമദ്ധ്യാന്തം* (2010), അഞ്ജലി മേനോന്റെ *മഞ്ചാടിക്കുരു* (2012), സിദ്ധാർഥ് ശിവയുടെ *101 ചോദ്യങ്ങൾ* (2012), ഷൈജു ഖാലിദിന്റെ *ഫോട്ടോ* (*അഞ്ചു സുന്ദരികൾ*–2013), ഡോ. ബിജുവിന്റെ *പേരറിയാത്ത*

വർ (2013) തുടങ്ങിയവയിലൂടെ *വിഗതകുമാരനി*(1930)ൽ നിന്നുള്ള ചരിത്രാവർത്തം പൂർത്തിയാവുകയായിരുന്നു. ബാലകന്മാരിലൂടെ സിനിമയുടെ നോട്ടത്തെയും ആഖ്യാനത്തെയും ഏകോപിപ്പിക്കുന്ന സംരംഭങ്ങളും സമാന്തരമായി നിലനിന്നിരുന്നു. പല ചിത്രങ്ങളിലും അച്ഛനൊരു 'ഒബ്സെഷ'നാണ്. മഞ്ചാടിക്കുരുവിൽ അച്ഛൻ (കുട്ടികൾക്ക് വല്യച്ഛൻ) കാലത്തിന്റെ പ്രേതഭാവനയിൽ ഉയിർപ്പിച്ചെടുത്ത സാന്നിദ്ധ്യമാണ്. കുട്ടിയുടെ വിഭ്രാമകകാമനയുടെ സാക്ഷാൽക്കരണമാണ് അപ്പൂപ്പൻ. മുതിർന്നവരിൽ ഇത് ഓർമ്മത്തെറ്റുകളുടെ അദൃശ്യരേഖകളാകുന്നു. ഓർമ്മയെ ചരിത്രസംവാദമാക്കുന്ന ആഖ്യാനപരമായ വ്യതിരേകം മഞ്ചാടിക്കുരുവിലുണ്ട്. ഫ്യൂഡലിസത്തിന്റെ അപചയം, കൂട്ടുകുടുംബത്തിന്റെ ശൈഥില്യം, നക്സലിസത്തിൽ നിന്നും കാവിയിലേക്കുള്ള രൂപാന്തരണത്തിന്റെ രാഷ്ട്രീയ അബോധം അഭിനിവേശമാകുന്ന നഗരഭാവന തുടങ്ങി എഴുപതുകളിലെ സാമൂഹിക സാമുദായിക ബന്ധങ്ങളുടെ അന്തർദ്ധാര മഞ്ചാടിക്കുരുവിലുണ്ട്. അമ്മൂമ്മ സാമ്പത്തികാധികാര കേന്ദ്രമായി മാറുന്നു എന്നതാണ് മറ്റൊരു പ്രത്യേകത. *ബാംഗ്ലൂർ ഡെയ്സിലും* മെട്രോ നാഗരികതയ്ക്കും ഗ്രാമാന്തരങ്ങൾക്കും ഇടയിൽ ഉണ്ടെന്ന് പറയപ്പെടുന്ന വൈരുദ്ധ്യങ്ങളെ വ്യക്തിനിഷ്ഠമാക്കുന്ന തലമുണ്ട്. നാഗരികതയിൽനിന്നും ഗ്രാമത്തിലേക്കും തിരിച്ചുമുള്ള പോക്കുവരവുകൾക്ക് വ്യക്തിനിഷ്ഠമായ കാര്യകാരണങ്ങൾ ഒരു സാദ്ധ്യതയായി ചിത്രത്തിൽ വികസ്വരമാകുന്നുണ്ട്. വീടു വിട്ടുപോയ അച്ഛൻ തിരിച്ചുവരില്ലെന്ന ധാരണയെ നിരന്തരം നിരസിക്കുകയാണ് റ്റി ഡി ദാസൻ. മറുപടി പ്രതീക്ഷിക്കാതെ അവൻ കത്തുകൾ അയച്ചുകൊണ്ടേയിരിക്കുന്നു. നവമാധ്യമങ്ങളുടെ അതിപ്രസരണമുള്ള കാലത്താണ് കത്തെഴുത്ത് അതിജീവനത്തിനുള്ള ഉപാധിയാവുന്നത്. *101 ചോദ്യങ്ങളി*ലാവട്ടെ അച്ഛനിലൂടെ ലോകം മാത്രമല്ല, സ്വപ്നങ്ങളും കാണുന്നവനാണ് ബൊക്കാറോ. അമ്മയിൽനിന്നും അച്ഛനിലേക്കുള്ള മകന്റെ പ്രത്യാഗമനം അതാര്യമായ മാനസികാവസ്ഥയുടെ പ്രതിഫലനം കൂടിയാണ്. അച്ഛനിലൂടെ കാലത്തിലേക്ക് സഞ്ചരിക്കുക; അച്ഛൻ മാത്രമുള്ള കാലത്തെ ഭാവനചെയ്യുക; അസന്നിഹിതനായ അച്ഛനെ വിഭ്രാമകതയിൽ വീണ്ടെടുക്കുക എന്നിങ്ങനെ അച്ഛൻ–മകൻ ബന്ധം ഇവിടെ കൂടുതൽ സങ്കീർണ്ണമാണ്. ബൊക്കാറോ എന്ന പേരുപോലും അച്ഛൻ ഉള്ളിൽ ഒളിപ്പിച്ച് താലോലിക്കുന്ന അഭിലാഷത്തിന്റെ നിറവുള്ളതാണ്. ഏതുനിലയ്ക്കും തന്റെ മകൻ തന്നെപ്പോലൊരു തൊഴിലാളിയാകാൻ എത്ര അച്ഛന്മാർ ആഗ്രഹിക്കുമെന്ന് ചോദിക്കപ്പെടാത്ത ചോദ്യം ചിത്രം ഉന്നയിക്കുന്നുണ്ട്. പ്രത്യാശയുടെ ഭാവിചിഹ്നമാണ് മകൻ. അച്ഛനില്ലാത്ത ലോകത്തിൽ തന്റെ അസ്തിത്വമെന്താണെന്ന് ചോദിക്കാനോ, ചോദിച്ചാൽ ഉത്തരം കണ്ടെത്താനോ ബൊക്കാറോക്ക് ആവില്ല. ആഗോളീകരണത്തിന്റെ മറ്റൊരു ഇരമാത്രമല്ല തൊഴിലാളിയായ അച്ഛനും അയാളുടെ കുടുംബവും. രാഷ്ട്രീയത്തിന് വർഗ്ഗബോധത്തിൽ വന്ന ഛേദവും അപഹരിക്കപ്പെടുന്ന സമരവീര്യവും വിലപേശലുകളിൽ

അന്യവല്ക്കരിക്കപ്പെടുന്ന തൊഴിലാളികളും *101 ചോദ്യങ്ങളു*ടെ അപരപാഠങ്ങളാണ്. ഡോ. ബിജുവിന്റെ *പേരറിയാത്തവരിൽ* അച്ഛൻ–മകൻ ബന്ധത്തിൽ ജീവിക്കാനുള്ള അവകാശംപോലും നിഷേധിക്കപ്പെട്ടവരുടെ സഹപ്രയാണമാണുള്ളത്. അവർ ചോദ്യങ്ങൾ ഉന്നയിക്കാൻ പാടില്ലാത്തവരാണ്. മറ്റുള്ളവരുടെ ശാസനകൾ അനുസരിക്കാൻ മാത്രം വിധിക്കപ്പെട്ടവർ. ബിജുവിന്റെ *വീട്ടിലേക്കുള്ള വഴി* സ്ഥലപരമായ പരിമിതികളെ മറികടക്കുന്നുണ്ട്. ഇവിടെ കുട്ടിയല്ല അച്ഛനെ തേടുന്നത്. മകനെ ഇതുവരെ കണ്ടിട്ടില്ലാത്ത അച്ഛനെ ഏല്പിക്കുകയെന്ന മാദ്ധ്യസ്ഥ്യം ഏറ്റെടുക്കുന്നതൊരു ഡോക്ടറാണ്. “എന്റെ വീട്ടിലേക്കുള്ള വഴിയേതാ?” എന്ന കുട്ടിയുടെ ചോദ്യത്തിന് ഡോക്ടറുടെ മറുപടിയിങ്ങനെ: “വീട്ടിലേക്ക് ഒത്തിരി വഴികളുണ്ട്. നമ്മൾ പോകുന്ന വഴിയും നിന്റെ അച്ഛൻ പോകുന്ന വഴിയും രണ്ടാണ്. നമുക്കു തോന്നും നമ്മൾ പോകുന്ന വഴിയാണ് ശരിയെന്ന്. നിന്റെ അച്ഛന് തോന്നും അച്ഛൻ പോകുന്ന വഴിയാണ് ശരിയെന്ന്.” കാശ്മീർ പ്രശ്നവും വഷളാകുന്ന ഇന്തോ–പാകിസ്താൻ ബന്ധവും അതുളവാക്കുന്ന പ്രത്യാഘാതങ്ങളും അതിനിരയാകുന്ന നിസ്സഹായജീവിതങ്ങളും *വീട്ടിലേക്കുള്ള വഴി*യിൽ പ്രേക്ഷകർ കണ്ടുമുട്ടുന്നുണ്ട്. ആത്യന്തികമായി അച്ഛൻ–മകൻ ബന്ധത്തിനുള്ളിലെ സൂക്ഷ്മവൈകാരികതയിലൂടെയാണ് *വീട്ടിലേക്കുള്ള വഴി* നീളുന്നത്. പ്രത്യാശാകരമായ ലോകത്തെ സങ്കല്പിക്കാനാവാത്ത വിധം ശകലിതമായ യാഥാർത്ഥ്യത്തെയാണ് കുട്ടികൾക്ക് നേരിടേണ്ടിവരുന്നത്. പലരും സ്വാഭാവികമായി അതിൽ പരാജയപ്പെടുന്നു. ചിലർ സഹജമായ മിഥ്യകളിലൂടെ വിധിയെ നേരിടുന്നു. ഇനിയും ചിലർക്ക് യാഥാർത്ഥ്യം തന്നെ തിരിയാതെ പോകുന്നു. പക്ഷേ, ആഗോളീകരണാനന്തര സന്ദർഭത്തിന്റെ അധീശവ്യവഹാരങ്ങളെ ഒരു പരിധിയിലെങ്കിലും പ്രശ്നവല്ക്കരിക്കാൻ ഇവർക്കാവുന്നുണ്ടെന്നതാണ് പ്രധാനം. സിനിമയുടെ വിവിധ ജനുസ്സുകൾക്ക് സഹവസിക്കാനുള്ള തുറന്ന ഇടങ്ങൾ അനേകമുണ്ടെന്നതാണ് സമകാലവിശേഷം. നവതലമുറ ചിത്രങ്ങൾ ഏതെങ്കിലും ഒരു ലക്ഷണത്തെ അനുവർത്തിക്കുന്ന ഏകസ്വരതയുടെ ഉല്പന്നമല്ലെന്നതാണ് പുതുവർത്തമാനം. താരപ്രമാണികളുടെ ശൗര്യം പണ്ടേപ്പോലെ ഫലിക്കുന്നില്ലെന്നതാണ് ഇതിന്റെ ബാക്കിപത്രം. കാലത്തിനൊത്ത് സിനിമയും മാറുന്നു എന്നത് പഴമൊഴിയായെന്ന് ചിലപ്പോൾ തോന്നും. കാലം പുനർനിർമ്മിക്കുന്ന അതിസാങ്കേതികതയുടെ ഉല്പന്നമായിക്കഴിഞ്ഞു സിനിമാവ്യവസായം. ഭാവിയിലാണ് അതിന്റെ മൂലധനനിക്ഷേപം. ലോകാവസാനത്തിന്റെ സാങ്കല്പികരീതിയും മുന്നറിയിപ്പും ഭൂഗോളരക്ഷയ്ക്കായുള്ള വ്യാജപോരാട്ടവുമായതാണ് ഹോളിവുഡ് പാക്കേജ്. കാഴ്ചയുടെയും കേൾവിയുടെയും മാനങ്ങൾക്ക് അവർ പുതുഭാഷ്യം എഴുതി യാഥാർത്ഥ്യപ്രതീതിയുടെ വായുശ്രേണികളിലൂടെ ഇന്ദ്രിയാനുഭവങ്ങൾ സ്വേച്ഛാപരമായി നിയന്ത്രിക്കപ്പെട്ടു. ഇപ്പോൾ തിയേറ്ററുകൾ അമ്യൂസ്മെന്റ് പാർക്കുകളെ അനുസ്മരിക്കുന്നുണ്ടെങ്കിൽ അത് യാദൃച്ഛികമല്ല. ചലച്ചി

ത്രാനുഭവത്തിന്റെ നിയമങ്ങളും ഉപാധികളും പ്രധാനമായും ഹോളിവുഡ് അനുശാസിക്കുന്ന വഴിയിലാണ്. അതിലേക്കായി ശിക്ഷണം നേടിയ പുതിയൊരു പ്രേക്ഷകവിഭാഗത്തെയാണ് വിപണി ലക്ഷ്യമാക്കുന്നത്. ഇവിടെ ശ്രദ്ധേയമാകുന്നത് ഇത്തരം മാറ്റങ്ങൾ മലയാള സിനിമയെ എങ്ങനെ പുതുതായി രൂപകല്പന ചെയ്യുമെന്നതാണ്. ഹോളിവുഡിന്റെ പ്രലോഭനങ്ങൾ നവതലമുറക്കാർ ഏതുനിലയ്ക്കാണ് ആന്തരീകരിക്കുന്നത് എന്നതും വിഷയമാണ്. നവതലമുറ സിനിമകളുടെ സൂത്രവാക്യങ്ങൾ അതേ നിരയ്ക്ക് പിന്തുടരുവാൻ പിന്നീടുള്ളവർ വിസമ്മതിക്കുന്നുണ്ട്. അരാഷ്ട്രീയതയുടെ രാഷ്ട്രീയമല്ല രാഷ്ട്രീയതയിലെ മനുഷ്യവിരുദ്ധ നീക്കങ്ങളെ അഭിമുഖീകരിക്കുന്നവരുടെ നിസ്സഹായതയും അരക്ഷിതത്വവും ആഖ്യാനങ്ങളിൽ അന്തർല്ലീനമാണ്. രാഷ്ട്രീയപ്രവർത്തനം 'മാസ് എന്റർടൈൻമെന്റ്' ആകുന്നതിന്റെ വിരോധാഭാസവും സമരങ്ങൾ ആഘോഷങ്ങളാകുന്നതിന്റെ അന്ധാളിത്തവും സമകാലീന സിനിമയുടെ അപരാഖ്യാനങ്ങളിലുമുണ്ട്. അനിൽ രാധാകൃഷ്ണന്റെ *നോർത്ത് 24 കാതം*(2013), എബ്രിദ് ഷൈനിന്റെ *1983* (2014), ജ്യൂഡ് ആന്റണി ജോസഫിന്റെ *ഓം ശാന്തി ഓശാന* (2014), ലിജോ ജോസ് പെല്ലിശേരിയുടെ *ആമേൻ* (2013) എന്നിവയ്ക്ക് സമാന്തരമായിത്തന്നെയാണ് ജയൻ ചെറിയാന്റെ *പാപ്പിലിയോ ബുദ്ധ* (2013), വേണുവിന്റെ *മുന്നറിയിപ്പ്* (2014) എന്നിവ ചർച്ചാവിഷയമായത്. പുതുതലമുറയുടെ പ്രാദേശികീകരണം ചലച്ചിത്രസങ്കല്പത്തിന്റെ സവിശേഷത ആഖ്യാനത്തിൽ പ്രകടമാകുന്ന പ്രാദേശീകരണമാണ്. കേരളത്തിന്റെ സ്ഥലസ്ഥാനങ്ങളിലേക്ക് ആഖ്യാനത്തെ പരിവർത്തിപ്പിക്കുകയാണ് ഇവരുടെ ലക്ഷ്യമെന്ന് തോന്നിപ്പോകും. 'ന്യൂജൻകാർ' പരിചിതമായ നടപ്പാതകളെ പിന്തുടരുകയല്ല; മാറി നടക്കുന്നതിന്റെ പുതുസാദ്ധ്യതകൾ ആരായുകയാണ്. ജനുസ്സുപരമായ വൈവിദ്ധ്യംപോലെ വൈരുദ്ധ്യവും ഇവിടെ സാധാരണമാണ്. വിനീത് ശ്രീനിവാസനെപ്പോലുള്ളവരുടെ തിരക്കഥയിലും സംവിധാനത്തിലും കൂടി 'ന്യൂജനറേഷൻ സിനിമ' വേറിട്ടൊരു ഘട്ടത്തിലേക്ക് പ്രവേശിച്ചു കഴിഞ്ഞു. ബാക്കിയാവുന്നത് ഇവരുടെ 'ജനറേഷന്' എന്തുപേരിടണമെന്ന തർക്കമാണ്.

തെരഞ്ഞെടുത്ത ഗ്രന്ഥസൂചി

ഉറൂബ്. 2004. *നീലക്കുയിൽ* — തൃശൂർ, കറന്റ് ബുക്സ്.

കൊച്ച്, കെ കെ 2012. *കേരളചരിത്രവും സമൂഹരൂപീകരണവും* —തിരുവനന്തപുരം: കേരളഭാഷാ ഇൻസ്റ്റിറ്റ്യൂട്ട്.

കോശി, കെ വി 1986. *എന്റെ സിനിമാസ്മരണകൾ* — കോട്ടയം: എസ് പിസി എസ്.

നമ്പൂതിരിപ്പാട്, ഇ എം എസ് 1993. *കേരളചരിത്രം മാർക്സിസ്റ്റ് വീക്ഷണത്തിൽ* — തിരുവനന്തപുരം:—ചിന്ത പബ്ലിഷേഴ്സ്.

മധു, ഇറവങ്കര. 2000. *സിനിമയും സാഹിത്യവും* — കോട്ടയം: ഡി സി ബുക്സ്.

വിജയകൃഷ്ണൻ. 2008. *മലയാളസിനിമയുടെ കഥ* — കോഴിക്കോട്: മാതൃഭൂമി.

വെങ്കിടേശ്വരൻ, സി എസ് 2011, *മലയാളസിനിമാപഠനങ്ങൾ* — കോട്ടയം: ഡി സി ബുക്സ്.

സേനൻ, വി കെ ജോസഫ് (എഡി.) 1992. *ചലച്ചിത്രസംസ്കാരത്തിലെ ദേശീയപ്രതിസന്ധികൾ* — തിരുവനന്തപുരം: ഫെഡറേഷൻ ഓഫ് ഫിലിം സൊസൈറ്റീസ് ഓഫ് ഇന്ത്യ.

വടക്കൻപാട്ടുസിനിമകളിലെ ദേശരാഷ്ട്രഭാവന

സിനിമയിലെ ദേശീയപ്രതിനിധാനങ്ങൾ പരിചരണത്തിലും അവതരണത്തിലും ഏകസ്വരമായിരുന്നില്ല. ജനകീയവിപണിക്കും വിപണിയുടെ രാഷ്ട്രീയത്തിനും അനുകൂലമായി ദേശീയവ്യവഹാരങ്ങളെ പുനർനിർമ്മിക്കുകയാണ് സിനിമ. ജനകീയപ്രമേയം, രാഷ്ട്രനിർമ്മാണത്തിനു പാകമാവുന്ന സന്ദർഭങ്ങൾ, സമകാലികസാമൂഹികപ്രശ്നങ്ങൾ എന്നിവ കൈകാര്യം ചെയ്യുന്ന പ്രമേയങ്ങൾക്കായിരുന്നു ഔപചാരികമായ സ്വീകാര്യത. സർക്കാർ നയങ്ങൾക്ക് ഒത്താശ ചെയ്യാനായില്ലെങ്കിലും അനുകൂലിക്കുന്നതെങ്കിലുമാകണം ദേശീയസിനിമ. അധീശവ്യവഹാരങ്ങളുടെ നിർദ്ദേശികകൾക്കുള്ളിലാണ് സിനിമകളിലെ ദേശഭാവനപോലും നിർണ്ണയിക്കപ്പെടുന്നത്. നെഹ്റുവിയൻ സോഷ്യലിസമെന്ന് വിളിപ്പേരുള്ള ദേശപുനർനിർമ്മാണപദ്ധതിക്കായിരുന്നു ഭരണതലത്തിൽ ഊന്നൽ. ആധുനികതയുടെ ഈ ആൾമാറാട്ടം അക്കാലത്തെ സിനിമകളുടെ ആഖ്യാനത്തെയും ഘടനയെയും വല്ലാതെ ആവേശിച്ചിട്ടുണ്ട്. ഉത്തരേന്ത്യൻ ചിത്രങ്ങളിൽ ഇവ കൂടുതൽ വൈകാരികമായ നാടകീയതയോടെ തുടരെ പ്രത്യക്ഷപ്പെട്ടപ്പോൾ തെക്കെയിന്ത്യയിൽ – പ്രത്യേകിച്ചും മലയാളത്തിൽ –അവ പരോക്ഷപ്രേരണയായിട്ടാണ് നിലകൊണ്ടത്. ഐക്യകേരളമെന്ന രാഷ്ട്രീയയാഥാർത്ഥ്യവുമായി പൊരുത്തപ്പെടാൻ തയ്യാറായി വരുന്ന പ്രദേശമായിരുന്നല്ലോ 1950 കളുടെ ആദ്യപകുതിയിലെ കേരളം. അന്നത്തെ സാംസ്കാരികകാലാവസ്ഥയിൽ ഇതര ഇന്ത്യൻ ഭാഷകളിലെന്നപോലെ മലയാളത്തിലും പുരാണങ്ങളെ അവലംബിച്ച് ചിത്രങ്ങൾ നിർമ്മിച്ചിരുന്നു. *പ്രഹ്ലാദ* (1941), *ഹരിശ്ചന്ദ്ര* (1955), *സീത* (1960), *ഭക്തകുചേല* (1961), *കൃഷ്ണകുചേല* (1961), *ശ്രീരാമപട്ടാഭിഷേകം* (1962) തുടങ്ങിയ ചിത്രങ്ങൾ സമകാലികമൂല്യങ്ങളെ അതിവിദൂരഭൂതത്തിൽനിന്ന് കണ്ടെടുക്കാനാണ് ശ്രമിച്ചത്. ഭൂതാവിഷ്ടമായ രാഷ്ട്രഭാവന മലയാള

ത്തിൽ എത്രത്തോളം സഫലമായെന്ന ചോദ്യത്തേക്കാൾ പ്രസക്തം എന്തുകൊണ്ടവ വിഫലമായെന്നതാണ്.

മലയാളസിനിമാചരിത്രത്തിൽ വിവിധ ജനുസ്സുകളെ ചിത്രങ്ങളുടെ ഒത്തുചേരൽ കൊണ്ട് നിർണ്ണായകമായ വർഷമാണ് 1961. വടക്കൻപാട്ടിന്റെ പുനരാഖ്യാനമായ *ഉണ്ണിയാർച്ച*, ചരിത്രാനുകല്പനമായ *ഉമ്മിണി തങ്ക*, ഭക്തിവിഷയകമായ *കൃഷ്ണകുചേല*യും *ഭക്തകുചേല*യും, ഇതിഹാസാസ്പദമായ *സീതാകല്യാണം*, ആദ്യവർണ്ണചിത്രമായ *കണ്ടം ബെച്ച കോട്ട്*, പ്രാദേശിക റിയലിസത്തിന്റെ പരുഷതയുള്ള *മുടിയനായ പുത്രൻ*, പ്രാദേശിക പുരാണമായ *ശബരിമല അയ്യപ്പൻ* തുടങ്ങി വിവിധ ജനുസ്സുകളിലുള്ള ചിത്രങ്ങൾ 1961 ന്റെ പ്രത്യേകതയാണ്. പക്ഷേ, വടക്കൻപാട്ടുകളുടെ പുനരാഖ്യാനവും *മുടിയനായ പുത്രനിൽ* കാണുന്ന കാല്പനികറിയലിസവുംമാത്രമേ തുടർന്നുള്ള സിനിമാചരിത്രത്തിൽ സജീവമാകുന്നുള്ളു. 1961 ൽ *ഉണ്ണിയാർച്ച*യോടെ തുടങ്ങുന്ന വടക്കൻപാട്ടു ചിത്രങ്ങളുടെ തേരോട്ടം മുപ്പതു വർഷത്തോളം തുടർന്നു. രണ്ടു വർഷത്തിലൊരു ചിത്രമെന്ന നിലയ്ക്ക് പതിനെട്ടോളം ചിത്രങ്ങൾ ഇക്കാലയളവിൽ പ്രദർശിപ്പിച്ചിട്ടുണ്ട്. അവയിൽ *കടത്തനാടൻ അമ്പാടി* (1990) യും *പുത്തൂരം പുത്രി ഉണ്ണിയാർച്ച* (2002)യും ഒഴികെയുള്ളവ പ്രദർശനവിജയങ്ങളായിരുന്നു. പുരാണേതിഹാസങ്ങളെയോ ചരിത്രകഥകളെയോ അപേക്ഷിച്ച് ജനപ്രിയജനുസ്സിൽപ്പെട്ട വടക്കൻപാട്ടുചിത്രങ്ങൾ അറുപതുകളിലും എഴുപതുകളിലും വലിയൊരാഘോഷമായി സ്വീകരിക്കപ്പെട്ടിരുന്നു. സിനിമയ്ക്ക് പുറത്ത് എഴുത്തുകാരെന്ന നിലയ്ക്ക് അത്രയൊന്നും അറിയപ്പെട്ടിട്ടില്ലാത്ത ശാരങ്ഗപാണിയും നടനും നാടകകൃത്തുമായിരുന്ന എൻ ഗോവിന്ദൻകുട്ടിയുമായിരുന്നു കടത്തനാടൻ വീരഗാഥകളിൽ മിക്കവയ്ക്കും രചനയും സംഭാഷണവും എഴുതിയത്. എടുത്തുപറയേണ്ട മറ്റൊരു സംഗതി മലയാളത്തിലെ വമ്പൻ നിർമ്മാണക്കമ്പനികളായ ഉദയയും നവോദയയും സ്വരൂപിച്ചെടുത്ത ലാവണ്യശാസ്ത്രചേരുവയ്ക്കുള്ളിലേക്ക് പാകപ്പെടേണ്ടി വന്നതാണ് വടക്കൻകഥാഗാനചിത്രങ്ങളുടെ സാദ്ധ്യതയും പരിമിതിയുമെന്നതാണ്. എന്നാൽ ഇതുകൊണ്ടൊന്നും ഒരു സവിശേഷഗണം ജനപ്രിയമാകണമെന്നില്ല. വൻമുതൽമുടക്കുള്ള സംരംഭമെന്ന നിലയ്ക്കും കാതോട് കാത് പറഞ്ഞുകേട്ടും വായിച്ചറിഞ്ഞും പ്രചരിച്ച ജനകീയഗാനങ്ങളുടെ ദൃശ്യാനുകല്പനമെന്ന വിധത്തിലും വടക്കൻപാട്ടു ചിത്രങ്ങൾ അന്നത്തെ മുഖ്യധാരാസിനിമകളിൽനിന്നും പലതുകൊണ്ടും വേറിട്ടുനില്ക്കുന്നു. പുത്തൂരം പാട്ടുകളിലും തച്ചോളിപ്പാട്ടുകളിലും പാടിപ്പതിഞ്ഞവയിൽ ചിലത് സിനിമയായിട്ടുണ്ട്. മറ്റുപലതിനെയുംപോലെ പാടിപ്പതിയാത്ത തച്ചോളി ഒതേനനും മകൻ കുഞ്ഞിക്കേളുവുമായുള്ള പോരിനെ വിഷയീകരിച്ചും (*ഒതേനന്റെ മകൻ* 1970)സിനിമയുണ്ടായിട്ടുണ്ട്. കടത്തനാടും കോലത്തുനാടുമൊക്കെ പശ്ചാത്തലത്തിൽ നിലനിർത്തിക്കൊണ്ട് അലക്സാണ്ടർ ഡ്യൂമയുടെ *മോണ്ടി ക്രിസ്റ്റോ* എന്ന ആഖ്യായികയുടെ സ്വതന്ത്രപുനരാഖ്യാനമായും സിനി

മയുണ്ടായി; നവോദയയുടെ *പടയോട്ടം*(1982).

പ്രാദേശികചരിത്രകാരന്മാർ കടത്തനാടിനെ സാമൂതിരിയുടെയും കോലത്തിരിയുടെയും കൈയേറ്റങ്ങളെ അതിജീവിച്ച ഭൂപ്രദേശമായാണ് സ്ഥാനപ്പെടുത്തുന്നത്. പുത്തൂരം പാട്ടുകളിലെ ഉള്ളടക്കത്തിൽനിന്നും കടത്തനാട്ടിലെ ദേശ്യചര്യകളും നാടുവാഴികളുടെ സ്ഥാനമഹിമകളും മനസ്സിലാക്കാം. രണ്ടുനൂറ്റാണ്ടിനു ശേഷമുള്ള തച്ചോളിപ്പാട്ടുകളിലെത്തുമ്പോൾ നാടിന്റെ ഘടനയും വ്യവസ്ഥയുമൊക്കെ കൂടുതൽ ശിഥിലമായതായി തെളിയുന്നു. ടിപ്പുവിന്റെയും തുടർന്ന് ബ്രിട്ടീഷുകാരുടെയും അധിനിവേശത്തിനു തൊട്ടുമുൻപുള്ള കടത്തനാട്ടിന്റെ ഏകദേശരൂപം കഥാഗാനങ്ങളിൽ തെളിയുന്നുണ്ട്. കഥാഗാനങ്ങളിലെ പടക്കുറുപ്പന്മാർ മാടമ്പിവാഴ്ചയിൽ അഭിരമിക്കുന്നവരും കൊളോണിയൽ ആധുനികതയുടെ വിഭവങ്ങളെ പേടിക്കുന്നവരുമാണ്. വെള്ളക്കാരെയും അവരുടെ യുദ്ധക്കോപ്പുകളായ തോക്കിനെയും പീരങ്കിയെയുമൊക്കെ ശത്രുക്കളായാണ് ഇക്കൂട്ടർ പരിഗണിക്കുന്നത്. വെള്ളക്കാരെ തച്ചുകൊല്ലുന്ന ആഗ്രഹസൂചകമായി ഒതേനന് പാട്ടുകളിൽ രൂപാന്തരമുണ്ടായതു ജനകീയ അബോധത്തിന്റെ സാക്ഷാൽക്കാരമെന്ന നിലയ്ക്കാണ്. ഇതേ ഒതേനൻ തന്നെയാണ് ജന്മിത്തം അവസാനിക്കുകയും വെള്ളക്കാർ രാജ്യം പിടിച്ചടക്കുകയും ചെയ്യുന്ന സാഹചര്യം വന്നാൽ പിന്നെ ജീവനോടിരിക്കരുതെന്ന് മകൻ അമ്പാടിയോട് സ്വപ്നത്തിൽ പറയുന്നത്. കാവിലുംചാത്തോത്ത് കുഞ്ഞമ്പാടി, അച്ഛൻ പറഞ്ഞതുപോലെ പ്രവർത്തിക്കുകയും ചെയ്തു. ഒതേനന്റെ അന്ത്യവും തോക്കിനോടേറ്റായിരുന്നുവെന്ന് ഇവിടെ ഓർക്കേണ്ടതുണ്ട്. കൊളോണിയൽ ആധുനികതയുടെ അധികാസൂചകങ്ങളുമായി തച്ചോളിപ്പാട്ടുകളിലെ കഥാപുരുഷന്മാർ നിരന്തരസമരത്തിലായിരുന്നുവെന്നത് വ്യക്തം. ആധുനികനായ പ്രജയായി തിരച്ചറിയപ്പെടാൻ വിസമ്മതിക്കുന്ന നാട്ടുപൗരന്റെ പിരിമുറുക്കം പാട്ടുകളിൽ ആഴ്ന്നുപതിഞ്ഞിട്ടുണ്ട്. കടത്തനാടിന്റെ ദേശസ്വത്വം കൂടിയായി ഇതിനെ കാണാം. ചലച്ചിത്രമാകാനിരിക്കുന്ന വീരഗാഥകളുടെ സാംസ്കാരികരാഷ്ട്രീയം ഏതാണ്ടിങ്ങനെയായിരുന്നു.

സിനിമയുടെ ലക്ഷ്യങ്ങളിലൊന്ന്, ദൃശ്യവൽക്കരിക്കാവുന്ന കഥനോപാധികളെ സ്വമാധ്യമത്തിനും വർത്തമാനകാലത്തിനും അനുകൂലമാക്കിത്തീർക്കുകയെന്നതാണ്. അതുവഴി കാലത്തിന്റെ ആവശ്യങ്ങളിലേക്കും ആഗ്രഹങ്ങളിലേക്കും ദേശത്തിന്റെ ഈടുവയ്പുകളെ സംക്രമിപ്പിക്കുകയുമാവാം. ഐക്യകേരളമെന്ന ആവശ്യം രാഷ്ട്രീയമായി രൂപപ്പെടുന്ന അമ്പതുകളിലെ ജനസമൂഹത്തിന്റെ സ്വത്വസ്ഥാപനതാല്പര്യം *ഉണ്ണിയാർച്ച* (1961)പോലൊരു വടക്കൻപാട്ടു ചിത്രത്തിൽ യാദൃച്ഛികമായി വിരുന്നു വന്നതല്ല. സിനിമകളിൽ ദൃശ്യാഖ്യാനമാണ് വസ്തുതകൾക്ക് രൂപം ചമയ്ക്കുന്നത്. ഓർമ്മകളുടെ കാഴ്ചപ്പെടുത്തലുകൾ ഔദ്യോഗികമായ ചരിത്രനിഷ്ക്കർഷകൾക്ക് വഴങ്ങുന്നതാവണമെന്നില്ല. ഓർമ്മകളിൽനിന്നും ചരിത്രത്തെ വീണ്ടെടുക്കുമ്പോൾ പ്രസക്തമാകുന്ന രണ്ടു

സ്രോതസ്സുകളെക്കുറിച്ച് ഡോ. കെ എൻ പണിക്കർ സൂചിപ്പിക്കുന്നുണ്ട്. അത് വാമൊഴി പാരമ്പര്യത്തിന്റെയും വരമൊഴിചരിത്രത്തിന്റെയുമാണ്. സിനിമയെ സംബന്ധിച്ചിടത്തോളം വാമൊഴിവഴക്കങ്ങളെയും ചരിത്രാഖ്യാനങ്ങളെയും ആനുകാലികമാക്കുകയാണ് പ്രധാനം. വിഭിന്നപ്രാദേശീയതകളുടെ ഏകീകരണം ഔപചാരികമായി പൂർത്തിയായിക്കഴിഞ്ഞ രാഷ്ട്രീയകാലാവസ്ഥയിലാണ് *ഉണ്ണിയാർച്ച*യെന്ന ചിത്രം പ്രദർശിപ്പിക്കേണ്ടി വരുന്നത്. ഐക്യകേരളത്തെ മാനസികയാഥാർത്ഥ്യമാക്കിത്തീർക്കുന്ന പ്രക്രിയ അപ്പോഴും പൂർത്തിയായിരുന്നില്ല. അതിനാൽ സമൂഹമനസ്സിൽ തിരു-കൊച്ചി-മലബാറുകൾ 1956 നു ശേഷവും വ്യത്യസ്തപ്രവിശ്യകളായി തുടരുകയായിരുന്നുവെന്നു പറയാം. നാടകവും കഥാപ്രസംഗവും സിനിമയും ഉൾപ്പെടെയുള്ള ജനകീയകലാരൂപങ്ങളെല്ലാം ഈ പ്രക്രിയയിൽ ഇടപെടുന്നുണ്ട്. കാലാന്തരത്തിൽ, 1960 കളോടെ സിനിമ കൂടുതൽ ജനപ്രിയമാവുകയും ചെയ്തു. സിനിമയ്ക്ക് സംബോധന ചെയ്യേണ്ടിയിരുന്ന കാണികളുടെ എണ്ണവും താരതമ്യേന വിപുലമായിരുന്നു. നിലനില്ക്കുന്ന രാഷ്ട്രീയസന്ദർഭവുമായി സംവദിക്കുമ്പോൾ തന്നെ ദേശപ്പഴമയെ കാല്പനികവൽക്കരിക്കാനും ചലച്ചിത്രങ്ങൾ മുതിരാറുണ്ട്. സംസ്കാരരൂപീകരണത്തിന്റെ സവിശേഷവേളയിൽ വീരാംഗനമാരെയും വീരപുരുഷന്മാരെയും ഓർമ്മയുടെയും കേട്ടുകേൾവിയുടെയും പുരാവസ്തുശേഖരത്തിൽനിന്നും തേടിയെടുക്കുക സ്വാഭാവികമാണ്. എല്ലാ ഉപസംസ്കാരങ്ങളിലും ഇത്തരം കണ്ടെത്തലുകൾ നടക്കാറുണ്ട്. എങ്കിൽപ്പോലും വടക്കൻപാട്ടുകളുടെ വ്യാവഹാരികഭൂമികയിലേക്ക് കേരളീയതയെ അധ്യാരോപിക്കുക അത്രയെളുപ്പമായിരുന്നില്ല. ക്ലിപ്തമായ സ്ഥലരാശിയിൽ നില്ക്കുകയും ചരിക്കുകയും ചെയ്യുന്ന വീരകഥാഗാനങ്ങളിൽ നിന്നാണ് ദേശസ്വത്വത്തെ നിർദ്ധരിക്കേണ്ടിവരുന്നത്. വിഭിന്നമായ പ്രാദേശികതയിലേക്ക് സ്ഥാനാന്തരണം വന്ന ജനതയുടെ അവബോധത്തെയാണ് സിനിമയ്ക്ക് സംബോധന ചെയ്യേണ്ടത്. പ്രാദേശികമായ ചരിത്രാനുഭവത്തെയാണ് ദേശിയതാനിർമ്മിതിയുടെ കരുവാക്കിത്തീർക്കേണ്ടത്. പാട്ടുകെട്ടിയ കാലത്തിൽ ഉറഞ്ഞുകൂടിയ പ്രാദേശികാവബോധം ഇന്ത്യൻ ബൃഹദ്ദേശീയതയുടെകൂടി ഭാഗമാണെന്ന തിരിച്ചറിവ് ഈ ഗണത്തിൽപ്പെട്ട പല ചിത്രങ്ങൾക്കുമുണ്ടായിരുന്നു. ദേശീയതയുടെ ഇരട്ട ഈടുവയ്പുകൾപോലെ ഓർമ്മാനുഭവങ്ങളും വാമൊഴിപാരമ്പര്യവും രാഷ്ട്രനിർമ്മിതിയിൽ വിലപ്പെട്ടതാണെന്ന വിചാരമാണ് ഇത്തരം ചിത്രങ്ങളിൽനിന്നും പ്രസരിക്കുന്നത്. ആചാരവഴക്കങ്ങളിലും സാംസ്കാരികപ്രയോഗങ്ങളിലും വരുന്ന സൂക്ഷ്മമായ മാറ്റങ്ങളുടെ അനുസ്യൂതി ഒരുപരിധിവരെ നിലനിർത്തിക്കൊണ്ടാണ് ഇന്ത്യൻ ദേശീയതയിലേക്കുള്ള പ്രാദേശീയതകളുടെ സംക്രമണം യാഥാർത്ഥ്യമാകുന്നത്. പ്രാദേശികഘടകങ്ങൾക്ക് സ്ഥാനവും പരിചരണവും ഉറപ്പുവരുത്തുന്ന കരാർ കൂടിയാണിത്. സ്വാഭാവികമായും കാര്യങ്ങൾ പുറമെ കാണുമ്പോലെ സുഗമമായിരുന്നില്ല. സിനിമയാവട്ടെ ദേശീയ-പ്രാദേശീയ

സംഘർഷസ്ഥാനങ്ങൾക്കിടയിൽ മാദ്ധ്യസ്ഥ്യത്തിനാണ് എപ്പോഴും മുതിർന്നിട്ടുള്ളത്.

വടക്കൻപാട്ടുചിത്രങ്ങൾ സ്വരൂപിക്കുന്ന പ്രാദേശീയാവിഷ്കാരങ്ങൾ വിപണിയുടെ ആവശ്യത്തോടൊപ്പം മറ്റുചില രാഷ്ട്രീയപ്രശ്നങ്ങളെയും അഭിമുഖീകരിക്കുന്നുണ്ട്. വടക്കൻപാട്ടുചിത്രങ്ങളിൽ ആദ്യത്തേതായ *ഉണ്ണിയാർച്ച*യുടെ തുടക്കംതന്നെ ചേകവന്മാരുടെ ഗോത്രപ്പെരുമയെയും ദേശപ്പഴമയെയും പാടിപ്പുകഴ്ത്തുന്നതാണ്. പുകൾപെറ്റ വീരകഥാഗാനത്തിന്റെ ദൃശ്യാഖ്യാനം കാഴ്ചക്കാർക്ക് സ്വീകാര്യമാക്കുന്നതിന് ഇങ്ങനെയൊരു തുടക്കം ആവശ്യമാണ്. നവദേശീയതയിലേക്ക് കഥയെയും കഥാപാത്രങ്ങളെയും പാകപ്പെടുത്തിയെടുക്കുന്നതിന് ഇത് അനിവാര്യവുമാണ്. ജപ്പാനിലെ സാമുറായികളെപ്പോലെ നാടിന്റെ സുരക്ഷയ്ക്കും നീതിന്യായനടത്തിപ്പിനുമായി നിയോഗിക്കപ്പെട്ടവരാണ് ചേകവന്മാർ. പ്രശ്നപരിഹാരത്തിനായി വിലയ്ക്കെടുക്കാനാവുന്ന പോരാളികൾ. പോരും പോർവീറുമൊക്കെ അങ്ങനെ നോക്കിയാൽ ഉല്പന്നങ്ങൾകൂടിയാണ്. കൈയൂക്കിനാൽ നിർണ്ണയിക്കപ്പെടുന്ന സാമൂഹിക-സാമ്പത്തികബന്ധങ്ങൾക്കാണ് മേൽക്കൈ. ശരീരത്തെ ആഘോഷിക്കുന്ന സാംസ്കാരികരാഷ്ട്രീയമാണ് വടക്കൻപാട്ടുകളുടേത്. ചേകവപ്പോരാളികൾ ഈഴത്തുനാട്ടിൽനിന്നും കടത്തനാട്ടേക്ക് ഏഴു കുടം സ്വർണ്ണവുമായാണ് കടന്നുവരുന്നത്. ചേകവന്മാരെ ഓലയെഴുതി അയച്ചുവരുത്തിയ ചേരമാൻ പെരുമാളാകട്ടെ നാലു കുടം സ്വർണ്ണമാണ് അവർക്കു ദാനംചെയ്യുന്നത്. നാടുവാഴിക്ക് ഒരു കുടം സ്വർണ്ണം കാഴ്ചവച്ച് ചേകവന്മാർ പുത്തൂരംവീടും കളരിയും അട്ടിപ്പേറായി എഴുതി വാങ്ങുന്നു. ആയിരത്തൊന്നു പണമിട്ടു കെട്ടിയ 101 കിഴിയാണ് അങ്കപ്പണമായി ആരോമൽചേകവർ ആവശ്യപ്പെടുന്നത്. അതയാൾക്ക് ലഭിക്കുന്നുമുണ്ട്. സൗവർണ്ണ സുഗന്ധം ഇയലുന്ന ഭൂതകാലത്തോടെയാണ് ചിത്രത്തിന്റെ തുടക്കം. ഉണ്ണിയാർച്ചയും ആരോമലും വെള്ളിത്തിരയിൽ വരുന്നത് ഇതിന്റെ പശ്ചാത്തലത്തിലാണ്. പാണന്റെ പാട്ടിലൂടെ നടക്കുന്ന കഥാകഥനം ഭൂതകാലത്തെ സമകാലികീകരിക്കുന്നതിന് സഹായകമാണ്. ചലച്ചിത്രാഖ്യാനത്തിന് വസ്തുതാപരമായ ഘടന പകരുന്നതും പാണന്റെ കഥനമാണ്. ഭൂത-വർത്തമാനങ്ങൾക്കിടയിലെ ദൂരം കുറയ്ക്കാനുതകുന്ന സങ്കേതം കൂടിയാണ് പാണപ്പാട്ട്.

ഇവിടെ സമകാലികസന്ദർഭം കൂടി പരിഗണിക്കേണ്ടതായുണ്ട്. 1956 ൽ നിന്നും 1961 ൽ എത്തുമ്പോഴേക്കും ജനാവബോധത്തിൽ സമൂലമായ മാറ്റങ്ങൾ വന്നുചേർന്നുവെന്ന് കരുതാനാവില്ല. ഐക്യകേരളത്തിലെ ആദ്യസർക്കാരിന്റെ പതനവും തുടർന്നു സംഭവിച്ചുകൊണ്ടിരുന്ന രാഷ്ട്രീയനീക്കങ്ങളുമെല്ലാം ജനാധിപത്യവ്യവസ്ഥയെക്കുറിച്ച് വീണ്ടുവിചാരത്തിന് പ്രേരിപ്പിക്കുന്നതായിരുന്നു. മന്ത്രിസഭകൾ വന്നും പോയുമിരിക്കുന്ന അരക്ഷിതകാലത്തിന്റെ കുതിപ്പും കിതപ്പും സമൂഹഘടനയെയും പുനഃക്രമീകരിച്ചിട്ടുണ്ട്. അസ്ഥിരമായ രാഷ്ട്രീയസന്ദർഭം ഭാവികാലത്തെ

ക്കുറിച്ച് ദുശ്ശങ്കയുളവാക്കുന്നതായിരുന്നു. ഏതുനിലയ്ക്കും പ്രത്യാശാഭരിതമായ വർത്തമാനമായിരുന്നു അറുപതുകളിലേതെന്ന് അനായാസമായി പറയാനാവുമായിരുന്നില്ല. ചരിത്രപരമായ അനിവാര്യതകൾ അഭിമുഖീകരിക്കുന്നതിനും സ്വന്തം തിരിച്ചറിവുകൾ നിജപ്പെടുത്തുന്നതിനും സമൂഹം ഒരുങ്ങിവരുന്ന സന്ദർഭംകൂടിയായിരുന്നു അക്കാലം. ഈ സാംസ്കാരിക-രാഷ്ട്രീയ സാഹചര്യത്തിലാണ് ഉണ്ണിയാർച്ചയും ആരോമൽ ചേകവരും തച്ചോളി ഒതേനനും പാലാട്ടു കോമനുമൊക്കെ സുസ്ഥിരതയുടെ പ്രതിനിധാനങ്ങളായി വെള്ളിത്തിരയിൽ നിറഞ്ഞാടിയത്. രാഷ്ട്രീയവർത്തമാനം പകർന്ന മോഹഭംഗങ്ങൾക്ക് പകരമായി ഈ ചിത്രങ്ങൾ മുന്നോട്ടുവച്ചത് കാല്പനികമായ ചരിത്രാനുഭവങ്ങളായിരുന്നു. ആധുനികതയുടെ ഉല്പന്നമായ സിനിമ പ്രാദേശികഭേദങ്ങൾ മറികടന്ന് വിഭിന്നമായിരുന്ന കേരളീയതകളെ ഏകോപിപ്പിക്കുന്ന സാംസ്കാരിക പ്രവർത്തനത്തിലും ഏർപ്പെടുന്നുണ്ട്. ഇതരദേശങ്ങളെ അപേക്ഷിച്ച് കേരളത്തിനുള്ള വ്യതിരിക്തത അടയാളപ്പെടുത്തുകയെന്ന ധർമ്മവും വടക്കൻപാട്ടു ചിത്രങ്ങൾക്കുണ്ടായിരുന്നു. ചലച്ചിത്രപാഠത്തിനുള്ളിൽ ഉരുത്തിരിയുന്നത് മാനവികതയുടെ കാല്പനികലോകമാണ്; അഭിലാഷസൂചകങ്ങളാണ്. ലിംഗനിഷ്ഠവും ജാതികേന്ദ്രിതവുമായ അധികാരമുഷ്കിനെ ചിത്രങ്ങൾ നേരിടുന്നതും ഇതിനുള്ളിൽനിന്നാണ്.

കുടുംബമെന്ന സ്ഥാപനത്തെ മാത്രമല്ല നാടുവാഴിത്താധികാരത്തെയും പാട്ടുകഥകളിലെ പെണ്ണുങ്ങൾ വെല്ലുവിളിക്കുന്നുണ്ട്. ചലച്ചിത്രാഖ്യാനം ഇതു മറച്ചുവയ്ക്കുന്നില്ല. താനുൾപ്പെടെയുള്ള പെണ്ണുങ്ങൾക്ക് അന്നത്തെ കുടുംബഘടനയ്ക്കുള്ളിൽ നിഷേധിക്കപ്പെടുന്ന അവകാശത്തർക്കം മാത്രമല്ലിത്. സ്ത്രീയുടെമേലുള്ള സാമൂഹികമായനിയന്ത്രണത്തെയാണ് ആർച്ച ചോദ്യംചെയ്യുന്നത്. മനോഭാവത്തോടാണ് കയർക്കുന്നത്. പെണ്ണിനെ കാഴ്ചപ്പണ്ടമാക്കുന്ന നാട്ടുനടപ്പിനെതിരെയാണ് ഉറുമി വീശുന്നത്. പൊതുസാംസ്കാരികജീവിതത്തിലേക്ക് പ്രവേശിക്കാനുള്ള സ്ത്രീയുടെ ആഗ്രഹമാണ് ഉണ്ണിയാർച്ചയും കാവിലും ചാത്തോത്ത് കുഞ്ഞിച്ചീരുവും തച്ചോളിക്കുമ്പയും കുഞ്ഞിമ്മാതുവുമൊക്കെ പ്രകടിപ്പിക്കുന്നതെന്ന് പി പവിത്രൻ നിരീക്ഷിക്കുന്നുണ്ട് (രാഘവൻ പയ്യനാട് എ ഡി 2000:119). ആഗ്രഹം നിറവേറാതായപ്പോൾ തന്റേത് ആവശ്യവും അവകാശവുമാണെന്ന് വാദിക്കുകയാണ് ഉണ്ണിയാർച്ച. സ്വന്തം കാമനകളെ തുറന്ന് പ്രകടിപ്പിക്കുകയും ശരീരത്തെ സ്വത്വത്തിന്റെ നിദാനമായി ഉദാഹരിച്ച് സമർത്ഥിക്കുകയുമാണ് ഉണ്ണിയാർച്ച ചെയ്തത്. സ്ത്രൈണലൈംഗികതയുടെമേലുള്ള യാതൊരു ശിക്ഷണവും വച്ചുപൊറുപ്പിക്കുന്നവളല്ല ആർച്ച. നാഗപുരത്തങ്ങാടിയിലെ തെമ്മാടികളെ വിരട്ടിയോടിച്ച് കലികൊണ്ടുനില്ക്കുന്ന ആർച്ചയെ സമാധാനിപ്പിക്കാൻ വരുന്ന തമ്പുരാട്ടിയോട് അവർ തട്ടിക്കയറുന്നത് എനിക്കും തമ്പുരാട്ടിക്കും മാളികപ്പുരയിലും നാലുകെട്ടിലും കഴിഞ്ഞുകൂടാം. പാവപ്പെട്ട പെണ്ണുങ്ങൾക്ക് വഴിനടക്കണ്ടേ? എന്നാണ്. തുടർന്ന് തമ്പുരാട്ടി

യുടെ ദ്രവ്യോപഹാരം തട്ടിത്തെറിപ്പിക്കുന്നുമുണ്ട്. പാട്ടിലുള്ളതിനേക്കാൾ വീറിന്റെ തോത് കൂടുതലാണ് സിനിമയിലെ ഉണ്ണിയാർച്ചയ്ക്ക്. ആരോമലിനെ കൊന്നതിന് പകപോക്കാൻ ചന്തുവിനെ കുതിരപ്പുറത്ത് പിന്തുടർന്ന് ആക്രമിക്കുന്ന ഉണ്ണിയാർച്ചയെയും സിനിമയിൽ കാണാം. വർത്തമാനകാലത്തെ ജനകീയരാഷ്ട്രീയം കൊണ്ട് ഭൂതകാലത്തെ പുനർനിർമ്മിക്കുകയാണ് സിനിമ. ആധുനികമായ സാമൂഹികാവബോധത്തിന് നിരക്കുന്ന താൻപോരിമയുള്ള പ്രതിനിധാനങ്ങളായിട്ടാണ് വടക്കൻപാട്ടിലെ പെണ്ണുങ്ങളെ ശാരങ്ഗപാണിയും ഗോവിന്ദൻകുട്ടിയുമൊക്കെ ചലച്ചിത്രവല്കരിച്ചത്. നീതിന്യായങ്ങൾ പ്രഖ്യാപിക്കുകയും തനിക്കുവേണ്ടത് സ്വയം തെരഞ്ഞെടുക്കുകയും ചെയ്യുന്ന സ്ത്രീയെ *കടത്തനാട്ടു മാക്ക*(1978)ത്തിൽ കാണാം. തത്വത്തിൽ വടക്കൻകഥാഗാനത്തിൽ പെടുന്നതല്ലെങ്കിലും അതേ ജനുസ്സിൽപ്പെട്ട *മാമാങ്ക*(1979)ത്തിൽ കഥാനായികയായ മങ്ക സാമൂതിരി മാനവിക്രമനെ ചോദ്യംചെയ്ത് പരിഹസിക്കുന്നുണ്ട്. "(നിങ്ങൾ) ശത്രുവിനോട് നേരിട്ടു നിന്നിട്ടുണ്ടോ? ഉടവാളൊന്നുവീശിയിട്ടുണ്ടോ? നട്ടെല്ലൊന്നു നിവർന്നു നിൽക്കാൻ നാലാളു വേണ്ടിവരില്ലേ?" തുടങ്ങിയ മങ്കയുടെ ചോദ്യങ്ങൾ ഏതൊരു ഭരണാധികാരിക്കും നടുക്കമുണ്ടാക്കും.

ദേശീയപ്രശ്നമായി ഇപ്പോഴും പ്രസക്തമാകുന്ന ജാതിനിഷ്ഠമായ അസമത്വങ്ങൾക്ക് വടക്കൻപാട്ടു ചിത്രങ്ങൾ അവയുടെ ആഖ്യാനപരിധിയിൽ നിന്ന് പരിഹാരം തേടുന്നുണ്ട്. സമാന്തരമായി മാനവികതയ്ക്ക് പ്രാമുഖ്യം നല്കി മതങ്ങൾക്കിടയിലെ സൗഹാർദ്ദത്തെ നിരന്തരം പരിചരിക്കുന്നുമുണ്ട്. *ഉണ്ണിയാർച്ച*യോടെ തുടങ്ങിയ വഴക്കമാണിത്. കൂത്തു കാണാൻ പോകുന്ന ഉണ്ണിയാർച്ചയുടെ വഴിതടയുന്നതും തട്ടിക്കൊണ്ടുപോകാൻ നോക്കുന്നതും ജോനകരാണെന്നാണ് പാട്ടുകൾ ആവർത്തിക്കുന്നത്. സിനിമയിലാകട്ടെ, അങ്ങനെയുള്ള ഗോത്രക്കാരല്ല അക്രമികൾ. ജോനകേതരരാണവരിൽ അധികവുമെന്നുവരെ പറയാം. തുടർന്നു വന്ന പല വടക്കൻപാട്ടു ചിത്രങ്ങളിലും ഏതെങ്കിലുമൊരു പ്രത്യേകസമുദായത്തെ എണ്ണം പറഞ്ഞ പ്രതിനായകരാക്കുന്നതിൽ യാതൊരു തിടുക്കവും കാണുന്നില്ല. എന്നുമാത്രമല്ല, പാട്ടുകളിൽനിന്നും വ്യത്യസ്തമായി വിളുമ്പുകളിലുള്ളവരെ മുഖ്യധാരയിലേക്ക് കൊണ്ടുവരുന്നുമുണ്ട്. *തച്ചോളി അമ്പു* (1978)എന്ന ചിത്രത്തിൽ ഒതേനന്റെ കൊലപാതകത്തിന് ഉത്തരവാദിയെന്ന് കുപ്രസിദ്ധനായ ചുണ്ടാപൊയിലിൽ മായൻകുട്ടി കുറ്റവിമുക്തനാക്കപ്പെടുന്നുണ്ട്. ഒതേനന്റെ ഉറുക്കും നൂലും തട്ടിയെടുക്കുന്നതും അങ്കത്തട്ടിൽ വെടിവെച്ചുകൊല്ലുന്നതും അയാളുടെ അളിയൻ തന്നെയാണ്. ഒതേനന്റെ ഭാര്യ കുഞ്ഞിത്തേയിയുടെ ആങ്ങള ഒതേനനെ വെടിവെച്ച തോക്ക് മായൻകുട്ടിയുടെ മകനായ ബാപ്പുട്ടിയെ ഏല്പിക്കുകയായിരുന്നു. അങ്ങനെ ഒതേനന്റെ ബന്ധുക്കളായ പരുന്തുങ്കൽ കോട്ടക്കാർ ചെയ്ത ചതിക്ക് ആജീവനാന്തം പഴികേൾക്കേണ്ടിവന്നത് മായൻകുട്ടിയും കുടുംബവുമായിരുന്നു. വിപണിതാല്പര്യങ്ങൾക്കപ്പുറ

മുള്ള വഴിമാറ്റമായി ഇതിനെ കാണേണ്ടതുണ്ട്. നാട്ടിലെ ഏതക്രമത്തിനും എപ്പോഴും പ്രതിസ്ഥാനത്താക്കപ്പെടുന്ന സമുദായത്തെയാണ് *തച്ചോളി അമ്പു* പോലുള്ള ചിത്രങ്ങൾ മുഖ്യധാരയിലേക്ക് വീണ്ടെടുക്കുന്നത്. മായൻകുട്ടിയും കുഞ്ഞാലിയുമടങ്ങുന്ന കൂട്ടായ്മയാണ് അമ്പുവിന്റെ പ്രതികാരപൂരണത്തിന് അവസരമൊരുക്കുന്നതും നിർണ്ണായകവേളയിൽ അയാൾക്ക് തുണയാകുന്നതും. വടക്കൻപാട്ടു കഥയല്ലെങ്കിലും *മാമാങ്ക*ത്തിലും ഇത്തരത്തിലുള്ള മതാത്മകസന്തുലനമുണ്ട്. ചന്തുണ്ണി (നസീർ) ക്കും മൂസ(ജയൻ)യ്ക്കും ഒരേ പരിഗണനയാണ് ആഖ്യാനത്തിൽ. ഇരുവരും ഒരേ പന്തിയിൽ ഉണ്ണാനിരിക്കുന്നു. ഒരുമിച്ചു കാളിയാർക്കാവിൽ കൂത്തു കാണാൻ പോകുന്നു.

അറുപതുകളിലും എഴുപതുകളിലും എൺപതുകളുടെ ആദ്യപാദത്തിലും സജീവമായിരുന്ന ജനകീയസാമാന്യബോധത്തിൽനിന്നാണ് വടക്കൻപാട്ടുസിനിമകൾ പാഠാന്തരം യാഥാർത്ഥ്യമാക്കിയത്. സിനിമയുടെ ജനപ്രിയസൂത്രവാക്യങ്ങൾപോലും ആഗ്രഹപൂരണവുമായി മറുവശത്തു നില്ക്കുന്ന കാണികളാണ് ചമയ്ക്കുന്നത്. ചലച്ചിത്രകഥനത്തിലെ സാമൂഹിക-രാഷ്ട്രീയബന്ധങ്ങൾപോലും ആസൂത്രിതമായ നിർമ്മിതിയാണ്. ഇതേ ബന്ധങ്ങൾതന്നെയാണ് സിനിമയുടെ ഘടനയെയും ആഖ്യാനത്തെയും നിയന്ത്രിക്കുന്നത്. തൊണ്ണൂറുകളിലും നവശതാബ്ദത്തിലും വടക്കൻപാട്ടുഗണത്തിൽപ്പെട്ട സിനിമകൾ നാമാവശേഷമായതിന്റെ കാര്യവും കാരണവും മേല്പറഞ്ഞ ബന്ധങ്ങളിലുണ്ട്. വടക്കൻപാട്ടുചിത്രങ്ങൾ ആർക്കൊക്കെയാണോ വെള്ളിത്തിരയിൽ കേന്ദ്രസ്ഥാനം നല്കിയത് അതേ കൂട്ടർ തൊണ്ണൂറുകളോടെ സിനിമയിലും സാഹിത്യത്തിലും വില്ലൻമാരും ദേശദ്രോഹികളുമായി. സാമാന്യവല്ക്കരണപ്രക്രിയയിലൂടെ ഒരു സമുദായമാകെ പ്രതിസ്ഥാനത്താക്കപ്പെടുകയോ നിരന്തരനിരീക്ഷണത്തിനു വിധേയരാക്കപ്പെടുകയോ ചെയ്തു. 1979 ലെ *മാമാങ്ക*ത്തിൽ മൂസയ്ക്ക്, നായകനായ ചന്തുണ്ണിക്കൊപ്പം വെള്ളിത്തിരയിൽ ഇടം കിട്ടുന്നുണ്ട്. ആഖ്യാനത്തിനുള്ളിൽ ചന്തുണ്ണിയിലെ അഭാവങ്ങൾ പരിഹരിക്കുന്ന ഇരട്ടിപ്പാണ് മൂസയിലൂടെ നിറവേറുന്നത്. *തച്ചോളി അമ്പു* (1980) വിലും മറ്റൊരു തലത്തിൽ ഇതേ ധർമ്മം കാണാം. 1997 ലെ *ആറാം തമ്പുരാനി*ലെത്തുമ്പോൾ മൂസയെപ്പോലൊരാളുടെ സ്ഥാനം കോവിലകത്തിനു പുറത്താണ് (അതുവഴി വെള്ളിത്തിരയിലെ മുഖ്യസ്ഥലത്തിനും). ഈ പുറത്താക്കൽ അയാൾ സ്വയം കല്പിച്ചുണ്ടാക്കുന്ന ഔചിത്യ (അതോ നീചത്വമോ?) മാണെന്നാണ് സിനിമ കാണികളെ വിശ്വസിപ്പിക്കാൻ ശ്രമിക്കുന്നത്. ഏകപക്ഷീയമായ ഇത്തരം ജാതി-മതവിവേചനങ്ങളെ സാധൂകരിക്കാൻ വടക്കൻപാട്ടുചിത്രങ്ങൾ തെല്ലും ആയാസപ്പെടുന്നില്ല. മറ്റെന്തു കുറ്റവും കുറവും ആരോപിച്ചാലും അവ പരിചരിക്കുന്ന സാമൂഹികബന്ധങ്ങൾ ആധുനികമാനവികതയുടേതാണ്. 16-17 നൂറ്റാണ്ടുകളുടെ കാലികതയിൽനിന്നാണ് പാട്ടുകൾ ഉയിർത്തത്. അതേ പ്രതിനിധാനങ്ങളെ രൂപീകരണദശയിലായിരിക്കുന്ന ദേശത്തി

ലേക്കും കാലത്തിലേക്കും ആദേശിക്കുകയാണല്ലോ ചലച്ചിത്രം ചെയ്തത്. ആധുനികമായ കാലത്തെയും രാഷ്ട്രത്തെയുമാണ് ചലച്ചിത്രഭാവനകൾ അടയാളപ്പെടുത്തിയത്. സമാന്തരമായി, പ്രാദേശീയവ്യവഹാരങ്ങളുമായുള്ള സംവാദത്തിലൂടെ സിനിമയുടെ സ്ഥല-കാലങ്ങൾ നിർമ്മിക്കപ്പെടുകയും ചെയ്തു. പ്രാദേശികവഴക്കങ്ങൾക്ക് മുഖ്യദേശീയതയിൽ സ്ഥാനവും പരിചരണവും ഉറപ്പുവരുത്തുന്ന പ്രക്രിയയുടെ ഭാഗമാണിത്. അതുവഴി പ്രാദേശികമായ വാമൊഴിപാരമ്പര്യവും ചരിത്രവും രാഷ്ട്രനിർമ്മിതിയിൽ ഏർപ്പെടുകയും ചെയ്യുന്നു. ചുരുക്കത്തിൽ, സിനിമയിലെ രാഷ്ട്രസങ്കല്പം ഒരു പ്രത്യയശാസ്ത്രനിർമ്മിതിയാണ്. അതേപോലെ, ദേശീയതാവ്യവഹാരങ്ങൾ സിനിമയുടെ ഘടനയെയും ആഖ്യാനത്തെയും മാത്രമല്ല, അവയ്ക്കു പുറത്തുള്ള സാമ്പത്തികബന്ധങ്ങളെപ്പോലും നിർമ്മിക്കുകയോ നിർണ്ണയിക്കുകയോ ചെയ്യുന്നുണ്ട്. ഈ വിധം നിലനില്ക്കുന്ന പരസ്പരധാരണയുടെയും അന്യോന്യപൂരണത്തിന്റെയും ഉല്പന്നങ്ങളാണ് മലയാളത്തിലെ വടക്കൻപാട്ടു ജനുസ്സിൽപ്പെട്ട ചിത്രങ്ങൾ.

തെരഞ്ഞെടുത്ത ഗ്രന്ഥസൂചി

അച്യുതാനന്ദൻ, കെ വി. 1988 24 *വടക്കൻപാട്ടുകൾ*—തൃശൂർ: എച്ച് & സി.
ആന്റണി പി (എഡി.), 2003 *തച്ചോളിപ്പാട്ടുകൾ* — കോട്ടയം: ഡി സി ബി.
പണിക്കർ കെ എന്നും മറ്റും. 2007 *പ്രദേശം. രാഷ്ട്രം: കടത്തനാടിന്റെ സാഹിത്യപാരമ്പര്യം* കടത്തനാട്: ജനസംസ്കാരപഠനകേന്ദ്രം.
പണിക്കോട്ടി എം കെ, 1999. *വടക്കൻപാട്ടുകളിലൂടെ* — കോട്ടയം: എസ് പി സി എസ്.
രാഘവൻ പയ്യനാട് (എഡി.) 2000. *വടക്കൻപാട്ട് പഠനങ്ങൾ* — കോഴിക്കോട്: കാലിക്കട്ട് സർവ്വകലാശാല ഗവേഷണപഠനകേന്ദ്രം.
വിഷ്ണുനമ്പൂതിരി എം. വി. 2006. *വടക്കൻപാട്ടുകൾ I* — കോഴിക്കോട്: പൂർണ്ണ.
വിഷ്ണുനമ്പൂതിരി എം വി, 2008. *വടക്കൻപാട്ടുകൾ II* — കോഴിക്കോട്: പൂർണ്ണ.
സിനിക്, 1970. *മലയാളസിനിമ* — തൃശൂർ: കറന്റ് ബുക്സ്.

ചെമ്മീൻ ദേശീയസിനിമയോ?

ദേശീയ–പ്രാദേശീയ–അന്തർദ്ദേശീയതലങ്ങളിൽ സ്വീകാര്യത നേടിയ ജനപ്രിയക്ലാസിക്കായി *ചെമ്മീൻ* ഇന്നും തുടരുന്നു. ദേശീയസിനിമയെന്ന സംവർഗ്ഗത്തെ അപനിർമ്മിക്കേണ്ടതിന്റെ അനിവാര്യത അന്നുതന്നെ പരോക്ഷമായി വിളംബരപ്പെടുത്തിയ ചിത്രമായിരുന്നു *ചെമ്മീൻ*. *ചെമ്മീൻ* ദേശീയതയെ നിർവ്വചിച്ച രീതിയിൽ അപൂർവ്വതയുണ്ടായിരുന്നു. മലയാളസിനിമയെന്ന നിലയ്ക്ക് ദേശീയവും പ്രാദേശികവുമായ വിതാനങ്ങളിലും ഇന്ത്യൻ ചിത്രമെന്ന നിലയ്ക്ക് അന്തർദ്ദേശീയതലത്തിലും ഇതിന്റെ പ്രതിഫലനമുണ്ടായി. ഇന്ത്യൻ സിനിമയെ പ്രതിനിധീകരിക്കുന്ന ചിത്രമായിപ്പോലും *ചെമ്മീൻ* അറിയപ്പെട്ടു. പോയകാലത്തിൽനിന്നൊരു തെരഞ്ഞെടുപ്പ് നടന്നാൽ അധികം പേരുടെയും പ്രിയപ്പെട്ട ചിത്രങ്ങളുടെ പട്ടികയിൽ ചെമ്മീന് സ്ഥാനമുണ്ടാകും. മലയാളിയുടെ സ്നേഹാദരങ്ങൾ മറ്റേതെങ്കിലും ചിത്രത്തിന് ഇത്രയും ദീർഘകാലം നിലനിർത്താനായിട്ടുണ്ടോ എന്ന് സംശയം. കൾട്ട് സിനിമയെന്ന് വിശേഷിപ്പിക്കാവുന്ന സ്ഥാനം ചെമ്മീൻ സാംസ്കാരികചരിത്രത്തിൽ നേടിയെടുത്തതിന് ലളിതമായ ഉത്തരമില്ല. നാടകീയവൈകാരികതയുടെ നിറമുള്ള രംഗങ്ങൾ മനഃശാസ്ത്രപരമായ സങ്കീർണ്ണതയുള്ള കഥാപാത്രങ്ങൾ, കഥാപാത്രങ്ങളുടെ അന്തർഗ്ഗതങ്ങൾ വെള്ളിത്തിരയിൽ പൊലിമപ്പെടുത്താൻ പോരിമയുള്ള നടീനടന്മാർ, ദേശീയാംഗീകാരം നേടിയസംവിധായകൻ, ജനസമ്മതിയുള്ള കഥാകാരൻ, ദേശീയതലത്തിൽ സ്വീകാര്യരായ എഡിറ്ററും സംഗീതസംവിധായകനും ഗായകനും. അന്തർദ്ദേശീയനായ ഛായാഗ്രാഹകൻ–ഇങ്ങനെ ചെമ്മീന്റെ അപൂർവ്വതയ്ക്ക് പരാഗശോഭയേകുന്ന നിരവധി ഘടകങ്ങൾ സിനിമയിൽ ഒത്തൊരുമിക്കുന്നുണ്ട്. ഇതേ മട്ടിലുള്ള പരീക്ഷണങ്ങൾ പിന്നീട് രാമുകാര്യാട്ട് തന്നെ *നെല്ലി*ലും മറ്റും

നടത്തിയിട്ടും എന്തേ ജനസമ്മതി നേടിയില്ല? ഇതിനൊരു സമാധാനം പറയാവുന്നത് പ്രസിദ്ധനായ തകഴിയുടെ *ചെമ്മീനെ*ന്ന നോവലിനുണ്ടായിരുന്ന ജനപ്രിയതയാണ്. 1956 മാർച്ചിൽ പുറത്തുവന്ന നോവലിന് അതേ വർഷം മെയ്-ജൂലൈ-സെപ്തംബർ മാസങ്ങളിലായി മൂന്നുപതിപ്പുകളുണ്ടായിരുന്നു. 1956 ൽ തന്നെ നോവൽ കേരളസാഹിത്യ അക്കാദമി അവാർഡും നേടി. 1957 ൽ 1958 ലും *ചെമ്മീന്* ഈരണ്ട് പതിപ്പുകൾ വീതമുണ്ടായി. തുടർന്ന് 1959, 1960, 1961, 1963, 1966 വരെ പതിനൊന്നുപതിപ്പുകളാണ് നോവലിനുണ്ടായത്. (വിവരങ്ങൾക്ക് കടപ്പാട്:സാഹിത്യപ്രവർത്തക സഹകരണസംഘം 1981 ൽ പ്രസിദ്ധീകരിച്ച *ചെമ്മീന്റെ* പതിനാലാം പതിപ്പ്). ബെസ്റ്റ് സെല്ലർ പുസ്തകമെന്നു പറയാവുന്ന തരത്തിലാണ് *ചെമ്മീന്* പ്രസിദ്ധീകരണത്തെത്തുടർന്ന് പത്തുവർഷത്തിനകത്തുണ്ടായ പതിപ്പുകളുടെ ചാകര സൂചിപ്പിക്കുന്നത്. നോവലിന്റെ വ്യാപകമായ അംഗീകാരം തീർച്ചയായും സിനിമയുടെ പ്രചാരത്തെ അന്നേക്ക് ഒരളവിൽ സ്വാധീനിച്ചിട്ടുണ്ട്. എന്നാൽ അതിനൊരു പരിധിയുണ്ട്. പ്രചാരവും സ്വീകാര്യതയും ഒരിക്കലും നിരുപാധികമായിരുന്നില്ല. *ചെമ്മീനെ*ന്ന നോവലിൽ പ്രാദേശികതയുടെ പുനരാവിഷ്കാരം എത്രമാത്രം വസ്തുതാവിരുദ്ധമാണെന്ന് ഡോ. വേലുക്കുട്ടി അരയൻ നോവൽ പ്രസിദ്ധീകരിച്ച കാലത്തുതന്നെ വിമർശനമുന്നയിച്ചിരുന്നു. നോവലിന്റെ സ്ഥലകാലനിർമ്മിതിയെ യുക്തിപരമായി ചോദ്യംചെയ്യുന്ന വിമർശനമായിരുന്നു വേലുക്കുട്ടി അരയന്റേത്. ഭാഷാവിനിമയത്തിലെ രാഷ്ട്രീയം, ശരീരങ്ങളുടെ വിപണിനിഷ്ഠമായ സ്ഥാനപ്പെടുത്തൽ, അടിസ്ഥാനവർഗ്ഗങ്ങളെ മുഖ്യധാരയിൽനിന്നും അന്യമാക്കുന്ന അധീശപ്രത്യയശാസ്ത്രം തുടങ്ങിയവ നോവലിനെ മുൻനിർത്തി വിശകലനംചെയ്യുകയാണ് അദ്ദേഹം. ഇവിടെ ഒരുപക്ഷേ ഏറ്റവും നിർണ്ണായകമായത് നോവലിനെ ഘടനീകരിച്ച കടലമ്മ എന്ന മിത്തിനെ അപനിർമ്മിക്കുന്ന രീതിയാണ്. കാവ്യശൈലിയെന്നതിനപ്പുറം കടലമ്മയെന്ന പ്രയോഗത്തിന് അരയസമുദായത്തിൽ യാതൊരു പ്രസക്തിയുമില്ല. വേലുക്കുട്ടി അരയന്റെ സാക്ഷ്യം ചെമ്മീന്റെ പുനർവായനകളെ സ്വാധീനിച്ചിട്ടുണ്ട്. സൗന്ദര്യശാസ്ത്രതാല്പര്യങ്ങൾ വെളിപ്പെടുത്തുമ്പോഴും ചരിത്രവസ്തുതകളുമായി നോവൽ ഒളിച്ചുകളി നടത്തുകയായിരുന്നു. ഇത് നോവലിന്റെ ജനപ്രിയതയെയും ലാവണ്യാത്മകതയെയും പുനർവിചിന്തനത്തിന് പ്രേരിപ്പിക്കുന്നുണ്ട്. ആഖ്യായികയിലെ സ്ഥല-കാലങ്ങൾ പ്രത്യയശാസ്ത്രനിർമ്മിതിയാണെന്ന് സമർത്ഥിക്കപ്പെടുന്നതോടെ ദേശീയാധുനികതയെ ചൂഴുന്ന സംശയങ്ങൾ കൂടിവരുന്നതേയുള്ളൂ. ദേശരാഷ്ട്രത്തിന് പാകമാകുന്ന *ചെമ്മീൻ* പുനർനിർമ്മിച്ച പ്രാദേശികത കാല്നികം മാത്രമാണെന്നാണ് ഡോ. വേലുക്കുട്ടി അരയൻ വാദിച്ചത്. ഭാഷ, തൊഴിൽ, പാരമ്പര്യം, വിശ്വാസം എന്നിവയുടെ അനുശീലനത്തിൽ അരയസമുദായം ആധുനികപൊതുസമൂഹത്തിന്റെ ഭാഗമാണ്. മുഖ്യധാരയിലൂടെ ജീവിതത്തെ തിരിച്ചറിയുന്നവരാണ്. ആധുനികതാവ്യവഹാരത്തിലെ ഉപ

ദാനങ്ങൾകൊണ്ടാണ് വേലുക്കുട്ടി അരയൻ തന്റെ നിലപാടുകൾ സമർത്ഥിക്കുന്നത്. ആധുനികീകരണപ്രക്രിയയുടെ അന്തർദ്ധാരകൾ *ചെമ്മീനെ*യും ഘടനീകരിച്ചിട്ടുണ്ട്. ആധുനികതയുടെ ഉഭയപരതയിൽ തെളിയുന്ന കാല്പനികവും ചരിത്രനിഷ്ഠവുമായ സമീപനങ്ങൾ നോവൽ ഉളവാക്കിയ സാംസ്കാരികപ്രതികരണത്തെ പുനർവായിക്കാൻ നിർബ്ബന്ധിക്കുന്നതാണ്. *ചെമ്മീന്* മുമ്പും ദേവും മുട്ടത്തുവർക്കിയും ഉൾപ്പെടെയുള്ളവരുടെ നോവലുകൾ സിനിമയാക്കിയിട്ടുണ്ടല്ലോ. അവ എന്തുകൊണ്ട് ജനം നെഞ്ചേറ്റിയില്ല? മാത്രവുമല്ല, 1967 നു ശേഷം വരുന്ന ചെമ്മീനനന്തരതലമുറയിൽ അധികംപേരും സിനിമ കണ്ടുകഴിഞ്ഞ് നോവലിലേക്ക് പോയവരാണ്. അക്കൂട്ടത്തിൽ നോവലിലേക്ക് പോകാത്തവരുമുണ്ട്. സിനിമകണ്ട് മധുവിലും ഷീലയിലും സത്യനിലും കൊട്ടാരക്കരയിലും അടൂർ ഭവാനിയിലും എസ് പി പിള്ളയിലും കൂടി നോവൽ കഥാപാത്രങ്ങളിലെത്തിയ തലമുറയാണ് *ചെമ്മീന്റെ* പ്രദർശനാനന്തര കാലത്തുണ്ടായിരുന്നത്. പരീക്കുട്ടിയുടെ വിരഹഗാനവും കറുത്തമ്മയുടെ ധർമ്മസങ്കടവും പളനിയുടെ നിസ്സഹായതയും ചെമ്പൻ കുഞ്ഞിന്റെ ദുരയുമൊക്കെ സിനിമയിൽ നിന്ന് കണ്ടെടുക്കാൻ മുതിർന്ന ചലച്ചിത്രപ്രേക്ഷകരുടെ തലമുറയാണത്. സിനിമയിൽ നിന്നും സാഹിത്യത്തിലേക്ക് കാഴ്ചക്കാർ നടത്തുന്ന മാനസികാനുവർത്തനത്തിൽ പ്രമേയതലത്തിലെ കൈമാറ്റവും പകരംവയ്പുമൊക്കെ പതിവുതെറ്റിച്ച് തലതിരിഞ്ഞാണ് സംഭവിക്കുന്നത്. ദൃശ്യപാഠത്തിന്റെ ഗാഢമായ പുനഃപാരായണത്തിന് നിർബ്ബന്ധിക്കുന്ന ഘട്ടം കൂടിയാണിത്. കാഴ്ചയുടെ വർണ്ണപ്രപഞ്ചത്തിൽ കടലിന്റെ അഗാധതയും നിഗൂഢതയുമാണ് തെളിയുന്നത്. അലയാഴി, അസ്തമയസൂര്യൻ, കരയ്ക്കിറക്കിവച്ച തോണി തുടങ്ങിയ ദൃശ്യബിംബങ്ങളുടെ പ്രകൃതം സിനിമയിലെ സ്ഥലകാലസൂചന നല്കുന്നതോടൊപ്പം വൈകാരികവും നാടകീയവുമായ രംഗങ്ങളെ പ്രതിനിധാനം ചെയ്യുന്നുണ്ട്. ബിംബമെന്ന നിലയ്ക്ക് അലയാഴിയുടെ വിവിധനിലകളിൽനിന്നുള്ള ആവർത്തനം പരസ്പരപങ്കാളിത്തമുള്ള സമൂഹമെന്ന ബോധം കഥാപാത്രങ്ങൾക്കിടയിലും പ്രേക്ഷകർക്കിടയിലും സൃഷ്ടിക്കാനും നിലനിർത്താനും ഉപകരിക്കും. ദൃശ്യവിസ്മയമെന്നപോലെ ആദിരൂപത്തിന്റെ ധർമ്മവും ആഖ്യാനത്തിൽ ഒളിഞ്ഞും തെളിഞ്ഞും പതിഞ്ഞിട്ടുള്ള കടൽബിംബം നിറവേറ്റുന്നുണ്ട്. കാഴ്ചപോലെ കേൾവിയിലും അതുണ്ട്. ആഹ്ലാദത്തിലും ആഘോഷത്തിലും ആധിയിലും ആകുലതയിലും അലയാഴിയുടെ നിബിഡതയാണുള്ളത്. ദേശീയമെന്നപോലെ ദേശാന്തരതയുള്ള ആദിരൂപംകൂടിയാണ് കടൽ. ഒഴുകുന്ന ഏതു പ്രദേശത്തിനും കടലിനെ അവകാശപ്പെടാം. കടൽ അവരുടേതെന്നപോലെ തൊട്ടടുത്ത പ്രദേശത്തിന്റേത് കൂടിയാണ്. എല്ലായിടത്തും എല്ലാവരുടേതുമാകുമ്പോഴും ഒരിടത്തും ആരുടേയും ആയിത്തീരാത്ത വ്യാപനശേഷിയുള്ള മഹാസാന്നിദ്ധ്യമാണ് കടൽ. ദേശങ്ങൾ താണ്ടി ദേശാന്തരതയിലേക്ക് അലയടിച്ചുപോകുന്ന കാലവാഹിനിയാണ്. പരസ്പരബന്ധ

മേയില്ലാത്ത സ്ഥലരാശികൾക്കിടയിൽ വിനിമയം സാദ്ധ്യമാക്കുന്ന രൂപകംകൂടിയാണ് കടൽ. നീർക്കുന്നത്തിനും തൃക്കുന്നപ്പുഴയ്ക്കുമിടയിലെ ദൂരം ഇല്ലാതാക്കുന്നത് കടലാണ്. ഭാവനാപരമാണെങ്കിലും വിശ്വാസങ്ങൾകൊണ്ട് രണ്ട് കടലോരങ്ങളെയും അവിടത്തെ ജീവിതത്തെയും സമീകരിക്കുന്നത് കടലമ്മയുടെ നിറവാണ്. പുറക്കാട് കടപ്പുറത്തിന്റെ കഥ പറഞ്ഞ *ചെമ്മീൻ* പക്ഷേ ചിത്രീകരിച്ചത് നാട്ടികയിലും വലപ്പാടുമൊക്കെയായിരുന്നുവെന്നത് അലയാഴിയുടെ സ്ഥലപരമായ സാർവ്വത്രികതയുടെ നിദാനമാണ്. മാതാവും ദാതാവും രക്ഷിതാവും ശിക്ഷിതാവുമൊക്കെയാണ് കടൽ. വാക്കിലും പൊരുളിലും ദുരയിലും ചതിയിലും വിശ്വാസത്തിലും സംശയത്തിലുമൊക്കെയായി അലകടലിനെ *ചെമ്മീൻ* സന്നിവേശിപ്പിച്ചിട്ടുണ്ട്. ഗാനങ്ങളുടെ ചിത്രീകരണത്തിലും അവതരണത്തിലും വരെ ഇക്കാര്യം ശ്രദ്ധിച്ചിട്ടുണ്ട്. കരയിലെ ജീവിതത്തെ കടലിലേക്കും തിരിച്ചും സ്ഥാനാന്തരപ്പെടുത്തുന്ന രസതന്ത്രം *ചെമ്മീൻ* വളരെയേറെ പ്രയോജനപ്പെടുത്തിയിട്ടുണ്ട്. പലപ്പോഴും ഇവയെ ഒന്നിന് മറ്റൊന്നായിട്ടില്ല ഒന്നിനോടൊന്നെന്ന നിലയ്ക്കാണ് പരിചരിച്ചിട്ടുള്ളത്. സമീപവും മദ്ധ്യവും വിദൂരവുമായ ദൃശ്യഭേദങ്ങളുടെ അകവും പുറവുമായി കടലുണ്ട്. വൈകാരികമായ വേലിയേറ്റത്തെയും ഇറക്കത്തെയും അലയാഴിയോട് സന്നിവേശിപ്പിക്കുന്ന രീതി *ചെമ്മീൻ* കൗതുകത്തോടെ അനുവർത്തിക്കുന്നുണ്ട്. കാണിയെ കടലിനോടും കടലോരത്തെ ജീവിതസാഹചര്യത്തോടും ഇടപഴകാനും ഇഴുകിച്ചേരാനും മേല്പറഞ്ഞ ചിത്രസന്നിവേശരീതി വഴിതുറക്കുന്നു. ചുഴികളും മലരികളും തിരയേറ്റവും തിരയടക്കവുമൊക്കെ കഥാപാത്രങ്ങൾക്കൊപ്പം കാണികളുടെയും വൈകാരികപ്രപഞ്ചത്തെ പ്രതിബിംബിപ്പിക്കുന്ന പ്രകൃതമാണ്. ജീവിതാവിഷ്കാരത്തോടൊപ്പം പ്രേക്ഷകനോട്ടങ്ങളെയും കാല്പനികവല്കരിക്കുന്ന, ചലനാത്മകമായ ദൃശ്യഭാഷയുടെ പ്രസരണം *ചെമ്മീനി*ലുണ്ട്. പരീക്കുട്ടിയും കറുത്തമ്മയും ഉൾക്കൊള്ളുന്ന ചില നിശ്ചലമായ ഫ്രെയിമുകളെ പിന്തുടരുന്നത് കടപ്പുറത്തെ കച്ചവടത്തിന്റെയോ ചാകരയുടെ ആഘോഷത്തിന്റെയോ ചലനാത്മകമായ രംഗങ്ങളാണ്. നിശ്ചലതയെ ചലനംകൊണ്ട് അതിവർത്തിക്കുന്ന രംഗവിന്യാസം യഥാർത്ഥസമയത്തെ സിനിമയുടെ കാലബോധത്തിലേക്ക് സന്നിവേശിപ്പിച്ചുകൊണ്ട് കാഴ്ചക്കാരെ ദൃശ്യോന്മുഖരാക്കുകയായിരുന്നു *ചെമ്മീൻ*. ചെമ്മീനനന്തരകാലത്തെ കടൽപ്രമേയചിത്രങ്ങളിലെല്ലാം ഇതിന്റെ ആദിമമുദ്രയുണ്ട്. കണ്ടുമറന്നതോ കേട്ടുകഴിഞ്ഞതോ വീണ്ടും കാണാനും കേൾക്കാനും ആഗ്രഹിക്കുന്നതോ ആയ രംഗങ്ങളോ സംഭാഷണങ്ങളോ ഈണമോ ബിംബമോ *ചെമ്മീനു*ശേഷമുള്ള കടൽ ചിത്രങ്ങളിൽ യാദൃച്ഛികമായി വന്നുകൂടിയതല്ല. ചെമ്മീനുമായുള്ള പാഠാന്തരബന്ധത്തിലൂടെ പിന്നീടുള്ള ചിത്രങ്ങളുടെ കലാപരവും കച്ചവടപരവുമായ സാദ്ധ്യതകൾ പോലും നിർണ്ണയിക്കപ്പെടുന്ന അവസ്ഥയുണ്ടായിട്ടുണ്ട്. ഇങ്ങനെ നോക്കിയാൽ *ചെമ്മീനി*ലെ ഉദ്ധരണികൾകൊണ്ട് അനന്തരകാലചിത്രങ്ങളെ ഘട

നീകരിക്കുന്നത് ജനപ്രിയതയ്ക്ക് വേണ്ടി മാത്രമാവണമെന്നില്ല. അഭിവാദ്യമർപ്പിക്കലിന്റെ മറ്റൊരു രീതിഭേദമാണ് പാഠാന്തരബന്ധം നിലനിർത്തുന്നതിലൂടെ ഇത്തരം ചിത്രങ്ങൾ സ്വന്തമാക്കിയത്. *കടൽ, അറബിക്കടൽ, മുക്കുവനെ സ്നേഹിച്ച ഭൂതം, മീൻ, തുമ്പോളിക്കടപ്പുറം, ചമയം, അമരം, തിരകൾക്കപ്പുറം* തുടങ്ങിയ ചിത്രങ്ങളിൽ എവിടെയെങ്കിലും *ചെമ്മീന്റെ* മണമോ രുചിയോ കാണുന്നത് അതുകൊണ്ടാണ്. ഉദാഹരണത്തിനായി മേൽപ്പറഞ്ഞവയിൽ ഏറ്റവും ജനപ്രിയമായതും അംഗീകാരം നേടിയതുമായ ഭരതന്റെ *അമരം* (1991) തന്നെ നോക്കാം. *അമര*ത്തിലെ അച്ചൂട്ടി (മമ്മൂട്ടി) യുടേത് ചെമ്പൻകുഞ്ഞിന്റെ ദുരയും പളനിയുടെ അതിജീവനസാഹസികതയും മേളിക്കുന്ന കർത്തൃത്വമാണ്. അച്ചൂട്ടി ചിലപ്പോൾ ചെമ്പൻകുഞ്ഞിനെപ്പോലെ പരമസ്വാർത്ഥനാവും. എന്നാൽ, പളനിയെപ്പോലെ കടലമ്മയാണ് അയാളുടെ നേരിലും നെറിവിലും നിറഞ്ഞുനില്ക്കുന്നത്. മാതൃരതിയെന്ന് പറയാവുന്ന വിധത്തിലുള്ള പളനിയുടെ ആത്മസമർപ്പണം അച്ചൂട്ടിയിലുമുണ്ട്. തുറയിലെന്നപോലെ കറുത്തമ്മയുടെ ഉള്ളിൽനിന്നും താൻ പുറത്താക്കപ്പെടുന്നത് കണ്ടറിഞ്ഞിട്ടാണ് പളനി ഉന്മാദിയെപ്പോലെ ആഴക്കടലിൽ സ്രാവുവേട്ടയ്ക്ക് തുനിഞ്ഞതും ചുഴിയിൽ തന്നെത്തന്നെ നഷ്ടപ്പെടുത്തിയതും. പളനിയുടെ മാതൃഗർഭത്തിലേക്കുള്ള മടക്കയാത്രപോലൊന്ന് അച്ചൂട്ടിയുടെ അവസാനയാത്രയിലും പ്രതിബിംബിക്കുന്നുണ്ട്. പളനിയാകട്ടെ എല്ലായ്പ്പോഴും തന്നെ കടലമ്മയോട് ബന്ധപ്പെടുത്തിയാണ് നിർവ്വചിക്കുന്നത്. ജീവിതത്തിന്റെ ഏതോ ഒരു ഘട്ടത്തിൽ കടലമ്മയെയും കറുത്തമ്മയെയും അയാൾ രണ്ടായിട്ടല്ല, ഒന്നായിത്തന്നെയാണ് മനസ്സിലാക്കുന്നത്. കറുത്തമ്മയോട് ബന്ധപ്പെട്ടുണ്ടാകുന്ന ദുരന്തദുശ്ശങ്ക പളനിയിൽ ഉളവാക്കുന്ന പ്രതികരണത്തിന്റെ സ്വഭാവം ശ്രദ്ധിച്ചാലത് ബോദ്ധ്യമാകും. ഷേക്സ്പിയറുടെ *ഒഥെല്ലോ*യുടെ നിമിത്തപതനത്തോട് സദൃശ്യമായ ഒന്ന് പളനിയെയും കാത്തിരിക്കുന്നുണ്ട്. ഭീതിദമായ നിരാലംബത എക്കാലത്തും പളനിയെ വലയം ചെയ്യുന്നുണ്ട്. ഇത്രയേറെ അപവാദങ്ങൾക്ക് ഇരയായിട്ടും അയാൾ കറുത്തമ്മയെ ദണ്ഡിക്കുന്നതേയില്ല. കൈയോങ്ങുമ്പോഴും കുട്ടിയുടെ കരച്ചിൽ കണ്ടയാൾ പിൻവാങ്ങുകയാണ്. പളനിയെ സംബന്ധിച്ചിടത്തോളം അനാഥത്വം അയാളുടെ വ്യക്തിത്വത്തെയാകെ ചൂഴുന്ന ഒന്നാണ്. കടലമ്മയോട് അയാൾ ബന്ധുത്വം ആരോപിച്ചെടുക്കുന്നതു തന്നെ ഈ അനാഥത്വത്തിൽ നിന്ന് രക്ഷപ്പെടുത്താനാണ്. "നീ കടലിന്റെ മോനാ" എന്ന ചെമ്പൻകുഞ്ഞിന്റെ പ്രശംസയോർക്കുക. പ്രതിസന്ധിഘട്ടത്തിൽ പളനി കറുത്തമ്മയോട് പറയുന്നത് – "നിനക്ക് ഞാനുണ്ട്, എനിക്ക് കടലും" എന്നാണ്. കറുത്തമ്മയിൽ കടലമ്മയെ ആദേശിച്ച് കാണുന്നതിന്റെ പരോക്ഷസൂചനകൾ ചിത്രത്തിൽ നീളെയുണ്ട്. നീർക്കുന്നത്തുനിന്നും തൃക്കുന്നപ്പുഴയിലേക്ക് കറുത്തമ്മയെ മടക്കാതിരിക്കുന്നതിലെ ചോദനകളിൽ പ്രബലം അവളെ എന്നെന്നേക്കുമായി നഷ്ടമാകുമോ എന്ന ആധിയാണ്. ചെ

മ്പൻകുഞ്ഞിനോടും പരീക്കുട്ടിയോടുമുള്ള നീരസമായി അത് പുറത്തു വരുന്നുവെന്നുമാത്രം. അയാൾ രാത്രി ഒറ്റയ്ക്ക് വള്ളമിറക്കാൻ പോകുന്നത് കടലിന് തന്നെ അറിയാമെന്ന വിശ്വാസത്തിൻമേലാണ്. ഈ വിശ്വാസത്തിന് സംഭവിക്കുന്ന തകർച്ച ഉളവാക്കുന്ന അനാഥത്വമാണ് ആരോടും പറയാതെയുള്ള അയാളുടെ അവസാനയാത്രയിൽ പ്രതിബിംബിക്കുന്നത്. താനായി ചെയ്ത അനർത്ഥങ്ങളൊന്നുമില്ലാഞ്ഞിട്ടും പളനി ദുരന്തനാടകപാത്രത്തെപ്പോലെ വിധിയുടെ ഇരയായിത്തീരുന്നു.

നീർക്കുന്നത്തുപോലും പളനിയുടെ ജീവിതം വിളുമ്പുകളിലാണ്. കടപ്പുറത്ത് ജീവിക്കുന്നതുകൊണ്ടുമാത്രമാണ് അയാൾ തുറക്കാരുടെ കൂടെ കടലിൽ പോകുന്നത്. അല്ലാതെ അവരുടെ കൂട്ടത്തിൽപ്പെട്ടവനായതുകൊണ്ടല്ല. സ്വന്തം പ്രായമെത്രയെന്നുപോലും അയാൾക്കറിയില്ല. ജനനത്തിലും ജീവിതത്തിലും അയാളനുഭവിക്കുന്ന പുറത്താക്കലുകളിൽ ദളിതത്ത്വത്തിന്റെ മുറിപ്പാടുകളുണ്ട്. സ്വയം നിർവ്വചിക്കാനാവാതെ എപ്പോഴും മുഖ്യധാരയിൽ നിന്നയാൾ മുറിച്ചുമാറ്റപ്പെടുന്നു. അകത്തേക്കുള്ള അയാളുടെ പ്രവേശത്തെ നിരന്തരം തടസ്സപ്പെടുത്തുന്ന ഒന്നിലേറെ ഘടകങ്ങൾ സമുദായഘടനയിലുമുണ്ട്. ജനനത്തിലെന്നപോലെ അയാളുടെ മരണത്തിലും വല്ലാത്തൊരു നിഗൂഢതയുണ്ട്. പളനിയുടെ ചൂണ്ടയിൽ കുടുങ്ങിയ സ്രാവ് പരീക്കുട്ടിക്കും കറുത്തമ്മയ്ക്കുമൊപ്പം കരയ്ക്കടിയുമ്പോൾ ചൂണ്ടക്കാരന്റെ ശവം കാഴ്ചപ്പെടുന്നതേയില്ല. ആഖ്യാനത്തിൽ നീളെ സമാന്തരമായ അഭാവപ്പെടുത്തലിന്റെ ഒന്നിലേറെ സന്ദർഭങ്ങളുണ്ട്. എപ്പോഴും കോണുകളിലേക്ക് തള്ളിയകറ്റപ്പെടുകയും മുഖ്യധാരയിലേക്ക് പ്രവേശം നിഷേധിക്കപ്പെടുകയും ചെയ്യുന്ന ദളിതവസ്ഥയുടെ വർത്തമാനസ്ഥിതി പളനിയും പേറുന്നുണ്ട്. തനതവസ്ഥയെ മറയ്ക്കുകയും മറക്കുകയും ചെയ്യുന്നപോലൊന്ന് പളനിയുടെ ജീവിതവ്യാപാരത്തിന്റെ ആദിമദ്ധ്യാന്തങ്ങളിൽ നീളെ കാണാം. മറ്റാരേക്കാളും കടലിനെ അറിയുന്നവനായിട്ടും ജീവിതത്തിൽ അയാൾ പരാജയമാണ്. കൂടുംബത്തിലോ തൊഴിൽമണ്ഡലത്തിലോ നിന്ന് നിരന്തരം അയാൾ പുറത്താക്കപ്പെടുന്നു. കുടുംബത്തിനുള്ളിൽ അയാളെ ആരും സ്ഥാനപ്പെടുത്തുന്നില്ല. സ്വത്വം ഒരിക്കലും വെളിപ്പെട്ടുകിട്ടാത്ത ക്ലാസിക്കൽ ദുരന്തപുത്രന്റെ ഛായയാണ് പളനിക്ക്. പരീക്കുട്ടി–കറുത്തമ്മമാരുടെ പ്രണയദുരന്തത്തേക്കാൾ തീക്ഷ്ണമാണ് ഒരുമാത്രപോലും ജീവിതം ജീവിച്ചുതീർക്കാനാവാത്ത പളനിയുടെ വിധി. കീഴാളതയെ എപ്പോഴും അന്യവല്ക്കരിക്കുന്ന പല സന്ദർഭങ്ങളും *ചെമ്മീനി*ലുണ്ട്. എന്നാൽ, കീഴാളാവസ്ഥ നിലനിർത്തുന്ന ബന്ധത്തിന്റെ സങ്കീർണ്ണതകളിലേക്ക് പോകുന്നതുമില്ല. ദേശീയത എപ്പോഴും ഓരങ്ങളിലെ ജീവിതത്തെ അങ്ങനെ തന്നെ നിലനിർത്തുന്നു. അവ മുഖ്യധാരയിലേക്ക് കടന്നുവരാറില്ല; വരുത്താറുമില്ല. പളനിയുടെ പക്ഷത്തുനിന്ന് നോക്കിയാൽ *ചെമ്മീനും* പൊതുധാരയ്ക്ക് പുറത്താണ് കീഴാളതയെ പരിചരിക്കുന്നതെന്ന് കാണാം.

നീർക്കുന്നം വിടുന്നതോടെ കറുത്തമ്മയെ ആവേശിച്ചിരുന്ന

ചെമ്പൻകുഞ്ഞെന്ന താതഭൂതത്തിന് പളനിയിലേക്ക് സ്ഥാനാന്തരമുണ്ടാകുന്നുണ്ട്. പേടിക്കുകയും സ്നേഹിക്കുകയും ചെയ്യുന്ന ശാസകർത്തൃത്വം അവൾ പളനിയിൽ ആരോപിക്കുകയായിരുന്നില്ലേ എന്നുകൂടി സംശയിച്ചുപോകും. പളനിയാവട്ടെ പരീക്കുട്ടിയേക്കാൾ വെറുക്കുന്നത് ചെമ്പൻകുഞ്ഞിനെയാണ്. ദേശീയാധുനികതാവഴക്കങ്ങളിൽനിന്നും പുറന്തള്ളപ്പെടുന്നവന്റെ അമർഷവും പ്രതിഷേധവുമൊക്കെ ചെമ്പൻകുഞ്ഞിന്റെ നേർക്കയാൾ പ്രകടിപ്പിക്കുന്നുണ്ട്. മനുഷ്യബന്ധങ്ങളെ പണംകൊണ്ട് മാത്രം അളക്കുന്ന ചെമ്പൻകുഞ്ഞിന്റെ ഇടപാടുകളോട് പളനിയെപ്പോലെ കറുത്തമ്മയും പൊരുത്തപ്പെടുന്നില്ല. ചെമ്പൻകുഞ്ഞിന്റെ ഏകാധിപത്യമുള്ള പിതൃരൂപത്തെ കറുത്തമ്മ ജീവിതത്തിന്റെ രണ്ടാം ഘട്ടത്തിൽ കണ്ടുമുട്ടുന്നത് പളനിയിലാണ്. പളനിയോടുള്ള മനോഭാവത്തിൽ ഇത് ഉറഞ്ഞുകൂടിയിട്ടുണ്ട്. പരീക്കുട്ടിയെ പശ്ചാത്തലത്തിൽ നിർത്തിയാണ് പളനിയോടും ചെമ്പൻകുഞ്ഞിനോടുമുള്ള ബന്ധം അവൾ നിർണ്ണയിക്കുന്നത്. നോവലിന്റെ ഇരുപതാം അദ്ധ്യായത്തിൽ പളനി കറുത്തമ്മയോട് പരീക്കുട്ടിയെ ഇഷ്ടമായിരുന്നോ എന്നു ചോദിക്കുന്ന സന്ദർഭമുണ്ട്. "നിനിക്ക് അയാളോടിഷ്ടമാരുന്നോ?" എന്നതിന് മറുപടിയായി അവളുടെ ഉറച്ച പ്രതികരണം "ഇഷ്ടമാരുന്നു" എന്നാണ് (ശിവശങ്കരപ്പിള്ള, തകഴി 1981:260). ഈ സന്ദർഭം സിനിമയിൽ അനുവർത്തിക്കപ്പെടുന്നത് കലാപരമായ അന്തരം സൂചിപ്പിച്ചുകൊണ്ടാണ്. പരീക്കുട്ടിയെ ഇഷ്ടമാരുന്നോ എന്ന പളനിയുടെ ചോദ്യത്തിന് അവളുടെ ഉറച്ച മറുപടി അതേ എന്നാണ്. നോവലിൽ വർത്തമാനകാലത്തെ നേരിടാനുള്ള ഭയത്താൽ പലായനംചെയ്യുന്ന കറുത്തമ്മയാണുള്ളതെങ്കിൽ സിനിമയിൽ നേരേ മറിച്ചാണ്. അവളുടെ മറുപടി വർത്തമാനകാലത്തിനകത്തുനിന്നാണ്. സ്ത്രീയെ വ്യവസ്ഥചെയ്യുന്ന മൂല്യങ്ങളെയാകെ നിഷേധിച്ചുകൊണ്ടാണ്. അതിലുപരി ലൈംഗികമായ സ്വാതന്ത്ര്യപ്രഖ്യാപനം കൂടിയാണ് പളനിയോടുള്ള മറുവാക്കിലുള്ളത്. ഒരർത്ഥത്തിലത് എല്ലാവിധ വിലക്കുകളിൽനിന്നും പാരമ്പര്യത്തിൽനിന്നുതന്നെയുമുള്ള വിമുക്തികൂടിയാണ്. പറയുന്നത് പളനിയോടാണെങ്കിലും അവളുടെ ഉള്ളിൽ ഉറഞ്ഞുകൂടിയ അച്ഛനോടുള്ള വിദ്വേഷം കൂടി അതിൻമേൽ സ്ഫുരിക്കുന്നുണ്ട്. *ചെമ്മീനിൽ* കറുത്തമ്മ കർതൃപരവും ശരീരനിഷ്ഠവുമായി സ്വാതന്ത്ര്യം പ്രഖ്യാപിക്കുന്ന ഒരേയൊരു സന്ദർഭമാണിത്. പിതൃരൂപത്തിന്റെ ഇരട്ടിപ്പായി കറുത്തമ്മ മനസ്സിലാക്കുന്ന പളനിയെ നിശ്ശബ്ദമാക്കിക്കൊണ്ടാണ് വർത്തമാനകാലത്തിൽ തന്റെ ഇടം നിർണ്ണയിക്കാനുള്ള തന്റേടം അവൾ പ്രകടിപ്പിച്ചത്.

ചെമ്പൻകുഞ്ഞിന്റേത് സ്ഥലത്തെയും കാലത്തെയും വരുതിയിലാക്കാനുള്ള ആവേശമാണ്. പ്രകൃതിയെ മെരുക്കിയെടുക്കാനുള്ള ആധുനികമനുഷ്യന്റെ അഹംബോധം അയാൾ ഒന്നിലേറെത്തവണ പ്രദർശിപ്പിക്കുന്നുണ്ട്. ജീവിതത്തിൽ ഭ്രാന്തെടുക്കുന്നതിന് മുമ്പുവരെ ആധുനികതയുടെ ചരരാശിയിലാണ് അയാൾ നീങ്ങുന്നത്. നിലനില്ക്കുന്ന അവ

സ്ഥയുടെ ജാഡ്യത്തോട് പൊരുതി പുതിയൊരു ലോകക്രമത്തിലേക്ക് മുന്നേറാനാണ് അയാൾക്ക് ആവേശം. "മനുഷ്യന് ചക്രമൊണ്ടാകുമ്പം പഴേതെല്ലാം മറക്കും" (1981:67) എന്നതാണ് നിലപാട്. പണംകൊണ്ട് കാലത്തെയും വ്യവസ്ഥയെയും മറികടക്കാനാണയാൾ എന്നും ശ്രമിക്കുന്നത്. അരയനായിരിക്കെ അയാൾ വലക്കാരന്റെ ധർമ്മം നിറവേറ്റുന്നു. വള്ളവും വലയും വാങ്ങുന്നു. തുറയിലച്ഛന്റെ ശാസന നിരസിച്ചുകൊണ്ട് ചെമ്പൻകുഞ്ഞ് പുതിയൊരു തൊഴിലിലേക്ക് പ്രവേശിക്കുകയാണ്. അതിനായി തുറയുടെ നിയമങ്ങൾ മാത്രമല്ല, വ്യക്തിബന്ധങ്ങളും അയാൾ നിരസിക്കുന്നു. ചെയ്യുന്ന തൊഴിലിന്റെ വിപണനസാദ്ധ്യതയും ആധുനികനായ ചെമ്പൻകുഞ്ഞിനറിയാം. "രൊക്കം കാശ് കൈയിലുണ്ടെങ്കിലേ കച്ചവടം നടക്കുകയുള്ളൂ" എന്നു പറയുന്ന ആധുനികമനസ്സാണ് അയാളെ നയിക്കുന്നത്. ബന്ധങ്ങളെ അയാൾ നിർണ്ണയിക്കുന്നത് സാമ്പത്തികതലത്തിലാണ്. ചക്കിയോടും അവരുടെ കാലശേഷം കെട്ടിയ കണ്ടങ്കോരന്റെ വിധവ പാപ്പിക്കുഞ്ഞിനോടുമുള്ള സമീപനത്തിൽ പോലും ഇതു വ്യക്തമാണ്. കിഴക്കോട്ട് കച്ചവടംചെയ്തും കമ്പാവല വലിക്കാൻ പോയും മീനുണക്കിയും പണമുണ്ടാക്കിയ ചക്കിയെയാണ് അയാൾ ഓർമ്മകളിലൂടെ വീണ്ടെടുക്കാൻ നോക്കുന്നത്. പളനിയെ മകളുടെ വരനായി ആലോചിക്കുമ്പോൾ അയാൾ സ്വപ്നം കാണുന്നത് മരുമകനെയും കൂട്ടി കടലിൽ കൊയ്ത്തു നടത്താമെന്നാണ്. ആധുനികതയ്ക്ക് പുറത്ത് നിലയുറപ്പിക്കുന്ന പളനിയും ആധുനികകർത്തൃരൂപമായ ചെമ്പൻകുഞ്ഞും തമ്മിലൊരു അഭിമുഖീകരണം വിവാഹശേഷം ഉണ്ടാകാത്തത് യാദൃച്ഛികമല്ല. പളനിയെപ്പോലൊരാളുടെ മനോവിചാരങ്ങൾക്ക് ഒരിക്കലും പൊറുതികൂടാനാവാത്ത വ്യാവഹാരികമണ്ഡലമാണ് ആധുനികനായ ചെമ്പൻകുഞ്ഞിന്റേത്. ആധുനികതയിലേക്ക് പ്രവേശം കിട്ടാത്തൊരാൾ എങ്ങനെ ആധുനികപ്രതിനിധാനവുമായി ഒത്തുതീർപ്പിലാവും? സൂക്ഷ്മത്തിലും സ്ഥൂലത്തിലുമായി ഒത്തിരി പാഠഭേദങ്ങളുള്ള തുറസ്സായ സ്ഥലം സിനിമയിൽ കാണാനാവും. അതിൽ പ്രധാനം ദേശീയാധുനികതയുടെ പശ്ചാത്തലത്തിലേക്ക് ഓരോ കഥാപാത്രത്തെയും പരിവർത്തിപ്പിക്കാൻ മുതിരുന്നുവെന്നതാണ്. വൈരുദ്ധ്യങ്ങളെ മറച്ചും മറന്നും എല്ലാ പ്രധാനകഥാപാത്രങ്ങളെയും ദേശീയ വിചാരമാതൃകയിലേക്ക് ഇണക്കിയെടുക്കാനാണ് സിനിമ തുനിയുന്നത്. ചെമ്പൻകുഞ്ഞും ചക്കിയും അതിന് പാകമായപ്പോൾ, ദളിതനായ പളനിക്ക് അതിനുള്ളിലേക്ക് പ്രവേശനം നിഷേധിക്കപ്പെട്ടു. പരീക്കുട്ടിയാവട്ടെ ദേശസ്വത്വത്തിന്റെ അപരമായി പാട്ടും പാടി കടപ്പുറത്ത് ആദ്യം ഉലാത്തുകയും പിന്നീട് അലയുകയും ചെയ്യുന്ന ഭ്രഷ്ടകാമുകനായി മാറുകയായിരുന്നു.

പരീക്കുട്ടിയെ ദേശീയപ്രതിനിധാനമായി നിലനിർത്തുന്ന ദേശീയനയം *ചെമ്മീനും* സ്വീകരിച്ചിട്ടുണ്ട്. പ്രണയവും പാട്ടുമൊക്കെയായി ആഖ്യാനത്തിൽ നീളേയുണ്ടെങ്കിലും പരീക്കുട്ടി എപ്പോഴും ഇടംതെറ്റി

മേയുന്ന, ഒറ്റപ്പെട്ടുപോകുന്ന (അ)സാന്നിദ്ധ്യമാണ് ചെമ്മീനിൽ. നോവലിൽ പരീക്കുട്ടിയെ മേത്തച്ചെറുക്കനെന്ന് ഒരമ്പതു തവണയെങ്കിലും പരാമർശിക്കുന്നുണ്ട്. നാലാം വേദക്കാരനെന്നുമുണ്ട് വിശേഷണം. സാമൂഹികവും ജാതീയവുമായ നിയതികളെ കൂസാത്ത ആധുനികകർത്തൃത്വത്തിന് ഉടമയായ ചെമ്പൻകുഞ്ഞിനും പരീക്കുട്ടി നാലാംവേദക്കാരനും മേത്തച്ചെറുക്കനുമൊക്കെയാണ്. നോവലിലൊരു പ്രതിസന്ധിഘട്ടത്തിൽ താൻ നാലാം വേദക്കാരിയായാൽ എന്തു സംഭവിച്ചേക്കുമെന്നതിനെക്കുറിച്ച് കറുത്തമ്മ ആലോചിക്കുന്നുണ്ട്. ചെമ്പൻകുഞ്ഞല്ല ചക്കിയാണ് പരീക്കുട്ടിയുടെയും കറുത്തമ്മയുടെയും പ്രണയകാര്യത്തിൽ ഇടപെടുന്നതും ഇരുവരെയും വിലക്കുന്നതും. അതേ ചക്കിതന്നെയാണ് തൊറേലച്ചനെ മറുത്ത് വേണ്ടിവന്നാൽ അറ്റകൈയ്ക്ക് നാലാം വേദം കൂടിക്കളയുമെന്ന് കറുത്തപെണ്ണിന് മുന്നറിയിപ്പ് നല്കുന്നത്. ചക്കിയുടെ പൊട്ടിത്തെറി കറുത്തമ്മയിൽ മിശ്രവികാരങ്ങളാണുണർത്തുന്നത്. വിശ്വാസങ്ങളുടെ കോട്ടയ്ക്കപ്പുറം കടക്കാനുള്ള പോംവഴിയായിട്ടാണ് നാലാം വേദം കൂടുന്നതിനെ കറുത്തമ്മ തിരിച്ചറിയുന്നത്. എന്നാൽ കാര്യം ഗൗരവമാകുമ്പോൾ അവൾ അതേ കോട്ടയ്ക്കുള്ളിൽത്തന്നെ നിലനില്ക്കാനാണ് മുതിർന്നത്. നോവലിൽ നിന്ന് വ്യത്യസ്തമായി സിനിമയിലെത്തുമ്പോൾ ജാതിപരമായ പരാമർശങ്ങൾ പരമാവധി മൂടിവയ്ക്കുന്നുണ്ട്. ദേശീയാധുനികതയുടെ ഭാഗമായ രാമുകാര്യാട്ടിന്റെ സിനിമ ഉപരിതലത്തിലെങ്കിലും മതവൈവിദ്ധ്യത്തെ–വൈരുദ്ധ്യത്തെയും–ബൃഹദ്ദേശീയതയിലേക്ക് സ്വാംശീകരിക്കുകയാണ് ചെയ്യുന്നത്. നാലാം വേദക്കാരിയാകുന്നതിൽ കറുത്തമ്മ അനുഭവിക്കുന്ന ഹർഷവും തുടർന്നുള്ള സംഘർഷവും തമ്മിലുള്ള വൈരുദ്ധ്യാത്മകമായ അന്തരത്തെ സിനിമ തന്ത്രപൂർവ്വം ഒഴിവാക്കിയിരിക്കുന്നു. ദേശീയകർത്തൃത്വത്തിന്റെ പുനർനിർമ്മിതിയിൽ ഇത്തരത്തിലുള്ള പിളർപ്പുകൾ എപ്പോഴും മൂടിവയ്ക്കപ്പെടുകയോ അവഗണിക്കപ്പെടുകയോ ആണ്. അതുവഴി കറുത്തമ്മയുടെ ലൈംഗികത പുരുഷാധീശതയുള്ള ദേശവ്യവഹാരങ്ങളിൽ ഉണ്ടാക്കിയേക്കാവുന്ന അസ്വസ്ഥതകളെ മറച്ചുപിടിക്കാനാവും. മുസ്ലീം പ്രതിനിധാനത്തെ പൊതുധാരയുടെ ഭാഗമാണെന്ന് തോന്നിപ്പിക്കുകയും ചെയ്യാം. എന്നാൽ പരീക്കുട്ടി എപ്പോഴും സ്ഥാനപ്പെടുന്നത് മുഖ്യതകൾക്ക് പുറത്തുതന്നെയാണ്. ആധുനികതയുടെ പുറത്തോ പുറമ്പോക്കിലോ ആണ് പരീക്കുട്ടിയുടെ നില. "പരീക്കുട്ടി ആധുനികതയുടെ പുറത്തിരുന്ന്–എല്ലാ അർത്ഥത്തിലും. കാരണം അയാളാണല്ലോ മൂലധനത്തിന്റെ ഉറവിടം–മോഹിക്കുകയും കറുത്തമ്മയുടെ ചേട്ടനായി നടിച്ച് അവശനായി വീർപ്പുമുട്ടുകയും ചെയ്യുന്നു" (അൻസാരി എം ടി, 2004:64). അയാളും കറുത്തമ്മയുമായുള്ള ബന്ധം സാമ്പത്തികാടിസ്ഥാനത്തിലാണ്. കറുത്തമ്മപോലും അങ്ങനെയാണ് കാര്യങ്ങൾ കാണാനിഷ്ടപ്പെടുന്നത്. സിനിമയുടെ മൂന്നാമത്തെ സീനിൽ ഇത് വ്യക്തമാകുന്ന സന്ദർഭമുണ്ട്.

"കൊച്ചുമുതലാളി അച്ഛന് ഒരു വള്ളം വാങ്ങാൻ കുറച്ച് പണം കടം കൊടുത്തു സഹായിക്കുമോ" എന്നാണ് കറുത്തമ്മ ചോദിക്കുന്നത്.....

സീൻ 3 ബി

വള്ളവും വലയുമായാൽ പിടിക്കുന്ന മീൻ തനിക്കുതന്നെ തരുമോയെന്ന് പരീക്കുട്ടി ചോദിക്കുന്നു. നല്ല വില തരണമെന്ന് കറുത്തമ്മ. തരാമെന്ന് അയാൾ. എന്നാൽ മീനും തരാമെന്ന് കറുത്തമ്മ (സദാനന്ദൻ എസ് എൽ പുരം, 2006:15).

കറുത്തമ്മയുടേത് ആധുനികകർത്തൃത്വമാണ്. കടം അവൾക്ക് എന്തു വിലകൊടുത്തും വീട്ടാനുള്ളതാണ്. ചക്കിയുമൊത്ത് ചെമ്പൻകുഞ്ഞിന്റെ പണം ഇടയ്ക്കിടെ മോഷ്ടിച്ച് പരീക്കുട്ടിക്ക് എത്തിക്കാനുമവൾക്ക് മടിയില്ല. പഴനിയുടെ സ്ഥലമായ തൃക്കുന്നപ്പുഴയിലേക്ക് പോകുമ്പോഴും അവളെ അലട്ടുന്നത് പരീക്കുട്ടിയോടുള്ള തീരാത്ത കടബാദ്ധ്യതയാണ്. കല്യാണരാത്രിയിൽ അതേവരെ അപരിചിതനായിരുന്ന പളനിയുടെ മുമ്പിൽ താൻ സ്വയംമറന്ന് പെരുമാറിയോ എന്ന ഉദ്വേഗം കറുത്തമ്മയെ ആവേശിക്കുന്നതായി നോവലിൽ പരാമർശമുണ്ട്. ഇത്തരമൊരു ധർമ്മസങ്കടം സിനിമയിലില്ലെങ്കിലും കറുത്തമ്മയുടെ പക്ഷം എന്തായിരിക്കുമെന്ന ആകാംക്ഷ സിനിമ പ്രക്ഷേപിക്കുന്നുണ്ട്. പരീക്കുട്ടിക്കും പളനിക്കുമിടയിൽ മാദ്ധ്യസ്ഥ്യത്തിന്റെ സ്വരമാണ് കറുത്തമ്മ. പളനിക്ക് താല്പര്യം തന്റെ ചുറ്റുപാടുകളിലേക്ക് കറുത്തമ്മയെ മെരുക്കിയെടുക്കുക എന്നതാണ്. എന്നാൽ കറുത്തമ്മയുടെ ഭൂതാവേശം ഒഴിപ്പിക്കുന്നതിൽ അയാൾ പരാജയപ്പെടുന്നു. കരയിലും കടലിലും മാത്രമല്ല സ്വന്തം കൂരയിൽപ്പോലും പളനി അന്യനാണ്. കറുത്തമ്മയെ കടലമ്മയിൽ ആരോപിച്ച് കാണുകയും രണ്ടിനെയും ഒന്നായി വിശ്വസിപ്പിക്കുകയുമാണ് അയാൾ. എന്നാൽ കടലമ്മയും കറുത്തമ്മയും രണ്ടാണെന്ന് ബോദ്ധ്യമാകുന്നിടത്താണ് പളനിയുടെ അനാഥത്വം പൂർണ്ണമാകുന്നത്. കറുത്തമ്മയാകട്ടെ കടലമ്മയോട് ബന്ധപ്പെടുന്ന വിശ്വാസത്തിന് പുറത്ത് തന്നെ പ്രതിഷ്ഠിക്കാനാണ് എക്കാലവും തുനിയുന്നത്. തുറയിലെ പെണ്ണിനെയും കടലിൽ പോകുന്ന ആണിനെയും നിലയ്ക്ക് നിർത്തുന്ന കടലമ്മയുടെ ശാസകരൂപത്തെ കറുത്തമ്മ എന്നെങ്കിലും ഭയന്നിട്ടുണ്ടോ എന്ന് സംശയം. ചക്കിയും നല്ലപെണ്ണും ഭയത്തിനുള്ളിലേക്ക് അവളെ അകപ്പെടുത്താൻ പലപാട് ശ്രമിക്കുന്നുണ്ട്. അപ്പോഴെല്ലാം കറുത്തമ്മ ഒഴിഞ്ഞുമാറിയിട്ടേയുള്ളൂ. അവളുടെ ഉള്ളിലെ കടലമ്മയ്ക്ക് പിതൃരൂപത്തിന്റെ ഛായയില്ലേയെന്നുപോലും സംശയം തോന്നാം. ചെമ്പൻകുഞ്ഞിനോട് അവളിൽ ഉറഞ്ഞുകൂടിയ വെറുപ്പിന്റെ ഒരംശം കടലമ്മയിലേക്കും വ്യാപിച്ചിട്ടുണ്ട്. വിവാഹത്തിന് മുമ്പ് ചെമ്പൻകുഞ്ഞിൽ ഉണ്ടായിരുന്നതും പിന്നീട് പളനിയിലേക്ക് വ്യാപിക്കുന്നതുമായ പിതൃശാസനകളെ മറികടക്കുവാനാണ് കറുത്തമ്മ എക്കാലവും മുതിർന്നിട്ടുള്ളത്. ആധുനികതാവ്യവഹാരത്തിലെ പെൺമയെയാണ് കറുത്തമ്മ പ്രതിനിധാനം ചെയ്യുന്നത്. കടപ്പുറത്തെ ചൂഴുന്ന കാല്പനികമായ ഭയവിശ്വാസങ്ങളെ ആധുനികമായ യുക്തിബോധവും ലൈംഗികതയുംകൊണ്ട് നേരിടുന്ന പെൺമ

യുടെ ഊറ്റവും ധർമ്മസങ്കടവും കറുത്തമ്മയിലുണ്ട്. മനോഭാവത്തിന്റെ പ്രത്യേകതകൊണ്ട് പ്രശ്നങ്ങളെ കറുത്തമ്മ അതിജീവിക്കുന്ന ഒന്നിലേറെ സന്ദർഭങ്ങളുണ്ട്. പളനിക്കും പരീക്കുട്ടിക്കുമിടയിലെ മാദ്ധ്യസ്ഥ്യം അവൾ വെടിയുന്നത് സ്വത്വസ്ഥാപനത്തിന്റെ അവസാന കാലസൂചനയാണ്. പരീക്കുട്ടിയോടൊത്തുള്ള ഇറങ്ങിപ്പോക്കിൽ വല്ലാത്തൊരു അനിവാര്യതയുണ്ട്. നിയമങ്ങളെ ആശങ്കയോടെയെങ്കിലും മറുത്തുമുന്നേറുന്ന കർത്തൃത്വത്തിന്റെ സ്വാഭാവികപരിണതി. ചക്കിയും കറുത്തമ്മയും പാപ്പിക്കുഞ്ഞും ദുർഗ്ഗാദത്തനും പഞ്ചമിയും ചെമ്പൻകുഞ്ഞുമെല്ലാം സാമ്പത്തിക ഇടപാടുകളിലെ കണ്ണികളാണ്. എന്നാൽ ആരും ഇടപാട് തീർക്കുന്നതുമില്ല. പരീക്കുട്ടി അവസാനംവരെ മൂലധനത്തിന്റെയും പണമിടപാടുകളുടെയും ഉറവിടമാണ്. അതിനപ്പുറം ആധുനികതാവ്യവഹാരങ്ങളിൽ അയാൾക്കിടമില്ല. സാമ്പത്തികബന്ധങ്ങൾക്കപ്പുറമുള്ള ജീവിതത്തിലേക്ക് പ്രവേശിക്കാൻ തുനിയുമ്പോഴെല്ലാം അയാൾ അവമതിക്കപ്പെടുകയും പുറത്താക്കപ്പെടുകയുമാണ്. ഒരർത്ഥത്തിൽ കടപ്പുറത്ത് അയാൾ അന്യൻ തന്നെയാണ്. പൊതുവായ വ്യാവഹാരികസ്ഥലങ്ങൾ അയാൾക്ക് നിഷിദ്ധമാണ്. എന്തിന് പ്രേമം പോലും! കുറ്റബോധം, പ്രണയഭംഗം, ഗാനം തുടങ്ങിയ വാർപ്പുമാതൃകയ്ക്കുള്ളിലാണ് സിനിമ പരിചരിക്കുന്നത്. *ചെമ്മീനെ*ന്ന സിനിമയ്ക്ക് മുമ്പ് പരീക്കുട്ടിയുടെ മാതൃകകൾ വന്നിട്ടുണ്ടാവാം. എന്നാൽ തീർത്തും അപരിചിതമായ സ്ഥല-കാലങ്ങളിൽ മനോഹരമായ ഭൂവിടങ്ങളെ ആലേഖനംചെയ്യുന്ന ചിത്രരംഗമെഴുത്തിനെ ഓർമ്മപ്പെടുത്തുന്ന ഫ്രെയിമുകളിൽ നഷ്ടബോധവുമായി പാടിനടക്കുന്ന പരീക്കുട്ടിയുടേത് സാംസ്കാരികാവബോധത്തിൽ പതിഞ്ഞുപോയ അപൂർവ്വതയാണ്. പരീക്കുട്ടിയുടെ പാട്ടും വർത്തമാനവും കറുത്തമ്മയോടുള്ള പ്രണയവുമൊക്കെ മൊത്തം ഘടനയിൽനിന്നും അടർത്തിമാറ്റി കാണാവുന്ന സാഹചര്യംപോലും സിനിമ അനുവദിക്കുന്നുണ്ട്. പാഠഘടനയിൽ ഇടപഴകുമ്പോൾത്തന്നെ അതിൽ ഇടപെടാനും അതിനെ അനുകരിക്കാനും ജീവിതവ്യവഹാരത്തിന്റെ ഭാഗമാക്കുവാനുമുള്ള അവസരം *ചെമ്മീൻ* സിനിമ അനുവദിക്കുന്നുണ്ട്. അതുവഴി സിനിമ കാണുന്ന ഓരോ വ്യക്തിക്കും *ചെമ്മീൻ* തന്റെ കഥ പറയുന്ന ചിത്രമാണെന്ന വിചാരവും വിശ്വാസവുമുണ്ടാവുകയും ചെയ്യും. അങ്ങനെ *ചെമ്മീൻ* മലയാളിയുടെ ഗൃഹാതുരതയിലും വൈകാരികസ്മൃതികളിലും നിന്ന് മാഞ്ഞുപോകാത്ത കാഴ്ചാനുഭവമായി തുടരുന്നു.

തെരഞ്ഞെടുത്ത ഗ്രന്ഥസൂചി

വിജയകൃഷ്ണൻ. 1987. *മലയാളസിനിമയുടെ കഥ.* തിരുവനന്തപുരം: കെ എസ് എഫ് ഡി സി.

വേലുക്കുട്ടി അരയൻ, വി വി 2006. *ചെമ്മീൻ: ഒരു നിരൂപണം.* ചെറിയ അഴീക്കൽ: ഡോ. പി വി വേലുക്കുട്ടി അരയൻ ഫൗണ്ടേഷൻ.

ശിവശങ്കരപ്പിള്ള, തകഴി. 1991. *ചെമ്മീൻ.* കോട്ടയം: എസ് പി സി എസ്.
സിനിക്ക്, 1968. *മലയാളസിനിമ.* തൃശൂർ: കറന്റ് ബുക്സ്

ആനുകാലികങ്ങൾ

അൻസാരി, എം ടി 2004. *പരീക്കുട്ടിയുടെ പരാധീനത* — പച്ചക്കുതിര സെപ്തംബർ. പുറം 63–64
കൃഷ്ണനുണ്ണി, 2007. *ചെമ്മീൻ നോക്കുമ്പോൾ, കറുത്തമ്മ നോക്കുമ്പോൾ* — മാതൃഭൂമി ആഴ്ചപ്പതിപ്പ് ജനുവരി, 14–20, 84:46 പുറം 61–67.
ജോണി, കെ ജെ. 2006. *ചെമ്മീൻ: ഓർമ്മകളിലെ നോവലും സിനിമയും* — ഭാഷാപോഷിണി നവംബർ 30–6 പുറം 37–40.
സദാനന്ദൻ, എസ് എൽ പുരം. 2006. *ചെമ്മീൻ* (തിരക്കഥ) — *ഭാഷാപോഷിണി* നവംബർ. 30:6, പുറം 15–36.
ശ്രീരാമൻ, വി കെ 2006. *മണ്ണിന്റെ ചൂടേറ്റുണർന്നവൻ — മാതൃഭൂമി ആഴ്ച*പ്പതിപ്പ് ഡിസംബർ, 84:40 പുറം 8–14.
Ansari, M T. 2007. *Reading /Reviewing Chemmeen: odds and ends of Translation* — Malayalam Literary Survey 28:2,Thrissur:Kerala Sahithya Academy.

പഴശ്ശിരാജാ: ചരിത്രാനുകല്പനം മലയാളസിനിമയിൽ

പൗരാണികാഖ്യാനങ്ങൾപോലെ ചരിത്രാനുകല്പനങ്ങളും സംവദിച്ചതും പ്രതികരിച്ചതും ദേശീയരാഷ്ട്രീയത്തിലെ അവസ്ഥാവിപര്യയങ്ങളോടായിരുന്നു. അന്നത്തെ രാഷ്ട്രീയസാഹചര്യത്തെ ആന്തരീകരിച്ചുകൊണ്ടാണ് 1920 കളിലെയും 1930 കളിലെയും സിനിമകൾ ഭൂതകാലനിർമ്മിതിയിൽ ഏർപ്പെട്ടത്. ഭരണരംഗത്തെ അധികാരരൂപങ്ങളെ സിനിമ കടുത്ത പ്രതിസന്ധിയിൽ ആഴ്ത്തിയത് അവയിലെ രാഷ്ട്രീയനിലപാടുകൊണ്ടായിരുന്നു. ചരിത്രകഥനങ്ങളുടെ പുനരാഖ്യാനങ്ങൾക്ക് ദ്വിമുഖഘടനയാണുള്ളത്. ജനകീയമായ ചരിത്രാവബോധത്തോടും ചലച്ചിത്രപാഠത്തെ രൂപപ്പെടുത്തുന്ന ചിഹ്നവ്യവസ്ഥയോടും അവയ്ക്കൊരുപോലെ ഇടപഴകേണ്ടതായുണ്ട്. ചരിത്രസന്ദർഭം എങ്ങനെ ചലച്ചിത്രവല്ക്കരിക്കണമെന്നുമാത്രമല്ല ജനകീയമായ പൊതുബോധത്തിന് അതെങ്ങനെ നിരക്കുന്നതാവണമെന്ന വിചാരവും പുനരാഖ്യാനത്തിൽ നിർണ്ണായകമാണ്. അതിനായി ചരിത്രകാലത്തെ പ്രതിനിധീകരിക്കുന്ന ചിഹ്നവ്യൂഹങ്ങളെ സിനിമ സമകാലികീകരിക്കുന്നു. ഭൗതികസാഹചര്യങ്ങളുടെ പ്രേരണയിൽനിന്ന് വിമുക്തമായ ഭൂതകാലനിർമ്മിതി അസാദ്ധ്യമാണെന്നത് സിനിമയിലെ ചരിത്രാവിഷ്കാരത്തെ സങ്കീർണ്ണമാക്കുന്നുണ്ട്. ഭൂത–വർത്തമാനങ്ങൾക്കിടയിലെ വൈരുദ്ധ്യാത്മകബന്ധം തേടിപ്പോകുന്ന പര്യവേക്ഷണം വ്യാവസായികസംരംഭമെന്ന നിലയ്ക്ക് സിനിമയിൽ എത്രത്തോളം സ്വീകാര്യമാകുമെന്നത് തർക്കവിഷയമാണ്. എന്നാൽ, വിപരീതങ്ങളെ സമീകരിച്ച് സന്തുലിതമാക്കുവാൻ സിനിമ എപ്പോഴും നിർബ്ബന്ധിതമാകാറുണ്ട്. ചരിത്രാനുവർത്തനസിനിമകളിൽ പൊതുവിൽ പ്രതിഫലിക്കുന്ന നിലപാടാണിത്. ചരിത്രത്തെ മാധ്യമത്തിന്റെ അകത്തളങ്ങളിലേക്ക് പാകപ്പെടുത്തുകയാണ് സിനിമ. ദൈനംദിനാവശ്യത്തെ അഭിമുഖീകരിക്കാതെ സിനിമപോലൊരു ജനപ്രിയമാദ്ധ്യ

മത്തിന് അതിജീവനം അസാദ്ധ്യമാണ്. ചരിത്രത്തെ വളച്ചൊടിക്കുന്നുവെന്ന ലളിതമായ കുറ്റച്ചാർത്തുകൊണ്ട് നേരിടാവുന്ന സംഗതിയല്ലിത്. സവിശേഷമായ സ്ഥല-കാലങ്ങളുടെ അനേകം സാദ്ധ്യതകൾക്ക് തുറവിയേകുന്നതാണ് സിനിമ. വർത്തമാനകാലവ്യവഹാരങ്ങളോട് ഇടപഴകാതെ ചലച്ചിത്രാഖ്യാനത്തിൽ ചരിത്രവല്ക്കരണം പൂർത്തിയാവുകയില്ല. സമകാലികമായ സാമൂഹിക-രാഷ്ട്രീയ-സാമ്പത്തികപ്രയോഗങ്ങളുമായി ബന്ധപ്പെടുത്തിമാത്രമേ ചരിത്രയാഥാർത്ഥ്യത്തെ സാക്ഷാൽക്കരിക്കാനാവൂ എന്ന് വ്യക്തമാണ്. അതിനാൽ ചരിത്രരചനയിൽപ്പോലും ആലങ്കാരികമായിക്കഴിഞ്ഞ വസ്തുനിഷ്ഠതയും നിഷ്പക്ഷതയും സിനിമയിൽ എങ്ങനെ പ്രതീക്ഷിക്കാനാവും? അനേകം രേഖകളെയും പ്രമാണങ്ങളെയും അവലംബമാക്കി എഴുതുന്ന ചരിത്രാഖ്യാനത്തെ ആധികാരികപാഠമായി എത്രത്തോളം വിലമതിക്കാനാവുമെന്നതൊരു പ്രശ്നമാണ്. കഥാകഥനത്തിലേക്കുള്ള രൂപാന്തരണംപോലൊന്ന് ഇവിടെയും സംഭവിക്കുന്നുണ്ട്. സാഹിത്യംപോലെ ആത്മനിഷ്ഠവും കർത്തൃനിഷ്ഠവുമാണ് ചരിത്രപാഠം.

അതിനാൽ ചരിത്രത്തിന്റെ ചലച്ചിത്രാനുവർത്തനത്തിൽ ഭൂതകാലത്തിന്റെ പുനരഭിനയീകരണം എങ്ങനെ എത്രത്തോളം സഫലമാകുന്നുവെന്നതിലാണ് കാര്യമെന്നുവരുന്നു. ചരിത്രകാലത്തിനും ജനകീയാവബോധത്തിനും ഇടയിലെ മാദ്ധ്യസ്ഥ്യമാണ് ചലച്ചിത്രാഖ്യാനം നിർവ്വഹിക്കുന്നത്. വർത്തമാനകാലത്തിലെ ഉപാധികൾ ഉപയോഗപ്പെടുത്തി വിപണിമൂല്യങ്ങൾക്ക് അനുപാകമായി ചരിത്രം പുനർനിർമ്മിക്കുകയാണ് സിനിമ. കഥയും കാലഭാവനയും ഇടകലരുന്ന ചരിത്രനിർമ്മിതി. വിഭജനാനന്തരകാലാവസ്ഥ ഘടനീകരിച്ച കഥാപാത്രകർത്തൃത്വങ്ങൾക്ക് അമ്പതുകളിലെ സിനിമകളിൽ ഇടമുണ്ടായത് സമാന്തരമായി ചിന്തിക്കാവുന്നതാണ്. സ്വത്വചേതത്തിന്റെയും സംത്രാസത്തിന്റെയും പ്രതിനിധാനങ്ങളായി നവപൗരസമൂഹം ഇക്കാലത്താണ് വെള്ളിത്തിരയിൽ അധീശതയുറപ്പിക്കുന്നത്. വ്യവസ്ഥയോടുള്ള പോരാട്ടം തുടർന്നങ്ങോട്ട് കൂടുതൽ ആന്തരികമാവുകയായിരുന്നു. കാല്പനികമായ വിഷാദവും പ്രണയഭംഗവും ഏകാന്തതയുമൊക്കെ നായകനായ നവഹിന്ദുസ്ഥാനിയുടെ പ്രത്യേകതയായിരുന്നു. കെ അസീഫിന്റെ *മുഗൾ എ-അസം* (1960) എന്ന യുഗസിനിമ പോലും അക്ബറിന്റെ ഭരണകാലത്തെ വർത്തമാനമൂല്യങ്ങൾകൊണ്ട് തിരുത്തിയെഴുതാനാണ് മുതിർന്നത്. അച്ഛനായ അക്ബർ ചക്രവർത്തിയെ മുൻനിർത്തി പിതൃദായകക്രമത്തോടും അതിലെ അധികാരശ്രേണിയോടും സലീം നിലനിർത്തിയ പ്രതിരോധവും പ്രതിഷേധവും സമകാലികതയ്ക്ക് അന്യമായിരുന്നില്ല. മദ്ധ്യവർഗ്ഗപൗരന്റെ എല്ലാ സ്വഭാവസവിശേഷതകളും ദിലീപ്കുമാറിന്റെ സലീമിൽ കാണാം. മാനവികതയുടെ വിജയത്തേക്കാൾ വ്യക്തിയുടെ പരാജയങ്ങളിലാണ് പല ചിത്രങ്ങളും ഊന്നിയത്. *മാർത്താണ്ഡവർമ്മ* (1960), *വേലുത്തമ്പി ദളവ* (1962), *പഴശ്ശിരാജ* (1964), *കുഞ്ഞാലിമരയ്ക്കാർ* (1967), *സ്വാതിതിരുനാൾ*

(1987) എന്നിവയിലൂടെ *കേരളവർമ്മ പഴശ്ശിരാജാ*(2009)യിൽ എത്തിനില്ക്കുന്ന മലയാളത്തിലെ ചരിത്രസിനിമകൾക്കുകൂടി ബാധകമാകുന്ന സംഗതിയാണത്. സമരങ്ങളിലൂടെ രൂപം പൂണ്ടുവരുന്ന അമൂർത്തമായ ദേശബോധത്തിന്റെ സൂചന *മാർത്താണ്ഡവർമ്മ*യിലുണ്ട്. 1956 നു ശേഷവും തുടർന്നുപോന്ന കേരളദേശത്തിന്റെ ഏകോപനപ്രക്രിയയുടെ ഭാഗമായിരുന്നു സിനിമയും നാടകവും കഥാപ്രസംഗവുമുൾപ്പെട്ട ജനപ്രിയകലാരൂപങ്ങൾ. ദേശരാഷ്ട്രത്തിന്റെ പശ്ചാത്തലത്തിൽ ഏകീകരിക്കപ്പെട്ട പ്രാദേശീയതയെയും നവപൗരസമൂഹത്തെയുമാണ് ഇവയ്ക്ക് സംബോധന ചെയ്യേണ്ടിയിരുന്നത്. സംസ്കാരരൂപീകരണത്തിന്റെ സവിശേഷവേളയിൽ വീരാംഗനമാരെയും വീരപുരുഷന്മാരെയും ഓർമ്മയുടെയും കെട്ടുകഥകളുടെയും കേട്ടുകഥകളുടെയും പുരാവസ്തുശേഖരങ്ങളിൽനിന്നും വീണ്ടെടുക്കുന്ന പ്രക്രിയ സ്വാഭാവികമായും സംഭവിക്കാറുണ്ട്. എല്ലാ ഉപസംസ്കാരങ്ങളിലും ഇങ്ങനെയുള്ള വീണ്ടെടുക്കലുകൾ നടക്കാറുണ്ട്. പ്രാദേശികമായ ചരിത്രാനുഭവമാണ് രാഷ്ട്രനിർമ്മിതിയുടെ കരുവായിത്തീരുന്നത്. പ്രാദേശികാഖ്യാനങ്ങൾ ഇന്ത്യൻ ബൃഹദ്ദേശീയതയുടെ ഭാഗമാണെന്ന തിരിച്ചറിവ് *വേലുത്തമ്പി ദളവ, പഴശ്ശിരാജ, കുഞ്ഞാലിമരയ്ക്കാർ* തുടങ്ങിയ ചിത്രങ്ങൾക്കുണ്ടായിരുന്നു. വിദേശബാഹ്യശക്തികൾക്കെതിരെയുള്ള യുദ്ധാഹ്വാനം മാത്രമായിരുന്നില്ല ഇവയുടെ പ്രസക്തി. ആശയത്തിനും ജനാധിപത്യസംവിധാനത്തിനും ശൈഥില്യം ഉളവാക്കിയേക്കാവുന്ന സംഭവങ്ങളായിരുന്നു 1960 കളിലെ കേരളരാഷ്ട്രീയത്തിൽ കാണാനാവുക. അസ്ഥിരമായ രാഷ്ട്രീയപരിസരത്തിലാണ് *വേലുത്തമ്പി ദളവ*യും *പഴശ്ശിരാജ*യും പോലുള്ള ചിത്രങ്ങൾ ഉളവാകുന്നത്. സ്റ്റേറ്റിനെക്കുറിച്ചുള്ള സാമാന്യധാരണ മുന്നോട്ടുവയ്ക്കുന്നതോടൊപ്പം രാഷ്ട്രീയധാർമ്മികതയുടെ അനിവാര്യതയ്ക്ക് അവ ഊന്നൽ നല്കിയിരുന്നു. ബ്രിട്ടീഷുകാരെ നേരിടുമ്പോഴും പൊതുശത്രുക്കൾ സ്വന്തംനാട്ടിൽത്തന്നെയാണെന്ന ബോധം അവ പ്രസരിപ്പിച്ചു. നികുതിപിരിവിൽ ഇളവുനല്കിയ അധികാരി മല്ലൻപിള്ളയുടെ വിരലറുത്ത വേലുത്തമ്പിയിലും ചതിയനായ പഴയവീടൻ ചന്തുവിന്റെ വലംകൈ വെട്ടിമാറ്റിയ പഴശ്ശിരാജയിലും അമാന്തമില്ലാത്ത നൈതികതയുടെ പ്രഭാവം അന്നത്തെ പ്രേക്ഷകർ തിരിച്ചറിഞ്ഞിട്ടുണ്ടാവണം. രാജഭരണത്തിലേക്കുള്ള മടക്കമല്ല, ജനപങ്കാളിത്തമുള്ള പുതിയ വ്യവസ്ഥയ്ക്കായുള്ള പോരാട്ടമായിരുന്നു വേലുത്തമ്പി ദളവയിലും പഴശ്ശിരാജയിലും കാണാനാവുക. സുസ്ഥിരമായ ഭരണസംവിധാനത്തിനുള്ള മോഹമാണ് അവരുടെ സംഘർഷങ്ങളിൽ നിഴലിച്ചത്. വടക്കൻ മലബാറിലെ നിഷ്ഠുരമായ നികുതിപിരിവിനെതിരെ ബഹുജനത്തെ അണിനിരത്താൻ പഴശ്ശിയും വേണാട്ടിലുടനീളം ബ്രിട്ടീഷുകാർക്കെതിരെ വേലുത്തമ്പിയും നടത്തിയ ആഹ്വാനങ്ങൾ സമരങ്ങളുടെ ജനകീയാടിത്തറയായി സിനിമ തിരിച്ചറിയുന്നു. കോഴിക്കോട്ടെ അഹമ്മദ് മരയ്ക്കാരും കൊച്ചിയിലെ പാലിയത്തച്ചനും വേലുത്തമ്പിയുടെ സഹായത്തിനെ

ത്തുന്നു എന്നതിലും സ്വദേശമെന്ന സ്വപ്നസാക്ഷാൽക്കാരത്തിന്റെ ലാഞ്ഛനയുണ്ട്. പാലിയത്തച്ചനിലൂടെ പ്രാദേശികമായ വിഭാഗീയതയ്ക്കപ്പുറമുള്ള ദേശത്തെ സങ്കല്പിക്കാനാവുന്നു. അഹമ്മദ് മരയ്ക്കാരുടെ പിന്തുണയാവട്ടെ കോളനീകരണത്തിനെതിരായ മതാതീതബഹുജനമുന്നേറ്റത്തിന്റെ ആവശ്യം ആവർത്തിക്കുന്നതുമാണ്. എങ്കിലും മലയാളത്തിലെ ദേശീയ-ചരിത്രസിനിമകളുടെ ഗണത്തിൽ അധികം പരീക്ഷണങ്ങൾ നടന്നിട്ടില്ലെന്നത് മറ്റൊരു കാര്യം. ലെനിൻ രാജേന്ദ്രന്റെ *സ്വാതിതിരുനാളി*ൽ ബാഹ്യശക്തികളുടെ സമ്മർദ്ദംമൂലം നിസ്സഹായനായിത്തീരുന്ന വ്യക്തിയുടെ ആന്തരികവേദനയ്ക്കും ധർമ്മസങ്കടത്തിനുമായിരുന്നു പ്രാധാന്യം. ചരിത്രസിനിമകളിലെ അതികാല്പനികത *സ്വാതിതിരുനാളി*ലില്ല. ചരിത്രരേഖകളും കലയും കാലവുമൊക്കെ സമ്മേളിക്കുന്ന ആഖ്യാനപരിസരമായിരുന്നു *സ്വാതിതിരുനാളി*ലേത്.

മേൽപ്പറഞ്ഞ ചരിത്രാനുകല്പനങ്ങളിൽനിന്നും *കേരളവർമ്മ പഴശ്ശിരാജാ*(2009)യ്ക്ക് അടിസ്ഥാനപരമായ ചിലവ്യത്യാസങ്ങളുണ്ട്. അറുപതുകളിലെ കൊട്ടാരക്കര ശ്രീധരൻനായരുടെ ചരിത്രവേഷങ്ങളുമായോ ആ ചിത്രങ്ങളുടെ ആഖ്യാനരീതിയുമായോ താരതമ്യംചെയ്ത് കണ്ടെത്താവുന്ന വിഷയമല്ലിത്. മുൻകാലമാതൃകകളെ അപേക്ഷിച്ച് *കേരളവർമ്മ പഴശ്ശിരാജായി*ൽ മെലോഡ്രാമയുടെ ചേരുവ കുറയുമെങ്കിലും കാല്പനികകലാനിർമ്മിതിയിൽ അവയോട് സാധർമ്മ്യവും പറയാം. എന്നാൽ ഇതിനെല്ലാം അപ്പുറം ചരിത്രാഖ്യാനത്തിൽ മുമ്പെങ്ങുമില്ലാത്തവിധം ജനകീയതാല്പര്യവും അഭിനിവേശവും ഉണ്ടാക്കാൻ *കേരളവർമ്മ പഴശ്ശിരാജ*യ്ക്കായി. ചരിത്രനിർമ്മിതിയുടെ പുതിയ ജനകീയമണ്ഡലമാണ് ഇതുവഴി തുറന്നുകിട്ടുന്നത്. വാർത്താമാധ്യമങ്ങളും ചലച്ചിത്രവാരികകളും താരാരാധകസംഘത്തിന്റെ സപ്ലിമെന്റുകളും ചിത്രകഥകളും ചാനൽചർച്ചകളും പഴശ്ശിരാജയുടെ ചരിത്രവാസ്തവികത(ഥ)കൾ അന്വേഷിച്ചിറങ്ങി. അതോടെ അക്കാദമികരുടെ സ്വകാര്യസ്വത്തായിരുന്ന വില്യം ലോഗന്റെ *മലബാർ മാനുവലും* പഴശ്ശിസമരരേഖകളും ദേശചരിതവും ജനപ്രിയമാധ്യമങ്ങളിൽ സജീവമായി. ഇവിടെനിന്നു വേണം സിനിമ പുനഃസൃഷ്ടിക്കുന്ന ചരിത്രവാസ്തവികതയുടെ പ്രേരണയും പ്രതികരണവും തിരിച്ചറിയേണ്ടത്.

കേരളവർമ്മ പഴശ്ശിരാജ(2009) എന്ന സിനിമയുടെ തിരക്കഥാകൃത്തായ എം ടി വാസുദേവൻ നായർ ഇങ്ങനെ എഴുതുന്നു: "ചരിത്രകഥയാകുമ്പോൾ അതിൽ കൂട്ടിച്ചേർക്കലുകൾ നടത്തരുത്. ഒരു എഴുത്തുകാരന്റെ ഭാവന പഴശ്ശിരാജയുടെ കുടുംബാന്തരീക്ഷത്തിലെ ജീവിതനിമിഷങ്ങളിലേക്ക് കൊണ്ടുവരാൻ കഴിയും. ആ രീതിയിൽമാത്രമേ എഴുത്തുകാരന്റെ സ്വാതന്ത്ര്യം ഞാനെടുത്തിട്ടുള്ളൂ" (*ചിത്രഭൂമി* 2009:9). എം ടിയുടെ പ്രസ്താവന പുനർവായിച്ചാൽ ഭാവനയുടെ വ്യാപാരമാണ് തിരക്കഥാകൃത്തിൽ ആരോപിതമായ സ്വാതന്ത്ര്യത്തിന്റെ മാപകമെന്നു വരുന്നു. ചരിത്രകഥയാകുമ്പോൾ ഭാവനയേക്കാൾ വസ്തുനിഷ്ഠതയ്ക്കും

പ്രമേയസന്തുലിതത്വത്തിനുമാണ് പൊതുവെ മുൻഗണന. ചുരുക്കത്തിൽ എഴുത്തുകാരന്റെയും ചരിത്രകാരന്റെയും ഇരട്ടവേഷം *പഴശ്ശിരാജ* പോലുള്ള ചരിത്രസിനിമകളുടെ തിരക്കഥാകൃത്തുകൾ എടുത്തണിയേണ്ടി വരുമെന്നർത്ഥം. 1964 ൽ കുഞ്ചാക്കോയുടെ *പഴശ്ശിരാജ*യ്ക്ക് തിരക്കഥയെഴുതിയ ജഗതി എൻ കെ ആചാരിക്കും എം ടി വാസുദേവൻനായർക്കും ഒരുപോലെ ബാധകമാകുന്ന വേഷപ്പകർച്ചയാണിത്. പഴശ്ശിരാജയുടെ ജീവിതത്തിലെ നിർണ്ണായകമായ ചില ഏടുകളെ പ്രമേയമാക്കിയ സർദാർ കെ എം പണിക്കരുടെ *കേരളസിംഹ*(1941)മെന്ന ചരിത്രാഖ്യായിക ഇതിനു സമാന്തരമായി കൂട്ടിവായിക്കാവുന്നതാണ്. നോവലിന് അനുബന്ധമായി വെല്ലിങ്ടൺ പ്രഭു നടത്തിയ കത്തിടപാടുകളുടെ പകർപ്പുകൾ കെ എം പണിക്കർ ചേർത്തിട്ടുണ്ട്. തന്റെ ഉദ്യമത്തെക്കുറിച്ച് അദ്ദേഹം ആമുഖത്തിൽ ഇങ്ങനെ സൂചിപ്പിക്കുന്നു: "നായകന്റെ ഗുണങ്ങൾ തെളിച്ചുകാട്ടുന്നതിനായി പ്രതിനായകന്റെ പേരിൽ ദോഷമാരോപിക്കുന്ന പതിവ് ഗ്രന്ഥകാരന്മാർക്കുള്ളതാണ്. വെല്ലിങ്ടനെ സംബന്ധിച്ചിടത്തോളം അങ്ങനെ ചെയ്യുന്നതിന് ഞാൻ ഉദ്യമിച്ചിട്ടില്ലെന്ന് ഈ ലേഖനങ്ങൾ തെളിയിക്കുന്നതാണ്" (പണിക്കർ കെ എം 1989:7). നോവലിസ്റ്റ് സ്വയം പതിവെഴുത്തുകാരിൽനിന്നും തന്നെ വ്യത്യസ്തനാക്കുവാൻ മുതിരുന്ന സാക്ഷ്യപ്പെടുത്തലാണ് സർദാർ കെ എം പണിക്കരുടെ ആമുഖം. അതേസമയം നോവലിസ്റ്റുകൂടിയായ ചരിത്രകാരന്റെ ഉത്തരവാദിത്വം ഈ വരികളിൽ പ്രകടമാണെന്ന് മറിച്ചും വാദിക്കാം. കാല്പനികമായ ചരിത്രാഖ്യായികയും വസ്തുനിഷ്ഠമായ ഔപചാരികപ്രമാണങ്ങളും അണിനിരത്തി ആഖ്യാനത്തിലെ ദേശ–കാലാന്തരാനുഭവത്തെ ഉഭയപരമാക്കുവാനാണ് സർദാർ കെ എം പണിക്കർ തയ്യാറാവുന്നത്. എന്നാൽ *കേരളസിംഹ*ത്തിനില്ലാത്ത സ്ഥിരതയും വാസ്തവികതയും വെല്ലസ്ലിയുടെ എഴുത്തുകൾക്ക് കല്പിക്കാനാകുമോ എന്നത് വിവാദാസ്പദമാണ്. വെല്ലസ്ലിയുടേത് അധികാരവിനിമയത്തിന്റെ രേഖകളാണ്. ഗുണപരമായ തോതിൽ വ്യത്യാസമുണ്ടായേക്കാമെങ്കിലും പഴശ്ശിയുമായി ബന്ധപ്പെട്ട് മറ്റ് കമ്പനി ഉദ്യോഗസ്ഥർ എഴുതിയ കുറിപ്പുകളിലും റിപ്പോർട്ടുകളിലും കത്തുകളിലും പ്രതിഫലിക്കുന്ന മനോഭാവം വെല്ലസ്ലിയുടെ എഴുത്തുകളിലുമുണ്ട്. അധികാരിയുടെ ശിക്ഷകഭാവവും മേൽനോട്ടവും കത്തുകളിൽ സ്ഫുരിക്കുന്നുണ്ട്. ആ നിലയ്ക്ക് വെല്ലസ്ലി പ്രഭുവിന്റെ രേഖകൾ കർത്തൃനിഷ്ഠവും പക്ഷപാതപരവുമായി വിചാരിക്കേണ്ടിയിരിക്കുന്നു. അസംഖ്യം രേഖകളെ അവലംബമാക്കുന്ന ചരിത്രമെഴുത്ത് ആഖ്യാനപാഠം കൂടിയാണെന്ന വാദത്തിന് വർത്തമാനകാലത്തിൽ പ്രസക്തിയേറിയിട്ടേയുള്ളൂ. എഴുത്തിലെ നിയാമകങ്ങൾപോലെ പലതും ചരിത്രരചനയുടെ അടരുകളിലും കാണാനാവും. നിരുപാധികമായി ആർക്കും ചരിത്രമെഴുത്തിലോ തിരക്കഥാരചനയിലോ പ്രവേശിക്കാനാവില്ലെന്നു വ്യക്തം. തന്റേത് ചരിത്രകഥനമാണെന്നാണല്ലോ എം ടി സാക്ഷ്യപ്പെടുത്തുന്നത്. എം ടി യുടെ തിരക്കഥാകഥനത്തിൽ ജനകീയമായ ഓർമ്മ

കളും ആഗ്രഹങ്ങളും വരമൊഴിവഴക്കവും സാഹിത്യവുമെല്ലാം ഇടകലർന്നിട്ടുണ്ട്. വില്യം ലോഗന്റെ *മലബാർ മാനുവൽ* (1887), സർദാർ കെ എം പണിക്കരുടെ *കേരളസിംഹം* (1941), പി കെ നായരുടെ *പഴശ്ശിയുടെ പടവാൾ*(1955) എന്നീ ചരിത്രാഖ്യായികകൾ, കപ്പന കൃഷ്ണമേനോന്റെ *കേരളവർമ്മ പഴശ്ശിരാജ* (1950) എന്ന നാടകം, കുഞ്ചാക്കോയുടെ *പഴശ്ശിരാജ*(1964) എന്ന സിനിമ, ഗവേഷണപഠനങ്ങളായ *പഴശ്ശിരേഖകൾ* (1994 ജനറൽ എഡി.സ്കറിയ സക്കറിയ), *തലശ്ശേരിരേഖകൾ* (1996 ജനറൽ എഡി.സ്കറിയ സക്കറിയ) കെ കെ എൻ കുറുപ്പിന്റെ *പഴശ്ശിസമരങ്ങൾ* (1980), *പഴശ്ശിസമരരേഖകൾ*(2004) എന്നിവയെല്ലാം സിനിമയ്ക്ക് മുമ്പുള്ള പഴശ്ശിസംബന്ധിയായ പൂർവ്വപാഠങ്ങളാണ്. പഴശ്ശിയെക്കുറിച്ചുള്ള കഥകളും നോവലും നാടകവും സിനിമയും ദേശചരിത്രവും ചരിത്രപഠനവുമൊക്കെ ഇടകലരുന്ന സാഹിത്യസമുച്ചയത്തിൽനിന്നുമാണ് തിരക്കഥയുടെയും സിനിമയുടെയും ആഖ്യാനം സാദ്ധ്യമാകുന്നത്.

പഴശ്ശിരാജ: വാഴ്‌വിലും മൊഴിയിലും

ഒരിക്കലും പൊരുത്തപ്പെടാനിടയില്ലാത്ത വിവിധ ജനുസ്സുകളുടെ ആഖ്യാനപ്പഴമയിൽ നിന്നാണ് *കേരളവർമ്മ പഴശ്ശിരാജ*യുടെ രൂപരേഖ തയ്യാറായിട്ടുള്ളത്. പഴശ്ശിയുടെ കാലത്തെയും കലാപത്തെയും പ്രതിനിധീകരിക്കുന്ന ചരിത്രനിർമ്മിതിയിൽ എം ടി യും ഹരിഹരനും മമ്മൂട്ടി ഉൾപ്പെടെയുള്ള അഭിനേതാക്കളും സിനിമയുടെ അണിയറപ്രവർത്തകരും പങ്കാളികളാവുകയാണ്. മുമ്പു സൂചിപ്പിച്ചതുപോലെ പരിഗണിക്കേണ്ട മറ്റൊരു കാര്യം സിനിമയുടെ പ്രദർശനതീയതിയോട് (16–10–2009) അടുത്തും അനുബന്ധിച്ചും ജനപ്രിയപ്രസിദ്ധീകരണങ്ങളും ദൃശ്യ-ശ്രാവ്യ മാധ്യമങ്ങളുമെല്ലാം പഴശ്ശിയുടെ ചരിത്രാവിഷ്കാരത്തിൽ നടത്തിയ ഇടപെടലുകളാണ്. സിനിമയുടെ ചരിത്രവല്ക്കരണത്തെ സമകാലികീകരിക്കുന്ന നിർണ്ണായകസാന്നിദ്ധ്യമായിരുന്നു ഇവയുടെ പങ്കാളിത്തം. അതേപോലെ സിനിമയിലെ ചില രംഗങ്ങളോട് വിയോജിച്ചുകൊണ്ട് കുറിച്യവികസനസമിതി നടത്തിയ പത്രസമ്മേളനം (19–1–2009) ഈ സന്ദർഭത്തോട് ഒത്തുപോകുന്നതാണ്. സിനിമയിലെ പഴശ്ശിയുടെയും തലയ്ക്കൽ ചന്തുവിന്റെയും മരണചിത്രീകരണത്തെ ഇവർ എതിർക്കുന്നത് തങ്ങളുടെ വിശ്വാസചരിത്രം മുൻനിർത്തിയാണ്. വൈരമോതിരം വിഴുങ്ങിയാണ് പഴശ്ശി മരിച്ചതെന്ന് ഇവർ കരുതുന്നു. തലയ്ക്കൽ ചന്തു പോരാട്ടത്തിനിടയിൽ വെടിയേറ്റും. “108 തറവാടുകളിൽ ആവേശമായി ഇന്നും അറിയപ്പെടുന്ന വീരയോദ്ധാവാണ് തലയ്ക്കൽ ചന്തു. ചന്തുവിനെ തൂക്കിക്കൊല്ലുകയെന്നത് കുറിച്യസമുദായത്തിന് അംഗീകരിക്കാനാവില്ലെന്ന്” സമിതി ഭാരവാഹികൾ തുറന്നുപറയുന്നുണ്ട് (*കേരളകൗമുദി* 21 –10–2009 പുറം:10). സമിതിയുടെ അവകാശവാദം നൂറ്റാണ്ടുകളായുള്ള വംശീയ വിശ്വാസത്തിന്റെ ബലത്തിലാണ്. കപ്പന കൃഷ്ണമേനോന്റെ നാടകവും

കുഞ്ചാക്കോയുടെ സിനിമയും *ബാലരമ* അമർചിത്രകഥയും മറ്റനേകം നാടോടിപ്പാട്ടുകളും സമുദായനിനവുകൾക്ക് പിന്തുണയേകുന്നു. *ബാലരമ* അമർചിത്രകഥയിൽ തലയ്ക്കൽ ചന്തുവിനും പഴയവീട്ടിൽ ചന്തുവിനും പ്രത്യേകം ഭാഗംതന്നെ അനുവദിച്ചിട്ടുണ്ട്. പഴശ്ശിയുടെ സമരകാലത്തെയും അതിൽ പങ്കെടുത്തവരെയും വാമൊഴിക്കഥകളിൽ നിന്ന് ലിഖിതരൂപത്തിലേക്ക് അതിവേഗം പരിവർത്തിപ്പിച്ചുവെന്നതാണ് *കേരള വർമ്മ പഴശ്ശിരാജ* എന്ന സിനിമയുണർത്തിയ തരംഗങ്ങളിലൊന്ന്. ചരിത്രത്തിന്റെ ഏകതയല്ല; അനേകതകളെയാണ് സിനിമ പ്രചോദിപ്പിക്കുകയും പ്രകോപിപ്പിക്കുകയും ചെയ്തത്. അമർചിത്രകഥയുടെ ആമുഖത്തിലെ ചില വാക്യങ്ങൾ ഇങ്ങനെ പോകുന്നു: "പഴശ്ശിരാജാവിനെക്കുറിച്ചുള്ള ധാരാളം കഥകൾ പ്രചാരത്തിലുണ്ട്. ഇതിൽ ഏതാണ് ശരി ഏതാണ് തെറ്റ് എന്ന് കൃത്യമായിപ്പറയാൻ കഴിയില്ല. വിശദാംശങ്ങളിലും വേഷവിധാനങ്ങളിലും വ്യത്യാസമുണ്ടെങ്കിലും എല്ലാ കഥകളും ഒരു കാര്യത്തിൽ യോജിക്കുന്നു. വിദേശാധിപത്യത്തിനെതിരെ പോരാടി മരിച്ച വീരനായകനാണ് പഴശ്ശിയെന്ന്" (പുറം:1). പഴശ്ശിരാജയെ ദേശീയസ്വാതന്ത്ര്യസമരത്തിന്റെ ആദ്യ പ്രതിനിധിയായിട്ടാണ് ചരിത്രകല്പനകളും കാല്പനികചരിത്രാഖ്യാനങ്ങളും അവയുടെ ദൃശ്യമാതൃകകളും അവതരിപ്പിക്കുന്നത്. സാമ്രാജ്യത്വത്തിന്റെ സാമ്പത്തിക-രാഷ്ട്രീയാധിനിവേശത്തെയാണല്ലോ പഴശ്ശി എതിർത്തത്. തന്റെ അധീനതയിലുള്ള കോട്ടയത്തെ നികുതി പിരിവിനുള്ള അവകാശം തന്നിൽമാത്രം നിക്ഷിപ്തമാകണമെന്ന നിർബ്ബന്ധം പഴശ്ശിക്കുണ്ടായിരുന്നു. ഒപ്പം, കമ്പനി ആവശ്യപ്പെടുമ്പോലെ പിരിക്കാനാവില്ലെന്ന ഉറച്ച നിലപാടും അദ്ദേഹമെടുത്തു. കമ്പനിയുടെ അധികാരം നിഷേധിക്കുന്ന ഭീഷണവും പ്രകോപനപരവുമായ ഓലകൾ നാടെങ്ങും പ്രചരിപ്പിച്ചുകൊണ്ട് നികുതി പിരിവ് തടസ്സപ്പെടുത്തിയെന്നതായിരുന്നു പഴശ്ശിക്കുമേലുള്ള കുറ്റാരോപണം.

പഴശ്ശിയെ സംബന്ധിച്ച രേഖകളും വിവരണങ്ങളും എഴുത്തുകളും കെട്ടുകഥകളും കേട്ടുകഥകളും പരിശോധിച്ചാൽ അനേകം വൈരുദ്ധ്യങ്ങൾ രാജാവിന്റെ പല നടപടികളിലുമുണ്ടെന്നുകാണാം. കോട്ടയത്തിനുമേലുള്ള തന്റെ അവകാശം തിരിച്ചുകിട്ടണമെന്ന ആവശ്യം മുൻനിർത്തി കമ്പനിപ്പട്ടാളത്തോട് ചേർന്ന് ടിപ്പുസുൽത്താനെതിരെ പോരാടിയിട്ടുണ്ട് പഴശ്ശിപ്പട. അന്നത്തെ പടനായകൻ 18-ാം നൂറ്റാണ്ടിന്റെ അന്ത്യത്തോടെ ടിപ്പുവുമായി സഖ്യമുണ്ടാക്കാൻ മുൻകൈയെടുത്തെന്നത് ചരിത്രത്തിലെ മറ്റൊരു വ്യതിയാനം (Logan, William 2000:513,514,516). നികുതിപ്പിരിവിന് തടസ്സം നില്ക്കുകയും കമ്പനിക്കെതിരെ ജനങ്ങളെ തിരിച്ചുവിടുകയും ചെയ്തുവെന്നതു മാത്രമായിരുന്നില്ല പഴശ്ശിരാജയ്ക്കെതിരെയുള്ള ആരോപണം. രാജ്യത്തെ നിയമം സ്വേച്ഛാപരമായി കൈകാര്യംചെയ്തുവെന്ന കുറ്റച്ചാർത്തും പഴശ്ശിയുടെ മേൽ പതിഞ്ഞിട്ടുണ്ട്. കോട്ടയം ചന്തയിൽ പണിത പള്ളി തകർത്ത് അതിന് തുനിഞ്ഞവരെ കൊല്ലിച്ചുവെന്നും പുനർനിർമ്മാണത്തിന് അനുമതി നിഷേധിച്ചുവെന്നും *മലബാർ മാനുവലി*ലുണ്ട്. കൊലപാതകിയെ രാജാവ്

സംരക്ഷിച്ചത് കമ്പനിയിൽ നീരസം ഉണ്ടാക്കിയിട്ടുണ്ട്. ഉണ്ണിമൂത്തയുമായുള്ള സംഭാഷണത്തിൽ ഇക്കാര്യം കടന്നുവരുന്നുണ്ട്. ബോധപൂർവ്വം കെട്ടിച്ചമച്ചകഥയാണിതെന്ന് പറഞ്ഞ് പഴശ്ശി അവയെല്ലാം നിഷേധിക്കുന്നു. ഉണ്ണിമൂത്തയെ ഹൈദ്രോസിനെപ്പോലൊരു കവർച്ചക്കാരനായിട്ടാണ് *മാനുവലിൽ* അവതരിപ്പിച്ചിട്ടുള്ളത്. എന്നാൽ പഴശ്ശിരാജയ്ക്കും കൂട്ടർക്കും അതിജീവനത്തിന് ആവശ്യമായ വിഭവങ്ങൾ കാട്ടിലെത്തിച്ചു കൊടുക്കുന്നത് ഉണ്ണിമൂത്തയാണെന്ന് വെല്ലിങ്ടൺ പ്രഭു കേണൽ സർ. ടോറിയസിനെഴുതിയ കത്തിൽ കുറ്റപ്പെടുത്തുന്നുണ്ട്. കമ്പനിയുമായി സഖ്യത്തിൽ ഏർപ്പെട്ടിരിക്കവെ പഴശ്ശിയെപ്പോലൊരു ശത്രുവിനെ സഹായിക്കുന്നതാരായാലും അയാൾ വധശിക്ഷയ്ക്ക് അർഹനാണെന്ന മുന്നറിയിപ്പും കത്തിലുണ്ട്. *മലബാർ മാനുവലിൽ* കാണുന്ന പരാമർശങ്ങളും പ്രഭുക്കന്മാരും കേണൽമാരും ക്യാപ്റ്റന്മാരും എഴുതിയ കത്തുകളും റിപ്പോർട്ടുകളും ഒത്തുനോക്കിയാൽ പലയിടത്തും ഇത്തരം വൈരുദ്ധ്യങ്ങൾ കാണാം. എങ്കിലും ഇവയുടെ അന്തർദ്ധാരയിൽ പ്രതിദ്ധ്വനിക്കുന്നത് വിദേശാധിപത്യത്തിനെതിരെ പോരാടി മരിച്ച വീരനായകനെന്ന പഴശ്ശിയുടെ പ്രതിച്ഛായയാണ്. ടിപ്പുവിന്റെ മലബാർ അധിനിവേശം സാമൂഹികജീവിതത്തിൽ ഉണ്ടാക്കിയ ചലനങ്ങളുമായി ഇതിനെ താരതമ്യം ചെയ്യാനാവില്ല. കാർഷികവൃത്തിയിൽ രൂഢമായിരുന്ന ജന്മികുടിയാൻ ബന്ധങ്ങളിലെ അവ്യവസ്ഥയെയാണ് ടിപ്പുവിന്റെ മലബാർ പ്രവേശം അട്ടിമറിച്ചത്. ഇത് താൽക്കാലികമായെങ്കിലും പുതിയൊരു കാർഷിക നയത്തിന് തുടക്കം കുറിക്കുകയും ചെയ്തു. ടിപ്പുവിന്റെ പരിഷ്കരണങ്ങളിൽ തെളിയുന്ന ആധുനികീകരണത്തിന്റെ പൊടിപ്പുകൾ പഴശ്ശിയുടെ സമരങ്ങളിൽ പ്രതീക്ഷിക്കാനാവില്ല. നിലവിലുള്ള വ്യവസ്ഥയുടെ പുനഃസ്ഥാപനത്തിനാണ് പഴശ്ശി നിലനിന്നത്. നികുതി പിരിക്കാനുള്ള അവകാശവും കോട്ടയത്തിന്റെ ഭരണവും തനിക്ക് തിരികെ അനുവദിച്ചു തരണമെന്നതായിരുന്നല്ലോ അദ്ദേഹത്തിന്റെ ആവശ്യം. കമ്പനിയെ പ്രീണിപ്പിക്കുന്ന വിധത്തിൽ കർശനമായി നികുതി പിരിക്കാൻ സന്നദ്ധരായി വന്ന പഴശ്ശിയുടെ അമ്മാവനും കോട്ടയത്തിന്റെ മറ്റൊരു അവകാശിയുമായ വീരകേരളവർമ്മയ്ക്ക് ലഭിച്ച പരിഗണനയും പഴശ്ശിയെ അസ്വസ്ഥനാക്കി. കോട്ടയത്തിന്റെ അവകാശം തനിക്ക് പൂർണ്ണമായും വിട്ടുകിട്ടണമെന്ന പഴശ്ശിയുടെ ആവശ്യമാണ് വീരകേരളവർമ്മയെ അതിലേക്ക് അധികാരപ്പെടുത്തി ഈസ്റ്റിന്ത്യാകമ്പനി നിഷേധിച്ചത്. ഈ നീക്കത്തിലൂടെ പൊതുജനങ്ങൾക്കിടയിലും കമ്പനിക്ക് വിശ്വാസ്യത നഷ്ടമായെന്ന് വിചാരിക്കാം. പഴശ്ശിരാജാവിന്റെ നിഷേധാത്മക നിലപാടിന് കാട്ടിലും നാട്ടിലും ഒരേപോലെ കൈവന്ന ജനസമ്മതി ഇതിന്റെ ദിശാസൂചിയാണ്.

പഴശ്ശി സമരങ്ങൾ നേടിയ ജനകീയത പിന്തുണ വിദേശീയരേഖകളിലും നാടോടിപ്പാട്ടുകളിലും കഥകളിലും നിന്നു വ്യക്തമാണ്. നാനാതരം ജനവിഭാഗങ്ങൾ പങ്കെടുക്കുന്നതായി വരുമ്പോൾ അവരുടെ വിശ്വാ

സാചരണങ്ങൾ സമരനയത്തിലും രീതികളിലും കടന്നുവരുന്നുവെന്ന് കരുതാവുന്നതാണ്. പഴശ്ശിയുടെ മരണശേഷം 1812 വരെ കുറിച്യരും കുറുമ്പരും ഉൾപ്പെടെയുള്ളവർ വെള്ളക്കാരുമായി സമരത്തിലേർപ്പെട്ടിരുന്നു. പഴശ്ശിയുടെ ആവശ്യത്തിൽനിന്നും വിഭിന്നമാണ് അദ്ദേഹത്തോട് കൂട്ടുകൂടിയവരുടേതെന്ന് വിചാരിക്കാൻ ഈ സംഭവം ഇടനല്കുന്നു. അതിനാൽ, ഒന്നിലേറെ കാരണങ്ങൾ പഴശ്ശി കലാപങ്ങൾക്ക് പശ്ചാത്തലമൊരുക്കിയിരുന്നുവെന്ന് വ്യക്തം. അതിലെല്ലാ സമരങ്ങളും കേരളവർമ്മ പഴശ്ശിരാജ നയിച്ചതുമല്ല. എടച്ചേനകുങ്കനും അദ്ദേഹത്തിന്റെ സഹോദരന്മാരും തലയ്ക്കൽ ചന്തുവും ഒറ്റയ്ക്കും ഒരുമിച്ചും ബ്രിട്ടീഷുകാർക്കെതിരെ പോരാടിയിട്ടുണ്ട്. കുങ്കന്റെ കടന്നുവരവോടെയാണ് പഴശ്ശിരാജ വയനാട്ടുകാർക്ക് പ്രിയങ്കരനാകുന്നത്. വയനാടിനെ കോയമ്പത്തൂരിലേക്കോ കാനറയിലേക്കോ ചേർക്കാനുള്ള കമ്പനി പദ്ധതിയും പഴശ്ശിരാജ എതിർത്തിരുന്നു. വയനാട് കമ്പനിക്ക് വിട്ടുകൊടുക്കാൻ അദ്ദേഹം തയ്യാറാകുന്നില്ല. പലനിലയ്ക്കും ജനകീയവ്യവഹാരത്തിന്റെ ഭാഗമാകുന്നതിലൂടെയാണ് പഴശ്ശിക്കും അദ്ദേഹത്തിന്റെ കലാപകാലത്തിനും ഐതിഹ്യമാനം കൈവന്നത്. പാട്ടുകളിലും നോവലുകളിലും നാടകത്തിലും സിനിമയിലും ചിത്രകഥകളിലുമായി പഴശ്ശിയുടെ പ്രഭാവത്തിന് പൊലിമയേറി. വെള്ളക്കാരുടെ കാഴ്ചയിലെ പഴശ്ശിയായിരുന്നില്ല ഇവരുടെ ഭാവനയിൽ കുരുത്തത്. ബോംബെ ഗവർണർ ആയിരുന്ന ജോനാനാഥൻ ഡങ്കനും ചിറയ്ക്കൽ കോവിലകത്ത് നടന്ന സന്ധിസംഭാഷണത്തിൽ പങ്കാളിയായിരുന്ന വാൾട്ടർ ഈവറും പഴശ്ശിയെ കുറിയ മനുഷ്യനായാണ് ആകൃതിപ്പെടുത്തുന്നത്. എന്നാൽ ചരിത്രാഖ്യായികകളിലും നാടകത്തിലും സിനിമയിലും ചിത്രകഥകളിലുമൊക്കെ ഇതിനു വിപരീതമായ പഴശ്ശിയുടെ രൂപമാണ് കാണാനാവുക. "സാമാന്യത്തിൽ കവിഞ്ഞ ഉയരം, ദാർഢ്യമുള്ള ദേഹം, തടിച്ചുരുണ്ട കഴുത്ത്, ഉയർന്ന തോളുകൾ, വിടർന്ന മാറിടം, മുട്ടോളം നീണ്ട മുസലങ്ങൾ പോലുള്ള കൈകൾ" (പണിക്കർ കെ എം 1989:37) എന്നിങ്ങനെ നീളുന്ന ചരിത്രാഖ്യായികയിലെ ശരീരകല്പനയാണ് പ്രാദേശീയഭാവനയിൽ ആഴ്ന്നിറങ്ങിയത്. അക്ഷരാർത്ഥത്തിൽ അല്ലെങ്കിലും കൊട്ടാരക്കരയും മമ്മൂട്ടിയും ഭാവഭാഷ്യം നൽകിയ പഴശ്ശിരാജാവിന് സാധർമ്മ്യം ആഖ്യായികാകല്പനയോടാണ്.

പഴശ്ശിരാജയുടെ ചരിത്രത്തിൽ ലോഗനോടൊപ്പം മറ്റനേകം വെള്ളക്കാരുടെ ഔപചാരികമായ തീർപ്പുകളും പ്രകടമാണ്. സാമ്രാജ്യത്വത്തെ സാധൂകരിക്കുന്നതിന്റെ ഭാഗമായി അവർക്കിടയിൽ നടന്ന അനവധി വിലപേശലുകളുടെയും ഒത്തുതീർപ്പുകളുടെയും രേഖകൾ ഇപ്പോൾ ലഭ്യമാണ്. പ്രാദേശികനിവാസികളെയും അവരുടെ ജീവിതത്തെയും കുറിച്ചുള്ള കടുത്ത മുൻവിധികൾ ഇവരുടെ ആഖ്യാനങ്ങളിൽ കാണാം. അവരുടെ നോട്ടപ്പാടുകളാകട്ടെ കച്ചവടക്കാരുടെ പക്ഷത്തുനിന്നാണ്. സാമ്പത്തികാധികാരം ഉറപ്പാക്കുന്നതിനായി നാട്ടുരാജ്യങ്ങളെ വരുതിയിലാക്കുകയായിരുന്നു ഇവരുടെ ആവശ്യം. കമ്പനിഭരണത്തെ

കൂസാത്ത കലാപകാരികളോടുള്ള വെള്ളക്കാരുടെ മനോഭാവം അവരെഴുതിയ കത്തുകളിലും കുറിപ്പുകളിലും വിളംബരങ്ങളിലും വ്യക്തമാണ്. സ്വന്തം പക്ഷത്തോട് കൂറുള്ള തദ്ദേശവാസികളെയും റിബലുകളെയും രണ്ടായിട്ടാണ് ഇവർ കണ്ടത്. പോരാട്ടത്തിൽ മുറിവേറ്റ് രക്ഷപ്പെടാൻ മുതിർന്ന പഴശ്ശിരാജയെ ഒറ്റുകൊടുത്ത കച്ചേരി ഉദ്യോഗസ്ഥനായ കണാരമേനോന്റെയും കലാപകാരികളെ ഒതുക്കാൻ കൂട്ടുനിന്ന സുബേദാർ ചേരന്റെയും സേവനത്തെ ബാബർ വാഴ്ത്തുന്ന ഭാഗം ഇതിനൊരുദാഹരണമാണ് (ലോഗൻ വില്യം 2000:537). പഴശ്ശികലാപം ഒതുക്കിയ സൂത്രധാരനായിട്ടാണ് ബാബർ *മലബാർ മാനുവലിൽ* പരാമർശിക്കപ്പെടുന്നത്. എന്നാൽ പഴശ്ശിവധവുമായി ബന്ധപ്പെട്ട് ബാബർ തയ്യാറാക്കിയ റിപ്പോർട്ടുകളിൽ നിസ്സാരമല്ലാത്ത പഴുതുകൾ കാണാനാവും. കെ എം പണിക്കരുടെ *കേരളസിംഹ*ത്തിൽ ബാബറുടെ പണക്കൊതിയാണ് വിമർശിക്കപ്പെടുന്നത്. സിനിമയാവട്ടെ *മലബാർ മാനുവലി*നെയാണ് പിന്തുടരുന്നത്. പഴശ്ശിവധത്തിന്റെ പേരിൽ ബാബറിനെ കൂടാതെ പാരിതോഷികത്തിന് അപേക്ഷിച്ചവരിൽ ക്യാപ്റ്റൻ ക്ലാഫമും കേണൽ ഹില്ലും ഉൾപ്പെടുന്നു. മദ്രാസ് സൈന്യത്തിന്റെ ചരിത്രമെഴുതിയ ഡബ്ല്യു ജെ വിൽസൺ പഴശ്ശിയെ വധിച്ചത് കേപ് ക്ലാഫും ഒന്നാം ബറ്റാലിയനിലെ നാലാം റെജിമെന്റും അവരെ സഹായിച്ച ആറു ശിപായിമാരുമാണെന്നാണ് രേഖപ്പെടുത്തുന്നത് (കുറുപ്പ്, കെ കെ എൻ 2004:126). സുബേദാർ ചേരനെയും കണാരമേനോനെയും ബാബർ പ്രശംസിച്ചതുപോലും സഹപ്രവർത്തകരായ ക്ലാഫമിന്റെയും ഹില്ലിന്റെയും അവകാശവാദത്തെ റദ്ദാക്കാനായിരുന്നുവെന്ന് സംശയിക്കാവുന്നതാണ്. ചുരുക്കത്തിൽ ലോഗനെമാത്രം ആധാരമാക്കി പഴശ്ശിയുടെ കാലത്തെയും കലാപത്തെയും നിർണ്ണയിക്കാനാവില്ലെന്നത് ചരിത്രാഖ്യാനത്തിന്റെ ബഹുവചനാത്മകതയാണ് ഓർമ്മപ്പെടുത്തുന്നത്. പഴശ്ശി എഴുതിയതും അദ്ദേഹത്തെക്കുറിച്ച് എഴുതിയതുമായ കത്തുകൾ, *മലബാർ മാനുവലി*ലെ രേഖണങ്ങൾ, നാടോടിപ്പാട്ടുകൾ തുടങ്ങിയവയെല്ലാം ഒരേ ചരിത്രസന്ദർഭത്തിലെ വ്യത്യസ്തവ്യാവഹാരികപാഠങ്ങളാണ്. സാമ്പത്തികാധികാരബന്ധങ്ങളിലെ കിടമത്സരത്തിന്റെയും കാമനാവിനിമയത്തിന്റെയും മോഹസാഫല്യത്തിന്റെയും അനേകം അടരുകളുള്ള പാഠഭേദങ്ങളാണിവ.

യഥാർത്ഥത്തിൽ, *കേരളവർമ്മ പഴശ്ശിരാജാ* എന്ന സിനിമയ്ക്ക് ദൃശ്യ-ശ്രാവ്യ-അച്ചടിമാധ്യമങ്ങളിലൂടെ ലഭിച്ച പ്രചാരം മേല്പറഞ്ഞ പാഠസമുച്ചയത്തോട് ബന്ധമുള്ളതാണ്. അവരും ചരിത്രം കണ്ടെത്തുകയല്ല, നിർമ്മിക്കുകയാണ്. സമകാലികസന്ദർഭത്തിലെ അധികാരബന്ധങ്ങളും സാമൂഹികവ്യവഹാരങ്ങളും നല്കുന്ന ഉപാധികളിലൂടെ മാലോകർക്ക് മനസ്സിലാകുന്ന കഥനരൂപത്തിലേക്ക് പഴശ്ശിയെ പാകപ്പെടുത്തുകയാണ് സിനിമ ചെയ്യുന്നത്. പരോക്ഷമായ സവർണ്ണപ്രീണനമുള്ള അമർചിത്രകഥയിൽപ്പോലും രാജാവിന് തുണയായിരുന്ന എടച്ചേനകുങ്കനും തലയ്ക്കൽ ചന്തുവും ഉൾപ്പെട്ട നാനാജാതിസമൂഹങ്ങൾക്ക് ലഭിച്ച പ്രാതി

നിദ്ധ്യം സമകാലികസാമൂഹികസമവാക്യങ്ങളുടെ പ്രതിഫലനം കൂടിയാണ്. സിനിമയിലെ താരപ്രഭാവത്തെപ്പോലും കൂസാതെയാണ് കാടിന്റെയും ജനപദത്തിന്റെയും പ്രതിനിധാനങ്ങൾ വെള്ളിത്തിരയിലെ സ്ഥലകാലങ്ങൾ കൈയേറുന്നത്. ഭൂസമരങ്ങൾ നിരന്തരമാകുന്ന രാഷ്ട്രീയ സന്ദർഭത്തിൽ ആദിവാസിസമൂഹത്തെ പരാമർശിക്കാത്ത ദേശചരിത്രം കേവലം ഭാഗികമായിത്തീരുന്ന സാഹചര്യമാണുള്ളത്. *കേരളവർമ്മ പഴശ്ശിരാജ* എന്ന സിനിമയ്ക്കും ഈ യാഥാർത്ഥ്യത്തെ തമസ്കരിക്കാനാവില്ല. എം ടിയുടെ തിരക്കഥാകഥനത്തിലും ഹരിഹരന്റെ സംവിധാനത്തിലും നിലനിന്നിരുന്ന പൊതുവായ വഴക്കങ്ങൾക്ക് പരിണതിയുണ്ടായത് സ്വാഭാവികം. ഇത് *പഴശ്ശിരാജ*യുടെ ആഖ്യാനത്തിലും സ്വീകാര്യതയിലും നിർണ്ണായകമാവുകയും ചെയ്തു. ഫലത്തിൽ, പഴശ്ശിയുടെ സമരകാലം മറ്റൊരു ചരിത്രനിർമ്മിതിയുടെ പശ്ചാത്തലമാവുകയാണ്.

തെരഞ്ഞെടുത്ത ഗ്രന്ഥസൂചി

കുറുപ്പ്. കെ കെ എൻ, 2004. *പഴശ്ശി സമരരേഖകൾ* — കോഴിക്കോട്: മാതൃഭൂമി.

പണിക്കർ, കെ എം, 1989. *കേരളസിംഹം* — കോഴിക്കോട്: പൂർണ്ണ.

നായർ, പി കെ, 1955. *പഴശ്ശിയുടെ പടവാൾ* — കോഴിക്കോട്: കേരളബുക് ഡിപ്പോ

സക്കറിയ സ്കറിയ & ജോസഫ് സ്കറിയ. 1994. *പഴശ്ശി രേഖകൾ* — ചങ്ങനാശ്ശേരി: കേരള പഠനകേന്ദ്രം.

സക്കറിയ സ്കറിയ & ജോസഫ് സ്കറിയ. 1996. *തലശ്ശേരി രേഖകൾ* — ചങ്ങനാശ്ശേരി: കേരള പഠനകേന്ദ്രം.

സ്കറിയ ജോസഫ്. 2008. *പഴശ്ശിരേഖകളിലെ വ്യവഹാരഭാഷ* — കോഴിക്കോട്: മാതൃഭൂമി

Guynn,William. 2006. *Writing History in Film*. — London: Routledge.

Logan,William. 2000. *Malabar Manual*.Trivandrum:Kerala Gazetters Department.

ആനുകാലികങ്ങൾ

പ്രതീഷ്, ടി എസ്. 2009. *അവഗണനകൾക്കെതിരെ ഒരു ചരിത്രവീരഗാഥ. ചിത്രഭൂമി* 28:282.

ശെൽവരാജ്, വി ഡി. (അഭിമുഖം: മമ്മൂട്ടി) 2009. *പഴശ്ശിരാജ ആത്മഹത്യ ചെയ്തില്ല, കലാകൗമുദി:* 36:3 പുറം 2645.

റഫീക്ക്. എ എച്ച്, (എഡിറ്റർ) 2009. *മമ്മൂട്ടി ടൈംസ്* — 6:19.

ദേശീയസിനിമ ദേശീയപൗരി

ദേശത്തെയും സ്ത്രൈണതയെയും സമീകരിക്കുന്ന സ്ഥലസ്ഥാനമായി വർത്തിക്കാനാണ് തുടക്കംമുതലേ സിനിമ ശ്രമിച്ചത്. ദേശീയപ്രസ്ഥാനത്തെ പ്രബോധിപ്പിക്കുകയും പ്രലോഭിപ്പിക്കുകയും ചെയ്ത ഭാരതമാതാവിന്റെ പ്രതിനിധാനത്തിനുള്ളിലേക്ക് സ്ത്രീയെ സ്ഥിരപ്പെടുത്തുന്ന സംരംഭങ്ങളായിരുന്നു ഇന്ത്യയിലെ ആദ്യകാലസിനിമകൾ. ബാബുറാവു പെയിന്ററുടെ *സൈരന്ധ്രി* (1920), യുജീനിയോ ഡി ലിഗുവൊറൊയുടെ *നളദമയന്തി* (1920), സുചേത സിങ്ങിന്റെ *ശകുന്തള* (1920), കാഞ്ചിഭായ് റാതോഡിന്റെ *മഹാസതി അനസൂയ* (1921), *സുകന്യ സാവിത്രി* (1922), ജോർജി മനീനിയുടെ *സാവിത്രി* (1923) തുടങ്ങിയ ചിത്രങ്ങൾ പ്രധാനമായും നിർവ്വഹിച്ചത് രണ്ടു ധർമ്മങ്ങളായിരുന്നു. അതിലൊന്ന് ദേശീയനവോത്ഥാനസന്ദർഭത്തിൽ സ്ത്രീയെ പാരമ്പര്യവ്യവസ്ഥയ്ക്ക് അനുരൂപയാക്കിത്തീർക്കുക എന്നതായിരുന്നു. മറ്റൊന്ന്, ബ്രിട്ടീഷുകാരുടെ മേൽനോട്ടത്തിന് വശംവദയാവുന്ന പൗരസ്ത്യദേശത്തെ നിർമ്മിച്ചെടുക്കുന്ന രീതിയാണ്. ഇവിടെയും പൗരസ്ത്യം സ്ത്രൈണതയായി നിർവ്വചിക്കപ്പെടുകയാണ്. 1920 കളിൽ വന്ന *സതി* പരമ്പരയിൽപ്പെട്ട ചിത്രങ്ങൾ ഇതു സാധൂകരിക്കുന്നുണ്ട്. *സതി മദാലസ* (1920), *മഹാസതി അനസൂയ* (1921), *സതി തോറൽ* (1921), *സതി നർമ്മദ* (1923), *സതി പത്മിനി* (1924), *സതി സർബർദ* (1924), *സതി ലക്ഷ്മി* (1925), *സതി താരാ* (1925), *സതി ജെസ്മ* (1926) തുടങ്ങിയ സതി ചിത്രങ്ങൾ ഇരുപതിലേറെ വരും. അവയിൽ സതി–സാവിത്രി ചിത്രങ്ങളും, സതി അനസൂയ ചിത്രങ്ങളും ഇരുപതുകൾക്ക് ശേഷവും അനേകം തവണ പുനർനിർമ്മിക്കപ്പെടുന്നത് കാണാം. ദേശീയപ്രസ്ഥാനത്തിന്റെ മുൻനിരയിൽ കടന്നുവരുവാനും സമരങ്ങളിൽ ഏർപ്പെടാനുമുള്ള

സ്ത്രീയുടെ ആന്തരികചോദനയെ വെള്ളിത്തിരയുടെ പകിട്ടിൽ നിയന്ത്രിക്കാനുള്ള തുടർശ്രമമായി സതി ചലച്ചിത്രങ്ങളെ മനസ്സിലാക്കേണ്ടതുണ്ട്. സതിത്വത്തിൽനിന്നും സ്ത്രീത്വം നേടിയെടുക്കുന്ന അന്തരത്തെ ന്യായീകരിക്കുന്ന സംരംഭങ്ങൾക്ക് ഇരുപതുകൾക്ക് ശേഷവും പലപ്രകാരത്തിൽ തുടർച്ചയുണ്ടായത് സ്വാഭാവികം. ചരിത്രസംഭവങ്ങളും നാടോടിക്കഥകളും സാമൂഹികപ്രമേയങ്ങളും സ്ത്രീയെ കുടുംബവ്യവസ്ഥയിലേക്ക് അടക്കിയെടുക്കുന്നതിന്റെ ലക്ഷണങ്ങൾ അവയിൽ പ്രകടമാണ്. ഇരുപതുകളിലെ നിശ്ശബ്ദസിനിമകൾ വാചാലമായി അവതരിപ്പിച്ച അശാക്തീകണത്തിന്റെ അന്യാപദേശങ്ങൾ തുടർദശാബ്ദങ്ങളിൽ കൂടുതൽ വ്യംഗ്യമായി പുനരവതരിപ്പിക്കപ്പെട്ടു എന്നതായിരുന്നു പ്രധാനവ്യത്യാസം. ഇരുപതുകളിൽത്തന്നെ ഇതിനപവാദവും സംഭവിക്കുന്നുണ്ട്. ചന്ദുലാൽഷായുടെ *ഗുൺസുന്ദരി* (1927) സാമ്പ്രദായികകുടംബവ്യവസ്ഥയ്ക്ക് പുറത്ത് കൂടുതൽ സജീവമായ സാമൂഹികജീവിതത്തിലേക്ക് വിമതപക്ഷത്തെ കൂസാതെ പ്രവേശിക്കുന്ന സ്ത്രീയുടെ ആധുനികമനോഭാവം വെളിപ്പെടുത്തുന്ന ചിത്രമാണ്. വീടിന്റെ നാലതിരുകൾക്ക് പുറത്തൊരു ലോകമുണ്ടെന്ന തിരിച്ചറിവ് പകരുക മാത്രമല്ല ഗുൺസുന്ദരി ചെയ്തത്. ദേശീയസമരങ്ങളുടെ കളിക്കളത്തിലേക്ക് പെൺമയെ സന്നിവേശിപ്പിച്ച ചിത്രമായിരുന്നു ഗുൺസുന്ദരി. അതേസമയം അപഥസഞ്ചാരിയായ ഭർത്താവിനെ മാതൃകാജീവിതത്തിലേക്ക് വീണ്ടെടുക്കാനുള്ള ഗുൺസുന്ദരിയുടെ പരിശ്രമങ്ങൾ സിനിമയെ പുതിയകുപ്പിയിൽ നിറച്ച പഴകിയ പാനീയമാക്കുന്നുണ്ട്. കൂട്ടുകുടുംബവ്യവസ്ഥയിലേക്കുള്ള മടങ്ങിവരവിലൂടെ ചിത്രം ആധുനികതയുടെ പ്രലോഭനങ്ങളിൽനിന്നും ഭൂതകാലത്തിലേക്കുള്ള പലായനം സാദ്ധ്യമാക്കുകയും ചെയ്യുന്നു. നിശ്ശബ്ദസിനിമയുടെ ഇടവേളകളിലാണ് ഇന്ത്യയുടെ ആദ്യവനിതാ സംവിധായിക കടന്നുവരുന്നത്. *ബുൾബുൾ-ഇ-പരിസ്താൻ*(1926) എന്ന കഥാചിത്രത്തിന്റെ സംവിധാനത്തിന് ശേഷം ഫത്മാബീഗത്തിന് നടിയും തിരക്കഥാകാരിയുമായി തുടരേണ്ടിവന്നുവെന്നത് മറ്റൊരുകാര്യം. ആധുനികതയും പാരമ്പര്യവുമായുള്ള സംഘർഷത്തിന്റെ പ്രതിഫലനം സിനിമയുടെ ഭാഷയെയും ഘടനയെയും ചിട്ടപ്പെടുത്തിയതിന് നിശ്ശബ്ദസിനിമകളാണ് സാക്ഷ്യം. കാലങ്ങൾക്കിടയിലെ വിള്ളലുകളെ പരിഹരിക്കുകയെന്നതിനപ്പുറം അവയെ നിലനിർത്തുകയായിരുന്നു സിനിമയുടെ ആത്യന്തികലക്ഷ്യം. ജനപ്രിയതയെയും സാമ്പത്തികവിജയത്തെയും മുന്നിൽ കണ്ടെടുത്ത തീരുമാനം കൂടിയാവാമിത്. പ്രമേയപരമായ രൂപാന്തരം സംഭവിക്കുമ്പോഴും നിശ്ശബ്ദസിനിമകളിലെ സ്ത്രീഭാവനയും ചിത്രങ്ങളും നിശ്ചിതമാപകങ്ങൾക്കുള്ളിലായിരുന്നു. ആധുനികതാവ്യവഹാരങ്ങളിലേക്ക് പരിവർത്തിക്കപ്പെടാനുള്ള സ്ത്രീചേതന ഇരുപതുകളിൽ ഒരളവിൽ പ്രകടമായിരുന്നു. എന്നാൽ പാരമ്പര്യത്തിന്റെയും പൗരാണികതയുടെയും തുടർസന്നിവേശങ്ങളിലൂടെ നിശ്ചിതകാലത്തിനുള്ളിലേക്ക് പെണ്മയെ ആവാഹിക്കാനുള്ള ആവേശം ഇതരകലാവിഷ്കാര

ങ്ങൾ പോലെ സിനിമയും പങ്കുവച്ചു. എന്നിരുന്നാലും ദേശാന്തരികത യിൽ സ്ഥാനപ്പെടുത്താനുള്ള ചോദനയെ പൂർണ്ണമായും അടക്കിയെടു ക്കാനായതുമില്ല. അഭിനയത്തിൽ മാത്രമല്ല സിനിമയുടെ ഇതരമണ്ഡല ങ്ങളിലും സ്ത്രീസാന്നിദ്ധ്യവും ഇടപെടലും തുടർന്നങ്ങോട്ട് ശക്തിപ്പെ ട്ടിട്ടേയുള്ളൂ. മറ്റൊന്നുള്ളത്, അഹൈന്ദവമായ സാമൂഹികപശ്ചാത്തല ത്തിലുള്ള സ്ത്രീകളുടെ പങ്കാളിത്തമാണ്. ഇരുപതുകളിലും മുപ്പതുക ളിലുമുള്ള ഇന്ത്യൻസിനിമയുടെ ചരിത്രം ആംഗ്ലോ–ഇന്ത്യനെന്നോ യൂറോ –ഇന്ത്യനെന്നോ പറയാവുന്ന നടികളുടെ ചരിത്രംകൂടിയാണ്. വംശീയ മായ സ്വത്വത്തെ അപരനാമമാക്കിക്കൊണ്ടാണ് ഇക്കൂട്ടർ നിശ്ശബ്ദ–ശ ബ്ദസിനിമകളിലെ നായികമാരായത്. വിലോചന (മരിയൻഹിൽ), സു ലോചന (റൂബി മേയേഴ്സ്), റോമില (സോഫി എബ്രഹാം), പ്രമീള(എ സ്തേർ എബ്രഹാം), മാധുരി(ബെറൈൽ ഡോയലി), നാദിയ(മേരി ഇവാൻസ്)തുടങ്ങിയവർ ആദ്യകാലസിനിമയുടെ അതിജീവനത്തിന് തുണയേകിയവരായിരുന്നു. പുരുഷാധീശതയുടെ വ്യാപാരമണ്ഡലമായി അറിയപ്പെട്ട സിനിമയെ ഇവർ കൂടുതൽ ഉദാരവും ജനപ്രിയവുമാക്കി. പുരുഷന് അകമ്പടി സേവിക്കുന്ന നായികമാരെ പിന്തള്ളി സ്ത്രീത്വത്തെ സാഹസികരും സാമൂഹികവ്യക്തിത്വമുള്ളവരുമായി ഇവർ നിർവ്വചിച്ചു. അതുവഴി ആധുനികതയ്ക്കും പാരമ്പര്യത്തിനുമിടയിലെ അന്തരത്തെ ലഘൂകരിക്കാൻ വലിയൊരു പരിധിയിൽ ഇവർക്കായി. പ്രേക്ഷകപക്ഷത്ത് നിന്ന് നോക്കിയാൽ ഒരാളുടെ സതിശീലാവതി വിചാരമാതൃകയെ ഇക്കൂ ട്ടർ പ്രത്യക്ഷത്തിൽ അലോസരപ്പെടുത്തുന്നതായി അനുഭവപ്പെടണമെ ന്നില്ല. കാരണം, ആംഗ്ലോ–ഇന്ത്യനെന്നോ യൂറോ–ഇന്ത്യനെന്നോ പറ യാവുന്ന സ്ത്രീകളവരുടെ സ്വന്തമല്ല. അവർ മറ്റൊരു കൂട്ടരാണ്. ഭാര തീയനാരിയെക്കുറിച്ചുള്ള യാഥാസ്ഥിതികപ്രേക്ഷകന്റെ ആശങ്കകൾക്ക് ഇതൊരു താല്ക്കാലിക പരിഹാരമാണ്. ഒപ്പം നോട്ടത്തിന്റെ തൃഷ്ണാ വേഗങ്ങളെ ശമിപ്പിക്കുകയുമാവാം. നിശ്ശബ്ദസിനിമകളിലെ സൂപ്പർതാ രമായിരുന്ന സുലോചന (റൂബി മേയേഴ്സ്)യായിരുന്നു ഒരുകാലത്ത് ഏറ്റവും പ്രതിഫലം വാങ്ങിയിരുന്ന അഭിനേതാവ്. സിനിമ സംസാരിച്ച് തുടങ്ങിയപ്പോഴും സുലോചന തന്റെ താരപ്രഭ നിലനിർത്തി. *വീർബാല* (1925), *സിനിമ കി റാണി* (1926), *ടെലിഫോൺകി തരുണി* (1926), *വൈൽഡ് ക്യാറ്റ് ഓഫ് ബോംബെ* (1927) തുടങ്ങിയ ചലച്ചിത്രങ്ങൾ അവ യുടെ പേരുകൊണ്ടുതന്നെ ശ്രദ്ധേയമാണ്. താരജീവിതത്തെ അനു വർത്തിക്കുന്ന *സിനിമ കി റാണി*യിൽ സുലോചന ഒരു ചലച്ചിത്ര നടി യാണ്. ഒരുതാരം തന്നെ മറ്റൊരു താരമായി വേഷമിടുന്നതിലൂടെ സംഭ വിക്കുന്ന സന്ദിഗ്ദ്ധതയെയാണ് സിനിമ ഉപയോഗപ്പെടുത്തുന്നത്. സുലോ ചനയുടെ താരപ്രതിച്ഛായയെ പരമാവധി വസൂലാക്കുവാൻ സിനിമയ്ക്കു ള്ളിലെ സിനിമാക്കഥയിലൂടെ നിർമ്മാണക്കമ്പനിയായ കോഹിന്നൂറിനാ യി. കോഹിനൂർ ഫിലിം കമ്പനിയുടെ *ടെലിഫോൺ കി തരുണി* സുലോ ചനയുടെ ജീവിതത്തിന്റെ വിരൽപ്പാടുകൾ പതിഞ്ഞതാണ്. സുലോച

നയുടെ പൂർവ്വാശ്രമം ടെലിഫോൺ ഓപ്പറേറ്ററുടേതായിരുന്നു എന്നത് സിനിമയുടെ മറ്റൊരു സാദ്ധ്യതയാക്കി വികസിപ്പിക്കാൻ ചിത്രത്തിന്റെ പിന്നണി പ്രവർത്തകർക്കായി. *വൈൽഡ് ക്യാറ്റ് ഓഫ് ബോംബെയിൽ* സുലോചന അനേകം ആൾമാറാട്ടങ്ങളിലൂടെ സാമൂഹികനീതി വീണ്ടെടുക്കുന്ന ആക്ഷൻ നായികയാണ് (ഈ ചിത്രം സുലോചനയെ നായികയാക്കി *ബുംബായ് കി ബില്ലി* (1936)എന്ന പേരിൽ ശബ്ദസിനിമയായി പുനർനിർമ്മിച്ചിട്ടുണ്ട്). മേൽസൂചിപ്പിച്ച ചിത്രങ്ങൾ പലതലങ്ങളിൽ ഇരുപതുകളിലെ പുരാണചിത്രങ്ങളിൽ നിന്ന് വ്യത്യസ്തമാണ്. അവ സമകാലീനമാണ്. ആധുനികതാവ്യവഹാരങ്ങളോട് സംവദിക്കുന്നതുമാണ്. സിനിമ, ടെലിഫോൺ, നിയമവ്യവസ്ഥ, വിദ്യാഭ്യാസം, വൈദ്യശാസ്ത്രം എന്നിങ്ങനെ ആധുനികതയുടെ നാനാപ്രകാരങ്ങളാണ് സുലോചനാചിത്രങ്ങളുടെ ആഖ്യാനത്തെ ആകൃതിപ്പെടുത്തുന്നത്. സാംസ്കാരിക അധോലോകമെന്ന് വരേണ്യമദ്ധ്യവർഗ്ഗമപഹസിച്ചിരുന്ന ചലച്ചിത്രമണ്ഡലത്തിന്റെ പ്രകാശമാനമായ ഒരേടാണ് *സിനിമാ കി തരുണി*യിൽ തെളിയുന്നത്. *ടെലിഫോൺ കി തരുണി* സമകാലികദേശീയ പ്രസ്ഥാനത്തിന്റെ നയപരിപാടികളെ പലനിലയ്ക്കും അഭിമുഖീകരിക്കുന്നുണ്ട്. മിശ്രവിവാഹം, ദേശാഭിമാനം, സ്ഥിതിസമത്വം, കർഷകമുന്നേറ്റം എന്നിവയെല്ലാം ചിത്രത്തിലുണ്ട്. മാത്രവുമല്ല, വാതിൽപ്പുറചിത്രീകരണത്തിലൂടെ സ്റ്റുഡിയോയുടെ പരിമിതവൃത്തത്തിന് പുറത്തൊരു ലോകത്തെ പ്രേക്ഷകർക്ക് കാഴ്ചപ്പെടുത്താനും ചിത്രത്തിനായി. ഇതൊരർത്ഥത്തിൽ വീടിന്റെയും വ്യവസ്ഥയുടെയും മറവിൽനിന്നും നവലോകക്രമത്തിലേക്കുള്ള നിരുപാധികക്ഷണം കൂടിയാണ്. ഇരുപതുകളിലെ സതിശീലാവതിഗണത്തിൽ നിന്ന് വ്യത്യസ്തമായി സുലോചനയുടെ വേഷങ്ങൾ സ്വരൂപിക്കുന്ന സ്ത്രീത്വവും പൗരബോധവും അന്നത്തെ സിനിമകൾക്ക് അപരിചിതമായിരുന്നു. ഭൂതബാധവിട്ട് വർത്തമാനകാലത്തിലേക്ക് കടന്നുവരുവാൻ സ്ത്രീയെ പ്രലോഭിപ്പിക്കുന്ന അനേകം സൂചനകൾ അവയിലുണ്ട്. *ബോംബെ കി വൈൽഡ് ക്യാറ്റ്* എന്ന ചിത്രത്തിൽ സുലോചന എട്ടുവേഷങ്ങളിലൂടെ നടത്തുന്ന ആൾമാറാട്ടം പിന്നീടങ്ങോട്ട് സ്ഥിരരൂപമാകുന്നത് കാണാം. തോട്ടക്കാരൻ, ഹൈദരാബാദി മാന്യൻ, അനാഥൻ, പഴം വിൽപ്പനക്കാരൻ, യൂറോപ്യൻമദാമ്മ, ഉദാരനായ പിക് പോക്കറ്റ് എന്നിങ്ങനെ നീളുന്ന സുലോചനയുടെ ആൾമാറാട്ടങ്ങൾ ആണ്മയുടെ അഭിനയസ്ഥലങ്ങളെയാണ് കൈയേറുന്നത്. സുലോചനയുടെ പ്രച്ഛന്നവേഷവൈവിദ്ധ്യം ധർമ്മസങ്കടത്തിലാക്കുന്നത് സിനിമയിലെ ആൺകോയ്മയെയാണ്. ലിംഗവിവേചനം കൂസാതെ നിയമപാലനം നടത്തുന്ന കാട്ടുപൂച്ച കട്ടെടുക്കുന്നത് ആണത്തത്തിൽ നിക്ഷിപ്തമായ അധികാരത്തെയാണ്. മെഡിക്കൽവിദ്യാർത്ഥി ഉഷയായും കാട്ടുപൂച്ചയായും വെള്ളിത്തിരയിൽ നിറഞ്ഞാടുന്ന സുലോചന നായികാധർമ്മത്തിലും പിളർപ്പുണ്ടാക്കുന്നുണ്ട്. പ്രണയവും സാമൂഹികനീതിക്കായുള്ള പോരാട്ടവും വിഭക്തരൂപത്തിലാണ് നടപ്പാക്കുന്നത്. കാല്പനികതയുടെയും പോർക്കലി

യുടെയും വിപരീതഭാവങ്ങളുടെ സമാകലനമാണ് നായിക നിറവേറ്റുന്നത്. നാഗരികമാന്യതയാൽ സഫലമാകാത്ത കാര്യങ്ങൾ കാട്ടുനീതിയിലൂടെ പൂർത്തീകരിക്കുന്നതിന്റെ സാഫല്യവും അവിടെയുണ്ട്. ആണത്തത്തെ ആവിയാക്കുന്ന ആൾമാറാട്ടത്തിന്റെ ആഹ്ലാദം 1930 കളിലെ നിർഭയ നായികയായ നാദിയായുടെ ചിത്രങ്ങളിൽ തുടരനുഭവമാകുന്നുണ്ട്.

ആക്ഷൻ രംഗങ്ങൾക്ക് പ്രാധാന്യമുള്ള സ്റ്റണ്ട് ചിത്രങ്ങൾ ഒരു ചലച്ചിത്രജനുസ്സെന്ന നിലയ്ക്ക് ജനപ്രിയമാകുന്നത് ഇരുപതുകളുടെ രണ്ടാം പകുതിയോടെയാണ്. ഇതേകാലത്ത് ഇന്ത്യൻ സിനിമാശാലകളിൽ പ്രദർശനവിജയം നേടിക്കൊണ്ടിരുന്ന ഹോളിവുഡ് ചിത്രങ്ങൾ ലാവണ്യപരമായി മാത്രമല്ല, രാഷ്ട്രീയപരമായും പ്രസക്തിയുള്ളതാണ്. പ്രത്യക്ഷമായും പരോക്ഷമായും അവ ബ്രിട്ടീഷ് അധിനിവേശരൂപങ്ങളെ നേരിട്ടിരുന്നു. കടലിലും കരയിലുമൊക്കെയായി നടമാടുന്ന കാല്പനിക സാഹസികസിനിമകൾക്കുണ്ടായിരുന്ന ജനപ്രിയതയെ നേരിടാൻ ഇന്ത്യയിലെ സാമ്രാജ്യത്വഭരണവർഗ്ഗം പലവഴികളും പരീക്ഷിച്ചിരുന്നു. അതിലൊന്ന് കൊളോണിയൽ സിനിമകളുടെ ഇറക്കുമതിയായിരുന്നു. പരീക്ഷണകൗതുകവും ബലതന്ത്രവും കൊണ്ട് അവ ഇന്ത്യയുടെ സാംസ്കാരികാധുനികതയെ അഭിമുഖീകരിച്ചു. ആശങ്കയും ആവേശവും ഉണർത്തിവിട്ട ഇന്ത്യയുടെ രാഷ്ട്രീയാധുനികതയെ അതിന്റെ തട്ടകത്തിൽ വച്ച് നേരിടുകയും ചെയ്തു. സാമ്രാജ്യസിനിമയ്ക്കുള്ളിലെ ഇന്തോ-ആഫ്രിക്കൻ ലൊക്കേഷനുകൾ കൃത്യമായി അതിന്റെ ധർമ്മം നിറവേറ്റുന്നവയായിരുന്നു. അതായത് ഇന്ത്യയും ആഫ്രിക്കയുമെല്ലാം സൂചിപ്പിക്കുന്നത് ബ്രിട്ടീഷ് സാമ്രാജ്യമല്ലാതെ വേറൊന്നുമായിരുന്നില്ല. ഇന്ത്യക്കാരില്ലാത്ത ഇന്ത്യയും ആഫ്രിക്കക്കാരില്ലാത്ത ആഫ്രിക്കയും അവതരിപ്പിച്ചുകൊണ്ടാണ് സാമ്രാജ്യസിനിമ ഭാരതത്തിൽ സ്വീകാര്യത നേടാൻ ശ്രമിച്ചത്. മുപ്പതുകളിലവ വൻതോതിൽ ഇന്ത്യയിൽ ഇറക്കുമതി ചെയ്യപ്പെട്ടു. അധിനിവേശകർക്കും അധിനിവേശിതർക്കും ഇടയിലുള്ള ശ്രേണീകരണത്തെ സ്വാഭാവികപ്രക്രിയയായി സാധൂകരിക്കുന്നവയായിരുന്നു അവയിലേറെയും. അനാഥനായ ഇന്ത്യൻ പയ്യന്റെ കഥ പറയുമ്പോഴും *എലിഫന്റ് ബോയി* (1937) ബ്രിട്ടീഷ് കമ്മീഷണറോടുള്ള അവന്റെ വിധേയത്വം ഉറപ്പാക്കുന്നുണ്ട്. മറ്റൊരു ചിത്രമായ *ദി ഗ്രെയിറ്റ് ബാരിയറിൽ* കാനഡയിലേക്ക് പോകുന്ന സാമൂഹികവിരുദ്ധനായ ഇംഗ്ലീഷുകാരൻ പ്രണയത്താലും ദേശാഭിമാനത്താലും മനംമാറി ബ്രിട്ടീഷ്നിക്ഷേപകർക്ക് വഴി തുറന്നുകൊടുക്കുന്ന ഉത്തമപൗരനായി രൂപാന്തരപ്പെടുന്നത് കാണാം. ഇന്ത്യൻവിപണിക്ക് പ്രിയപ്പെട്ടതായ അമേരിക്കൻ ചലച്ചിത്രവ്യവസായത്തെ നേരിടാൻ ഇറക്കുമതി ചിത്രങ്ങൾ പര്യാപ്തമാവില്ലെന്ന് താമസിയാതെ ഭരണവർഗ്ഗം തിരിച്ചറിഞ്ഞു. ഇന്ത്യൻ വിപണിയിലേക്കുള്ള ഹോളിവുഡിന്റെ വരവിനെ ഒരുപരിധിവരെ നിയന്ത്രിക്കുന്ന ചില ഉപാധികൾ തിയേറ്റർ സംഘടനകളുമായി ചേർന്ന് അവർ താമസിയാതെ

നടപ്പാക്കുകയും ചെയ്തു.എന്നാൽ വൈകാതെ ബ്രിട്ടീഷ് സിനിമയുടെ വ്യാപനത്തെയും സ്വാധീനിക്കുന്ന വിധത്തിൽ നിയമാവലികൾ പുതുക്കിയെഴുതാൻ സ്വദേശിസിനിമക്കാർ നിർബ്ബന്ധിക്കുന്നതിന്റെ തെളിവുകളും ഇപ്പോൾ ലഭ്യമാണ്. സാമ്രാജ്യത്വത്തിന്റെ അമേരിക്കൻ പേടിക്ക് ഒന്നിലേറെ കാരണങ്ങളുണ്ടെന്നു കാണാം. ഒന്നാം ലോകമഹായുദ്ധത്തിന് ശേഷം ബ്രിട്ടൻ നേരിട്ട സാമ്പത്തികപ്രതിസന്ധിയാണ് അതിൽ പ്രധാനം. സാമ്പത്തികപ്രശ്നപരിഹാരത്തിന് അമേരിക്കയുടെ പിന്തുണ തങ്ങൾക്കാവശ്യമെന്ന് അംഗീകരിക്കുമ്പോഴും പൂർണ്ണമായ സ്വാശ്രയത്വം ഒഴിവാക്കാൻ ബ്രിട്ടീഷുകാർ ശ്രമിച്ചിരുന്നു. അമേരിക്കൻ സിനിമകൾക്ക് ഇന്ത്യാദേശത്തുണ്ടായ ജനപ്രിയത അവരെ ഭയാകുലരാക്കിയതിൽ കാര്യമില്ലാതില്ല. അന്നേക്ക് ഇന്ത്യയിൽ പ്രബലമായിക്കൊണ്ടിരുന്ന സാമ്രാജ്യത്വവിരുദ്ധവികാരത്തെ അമേരിക്കൻസിനിമ പ്രീണിപ്പിച്ചേക്കുമെന്ന മുൻകരുതലും അവരുടെ ഭാഗത്തുനിന്നുണ്ട്. സാമൂഹികക്രമത്തിൽ സംഭവിച്ചേക്കാവുന്ന അട്ടിമറികൾ മറികടക്കാനായി ബ്രിട്ടീഷ് ഭരണവർഗ്ഗം കണ്ടെത്തിയ മാർഗ്ഗങ്ങളിലൊന്നായിരുന്നു സാമ്രാജ്യത്വാനുകൂല ചിത്രങ്ങളുടെ ഇറക്കുമതി. അവ വേണ്ടത്ര ഫലമുണ്ടാകില്ലെന്ന് കണ്ടാകണം ഇരുപതുകളിലെയും മുപ്പതുകളിലെയും പുരാണചിത്രങ്ങളോട് ഒട്ടൊരു മൃദുസമീപനം സ്വീകരിച്ചത്.

അന്യാപദേശരൂപത്തിൽ ബ്രിട്ടീഷ് അധിനിവേശത്തെ വിഷയീകരിക്കുന്നവയായിട്ടും പുരാണചിത്രങ്ങളെ പിന്തുണച്ചുകൊണ്ട് ഹോളിവുഡിനെ നഗരപ്രാന്തത്തിനുള്ളിൽ തളച്ചിടാനാണ് ഭരണകൂടം മുതിർന്നത്. ബ്രിട്ടീഷ് ഫിലിം ഇന്ത്യ *സതി വിജയ* (1930), *അൻജാനി* (1932) തുടങ്ങിയ ചിത്രങ്ങൾ നിർമ്മിക്കുക പോലുമുണ്ടായി. സാമ്പത്തികാധികാരത്തിന്റെ തകർച്ചയെ പിടിച്ചുനിർത്താൻ അവരുപയോഗിച്ച അനുനയത്തിന്റെയും പ്രീണനത്തിന്റെയും തന്ത്രങ്ങൾ ഫലത്തിൽ അവർക്കെതിരെ തിരിച്ചടിക്കുന്നതായി മാറിയെന്നത് മറ്റൊരു വിരോധാഭാസം. ബ്രിട്ടീഷ്നയം സിനിമാസ്വാദകരുടെ താല്പര്യങ്ങളിൽ ഉളവാക്കിയ പിളർപ്പ് അത്രവേഗം നികത്താനാവുന്നതായിരുന്നില്ല. ബ്രിട്ടീഷനുകൂല ചിത്രങ്ങളിൽനിന്നും പുരാണചിത്രങ്ങളിൽനിന്നും വിഭിന്നമായ ഗണത്തിൽപ്പെട്ട സിനിമകൾക്ക് തുടർച്ചയുണ്ടാകുന്നത് മുപ്പതുകളിലാണ്. വിഘടിതമായ ലാവണ്യതാല്പര്യങ്ങൾ സൃഷ്ടിച്ച പുതിയൊരിടത്തിലാണ് ജെ ബി എച്ച് വാഡിയ/ഹോമി വാഡിയ ടീം നിർമ്മിച്ച ആക്ഷൻ ചിത്രങ്ങൾ അവയുടെ അസ്തിത്വം തേടിയത്. സംഘട്ടനചിത്രങ്ങളായിരിക്കുമ്പോഴും വാഡിയ സഹോദരന്മാരുടെ സംരംഭങ്ങൾ സാമ്രാജ്യത്വവികാരങ്ങൾ ഉൾക്കൊള്ളുന്നവയായിരുന്നു. ആക്ഷൻ പടങ്ങളിലെ ദേശീയവാദസൂചനകൾ ബോധപൂർവ്വമാണെന്ന് കാണാം. ജെ ബി എച്ച് വാഡിയ 1930 കളിൽ കോൺഗ്രസ് അനുയായി ആയിരുന്നു. പാർട്ടിനയങ്ങളിൽ അസംതൃപ്തനായ വാഡിയ 1937 മുതൽ എം എൻ റോയിയുടെ ഇടതുപക്ഷപ്രസ്ഥാനത്തിന്റെ വക്താവായി മാറുകയായിരുന്നു. പ്രമേയ

ത്തിലും പേരിലും വാഡിയ ടീമിന്റെ സിനിമകൾ ബ്രിട്ടീഷുകാരുടെ സെൻസർനിയമങ്ങളെ കാറ്റിൽ പറത്തി. ദേശവും സ്വരാജും നവഭാരതവും സ്വാതന്ത്ര്യവുമൊക്കെ ശീർഷകങ്ങളിൽ ഇടം പിടിച്ചു. ചിത്രങ്ങളാവട്ടെ ഹോളിവുഡ് ഛായയുള്ള പ്രമേയാവതരണം സ്വീകരിക്കുമ്പോഴും ദേശീയവാദത്തെ വിട്ടുവീഴ്ചയില്ലാതെ സിനിമയിൽ അവതരിപ്പിക്കുകയും ചെയ്തു. ഗ്രീക്ക് വെൽഷ് വംശജയായ മേരി ഇവാൻസ് എന്ന നാദിയയെ നായികയായി അവതരിപ്പിച്ചുകൊണ്ടാണ് പുതിയ ഗണത്തിൽപ്പെട്ട സിനിമകൾക്ക് ഇവർ തുടക്കമിടുന്നത്. സുലോചന മുമ്പ് അഭിനയിച്ച *കാട്ടുപൂച്ച*യോട് അവതരണത്തിലും ആഖ്യാനത്തിലും നാദിയചിത്രങ്ങൾക്ക് സാധർമ്മ്യമുണ്ട്. സുലോചനയുടെ *ബൂംബായ് കി ബില്ലി* (1930), അരുണാദേവി ഇരട്ടവേഷത്തിൽ അഭിനയിച്ച *ഡെക്കാൻ ക്വീൻ* (1936) എന്നിവയ്ക്ക് അപ്രാപ്യമായ തലം നാദിയയുടെ ചിത്രങ്ങളിലുണ്ടായിരുന്നു. ദേശീയപ്രസ്ഥാനത്തിന് പരസ്യപിന്തുണയേകിക്കൊണ്ടാണ് നാദിയചിത്രങ്ങൾ ജനപ്രിയ വിജയങ്ങളായിത്തീർന്നത്. നാടിനും നാട്ടാർക്കും വേണ്ടി രാജകീയസുഖസൗകര്യങ്ങൾ വെടിഞ്ഞ വീരാംഗനയുടെ കഥയെന്ന വിവരണത്തോടെയാണ് *ഹണ്ടർവാലി* (1936) യുടെ തുടക്കം. നിസ്വരുടെ രക്ഷകയും ദുഷ്ടരുടെ ശിക്ഷകയുമാണ് *ഹണ്ടർവാലി.* സാധാരണമായ ഒരു സാഹസികകഥയുടെ ചേരുവകളേയുള്ളൂ ഈ ചിത്രത്തിന്. തന്റെ അച്ഛനെ തടവുകാരനാക്കി രാജ്യം പിടിച്ചെടുത്ത ദുഷ്ടനായ മന്ത്രിമുഖ്യനോടുള്ള പ്രതികാരമാണ് *ഹണ്ടർവാലി*യുടെ പ്രമേയം. ഇവിടെ നാദിയയ്ക്ക് ഒരേ സമയം രണ്ടുധർമ്മങ്ങൾ നിറവേറ്റാനുണ്ട്. പ്രണയിനിയായ മാധുരിയുടെയും നിയമപാലകയായ വീരാംഗന ഹണ്ടർവാലിയുടെയും. ഓട്ടവും ചാട്ടവും നീന്തലും ഗുസ്തിയും കുതിരസവാരിയും വാൾപ്പയറ്റുമെല്ലാം കൈവശപ്പെടുത്തിയ നാദിയ തന്റെ ചിത്രങ്ങളിൽ പുരുഷന്മാർക്ക് പൂർത്തീകരിക്കാനായി യാതൊന്നും അവശേഷിപ്പിക്കാനില്ലെന്ന് തോന്നിപ്പോകും. പേരിലും പെരുമയിലും ആധുനികമായ ദേശീയാവബോധം നാദിയചിത്രങ്ങൾ പ്രകടിപ്പിച്ചു. കാടും നഗരവും അവയിൽ സമ്മേളിച്ചു. കാനനറാണിയും കാനനകുമാരിയും മാത്രമല്ല നാഗരികയായ ബൂംബൈവാലിയായും നാദിയ വേഷമണിഞ്ഞു. കുതിരപ്പുറത്തും തീവണ്ടിപ്പുറത്തും സഞ്ചരിച്ചുകൊണ്ടവർ നീതി നടപ്പാക്കി. പകരക്കാരെ വെക്കാതെ ആക്ഷൻ രംഗങ്ങൾ തനിച്ച് കൈകാര്യം ചെയ്തു. ശബ്ദവിനിമയത്തിലും ശരീരഭാഷയിലും സാമൂഹികബോധത്തിലും തിരയുലകത്തിലെ ആൺരൂപങ്ങളെ ബഹുദൂരം പിന്നിലാക്കിയിരുന്നു നാദിയചിത്രങ്ങൾ. നഗരങ്ങളിൽ മാത്രമല്ല, ഗ്രാമാന്തരങ്ങളിലും ഹിന്ദി ഇതരപ്രദേശങ്ങളിലും നാദിയ ചിത്രങ്ങൾക്ക് വലിയ സ്വീകാര്യതയായിരുന്നു ഉണ്ടായിരുന്നത്. തന്റെ ചെറുപ്പത്തിലെ ഓർമ്മകളിൽ തങ്ങിനില്ക്കുന്ന ഒരേയൊരു ശബ്ദം നാദിയയുടെ ഹേയ-യ-യ-യ-യ എന്ന യുദ്ധകാഹളമായിരുന്നുവെന്ന് ഗിരീഷ് കർണ്ണാട് സാക്ഷ്യപ്പെടുത്തിയിട്ടുണ്ട്. നാല്പതുകളിലെ സ്കൂൾ കാലത്തെ ഗൃഹാതുരതയോടെ വീണ്ടെ

ടുക്കുന്ന കർണ്ണാടിനെപ്പോലുള്ളവരിൽ നിർഭയ നാദിയ ധൈര്യത്തിന്റയും ശക്തിയുടെയും ആദർശത്തിന്റയും പ്രതിരൂപമായിരുന്നു. നൈസർഗ്ഗികമായ വ്യക്തിപ്രഭാവം പുതിയൊരു വിപണിസാദ്ധ്യത സിനിമയ്ക്ക് തുറന്നുകൊടുത്തു. *ബ്യംബൈ വാലി* (1941) എന്ന സിനിമയുടെ പ്രഖ്യാപനവേളയിൽ വന്ന പരസ്യവാചകം ആണുങ്ങളെ പറ പറത്തുന്ന നായികയായ നാദിയ ഇതാ വീണ്ടും വരുന്നു എന്നതായിരുന്നു. പെണ്മയുടെ ദീപശിഖയേന്തി സ്നേഹത്തിന്റെയും സമത്വത്തിന്റെയും സ്വാതന്ത്ര്യത്തിന്റെയും പ്രകാശം പരത്തുന്ന നിർഭയനായികയായ നാദിയയുടെ തുടർവരവുകൾ നിർമ്മാണക്കമ്പനി വലിയൊരാഘോഷമായാണ് വിളംബരപ്പെടുത്തിയത്.

പൂർവ്വകാലനായികമാരിൽനിന്നും നാദിയ കൈവരിച്ച വ്യതിരിക്തത ഇവിടെ വ്യക്തമാണ്. ആണത്തത്തിന്റെ അധിനിവേശ താല്പര്യങ്ങൾക്കുമേൽ പെണ്ണത്തത്തെ സ്ഥാപിച്ചെടുക്കാനുള്ള ആവേശവുമുണ്ട്. ആധുനികമായ ദേശീയമൂല്യങ്ങളിലേക്ക് സ്ത്രീയെ പരിവർത്തിപ്പിക്കാനുള്ള ആഹ്വാനംകൂടിയാണ് പരസ്യം. ദേശീയപ്രസ്ഥാനത്തിന്റെ ഭാഗമായിട്ടാണ് സ്ത്രീത്വം ഇവിടെ നിർവ്വഹിക്കപ്പെടുന്നത്. മാത്രമല്ല, മുഖ്യധാരയ്ക്ക് പുറത്തായിരുന്ന പ്രാദേശികസ്ഥലികളെ തിരയുലകത്തിലേക്ക് തിരിച്ചുപിടിക്കാനുള്ള ആഗ്രഹവും പരോക്ഷമായി നിലനില്ക്കുന്നുണ്ട്. ദേശത്തെയും പെണ്മയെയും സിനിമയെയും വർത്തമാനകാലത്തെയും കുറിച്ചുള്ള പുരുഷഭാഷ്യങ്ങളായിരുന്നു നാദിയ തുടർച്ചയായി ചോദ്യം ചെയ്യതും അപ്രസക്തമാക്കിയതും. സംഘട്ടനരംഗങ്ങൾ കൊണ്ടുമാത്രം സാധിച്ചെടുക്കാവുന്ന കാര്യമല്ലിത്. സിനിമയുടെ പ്രഖ്യാപനവും പേരിടലുതൊട്ട് ആഖ്യാനത്തിലെ സ്ഥിരരൂപങ്ങളുടെയും ചേരുവകളുടെ വിന്യസനത്തിലും പുനരാവിഷ്കരണത്തിലുമായി വ്യാപിച്ചുപോകുന്ന നവഭാരത സങ്കല്പത്തിൻമേലാണ് നാദിയചിത്രങ്ങളുടെ വേരോട്ടം. സ്ത്രീകൾക്ക് മാത്രമായി നാദിയ നടത്തുന്ന പള്ളിക്കൂടത്തിന്റെ പേര് *ന്യൂഇന്ത്യ* എന്നായത് യാദൃച്ഛികമായിരുന്നില്ല. സ്കൂളിന്റെ പാഠ്യപദ്ധതിയിൽ പ്രധാനം കായികവ്യായാമമായിരുന്നുവെന്നത് മറ്റൊരു വിശേഷം. നാദിയചിത്രങ്ങളുടെ പേരുകളെല്ലാംതന്നെ നായികകേന്ദ്രിതമായിരുന്നു. പേരുകൾ ചിലപ്പോൾ ആംഗലം മാത്രമാകാം. മറ്റുചിലപ്പോൾ ആംഗലത്തിന്റെയും ഹിന്ദി –പാഴ്സി ഭാഷയുടെയും മിശ്രണവുമുണ്ട്. ആധുനികമായ സാംസ്കാരിക പരിസരത്തിലേക്ക് സ്ത്രീത്വത്തെ വിവർത്തനംചെയ്യുന്ന പ്രക്രിയ നാമകരണത്തിലുണ്ട്. *ജംഗിൾ കാജ്ഹാർ* (1952) നെഹ്റുവിയൻ സോഷ്യലിസത്തോടുള്ള ആഭിമുഖ്യത്തിൽ നിന്നുണ്ടായതാണ്. *ജംഗിൾ പ്രിൻസസ്* (1942), *ജംഗിൾ ഗോഡസ്* (1948), *സ്റ്റണ്ട് ക്വീൻ* (1945), *കാർണിവൽ ക്വീൻ* (1955), *സർക്കസ്‌വാലെ* (1950) തുടങ്ങിയ ചിത്രങ്ങളുടെ പേരുകൾ നായികയെ കാട്ടിലായാലും നാട്ടിലായാലും കുമാരിയും റാണിയുമൊക്കെയായാണ് വിശേഷിപ്പിക്കുന്നത്. മറ്റൊന്ന് തീവണ്ടിയെന്ന സൂചകം നാദിയാചിത്രങ്ങളിൽ കഥാപാത്രമായി രൂപാന്തരപ്പെടുന്നുവെന്നതാണ്.

ഫ്രണ്ടിയർ മെയിൽ (1936), *ഹറികെയ്ൻ ഹൻസ* (1937), *പഞ്ചാബ് മെയിൽ* (1939), *ടൂഫാൻ ക്വീൻ* (1947), *ഡൽഹി എക്സ്പ്രസ്* (1949) തുടങ്ങിയ ട്രെയിൻചിത്രങ്ങളും അവയിലെ സാഹസികസംഘട്ടനരംഗങ്ങളും ജനപ്രിയമായതിന്റെ വിവക്ഷകൾ ലഘുവായി കാണാനാവില്ല. കർമ്മവേഗത്തെയും കാലവേഗത്തെയും ഒരുപോലെ വെള്ളിത്തിരയിൽ സമ്മേളിപ്പിക്കാൻ ട്രെയിൻചിത്രങ്ങൾക്കാവുന്നു. വേഗത്തോടൊത്ത് ആധുനികമായ സാമൂഹികബോധത്തെയും തീവണ്ടി പ്രതിനിധീകരിക്കുന്നുണ്ട്. ഭാരതമാതാവിന്റെ ഹൈന്ദവബൃഹദ്ദേശീയതാബിംബത്തെ നിരാസ്പദമാക്കുന്ന പ്രതിബോധമായിരുന്നു നാദിയയുടെ ചിത്രങ്ങൾ തുടർച്ചയായി പ്രചരിപ്പിച്ചുപോന്നത്. ഇത് *ഹണ്ടർ വാലി* (1935) യിലെ ആദ്യനായികാവേഷത്തിൽപ്പോലും പ്രകടമാണ്. ജന്മംകൊണ്ട് ഗ്രീക്ക് വെൽഷ് വംശജയായ വിദേശിയാണ് ഇന്ത്യൻ സ്ത്രീയായി ചിത്രത്തിൽ സ്ഥാനപ്പെടുന്നത്. ഭാരതമാതാവിന്റെ ഹൈന്ദവദേശഭാവനയോടാണ് ജന്മത്തിലും നിറത്തിലും പ്രകടനത്തിലും ശരീരഭാഷയിലും വിദേശവനിതയുടെ പ്രതിരൂപമുള്ള നാദിയയ്ക്ക് ഇടയേണ്ടി വരുന്നത്. നവദേശത്തെക്കുറിച്ചുള്ള ആഹ്വാനങ്ങളിലൂടെ ദേശീയരാഷ്ട്രീയത്തിന്റെ പൊതുനയങ്ങൾക്ക് പരസ്യപിന്തുണ നല്കുന്ന നായിക മുപ്പതുകളിലെ സിനിമകൾക്ക് അപരിചിതമായിരുന്നു. സാമ്രാജ്യത്വത്തെ അതിന്റെ തന്നെ സമവാക്യങ്ങൾ കൊണ്ട് തിരിച്ചടിക്കുന്നതിന്റെ അനുഭവം പ്രേക്ഷകർക്ക് അതുവഴി പങ്കുവെക്കാനാവും. സുലോചനയുടെ മറ്റ് ആക്ഷൻ ചിത്രങ്ങളുടെ നിഴലിൽ നിന്ന് നാദിയയ്ക്ക് വിമുക്തിയേകിയത് ദേശീയാധുനികതയുടെ ചലച്ചിത്രസന്നിവേശമാണ്. കോളനീകരണത്തിനെതിരായി വൈദേശിക സ്ഥാനത്ത് നിന്നുണ്ടായ മുന്നേറ്റമായി നാദിയയുടെ പ്രകടനത്തെ തിരിച്ചറിയേണ്ടതായുണ്ട്. ഇംഗ്ലീഷുകാർ പ്രതിനിധീകരിച്ചിരുന്ന ആധുനികതയുടെ ഉപാദാനങ്ങൾകൊണ്ടാണ് നാദിയ അവർക്കെതിരെ തിരിയുന്നത്. കൂടാതെ ദേശബാഹ്യമായി ശക്തിസമാഹരണത്തെ ഭാവനചെയ്യാനുള്ള അവസരംകൂടിയാണ് നാദിയാചിത്രങ്ങൾ തുറന്നുതരുന്നത്. വേഷത്തിലോ പ്രകൃതത്തിലോ പ്രകടനത്തിലോ ഭാരതീയനാരിയുടെ കുപ്പായത്തിനിണങ്ങുന്ന പ്രതിച്ഛായയിലേക്ക് നാദിയയെ പാകപ്പെടുത്താനാവില്ല. എന്നാൽ ബ്രിട്ടീഷുകാരോട് സായുധകലാപത്തിലേർപ്പെട്ട് ജീവത്യാഗം ചെയ്ത ഝാൻസി റാണിയെപ്പോലുള്ളവരുടെ കാല്പനികസ്മൃതികൾ കോളനിപ്രജകളായ പ്രേക്ഷകരിലുണർത്താൻ നാദിയായുടെ സാന്നിദ്ധ്യത്തിനാകുമായിരുന്നു. സ്ഥാപനങ്ങളോടുള്ള നീരസവും തൊഴിലാളികളോടുള്ള സഹാനുഭൂതിയും നാദിയയുടെ പോരാട്ടങ്ങൾക്ക് സർവ്വസമ്മതി നേടിക്കൊടുത്തു.

കരുത്തിന്റെയും തന്റേടത്തിന്റെയും ആദർശത്തിന്റെയും ചിഹ്നമായി നാദിയയുടെ തിരയുലകത്തിലെ പ്രകടനങ്ങൾ തിരിച്ചറിയപ്പെട്ടു. സ്ത്രീകളുടെയെന്നപോലെ അവമതിക്കപ്പെടുന്ന കോളനിപ്രജകളുടെ അരക്ഷിതത്ത്വത്തിന് സാങ്കല്പികമായെങ്കിലും അറുതിവരുത്തുന്നവയായിരുന്നു

നാദിയാചിത്രങ്ങൾ. എല്ലാ താരങ്ങളെയുംപോലെ നാദിയയും പ്രതിച്ഛായയുടെ തടവുകാരിയായിരുന്നു. നിർഭയയുടെ വിശേഷണം വിട്ട് നാദിയ നടിച്ച *മൗജി* (1942)ന്റെ പരാജയം അവരുടെ ചലച്ചിത്രജീവിതത്തിലുണ്ടായ വലിയൊരു പരാജയം കൂടിയായിരുന്നു. സ്വാതന്ത്ര്യപൂർവ്വകാലത്ത് നാദിയാചിത്രങ്ങൾക്കുണ്ടായിരുന്ന ജനപ്രിയത അനന്തരകാലത്ത് നിലനിർത്താനാവാതെ പോയത് സ്വാഭാവികം. കാരണം നാദിയാചിത്രങ്ങളുടെ അകവും പുറവുമായി ക്രോഡീകരിക്കപ്പെട്ടത് കോളനീകരണവിരുദ്ധചിഹ്നങ്ങളായിരുന്നു. കോളനീകരണകാലത്തുതന്നെ കോളനി വിരുദ്ധമനോഭാവം പ്രദർശിപ്പിച്ചാണവ യാഥാസ്ഥിതികമായ പിതൃദായമൂല്യങ്ങളെ അസ്ഥിരപ്പെടുത്തിയത്. പുരുഷനും അയാളുടെ സാമൂഹികപ്രതിബദ്ധതയുടെ തോതും അവിടെ നിരന്തരപരീക്ഷണങ്ങൾക്ക് വിധേയമായി ജനാധിപത്യമുള്ള പുതിയൊരു ദേശത്തെയാണവ സ്വപ്നം കണ്ടത്. സ്വപ്നം യാഥാർത്ഥ്യമാക്കുന്ന ഭാവിക്കായാണവ യത്നിച്ചത്. മുപ്പതുകളുടെ രണ്ടാം പകുതിയിലും നാല്പതുകളുടെ ആദ്യപകുതിയിലും വന്ന ദേശീയ–പ്രാദേശീയസിനിമകളിൽ നവദേശസങ്കല്പത്തിനായുള്ള ചോദന തീക്ഷ്ണമാണ്. ആഖ്യാനവ്യതിയാനങ്ങളിലൂടെ ദേശത്തിന്റെ ആധുനികമായ ഭാവിയെയാണ് സ്വാതന്ത്ര്യപൂർവ്വകാലത്തെ സിനിമകൾ ഭാവനചെയ്ത്. ആദർശനാരിത്വം പടിയിറങ്ങിയതോടെ സമുദായനിയമങ്ങൾ കൂസാത്ത പെൺചേതന കണ്ടില്ലെന്നു നടിക്കാൻ സിനിമയ്ക്ക് കഴിയാത്ത സ്ഥിതിവന്നു. രാഷ്ട്രത്തെ കേന്ദ്രീകരിക്കുന്നതുപോലെ വികേന്ദ്രീകരിക്കുകയും ചെയ്യുന്ന ആധുനികമായ നായികാകർത്തൃത്വം സ്വാതന്ത്ര്യപൂർവ്വകാലസിനിമയിൽ അസാധാരണമാകാതിരുന്നതും അതുകൊണ്ടാണ്. ക്ഷമയും സഹനവുമല്ല അവരിൽനിന്ന് പ്രതിഫലിച്ചത്. പോർക്കലിപൂണ്ട ആദിമസ്ത്രീയുടെ ആദിരൂപമായിരുന്നു. അവരുടെ രുദ്രമായ രൂപ–ഭാവാവതരണമായിരുന്നു. സീതയേക്കാളും സാവിത്രിയേക്കാളും പാർവ്വതിയുടെ അംശാവതാരങ്ങളായ ദുർഗ്ഗയെയും കാളിയെയുമൊക്കെ അവ ഓർമ്മപ്പെടുത്തിയില്ലെങ്കിലേ അത്ഭുതമുള്ളൂ.

എല്ലാ താരങ്ങളെയുംപോലെ നാദിയയും പ്രതിച്ഛായയുടെ തടവുകാരിയായിരുന്നു.

തെരഞ്ഞെടുത്ത ഗ്രന്ഥസൂചി

Chatterjee, Shoma A.1998. *A Study of the Portrayal of Women in Indian Cinema* -- Calcutta:Parumitha Publications.

Majumdar, Neepa. 2010. *Wanted Cultured Ladies Only! Female Stardom and Cinema in India -- 1930s -1950s*. New Delhi:OUP.

Rajadhyaksha, Ashish. & Paull Willemen. 2002. *Encyclopaedia of Indian Cinema* -- New Delhi: OUP.

സ്ത്രീ പ്രതിനിധാനം മലയാളസിനിമയിൽ

ഹിന്ദിസിനിമയിലെ സതിപാരമ്പര്യമോ കുലീനതയോ മലയാള സിനിമയ്ക്ക് തുടക്കത്തിൽ അന്യമായിരുന്നു. വടക്കേ ഇന്ത്യയിലും തൊട്ടയൽപക്കത്തുമെന്നപോലെ ദേശീയമായ ആഹ്വാനങ്ങൾ തിരുവിതാംകൂറിലെ ചലച്ചിത്രനിർമ്മാണത്തെ പ്രലോഭിപ്പിച്ചിരുന്നില്ല. ദേശാന്തരഗമനത്തിന്റെയും വിജയകരമായ തിരിച്ചുവരവിനെയും സവിശേഷസൂത്രവാക്യത്തിനായിരുന്നു *വിഗതകുമാരൻ*(1930) തുടക്കമിട്ടത്. മറ്റൊരുപ്രത്യേകത പ്രതിനായകന്മാരല്ല പ്രതിനായികമാരാണ് എതിർപക്ഷത്ത് അണിനിരന്നത്. കഥാനായകന്മാരെ നാടുകടത്തുന്നതും തിരിച്ചുവരവിൽ അവർക്കെതിരെ അണിനിരക്കുന്നതും രണ്ടാനമ്മമാരാണ്. *വിഗതകുമാരനി*ലും *ബാലനി*(1938)ലും *ജ്ഞാനാംബിക* (1951) യിലും പ്രതിനായികമാരുടെ എല്ലാ നീക്കങ്ങളെയും അട്ടിമറിക്കുന്നത് വിധിയുടെ ഇടപെടലാണ്. അമ്പതുകളോടെയാണ് അത്തരമൊരു വാർപ്പുമാതൃകയിൽനിന്ന് സ്ത്രീകൾക്ക് നേരിയ മാറ്റമുണ്ടാകുന്നത്. എങ്കിലും സ്ത്രീയെക്കുറിച്ചുള്ള പൂർവ്വധാരണകളിൽനിന്ന് ആന്തരികമായ വ്യതിയാനം സംഭവിച്ചിരുന്നില്ല. ക്ഷമ, ത്യാഗം, സഹനം തുടങ്ങിയ മൂല്യങ്ങളിൽനിന്ന് സ്ത്രീയെ നിർവ്വചിക്കുന്ന പതിവുരീതിയാണ് കെ വി കോശിയും കുഞ്ചാക്കോയും ഒരുമിച്ച കെ ആന്റ് കെ പ്രൊഡക്ഷൻസിന്റെ *നല്ലതങ്ക* (1950) യും പിന്തുടർന്നത്. പുരുഷപക്ഷം സാമ്പത്തികതയെ പ്രതിനിധാനംചെയ്യുമ്പോൾ നിസ്വയുടെ സ്ഥാനമാണ് സ്ത്രീക്കുള്ളത്. മലയാളത്തിൽ മാത്രമല്ല തമിഴിലും തെലുങ്കിലുമൊക്കെ *നല്ലതങ്ക* വലിയ ജനസമ്മതി നേടിയിരുന്നു. ആദ്യം സംഗീതനാടകമായും പിന്നീട് സിനിമയായും പേരെടുത്ത *നല്ലതങ്കാളാണ്* മലയാളത്തിൽ *നല്ലതങ്ക*യായത്. മെലോഡ്രാമയുടെ ചേരുവകളിലും നാടകീയതയുടെ വിന്യസനത്തിലും ദേശപരമായ വ്യതിയാനം വരുത്തുവാൻ മലയാളത്തിലെ നിർമ്മാതാക്കൾ ശ്രദ്ധിച്ചിരുന്നു. ഇവിടെ

രണ്ടാനമ്മയുടെ സ്ഥാനത്ത് നാത്തൂനാണ് പ്രതിനായിക. അപ്പോഴും സ്ത്രീയെ ചൂഴുന്ന പരമ്പരാഗതമായ മൂല്യങ്ങളിൽനിന്നും നല്ലതങ്കയെ വിമുക്തമാക്കുവാൻ അവർ ശ്രമിച്ചിരുന്നില്ല. ഇതേ നിർമ്മാണക്കമ്പനിയുടെ ബാനറിൽ നിർമ്മിച്ച *ജീവിതനൗക* (1951) പക്ഷേ, വിഗതകുമാരനിൽ പരീക്ഷിക്കുകയും ബാലനിൽ വിജയിക്കുകയും ചെയ്ത അതേ പ്രമേയമാണ് ആവർത്തിക്കുന്നത്. തിന്മയ്ക്കുമേൽ നന്മയുടെ വിജയം രണ്ടാനമ്മ/നാത്തൂൻ പോര്, വിഗതകുമാരന്മാരും കുമാരികളും, മറുനാട്ടിലെ മലയാളി നായകൻ. ശുഭപര്യവസായിയായ ദാമ്പത്യജീവിതം എന്നിങ്ങനെ പോകുന്ന ആഖ്യാനക്രമം അമ്പതുകളിലും ജനപ്രിയമായിരുന്നു. പാരമ്പര്യത്തിലെ നിഷ്കർഷകൾ എന്തുകൊണ്ട് സ്ത്രീക്കുമാത്രം ബാധകമാകുന്നുവെന്ന സംശയം അപ്പോഴും അവശേഷിക്കുന്നു. *ജീവിതനൗക*(1951)യുടെയും *നവലോക*(1951)ത്തിന്റെയും പ്രദർശനവിജയം ഇതു സൂചിപ്പിക്കുന്നു. കുടുംബാഖ്യാനങ്ങളുടെ അകങ്ങളിൽനിന്നും ഭൗതികജീവിതത്തിന്റെ അകങ്ങളിലേക്കുള്ള അന്തരണം സാങ്കേതികം മാത്രമായിരുന്നില്ല. ആഖ്യാനഘടനയിൽ ആന്തരികമായി സംഭവിച്ച വ്യതിയാനംകൂടിയായിരുന്നു *നവലോക*ത്തിൽ. മുതലാളിത്തചൂഷണവും സംഘടിതതൊഴിലാളി മുന്നേറ്റവുമാണ് നിർണ്ണായകം. സമ്പന്നതയുടെയും മർദ്ദിതചൂഷണത്തിന്റെയും വിപരീതചേരികൾക്കുള്ളിൽ നിർത്തിയാണ് കഥാപാത്രങ്ങളെ അവതരിപ്പിക്കുന്നത്. എസ്റ്റേറ്റ് സൂപ്പർവൈസറും തൊഴിലാളിസ്ത്രീയുമായിട്ടുള്ള ബന്ധത്തിനുള്ളിലാണ് തൊഴിലാളി–മുതലാളിസംഘർഷങ്ങൾ സ്ഥാനപ്പെടുത്തിയിരിക്കുന്നത്. ഇവിടെയും തന്നെ അപമാനിച്ച മുതലാളിയോട് പൊറുക്കുവാനും അയാളെ കുറ്റവിമുക്തനാക്കുവാനും മുൻകൈയെടുക്കുന്നത് ദേവകിതന്നെയാണ്. സ്ത്രീയുടെ ആഖ്യാനപരിസരത്തിൽ ചില മാറ്റങ്ങൾ വരുമ്പോഴും സ്ത്രീയുടെ കർത്തൃസ്ഥാനം പഴയപടി തുടരുകയായിരുന്നു. തന്നെ അപമാനിക്കുന്ന പുരുഷപക്ഷത്തെ നേരിടാനും തുറന്നുകാട്ടുവാനും സിനിമയിലെ സ്ത്രീകളപ്പോഴും തയ്യാറായിരുന്നില്ലെന്നുള്ളതാണ് ശ്രദ്ധേയം. സമ്പൂർണ്ണമലയാളസിനിമയെന്ന വിശേഷണവുമായി വന്ന *നീലക്കുയിലി* (1954) ലും പെൺമയെ പരിമിതപ്പെടുത്തുന്നുവെന്നത് മറ്റൊരു യാഥാർത്ഥ്യം. ദേശരാഷ്ട്രത്തെയും പൗരനെയുംകുറിച്ച് സുദീർഘമായ ഉദീരണങ്ങൾ നടത്തുന്ന പോസ്റ്റ് മാസ്റ്റർ പോലും നീലിയുടെ ദുരന്തത്തെ പരാമർശിക്കുന്നില്ല. ശ്രീധരൻ മാഷിനു പുറമെ സ്വസമുദായവും നീലിയെ ഭ്രഷ്ടയാക്കുകയാണ് ചെയ്തത്. ചരിത്രം മുന്നോട്ടുവയ്ക്കുന്ന ആധുനികമായ ദേശീയസങ്കല്പനവും അതിലെ പൗരസങ്കല്പങ്ങളും മറക്കുന്നതും മറയ്ക്കുന്നതുമായ പല വസ്തുതകളുമുണ്ട്. ചെറുമിയായ നീലിയുടെ പരിത്യാഗവും ആത്മഹത്യയും ഉണർത്തുന്ന ചോദ്യങ്ങൾക്ക് ആഖ്യാനത്തിൽ പരിഹാരമില്ല. നീലിയുടെയും അവളുടെ വംശത്തിന്റെയും ദുരിതജീവിതം നീലക്കുയിലിന്റെ പരിഗണനയ്ക്ക് പുറത്താണ്. *നീലക്കുയിൽ* മോഹനിൽ ആരോപിതമാകുന്ന ദേശീയപൗരത്വംകൊണ്ട് മാത്രമല്ല പരിഗണിക്കേണ്ടത്. നീലി എന്ന സ്ത്രീയുടെ അഭാവപ്പെടുത്തൽകൊണ്ടു

കൂടിയാണ്. ദേശീയവാദവും പൗരത്വനിർമ്മിതിയുമൊക്കെ തത്ത്വത്തിൽ ആണത്തത്തിന്റെ സാധൂകരണമായാണ് *നീലക്കുയിലുൾ*പ്പെടെയുള്ള ദേശീയസിനിമകൾ തിരിച്ചറിയുന്നത്. ഇതോടടുത്തുവന്ന ചിത്രങ്ങളിൽ പൗരത്വനിർമ്മിതിക്കായിരുന്നു പ്രാമാണികത. വാർപ്പുമാതൃകകളിലേക്ക് സ്ത്രീയെ ചിട്ടപ്പെടുത്തുന്ന പതിവുരീതികളിൽ നിന്ന് മലയാളസിനിമയും വിമുക്തമായിരുന്നില്ല. പെണ്ണുടലിനെ കാല്പനികമായും അവരുടെ കാമനകളെ അതിക്രമമായും മാത്രം പരിചരിക്കുന്ന ശീലങ്ങൾക്ക് പിന്നീട് വലിയ മാറ്റമൊന്നും സംഭവിച്ചിട്ടില്ല. ആഖ്യാനത്തിലെ ഒഴിയാബാധയായി പാരമ്പര്യത്തെ നിലനിർത്തുന്ന രീതി അമ്പതുകളിലും തുടരെക്കാണാം. 1950 ൽ പുറത്തുവന്ന *നല്ലതങ്ക* (കെ ആന്റ് കെ പ്രൊഡക്ഷൻസ്), *സ്ത്രീ* (കോമളം ഫിലിംസ്), *ശശിധരൻ* (കൈലാസ് പിക്ചേഴ്സ്), *പ്രസന്ന* (പക്ഷിരാജാ പ്രൊഡക്ഷൻസ്), *ചന്ദ്രിക* (ശ്രീകൃഷ്ണ പ്രൊഡക്ഷൻസ്) എന്നീ ചിത്രങ്ങളുടെ പേരിലേ സ്ത്രീപക്ഷമുള്ളു. ആധുനികതയുടെ സംക്രമണകാലത്ത് സ്ത്രീയെ ശിക്ഷണംചെയ്ത് കുടുംബമൂല്യങ്ങൾക്ക് പരിപാകമാക്കുകയെന്ന ധർമ്മമാണ് പല ചിത്രങ്ങളും നിർവ്വഹിക്കുന്നത്. തിക്കുറിശ്ശി സുകുമാരൻനായരുടെ ഒരു നാടകം അതേ പേരിൽത്തന്നെ സിനിമയാക്കിയതാണ് *സ്ത്രീ.* സ്ത്രീജീവിതത്തെ പാരമ്പര്യത്തിന്റെ അടഞ്ഞ വ്യവസ്ഥയിലും മുൻവിധികളിലുമായി തളച്ചിടുകയാണ് സിനിമ. ഒരു ലൈംഗികത്തൊഴിലാളിയുടെ മകൾക്ക് (സുഷമ) എത്ര ശ്രമിച്ചാലും ഒടുക്കം അമ്മയുടെ വഴികൾ തന്നെയേ പിന്തുടരാനാകൂ എന്ന മുൻവിധിയാണ് ചിത്രത്തിലുള്ളത്. അമ്മയുടെ തൊഴിൽപാരമ്പര്യം തന്നെ മകളും പിന്തുടരുന്നതിൽ അസഹിഷ്ണുവായ ഭർത്താവ്(രാജൻ)സുഷമയിൽ ജനിച്ച കുഞ്ഞിനെ ഇല്ലാതാക്കുന്നതാണ് ചിത്രത്തിന്റെ ക്ലൈമാക്സ്.

നിശ്ശബ്ദസിനിമയുടെ ആരംഭത്തിൽത്തന്നെ സിനിമ ശകുന്തളാഖ്യാനം പ്രമേയമാക്കിയിട്ടുണ്ട്. ശബ്ദസിനിമാക്കാലത്തും ശാകുന്തളം പ്രിയപ്പെട്ട പ്രമേയമായി തുടർന്നു. മലയാളത്തിൽ *ശകുന്തള*(1965)യ്ക്ക് തിരക്കഥയെഴുതിയത് ലളിതാംബിക അന്തർജ്ജനമാണ്. മലയാളത്തിലെ ആദ്യ സ്ത്രീ തിരക്കഥാകൃത്തും അവർതന്നെ. ഇതര ശകുന്തളാകഥനങ്ങളിൽനിന്നും മലയാളശകുന്തളയുടെ വ്യത്യാസം ആഖ്യാനത്തിന്റെ പ്രാദേശികവല്ക്കരണമാണ്. അന്തർജ്ജനത്തിന്റെ തിരക്കഥ ചലച്ചിത്രഭാഷയോട് അടുത്തുനില്ക്കുന്നതാണെന്നും നാടകീയതയേക്കാൾ ദൃശ്യസാദ്ധ്യതകൾക്കാണ് അവിടെ ഊന്നലെന്നും സി എസ് വെങ്കിടേശ്വരൻ നിരീക്ഷിക്കുന്നുണ്ട് (വെങ്കിടേശ്വരൻ, സി എസ് 2010:xiii). രാജാവ് നിരസിച്ചിട്ടും പൗരധർമ്മത്തിന് കളങ്കം വരാതിരിക്കാൻ പ്രസവകാലത്ത് ശകുന്തള അരമനയിൽ പാർക്കട്ടെയെന്ന പുരോഹിതമതത്തോട് അതിരൂക്ഷമായാണ് ശകുന്തള പ്രതികരിക്കുന്നത്. "വേണ്ട രാജൻ വേണ്ട. ശകുന്തളയ്ക്ക് ആരുടെയും കരുണ വേണ്ട. വഞ്ചിതരായ സ്ത്രീകൾ നിറഞ്ഞ ഈ കൊട്ടാരത്തിൽ അവരുടെ ലോകത്ത് ശകുന്തള എങ്ങനെയെങ്കിലും മകനെ വളർത്തുകയുമില്ല...അവൻ ദുഷ്യന്തനു പിറന്നവനാണോ എന്ന്

കാണാനുള്ള കാലത്ത് കാണിച്ചുതരാം." എന്ന മറുവാക്കിലെ അമർഷവും അഭിമാനവും കാളിദാസ ശാകുന്തളത്തിന് പോലും അന്യമാണ്. മറ്റൊരു പ്രത്യേകത പ്രാദേശികാന്തരീക്ഷത്തിൽനിന്നും *ശകുന്തള*യും ദേശീയാഭിമുഖ്യങ്ങൾ പ്രകടിപ്പിക്കുന്നുവെന്നതാണ്. ശകുന്തളയും ദുഷ്യന്തനും സർവ്വദമനനും ഒരുമിക്കുന്ന രംഗത്ത് വർണ്ണശബളമായ പശ്ചാത്തലത്തിൽ ഭാരതത്തിന്റെ ഭൂപടം നിവർന്ന് വീഴുന്നുവെന്ന് തിരക്കഥാകൃത്ത് പരാമർശിക്കുന്നുണ്ട്. പ്രാദേശികസ്ത്രീത്വത്തിന്റെ പ്രതിനിധാനമായി തുടക്കത്തിൽ അവതരിപ്പിച്ച ശകുന്തള ആഖ്യാനത്തിൽ ദേശീയവനിതയായി രൂപാന്തരപ്പെടുന്നുണ്ട്.

വടക്കൻപാട്ട് ജനുസ്സിലെ ആദ്യചിത്രമായ *ഉണ്ണിയാർച്ച* (1961)യും അതേത്തുടർന്നുള്ള ചിത്രങ്ങളുമാണ് സ്ത്രീയുടെ പതിവ് ആവിഷ്കാരത്തിൽനിന്നും വ്യതിചലിക്കുന്നത്. ഗാർഹികവും സാമൂഹികവുമായ വിലക്കുകളും പ്രതിസന്ധികളും അതിജീവിച്ച് മുഖ്യധാരാജീവിതത്തിന്റെ ഭാഗമാകാനുള്ള സ്ത്രീകളുടെ ഇച്ഛാശക്തി പല ചിത്രങ്ങളിലും പ്രകടമാണ്. അല്ലിമലർക്കാവിൽ കൂത്തുകാണാൻ പോകണമെന്നു ശഠിക്കുന്ന ഉണ്ണിയാർച്ച ഭർത്താവായ കുഞ്ഞിരാമനോട് ചോദിക്കുന്നത് ആണിന്റെ തുണയില്ലാതെ പെണ്ണിനു പെരുവഴി നടക്കുന്നതിന് ജീവൻ കളഞ്ഞ ചേകോത്തിയെക്കുറിച്ച് അഭിമാനമില്ലേ? എന്നാണ്. ഈ സംഭാഷണസന്ദർഭത്തിന്റെ ഒടുക്കത്തിൽ ആർച്ച കയർക്കുന്നത് പെണ്ണിന് പേറിനും പിറപ്പിനും അപ്പുറമൊന്നുമില്ലേ? എന്നുമാണ്. സ്ത്രൈണലൈംഗികതയുടെ മേലുള്ള യാതൊരു ശിക്ഷണവും വച്ചുപൊറുപ്പിക്കുന്നവളല്ല ആർച്ച. നാഗപുരത്തങ്ങാടിയിലെ തെമ്മാടികളെ വിരട്ടിയോടിച്ച് കലികൊണ്ടു നില്ക്കുന്ന ആർച്ചയെ സമാധാനിപ്പിക്കാൻ വരുന്ന തമ്പുരാട്ടിയോട് അവർ തട്ടിക്കയറുന്നത് എനിക്കും തമ്പുരാട്ടിക്കും മാളികപ്പുരയിലും നാലുകെട്ടിലും കഴിഞ്ഞുകൂടാം. പാവപ്പെട്ട പെണ്ണുങ്ങൾക്ക് വഴിനടക്കണ്ടേ? എന്നും ചോദിച്ചുകൊണ്ടാണ്. തുടർന്ന് തമ്പുരാട്ടിയുടെ ദ്രവ്യോപഹാരം തട്ടിത്തെറിപ്പിക്കുന്നുമുണ്ട്. ആൺതുണയില്ലാതെ തനിച്ച് വഴിനടക്കാനുള്ള പെൺകാമനയുടെ സ്വത്വകാംക്ഷകളാണ് ഉണ്ണിയാർച്ച പ്രകടിപ്പിക്കുന്നത്. ആർച്ച സംസാരിക്കുന്നത് തനിക്കായി മാത്രമല്ല. തന്നെപ്പോലുള്ള അനേകർക്കുവേണ്ടിയാണ്. സ്വത്വകാമനകൾക്ക് വിലക്കുണ്ടാകുന്ന സന്ദർഭങ്ങളിൽ പ്രതികരണം രൂക്ഷമായ ചോദ്യരൂപത്തിലാണ്. ഭർത്താവായ കുഞ്ഞിരാമനെന്നല്ല പൊന്നാങ്ങള ആരോമൽ ചേകവർക്കും ഇതിനുത്തരം പറയാനാകുന്നില്ല. ന്യായവിധി പ്രഖ്യാപിക്കുകയും തനിക്ക് വേണ്ടത് സ്വയം തെരഞ്ഞെടുക്കുകയും ചെയ്യുന്ന കടത്തനാട്ട് മാക്കം (*കടത്തനാട്ട് മാക്കം*, 1978), സാമൂതിരിയായ മാനവിക്രമന്റെ അധികാരമദത്തെ പൊതുവേദിയിൽ ചോദ്യംചെയ്യുന്ന മങ്ക (*മാമാങ്കം*, 1979) തുടങ്ങിയവർ ആധുനികമായ ലിംഗനീതിയുടെ വക്താക്കളാണ്. ഉടലിൻമേലും ലൈംഗികതയ്ക്കുമേലുമുള്ള പുരുഷശാസനകളെ ചോദ്യംചെയ്യുകയും നിരസിക്കുകയും അതിവർത്തിക്കുകയും ചെയ്യുന്നവരാണവർ. അറുപതുകളിലാണ് മലയാളസിനിമ സാഹിത്യവുമായി കൂടുതൽ പാരസ്പ

ര്യത്തിലാകുന്നത്. തകഴിയുടെയും ദേവിന്റെയും ബഷീറിന്റെയും പാറ പ്പുറത്തിന്റെയും മുട്ടത്തുവർക്കിയുടെയും മലയാറ്റൂരിന്റെയുമൊക്കെ കൃതി കളുടെ ചലച്ചിത്രാനുവർത്തനങ്ങൾ അധികമുണ്ടാകുന്നത് അക്കാല ത്താണ്. നോവലിലെ സ്ത്രീകഥാപാത്രങ്ങളെ അതേ നിലയ്ക്ക് സിനിമ പുനഃസൃഷ്ടിച്ചോ എന്ന ചോദ്യമല്ല പ്രസക്തം. ചലച്ചിത്രഭാഷയ്ക്ക് അനു രൂപമായി എങ്ങനെ സ്ത്രീത്വത്തെ പുനർനിർമ്മിച്ചുവെന്നാണ്. *ചെമ്മീനി* (1966) ലെ കറുത്തമ്മ, *ഭാർഗ്ഗവീനിലയ* (1964) ത്തിലെ ഭാർഗ്ഗവി, *യക്ഷി* (1968) യിലെ രാഗിണി, *അനുഭവങ്ങൾ പാളിച്ചകളി* (1971) ലെ ഭവാനി തുടങ്ങിയ കഥാപാത്രങ്ങൾ പരിചരണത്തിലും ആവിഷ്കാരത്തിലും വ്യത്യസ്തരായിരുന്നു. അച്ഛൻ, ഭർത്താവ്, കാമുകൻ എന്നീ പുരുഷത്രയ ത്തിന്റെ ശാസനകൾക്കും നിയാമകങ്ങൾക്കും വഴങ്ങാത്ത കർത്തൃത്വ മാണ് കറുത്തമ്മയുടേത്. കടലമ്മയെന്ന മിത്തിനെയും അതിനെ വലയം ചെയ്യുന്ന വിശ്വാസത്തെയുമാണ് കറുത്തമ്മ അസ്ഥാനപ്പെടുത്തുന്നത്. ചെമ്പൻകുഞ്ഞിനോടുള്ള പ്രതിഷേധം കടലമ്മയിൽ ആരോപിതമായ ശാസനകളെ നിഷേധിക്കുന്നതിലൂടെയാണ് കറുത്തമ്മ പ്രകടിപ്പിക്കു ന്നത്. ചെമ്പൻകുഞ്ഞിലെ പിതൃബിംബത്തിന്റെ തുടർച്ചയാണ് പളനി യിലും കറുത്തമ്മ കാണുന്നത്. കടപ്പുറത്തെ നിയന്ത്രിക്കുന്ന ഗൂഢമായ മുന്നറിയിപ്പുകളെ ആധുനികമായ യുക്തിബോധവും ലൈംഗികകർത്തൃ ത്വവുംകൊണ്ട് ചെറുക്കുന്ന പെൺമയുടെ നെറിവാണ് കറുത്തമ്മയിലു ള്ളത്. പളനിയുടെ താല്പര്യം തന്റെ പരിധികളിലേക്ക് കറുത്തമ്മയെ മെരുക്കിയെടുക്കുകയെന്നതാണ്. പളനിക്കെന്നല്ല ചെമ്പൻകുഞ്ഞിനു പോലും കറുത്തമ്മയെ അവർ വിചാരിച്ചതുപോലെ നിയന്ത്രിച്ച് നിർത്താ നാകുന്നില്ല. അച്ഛനോടുണ്ടായിരുന്ന നീരസത്തിന്റെ സ്വാഭാവികമായ വ്യാപനമാണ് പളനിയിലുള്ളതെന്ന് കറുത്തമ്മ കരുതിയതുപോലെ തോന്നും.

പുരുഷപക്ഷത്ത് നിന്ന് ലോകവും ചുറ്റുപാടുകളും സ്ത്രീത്വവു മൊക്കെ കാഴ്ചപ്പെടുത്തുന്ന പ്രവണതയായിരുന്നു എഴുപതുകളിലെ കലാസിനിമയുടേത്. പുരുഷായനത്തിന്റെ മറുപക്ഷത്തായി സ്ഥാനപ്പെ ടുത്തിയിട്ടുള്ള പെൺപക്ഷം എന്തിനെയാണ് പ്രതിനിധീകരിക്കുന്നതെന്ന സംശയം അപ്പോഴും അവശേഷിക്കുന്നു. പുരുഷന്റെ മരണമോ മനംമാ റ്റമോ ഉന്മാദമോ പലായനമോ അരക്ഷിതമാക്കുന്നത് അവരുടെ അമ്മയോ ഭാര്യയോ കാമുകിയോ ആയ സ്ത്രീയെയാണ്. ഇവിടെ സ്ത്രീക്കനുവ ദിച്ചിട്ടുള്ള സാമൂഹികസ്ഥലം പിന്നെയും ചുരുങ്ങുകയാണ്. പുരുഷനിൽ നിന്ന് വേറിട്ടൊരസ്തിത്വം നിർണ്ണയിക്കാനാവാത്ത സ്ത്രീകളാണേ റെയും. പുരുഷന്റെ ഏകാന്തതയുടെയും നഷ്ടസ്വപ്നങ്ങളുടെയും മതി ഭ്രമത്തിന്റെയുമൊക്കെ മൂകസാക്ഷികളാണ് നവസിനിമയിലെ സ്ത്രീ പക്ഷം. നവസിനിമാനായകന്മാരുടെ സ്വത്വകാംക്ഷകൾക്കും സ്വാത ന്ത്ര്യത്തിനുമൊക്കെ തടസ്സമാകുന്നത് അവരുമായി ബന്ധമുള്ള സ്ത്രീക ളാണ്. അടൂർ ഗോപാലകൃഷ്ണന്റെ *സ്വയംവര*(1972)ത്തിലെ സീതയും *എലിപ്പത്തായ* (1981) ത്തിലെ രാജമ്മയും തമ്മിലുള്ള താരതമ്യം ഇവിടെ

പ്രസക്തമാണ്. ഇരുവരും സ്വന്തമായി തീരുമാനങ്ങളെടുക്കാൻ പ്രാപ്തിയുള്ളവരല്ല. പുരുഷാശ്രയിയായി മാത്രം ജീവിതത്തെ നയിക്കുന്ന അബലകളാണ് സീതയും രാജമ്മയുമൊക്കെ. എ വിൻസെന്റിന്റെ *തുലാഭാര* (1968) ത്തിലെ വിജയയുടെ കീഴടങ്ങൽ വിധിയുടെ തുടർച്ചയാണ് സീതയിലും രാജമ്മയിലും കാണാനാവുന്നത്. കെ പി കുമാരന്റെ *അതിഥി* (1973)യിലെ അതിഥിക്കായുള്ള കാത്തിരിപ്പിലും വീടുവിട്ടുള്ള യാത്രയിലും യാഥാർത്ഥ്യത്തിന്റെ വിഭ്രാമകമായ നീക്കങ്ങളുണ്ട്. ഭർത്താവുൾപ്പെടെയുള്ള കുടുംബാംഗങ്ങൾ കാത്തിരിക്കുന്ന പരമകാരുണികനായ അതിഥി അവരോരുത്തരുടെയും സങ്കല്പനിർമ്മിതി കൂടിയാണ്. പ്രതീക്ഷകളിൽ മാത്രം ജീവിക്കുന്ന അതിഥിയുടെ സാക്ഷാൽക്കരണം തത്ത്വത്തിൽ രമണിയിലാണ് സംഭവിക്കുന്നത്. യാഥാർത്ഥ്യത്തിന്റെയും വിഭ്രാമകതയുടെയും അതിരുകളിലൂടെ അവൾ സഞ്ചരിക്കുന്നു. ഗാർഹികതയ്ക്ക് പുറത്ത് സ്വന്തം തൃഷ്ണകൾ പിന്തുടരുന്ന സ്ത്രീയുടെ വിമോചനകാംക്ഷകൾ *അതിഥി*യിലുണ്ട്. വീടും കുടുംബവും വിട്ടിറങ്ങുന്നതിലേക്ക് രമണിയെ നയിക്കുന്നത് സ്വന്തം ഇടം കണ്ടെത്തുന്ന സ്ത്രീയുടെ താൻപോരിമയാണ്. അവളുടെ സ്വയം നിർണ്ണയശേഷിയാണ് നവസിനിമയിലെ പലർക്കും നഷ്ടമാകുന്നത്. ജാതിവിമോചനത്തിന്റെയും പിതൃദായവ്യവസ്ഥയുടെയും ഹിംസാത്മകമായ ഇടപെടലിന്റെ ഇരയായിരുന്നു മാളു (*കുട്ട്യേടത്തി*, 1971). *കുട്ട്യേടത്തി*യിലെ സവർണ്ണ സ്ത്രീയുമായുള്ള പ്രണയമാണല്ലോ ദളിതനായ അപ്പുണ്ണിയുടെ മരണത്തിന് കാരണം. *അശ്വത്ഥാമാ* (1972) വിലെ കുഞ്ഞുണ്ണി ബൗദ്ധികകാമനകളിലും ആദർശപ്രണയത്തിലും ദാമ്പത്യധർമ്മത്തിലുമായിട്ടാണ് തന്റെ ജീവിതത്തിന്റെ ഭാഗമാകുന്ന സ്ത്രീകളെ സ്ഥാനപ്പെടുത്തുന്നത്. *സ്വപ്നാടന* (1976) ത്തിലെ ഡോക്ടറുടെ വിഭക്തവ്യക്തിത്വം കൂടുതൽ ദുരൂഹമാണ്. ഭാര്യയോട് അയാൾ നിലനിർത്തുന്ന ഉൽക്കർഷാപകർഷ ബോധങ്ങളിൽ അമ്മയുടെയും കാമുകിയുടെയും ഛായയുണ്ട്. ഇത്തരം സന്ദർഭങ്ങളിൽ സ്ത്രീയുടെ അഥവാ സ്തീകളുടെ നില എങ്ങനെയാണെന്ന് കൂടി ചിന്തിക്കേണ്ടതുണ്ട്. നവനായകന്മാരുടെ വിഭ്രാന്തികളെ വിധേയത്വത്തോടെ പിന്തുടരുന്നവരാണ് അധികം സ്ത്രീകളും. പലപ്പോഴും അവർക്കിടയിൽ സുഖകരമായ സമാനതകളുണ്ട്. *അതിഥി*യിലും *അശ്വത്ഥാമാ*വിലും *സ്വപ്നാടന*ത്തിലുമുള്ള പെണ്ണാവിഷ്കാരങ്ങളിൽ ആന്തരികമായ വിഭിന്നതകളുണ്ട്.

എഴുപതുകളുടെ ഉത്തരകാലത്തിൽനിന്നും എൺപതുകളുടെ ആദ്യപാദംവരെയുള്ള ചലച്ചിത്രാഖ്യാനം വേറിട്ടെടുത്ത് പരിശോധിച്ചാൽ സ്ത്രീചിത്രണത്തിൽ ഗണ്യമായ ചില മാറ്റങ്ങൾ സംഭവിച്ചിട്ടുണ്ടെന്ന് കാണാം. ലൈംഗികതയെ കൂടുതൽ ആർജ്ജവത്തോടെ സിനിമ സമീപിച്ചുതുടങ്ങുന്ന കാലമായിരുന്നു അത്. പുരുഷാധിപത്യത്തോട് പ്രതിഷേധിക്കുകയും അതിനെ പ്രതിരോധിക്കുകയും നിരാകരിക്കുകയും ചെയ്യുന്ന സ്ത്രീസാന്നിദ്ധ്യം ഇക്കാലത്തുമുണ്ട്. അതുപോലെ, ദാമ്പത്യത്തിലെ സദാചാരനിഷ്കർഷകളെ അകമെയും പുറമെയും ചോദ്യം ചെയ്യുകയും

അതിവർത്തിക്കുകയും ചെയ്യുന്നവരുമുണ്ട്. ഹരിഹരന്റെ *അടിമക്കച്ചവട*(1978)ത്തിൽ ഭാര്യയിൽ കുറ്റച്ചാർത്തുകൾ ചുമത്തി വഴിയാധാരമാക്കുന്ന ഭർത്താവ്, പിന്നീട് പശ്ചാത്തപിച്ച് മടങ്ങി വരുമ്പോൾ അവജ്ഞയോടെ നിരസിക്കുന്ന സ്ത്രീയെ കാണാം. ഹരിഹരന്റെ *ശരപഞ്ജര*(1979)ത്തിൽ ആദ്യം തന്റെയും പിന്നീട് മകളുടെയും ജീവിതം ഇല്ലാതാക്കുന്ന കുതിരക്കാരനെ തോക്കിനിരയാക്കുന്ന സ്ത്രീയാണുള്ളത്. ഇതിനുസമാനമായ മനോഭാവം ഐ വി ശശിയുടെ *ഇതാ ഇവിടെ വരെ*(1977)യിലുമുണ്ട്. അച്ഛനായ പൈലിയോടുള്ള പ്രതികാരം തീർക്കാൻ തന്നെ ശാരീരികമായും മാനസികമായും ചൂഷണം ചെയ്ത വിശ്വനാഥനെ അമ്മിണി നിരസിക്കുന്നത് തീക്ഷ്ണമായ ഭാഷയിലാണ്. താൻ പൈലിയുടെ മകളാണെന്നും വിശ്വനാഥന്റെ കൂടെ പൊറുക്കാൻ തന്റെ പട്ടി വരുമെന്നും പറഞ്ഞാട്ടുന്ന അമ്മിണി കര വിട്ട് പോവുകയാണ്. മൂന്നു പുരുഷന്മാരുടെ ഭാര്യയായി ജീവിക്കേണ്ടി വന്ന അശ്വതി സാമൂഹികമായ സദാചാരങ്ങളുടെ ഇരയാണ്. അശ്വതിയെ വിവാഹശേഷം പീഡിപ്പിച്ച് പുറത്താക്കുന്ന കേശവൻകുട്ടി അശ്വതിയുടെ മുന്നിൽ എല്ലാം നഷ്ടപ്പെട്ടവനായി മാപ്പിരക്കുന്നുണ്ട്. ജീവിതത്തിന്റെ അർത്ഥവും അർത്ഥശൂന്യതയും അയാൾ തിരിച്ചറിയുന്നത് ലൈംഗികത്തൊഴിലാളിയായ കാമാക്ഷിയിൽ നിന്നാണെന്നത് മറ്റൊരു പരീക്ഷണം. ജേസിയുടെ *രക്തമില്ലാത്ത മനുഷ്യനി*(1979)ൽ പ്രണയം നടിച്ച് സ്ത്രീകളെ വഞ്ചിച്ച് ലൈംഗികത്തൊഴിലിന്റെ ഭാഗമാക്കി സമ്പന്നനാകുന്ന പുരുഷനാണുള്ളത്. വഞ്ചിക്കപ്പെട്ട സ്ത്രീതന്നെയാണ് അയാളെ പിന്നീട് കൊലചെയ്യുന്നതും. ഹിംസയും ലൈംഗികതയും സിനിമകളിൽ ഏറി വരുന്ന കാലമായിരുന്നു എഴുപതുകളുടെ അവസാനം. ഐ വി ശശിയെയും ഹരിഹരനെയും പോലുള്ള സംവിധായകർ കഥാപാത്രം അഭിമുഖീകരിക്കുന്ന സന്ദർഭത്തിന്റെ അനിവാര്യതയിൽ നിന്നാണ് ഇവ പരിചരിച്ചത്. ചലച്ചിത്രാഖ്യാനത്തിന്റെ അനുസ്യൂതിയിലാണ് ഹിംസയുടെയും ലൈംഗികതയുടെയും അവതരണം. തീർച്ചയായും സംവിധായകരുടെ സമീപനമനുസരിച്ച് ഏറ്റക്കുറച്ചിലുകളുണ്ടാവാം. ജേസിയും ഹരിഹരനും ഐ വി ശശിയും സ്ത്രീത്വത്തെ പുനരാവിഷ്കരിക്കുന്ന രീതിയിലിത് വ്യക്തമാണ്. പുരുഷന്റെ കാമക്രോധങ്ങൾക്ക് വഴങ്ങി ജീവിതം പാഴാക്കുന്നവരേക്കാൾ അതിനെ പ്രതിരോധിക്കുകയും അതിജീവിക്കുകയും ചെയ്യുന്നവർക്ക് സിനിമയിൽ ഇടമുണ്ടായെന്നതാണ് പ്രധാനം. ഇതേ പ്രമേയം മറ്റൊരു രീതിയിൽ ഉപയോഗിക്കുന്ന പ്രവണതയാണ് കെ ജി ജോർജിനെപ്പോലുള്ളവർ പിന്തുടർന്നത്. *യവനിക* (1982), *കഥയ്ക്ക് പിന്നിൽ* (1987) എന്നീ ചിത്രങ്ങളിൽ പീഡിതരായ സ്ത്രീകളാണ് നീതി നടപ്പാക്കുന്നത്. തന്റെ വിധി മറ്റൊരാൾക്കിനി സംഭവിക്കരുതെന്ന ന്യായത്തിലാണവർ പീഡകനെ ഇല്ലാതാക്കുന്നത്. നീ ഇനി ജീവിച്ചിരിക്കാൻ പാടില്ലെന്ന് യവനികയിലെ രോഹിണി കൃത്യനിർവ്വഹണവേളയിൽ പറയുന്നത് ഇതുദാഹരിക്കുന്നു. *ആദാമിന്റെ വാരിയെല്ലി*(1983)ന്റെ അന്ത്യരംഗത്തിൽ ഒരുകൂട്ടം പെണ്ണുങ്ങൾ എല്ലാ തടസ്സങ്ങളും തള്ളിനീക്കി മുന്നോട്ട് കുതിക്കുന്ന സന്ദർഭ

മുണ്ട്. സംവിധായകനായ ജോർജിനെയും ഛായാഗ്രാഹകനായ രാമച ന്ദ്രബാബുവിനെയും തട്ടിത്തെറിപ്പിച്ച് അവർ ക്യാമറയുടെ ഫ്രെയിമു കൾക്ക് പുറത്തേക്ക് പായുകയാണ്. ചലച്ചിത്രം നിർമ്മിക്കുന്ന യാഥാർ ത്ഥ്യത്തെ അതേ മാധ്യമത്തിനുള്ളിൽനിന്നും വികിരണം ചെയ്യുകയാണ് *ആദാമിന്റെ വാരിയെല്ല്.* ക്യാമറ നുകരുന്ന ആൺനോട്ടത്തിന്റെ പീഡാര തിക്കും ഹിംസകാമനകൾക്കും നിലതെറ്റുന്ന സന്ദർഭമാണിത്. സംവി ധായകകർത്തൃത്വത്തിന്റെ ആധികാരികതയെ കേവല മിഥ്യയാക്കി ത്തീർക്കുന്ന ക്ലൈമാക്സ് മറ്റൊരുതലത്തിൽ ജോർജിന്റെ കുമ്പസാരം കൂടിയാണ്.

എൺപതുകളിലെ മദ്ധ്യവർത്തി സിനിമകളിൽ പുരുഷലൈംഗിക തയുടെ ഇരകളായി മാറുന്നവരാണ് സ്ത്രീകളധികവും. പിതൃത്വത്തെയും മാതൃത്വത്തെയും പൂർവ്വകാലത്തിൽനിന്നും വ്യത്യസ്തമോ പുരോഗമ നപരമോ ആയി സമീപിക്കുവാൻ അവർ വിസമ്മതിക്കുന്നു. ആധുനിക അണുകുടുംബത്തിന്റെ വരവോടെ പിതൃത്വത്തിന്റെയും മാതൃത്വത്തി ന്റെയും നിർമ്മിതി പുനർഭാവനം ചെയ്യപ്പെടുന്നുണ്ട്. കുടുംബത്തിന്റെ നാലതിരുകൾക്ക് ഉള്ളിലേക്കിവർ ചുരുങ്ങുക മാത്രമല്ല തീർത്തും വൈയ ക്തികമായ ജീവിതസമീപനത്തെ സ്വാംശീകരിക്കുകയും ചെയ്യുന്നു. സ്ത്രീത്വത്തിന്റെ പ്രതിനിധീകരണവും സ്വത്വകാമനകളും ഇവിടെ എത്ര ത്തോളം അനുവദനീയമാകുന്നുവെന്ന സംശയവും അവശേഷിക്കുന്നു. കുടുംബത്തിന്റെ പുറത്ത് പ്രണയസൗഹാർദ്ദമോ ശാരീരികബന്ധമോ സംഭവിച്ചാൽ അതിന്റെ ആദ്യത്തെ ഇര സ്ത്രീ തന്നെയാണ്. *ഇടവഴി യിലെ പൂച്ച മിണ്ടാപ്പൂച്ച*(1979)യിലെ പ്രൊഫസർ രോഹിണി ജീവിതത്തി ൽ സംഭവിച്ച ചെറിയ പിഴവിന് മരണംവരെയും ശിക്ഷ അനുഭവിക്കേണ്ടി വരുന്നത് കാണാം. കുടുംബത്തിൽ നിന്ന് ഭ്രഷ്ടയാവുക മാത്രമല്ല മക ളുടെ വിവാഹത്തിൽ നിന്നുപോലും അവരെ മാറ്റി നിർത്തുകയാണ് ചെയ്യു ന്നത്. *മണിച്ചിത്രത്താഴി*(1993)ലെ ദാമ്പത്യാതീതമായി നീങ്ങുന്ന ഗംഗ യുടെ രതികാമനകളെ ആധുനിക മനശ്ശാസ്ത്രജ്ഞനായ ഡോ. സ ണ്ണിയും പാരമ്പര്യചികിത്സകനായ ബ്രഹ്മദത്തൻ നമ്പൂതിരിപ്പാടും ചേർന്ന് മെരുക്കിയെടുക്കുകയാണ്. നാഗവല്ലിയുടെ ഭൂതബാധയിൽനിന്നും ഒഴി വാകുന്നതോടെ ഗംഗ പവിത്രയും ഉത്തമഭാര്യയുമായി മാറിയെന്നവർ സാക്ഷ്യപ്പെടുത്തുന്നുമുണ്ട്.

എൺപതുകളുടെ രണ്ടാം പകുതിയോടെ സ്ത്രീത്വത്തിന്റെ പരിച രണരീതികളിലും മാറ്റമുണ്ടായി. താരവ്യവസ്ഥയ്ക്കനുസരിച്ച് ചിത്രങ്ങൾ നിർമ്മിച്ച് തുടങ്ങിയതോടെ ചലച്ചിത്രാഖ്യാനത്തിലെ പെണ്ണിടങ്ങൾ ക്രമേണ ശൂന്യമായിത്തുടങ്ങി. ഭരതന്റെയും പത്മരാജന്റെയും ചിത്രങ്ങ ളാണ് ഇക്കാര്യത്തിൽ തെല്ലെങ്കിലും വേറിട്ട സമീപനം സ്വീകരിച്ചത്. തൊണ്ണൂറുകളോടെ സ്ത്രീസാന്നിദ്ധ്യം നാമമാത്രമായെന്നുപറയാം. നായ കന്റെ ആശ്രിതയും സംരക്ഷണം ആഗ്രഹിക്കുന്നവളും അയാൾക്കായി എന്തു വിട്ടുവീഴ്ചയ്ക്കും തയ്യാറാവുകയും ചെയ്യുന്ന വന്ധ്യവിധേയരാണ് ഇവരധികവും. വീരസാഹസികതയ്ക്ക് സാക്ഷ്യംനിന്ന് സ്തോത്രങ്ങൾ

ഉരുവിടാനും ചാകുമ്പോൾ ചാക്കാലപാടാനുമുള്ള ദൗത്യമാണ് സ്ത്രീക്ക് മിക്കവാറും കല്പിച്ചനുവദിച്ചിട്ടുള്ളത്. പലപ്പോഴും നായകന്മാർ ഇത് നേരിട്ട് ഉരിയാടുന്നുമുണ്ട്. തൊണ്ണൂറുകളാകെ ഇങ്ങനെയാണെന്ന് കരുതുക അസ്വാഭാവികമാണ്. എന്നാൽ, പിതൃദായവ്യവസ്ഥയുടെ നിയാമകങ്ങൾ സിനിമയിലും പൂർവ്വാധികം കരുത്തോടെ ആധിപത്യം ചെലുത്തിയെന്നതാണ് യാഥാർത്ഥ്യം. വിപണിയുടെ പ്രലോഭനം അതാവശ്യപ്പെടുന്നുവെന്ന് പല സംവിധായകരും അവകാശപ്പെട്ടിട്ടുമുണ്ട്. അത്തരമൊരു മുൻവിധി നിലനില്ക്കുമ്പോൾ സ്ത്രീയുടെ വേറിട്ട ജീവിതമോ സ്ത്രീത്വത്തിന്റെ വ്യതിരിക്തതയോ ആവിഷ്കരിക്കാനാവുമോ എന്നതാണ് ചോദ്യം. പുരുഷനിൽനിന്ന് വേറിട്ടൊരസ്തിത്വം സ്ഥാപിച്ചെടുക്കാൻ പോലും അനുമതി നല്കാതിരിക്കുക തിരക്കഥയുടെ പൊതുസ്വഭാവം കൂടിയായിരുന്നു. രഞ്ജിത്തിന്റെ *ദേവാസുരം* (1994) പോലെ ഒറ്റപ്പെട്ട ചിത്രങ്ങളൊഴിച്ചാൽ നായകപൗരുഷത്തെ നേർക്കുനേർ ചോദ്യം ചെയ്യുന്ന പെണ്മയുടെ ഊറ്റം സിനിമയിൽനിന്നും അപ്പോഴേക്കും അപ്രത്യക്ഷമായിരുന്നു. താരകോയ്മ നിറഞ്ഞാടുന്ന വേളയിലാണ് ടി വി ചന്ദ്രന്റെ *സൂസന്ന* (2000), *പാഠം ഒന്ന് ഒരു വിലാപം* (2003) തുടങ്ങിയ ചിത്രങ്ങൾ പ്രദർശനത്തിനെത്തുന്നത്. ആണത്തത്തിന്റെ ഭാഗമായി മാത്രം വെള്ളിത്തിരയിൽ അവതരിപ്പിച്ച പല ശീലങ്ങളും സൂസന്നയുടെ ജീവിതത്തിലുണ്ട്. ഇതിലുള്ളൊരു വ്യത്യാസം ആൺമൂല്യങ്ങളിലേക്ക് തന്നെ നഷ്ടപ്പെടുത്താൻ സൂസന്ന മുതിരുന്നില്ലെന്നതാണ്. പുകവലിയും മദ്യപാനവും ആണനുകരണമായല്ല, നിർബ്ബാധമായ തുറവിയുടെ സാക്ഷാല്ക്കാരമായാണ് അനുഭവപ്പെടുക. ടി വി ചന്ദ്രന്റെ *ആലീസിന്റെ അന്വേഷണ* (1987) ത്തിൽ പെൺകർത്തൃത്വത്തിന്റെ ആന്തരികഭാവം കൂടുതൽ പ്രകടമാണ്. കാണാതായ ഭർത്താവിനെ തേടിപ്പോകുന്ന ആലീസിന്റെ മനോനില ഇത് വ്യക്തമാക്കുന്നു. അന്വേഷണത്തിന് അവസാനമില്ലെന്നു തോന്നുന്ന ഘട്ടത്തിൽ ആലീസ് തന്റെ പ്രയാണം അവസാനിപ്പിക്കുന്നു. ആൺതുണ വേണ്ടാത്ത തുടർജീവിതത്തിലേക്ക് അവർ മടങ്ങുന്നു. ആലീസിന്റെ പിൻമടക്കം അന്വേഷണം വ്യർത്ഥമാണെന്നതുകൊണ്ടു മാത്രമല്ല. ജീവിതത്തിലൊരിക്കലും താൻ അറിയാത്തതോ അറിയിക്കാത്തതോ ആയ ലോകങ്ങൾ ഭർത്താവിന് സ്വന്തമാണെന്ന് മനസ്സിലാക്കിയാണ്. താനില്ലാത്ത ലോകത്തിൽവച്ച് കാണാതായ ഒരാളെ തേടുന്നതിൽനിന്നുള്ള പിന്തിരിയൽ ആലീസിന്റെ വീണ്ടെടുപ്പ് കൂടിയാണ്. ഒപ്പം തന്നിലെ അപരത്വത്തിന്റെ നിഷേധവും.

പുരുഷകാമനയുടെ അമിതത്വം സിനിമയെ നിലനിർത്തിയെന്നതുപോലെ നിലംപൊത്തിക്കുകയും ചെയ്തുവെന്നതാണ് മറ്റൊരു വസ്തുത. 2010 ഓടെ ശക്തമായ സാന്നിദ്ധ്യമായി മാറി ന്യൂ ജനറേഷൻ തരംഗം. താരാധിപത്യത്തിന്റെ സൂത്രവാക്യങ്ങളെ അട്ടിമറിക്കുന്നതായിരുന്നു ഇത്. നായകന്മാരുടെ കാലം കഴിഞ്ഞില്ലെങ്കിലും അവരുടെ പെരുമാറ്റത്തിൽ സാരമായ വ്യത്യാസം അന്നേക്ക് സംഭവിച്ച് കഴിഞ്ഞിരുന്നു. അഭിരുചിയിലും സാംസ്കാരികബന്ധത്തിലും പരിണതിയുടെ സൂചനകളുണ്ടെ

ങ്കിലും പെണ്ണിടങ്ങൾ ആഖ്യാനത്തിൽ പരിമിതമാണ്. ചങ്ങാത്തവും കേവലപ്രണയങ്ങളും നിശായനങ്ങളും അധരചുംബനവുമൊക്കെയായി പെണ്ണുടലിനെ കാമനവസ്തുവായി നിലനിർത്താനാണ് മുരിരുന്നതെന്ന് തോന്നാം. അതേസമയം, *ഈ അടുത്തകാലത്ത്, 22 ഫീമെയിൽ കോട്ടയം* തുടങ്ങിയ ചിത്രങ്ങൾ സ്ത്രീ–പുരുഷബന്ധങ്ങളെ കൂടുതൽ തുറസ്സാക്കുക മാത്രമല്ല, പൗരുഷത്തെ തമസ്കരിക്കുന്ന പെണ്മയുടെ ഇടപെടലുകളെ സജീവമാക്കുകയും ചെയ്യുന്നുണ്ട്. വീട്ടകങ്ങളുടെയും മദ്ധ്യവർഗ്ഗമാന്യതയുടെയും അടഞ്ഞ നാലതിരുകൾക്ക് പുറത്തുള്ള ലോകമാണ് നവതലമുറയിലെ സ്ത്രീകളുടേത്. നവമാധ്യമസാങ്കേതികതയും പാരമ്പര്യനിരാസവുമൊക്കെ പ്രകടമാക്കുമ്പോഴും പുരുഷാധീനമല്ലാതെ സ്വത്വകാമനകളെ പിന്തുടരുന്ന സ്ത്രീത്വം ഇവിടെ അപൂർവ്വമാണ്. ശാലിനിനായരുടെ *യക്ഷി* (2012) പോലെ അപൂർവ്വം ചിലതേ ഇവിടെ ഉദാഹരിക്കാനുള്ളൂ. സ്ത്രീകൾ സംവിധാനം ഉൾപ്പെടെയുള്ള ചലച്ചിത്രനിർമ്മിതിയുടെ വിവിധ മേഖലകളിൽ സജീവമാകുന്നുവെന്നതാണ് പുതുകാലവിശേഷം. എന്നാൽ പാരമ്പര്യത്തിനുള്ളിൽനിന്നും സ്ത്രീയെ നിർവ്വചിക്കാനാണ് സ്ത്രീസംവിധായകരിൽ പലർക്കും താല്പര്യം. പാരമ്പര്യവും ആധുനികതയുമെന്നപോലെ ഭൂത–വർത്തമാനകാലങ്ങൾക്കിടയിലെ വൈരുദ്ധ്യവും അഭിമുഖീകരിക്കുന്നതാണ് *അഞ്ജലി മേനോന്റെ മഞ്ചാടിക്കുരുവും ബാംഗ്ലൂർ ഡേയ്സും*. ആദ്യത്തേതിൽ നഗരത്തിൽനിന്നും ഗ്രാമത്തിലേക്കുള്ള മടക്കമാണെങ്കിൽ രണ്ടാമത്തേതിൽ അതുനേരെ തിരിച്ചാണ്. ഇത്തരം ചില ചിത്രങ്ങളൊഴിച്ചാൽ സ്ത്രീകളെ ഭോഗവസ്തുവായും കാമപൂരണത്തിന്റെ ഇരകളായും നിലനിർത്തുന്ന വ്യവസ്ഥയിൽനിന്നുമുള്ള രാഷ്ട്രീയമായ വിച്ഛേദം പുതുസിനിമയിൽ സംഭവിക്കുന്നില്ല. പുരുഷേച്ഛയിലുള്ള പെണ്ണിനെയാണ് നവതലമുറക്കാരിൽ പലരുടെയും ഫ്രെയിമുകൾ കാഴ്ചവയ്ക്കുന്നത്. പ്രാദേശികതകളെ അപഹരിക്കുന്ന ആഗോളീകരണപ്രലോഭനങ്ങളെ പ്രശ്നവല്കരിക്കുന്ന സംരംഭങ്ങൾ അവരിൽ നിന്ന് പ്രതീക്ഷിക്കാനുമാവില്ല. കാരണം, സ്വകാര്യവും വ്യക്തിപരവുമായ തലത്തിൽ സർവ്വവും പരിഹരിക്കുന്ന പ്രവണത വ്യാജയാഥാർത്ഥ്യത്തെയാണ് പരിചരിക്കുന്നത്. അതിനുള്ളിലെ സമ്മതനിർമ്മിതി (Manufacturing consent) യെയാണ്. ഇത്തരമൊരു സന്ദർഭത്തിൽ പെണ്ണത്തത്തിന്റെ കർത്തൃസ്ഥാനം സിനിമയ്ക്ക് വിഷയമാകുന്നില്ലെന്നതാണ് വസ്തുത.

തെരഞ്ഞെടുത്ത ഗ്രന്ഥസൂചി

വെങ്കിടേശ്വരൻ, സി എസ്. 2010. അവതാരിക. ലളിതാംബിക അന്തർജ്ജനം. *ശകുന്തള (തിരക്കഥ)* — തിരുവനന്തപുരം: കേരളഭാഷാ ഇൻസ്റ്റിറ്റ്യൂട്ട്.

Pillai, Meena T (ed.). 2010.*Women in Malayalam Cinema: Naturalising Gender Hierarchies* -- New Delhi:Orient black Swan.

www.ingramcontent.com/pod-product-compliance
Lightning Source LLC
LaVergne TN
LVHW100312051026
849517LV00006B/2269
* 9 7 8 9 3 8 6 3 6 4 2 4 1 *

Vaidhyasasthrarangathe Yugasarathikal
Health / Study

Dr. P K Sukumaran

CHINTHA PUBLISHERS
Thiruvananthapuram

First Edition
May 2023

Published & Typesetting
Chintha Publishers, Thiruvananthapuram

Printed at
Repro India Ltd, Mumbai

Cover Design
Ratheesh vincent

ISBN : 978-81-19131-10-5

CO - 3274 / 6502

Email: chinthapublishers@gmail.com
Website: www.chinthapublishers.com

A version is available at National Libraries
Kolkata, Mumbai, Chennai and Delhi

Distribution
DESHABHIMANI BOOKHOUSE
H O Thiruvananthapuram 695035

Branch
Head Office Kunnukuzhi • Statue Thiruvananthapuram
KSRTC Bus Terminal Thampanoor • Saphalyam Complex Thiruvananthapuram
KSRTC Bus Station Alappuzha • KSRTC Bus Station Ernakulam
Machingal Lane Thrissur • IG Road Kozhikode
Mavoor Road Kozhikode • NGO Union Building Kannur
Central Bus Terminal Complex Thavakkara Kannur

വൈദ്യശാസ്ത്രരംഗത്തെ യുഗസാരഥികൾ

വൈദ്യശാസ്ത്രരംഗത്തെ
യുഗസാരഥികൾ

ഡോ. പി കെ സുകുമാരൻ

ചിന്ത പബ്ലിഷേഴ്സ്
തിരുവനന്തപുരം-695 035
വില : ₹ 280

ഡോ. പി കെ സുകുമാരൻ

1943 ൽ തൃശ്ശൂരിലെ പെരിഞ്ഞനത്ത് ജനനം. മാതാപിതാക്കൾ: പി സി കൃഷ്ണൻകുട്ടി, കെ ആർ ഭാനുമതി.

വിദ്യാഭ്യാസം: എം ബി ബി എസ് (കോഴിക്കോട് മെഡിക്കൽ കോളേജ്), ഡി പി എം (സെൻട്രൽ ഇൻസ്റ്റിറ്റ്യൂട്ട് ഓഫ് സൈക്യാട്രി റാഞ്ചി). അതിനുശേഷം കേരള ആരോഗ്യവകുപ്പിൽ സൈക്യാട്രിസ്റ്റായി ജോലി ചെയ്തു. ഡെപ്യൂട്ടി ഡയറക്ടറായി റിട്ടയർ ചെയ്തു. ഇപ്പോൾ തൃശ്ശൂർ പ്രശാന്തി ക്ലിനിക്കിൽ കൺസൾട്ടന്റ് സൈക്യാട്രിസ്റ്റ്.

പ്രസിദ്ധീകരണങ്ങൾ: *മതവും ശാസ്ത്രവും, ജ്യോത്സ്യം മന്ത്രവാദം, ജ്യോത്സ്യം യജ്ഞം, ഹിപ്നോട്ടിസം: സിദ്ധാന്തവും പ്രയോഗവും, വിചിന്തനത്തിലെ വിവിധ ചിന്തകൾ, അവർണ്ണപക്ഷരചനകൾ, സർവ്വരോഗ വിജ്ഞാനകോശം (അതിലെ 'വാർദ്ധക്യം ആഘോഷിക്കാം'), മണ്ഡൽ കമ്മീഷൻ റിപ്പോർട്ട്, ഉപഭോക്തൃസംരക്ഷണം, മനുസ്മൃതി കത്തിക്കണോ?, മനുസ്മൃതിയിൽനിന്ന് ശ്രീനാരായണസ്മൃതിയിലേക്ക്, ജാതി അടിമത്തം വിമോചനം, ശ്രീനാരായണദർശനം, ഭാരതീയചിന്ത മനുവാദം, ഭാരതീയദർശനം, ശ്രീനാരായണ മതാതീത ആത്മീയദർശനം, ജാതിരഹിതസമൂഹം, അപസ്മാരം, സർഗജാതരുടെ വിഷാദോന്മാദങ്ങൾ, നിങ്ങളുടെ കുഞ്ഞിനെ മിടുക്കനും പ്രതിഭാശാലിയുമാക്കാം, വിഷാദോന്മാദജീവിതം, തലവേദനകൾ, ആയുരാരോഗ്യസൗഖ്യം, ഹിപ്നോട്ടിസം സത്യവും മിഥ്യയും, ഹിപ്നോട്ടിസം എന്ത് എങ്ങിനെ?, സ്കിസോഫ്രീനിയ അനുഭവം, മരുന്നും ആരോഗ്യവും, രോഗം രോഗശമനം, ഭക്ഷണവും ആരോഗ്യവും, സ്ത്രീകളുടെ മാനസികരോഗങ്ങൾ, ഇതാ നിങ്ങളുടെ കുടുംബഡോക്ടർ, മാനസിക സമ്മർദ്ദം: കാരണങ്ങളും പരിഹാരവും, മനുഷ്യ ശരീരമെന്ന മഹായന്ത്രം, ലബോറട്ടറി: പരിശോധനകളും അവയുടെ അർത്ഥവും, വിഷാദങ്ങളേ വിട, മധുരം ദുഃഖമല്ല, കൊളസ്ട്രോൾ നിങ്ങൾക്ക് നിയന്ത്രിക്കാം, അമിത ഭാരമെന്ന അത്യാപത്ത്, രക്തസമ്മർദ്ദവും മറ്റ് സമ്മർദ്ദങ്ങളും ജീവിതശൈലിയും ആരോഗ്യവും, മദ്യാസക്തിയും പ്രശ്നങ്ങളും, സി കേശവനെന്ന പോരാളി, ജീവിതവിജയത്തിന് ശരിയായ തീരുമാനങ്ങൾ, മഴനീർത്തുള്ളികളും മഹാമാരികളും, ടിപ്പുസുൽത്താൻ സ്വഭാവഹത്യയുടെ രക്തസാക്ഷി, ഹിപ്നോട്ടിസം സിദ്ധാന്തം പ്രയോഗം ചിത്തരഞ്ജനോടൊപ്പം, Tippu Sultan the Great Freedom Fighter of Mysore, ഹിപ്നോട്ടിസം സിദ്ധാന്തവും പ്രയോഗവും, വി ചിത്തരഞ്ജന്റെ കൂടെ, വ്യായാമവും ആരോഗ്യവും, ഡോക്ടറെ കാണുന്നതിന് മുമ്പ് പ്രസിദ്ധീകരിച്ചു. കാമശാസ്ത്രം ആധുനികവീക്ഷണത്തിൽ. പോരാട്ടത്തിന്റെ നാളുകൾ, ആദിശങ്കരൻ വിചാരണ ചെയ്യപ്പെടുന്നു, സാമൂഹ്യവിപ്ലകാരിയായ ശ്രീനാരായണഗുരു, ഒമ്പതാം നൂറ്റാണ്ടിലെ ആദിശങ്കരനും ആധുനികനായ ശ്രീനാരായണഗുരുവും, Sree Narayana Guru The Social Revolutionay of Kerala, രോഗലക്ഷണങ്ങളും രോഗനിർണ്ണയവും, ക്ഷീണം കാരണങ്ങളും പരിഹാരവും എന്നിവയാണ്.*

ഭാര്യ : കെ സി രത്നവല്ലി.
മക്കൾ : ഡോ. പി എസ് സന്തോഷ്, ഡോ. പി എസ് സജീഷ്.
വിലാസം : പ്രശാന്തി മൻസിൽ, ശങ്കരയ്യ റോഡ്,
പൂത്തോൾ പി ഒ, തൃശ്ശൂർ, 680 004.
ഫോൺ : 0487-2382283
Email : drsukumaranpk@yahoo.co.uk

പ്രസാധകക്കുറിപ്പ്

വൈദ്യശാസ്ത്രം രോഗനിർണ്ണയത്തിനും രോഗപ്രതിരോധത്തിനും ചികിത്സയ്ക്കുമായി വിവിധ അടിസ്ഥാന ശാസ്ത്രശാഖകളെ ഉപയോഗിക്കുന്നു. ബയോമെഡിക്കൽ ശാസ്ത്രവും ബയോമെഡിക്കൽ ഗവേഷണവും ജനിതക ശാസ്ത്രവും ആധുനിക മെഡിക്കൽ സാങ്കേതികവിദ്യയും മുഖാന്തരം, മെച്ചമായ രോഗനിർണ്ണയവും ചികിത്സയും രോഗപ്രതിരോധവും നേടാൻ ഇതു സഹായിക്കുന്നു.

മുൻകാലങ്ങളിൽ താണ്ഡവമാടിയിരുന്ന നിരവധി രോഗങ്ങൾ ഇന്ന് ഭൂമുഖത്ത് ഇല്ലാതായിരിക്കുന്നു. പല രോഗങ്ങൾക്കും ഫലപ്രദമായ ചികിത്സയും പ്രതിരോധ മാർഗ്ഗങ്ങളും ഇന്നുണ്ട്. ശരാശരി ആരോഗ്യനിലവാരം മെച്ചപ്പെടുകയും ശരാശരി മനുഷ്യായുസ്സ് കൂടുകയും ചെയ്തിരിക്കുന്നു. ഇതിനു നാം കടപ്പെട്ടിരിക്കുന്നത് ആരോഗ്യരംഗത്തെ ഗവേഷകർ, ആരോഗ്യസേവനരംഗത്തെ പ്രവർത്തകർ, ജീവൻ രക്ഷാ കണ്ടുപിടുത്തങ്ങൾ എന്നിവരോടാണ്.

ഈ യുഗസാരഥികളുടെ ആവേശകരമായ ചരിത്രമാണ് പ്രശസ്ത ആതുരസേവകനും ഗ്രന്ഥകാരനുമായ ഡോ. പി കെ സുകുമാരൻ ഈ ഗ്രന്ഥത്തിൽ അനാവരണം ചെയ്യുന്നത്.

ചിന്ത പബ്ലിഷേഴ്സ്

സമർപ്പണം

സുപ്രസിദ്ധ ബാക്ടീരിയോളജി പ്രൊഫസറും കോഴിക്കോട് മെഡിക്കൽ കോളേജ് പ്രിൻസിപ്പലും പ്രഗത്ഭനായ അദ്ധ്യാപകനുമായിരുന്ന ഡോ. ആർ അനന്തനാരായണൻ ബി എ, എം ബി ബി എസ്, ഡി ബി, പി എച്ച് ഡി (ലണ്ടൻ) അവർകളുടെ പാവനസ്മരണയ്ക്ക്.

ആമുഖം

വൈദ്യശാസ്ത്രം ഒരു പ്രായോഗികശാസ്ത്രമാണ്. ഭൗതികശാസ്ത്രം, രസതന്ത്രം, ജൈവശാസ്ത്രം തുടങ്ങിയ അടിസ്ഥാനശാസ്ത്രശാഖകളെ, വൈദ്യശാസ്ത്രം രോഗനിർണ്ണയത്തിനും ചികിത്സയ്ക്കുമായി ഉപയോഗിക്കുന്നു. മനുഷ്യന്റെ ആരോഗ്യം മെച്ചപ്പെടുത്താനും രോഗശമനവും രോഗപ്രതിരോധവുമാണ് അതിന്റെ ലക്ഷ്യം. മറ്റു വൈദ്യശാസ്ത്രങ്ങളിൽനിന്ന് വിഭിന്നമായി സമഗ്രവൈദ്യസേവനത്തിലൂടെയും ശാസ്ത്രീയമായ വാക്സിൻ രോഗപ്രതിരോധത്തിലൂടെയും ആയുസ്സും ആരോഗ്യവും വർദ്ധിപ്പിക്കുവാനും വസൂരി, പോളിയോ തുടങ്ങിയ മഹാമാരികൾ നിർമ്മാർജ്ജനം ചെയ്യാനും മലേറിയ, ക്ഷയം, കുഷ്ഠം, എയ്ഡ്സ് എന്നിവ നിയന്ത്രിക്കാനും, അന്ധത, മറ്റുവൈകല്യങ്ങൾ, ചയാപചയരോഗങ്ങൾ എന്നിവയ്ക്ക് ഫലപ്രദമായ ചികിത്സ ചെയ്യുവാനും ആധുനിക വൈദ്യശാസ്ത്രത്തിന് കഴിഞ്ഞിട്ടുണ്ട്.

മനുഷ്യരാശിയുടെ ചരിത്രത്തിലിതുവരെ ശാസ്ത്രത്തിലൂടെയല്ലാതെ ഒരു പുരോഗതിയും മനുഷ്യന് നേടാൻ കഴിഞ്ഞിട്ടില്ല. ആധുനികശാസ്ത്രീയനേട്ടങ്ങൾ ഭരണതലത്തിൽ നയരൂപീകരണത്തിന് സഹായകരമാകുന്നുണ്ട്. വാർത്താവിനിമയരംഗത്തെ വിപ്ലവം അറിവുകൾ ജനകീയമാകുന്നതിനും ഉയർന്ന ശാസ്ത്രവും സാങ്കേതികവിദ്യയും മുമ്പില്ലാത്തവിധം കൂടുതൽ ജനകീയമാകുന്നതിനും സഹായിച്ചിട്ടുണ്ട്. ശാസ്ത്രപുരോഗതി രോഗനിർണ്ണയത്തിലും വിപ്ലവം സൃഷ്ടിച്ചിട്ടുണ്ട്. അതിലെ കൃത്യത രോഗമുക്തിയെ സഹായിക്കുന്നു. റോബോട്ടുകളുടെ ഉപയോഗം സർജറി, രോഗീപരിചരണം, ചികിത്സ എന്നിവയെ ആധുനികമാക്കിയിരിക്കുന്നു. അവയവദാനം തുടങ്ങിയ സങ്കീർണ്ണമായ സർജറികൾ റോബോട്ടിന്റെ ഉപയോഗത്തിലൂടെയും ടെലിമെഡിസിനിലൂടെയും

ഉന്നതനിലവാരത്തിൽ സുരക്ഷിതമായി കൃത്യതയോടെ ചെയ്യുവാൻ ശാസ്ത്രപുരോഗതി ഇന്ന് ഏറെ സഹായിക്കുന്നുണ്ട്.

ബയോമെഡിക്കൽ ഗവേഷണം

ഇന്നത്തെ വൈദ്യശാസ്ത്രം ബയോമെഡിക്കൽ ശാസ്ത്രവും ബയോമെഡിക്കൽ ഗവേഷണവും ജനിതകശാസ്ത്രവും ആധുനിക മെഡിക്കൽ സാങ്കേതികവിദ്യയും ചേർന്നതാണ്. മെച്ചമായ രോഗനിർണ്ണയവും ചികിത്സയും രോഗപ്രതിരോധവും ഇതിലൂടെ സാദ്ധ്യമാകുന്നു. ആധുനിക മാർഗ്ഗങ്ങളുപയോഗിച്ചുള്ള ഓപ്പറേഷനുകൾ, മരുന്നുകൾ, ആധുനിക സൈക്കോതെറാപ്പി, ചലനത്തകരാറുകൾക്കുള്ള സ്പ്ലിന്റുകൾ, പ്ലാസ്റ്ററിങ്, ട്രാക്ഷൻ, ചലനസഹായികൾ, കൃത്രിമാവയവങ്ങൾ, ചില രോഗങ്ങൾക്കുള്ള റേഡിയേഷൻ തുടങ്ങി വിവിധമാർഗ്ഗങ്ങൾ ഉപയോഗിക്കുന്നു.

ആവേശകരമായ ചരിത്രം

പൗരാണിക ഇന്ത്യയിൽ ചരകനും സുശ്രുതനും എഴുതിയ വൈദ്യശാസ്ത്രസംഹിതകൾ അക്കാലത്ത് നിലവിലിരുന്ന ലോകത്തെ മറ്റേത് ചികിത്സാസമ്പ്രദായത്തേക്കാളും മികച്ചതായിരുന്നു. ഈജിപ്റ്റിലെയും ബാബിലോണിലെയും വൈദ്യശാസ്ത്രത്തിൽ രോഗനിർണ്ണയവും രോഗത്തിന്റെ ഭാവിയും ചികിത്സയും പ്രതിപാദിച്ചിരുന്നു. ഗ്രീക്ക് വൈദ്യശാസ്ത്രത്തിലാകട്ടെ, ഒരു പടികൂടി കടന്ന് മെഡിക്കൽ ധാർമ്മികതയെക്കുറിച്ചും പുരോഗമനപരമായ പ്രസ്താവമുണ്ട്. അവിടെയാണ് ബി സി അഞ്ചാം നൂറ്റാണ്ടിലെ യുഗപ്രഭാവനായ ഹിപ്പോക്രാറ്റസും അദ്ദേഹം രൂപം കൊടുത്ത ഹിപ്പോക്രാറ്റിക് ശപഥവും ഉണ്ടായത്. ഇന്നും അത് വൈദ്യശാസ്ത്രത്തിന് ധാർമ്മിക ദിശാബോധം തരുന്നുണ്ട്.

പാദുവ, ബൊളാഗ്ന എന്നീ യൂണിവേഴ്സിറ്റികൾ ഇറ്റലിയിൽ ഡോക്ടർമാരെ പരിശീലിപ്പിച്ചിരുന്നു. അതിൽ ബൊളാഗ്ന യൂണിവേഴ്സിറ്റി ഇന്നും പ്രവർത്തിക്കുന്നുണ്ട്. ഇന്ത്യയിൽ നളന്ദ, തക്ഷശില എന്നീ യൂണിവേഴ്സിറ്റികൾ വിദേശരാജ്യങ്ങളായ ചൈനയിൽനിന്നുപോലും വിദ്യാർത്ഥികളെ ആകർഷിച്ചിരുന്നു.

ശരീരശാസ്ത്രപരമായ അറിവുകൾ ഉത്തേജനമാകുന്നു

യൂറോപ്പിൽ നവോത്ഥാന കാലഘട്ടത്തിലാണ് മൃതശരീരം മുറിച്ചുനോക്കാനുള്ള മതപരമായ വിലക്കുകൾ നീങ്ങിയത്. സൂക്ഷ്മദർശിനിയായ മൈക്രോസ്കോപ്പിന്റെ കണ്ടുപിടിത്തത്തോടെ ശരീരശാസ്ത്രപരമായ അറിവുകൾക്ക് കുതിച്ചുചാട്ടം ഉണ്ടായി. അടുത്ത മുന്നേറ്റം റോബർട്ട് കോക്ക്, ലൂയി പാസ്ചർ, ഫെർഡിനന്റ് കോഹ്ൻ എന്നിവർ പത്തൊമ്പതാം നൂറ്റാണ്ടിൽ അവതരിപ്പിച്ച രോഗാണുസിദ്ധാന്തങ്ങളായി

രുന്നു. അവരുടെ മഹത്തായ സംഭാവനകൾ പരിഗണിച്ച് ഈ മൂന്ന് ശാസ്ത്രജ്ഞരെ രോഗാണുശാസ്ത്രത്തിന്റെ പിതാക്കന്മാരായി ശാസ്ത്രലോകം വാഴ്ത്തുന്നു. ഈ കണ്ടുപിടുത്തങ്ങളെത്തുടർന്ന് യുദ്ധങ്ങളിൽ മുറിവുകളുടെ ചികിത്സയിൽ വലിയ മുന്നേറ്റമുണ്ടായി. യുദ്ധാവശ്യത്തിനുള്ള ഗവേഷണത്തിലൂടെയാണ് ആദ്യത്തെ രോഗാണുനിയന്ത്രക ഔഷധമായ സൾഫ മരുന്നുകൾ വികസിപ്പിച്ചത്. പോൾ എർലിച്ചും മറ്റു ഗവേഷകരും ഇതിൽ നേതൃപരമായ പങ്കുവഹിച്ചിട്ടുണ്ട്.

ശാസ്ത്രപുരോഗതിയോടൊപ്പം മുന്നോട്ട്

പത്തൊമ്പതാം നൂറ്റാണ്ടോടെ വ്യവസായവിപ്ലവത്തെത്തുടർന്ന് യൂറോപ്പിലെമ്പാടും നഗരവല്ക്കരണം ദ്രുതഗതിയിൽ ഉണ്ടായി. പരിസരശുചീകരണം ആവശ്യമായി വന്നു. തുടർന്നാണ് വിപുലമായ പരിസരശുചീകരണപരിപാടികൾ ഉണ്ടായത്. ഇരുപതാം നൂറ്റാണ്ടോടെ ലോകത്തെല്ലായിടത്തും വലിയ ആസ്പത്രികളോടനുബന്ധിച്ച് ഗവേഷണകേന്ദ്രങ്ങൾ വളർന്നുവന്നു. ഇരുപതാം നൂറ്റാണ്ടിന്റെ പകുതിയോടെ പുതിയ ജൈവശാസ്ത്രചികിത്സയായ ആന്റിബയോട്ടിക്കുകളുടെ യുഗം പിറന്നു. ഈ മുന്നേറ്റത്തോടൊപ്പം രസതന്ത്രവും ജനിതകശാസ്ത്രവും രോഗനിർണ്ണയസംവിധാനങ്ങളായ എക്സ്റേയും അതിന്റെ ആധുനികരൂപങ്ങളായ വിവിധതരം സ്കാനിങ്ങുകളുമെല്ലാം ചേർന്ന് വൈദ്യശാസ്ത്രത്തെ ആധുനികവൈദ്യശാസ്ത്രമാക്കി. വൈദ്യശാസ്ത്രപരിശീലനം ഇന്ന് വളരെയധികം തൊഴിലധിഷ്ഠിതവും സങ്കീർണ്ണവുമാണ്.

1870 മുതൽ ധാരാളം സ്ത്രീകൾ നഴ്സിങ് പരിശീലനം നേടി രംഗത്തുണ്ട്. 1970 മുതൽ ഡോക്ടർമാരിൽ ധാരാളം സ്പെഷലിസ്റ്റുകളും ഉണ്ടായിത്തുടങ്ങി. ലബോറട്ടറി പരിശോധനകൾ വ്യാപകമായി. ഫാർമസി, ഫിസിയോതെറാപ്പി മുതലായവ വികസിക്കുകയും ഈ മേഖലയിൽ ജോലി ചെയ്യുന്നവർക്ക് അംഗീകൃത പരിശീലന പരിപാടികളും രജിസ്ട്രേഷനുകളും നിലവിൽവരികയും ചെയ്തു. ഇരുപത്തൊന്നാം നൂറ്റാണ്ടിന്റെ ഉദയത്തോടെ അമേരിക്കയിലും ഇംഗ്ലണ്ടിലും യൂറോപ്പിന്റെ ഇതരഭാഗങ്ങളിലും ജപ്പാനിലുമെല്ലാം ഉന്നതനിലവാരത്തിലുള്ള ഗവേഷണങ്ങൾ വൈദ്യശാസ്ത്രത്തിന്റെ സമസ്തമേഖലകളിലും നടന്നുവരുന്നുണ്ട്.

പൊതുവായ ശാസ്ത്രപുരോഗതി, ശാസ്ത്രീയ മനോഭാവത്തിലുണ്ടായ ഗുണപരമായ മാറ്റങ്ങൾ, പരിസരശുചീകരണം, അഴുക്കുചാലുകളുടെ നിർമ്മാണം, സാമ്പത്തിക പുരോഗതി, പ്രതിഭാശാലികളായ കാൾ ലാന്റ്സ്റ്റെയിനർ, നോർമ്മൻ ബോർലാഗ്, ജോൺ എൻഡേഴ്സ്, ആൻഡ്രിയാസ് വെസാലിയൂസ്, വില്യം ഹാർവി, മാർസെല്ലോ മാൽപീഘി, റോബർട്ട് കോക്ക്, ലൂയി പാസ്ചർ, ജോനാസ് സാൽക്ക്, വിൽഹെം വുഡ്, ക്ലോദ് ബർണാദ്, റുഡോൾഫ് വെർച്ചോ, ഫ്രാൻസിസ് ക്രിക്ക്, ജയിംസ് വാട്സൺ, വിൽഹെം കൊൺറാഡ് റോൺട്ജൻ, മേരി ക്യൂറി, ചാൾസ്

ഡാർവിൻ, ഫ്രാൻസിസ് ഗാൾട്ടൺ, ഗ്രെഗൊർ ജൊഹാൻ മെൻഡൽ, ഫ്രെഡറിക് ബാന്റിങ്, പോൾ എഹർലിച്ച് എന്നീ ശാസ്ത്രജ്ഞരുടെ അമൂല്യ സേവനങ്ങൾ, ചരകൻ, സുശ്രുതൻ, ഹിപ്പോക്രാറ്റസ്, എഡ്വേഡ് ജെന്നർ, ഗാലൻ, ജോസഫ് ലിസ്റ്റർ, എലിസബത്ത് ബ്ലേക്ക് വെൽ, വെർജീനിയ അപ്ഗാർ എന്നീ പ്രഗത്ഭരായ ഡോക്ടർമാരുടെ അർപ്പണബുദ്ധിയോടെയുള്ള സേവനങ്ങൾ എന്നിവയെല്ലാം വൈദ്യശാസ്ത്രത്തെ ആധുനികമാക്കുന്നതിൽ നിസ്സീമമായ പങ്കുവഹിച്ചിട്ടുണ്ട്.

ആധുനിക വൈദ്യശാസ്ത്രത്തിന്റെ നേട്ടം

നൂറ്റാണ്ടുകൾക്ക് മുമ്പ് മനുഷ്യന്റ ആരോഗ്യസ്ഥിതി ഒട്ടും ആശാവഹമായിരുന്നില്ല. ആയുർദൈർഘ്യം കുറവായിരുന്നു. ചരിത്രാതീതകാലത്തിനുമുമ്പ് മനുഷ്യന്റെ ശരാശരി ആയുസ്സ് ഇരുപതിനും മുപ്പതിനും ഇടയ്ക്കായിരുന്നു. മദ്ധ്യകാലഘട്ടത്തിൽ അത് മുപ്പത് വയസ്സായിരുന്നു. പിന്നീട് വൈദ്യശാസ്ത്രത്തിന്റെ വളർച്ചയോടെയുണ്ടായ രോഗപ്രതിരോധ നടപടികളിലൂടെയും പോഷകാഹാരലഭ്യതയിലൂടെയും ഇപ്പോൾ ശരാശരി മനുഷ്യായുസ്സ് 67.2 ആയിരിക്കുകയാണ്. മുൻകാലങ്ങളിൽ വസൂരി, പ്ലേഗ്, കോളറ തുടങ്ങിയ മഹാമാരികൾ ഇടയ്ക്കിടെ താണ്ഡവമാടിയിരുന്നു. വസൂരി ഭൂമുഖത്തുനിന്നും നിർമ്മാർജ്ജനം ചെയ്യപ്പെട്ടു. സ്ഥിരമായ വികലാംഗത്വം ഉണ്ടാക്കുന്ന പോളിയോയും നിയന്ത്രിച്ചു കഴിഞ്ഞു. ക്ഷയം, കുഷ്ഠം, മലേറിയ, എയ്ഡ്സ് എന്നിവയും നിയന്ത്രിച്ചുകൊണ്ടിരിക്കുന്നു. ചയാപചയരോഗങ്ങളായ പ്രമേഹം, രക്തസമ്മർദ്ദം, കൊളസ്ട്രോൾ, ഹൃദ്രോഗം എന്നിവയ്ക്ക് ഫലപ്രദമായ ചികിത്സയും പ്രതിരോധമാർഗ്ഗങ്ങളും ഉണ്ടായി. ആരോഗ്യനിലവാരം വളരെ മെച്ചപ്പെട്ടിരിക്കുന്നു. ഈ നൂറ്റാണ്ടുകൾ നീണ്ട നേട്ടത്തിന് നാം പൗരാണികകാലം മുതൽ അനുസ്യൂതം തുടർന്നുകൊണ്ടിരിക്കുന്ന ആരോഗ്യരംഗത്തെ ഗവേഷകർ, ആരോഗ്യസേവനരംഗത്തെ പ്രവർത്തകർ എന്നിവരോട് കടപ്പെട്ടിരിക്കുന്നു. ആ യുഗസാരഥികളുടെ പാവനസ്മരണയ്ക്ക് നമോവാകം അർപ്പിച്ചുകൊണ്ട് അവരുടെ ആവേശകരമായ ചരിത്രങ്ങൾ ഈ ഗ്രന്ഥത്തിൽ അനാവരണം ചെയ്യുന്നു.

സസ്നേഹം,
ഡോ. പി കെ സുകുമാരൻ

Science knows no country, because knowledge belongs to humanity, and is the torch which illuminates the world.

- Louis Pasteur

ഒന്നാം ഭാഗം

ഏതു കാലഘട്ടത്തിലും വലിയ മാറ്റങ്ങൾ സംഭവിച്ചുകൊണ്ടിരിക്കുന്ന മേഖലയാണ് വൈദ്യശാസ്ത്രം. പണ്ട് ഡോക്ടർമാർ സഞ്ചരിക്കുമ്പോൾ അവരുടെ കൈയിലൊരു കറുത്തപെട്ടിയുണ്ടാകും. ചികിത്സിക്കാനാവശ്യമായ എല്ലാം ഉൾപ്പെടുന്നതാണത്. തെളിവുകളിൽനിന്ന് വിഭിന്നമായി ഡോക്ടറുടെ നിഗമനങ്ങളാണ് രോഗനിർണ്ണയത്തെ സ്വാധീനിച്ചിരുന്നത്. അത്തരം ഉൾവിളികളെ അന്ന് ഡോക്ടർമാർ കൂടുതൽ ആശ്രയിച്ചിരുന്നു. കാലഘട്ടങ്ങൾക്കതീതമായി പ്രതിഭാശാലികളുടെ ഉദയം ഉണ്ടായിക്കൊണ്ടിരുന്നു. അവരുടെ അർപ്പണബോധവും ശാസ്ത്രാഭിനിവേശവും വൈദ്യശാസ്ത്രത്തിന് കുതിച്ചുചാട്ടങ്ങൾ പ്രദാനം ചെയ്തുകൊണ്ടിരുന്നു. ഇന്ന് നാം അനുഭവിക്കുന്ന ഉയർന്ന നിലവാരമുള്ള ജീവിതത്തിന് ഈ പ്രതിഭാശാലികളോട് നാം എന്നെന്നും കടപ്പെട്ടിരിക്കുന്നു.

വൈദ്യശാസ്ത്രകണ്ടുപിടുത്തങ്ങൾ, ജീവൻരക്ഷ ഓപ്പറേഷനുകൾ എന്നിവയിലൂടെ മനുഷ്യരാശിക്ക് അമൂല്യമായ സംഭാവന ചെയ്ത പത്ത് മഹാപ്രതിഭാശാലികളുടെ ചരിത്രമാണ് ഒന്നാം ഭാഗത്തിലുള്ളത്.

ഹിപ്പോക്രാറ്റസ് (460 ബി സി - 377 ബി സി)

വൈദ്യശാസ്ത്രചരിത്രത്തിലെ ഏറ്റവും പ്രതിഭാശാലികളിൽ ഒരാളായി ഹിപ്പോക്രാറ്റസ് പരിഗണിക്കപ്പെട്ടു വരുന്നു. വിചാരങ്ങളും വികാരങ്ങളും ആശയങ്ങളും മസ്തിഷ്കത്തിൽനിന്നാണ് രൂപമെടുക്കുന്നതെന്നു ഹിപ്പോക്രാറ്റസ് നിരീക്ഷിച്ചു. ആ കാലഘട്ടത്തിലെ മറ്റുള്ള വൈദ്യന്മാർ ഇവയുടെ ഉറവിടം ഹൃദയമാണെന്ന് പറഞ്ഞപ്പോൾ ഹിപ്പോക്രാറ്റസ് തന്റെ പുതിയ ആശയത്തിൽ ഉറച്ചുനിന്നു. ഓരോ രോഗത്തിന്റെയും ലക്ഷണങ്ങളെ അദ്ദേഹം വിവരിച്ചിരുന്നു. കുട്ടികളിലെ ന്യൂമോണിയ,

അപസ്മാരം എന്നിവ ആദ്യമായി വിവരിച്ചത് ഹിപ്പോക്രാറ്റസായിരുന്നു. പ്രകൃതിയുടെ രോഗശമനക്കഴിവിൽ അദ്ദേഹം വിശ്വസിച്ചു. മനസ്സിന്റെയും ശരീരത്തിന്റെയും വിശ്രമം, ശരിയായ പോഷകം, ശുദ്ധവായു, ശുചിത്വം എന്നിവയുടെ പ്രാധാന്യം അദ്ദേഹം എടുത്തുപറഞ്ഞു.

ഹിപ്പോക്രാറ്റസും വിദ്യാർത്ഥികളുംകൂടി പല സുപ്രധാന ലക്ഷണങ്ങളും രോഗനിർണ്ണയവും വിവരിച്ചിട്ടുണ്ട്. ചില രോഗങ്ങളിൽ (ഉദാഹരണമായി ശ്വാസകോശത്തിൽ ചലം വെയ്ക്കുന്ന രോഗങ്ങൾ, പ്രാണവായു കുറയുന്ന ഹൃദ്രോഗങ്ങൾ, ശ്വാസകോശാർബ്ബുദം) വിരലുകളുടെ അറ്റം തടിച്ച് ചെറിയ ഗദപോലെ ആകാറുണ്ട്. ആ സുപ്രധാന രോഗനിർണ്ണയത്തെളിവ് (diagnostic sign) ഹിപ്പോക്രാറ്റസാണ് ആദ്യമായി വിവരിച്ചത്. ഉദരത്തിൽ പെരിട്ടോണിയം (peritoneum) പഴുപ്പ് ബാധിച്ച് മരണത്തോടടുക്കുന്ന അവസരത്തിൽ കണ്ണുകൾ കുഴിഞ്ഞ് കവിളൊട്ടി വിളറി ചുണ്ടുകൾ അകന്ന് നിസ്സഹായനായി കിടക്കുന്ന മുഖം ഒരു അതിപ്രധാന രോഗനിർണ്ണയത്തെളിവാണ്. അത്തരം മുഖത്തെക്കുറിച്ചുള്ള അദ്ദേഹത്തിന്റ വിവരണം ഹിപ്പോക്രാറ്റിക് ഫേഷീസ് (Hippocratic facies) എന്ന പേരിൽ ഇന്നും പരാമർശിച്ചു പോരുന്നു.

ഷേക്സ്പിയർ തന്റെ *ഹെന്റി V* എന്ന നാടകത്തിൽ ഫാൾസ്റ്റാഫിന്റെ മരണത്തെക്കുറിച്ച് വിശദീകരിക്കുമ്പോൾ ഹിപ്പോക്രാറ്റസ് നല്കിയ ഈ വിവരണം അവതരിപ്പിക്കുന്നുണ്ട്. രോഗങ്ങളുടെ കാഠിന്യവും പഴക്കവും പകർച്ചാസാദ്ധ്യതയുമനുസരിച്ച് പെട്ടെന്ന് കൂടുന്നത്, പഴകിയത്, നാട് മുഴുവൻ പരക്കുന്നത്, പകരുന്നത്- (acute, chronic, endemic and epidemic) എന്നീ പദങ്ങൾ ഉപയോഗിച്ച് വിവരിക്കുന്നുണ്ട്. അതുപോലെ പെട്ടെന്ന് കൂടുക, വീണ്ടും ആവർത്തിച്ച് ഉണ്ടാവുക, ആശ്വാസമാവുക, സന്ദിഗ്ദ്ധാവസ്ഥയിലാവുക, കുറച്ചുസമയം മാത്രം നീണ്ടുനില്ക്കുന്നതും ഇടയ്ക്കിടെ വരുന്നതുമായ അസുഖം (ഉദാ: അപസ്മാരം, ചെന്നിക്കുത്ത് എന്നിവ) മൂർദ്ധന്യാവസ്ഥയിലെത്തുക, ഗൗരവതരമായ രോഗത്തിനുശേഷമുള്ള വിശ്രമാവസ്ഥ -(exacerbation, relapse, resolution, crisis, paroxysm, peak, and convalescence) എന്നീ പദങ്ങൾ യുക്തിപൂർവ്വം ഉപയോഗിച്ചിരുന്നു. ക്ഷയം, നെഞ്ചുരോഗങ്ങൾ എന്നിവയെപ്പറ്റി അദ്ദേഹം വളരെ ആധുനികമായ ചില നിരീക്ഷണങ്ങൾ നടത്തിയിട്ടുണ്ട്. ക്ഷയരോഗചികിത്സയിൽ ശുദ്ധവായു, നല്ല ഭക്ഷണം, വിശ്രമം എന്നിവയെപ്പറ്റി ഹിപ്പോക്രാറ്റസ് ഊന്നിപ്പറയുന്നുണ്ട്. അതെല്ലാം ഇരുപത്തൊന്നാം നൂറ്റാണ്ടിലും സംഗതമാണ്.

കാലത്തിന് വളരെ മുമ്പ് സഞ്ചരിച്ച ഹിപ്പോക്രാറ്റസ് രോഗലക്ഷണങ്ങൾ വിവരിക്കുന്നതിലും രോഗത്തിന്റെ തെളിവുകൾ നിരത്തുന്നതിലും അസാമാന്യമായ നിരീക്ഷണപാടവവും ശാസ്ത്രീയതയും കൈക്കൊണ്ടത് അത്ഭുതകരമാണ്. നെഞ്ചിനകത്തെ ചലം ഓപ്പറേഷൻ മൂലം പുറത്തുകളയുന്നത് അദ്ദേഹം പൂർണ്ണമായും വിവരിക്കുന്നുണ്ട്. അതിന്റെ ലക്ഷണങ്ങൾ, ശാരീരികത്തെളിവുകൾ എന്നിവ അദ്ദേഹം നിര

ത്തുന്നുണ്ട്. അവ ആധുനിക ഡോക്ടർമാർക്കുപോലും അനുകരണീയമാണ്. ചരിത്രത്തിലെ അറിയപ്പെടുന്ന ആദ്യത്തെ നെഞ്ചുരോഗ സർജനായിരുന്നു ഹിപ്പോക്രാറ്റസ്. അദ്ദേഹത്തിന്റെ സിദ്ധാന്തങ്ങളെല്ലാം ആധുനികയുഗത്തിലും സംഗതമാണ്. ഗ്രീസിലുടനീളം സഞ്ചരിച്ച് അദ്ദേഹം തന്റെ രോഗശമനദൗത്യം നിർവ്വഹിച്ചുപോന്നു. കോസ് എന്ന ദ്വീപിൽ തന്റെ മെഡിക്കൽ കോളേജ് സ്ഥാപിക്കുകയും വിദ്യാർത്ഥികളെ പരിശീലിപ്പിക്കുകയും ചെയ്തിരുന്നു. അദ്ദേഹം പഠിപ്പിച്ച ഹിപ്പോക്രാറ്റിക് ശപഥം ഇന്നും ആധുനികവൈദ്യശാസ്ത്രവിദ്യാർത്ഥികൾ പരിശീലനം കഴിയുമ്പോൾ എടുക്കാറുണ്ട്.

ഹിപ്പോക്രാറ്റസിനെ 'ആധുനികവൈദ്യശാസ്ത്രത്തിന്റെ പിതാവ്' എന്ന് വിളിക്കുന്നു.

ഴാങ് ആസ്ട്രക് (1684 – 1766)

ഫ്രാൻസിലെ മെഡിസിൻ പ്രൊഫസറും ഗവേഷകനുമായിരുന്നു ഴാങ് ആസ്ട്രക്. സിഫിലിസും മറ്റു ലൈംഗികരോഗങ്ങളും ചികിത്സിക്കുന്നതിനെക്കുറിച്ചായിരുന്നു ആദ്യപ്രബന്ധമെഴുതിയത്. തുടർന്ന് അദ്ദേഹം പതിനെട്ടാം നൂറ്റാണ്ടിലെ ഏറ്റവും പ്രസിദ്ധനായ ഡോക്ടറായിത്തീർന്നു. അദ്ദേഹത്തിന്റെ 1736 ലെ സിഫിലിസിനെപ്പറ്റിയുള്ള പ്രബന്ധം ഒരു നാഴികക്കല്ലായിരുന്നു. ഴാങ് *ബൈബിളി*ലെ ബുക്ക് ഓഫ് ജനസിസിനെപ്പറ്റി ഗവേഷണം നടത്തി. മോശ എപ്രകാരമാണ് ആ ഗ്രന്ഥം എഴുതിയത് എന്നതായിരുന്നു ഗവേഷണവിഷയം.

റെനെ തിയോഫിൽ ഹയാസിന്ത് ലിനെക് (1781 – 1826)

ഡോക്ടർമാർ ശരീരത്തിന്റെ ഭാഗമെന്നപോലെ കഴുത്തിലിട്ട് നടക്കുന്ന സ്റ്റെതസ്കോപ്പ് (stethescope) ഇദ്ദേഹമാണ് കണ്ടുപിടിച്ചത്. നെഞ്ചിലൂടെ വരുന്ന ഹൃദയത്തിന്റെയും ശ്വാസകോശത്തിന്റെ ഓരോ പ്രവർത്തനഘട്ടത്തിലുമുണ്ടാകുന്ന ശബ്ദങ്ങൾ, സ്റ്റെതസ്കോപ്പ് കണ്ടുപിടിക്കുന്നതിനുമുമ്പ് ഡോക്ടർമാർ രോഗിയുടെ നെഞ്ചിൽ ചെവിയമർത്തിവെച്ചാണ് മനസ്സിലാക്കിയിരുന്നത്.

സ്റ്റെതസ്കോപ്പ് ജനിക്കുന്നു

ഒരിക്കൽ മേരി തെരേസ ഷാർലറ്റ് രാജ്ഞി ഡോക്ടറെ കാണുവാനെത്തി. രാജ്ഞിയുടെ നെഞ്ചിൽ ചെവിയമർത്തി ശബ്ദം ശ്രവിക്കുവാൻ ഡോക്ടർക്ക് ജാള്യത തോന്നി. അതിനുപകരം ഒരു കടലാസ് ചുരുൾ കുഴലാക്കി ചെവിയിൽ ഒരറ്റവും മറ്റേയറ്റം രാജ്ഞിയുടെ നെഞ്ചിലുംവെച്ച് പരിശോധിച്ചു. അത്ഭുതകരമെന്ന് പറയട്ടെ പഴയ മാർഗ്ഗത്തേക്കാളും ഇത് കഴിവുറ്റതായിരുന്നു. ഇപ്രകാരമായിരുന്നു സ്റ്റെതസ്കോപ്പിന്റെ ഉത്ഭവം. തടിയുള്ള രോഗികളുടെ ഹൃദയശബ്ദങ്ങളും മിടിപ്പും ശ്വാസശബ്ദങ്ങളും

നേരിട്ട് ചെവിയിലൂടെ കേൾക്കുന്നതിനേക്കാൾ മെച്ചമായി ഈ കുഴലിലൂടെ കേൾക്കാമെന്ന് ലിനെക്കിന് മനസ്സിലായി. പല രോഗങ്ങളിലും ഈ ശബ്ദങ്ങളുടെ വ്യത്യാസമെന്താണെന്ന് അദ്ദേഹം പഠിക്കുവാൻ തുടങ്ങി. ഈ അറിവിന്റെ അടിസ്ഥാനത്തിൽ രോഗനിർണ്ണയം നടത്തിയ രോഗികളുടെ മരണത്തിന് ശേഷമുള്ള പോസ്റ്റുമോർട്ടം പരിശോധനയിലൂടെ രോഗനിർണ്ണയം പുനഃപരിശോധിച്ചിരുന്നു. നെഞ്ചിലെയും മറ്റു ശരീരഭാഗങ്ങളിലെയും ശബ്ദങ്ങളെ സ്റ്റെതസ്കോപ്പ് ഉപയോഗിച്ച് ശ്രവിക്കുന്നതിനെ ക്ലിനിക്കൽ ആസ്കൾട്ടേഷൻ എന്നു പറയുന്നു. അതുകൊണ്ടാണ് ലിനെക്കിനെ ക്ലിനിക്കൽ ആസ്കൾട്ടേഷന്റെ (clinical auscultation) പിതാവായി കണക്കാക്കപ്പെടുന്നത്. പല രോഗാവസ്ഥയിലും ഈ ശബ്ദങ്ങളിൽ ഉണ്ടാകുന്ന മാറ്റങ്ങളെക്കുറിച്ച് ലിനെക് ധാരാളം ലേഖനങ്ങളെഴുതിയിട്ടുണ്ട്. ഇവ ഇന്നും ലോകമെമ്പാടുമുള്ള ഡോക്ടർമാർ പിന്തുടരുന്നുണ്ട്. ക്ഷയരോഗം, മഹോദരം, മെലനോമ എന്ന ചർമ്മാർബ്ബുദം, പെരിട്ടോണിറ്റിസ് എന്ന ഉദരാവരണത്തിലെ പഴുപ്പ് എന്നിവയെപ്പറ്റിയും ലിനെക് മൗലികമായി പഠനങ്ങൾ നടത്തിയിട്ടുണ്ട്. അദ്ദേഹം ഉപയോഗിച്ച സാങ്കേതിക പദങ്ങൾ (ഉദാ: laennec`s Cirrhosis) ഇന്നും ഉപയോഗത്തിലുണ്ട്.

ഹെൻറി ഗ്രെ (1827 - 13.06.1861)

Anatomy is destiny - Sigmund Freud

വൈദ്യശാസ്ത്രലോകത്തിന് മഹത്തായ സംഭാവനകൾ നല്കിയ മഹാനുഭാവനാണ് ഹെൻറി ഗ്രെ. അദ്ദേഹം രചിച്ച *ഗ്രെയ്സ് അനാറ്റമി* എന്ന മഹത് ഗ്രന്ഥത്തെ നെഞ്ചോടു ചേർക്കാത്ത ഡോക്ടർമാരില്ല എന്നു പറയാം. എം ബി ബി എസ് പരിശീലനത്തിൽ മൂന്നിലൊരുഭാഗം സുപ്രധാനമായ പഠനത്തിനാധാരം ഈ ഗ്രന്ഥമാണ്. ഡോക്ടർമാരുടെ ബൈബിൾ എന്ന് ഈ ഗ്രന്ഥത്തെ വിശേഷിപ്പിക്കാം. ഗ്രെ മെഡിക്കൽ വിദ്യാർത്ഥിയായിരിക്കുമ്പോൾ കണ്ണിനെയും ഞരമ്പുകളെയും അതിന്റെ അനുബന്ധഭാഗങ്ങളെയും കുറിച്ചെഴുതിയ പഠനത്തിന് ട്രൈയെന്നിയൽ സ്വർണ്ണ മെഡലിന് അർഹനായി. ഗ്രെയ്സ് അനാറ്റമിയുടെ രണ്ടാമത്തെ പതിപ്പ് ഇറക്കിയത് 1860 ലായിരുന്നു. 1858 ലെ ആദ്യപതിപ്പിന് 750 പേജും 363 ചിത്രങ്ങളും ഉണ്ടായിരുന്നു. ചിത്രങ്ങൾ ഉണ്ടാക്കുവാൻ സുഹൃത്തായ ഹെൻറി വാൻഡൈക് കാർട്ടർ സഹായിച്ചു. വൈദ്യശാസ്ത്രരംഗത്ത് വിപ്ലവം വിതച്ച ഈ ഗ്രന്ഥത്തിന്റെ കർത്താവിനെ തേടി റോയൽ സൊസൈറ്റി ഫെലോഷിപ്പ് എത്തിയിരുന്നു. ഇരുപത്തഞ്ചാം വയസ്സിൽ തന്നെ അനാറ്റമി ഡെമോൺസ്ട്രേറ്റർ, മ്യൂസിയം ക്യൂറേറ്റർ, സെയ്ന്റ് ജോർജ്ജ് ആസ്പത്രിയിലെ അനാറ്റമി ലെക്ചറർ എന്നീ പദവികൾ ഗ്രെയ്ക്ക് ലഭിച്ചു. 1861 ൽ അസിസ്റ്റന്റ് സർജൻ പദവിക്ക് പരിഗണിക്കപ്പെട്ടപ്പോൾ അദ്ദേഹമായിരുന്നു പ്രഥമപരിഗണനനീയൻ.

അനവസരത്തിൽ പൊലിഞ്ഞ ധന്യജീവിതം

വസൂരി ബാധിച്ച ബന്ധുവിനെ ശുശ്രൂഷിക്കുമ്പോൾ രോഗം പകർന്ന് അദ്ദേഹം അകാലചരമം പ്രാപിച്ചു. മരിക്കുമ്പോൾ ഗ്രെയ്ക്ക് 34 വയസ്സു മാത്രമേ പ്രായമുണ്ടായിരുന്നുള്ളൂ. മൃതശരീരം മുറിച്ചുനോക്കി പഠിച്ചിരുന്ന അദ്ദേഹം ശരീരശാസ്ത്രത്തെ ജീവിതതപസ്യയായിട്ടാണ് കണ്ടിരുന്നത്. അദ്ദേഹം രചിച്ച ഗ്രന്ഥങ്ങൾ ഇവയാണ്: *ഗ്രെയ്സ് അനാറ്റമി, അനാറ്റമി ഡിസ്ക്രിപ്റ്റീവ് എന്റ് സർജിക്കൽ, ഗ്രെയ്സ് അനാറ്റമി അനാറ്റമിക്കൽ ബെയ്സിസ് ഓഫ് ക്ലിനിക്കൽ പ്രാക്ടീസ്, ഗ്രെയ്സ് അനാറ്റമി- എ ഫാക്സിമൈൽ, ദി കോൺസൈസ് ഗ്രെയ്സ് അനാറ്റമി (Gray's Anatomy, Anatomy-Descriptive and Surgical, Gray's Anatomy: The Anatomical Basis of Clinical Practice, Gray's Anatomy: A Facsimile, The Concise Gray's Anatomy)* എന്നിവയാണ്.

ജോസഫ് ലിസ്റ്റർ (1827 - 1912)
പഴയകാലത്തെ സർജറി

സർജറി കഴിഞ്ഞാൽ രോഗികളുടെ മുറിവിൽനിന്ന് പഴുപ്പും ചലവും വന്നുകൊണ്ടിരിക്കുന്നതെന്തുകൊണ്ടാണെന്ന് ഡോക്ടർമാർക്ക് മനസ്സിലായിരുന്നില്ല. സർജറി ചെയ്യുന്നത് ഇന്നത്തെപ്പോലെ രോഗാണുവിമുക്തമായ തീയറ്ററിലല്ലായിരുന്നു. ഡോക്ടറുടെ കോട്ടിൽ മുറിവുകൾ കെട്ടാനുള്ള നൂല് തൂക്കിയിടും. ചിലപ്പോഴത് സർജന്റെ ചുണ്ടുകൊണ്ട് കടിച്ചുപിടിക്കും. എന്നിട്ട് അതെടുത്ത് മുറിവ് തുന്നിക്കെട്ടാൻ ഉപയോഗിക്കും. ഫ്രഞ്ചുശാസ്ത്രജ്ഞനായ ലൂയി പാസ്ചറുടെ നിരീക്ഷണങ്ങളനുസരിച്ച് സർജറിയിൽ രോഗാണുക്കളെ അകറ്റി നിർത്തിയാൽ പഴുപ്പ് ഒഴിവാക്കാമെന്ന് അദ്ദേഹം മനസ്സിലാക്കി. അപ്രകാരം കാർബോളിക് അമ്ലം ഉപയോഗിച്ച് ഉപകരണങ്ങൾ സ്റ്റെറിലൈസ് ചെയ്ത് മുറിവുകൾ വൃത്തിയാക്കാനുപയോഗിച്ചു. സർജറിയിൽ ഇതൊരു വിപ്ലവമായി. തുടർന്ന് ആന്റിസെപ്സിസിൽ ധാരാളം ഗവേഷണങ്ങൾ അദ്ദേഹം നടത്തി. ഇന്ന് സർജന്മാരും തീയറ്ററുകളിലും ചെയ്യുന്ന പല പ്രവൃത്തികളും ലിസ്റ്ററുടെ ഗവേഷണഫലങ്ങളാണ്.

ജോസഫ് ലിസ്റ്റർ
റോയൽ സൊസൈറ്റിയുടെ പ്രസിഡന്റ്

1895 മുതൽ 1900 വരെ ലിസ്റ്ററായിരുന്നു റോയൽ സൊസൈറ്റിയുടെ പ്രസിഡന്റ്. അദ്ദേഹത്തിന്റെ കാലശേഷം ഏർപ്പെടുത്തിയ ലിസ്റ്റർ സമ്മാനം സർജന്മാർക്ക് ലഭിക്കാവുന്ന ഏറ്റവും വലിയ ബഹുമതിയായി. അദ്ദേഹത്തിന്റെ കണ്ടുപിടുത്തങ്ങൾ വളരെയധികം സ്വീകരിക്കപ്പെട്ടു. 1883 ൽ ബാരണറ്റായി അവരോധിക്കപ്പെട്ടു. 1897 ൽ ഡോഴ്സറ്റിലെ 'ബാരൺ ലിസ്റ്റർ ലൈം റെജിസ്' ആയി. 1902 ലെ രാജകിരീടധാരണച്ച

ടങ്ങിൽ 'ഓർഡർ ഓഫ് മെരിറ്റും' പ്രിവികൗൺസലറും ആയി. പ്രഷ്യയിൽനിന്ന് ഏറ്റവും മികച്ച ഓർഡർ ഓഫ് മെരിറ്റ് ആയ 'പോർ ലെ മെരിറ്റെ' ലഭിച്ചു. 1965 ൽ ലിസ്റ്ററിന്റെ മരണശേഷം രണ്ട് പോസ്റ്റേജ് സ്റ്റാമ്പുകൾ അദ്ദേഹത്തിന്റെ ഓർമ്മയ്ക്കായി പുറത്തിറക്കി. ഇംഗ്ലണ്ടിൽ രണ്ടു സർജന്മാരുടെ പ്രതിമകൾ മാത്രമേ സ്ഥാപിച്ചിട്ടുള്ളൂ. അതിലൊന്ന് പോർട്ട്ലാന്റ് പ്ലേസിലുള്ള ലിസ്റ്ററുടെതും മറ്റേത് ജോൺ ഹണ്ടറുടെതുമാണ്. ഗ്ലാസ്ഗോവിലെ കെൽവിങ്ഗ്രോവ് പാർക്കിലും ലിസ്റ്ററിന്റെ പ്രതിമയുണ്ട്. 1903 ൽ ബ്രിട്ടീഷ് രോഗപ്രതിരോധവകുപ്പിനെ ലിസ്റ്റർ സ്ഥാപനം എന്ന് നാമകരണം ചെയ്തു. 1901 ൽ അന്റാർട്ടിക്കയിൽ കണ്ടുപിടിക്കപ്പെട്ട ഏറ്റവും ഉയരം കൂടിയ ഭാഗത്തിന് അദ്ദേഹത്തിന്റെ പേരാണ് നല്കിയിരിക്കുന്നത്. 1879 ൽ കണ്ടുപിടിച്ച വായ കഴുകുവാനുള്ള ലായനിക്ക് ലിസ്റ്ററൈൻ മൗത്ത് വാഷ് എന്നാണ് പേരിട്ടത്. അദ്ദേഹത്തിന്റെ പേരിലുള്ള രോഗാണുക്കൾ ലിസ്റ്റീരിയ മോണോസൈറ്റോജീൻസ്, പൂപ്പലായ ലിസ്റ്റെറല്ലയുമാണ്.

ഡോ. ബിൽ റോത്ത് (1829 - 1894)

ഡോ. ബിൽറോത്ത് ഭാവനാസമ്പന്നനായിരുന്ന സർജനായിരുന്നു. ആദ്യമായി ഈസോഫാജെക്ടമി (esophagectomy - 1871), ലാരിഞ്ജെക്ടമി (laryngectomy - 1873), ഗാസ്ട്രോഡ്യുവോഡിനോസ്റ്റൊമി (gastroduodenostomy - 1881) എന്നിവ ചെയ്തത് ഡോ. ബിൽറോത്തായിരുന്നു. ഈ ഓപ്പറേഷനുകൾ ചില മാറ്റങ്ങളോടെ ഇന്നും സർജന്മാർ ചെയ്യാറുണ്ട്.

അർബ്ബുദം, വയറ്റിലെ വ്രണം എന്നിവ ചികിത്സിക്കുവാൻ ഈ ചികിത്സകൾ വളരെ പ്രയോജനകരമാണ്. മെഡിക്കൽ വിദ്യാർത്ഥികളെ സർജറി പഠിപ്പിക്കുവാനുള്ള പ്രത്യേക അപ്രന്റിസ്ഷിപ്പുകൾ അദ്ദേഹം നടപ്പിലാക്കി. ഒരുവർഷം മെഡിസിൻ പരിശീലനം, അതിനുശേഷം ഒരു വർഷം ശവശരീരത്തിലും മൃഗങ്ങളിലും മുറിച്ചു പരിശോധിക്കുവാനുള്ള പരിശീലനം എന്നിവ ഉൾപ്പെട്ടിരുന്നു. മൂന്നു വർഷം സീനിയർ സർജന്റെ കീഴിൽ പരിശീലനം ഉണ്ടായിരുന്നു. ഈ ആശയത്തിൽനിന്നാണ് ഇപ്പോഴത്തെ ബിരുദാനന്തര സർജറി പരിശീലനം ഉത്ഭവിച്ചതെന്ന് പറയാം.

ചാൾസ് റിച്ചാർഡ് ഡ്രു (03.06.1904 - 01.04.1950)

ഗവേഷണവും ചികിത്സയും നടത്തിയിരുന്ന കറുത്ത വർഗ്ഗക്കാരനായ അമേരിക്കൻ ഡോക്ടറാണ് ഡോ. ചാൾസ് റിച്ചാർഡ്. അദ്ദേഹത്തിന്റെ പഠനങ്ങളധികവും രക്തം കുത്തിവെയ്ക്കുക, രക്തം ശേഖരിക്കുക എന്നീ മേഖലകളിലാണ്. രണ്ടാം ലോകമഹായുദ്ധകാലത്ത് രക്ത ബാങ്കുകൾ വികസിപ്പിക്കുന്നതിനായി കഠിനയത്നം ചെയ്തു. ഇത് യുദ്ധരംഗത്ത് ആയിരക്കണക്കിന് പടയാളികളുടെ ജീവൻ രക്ഷിക്കുവാൻ ഉപകരിച്ചു. നിറമനുസരിച്ച് രക്തം സ്വീകരിക്കുന്നതിനെതിരെ അദ്ദേഹം പ്രതി

ഷേധിക്കുകയുണ്ടായി. കറുത്തവർഗ്ഗക്കാർക്കും വെളുത്തവർക്കും രക്തത്തിന്റെ കാര്യത്തിൽ വ്യത്യാസമില്ലാതിരിക്കെ ഈ വിവേചനത്തിൽ അടിസ്ഥാനമില്ലെന്ന് അദ്ദേഹം വാദിച്ചു. തുടർന്ന് അദ്ദേഹത്തെ അമേരിക്കയിലെ പട്ടാളത്തിൽനിന്ന് പിരിച്ചുവിട്ടു. 1943 ൽ അദ്ദേഹത്തെ തിരിച്ചെടുക്കുകയും സേവനങ്ങളെ പ്രകീർത്തിക്കുകയുമുണ്ടായി. തുടർന്ന് അമേരിക്കൻ പട്ടാളത്തിൽ സേവനം ചെയ്യുന്ന ആദ്യത്തെ കറുത്ത സർജനായി. അമേരിക്കൻ ബോർഡ് ഓഫ് സർജറിയിലെ മെഡിക്കൽ എക്സാമിനർ ആയി.

വെർജീനിയ അപ്ഗാർ (1909 - 1974)

കുട്ടികൾ ജനിച്ചയുടനെ, ഡോക്ടറോ നഴ്സോ പരിശോധിക്കുന്ന ഒരു മാനകം അപ്ഗാർ സ്കോറാണ്. കുഞ്ഞ് ഈ ഭൂമിയിലേക്ക് വന്നത് എത്രമാത്രം ആരോഗ്യത്തോടെയാണ് എന്ന് നമുക്ക് ഈ സ്കോർ കൊണ്ടറിയാം. നവജാതശിശുക്കളുടെ ഈ സുപ്രധാനമായ ആരോഗ്യ നിലവാരം ശരിയായി അറിയുന്നതുകൊണ്ട് ലോകമെമ്പാടും നവജാത ശിശുക്കളുടെ മരണം ഗണ്യമായി കുറയ്ക്കുവാൻ കഴിഞ്ഞു.

വെർജീനിയ അപ്ഗാർ എന്ന അമേരിക്കൻ ഡോക്ടർ കുട്ടികളുടെ സ്പെഷലിസ്റ്റും അനസ്തീസിയ ഡോക്ടറുമായിരുന്നു. ജന്മനാ ഉണ്ടാകുന്ന രോഗങ്ങളിലും അനസ്തീസിയയിലും വൈദഗ്ദ്ധ്യമുണ്ടായിരുന്നതിനാൽ നിയോനറ്റോളജി എന്ന നവജാതശിശുക്കളുടെ വിഭാഗത്തിൽ അവരുടെ ശ്രദ്ധ പതിഞ്ഞു. ഈ രംഗത്ത് ധാരാളം ഗവേഷണം വെർജീനിയ നടത്തിയിട്ടുണ്ട്.

ക്രിസ്ത്യൻ നീത്‌ലിങ് ബർനാർഡ് (1922 - 2001)

പടിഞ്ഞാറൻ ആഫ്രിക്കയിൽ ജനിച്ച കാർഡിയോതൊറാസിക് സർജനാണ് ക്രിസ്ത്യൻ ബർനാർഡ്. 1958 ൽ അദ്ദേഹം ഗ്രൂട്ട് ഷുവർ ആസ്പത്രിയിൽ കാർഡിയോതൊറാസിക് യൂണിറ്റ് സ്ഥാപിച്ചു. മൃഗങ്ങളിൽ അദ്ദേഹം ധാരാളം ഹൃദയംമാറ്റിവെക്കൽ പരീക്ഷണം നടത്തിയിരുന്നു. 1959 ൽ നടത്തിയ വൃക്ക മാറ്റിവെക്കൽ വിജയകരമായി. ഡോക്ടർ മൈക്കേൽ ഡിബേക്കിയോടൊപ്പം അദ്ദേഹം 1967 ൽ ആദ്യത്തെ ഹൃദയം മാറ്റിവെക്കൽ ശസ്ത്രക്രിയ നടത്തി. 25 പേരടങ്ങുന്ന സംഘം 9 മണിക്കൂറെടുത്താണ് ഓപ്പറേഷൻ പൂർത്തിയാക്കിയത്. ഇദ്ദേഹത്തിന്റെ നേതൃപരമായ സേവനം ഈ രംഗത്ത് വിപ്ലവകരമായ മാറ്റങ്ങൾക്ക് തുടക്കം കുറിച്ചു. ഇന്ന് ഹൃദയം മാറ്റിവെക്കലും വൃക്കമാറ്റിവെക്കലും ഇന്ത്യയിലും ലോകത്തും വ്യാപകമായി ചെയ്തുവരുന്നുണ്ട്.

പീറ്റർ സഫാർ (1924 - 2003)

സന്ദിഗ്ദ്ധഘട്ടത്തിലെ തീവ്രപരിചരണം, ഹൃദയശ്വാസകോശ പുന

രുജ്ജീവനം എന്നിവയിൽ വളരെ പ്രവർത്തിച്ചിട്ടുള്ള ഡോക്ടറാണ് പീറ്റർ സഫാർ. എല്ലാ ജീവൻരക്ഷാസംവിധാനങ്ങളുമുള്ള ആംബുലൻസ് അദ്ദേഹത്തിന്റെ സംഭാവനയാണ്. ഇന്ന് ലോകത്തെല്ലായിടത്തും ഇത്തരം സംവിധാനമുണ്ട്. സഫാർ അമേരിക്കയിലെ പിറ്റ്ബർഗിൽ ഹൃദയ ശ്വാസപുനരുജ്ജീവനവിഭാഗത്തിന്റെ പ്രൊഫസറായിരുന്നു. ഇദ്ദേഹത്തെ നോബേൽ സമ്മാനത്തിന് മൂന്നു പ്രാവശ്യം നോമിനേറ്റ് ചെയ്യപ്പെട്ടിട്ടുണ്ട്.

ഭാഗം രണ്ട്

മെഡിക്കൽരംഗത്തെ ഗവേഷണംകൊണ്ട് അതിന്റെ ഫലമനുസരിച്ച് എത്രപേരുടെ ജീവൻ രക്ഷിക്കുവാൻ കഴിഞ്ഞിട്ടുണ്ട് എന്നതടിസ്ഥാനപ്പെടുത്തിയാണ് ശാസ്ത്രജ്ഞരുടെ ഗവേഷണമൂല്യം കണക്കാക്കിയിരുന്നത്. അതനുസരിച്ച് ഏറ്റവും ഉന്നതരായ പത്ത് ഗവേഷകരുടെ ചരിത്രം നോക്കാം.

ഫ്രിറ്റ്സ് ഹാബർ (09.12.1898 - 29.01.1934)

വളം ഉല്പാദനം

അമോണിയ ഉല്പാദിപ്പിക്കാനുള്ള സാങ്കേതികവിദ്യ കണ്ടുപിടിച്ചു. ഇതിലൂടെ കൃത്രിമവളം ഉല്പാദനം കുതിച്ചുയർന്നു. അമോണിയകൊണ്ട് കൃത്രിമവളം മാത്രമല്ല സ്ഫോടകവസ്തുക്കളും രാസായുധങ്ങളും ഉല്പാദിപ്പിക്കാം. അത് രാസയുദ്ധത്തിൽ ഉപയോഗിച്ചുവരുന്നു. അമോണിയ മാർഗ്ഗത്തിലൂടെ വളം ഉല്പാദിപ്പിച്ചതുകൊണ്ട് ഭക്ഷണഉല്പാദനം കൂടുകയും കോടിക്കണക്കിന് പേർക്ക് അത് നല്കാനാവുകയും ചെയ്തിട്ടുണ്ട്. 1918 ൽ അദ്ദേഹത്തിന് രസതന്ത്രത്തിനുള്ള നൊബേൽ സമ്മാനം ലഭിച്ചു. ലോകത്തുള്ള പകുതിയോളം മനുഷ്യരുടെ ഭക്ഷണോല്പാദനം ഇപ്രകാരം വളങ്ങളുണ്ടാക്കുന്നതിലൂടെയാണ്. ഇദ്ദേഹവും മാക്സ് ബോണും കൂടിയാണ് ബോൺ-ഹാബർ സൈക്കിൾ കണ്ടുപിടിച്ചത്. ഘനരൂപത്തിലുള്ള അയേണുകളുടെ ലാറ്റിസ് ഊർജ്ജം (lattice energy) കണക്കാക്കാനുള്ള മാർഗ്ഗവും അദ്ദേഹം കണ്ടെത്തി.

സ്ഫോടകവസ്തുക്കളുടെ ഉല്പാദനം

സ്ഫോടകവസ്തുക്കൾ ഉല്പാദിപ്പിക്കാൻ ശാസ്ത്രസാങ്കേതിക ഉപ

ദേശം നല്കിയ അദ്ദേഹത്തെ രാസയുദ്ധത്തിന്റെ പിതാവായും പരിഗണിക്കപ്പെട്ടുപോരുന്നു. അദ്ദേഹം യുദ്ധത്തിൽ ക്ലോറിനും വിഷവാതകങ്ങളും ഉപയോഗിക്കുന്ന സാങ്കേതികവിദ്യയും സ്വായത്തമാക്കിയിരുന്നു. അദ്ദേഹത്തിന്റെ സഹഗവേഷകയും ആദ്യത്തെ ഭാര്യയും ആദ്യത്തെ വനിത പി എച്ച് ഡിക്കാരിയുമായ ക്ലാര ഇമ്മർഹാർ അദ്ദേഹത്തെ ഇതിനെതിരെ ഉപദേശിക്കുകയും ഫലമില്ലെന്ന് കണ്ട് അവർ പിന്നീട് ആത്മഹത്യ ചെയ്യുകയുമായിരുന്നു.

ഹാബർ കുലുങ്ങിയില്ല. അദ്ദേഹം അന്നുരാവിലെത്തന്നെ റഷ്യൻ യുദ്ധമുഖത്ത് ഈ രാസായുധശേഖരം മേൽനോട്ടം വഹിക്കാനായി പോയി. അദ്ദേഹം പറഞ്ഞത് "രാസായുധം നാടിന്, വളം ലോകത്തിന്. ഞാനൊരു ഉത്തമ രാജ്യസ്നേഹിയാണ്. രാജ്യത്തെ ആക്രമിക്കുന്നവരെ കൊല്ലുവാൻ വെടിയുണ്ട തന്നെ വേണമെന്ന അഭിപ്രായം എനിക്കില്ല." 1894–1911 ലാണ് ഫ്രിറ്റ്സ് ഹാബറും കാൾ ബോഷും കൂടി അന്തരീക്ഷത്തിലെ സുലഭമായ നൈട്രജനോട് ഹൈഡ്രജൻ ചേർത്ത മിശ്രിതത്തിൽ ഉയർന്ന ഊഷ്മാവും അന്തരീക്ഷസമ്മർദ്ദവും പ്രയോഗിച്ച് അമോണിയ ഉല്പാദനം കണ്ടുപിടിച്ചത്. തുടർന്നാണ് അദ്ദേഹത്തിന് നൊബേൽ സമ്മാനം ലഭിക്കുന്നത്.

വ്യാവസായിക രസതന്ത്രത്തിൽ ഈ കണ്ടുപിടിത്തം വലിയ നാഴികക്കല്ലായിത്തീർന്നു. ഇതുമൂലം നൈട്രേറ്റ് വളങ്ങളുടെ ആവശ്യം വളരെ കുറഞ്ഞു. ഇവ കൂടാതെ സമാനമാർഗ്ഗങ്ങളുപയോഗിച്ച് കടൽവെള്ളത്തിൽനിന്ന് സ്വർണ്ണം എടുക്കുക, ഫ്രീ റാഡിക്കൽ ഗവേഷണം, എലക്ട്രോകെമിസ്ട്രി എന്നിവയിലും ഗവേഷണം നടത്തിയിരുന്നു. 1911–33 കാലത്താണ് കൈസർ വില്യം ഇൻസ്റ്റിറ്റ്യൂട്ടിൽവെച്ച് ഈ ഗവേഷണങ്ങളത്രയും നടത്തിയിരുന്നത്. 1953 ൽ ഈ സ്ഥാപനത്തിന് അദ്ദേഹത്തിന്റെ പേര് നല്കി.

കാൾ ലാന്റ്സ്റ്റൈയിനർ (1868 – 1943)

ഇദ്ദേഹത്തിന്റെ കണ്ടുപിടുത്തംമൂലം നൂറിൽപരം കോടി മനുഷ്യരുടെ ജീവൻ രക്ഷിക്കുവാൻ കഴിഞ്ഞു. രക്തഗ്രൂപ്പുകളുടെ കണ്ടുപിടുത്തമാണത്. രക്തം നല്കുവാൻ കഴിഞ്ഞതുകൊണ്ടാണത്. 1900 ൽ പ്രധാന രക്തഗ്രൂപ്പുകളെല്ലാം കണ്ടുപിടിച്ചിരുന്നു. രക്തത്തിലെ അഗ്ലൂട്ടിനിനുകളെ (agglutinins) തരംതിരിച്ച് ഗവേഷണം ചെയ്തതിലൂടെ അദ്ദേഹം 1937 ൽ റീസസ് കുരങ്ങിലുള്ള ആർ എച്ച് ഫാക്ടർ കണ്ടുപിടിക്കുകയുണ്ടായി. ഇതോടെ ഒരപകടവും കൂടാതെ രോഗികളിൽ രക്തം കുത്തിവെക്കാമെന്നായി. കോൺസ്റ്റന്റൈൻ ലിവാഡെറ്റി, എർവിൻ പോപ്പർ എന്നിവരോടൊപ്പം ചേർന്ന് 1909 ലാണ് ലാന്റ്സ്റ്റൈയിനർ പോളിയോ വൈറസ് കണ്ടുപിടിച്ചത്. 1930 ൽ അദ്ദേഹത്തിന് നൊബേൽ സമ്മാനം ലഭിക്കുകയുണ്ടായി. 1946 ൽ മരണാനന്തരബഹുമതിയായി ലാസ്കർ അവാർഡ് നല്കുകയും ചെയ്തു.

വിയന്നയിലേക്ക് വന്നശേഷം മാക്സ് വോൺ ഗ്രൂബറോടൊത്ത് ഗവേഷണം തുടങ്ങി. രോഗപ്രതിരോധത്തെയും അതിന്റെ വാഹകരായ ആന്റിബോഡികളെയും കുറിച്ചായിരുന്നു ഗവേഷണം.

1897 മുതൽ 1908 വരെ വിയന്നയിലെ പത്തോളജിക്കൽ അനാറ്റമിക്കൽ സ്ഥാപനത്തിൽ ആന്റൺ വീഷൽബാമിന്റെ കീഴിൽ പ്രവർത്തിച്ച് 75 ഓളം ഗവേഷണപ്രബന്ധങ്ങൾ പ്രസിദ്ധീകരിച്ചു. സീറോളജി, വൈറോളജി, ബാക്ടീരിയോളജി, പത്തോളജിക്കൽ അനാറ്റമി എന്നിവയിലായിരുന്നു ഗവേഷണങ്ങളധികവും. ഇവ കൂടാതെ അദ്ദേഹം 3600 ആട്ടോപ്സികളും ആ പത്തുവർഷംകൊണ്ട് നടത്തിയിരുന്നു. തുടർന്നദ്ദേഹം പത്തോളജിക്കൽ അനാറ്റമിയുടെ പ്രൊഫസറായി. ആ സമയത്താണ് പോളിയോ വൈറസിന്റെ പകർച്ചസാദ്ധ്യതയും അപകടവും മനസ്സിലാക്കിയത്. എർവിൻ പെപ്പറുമായിച്ചേർന്ന് അദ്ദേഹം പോളിയോ വൈറസിനെ വേർതിരിച്ചെടുത്തു. തുടർന്ന് 1901 ൽ ലാന്റ്സ്റ്റൈയിനർ എ, ബി, ഒ എന്നീ മൂന്നു ഗ്രൂപ്പുകൾ കണ്ടുപിടിച്ചു. ഒരേ ഗ്രൂപ്പിൽ പെട്ടവർ തമ്മിൽ രക്തം കുത്തിവെയ്ക്കുന്നതുകൊണ്ട് അരുണരക്താണുക്കൾക്ക് കേട് വരികയില്ല എന്നദ്ദേഹം കണ്ടെത്തി. അപ്രകാരം 1907 ൽ ആദ്യമായി ന്യൂയോർക്കിലെ മൗണ്ട് സിനായ് ആസ്പത്രിയിൽ റൂഹൻ ഓട്ടൻബർഗ് രക്തം വിജയകരമായി കുത്തിവെച്ചു.

എഡ്വേഡ് ജെന്നർ (1749 - 1823)

ചുരുങ്ങിയത് 53 കോടി പേരുടെയെങ്കിലും ജീവൻ രക്ഷിക്കുവാൻ എഡ്വേഡ് ജെന്നറുടെ കുത്തിവെപ്പുകൊണ്ട് കഴിഞ്ഞിട്ടുണ്ട്. ഇംഗ്ലീഷ് ശാസ്ത്രജ്ഞനായ ഇദ്ദേഹം പ്രതിരോധശാസ്ത്രത്തിന്റെ പിതാവ് എന്നറിയപ്പെടുന്നു. ജെന്നറാണ് വസൂരിക്കെതിരായ കുത്തിവെപ്പ് കണ്ടുപിടിച്ചത്. ഇന്ന് വസൂരി ഭൂമുഖത്തുനിന്നും നിർമ്മാർജ്ജനം ചെയ്യപ്പെട്ടിരിക്കുന്നു. മാരകമായതരം വസൂരിക്ക് മറ്റ് ചികിത്സകൾ പ്രയോജനപ്പെടില്ല. പ്രതിരോധകുത്തിവെപ്പ് മാത്രമേ കരണീയമായുള്ളൂ. അദ്ദേഹത്തിന്റെ ഈ കണ്ടുപിടിത്തം മനുഷ്യരാശിക്ക് വലിയൊരു നേട്ടമായി.

ലോകാരോഗ്യസംഘടനയുടെ പ്രഖ്യാപനം

1980 ൽ ലോകാരോഗ്യസംഘടന ഭൂമുഖത്തുനിന്നും വസൂരി നിർമ്മാർജ്ജനം ചെയ്തതായി പ്രഖ്യാപിച്ചു. 1749 മെയ് 17 ന് ഇംഗ്ലണ്ടിലെ ബെർക്ക്‌ലി, ഗ്ലൗസെസ്റ്റ്ഷെയറിലായിരുന്നു അദ്ദേഹത്തിന്റെ ജനനം. എഡ്വേർഡിന് അഞ്ചുവയസ്സുള്ളപ്പോൾ അച്ഛൻ മരിച്ചുപോയി. അദ്ദേഹം ഒരു പുരോഹിതനായിരുന്നു. എട്ടു വയസ്സുമുതൽ ഡാനിയൽ ലഡ്‌ലൊ എന്ന സർജന്റെ കീഴിൽ പരിശീലനം നേടുവാൻ എഡ്വേർഡിന് അസുലഭാവസരം ലഭിക്കുകയുണ്ടായി. ആ അവസരത്തിൽ പാൽക്കാരിയായ ഒരു പെൺകുട്ടി പറയുന്നത് ജെന്നർ കേൾക്കുകയുണ്ടായി. "എനിക്ക് ഭയങ്കരമായ സ്മാൾപോക്സ് വരില്ല. കാരണം എനിക്ക് ലഘുവായ

കൗപോക്സ് വന്നിരുന്നല്ലോ." ഈ നാട്ടറിവിൽനിന്ന് ജെന്നർ ഒരു കാര്യം മനസ്സിലാക്കി; പശുക്കളിൽ വരുന്ന കൗ പോക്സ് വന്നാൽ മാരകമായ സ്മാൾ പോക്സ് വരില്ല! ഇതിനെപ്പറ്റി കൂടുതൽ പഠിക്കുവാനും ഗവേഷണം നടത്തുവാനും ജെന്നർ തീരുമാനിച്ചു.

പ്രകൃതിസ്നേഹി

കുട്ടിക്കാലം മുതൽ ജെന്നർ പ്രകൃതിയെയും ചുറ്റുപാടുകളെയും നിരീക്ഷിക്കുന്നതിൽ തല്പരനായിരുന്നു. 1770 ൽ പരിശീലനം കഴിഞ്ഞതോടെ സെന്റ് ജോർജ്ജ് ആസ്പത്രിയിൽ ജോലിയിൽ പ്രവേശിച്ചു. അവിടെ സുപ്രസിദ്ധ സർജനായ ജോൺ ഹണ്ടറുടെ കീഴിൽ പരിശീലനത്തിന് അവസരം ലഭിച്ചു. അതിനുശേഷം ജെന്നർ ബെർക്ക്ലിയിലേക്ക് മടങ്ങുകയും ജീവിതാവസാനം വരെ അവിടെ മെഡിക്കൽ ഗവേഷണവും രോഗികളെ പരിശോധിക്കലുമായി കഴിയുകയും ചെയ്തു. ഗവേഷകൻ, ചികിത്സകൻ എന്നീ നിലകളിൽ ജെന്നർ തുല്യമായി ശോഭിക്കുകയായിരുന്നു. ജോൺ ഹണ്ടറുടെ കീഴിൽ ജെന്നർ അനാറ്റമിയും സർജറിയും പഠിച്ചു. ഗ്ലൗസസ്റ്റ്ഷെയറിലെ റോഡ്ബറോയിൽ ഒരു മെഡിക്കൽ സൊസൈറ്റി ഉണ്ടാക്കി. അവിടെ ജെന്നർ മെഡിക്കൽ പേപ്പറുകൾ ചർച്ച ചെയ്യുമായിരുന്നു. അന്ന് നെഞ്ചുവേദനയെപ്പറ്റി ഒരു പ്രബന്ധം അവതരിപ്പിക്കുകയും ചെയ്തിരുന്നു.

വസൂരി വാക്സിന്റെ കണ്ടുപിടിത്തം

ജെന്നറുടെ രോഗികളിലധികവും കൃഷിക്കാരായിരുന്നു. പതിനെട്ടാം നൂറ്റാണ്ടിൽ സ്മാൾ പോക്സ് വളരെ മാരകമായ രോഗമായിരുന്നു. ഡച്ച് ഫിസിയോളജിസ്റ്റ് ജാൻ ഇങ്കൻഹാസ് അന്ന് ഇതിന് ഒരു പ്രാകൃതമായ വാക്സിൻ കണ്ടെത്തിയിരുന്നു. വസൂരി പിടിച്ച ആളുടെ ചർമ്മത്തിലെ ചലം ചർമ്മത്തിൽ കീറലുണ്ടാക്കി വെക്കുന്നു. ആ വാക്സിന് പല അപകടങ്ങളുമുണ്ടായിരുന്നു. ഇത് പല കിഴക്കൻ രാജ്യങ്ങളിലും പ്രചാരത്തിലുണ്ടായിരുന്നു. പലപ്പോഴും രോഗപ്രതിരോധത്തിന് പകരം രോഗബാധയാണ് അതുകൊണ്ടുണ്ടായത്. അപ്രകാരം മരണവും സംഭവിച്ചിരുന്നു.

വാക്സീനിയ

1788 ൽ ആ നാട്ടിൽ വസൂരി പടർന്നു പിടിച്ചു. അന്നൊരു കാര്യം ജെന്നർ മനസ്സിലാക്കി. പശുക്കളുമായി അടുത്തുപെരുമാറുന്നവർക്ക് വലിയ രോഗം വരില്ല. അവരുടെ അസുഖം ലഘുവായിരിക്കും. ഈ നിരീക്ഷണത്തിൽ കൂടുതൽ പഠനം നടത്താൻ അദ്ദേഹം തീരുമാനിച്ചു. 1796 ൽ അദ്ദേഹം തന്റെ ലോകപ്രസിദ്ധമായ ആദ്യത്തെ വാക്സിൻ ജെയിംസ് ഫിപ്സ് എന്ന എട്ട് വയസ്സായ കുട്ടിയുടെ കൈയിൽ രണ്ടു ചെറിയ കീറലുണ്ടാക്കി കുത്തിവെച്ചു. അത് പശുവിന് വന്ന പോക്സിലെ

ചലമായിരുന്നു. ആ കുട്ടിക്ക് ചെറിയ പനിയുണ്ടായി. അതിന് ശേഷം കുട്ടിയുടെ ആരോഗ്യം മെച്ചപ്പെട്ടു. കുറച്ചാഴ്ചകൾക്ക് ശേഷം വാക്സിൻ ആ കുട്ടിക്ക് വീണ്ടും നല്കി. അത് കൗ പോക്സ് ചലം ആയിരുന്നില്ല. ശരിക്കുള്ള വസൂരി ചലമായിരുന്നു. കുട്ടിക്ക് ചെറിയ പനി മാത്രം വന്നു വേഗം ആരോഗ്യം വീണ്ടെടുക്കുകയും ചെയ്തു. ഏതാനും ആഴ്ചകൾക്ക് ശേഷം വസൂരിചലം ഉപയോഗിച്ച് വീണ്ടും വാക്സിൻ ആ കുട്ടിക്ക് കൊടുത്തു. ഒരു പ്രശ്നവും ഉണ്ടായിരുന്നില്ല. ഇതിനദ്ദേഹം *വാക്സീനിയ* എന്ന് പേരിട്ടു. 1798 ൽ ഈ വിജയത്തിന് ശേഷം അദ്ദേഹം തന്റെ ലേഖനം ഇപ്രകാരം പ്രസിദ്ധീകരിച്ചു. 'വാരിയോള വാക്സിൻ കാരണത്തിന്റെയും ഫലത്തെയും കുറിച്ചുള്ള അന്വേഷണം, കൗ പോക്സ് എന്നറിയപ്പെടുന്ന രോഗം.'

1823 ൽ അദ്ദേഹത്തിന്റെ വലതുവശം ചലനമറ്റതായി. അതിന് ശേഷം ആ രോഗത്തിൽനിന്ന് വിമുക്തനാവുകയുണ്ടായില്ല.

നോർമ്മൻ ബോർലാഗ് (1914 - 2009)

ഗ്രീൻ വിപ്ലവത്തിന്റെ പ്രണേതാവും പ്രചാരകനുമായിരുന്നു ബോർലാഗ്. അദ്ദേഹത്തിന്റെ ഗവേഷണത്തിന്റെയും പരിശ്രമത്തിന്റെയും ഫലമായി ഏതാണ്ട് 26 കോടി ജനങ്ങളെങ്കിലും പട്ടിണി മരണത്തിൽനിന്ന് രക്ഷപ്പെടുത്തുവാൻ കഴിഞ്ഞിട്ടുണ്ട്. അമേരിക്കയിലെ ജൈവശാസ്ത്രജ്ഞനും മാനുഷികവാദിയും നൊബേൽ ജേതാവുമായിരുന്നു ബോർലാഗ്. അദ്ദേഹത്തെ ഗ്രീൻ വിപ്ലവത്തിന്റെ പിതാവായി ലോകം അംഗീകരിക്കുന്നു. മാത്രമല്ല കൃഷിയുടെ ഏറ്റവും മികച്ച വക്താവായും നൂറുകോടി ജനങ്ങളുടെ രക്ഷകനായും വിശേഷിക്കപ്പെടുന്നു. നൊബേൽ സമ്മാനവും പ്രസിഡണ്ടിന്റെ മെഡലും കോൺഗ്രസ് മെഡലും ഒരുമിച്ച് ഇതുവരെ ഏഴുപേർക്ക് മാത്രമെ ലഭിച്ചിട്ടുള്ളൂ. അതിലൊരാൾ ഇദ്ദേഹമാണ്. ഇന്ത്യയിൽനിന്ന് പത്മവിഭൂഷൺ എന്ന രണ്ടാമത്തെ പരമോന്നത ബഹുമതിയും ലഭിച്ചിട്ടുണ്ട്.

സസ്യശാസ്ത്രജ്ഞൻ

1937 ൽ ബോർലാഗ് ബി എസ് സി ബയോളജി പാസായി. 1942 ൽ പ്ലാന്റ് പത്തോളജിയിൽ പി എച്ച് ഡി നേടി. തുടർന്ന് മെക്സികോയിൽ കൃഷി ഗവേഷണത്തിൽ വ്യാപൃതനായി. കൂടുതൽ വിളവ് കിട്ടുന്ന ഗോതമ്പ് കണ്ടുപിടിക്കുവാൻ കഴിഞ്ഞു. ഇരുപതാം നൂറ്റാണ്ടിന്റെ മദ്ധ്യത്തിൽ ഈ പുതിയ ഇനം ഗോതമ്പും ആധുനിക കൃഷിരീതിയും സംയോജിച്ചതോടെ മെക്സിക്കോ, പാകിസ്ഥാൻ, ഇന്ത്യ എന്നിവിടങ്ങളിൽ വമ്പിച്ച കാർഷികമുന്നേറ്റമുണ്ടായി. 1963 ഓടെ മെക്സിക്കോ കാർഷികകയറ്റുമതി രാജ്യമായി മാറി. 1965 നും 1970 നും ഇടയ്ക്ക് ഗോതമ്പ് ഉല്പാദനം പാകിസ്ഥാനിലും ഇന്ത്യയിലും ഇരട്ടിയായി. ഭക്ഷ്യസുരക്ഷ തൃപ്തികരമായി. ലോകമെങ്ങും നൂറുകോടിക്കണക്കിന് ജനങ്ങളുടെ ദാരിദ്ര്യവും

പട്ടിണിയും അകറ്റുവാൻ അപ്രകാരം ബോർലോഗിന് കഴിഞ്ഞു.

1970 ൽ അദ്ദേഹത്തിന് നൊബേൽ സമ്മാനം ലഭിച്ചു. ലോകത്ത് ഭക്ഷണദൗർലഭ്യം കുറച്ചതാണ് ലോകസമാധാനത്തിനുള്ള നൊബേൽ സമ്മാനം നോർമ്മൻ ബോർലാഗിന് ലഭിച്ചു. ഏഷ്യയിലെയും ആഫ്രിക്കയിലെയും കാർഷികോല്പാദനം കൂട്ടുവാനുള്ള മാർഗ്ഗങ്ങൾക്ക് അദ്ദേഹം പിന്നീട് നേതൃത്വം നല്കുകയുണ്ടായി. 1968 ൽ അദ്ദേഹത്തെ അമേരിക്കയിലെ നാഷണൽ അക്കാദമിയിലെ അംഗമായി തെരഞ്ഞെടുത്തു. 1970 ൽ നോർവെയിലെ യൂണിവേഴ്സിറ്റി അദ്ദേഹത്തിന് ഓണററി ഡോക്ടറേറ്റ് നല്കി. 1970 ൽ നൊബേൽ കമ്മിറ്റി പുരസ്കാരത്തെ ഇപ്രകാരം വിലയിരുത്തി. 'കാർഷിക(ഗ്രീൻ) വിപ്ലവത്തിനുള്ള സംഭാവന പരിഗണിച്ചും ഏഷ്യയിലെയും ലാറ്റിനമേരിക്കയിലെയും ഭക്ഷണോല്പാദനം കൂട്ടിയത് പരിഗണിച്ചും' ആയിരുന്നു നൊബേൽ സമ്മാനം. 1975 ൽ അദ്ദേഹത്തെ അയോവയിലെ ഡിസ്റ്റിങ്ഗിഷ്ഡ് ഫെലൊ ഓഫ് അക്കാഡമി ഓഫ് സയൻസസ് ആയി തെരഞ്ഞെടുത്തു. 1980 ൽ അദ്ദേഹത്തിന് എസ് റോഗർ ഹോർഷോ അവാർഡ് നല്കി ആദരിച്ചു. 1980 ൽ ഹങ്കേറിയൻ അക്കാഡമി ഓഫ് സയൻസിൽ ഓണററി അംഗത്വം ലഭിച്ചു. ഇവ കൂടാതെ മറ്റ് ധാരാളം അവാർഡുകൾ അദ്ദേഹത്തിന് ലഭിച്ചിട്ടുണ്ട്.

ആധുനികമാർഗ്ഗങ്ങളുടെ അനിവാര്യതയും ഭക്ഷ്യസുരക്ഷയും

കൃഷി ചെയ്യാനുള്ള സ്ഥലം ചുരുങ്ങുകയും ഭക്ഷണാവശ്യം കൂടുകയും ചെയ്യുന്ന സാഹചര്യത്തിൽ ആധുനികമാർഗ്ഗങ്ങളുപയോഗിച്ച് ഉല്പാദനം വർദ്ധിപ്പിക്കുക മാത്രമേ പരിഹാരമുണ്ടായിരുന്നുള്ളൂ. 2050 ഓടെ ഭക്ഷ്യധാന്യോല്പാദനം ഇരട്ടിയാക്കാതെ നിവൃത്തിയില്ല എന്ന് ബോർലാഗ് അഭിപ്രായപ്പെടുന്നുണ്ട്. അതിൽ 85 ശതമാനവും ഇന്ന് ഉപയോഗിക്കപ്പെടുന്ന കൃഷിഭൂമിയിൽനിന്നായിരിക്കണം. വിവിധ ശാസ്ത്രശാഖകൾ സംയോജിച്ച് ഇതിനായി യുദ്ധകാലാടിസ്ഥാനത്തിൽ പ്രവർത്തിക്കണം. വലിയരീതിയിൽ നെല്ലിനെ ബാധിക്കുന്ന രോഗങ്ങളായ കുമിളുകളെ തടുക്കുക, നെല്ലിന്റെ രോഗപ്രതിരോധശക്തി ഗോതമ്പിനും, മൈദയ്ക്കും, ചോളത്തിനും കൊടുക്കുക. ഗോതമ്പ് പ്രോട്ടീൻ നെല്ലിനും മൈദയ്ക്കും വരുത്തുക എന്നിവയായിരുന്നു അദ്ദേഹത്തിന്റെ ലക്ഷ്യം.

ബോർലോഗ് വിശ്വസിക്കുന്നത് ജീനുകളിൽ ഗവേഷണം നടത്താതെ കൃഷിഭൂമി സ്ഥിരമായിരിക്കുന്നിടത്തോളംകാലം ഭക്ഷ്യധാന്യം കൂടുതൽ ഉല്പാദിപ്പിക്കാനാകുകയില്ല എന്നാണ്. നേരിട്ടറിയാതെ ഈ ജീനുകളിൽ കളി തുടങ്ങിയിട്ട് കുറെ കാലമായി. പ്രത്യേകജനുസ്സുകളിൽപ്പെട്ടിട്ടുള്ള വീട്ടുമൃഗങ്ങളെയും സസ്യങ്ങളെയും ഇപ്രകാരം തെരഞ്ഞെടുത്തു വളർത്തിത്തുടങ്ങിയിട്ട് കുറെ കാലമായി. ആ തെരഞ്ഞെടുത്ത ജനുസ്സുകളാണ് ഇന്ന് ലോകമെങ്ങും വളരുന്നത്. ബോർലാഗ് ഈ വിഷയത്തിലെ 2000 പ്രസിദ്ധീകരണങ്ങൾ പരിശോധിക്കുകയുണ്ടായി. ജനിതകമാറ്റം

വരുത്തിയ ഗോതമ്പും മറ്റു ഭക്ഷ്യധാന്യങ്ങളും മാംസോല്പന്നങ്ങളും സ്വാഗതം ചെയ്യപ്പെടേണ്ടതാണെന്ന് ശാസ്ത്രവിരുദ്ധ കൂട്ടായ്മയെ അഭിമുഖീകരിച്ചുകൊണ്ട് അദ്ദേഹം പറയുകയുണ്ടായി. ഈ വിഷയത്തെക്കുറിച്ച് ശാസ്ത്രജ്ഞർക്ക് ജനങ്ങളോട് പറയുവാനുള്ള ധാർമ്മിക ഉത്തരവാദിത്വവുണ്ട്.

ഇപ്രകാരം പ്രവർത്തിക്കാതിരുന്നാൽ ഭക്ഷ്യസുരക്ഷ ഒരു മരീചികയായി മാറും. ബോർലോഗിന്റെ അഭിപ്രായത്തിൽ, പഴയ സോവിയേറ്റ് റിപ്പബ്ലിക്ക്, ആഫ്രിക്ക എന്നിവിടങ്ങളിൽ മാത്രമെ ഭൂമി കൃഷിക്കായി കൂടുതൽ ഉപയോഗിക്കാനുള്ള സാദ്ധ്യതയുള്ളൂ. ഇതിനുമപ്പുറമാണ് ഭക്ഷണത്തിനുള്ള ആവശ്യം വർദ്ധിച്ചുവരുന്നത്. സ്വാഭാവികമായും അപ്പോൾ കൂടുതൽ ശാസ്ത്രീയമായ കൃഷിരീതിയും ജനിതകമാറ്റം വരുത്തിയതടക്കമുള്ള കൃഷിയും അതനുസരിച്ചുള്ള ഭക്ഷണരീതിയും നാം സ്വീകരിക്കണം. ഇപ്പോഴുള്ള വനത്തെ നശിപ്പിക്കാതെ കൃഷിയെ ആശ്രയിക്കുമ്പോൾ ഇതല്ലാതെ വേറെ പോംവഴിയില്ല എന്നുകാണാം. ലോകത്തിന്റെ ഭാവിയിലുള്ള ഭക്ഷണാവശ്യം കൂടുതൽ വിളവുതരുന്ന വിത്തിനങ്ങളിൽ കൂടി മാത്രമേ സാദ്ധ്യമാവുകയുള്ളൂ. ജനസംഖ്യാവർദ്ധന എന്ന പ്രതിസന്ധി കൂടിക്കൊണ്ടേയിരിക്കും എന്നോർക്കണം. ഈ പ്രതിസന്ധിയെ മറികടക്കാൻ വൻതോതിലുള്ള ശാസ്ത്രീയശ്രമം കൂടിയേ തീരൂ. അപ്രകാരമല്ലെങ്കിൽ ഇരുപത്തൊന്നാം നൂറ്റാണ്ട് വലിയ ദുരന്തങ്ങൾക്ക് സാക്ഷ്യം വഹിക്കേണ്ടിവരുമെന്നുറപ്പാണ്.

ജനനനിയന്ത്രണം

ശാസ്ത്രീയമാർഗ്ഗങ്ങളോടെ യുക്തിസഹമായ ജനനനിയന്ത്രണം ബോർലോഗ് നിർദ്ദേശിക്കുന്നുണ്ട്. അദ്ദേഹത്തിന്റെ നൊബേൽ മറുപടി പ്രസംഗത്തിൽ അദ്ദേഹം പറയുന്നു. 'പലർക്കും ജനസംഖ്യരാക്ഷസനെയും ആ രാക്ഷസൻ ചെയ്യാവുന്ന വികൃതികളെക്കുറിച്ചും വേണ്ടത്ര വിവരമില്ല.' പക്ഷേ, അദ്ദേഹം പിന്നീട് ജനസംഖ്യാവർദ്ധനവിനെ കൂടുതൽ മെച്ചമായ ശാസ്ത്രീയമാർഗ്ഗങ്ങളിലൂടെ കുറച്ചുകൊണ്ടുവരുവാൻ കഴിയുമെന്ന് ശുഭാപ്തിവിശ്വാസം പ്രകടിപ്പിക്കുകയുണ്ടായി. പക്ഷേ, കൃഷിക്കാർക്ക് കൂടുതൽ മെച്ചപ്പെട്ട കാർഷികവിദ്യകളും വിജ്ഞാനവും ഉപയോഗിക്കുവാൻ അധികാരികളുടെ സഹായസഹകരണം വേണം. അപ്രകാരം ലോകത്തെ എല്ലാ ജനങ്ങളെയും തീറ്റിപ്പോറ്റുവാൻ കഴിയും.

ആബെൽ വൊൾമാൻ (1892 - 1989)

വൊൾമാൻ അമേരിക്കയിലെ ശാസ്ത്രജ്ഞനും കണ്ടുപിടുത്തക്കാരനും പ്രൊഫസറും സാനിറ്ററി എഞ്ചിനീയറിങ്ങിൽ അതികായനുമായിരുന്നു. എട്ട് ദശകങ്ങളായി ഇദ്ദേഹത്തിന്റെ ക്ലോറിനേഷൻ സാങ്കേതികവിദ്യയുടെ ഫലമായി 17.3 കോടി ജനങ്ങളുടെ ജീവനെങ്കിലും രക്ഷിക്കുവാൻ കഴിഞ്ഞു. അദ്ദേഹമൊരു ബാൾട്ടിമൂർകാരനാണ്. ജനനവും ജീവി

തവും മരണവും അവിടെത്തന്നെയായിരുന്നു. അമേരിക്കയിലെ മേരിലാന്റിലുള്ള ബാൾട്ടിമൂറിൽ ജനിച്ച അദ്ദേഹം 1909 ൽ ജോൺ ഹോപ്കിൻസ് കോളേജിൽനിന്ന് ബി എ യും 1915 ൽ ബി എഡും പാസ്സായി. 1917 മുതൽ 1939 വരെ അവിടത്തെ ആരോഗ്യവകുപ്പിൽ ചീഫ് എഞ്ചിനീയറായി ജോലി ചെയ്തു. ആ സമയത്ത് രസതന്ത്രജ്ഞനായ ലിൻ എൻസ്ലായുമൊരുമിച്ച് കുടിവെള്ളം ക്ലോറിനേറ്റ് ചെയ്യുന്നതിനെക്കുറിച്ച് സുപ്രധാനമായ പഠനങ്ങൾ നടത്തി. ഇരുപത്തൊന്നാം നൂറ്റാണ്ടിലും അദ്ദേഹം നിർദ്ദേശിച്ചതുപോലെ ബാൾട്ടിമൂറിൽ അഭംഗുരം തുടർന്ന് പോരുന്നു. അദ്ദേഹത്തിന്റെ ജലവിതരണപദ്ധതികൊണ്ട് ന്യൂയോർക്ക്, ഡെട്രോയ്റ്റ്, കൊളമ്പസ്, ഒഹയോ എന്നിവിടങ്ങളിലും പ്രയോജനമുണ്ടായി. വൊൾമാന്റെ ഈ വിഷയത്തെക്കുറിച്ചുള്ള ലേഖനങ്ങൾ 'വെള്ളം, ആരോഗ്യം, സമൂഹം തെരഞ്ഞെടുത്ത പ്രബന്ധങ്ങൾ' എന്ന പേരിൽ പ്രസിദ്ധപ്പെടുത്തിയിട്ടുണ്ട്.

ദേശീയ ജലപദ്ധതിയുടെ ഉപദേശകൻ

വൊൾമാൻ ഇസ്രായേലിലെ ദേശീയ ജലപദ്ധതിയിലെ ഉപദേശക സമിതി ചെയർമാനായിരുന്നു. കുറേക്കാലം ജോൺ ഹോപ്കിൻസ് യൂണിവേഴ്സിറ്റിയിൽ അദ്ധ്യാപകനുമായിരുന്നു. 1937 ൽ സാനിറ്ററി എഞ്ചിനീയറിങ് വകുപ്പ് സംഘടിപ്പിക്കുകയുണ്ടായി. 1962 ൽ റിട്ടയർ ചെയ്യുന്നതുവരെ വൊൾമാൻ അവിടെത്തന്നെ തുടർന്നു. അദ്ദേഹത്തിന് ധാരാളം അംഗീകാരങ്ങൾ ലഭിച്ചിട്ടുണ്ട്. ബാൾട്ടിമൂറിലെ മുനിസിപ്പൽ കെട്ടിടം വൊൾമാന്റെ പേരിലാണ് അറിയപ്പെടുന്നത്. 1960 ൽ ആൽബർട്ട് ലാസ്കർ പബ്ലിക് സർവീസ് അവാർഡ്, 1974 ൽ നാഷണൽ മെഡൽ ഓഫ് സയൻസ്, 1976 ലെ പരിസ്ഥിതി നേട്ടത്തിനുള്ള ടൈലർ സമ്മാനം, 1986 ലെ റോബർട്ട് ഇ ഹോർട്ടൺ മെഡൽ എന്നിവ വൊൾമാന് ലഭിച്ചിട്ടുണ്ട്.

ബിൽ ഫീജ് (1936-)

ബിൽ ഫീജിന്റെ വാക്സിനേഷൻ പദ്ധതി പതിമൂന്ന് കോടി ജനങ്ങളെയെങ്കിലും മാരകമായ വസൂരിയിൽനിന്ന് രക്ഷപ്പെടുത്തിയിരിക്കണം. 1970 ഓടെ ലോകത്തുനിന്നും വസൂരി തുടച്ചുമാറ്റിയത് ഈ വാക്സിനേഷൻ പരിപാടി മൂലമായിരുന്നു. എം ഡി, എം പി എച്ച് എന്നീ ബിരുദങ്ങൾ നേടിയശേഷം ബിൽ ഫീജ് രോഗം പകരുന്നതിനെപ്പറ്റി ആഴത്തിൽ പഠിക്കുകയുണ്ടായി. വസൂരി രോഗാണുവിനെ ആഗോളതലത്തിൽ തുടച്ചുമാറ്റുന്നതിൽ അദ്ദേഹം വിജയിച്ചു. അവികസിതരാജ്യങ്ങളിലെ രോഗപ്രതിരോധപ്രവർത്തനത്തിന് 1980 ൽ അദ്ദേഹം കൂടുതൽ പ്രാധാന്യം നല്കിയിരുന്നു. അദ്ദേഹം പ്രസിദ്ധീകരിച്ച 'വീട് തീ പിടിച്ചിരിക്കുന്നു വസൂരി തുടച്ചുമാറ്റാനുള്ള സമരം' വളരെ പ്രചാരം കിട്ടിയ ഒന്നായിരുന്നു. അതിൽ ആധുനികവൈദ്യശാസ്ത്രത്തിന്റെയും പൊതുജനാരോഗ്യത്തിന്റെയും വിജയത്തെ പരാമർശിക്കുന്നുണ്ട്. കോടിക്കണെ

ക്കിന് മരണവും നിരവധിപേരെ അന്ധന്മാരാക്കുന്ന, വൈരൂപ്യമുണ്ടാക്കുന്ന ഈ ഭീകരരോഗത്തിനെതിരെയുള്ള വിജയം ചരിത്രപ്രാധാന്യമുള്ളതാണ്. നൂറ്റാണ്ടുകളോളം മനുഷ്യരാശിയെ മർദ്ദിച്ചുകൊണ്ടിരുന്ന ഭീകരരോഗമായിരുന്നു വസൂരി.

ഒരു ലൂഥറൻ പാതിരിയുടെ മകനായി ബിൽ ഫീജ് 1936 മാർച്ച് 12 ന് ജനിച്ചു. ആറുമക്കളിൽ മൂന്നാമനായിരുന്നു ഫീജ്. ന്യൂഗിനിയിൽ സേവനം അനുഷ്ഠിച്ചിരുന്ന അമ്മാവനായ ലൂഥറൻ സന്ന്യാസിയുടെ ജീവിതം ഫീജിന് പ്രചോദനമായിരുന്നു. പതിമൂന്നാമത്തെ വയസ്സിൽതന്നെ ശാസ്ത്രവിഷയത്തിൽ വലിയ താല്പര്യമായിരുന്നു. ഒരു മരുന്നുഷാപ്പിൽ സഹായിയായി ജോലി നോക്കിയിരുന്നു. അവിടെ വെച്ച് അദ്ദേഹം ലോകത്തെക്കുറിച്ച് ധാരാളം വായിക്കുകയും പഠിക്കുകയും ചെയ്തു.

സേവനത്വര

ആൽബർട്ട് ഷ്വീറ്റ്സറെക്കുറിച്ചറിഞ്ഞ ബിൽ ഫീജ് ആഫ്രിക്കയിൽ വൈദ്യസേവനം ചെയ്യുവാൻ ആഗ്രഹിച്ചു. കൗമാരകാലത്തെ അദ്ദേഹത്തിന്റെ സ്വപ്നങ്ങളായിരുന്നു അവ. 1957 ൽ ബി എയും 1961 ൽ എം ഡിയും പാസായി. പരിശീലനത്തിന് ശേഷം അദ്ദേഹം പകർച്ചവ്യാധികൾ പകരുന്നതിനെക്കുറിച്ച് പഠിക്കുന്ന സംഘത്തിൽ 1962-1964 വരെ ജോലി ചെയ്തു. ലോകാരോഗ്യത്തിൽ ആകൃഷ്ടനായ അദ്ദേഹം കുറെക്കാലം ഇന്ത്യയിലും ഉണ്ടായിരുന്നു. 1965 ൽ അദ്ദേഹത്തിന് എം പി എച്ച് ലഭിക്കുകയുണ്ടായി. അദ്ദേഹത്തിന്റെ ഗവേഷണവിഷയങ്ങൾ അവികസിതരാജ്യങ്ങളിലെ കുട്ടികളുടെ വളർച്ച, വികാസം, പ്രതിരോധം, പൊതുജനാരോഗ്യപരിപാടികൾ എന്നിവയായിരുന്നു. ഗിനിപ്പുഴുരോഗം, പോളിയോ, അഞ്ചാംപനി, പുഴവെള്ളത്തിൽനിന്നും പകരുന്ന അന്ധത എന്നിവയെ പ്രതിരോധിക്കാനുള്ള ശ്രമങ്ങളിൽ ഫീജ് മുഴുകിയിരുന്നു. അദ്ദേഹത്തിന്റെ പ്രവർത്തനങ്ങൾക്ക് വലിയ മാറ്റങ്ങൾ കൊണ്ടുവരാൻ കഴിഞ്ഞു.

പദവികൾ

ബിൽ ഫീജ് പല പദവികളും വഹിച്ചിരുന്നു. 1977-83 ൽ രോഗനിയന്ത്രണവിഭാഗത്തിന്റെ ഡയറക്ടർ, ബിൽ മെലിന്റ ഗെയ്റ്റ്സ് ഫൗണ്ടേഷന്റെ ലോകാരോഗ്യവിഭാഗത്തിന്റെ സീനിയർ ഫെലൊ, എമറി യൂണിവേഴ്സിറ്റി ലോകാരോഗ്യസ്ഥാപനത്തിന്റെ ഉപദേശകസമിതി അംഗം, റോളിൻസ് പൊതുജനാരോഗ്യസ്ഥാപനത്തിന്റെ പ്രൊഫസർ എമരിറ്റസ്, 1986 മുതൽ കാർട്ടർ സെന്ററിന്റെ ആരോഗ്യപോളിസി ഫെലൊ, എക്സിക്യൂട്ടിവ് ഡയറക്ടർ എന്നിവയായിരുന്നു അവ. ധാരാളം പുരസ്കാരങ്ങൾക്കും അർഹനായി. അമേരിക്കൻ കോളേജ് ഓഫ് എപ്പിഡെമിയോളജിയിൽനിന്ന് അബ്രഹാം ലിലിയൻഫീൽഡ് അവാർഡ്, ആരോഗ്യം

മെച്ചപ്പെടുത്തുന്നതിനുള്ള ഫ്രൈസ് പ്രൈസ്, അമേരിക്കൻ പൊതുജന രോഗ്യസംഘടനയുടെ സെഡ്വിക് മെമ്മോറിയൽ മെഡൽ, കൊളമ്പിയ മെയിൽമാൻ സ്കൂൾ ഓഫ് പബ്ലിക് ഹെൽത്തിന്റെ ഫ്രാങ്ക് എ കാൽഡറോൺ പുരസ്കാരം, 2012 ലെ പ്രസിഡണ്ടിന്റെ ഫ്രീഡം പുരസ്കാരം തുടങ്ങി നിരവധി സമ്മാനങ്ങൾ ലഭിച്ചു.

ജോൺ എൻഡേഴ്സ് (10.02.1897 - 08.09.1985)

അഞ്ചാം പനിക്കുള്ള വാക്സിനിലൂടെ ജോൺ എൻഡേഴ്സ് ചുരുങ്ങിയത് 12 കോടി ജീവനുകളെങ്കിലും രക്ഷപ്പെടുത്തിയിട്ടുണ്ടാകണം. അമേരിക്കയിലെ കണക്ടിക്കട്ടിലെ പടിഞ്ഞാറൻ ഹാർട്ട്ഫോർഡ് ആയിരുന്നു അദ്ദേഹത്തിന്റെ ജന്മസ്ഥലം. വിദ്യാഭ്യാസം യേൽ യൂണിവേഴ്സിറ്റിയിലായിരുന്നു.

ആധുനിക വാക്സിനുകളുടെ പിതാവ്

ജോൺ എൻഡേഴ്സ് പോളിയോ വൈറസിനെ പരീക്ഷണാർത്ഥം വളർത്തിയിരുന്നു. അഞ്ചാംപനി വൈറസിനെ വേർതിരിച്ച് അതിനെതിരെ കുത്തിവെപ്പ് വികസിപ്പിച്ചെടുക്കുന്നതിൽ വിജയിച്ചു. 1954 ൽ ഫിസിയോളജിയിൽ നൊബേൽ സമ്മാനം ലഭിച്ചു. എൻഡേഴ്സ് ആധുനിക വാക്സിനുകളുടെ പിതാവ് എന്നാണറിയപ്പെടുന്നത്. എൻഡേഴ്സിന്റെ പിതാവ് ഹാർട്ട്ഫോർഡ് നാഷണൽ ബാങ്കിന്റെ മുഖ്യ ഭരണാധികാരിയായിരുന്നു. ധനികനായ അദ്ദേഹം മരിച്ചപ്പോൾ എൻഡേഴ്സിന് 1.9 കോടി ഡോളർ പിതാവിൽനിന്നും ലഭിക്കുകയുണ്ടായി. അദ്ദേഹം കുട്ടിക്കാലത്ത് ഹാർട്ട്ഫോർഡിലെ നോവ വെബ്സ്റ്റർ സ്കൂളിലും കൺകോർഡിലെ സെന്റ് പോൾ സ്കൂളിലും പഠിച്ചു. ശേഷം യേൽ യൂണിവേഴ്സിറ്റിയിൽ കുറച്ചുകാലം പഠിച്ചതിനുശേഷം അമേരിക്കൻ പട്ടാളത്തിൽ 1918 ൽ ലഫ്ടനന്റ് ആയി സേവനമനുഷ്ഠിച്ചു. അതിനുശേഷം തിരിച്ചുവന്നു യേൽ യൂണിവേഴ്സിറ്റിയിൽനിന്ന് 1930 ൽ പി എച്ച് ഡി ബിരുദമെടുത്തു. പകർച്ചവ്യാധികൾക്കായിരുന്നു മുൻഗണന. പകർച്ചവ്യാധികളുടെ ബയോമെഡിക്കൽ വശങ്ങൾ അദ്ദേഹം അഗാധമായി ഗവേഷണത്തിന് തെരഞ്ഞെടുത്തു. തുടർന്ന് ബോസ്റ്റണിലെ കുട്ടികളുടെ ആസ്പത്രിയിൽ ജോലി സ്വീകരിച്ചു. മരിക്കുമ്പോൾ അദ്ദേഹത്തിന് 13 യൂണിവേഴ്സിറ്റികളിൽനിന്ന് ഓണററി ഗവേഷണ ഡോക്ടറേറ്റുകളുണ്ടായിരുന്നു. 1949 ൽ എൻഡേഴ്സും തോമസ് ഹക്കിൾ വെല്ലറും ഫ്രെഡറിക് ചാപ്മാൻ റോബിൻസും കൂടി പോളിയോ വൈറസിനെ ലാബറട്ടറിയിൽ വളർത്തിയെടുത്തു. ഇതിനാണ് മൂന്നുപേർക്കും കൂടി 1954 ലെ നൊബേൽ സമ്മാനം ലഭിച്ചത്.

ഇവരുടെ ഗവേഷണഫലം ഉപയോഗിച്ച് ജോമാസ് സാൽക് 1952 ൽ പോളിയോ വാക്സിൻ കണ്ടുപിടിച്ചു.

പോളിയോ വൈറസ് വേർതിരിക്കൽ

1954 ൽ എൻഡേഴ്സും പീബിൾസും പതിനൊന്നു വയസ്സായ ഡേവിഡ് എഡ്മൺസ്റ്റൺ എന്ന കുട്ടിയിൽനിന്നും പോളിയോ വൈറസ് വേർതിരിച്ചെടുത്തു. അതാണ് പിന്നീട് വായിലൂടെ കഴിക്കാവുന്ന ഇന്ന് വ്യാപകമായി ഉപയോഗിച്ചു വരുന്ന സാബിന്റെ ഓറൽ പോളിയോ വാക്സീൻ കണ്ടുപിടിത്തത്തിലേക്ക് നയിച്ചത്. സാൽക്കിന്റെ കുത്തിവെക്കുന്ന പോളിയോ വാക്സിൻ പല പ്രശ്നങ്ങളും ചിലരിൽ മരണവും ഉണ്ടാക്കിയിരുന്നു.

മീസിൽസ് (അഞ്ചാംപനി) വാക്സിൻ

കുത്തിവയ്പ് പോളിയോ വാക്സിനിൽ പ്രശ്നങ്ങളുണ്ടെന്ന് മനസ്സിലാക്കിയ എൻഡേഴ്സ് വളരെ ശ്രദ്ധാലുവായിരുന്നു. അദ്ദേഹം വികസിപ്പിച്ചെടുത്ത അഞ്ചാംപനി വാക്സിൻ 1960 ൽ എൻഡേഴ്സന്റെ സംഘം ന്യൂയോർക്കിലെ 1500 ബുദ്ധിമാന്ദ്യമുള്ള കുട്ടികളിലും 4000 നൈജീരിയയിലെ കുട്ടികളിലും പരീക്ഷിക്കുകയുണ്ടായി. 1961 സെപ്തംബർ 17 ന് *ന്യൂയോർക്ക് ടൈംസ്* ഈ വാക്സിൻ ഫലപ്രദമെന്ന് പ്രഖ്യാപിച്ചു. തുടർന്ന് എൻഡേഴ്സ് താൻ മാത്രമല്ല ഇതിനുള്ള അംഗീകാരം തന്റെ സഹപ്രവർത്തകരും അർഹിക്കുന്നുണ്ടെന്ന് പ്രഖ്യാപിച്ചു. 1963 ൽ ഫൈസർ ശക്തിനശിപ്പിച്ച വൈറസ് ഉപയോഗിച്ചുള്ള വാക്സിൻ കണ്ടുപിടിച്ചു. അതുപോലെ അതേ വർഷം മെർക്ക് ആന്റ് കമ്പനി ശക്തി കുറഞ്ഞ വൈറസ് ഉപയോഗിച്ചുള്ള വാക്സിനും കണ്ടുപിടിച്ചു.

ഹോവാർഡ് ഫ്ളോറി (1898 - 1968)

അലക്സാണ്ടർ ഫ്ളെമിങ് 1928 ൽ പെനിസിലിൻ കണ്ടുപിടിച്ചെങ്കിലും അത് ആന്റിബയോട്ടിക്കെന്ന രീതിയിൽ ഉപയോഗിക്കാവുന്ന സങ്കേതം വികസിപ്പിച്ചിരുന്നില്ല. ഈ സുപ്രധാന സങ്കേതം വികസിപ്പിച്ചത് ഹൊവാർഡ് ഫ്ളോറിയാണ്. പെനിസിലിൻ വേർതിരിച്ചടുത്ത് ആന്റിബയോട്ടിക്കായി ഉപയോഗിക്കാനാകുമെന്ന കണ്ടുപിടിത്തം വളരെ വിപ്ലവകരമായിരുന്നു.

അഡ്ലെയ്ഡിൽനിന്ന് ഓക്സ്ഫോഡിലേക്ക്

തെക്കൻ ആസ്ട്രേലിയയിലെ അഡിലെയ്ഡിൽ ജനിച്ച അദ്ദേഹത്തിന്റെ മാതാപിതാക്കൾ ജോസഫും ബെർത്താ മേരി ഫ്ളോറിയുമായിരുന്നു. ആദ്യവിദ്യാഭ്യാസം അഡിലെയ്ഡിലെ സെയ്ന്റ് പീറ്റേഴ്സ് കോളേജിയേറ്റ് സ്കൂളിലായിരുന്നു. അതിന് ശേഷം അഡിലെയ്ഡ് യൂണിവേഴ്സിറ്റിയിൽനിന്ന് 1921 ൽ എം ബി ബി എസ് പാസായി. തുടർന്ന് റോഡ്സ് സ്കോളർഷിപ്പ് ലഭിച്ചതോടെ ഓക്സ്ഫോഡിലെ മക്ഡാല്ൻ കോളേജിൽ ചേർന്നു. 1924 ൽ ബി എസ് സിയും എം എയും പാസായി.

ഹൊവാർഡ് ഫ്ളോറി അതിനുശേഷം കേംബ്രിഡ്ജിൽ ജോൺ ലൂക്കാസ് വാൽക്കർ സ്കോളർഷിപ്പോടെ പരിശീലനം നേടി. 1925 ൽ റോക്ഫെല്ലർ സ്കോളർഷിപ്പോടെ അമേരിക്കയിൽ ഒരു വർഷം പരിശീലനവും നേടി. 1926 ൽ കേംബ്രിഡ്ജിലെ കൈയൂസ് കോളേജിൽനിന്ന് പരിശീലനം നേടിയശേഷം 1927 ൽ പി എച്ച് ഡി നേടി. അന്നദ്ദേഹത്തിന് ഫ്രീഡം ഗവേഷണ സ്കോളർഷിപ്പും ഉണ്ടായിരുന്നു. 1927 ൽ ആ സ്കോളർഷിപ്പോടെ ലണ്ടൻ ഹോസ്പിറ്റലിൽ ജോലിയും ഗവേഷണവും തുടർന്നു. പിന്നാലെ, കേംബ്രിഡ്ജിൽ ഹഡ്സ്വഴ്സ്ഫീൽഡ് സംപെഷൽ പത്തോളജി ലക്ചററായി. 1931 ൽ ഷെഫീൽഡ് യൂണിവേഴ്സിറ്റിയിൽ നിന്ന് പത്തോളജിയിൽ ജോസഫ് ഹണ്ടർ ചെയർ നേടി. തന്റെ അക്കാഡമിക് ജൈത്രയാത്ര തുടർന്നു. 1935 ൽ ഷെഫീൽഡ് വിട്ടു. തുടർന്ന് ഓക്സ്ഫോഡിൽ ലിങ്കൺ കോളേജിലെ ഫെലൊയും അവിടത്തെ പത്തോളജി പ്രൊഫസറും ആയി. 1962 ൽ ഓക്സ്ഫോർഡിലെ ക്വീൻസ് കോളേജ് പ്രോവൊസ്ത് പദവി ലഭിച്ചു. രണ്ടാം ലോകമഹായുദ്ധകാലത്ത് പട്ടാളത്തിന്റെ ഓണററി പത്തോളജി കൺസൾട്ടന്റ് ആയിരുന്നു.

പ്രൊഫസർ

1944 ൽ ആസ്ത്രേലിയയിലെയും ന്യൂസിലാന്റിലെയും നഫീൽഡ് വിസിറ്റിങ് പ്രൊഫസറായി. ഹൊവാർഡ് ഫ്ളോറി ഏറ്റവുമധികം അറിയപ്പെടുന്നത് 1938 ൽ ചെയിനുമായി (Chain) സഹകരിച്ചു ചെയ്ത ഗവേഷണങ്ങളിലൂടെയാണ്. നമ്മുടെ തുപ്പലിൽ സ്വാഭാവികമായി കാണുന്ന ലൈസോസൈം (Lysozyme) ന്റെ ബാക്ടീരിയയെ നശിപ്പിക്കാനുള്ള കഴിവിനെ അടിസ്ഥാനമാക്കിയായിരുന്നു പഠനം. ഇത് നമ്മുടെ കണ്ണീരിലും ഉണ്ട്. പിന്നീട് അവർ പെനിസിലിനിൽ താല്പര്യമായി. ഫ്ളെമിങ് പൂപ്പലിനെ നിരീക്ഷിച്ചാണ് പെനിസിലിൻ കണ്ടുപിടിച്ചത്. പക്ഷേ, അതിന്റെ ശുദ്ധരൂപത്തിൽ വേർതിരിച്ചിരുന്നില്ല. 1939 ൽ ഏതാനും ബ്രിട്ടീഷ് ശാസ്ത്രജ്ഞരും ഫ്ളോറിയും ചെയിനും കൂടി റോക്ഫെല്ലർ ഫൗണ്ടേഷന്റെ സഹായത്തോടെ ചെറിയതോതിൽ പെൻസിലിൻ ഉല്പാദിപ്പിച്ചു. 1940 ൽ പെനിസിലിന്റെ രോഗാണുനാശക ഉപയോഗത്തെപ്പറ്റി ശാസ്ത്രീയലേഖനം പ്രസിദ്ധീകരിക്കപ്പെട്ടു. ശരീരത്തിനകത്തെ രോഗാണുക്കളെ അപ്രകാരം കൊല്ലാമെന്ന് മനസ്സിലായി. അതോടെ രണ്ടാം ലോകമഹായുദ്ധത്തിൽ മുറിവു പറ്റിയവരുടെ മുറിവ് ഉണക്കുവാൻ ഈ മരുന്നുപയോഗിക്കുവാനുള്ള ശ്രമം ആരംഭിച്ചു. അതിന് സർക്കാരിന്റെ സഹായം ലഭിച്ചു. 1949 ൽ പ്രസിദ്ധീകൃതമായ *ആന്റീബയോട്ടിക്സ്* എന്ന ഗ്രന്ഥത്തിന്റെ എഡിറ്ററും പ്രധാന ലേഖകനും അദ്ദേഹമായിരുന്നു. അതിൽ ഹൊവാർഡ് ഫ്ളോറി ധാരാളം ഫിസിയോളജി, പത്തോളജി ലേഖനങ്ങൾ എഴുതിയിരുന്നു.

പ്രകൃതി ചികിത്സകനായ ഗാന്ധിയുടെ പുത്രൻ

ഈ അവസരത്തിലാണ് ഗാന്ധിജിയുടെ പുത്രന് ന്യൂമോണിയ കലശലാവുകയും മരണവക്ത്രത്തിലാവുകയും ചെയ്തത്. ഗാന്ധിയാണെങ്കിൽ അലോപ്പതി ചികിത്സ വേണ്ടെന്നുള്ള വാശിയിലായിരുന്നു. അവസാനം സന്ദിഗ്ദ്ധഘട്ടത്തിലെത്തിയതോടെ വിമാനംവഴി പെൻസിലിൻ ഇന്ത്യയിലെത്തിച്ച് കുത്തിവെച്ചതോടെ ന്യൂമോണിയ ഭേദമായി.

ഡോ. ഫ്ളോറിയെത്തേടി ധാരാളം പുരസ്കാരങ്ങൾ വന്നുകൊണ്ടേയിരുന്നു. അവയിൽ സുപ്രധാനമായത് റോയൽ കോളേജ് സർജൻസിന്റെ ലിസ്റ്റർ മെഡലായിരുന്നു. കൂടാതെ സ്വീഡിഷ് മെഡിക്കൽ സൊസൈറ്റിയുടെ ബെഴ്സീലിയസ് മെഡൽ, റോയൽ സൊസൈറ്റിയുടെ റോയൽ ആന്റ് കോപ്ലി മെഡൽ, അമേരിക്കൽ പട്ടാളത്തിന്റെ മെഡൽ ഓഫ് മെരിറ്റ് എന്നിവയായിരുന്നു. 1960 മുതൽ റോയൽ സൊസൈറ്റിയുടെ പ്രസിഡന്റായിരുന്നു. റോയൽ കോളേജ് ഓഫ് ഫിസിഷ്യൻസിന്റെ ഫെലോയും റോയൽ ആസ്ട്രേലിയൻ കോളേജ് ഓഫ് ഫിസിഷ്യൻസിന്റെ ഫെലോയും ആയിരുന്നു. അദ്ദേഹത്തിന് 17 യൂണിവേഴ്സിറ്റികളിൽനിന്ന് ഓണററി ഡിഗ്രികൾ ലഭിച്ചിരുന്നു. പല ശാസ്ത്രീയ/ജൈവശാസ്ത്ര സൊസൈറ്റികളും അദ്ദേഹത്തെ ഓണററി അംഗത്വം നല്കി ബഹുമാനിച്ചിരുന്നു.

ഗാസ്റ്റൺ റാമൺ (1886 – 1963)

ഡിഫ്തീരിയ-ടെറ്റനസ് കുത്തിവെപ്പുകളിലൂടെ ചുരുങ്ങിയത് ആറു കോടി കുട്ടികളെങ്കിലും മരണത്തിൽനിന്ന് രക്ഷപ്പെട്ടിട്ടുണ്ടാകും. ഫ്രഞ്ച് ജൈവശാസ്ത്രജ്ഞനും വെറ്ററിനറി ഡോക്ടറുമായിരുന്ന ഗാസ്റ്റൺ റാമൺ ഫ്രാൻസിലെ യോണിൽ ആയിരുന്നു ജനിച്ചത്. 1906 മുതൽ 1910 വരെ വെറ്ററിനറി കോളേജിൽനിന്ന് പ്രശസ്തമായ രീതിയിൽ വിദ്യാഭ്യാസം പൂർത്തിയാക്കി. 1920 കളിൽ പി ഡെസ്കോമ്പിയുമായി ചേർന്ന് ഡിഫ്തീരിയയ്ക്കും ടെറ്റനസിനും എതിരായ വാക്സിനുണ്ടാക്കുന്നതിൽ വ്യാപൃതനായി. പല വിജയങ്ങളും നേടുകയുണ്ടായി. പ്രത്യേകമായി ഡിഫ്തീരിയ ടോക്സീനും ടെറ്റനസ് ടോക്സീനും ഫോർമാൽഡിഹൈഡ് ഉപയോഗിച്ച് നിർവീര്യമാക്കുന്നതിൽ വിജയിച്ചു. തത്ത്വത്തിൽ ഈ മാർഗ്ഗമാണ് ഇന്നും ഉപയോഗിക്കുന്നത്. വാക്സിനുകളുടെ ശക്തി അളക്കുവാൻ അദ്ദേഹം ഒരു രീതി വികസിപ്പിച്ചിരുന്നു. ഫാർമസ്യൂട്ടിക്കൽ വ്യവസായത്തിന് വാക്സിൻ ഉല്പാദിപ്പിക്കുവാൻ ഇതാവശ്യമാണ്. അമേരിക്കയിലെ ബെത്തെസ്ഡയിലെ നാഷണൽ ലൈബ്രറിയിൽ അദ്ദേഹത്തിന്റെ പ്രബന്ധങ്ങൾ മൂലരൂപത്തിൽ സൂക്ഷിച്ചിട്ടുണ്ട്.

ഡേവിഡ് നലിൻ (1941–)

ഡേവിഡ് നലിൻ കണ്ടുപിടിച്ച വായിലൂടെ കുടിക്കാവുന്ന പുനർജ്ജ

ലീകരണ ലായനി 5.4 കോടി ജനങ്ങളുടെയെങ്കിലും ജീവൻ രക്ഷിച്ചിട്ടുണ്ട്. അമേരിക്കയിലെ ഫിസിയോളജിസ്റ്റായിരുന്നു. അദ്ദേഹത്തിന് കുട്ടികളുടെ രോഗചികിത്സാഗവേഷണത്തിനുള്ള പോളിൻ സമ്മാനവും മഹിഡോൾ മെഡലും ലഭിച്ചിട്ടുണ്ട്. ഛർദ്ദ്യതിസാരരോഗങ്ങളിൽ ഉണ്ടാകുന്ന നിർജ്ജലീകരണത്തിൽ അതേ രീതിയിലുള്ള ലവണവും ജലവും വായിലൂടെ കൊടുത്താൽ ആശ്വാസമുണ്ടാകുമെന്ന് അദ്ദേഹം കരുതിയിരുന്നു. കോളറയ്ക്കും അതിസാരത്തിനും അന്ന് നിലവിലുണ്ടായിരുന്ന ഞരമ്പിലൂടെ കുത്തിവെക്കുന്ന ചികിത്സയേക്കാളും വളരെ ഫലപ്രദവും ഏതു ഗ്രാമപ്രദേശത്തും എളുപ്പത്തിൽ ചെയ്യാവുന്നതുമായ ഒന്നാണ്. വൈദഗ്ദ്ധ്യം ആവശ്യമില്ലാത്ത ഈ ചികിത്സ ഏത് അമ്മമാർക്കും ആരോഗ്യപ്രവർത്തകർക്കും ചെയ്യാവുന്നതുമാണ്. നലിൻ ഈ ചികിത്സയുടെ ഫലങ്ങൾ നേരിട്ട് പഠിക്കുകയും നിരീക്ഷിക്കുകയും ചെയ്തിരുന്നു. ഇത് കോളറയ്ക്കും മറ്റു ഛർദ്ദ്യതിസാരരോഗങ്ങൾക്കും വളരെ പ്രയോജനകരമെന്ന് തെളിഞ്ഞു. ഇപ്രകാരം ലോകമെമ്പാടും 5.4 കോടി ജനങ്ങളുടെ ജീവൻ രക്ഷിക്കുവാൻ ഇത് ഫലപ്രദമായിട്ടുണ്ട്.

ഡാക്കയിലെ ജോലി

1968 ൽ ഡേവിഡ് മെഡിക്കൽ പഠനം പൂർത്തിയാക്കിയശേഷം ബംഗ്ലാദേശിലെ ഡാക്കയിൽ ജോലി ചെയ്യുകയായിരുന്നു. പാകിസ്ഥാൻ സിയാറ്റോ കോളറ ഗവേഷണസ്ഥാപനത്തിൽ ജോലിചെയ്ത അവസരത്തിൽ ചിറ്റഗോങ്ങിൽ കോളറ പൊട്ടിപ്പുറപ്പെട്ടു. തുടർന്ന് കിഴക്കുള്ള ബർമ്മ അതിർത്തിയിലും കോളറ ആക്രമണം ഉണ്ടായി. അന്ന് വായിലൂടെ കൊടുക്കുന്ന പുനർജ്ജലീകരണ ചികിത്സ ഉണ്ടായിരുന്നില്ല. ജലവും ലവണവും ഞരമ്പിലൂടെ കൊടുക്കുക മാത്രമെ നിർവ്വാഹമുണ്ടായിരുന്നുള്ളൂ. അന്ന് പല വികസിത രാജ്യങ്ങളിലും കോളറ വന്നാൽ മരണം ഏതാണ്ട് ഉറപ്പായിരുന്നു. ചെലവേറിയ ആസ്പത്രിയിൽ പ്രവേശിപ്പിക്കലും ഞരമ്പിലൂടെ ലവണവും ജലവും കൊടുക്കലും ഭൂരിഭാഗം പേർക്കും പ്രായോഗികമായിരുന്നില്ല. തുടർന്ന് നലിന് മനസ്സിലായി കോളറയ്ക്ക് മാത്രമല്ല എല്ലാ ഛർദ്ദ്യതിസാരരോഗങ്ങൾക്കും വായിലൂടെ കൊടുക്കുന്ന പുനർജ്ജലീകരണ ലായനി ചികിത്സ വളരെ ഫലപ്രദമാണെന്ന് വ്യാപകമായി തെളിഞ്ഞിട്ടുണ്ട്. ഇന്ന് ഒ ആർ എസ് എന്ന പേരിൽ എല്ലാ പ്രാഥമിക ആരോഗ്യകേന്ദ്രങ്ങളിൽ ഇന്ത്യയിലെങ്ങും ലഭ്യമാണ്. ഞരമ്പിലൂടെ ലവണവും ജലവും കൊടുക്കേണ്ട ആവശ്യമില്ല. നലിനും സഹപ്രവർത്തകനായ റിച്ചാർഡ് എ കാഷും ചേർന്ന് അതിർത്തിയിലുള്ള കാടുകളിൽ ടെന്റ് കെട്ടി പരിമിത സൗകര്യത്തിൽ നടത്തിയ ഗവേഷണം ഇരുപതാം നൂറ്റാണ്ടിലെ ഏറ്റവും ചരിത്രപ്രാധാന്യമേറിയതായിരുന്നു.

1987 ൽ ഇതിനെ അംഗീകരിച്ചും പ്രശംസിച്ചുംകൊണ്ട് യൂണിസെഫ് പറഞ്ഞു. 'ഇരുപതാം നൂറ്റാണ്ടിലെ ഏറ്റവും കുറച്ചുസമയവും ഏറ്റവും കുറച്ചു ചെലവും ഉപയോഗിച്ചുകൊണ്ട് മാത്രം ഇത്രയധികം മരണങ്ങൾ

ഒഴിവാക്കാവുന്ന ഈ കണ്ടുപിടിത്തം വളരെ പ്രശംസനീയമാണ്.' ഇത് വളരെ ഫലപ്രദവും വളരെ ജനകീയവുമായ ചികിത്സയാണ്. ആസ്പത്രിയേക്കാൾ ഫലപ്രദമായി വീട്ടിൽവെച്ച് ഈ ലായനി ഉണ്ടാക്കാവുന്നതും ഉപയോഗിക്കാവുന്നതുമാണ്. ഇതിന് ശുദ്ധജലവും ഉപ്പും പഞ്ചസാരയും മാത്രമേ ആവശ്യമുള്ളൂ. ഇവ ഏതുവീട്ടിലും ലഭ്യമായവയാണ്. കഴിഞ്ഞ നാല്പതിൽപരം കൊല്ലങ്ങളായി ലോകമെങ്ങും കോടിക്കണക്കിന് ജനങ്ങളുടെ അതിസാരരോഗങ്ങൾ മാറുവാൻ ഇത് ഫലപ്രദമായി ഉപയോഗിക്കുന്നു.

പാനീയചികിത്സ എന്ന ഏറ്റവും ശ്രദ്ധേയമായ മുന്നേറ്റം

ലാൻസെറ്റ് എന്ന മെഡിക്കൽ ജേർണൽ പറയുന്നത് 'വായിലൂടെ കൊടുക്കാവുന്ന പുനർജ്ജലീകരണ ചികിത്സ ഇരുപതാം നൂറ്റാണ്ടിലെ ഏറ്റവും ശ്രദ്ധേയമായ വൈദ്യശാസ്ത്ര മുന്നേറ്റമാണ്.' ചെലവ് കുറഞ്ഞതും എളുപ്പം ചെയ്യാവുന്നതുമായ ജനചികിത്സാരീതി അവലംബിച്ചതോടെ വയറിളക്കരോഗംമൂലം വർഷം തോറുമുണ്ടായിരുന്ന കുട്ടികളിലെ മരണനിരക്ക് 50 ലക്ഷത്തിൽനിന്ന് കേവലം 13 ലക്ഷമായി താഴോട്ടുവന്നു. കഴിഞ്ഞ 40-ൽ പരം വർഷത്തെ ഇതിന്റെ ഉപയോഗംകൊണ്ട് അഞ്ചു കോടിയിലധികം മരണങ്ങൾ ഒഴിവാക്കാനായിട്ടുണ്ട്.

തായ്‌ലന്റിലെ രാജാവിൽനിന്ന് ഡേവിഡ് നലിന് ബഹുമതി ലഭിച്ചിട്ടുണ്ട്. വായിലൂടെ കൊടുക്കാവുന്ന ഈ പുനർജ്ജലീകരണചികിത്സ ഉണ്ടാക്കുവാനും ഉപയോഗിക്കുവാനും അതിലളിതമാണ്. 8 ടീസ്പൂൺ പഞ്ചസാര, അര ടീസ്പൂൺ ഉപ്പ്, ഒരു ലിറ്റർ വെള്ളം. ഈ വെള്ളത്തിൽ ഇവ ചേർത്ത് ഇളക്കുക. ഇവ അടച്ചുസൂക്ഷിക്കുക. ഇടയ്ക്കിടെ കുടിച്ചുകൊണ്ടിരിക്കുക. എത്രയോ ലളിതവും എത്രയോ ഫലപ്രദവും! കഴിഞ്ഞ 150 വർഷത്തിനിടയിൽ ഉണ്ടായ ഏറ്റവും ഫലപ്രദമായ മെഡിക്കൽ ഗവേഷണനേട്ടമായി ഇതിനെ കണക്കാക്കുന്നു. ഈ ഗവേഷണത്തിൽ പങ്കെടുത്ത പല ഡോക്ടർമാരുടെയും ഹൗസ് സർജൻസി പൂർത്തിയായിരുന്നില്ല! ഈ ഗവേഷണത്തിൽ നിരീക്ഷിച്ച മറ്റൊരു പ്രത്യേകത വയറ്റിലെ അമ്ലം കുറയ്ക്കുന്ന ആന്റാസിഡ് കഴിക്കുന്നവരിൽ രോഗാണുബാധ വരികയും വയറിളക്കം എളുപ്പം ബാധിക്കുകയും ചെയ്യുന്നു. അതേസമയം ആന്റാസിഡ് നിർത്തുമ്പോൾ രോഗാണുവിനെതിരെയുള്ള വയറ്റിലെ സ്വാഭാവിക അമ്ലശക്തി തിരിച്ചുകിട്ടുകയും ചെയ്യുന്നു.

വയറ്റിൽ അമ്ലമുള്ളവർക്ക് രോഗാണുവിനെ കൊടുത്താലും അവർക്ക് വയറിളക്കം വരുന്നില്ല. വയറ്റിലെ അമ്ലം കുറയുന്നവർക്ക് കോളറ വരുവാനുള്ള സാദ്ധ്യത കൂടുതലാണ്. ഒ ആർ എസ് ആവശ്യമുള്ളവർക്ക്, അത് കൊടുക്കുകയാണെങ്കിൽ കൂടുതൽ മരണങ്ങൾ ഒഴിവാക്കാനാകുമെന്നും കണക്കാക്കുന്നു. ഓരോ വർഷവും അമ്പത് കോടി ഒ ആർ എസ് പായ്ക്കറ്റുകൾ 60 അവികസിതരാജ്യങ്ങളിൽ വിതരണം ചെയ്യുന്നുണ്ട്. കോളറ ബാധിച്ച ഒരു വ്യക്തിക്ക് ഒരു ദിവസം വയറിളക്കംമൂലം 20 ലിറ്റർ

ജലം നഷ്ടപ്പെടാം. അത് അദ്ദേഹത്തിന്റെ ശരീരഭാരത്തിന്റെ 10-20 ശതമാനം വരെ വരും. തുടർന്ന് നിർജ്ജലീകരണം വരികയും മരണത്തിലെത്തുകയും ചെയ്യും.

ആധുനിക വൈദ്യശാസ്ത്രഗവേഷണങ്ങളും ഗവേഷകരും

വൈദ്യശാസ്ത്രത്തെ ആധുനികമാക്കിയ മഹാപ്രതിഭകൾ അവരുടെ അന്വേഷണാത്മക തപസ്യയിലൂടെ ചരിത്രം മാറ്റിമറിച്ച സേവനങ്ങൾ മനുഷ്യരാശിക്ക് നല്കിയവരാണ്. മാനവരാശി എന്നെന്നും ആ മഹാശയന്മാരോട് കടപ്പെട്ടിരിക്കുന്നു. വിപുലമായ ഗവേഷണ അടിത്തറയും ഗവേഷണഫലങ്ങൾ ശരിയാംവിധം ഉപയോഗിക്കാനുള്ള കഴിവുമാണ് ഏതു രാജ്യത്തെയും ശക്തവും സമ്പന്നവുമാക്കുന്നത്. ഇന്ത്യയെപ്പോലുള്ള അവികസിതരാജ്യത്തിന് അതിനുള്ള പര്യാപ്തമായ അടിസ്ഥാനസൗകര്യങ്ങളാണ് അടിയന്തരമായി വേണ്ടത്. അതോടൊപ്പം ഗവേഷണത്തിനുള്ള പ്രോത്സാഹനവും അംഗീകാരവും വേണം. ഇംഗ്ലീഷ് വിദ്യാഭ്യാസവും അക്കാദമികയോഗ്യതകളുമുള്ള ധാരാളം ചെറുപ്പക്കാരുള്ള നമ്മുടെ നാട്ടിൽ ഇത്തരം നടപടികൾ അത്ഭുതകരമായ മാറ്റങ്ങൾ വരുത്തുമെന്ന കാര്യത്തിൽ ഒരു സംശയവുമില്ല.

സാഹിത്യവും ശാസ്ത്രവും

ഓരോ രാജ്യവും സമൂഹവും ഓരോ പ്രത്യേക കാലഘട്ടങ്ങളിലൂടെ കടന്നുപോകാറുണ്ട്. കലയും സാഹിത്യവും ശാസ്ത്രവും വികസിക്കുവാൻ തക്ക സാഹചര്യം സമൂഹത്തിലുണ്ടായിരിക്കണം. ചരിത്രം പരിശോധിക്കുമ്പോൾ നമുക്കിത് വ്യക്തമാകും. സാമൂഹ്യവും സാംസ്കാരികവുമായ സ്വാധീനങ്ങൾ വിദ്യാഭ്യാസത്തെ സ്വാധീനിക്കുന്നതായി ധാരാളം പഠനങ്ങളുണ്ടായിട്ടുണ്ട്. അപ്പോൾ ന്യായമായും സാമൂഹ്യസാംസ്കാരിക പുരോഗതിയും മാറ്റങ്ങളും ശാസ്ത്രഗവേഷണങ്ങളെയും സ്വാധീനിക്കാം.

യൂറോപ്പിൽ നവോത്ഥാനം ഉണ്ടാകുന്നതിനും മുമ്പെ ഇംഗ്ലണ്ടിൽ അത് അരങ്ങേറിയിരുന്നു. അതിന് അനുകൂലമായ രാഷ്ട്രീയമാറ്റങ്ങളും ഉണ്ടായിരുന്നു. 1558 മുതൽ 1603 വരെയുള്ള എലിസബത്തൻ കാലഘട്ടത്തെ ബ്രിട്ടീഷ് ചരിത്രകാരന്മാർ സുവർണ്ണകാലഘട്ടമെന്നാണ് വിശേഷിപ്പിക്കുന്നത്. അന്ന് സ്പാനിഷ് ആക്രമണത്തെ തോല്പിക്കുകയും ദേശീയബോധം ശക്തിപ്പെടുകയും ചെയ്ത കാലമായിരുന്നു. ബ്രിട്ടാനിയ എന്ന പേര് ഇംഗ്ലീഷുകാരന്റെ അഭിമാനത്തിന്റെ ചിഹ്നമായി. സമാധാനവും സമൃദ്ധിയുമുണ്ടായി. കോളനികൾ സൃഷ്ടിക്കുന്നതിന് മുന്നോടിയായി ബ്രിട്ടൻ പുതിയ രാജ്യങ്ങൾ കണ്ടുപിടിച്ചു തുടങ്ങി. കലകളുടെയും സാഹിത്യത്തിന്റെയും കവിതയുടെയും സംഗീതത്തിന്റെയും വസന്തം ആരംഭിച്ചു. വിശ്വമഹാകവി വില്യം ഷെയ്ക്സ്പിയറിന്റെ കാലവും ഇതാ

യിരുന്നു.

ഈ നവോത്ഥാനത്തിന് നേതൃത്വം കൊടുത്തത് ആ മഹാപ്രതിഭാശാലിയായിരുന്നു. ഷെയ്ക്സ്പിയറും മറ്റുള്ളവരും ചേർന്നായിരുന്നു. പാരമ്പര്യത്തിന്റെ പഴയ കെട്ടുകൾ പൊട്ടിച്ചെറിഞ്ഞ്, പഴയ ഇംഗ്ലീഷ് ശൈലി കളഞ്ഞ് ഭാഷയിൽ പുതിയ സങ്കേതങ്ങൾ സ്വീകരിക്കുവാൻ തയ്യാറായി. സ്പാനിഷ് മേല്ക്കോയ്മ പോയതോടെ പുതിയ വിശ്വാസങ്ങളായ പ്രോട്ടസ്റ്റന്റ് പരിഷ്കരണങ്ങൾ സ്വീകരിച്ചു. ചർച്ച് ഓഫ് ഇംഗ്ലണ്ട് നിലവിൽ വന്നു. സ്കോട്ട്ലന്റുമായി രാജകീയനിലവാരത്തിൽത്തന്നെ സംയോജനം ഉണ്ടായി. ബ്രിട്ടൻ ഗ്രെയ്റ്റ് ബ്രിട്ടനായി. ഈ ഉയിർത്തെഴുന്നേല്പിന്റെ പശ്ചാത്തലത്തിലാണ് പുതിയ ശാസ്ത്രീയ ആശയങ്ങളും നാമ്പെടുത്തത്. വില്യം ഹാർവിയെപ്പോലുള്ള മഹാരഥന്മാർ അവരുടെ ചരിത്രപ്രധാനമായ രക്തചംക്രമണത്തെക്കുറിച്ചുള്ള കണ്ടുപിടിത്തങ്ങളുമായി മുന്നോട്ടുവന്നു. യൂറോപ്പിനേക്കാൾ മുമ്പെ ഇംഗ്ലണ്ടിൽ നവോത്ഥാനവും ശാസ്ത്രീയവും വ്യവസായികവുമായ വിപ്ലവങ്ങൾ സംഭവിക്കുവാനും ഉണ്ടായ പശ്ചാത്തലം ഇതായിരുന്നു.

പിന്നീട് ഈ പുരോഗതി ഫ്രാൻസും ജർമ്മനിയും സ്വിറ്റ്സർലാന്റു മടങ്ങുന്ന യൂറോപ്പ് സ്വീകരിക്കുകയായിരുന്നു. പത്തൊമ്പതാം നൂറ്റാണ്ടോടെ സാഹിത്യത്തിലെയും തത്ത്വചിന്തയിലെയും പുരോഗതി ലോകത്തെയാകെ മാറ്റാൻ തുടങ്ങിയിരുന്നു. റിയലിസം, റൊമാന്റിസിസം, നാച്ചുറലിസം എന്നീ നവീകരണപ്രസ്ഥാനങ്ങൾ സാഹിത്യത്തെ മാത്രമല്ല, സാമൂഹ്യസാംസ്കാരിക ശാസ്ത്രീയരംഗങ്ങളെയും ഉത്തേജിപ്പിക്കുവാൻ പോന്നതായിരുന്നു.

പത്തൊമ്പതാം നൂറ്റാണ്ടിലേക്ക് യൂറോപ്പിനെ സജ്ജമാക്കിയ ചിന്തന്മാർ ഇമ്മാനുവൽ കാന്റ്, റൂസ്സോ എന്നിവരും എഴുത്തുകാരായ വിക്ടർ യൂഗോയും ദസ്തോയേവ്സ്കിയുമായിരുന്നു. യൂറോപ്പിലങ്ങോളമിങ്ങോളം ഒരു ശാസ്ത്രവിപ്ലവം അലയടിച്ചു. തുടർന്നാണ് പരിണാമവാദം അതിന്റെ പ്രാഗ് രൂപത്തിൽ ഗോയ്ഥെ, ചാൾസ് ഡാർവിന്റെ അപ്പൂപ്പനായ എരാസ്മസ് ഡാർവിൻ, ലാ മാർക്ക് എന്നിവർ അവതരിപ്പിച്ചത്. തുടർന്നാണ് ചാൾസ് ഡാർവിൻ വരുന്നത്.

ജന്മവാസന

ഏതെങ്കിലും രംഗത്തിൽ വാസനയുള്ളവർ പ്രതികൂലസാഹചര്യത്തിലെത്തിപ്പെട്ടാലും അവസാനം അവർ ഇഷ്ടപ്പെട്ട മേഖലയിലെത്തി ശോഭിക്കുന്നത് ഗവേഷകരുടെ ചരിത്രം നോക്കിയാൽ മനസ്സിലാകും. 'വണ്ടുപിടിത്തവും നായയും വെടിവെപ്പുമായി' നടന്നിരുന്ന മകനെ നന്നാക്കാൻ ആദ്യം ഡോക്ടറാക്കാനും പിന്നെ ഒരു പാതിരിയെങ്കിലും ആക്കാനും പിതാവ് ഡോ. റോബർട്ട് ഡാർവിൻ കിണഞ്ഞു ശ്രമിച്ചു. പക്ഷേ, ജന്മനാ പ്രകൃതിശാസ്ത്രത്തിൽ തല്പരനായ ചാൾസ് അത് രണ്ടും ഉപേക്ഷിച്ച് ലോകപ്രശസ്ത പ്രകൃതിശാസ്ത്രജ്ഞനാവുകയാ

ണ്ടുണ്ടായത്.

സമൂഹം

യാഥാസ്ഥിതിക സമൂഹം മാറ്റങ്ങളെ ഭയപ്പെടുന്നു. പുതിയ ആശയങ്ങളെ അക്രമംകൊണ്ട് നേരിടുന്നു. എന്നാൽ പുരോഗമനാത്മസമൂഹമാകട്ടെ അന്വേഷണപരതയെ അംഗീകരിക്കുകയും പ്രോത്സാഹിപ്പിക്കുകയും ചെയ്യുന്നു. *ജീവജാതികളുടെ ഉത്ഭവം* എന്ന നവീന ആശയങ്ങളുള്ള ഗ്രന്ഥം പ്രസിദ്ധീകരിക്കുന്നതിന് ഡാർവിന് നീണ്ട ഇരുപത് വർഷം കാത്തിരിക്കേണ്ടിവന്നത് അതുകൊണ്ടായിരുന്നു. അദ്ദേഹത്തിന്റെ ആത്മസംഘർഷം ഇവിടെ പ്രത്യേകം പ്രസ്താവ്യമാണ്. ആൽഫ്രഡ് റസ്സൽ വാലസ് എന്ന യുവ ശാസ്ത്രജ്ഞൻ പരിണാമസിദ്ധാന്തം അവതരിപ്പിച്ചുകൊണ്ട് ഒരു ലേഖനം അദ്ദേഹത്തിന് അയച്ചതോടെയാണ് 1859 ൽ *ജീവജാതികളുടെ ഉത്ഭവം* പ്രസിദ്ധീകരിക്കുവാൻ അദ്ദേഹം തയ്യാറായത്.

മതവിശ്വാസികളുടെ ഭാഗത്തുനിന്നാണ് പരിണാമസിദ്ധാന്തത്തിനെതിരെ കടുത്ത എതിർപ്പുകളുണ്ടായത്. ദൈവസൃഷ്ടിയെ നിഷേധിച്ചതും മനുഷ്യനും കുരങ്ങുമെല്ലാം പരിണാമത്തിലൂടെയാണ് ഉണ്ടായതെന്നുമുള്ള ശാസ്ത്രീയനിഗമനങ്ങളാണ് അവരെ ചൊടിപ്പിച്ചത്. അന്നത്തെ വിമർശനങ്ങളുടെ കൂന്തമുന ബിഷപ്പ് വിൽബർഫോഴ്സായിരുന്നു. എന്നാൽ പില്ക്കാലത്ത് വേറൊരു പുരോഹിതന്റെ ശാസ്ത്രീയ കണ്ടുപിടുത്തം ഡാർവിനിസത്തെ അംഗീകരിക്കുന്നതും ആധുനികമാക്കുന്നതുമായിരുന്നു. മെൻഡലിന്റെ ജനിതകസിദ്ധാന്തങ്ങളായിരുന്നു അവ.

അതുപോലെ വില്യം ഹാർവി 1608 ഓടെ രക്തചംക്രമണത്തെക്കുറിച്ച് പഠനം നടത്തിക്കഴിഞ്ഞുവെങ്കിലും 1628 ൽ മാത്രമാണ് പ്രസിദ്ധപ്പെടുത്തിയത്. *ഡി മോട്ടു കോർഡിസ്* എന്ന ആ ലത്തിൻ ഭാഷയിലെഴുതിയ ആ പഠനം ഇംഗ്ലീഷുകാരനായ അദ്ദേഹം ജർമ്മനിയിലെ ഫ്രാങ്ക്ഫർട്ടിലാണ് പ്രസിദ്ധീകരിച്ചത്. ഹാർവിയുടെ കാലത്ത് പാരമ്പര്യങ്ങളെ ചോദ്യം ചെയ്യുന്ന ലേഖനം എഴുതിയതിന് ഒരു പുരോഹിതനെ ജീവനോടെ ചുട്ടെരിച്ചിട്ടുമുണ്ട്.

ചില കണ്ടുപിടിത്തങ്ങൾ പ്രായോഗികമായി നടപ്പിലാക്കുന്നവർക്കാണ് അതിന്റെ പ്രശസ്തിയും അംഗീകാരവും കിട്ടുന്നത്. ഉദാഹരണമായി അലക്സാണ്ടർ ഫ്ളെമിങ് പെനിസിലിൻ കണ്ടുപിടിച്ചെങ്കിലും അതിനെ വേർതിരിച്ചെടുക്കാൻ കഴിയാതിരുന്നതുകൊണ്ട് രോഗികൾക്ക് ഉപയോഗിക്കാവുന്ന രൂപത്തിൽ ഉല്പാദിപ്പിക്കുവാൻ കഴിഞ്ഞിരുന്നില്ല. ജെന്നർ വസൂരിയുടെ കുത്തിവെപ്പ് കണ്ടുപിടിച്ചുവെങ്കിലും വസൂരി വ്യാപകമായി കണ്ടുവരുന്ന അവികസിതരാജ്യങ്ങളിൽ അതുപയോഗിച്ച് വസൂരി ഭൂമുഖത്തുനിന്ന് തുടച്ചുമാറ്റിയത് ബിൽ ഫീജ് ആയിരുന്നു. ലൂയി പാസ്ചറുടെ രോഗാണുസിദ്ധാന്തം പ്രായോഗികമായി ഉൾക്കൊണ്ട് ആന്റിസെപ്റ്റിക് സർജറി വിഭാവനം ചെയ്ത് നടപ്പാക്കിയ ഇംഗ്ലീഷുകാരനായ

ജോസഫ് ലിസ്റ്റർ വളരെ പ്രശസ്തനായി.

ശാസ്ത്രീയസ്ഥാപനങ്ങൾ

ശാസ്ത്രഗവേഷണസ്ഥാപനങ്ങൾ പലതും വിദ്യാർത്ഥികൾക്ക് താല്പര്യമുള്ള മേഖലകളിൽ സൗകര്യങ്ങൾ നല്കിപ്പോന്നിട്ടുണ്ട്. വലിയ പ്രചോദനമായി അവ നിലകൊള്ളുന്നു. ലോകത്തെ പരമോന്നത ബയോ മെഡിക്കൽ ഗവേഷണസ്ഥാപനങ്ങൾ അമേരിക്കയിലെ ഹാർവാർഡ് യൂണിവേഴ്സിറ്റി, ജോൺ ഹോപ്കിൻസ് ഇൻസ്റ്റിറ്റ്യൂട്ട് ഓഫ് ഹെൽത്ത്, മസ്സാച്ചുസെറ്റ്സ് ഇൻസ്റ്റിറ്റ്യൂട്ട് ഓഫ് ഹെൽത്ത്, യേൽ യൂണിവേഴ്സിറ്റി, സ്റ്റാൻഫോർഡ് യൂണിവേഴ്സിറ്റി, കിങ്സ് കോളേജ് ലണ്ടൻ, കേംബ്രിഡ്ജ് ബയോമെഡിക്കൽ സെന്റർ, ഇംപീരിയൽ കോളേജ് ലണ്ടൻ, കാലിഫോർണിയ ഇൻസ്റ്റിറ്റ്യൂട്ട് ഓഫ് ഹെൽത്ത്, കാലിഫോർണിയ യൂണിവേഴ്സിറ്റി, ഫ്രാൻസിലെ പാസ്ചർ സ്ഥാപനം എന്നിവയാണ്. ഇതിലെ പാസ്ചർ ഇൻസ്റ്റിറ്റ്യൂട്ട് ജൈവശാസ്ത്രഗവേഷണത്തിനായി സ്ഥാപിക്കപ്പെട്ടതാണ്. അവിടെ സൂക്ഷ്മാണു ഗവേഷണവും വാക്സിൻ വികസനവും നടക്കുന്നുണ്ട്. അതിനുള്ള ഉന്നതനിലവാരത്തിലുള്ള പരിശീലനവും ഗവേഷകർക്ക് ലഭ്യമാണ്. ലൂയി പാസ്ചർ എന്ന മഹാപ്രതിഭാശാലിയായ ശാസ്ത്രജ്ഞൻ സ്ഥാപിച്ച ഈ സ്ഥാപനത്തിൽ പ്രവർത്തിച്ച എട്ടുപേർക്ക് നൊബേൽ സമ്മാനം ലഭിച്ചിട്ടുണ്ട്. 1983 ൽ ആദ്യമായി എച്ച് ഐ വി വൈറസ് കണ്ടുപിടിച്ചതും ഡിഫ്ത്തീരിയ, ടെറ്റനസ്, ക്ഷയരോഗം, പോളിയോ, ഫ്ളു, മഞ്ഞപ്പനി, പ്ലേഗ് എന്നിവയ്ക്ക് പ്രതിരോധനടപടികൾ സ്വീകരിക്കാൻ കഴിഞ്ഞതും ഈ സ്ഥാപനത്തിൽ നടന്ന ഗവേഷണഫലം കൊണ്ടാണ്.

അദ്ധ്യാപകർ

സമർത്ഥരും അർപ്പണബോധമുള്ളവരുമായ അദ്ധ്യാപകർ പല വിദ്യാർത്ഥികൾക്കും പ്രചോദനങ്ങളായിട്ടുണ്ട്. അപ്രകാരം ഏതെങ്കിലും രംഗങ്ങളിൽ ശോഭിക്കുന്നവരായി മാറിയിട്ടുണ്ട്. പ്രതിഫലം, പ്രശസ്തി, അംഗീകാരം എന്നിവ എല്ലായ്പ്പോഴും കണ്ടുപിടിത്തങ്ങൾക്ക് പ്രചോദനമായിരുന്നിട്ടുണ്ട്. പലരും ഉന്നതകുലത്തിലും സാഹചര്യത്തിലും ജനിച്ചവരും വിദ്യാഭ്യാസം നേടിയവരുമാണ്. എന്നാൽ ദാരിദ്ര്യവും കഷ്ടപ്പാടും യുദ്ധവും ഗുരുതരമായ അപകടവും എല്ലാം അതിജീവിച്ച് ലക്ക് മൊണ്ടാഗ്നിയറിനെപ്പോലുള്ളവർ നൊബേൽ സമ്മാന ജേതാക്കളാകുകയും അതിപ്രശസ്തരാവുകയും ചെയ്തിട്ടുണ്ട്.

ബന്ധങ്ങൾ

പല ഗവേഷണബന്ധങ്ങളും ഒരുമിക്കുന്നതോടെയാണ് സാർത്ഥകമായ കണ്ടുപിടിത്തങ്ങളിലേക്ക് നയിക്കുന്നത്. വാട്സണും ക്രിക്കും

തമ്മിൽ സഹകരണമുണ്ടായതോടെയാണ് ഈ നൂറ്റാണ്ടിലെ അത്ഭുതകരമായ കണ്ടുപിടിത്തമായ ഡി എൻ എയുടെ ഘടന കണ്ടുപിടിക്കാനായത്. ഇത്തരം സഹകരണങ്ങൾ ശാസ്ത്രീയമുന്നേറ്റങ്ങളിൽ വഴിത്തിരിവുകളായിത്തീരുന്നു. അതുപോലെ സിനൗസ്സി മൊണ്ടാഗ്നിയർ സഹകരണം എയ്ഡ്സ് വൈറസ് കണ്ടുപിടിക്കുന്നതിലേക്ക് നയിച്ചത്.

മാറ്റത്തിന് വിധേയം

ഗവേഷകർ അവതരിപ്പിക്കുന്ന സിദ്ധാന്തങ്ങളും പരികല്പനകളും കാലാകാലങ്ങളിൽ മാറ്റത്തിന് വിധേയമാണ്. ഉദാഹരണമായി വ്യതിയാനങ്ങൾ അടുത്ത തലമുറയിൽ സംഭവിക്കുന്നത് രക്തത്തിലൂടെ കോശങ്ങളെ സംബന്ധിക്കുന്ന രീതിയിലൂടെയാണെന്ന് ഡാർവിൻ വിശ്വസിച്ചു. അതിനെ അദ്ദേഹം പാൻജനിസിസ് (PANGENESIS) എന്നു വിളിച്ചു. പിന്നീട് മെൻഡലിസവും മറ്റു ജനിതകശാസ്ത്ര ഗവേഷണവും പുരോഗമിച്ചതോടെ ആ സിദ്ധാന്തം തിരുത്തേണ്ടി വന്നു. അതുപോലെ റോബർട്ട് കോക്കിന്റെ കോക്ക്സ് പോസ്റ്റുലേറ്റ്സിലെ ആദ്യനിയമമായ രോഗാണു ഉണ്ടായാൽ ആ രോഗം ഉണ്ടാകും എന്ന നിഗമനം നിരവധി പോളിയോ, ടൈഫോയ്ഡ് തുടങ്ങിയ രോഗങ്ങളുടെ അണുക്കൾ നിഷ്ക്രിയവാഹകരിലൂടെ പരക്കുന്നതായി തെളിഞ്ഞതോടെ ആ സുപ്രസിദ്ധ നിയമം തിരുത്തുകയും ചെയ്തിട്ടുണ്ട്.

പരസ്പര ആശയവിനിമയം

ശാസ്ത്രമേഖലയിൽ പ്രവർത്തിക്കുന്നവരുടെ ഇടയിലുള്ള പരസ്പര ആശയവിനിമയവും അറിവുകൾ സ്വീകരിക്കലും ഗവേഷണങ്ങൾക്ക് ഉത്തേജനമാകും. ലൂയി പാസ്ചറും ഫ്രെഡ്രിക് കോഹനും റോബർട്ട് കോക്കും സൂക്ഷ്മാണുശാസ്ത്രത്തിന്റെ പിതാക്കന്മാരായി പരിഗണിക്കപ്പെടുന്നു. അവർ ആശയങ്ങൾ പരസ്പരം സ്വീകരിച്ചിട്ടുണ്ട്. അവ ഓരോരുത്തരുടെയും ഗവേഷണത്തിന് പ്രചോദനമായിട്ടുണ്ട്. ഇതിൽനിന്ന് അടുത്ത പടിയായ വാക്സിനുകളുടെ കണ്ടുപിടിത്തത്തിന് ആ രംഗത്തെ ഗവേഷകരായ ജോൺ ഫ്രാങ്ക്ളിൻ എൻഡേഴ്സൺ, ഗാസ്റ്റൺ റാമൺ, ബിൽ ഫീജ്, ലൂയി പാസ്ചർ എന്നിവരുടെ പ്രവർത്തനങ്ങൾക്ക് വളരെ സഹായകരമായിട്ടുണ്ട്.

സ്ത്രീകളും ഗവേഷണവും

സ്ത്രീകളിൽ ശാസ്ത്രജ്ഞകളാകാൻ കഴിവുള്ളവർ കുറവാണെന്ന് ഒരു മുൻവിധി പ്രത്യേകിച്ചും ഇരുപത്തൊന്നാം നൂറ്റാണ്ടിലും ഉണ്ടായിരുന്നു. പ്രഗത്ഭയായ നൊബേൽ ജേതാവ് ഗെർട്രൂഡ് ബി എലിയോണിന് ആദ്യകാലത്ത് ഗവേഷണജോലികൾ നിഷേധിച്ചിരുന്നു. സ്ഥിരോത്സാഹം കൊണ്ട് അവർ പിടിച്ചുനില്ക്കുകയും ഗവേഷണത്തിലൂടെ വളരെ സുപ്രധാന ഔഷധങ്ങൾ മാനവരാശിക്ക് നല്കുകയുംചെയ്തു. 1901 മുതൽ

ആകെയുള്ള 876 ൽ 45 സ്ത്രീകൾ നൊബേൽ ജേതാക്കളായിട്ടുണ്ട്. അതിൽ രണ്ടു പ്രാവശ്യം നൊബേൽ സമ്മാനം ലഭിച്ച സ്ത്രീ മേരി ക്യൂറി മാത്രമാണ്. അവരുടെ കുടുംബത്തിലാണ് ഇതുവരെയുള്ളതിൽ ഏറ്റവും അധികം നൊബേൽ ജേതാക്കളുള്ളത്. ഭർത്താവ് പിയർ ക്യൂറിക്കും മകൾ ഐറീൻ ജോളിയോട്ട് ക്യൂറിക്കും അടക്കം ആകെ നാല് നൊബേൽ സമ്മാനങ്ങൾ. മതപരവും സാമൂഹ്യപരവും സാമ്പത്തിക വുമായ ഘടകങ്ങൾ സ്ത്രീകളെ വിദ്യാഭ്യാസത്തിൽനിന്നും ഗവേഷണ രംഗത്തുനിന്നും അകറ്റിനിർത്തുന്നുണ്ട്. ഇത് കൂടുതലും കാണുന്നത് അവികസിതരാജ്യങ്ങളിലാണ്. ഇന്ത്യ, ബംഗ്ലാദേശ്, കാമറൂൺ, ജമൈക്ക, സിയറ ലിയോൺ, വണമാത്തു എന്നീ ആറ് അവികസിതരാജ്യങ്ങളിൽ നടത്തിയ പഠനം ഇതിലേക്കാണ് വിരൽ ചൂണ്ടുന്നത്.

തുറന്ന മനസ്സ്

തുറന്ന മനസ്സുണ്ടാവുന്നത് അപ്രതീക്ഷിതമായത് കാണുവാനും അതംഗീകരിക്കുവാനുമുള്ള കഴിവുണ്ടാക്കും. ഉദാഹരണമായി അലക്സാണ്ടർ ഫ്ളെമിങ് ബാക്ടീരിയകളെ വളർത്തുന്ന പോഷകലായനി പരി ശോധിക്കുമ്പോൾ ഒരെണ്ണത്തിൽ പൂപ്പൽ ബാധിച്ചിരിക്കുന്നത് കണ്ടു. അദ്ദേഹം അത് നിരീക്ഷിച്ചു. ആ പൂപ്പൽ രോഗാണുക്കളെ നശിപ്പിക്കു ന്നത് അദ്ദേഹം മനസ്സിലാക്കി. അതാണ് പെനിസിലിന്റെ കണ്ടുപിടിത്ത ത്തിലേക്ക് നയിച്ചത്. റോൺട്ജൻ കാത്തോഡ് രശ്മികളെക്കുറിച്ച് പരീ ക്ഷണങ്ങൾ നടത്തുമ്പോൾ അപ്രതീക്ഷിതമായാണ് എക്സ് റെ എന്ന് (ബൗദ്ധികസ്വത്തവകാശം ആഗ്രഹിക്കാത്ത ആ മഹാൻ) വിളിച്ച, റോൺ ട്ജൻ രശ്മികൾ കണ്ടുപിടിച്ചത്.

അപ്രതീക്ഷിതമായത് കാണുന്നതിനെ ഉപയോഗിക്കൽ

ശാസ്ത്രജ്ഞർക്ക് പലർക്കും പലപ്പോഴും ഉൾവിളികൾപോലെ ആശയങ്ങൾ സ്വപ്നങ്ങളിൽ വരാറുണ്ട്. ഉദാഹരണമായി തുന്നൽ മെഷീൻ കണ്ടുപിടിത്തം നടത്തിയ എലിയാസ് ഹോവെ (1845) താൻ ഒരു പറ്റം പ്രാകൃതരാൽ തടവുകാരനാക്കപ്പെട്ടുവെന്ന് സ്വപ്നം കണ്ടു. അവർ അറ്റത്തു തുളയുള്ള കുന്തം കൈയിലേന്തി തനിക്കു ചുറ്റും നൃത്തം ചെയ്യുകയായിരുന്നു. ആ ആശയം അദ്ദേഹം സ്വീകരിച്ച് സൂചി യുടെ അറ്റത്ത് തുളയുണ്ടാക്കി തുന്നൽ യന്ത്രം രൂപപ്പെടുത്തുകയും അത് വിജയിക്കുകയും ചെയ്തു. ഇന്ത്യൻ ഗണിതശാസ്ത്ര പ്രതിഭയായ ശ്രീനി വാസൻ രാമാനുജൻ എലിപ്റ്റിക്കൽ ഇന്റഗ്രലിന്റെ ഉത്തരം സ്വപ്നത്തിൽ കണ്ടിരുന്നു.

സ്വപ്നങ്ങൾ

നൊബേൽ ലഭിച്ച കണ്ടുപിടിത്തങ്ങളിലേക്ക് നയിച്ച സ്വപ്നങ്ങൾ ഇവയാണ്. ബെൻസീനിന്റെ ഘടന കണ്ടുപിടിച്ച കെക്കുലെ ഒരു സർപ്പം

അതിന്റെതന്നെ വാൽ വിഴുങ്ങുന്നതായി സ്വപ്നം കണ്ടു. ആ ആശയമാണ് അദ്ദേഹത്തിന് വൃത്താകൃതിയിലുള്ള ബെൻസീൻ ഘടന ഭാവനയിൽ കാണുവാനും അത് ശരിയാണെന്ന് കണ്ടുപിടിക്കാനും കഴിഞ്ഞത്. ഡി എൻ എയുടെ ഘടന കണ്ടുപിടിച്ച വാട്സൺ ഒരു ദിവസം ഒരു പിരിയൻകോണി സ്വപ്നം കണ്ടിരുന്നു. ആ ആശയവുമായി അദ്ദേഹം പിന്നീട് സഹഗവേഷകനായ ക്രിക്കിനെ സമീപിക്കുകയും പിന്നീടുള്ള ഗവേഷണങ്ങളിലൂടെ അത് സ്ഥാപിക്കുകയും ചെയ്തു. ഓട്ടോ ലീവി 1903 ൽ കണ്ട ഒരു സ്വപ്നമാണ് ഞരമ്പുകളിലൂടെ സന്ദേശം പോകുന്നത് രാസപരമായാണ് ആലക്തികമായല്ല എന്ന് തെളിയിക്കാനായത്.

ഗവേഷണനയം, ഗവേഷണഫലങ്ങളെ സ്വീകരിച്ച് നടപ്പാക്കാനുള്ള കഴിവ്, വിലയിരുത്തൽ, അധികാരവികേന്ദ്രീകരണം എന്നിവ ഗവേഷണങ്ങളെ സംബന്ധിച്ചിടത്തോളം സുപ്രധാനമാണ്. പല അവികസിതരാജ്യങ്ങളിലും ഇവ തൃപ്തികരമല്ല.

ധനലഭ്യത, വ്യക്തിപരമായ താല്പര്യങ്ങൾ, ഗവേഷണ മാനേജ്മെന്റ്, രീതി എന്നിവയും ഗവേഷണത്തെ സ്വാധീനിക്കുന്ന ഘടകങ്ങളാണ്.

ഗവേഷണം ആരംഭിക്കുമ്പോൾ ഇവിടെ പല പ്രായോഗികപ്രശ്നങ്ങളും തലപൊക്കാറുണ്ട്. ഏതു വിഷയമാണ് കൈകാര്യം ചെയ്യേണ്ടത്, ഏതിനാണ് പ്രാമുഖ്യം എന്ന കാര്യത്തിൽ ആശയക്കുഴപ്പവും അവ്യക്തതയും ഉണ്ടാകാറുണ്ട്. പഠനം അവതരിപ്പിക്കുന്ന രീതി ശരിയായിരിക്കണം. പരികല്പനകൾ ഉണ്ടാക്കലിൽ (Hypothesis formulation) വ്യക്തത വേണം. ഈ പരികല്പനയെ അടിസ്ഥാനമാക്കിയാണ് പഠനം തുടരേണ്ടത്. അതുകൊണ്ട് ഈ ഘട്ടം സുപ്രധാനമാണ്.

ആശയങ്ങളിൽ അവ്യക്തത ഉണ്ടായിരിക്കരുത്.

ഗവേഷണമാർഗ്ഗം ശാസ്ത്രീയമായിരിക്കണം.

ഇതിനുമുമ്പ് ഈ രംഗത്തു നടന്നതും ഇതിനോടു ബന്ധപ്പെട്ടതുമായ ഗവേഷണങ്ങളുടെ വിവരങ്ങൾ പരിശോധിച്ചിരിക്കണം. അതിൽ സംഗതമായവ പഠനത്തിൽ പ്രതിപാദിച്ചിരിക്കണം.

റഫറൻസുകൾ നോക്കി അവയും ഉൾക്കൊള്ളിക്കണം

പഠനങ്ങളിലെ വിവരങ്ങൾ ശരിയായി ശേഖരിച്ച് അപഗ്രഥനത്തിനായി കരുതണം.

പഠനത്തിന്റെ ലക്ഷ്യം പരികല്പനകളുടെ സാധുത പരിശോധിക്കലാണ്. അത് ശരിയായി ചെയ്തിരിക്കണം.

സ്ഥിതിവിവരശാസ്ത്രമനുസരിച്ച് (statistics) കിട്ടിയ പഠനങ്ങളിലെ വിവരങ്ങൾ അപഗ്രഥിക്കണം.

പഠനഫലം ശരിയായി റിപ്പോർട്ട് ചെയ്യണം.

അഭിപ്രായവ്യത്യാസം വരാം

നൊബേൽ സമ്മാനം ലഭിക്കുമ്പോൾ അതിന്റെ അവകാശത്തെപ്പറ്റി

വഴക്കുണ്ടാക്കുന്നവരുമുണ്ട്. ഉദാഹരണമായി ജൊണാസ് സാൽക് സമ്മാനത്തിന് അപേക്ഷിച്ചപ്പോൾ സഹപ്രവർത്തകനെ മറന്നു. എന്നാൽ ജോൺ ഫ്രാങ്ക്ളിൻ എൻഡേഴ്സ് നൊബേൽ സമ്മാനത്തിന് അപേക്ഷിച്ചപ്പോൾ തന്റെ സഹപ്രവർത്തകരായ തോമസ് ഹക്കിൾ വെല്ലർ, ഫർഡ്രീക് ചാപ്മാൻ റോബ്ബിൻസിനെയും ഉൾപ്പെടുത്തിയിരുന്നു. സിനൗസ്സിക്കും ലക് മൊണ്ടാഗ്നിയറിനും ഹാരാൾഡ് സുർ ഹാസനും എയ്ഡ്സ് വൈറസ് കണ്ടുപിടിച്ചതിന് നൊബേൽ ലഭിച്ചപ്പോൾ അമേരിക്കയിലെ റോബർട്ട് ഗാല്ലോവും അതിന് അവകാശവാദം ഉന്നയിച്ചു. സമ്മാനം ലഭിച്ചില്ലെങ്കിലും ഈ രംഗത്തെ മറ്റു ഗവേഷകരെപ്പോലെ അദ്ദേഹവും എയ്ഡ്സ് ഗവേഷണം തുടരുന്നുണ്ട്. സർ അലക്സാണ്ടർ ഫ്ളെമിങ്ങിനും സർ ഏണസ്റ്റ് ബോറിസ് ചെയിനും ഹോവാർഡ് ഫ്ളോറിക്കും നൊബേൽ ലഭിച്ചപ്പോൾ ആരാണ് മുമ്പൻ എന്ന കാര്യത്തിൽ പടലപ്പിണക്കമുണ്ടായിരുന്നു.

മറ്റു ഘടകങ്ങൾ

അഗാധമായ ചിന്ത, എപ്പോഴും പുതിയവ പഠിക്കാനുള്ള താല്പര്യം എന്നിവ ഗവേഷകരെ എല്ലാക്കാലവും മുന്നോട്ടു നയിച്ചുപോന്നിട്ടുണ്ട്.

പൂർവ്വസൂരികളും സഹപ്രവർത്തകരും ഒരുക്കിയ പാതയിലൂടെ സഞ്ചരിക്കുമ്പോൾ അവരുടെ ഗവേഷണഫലങ്ങളെ ഉൾക്കൊള്ളുന്നത് സഹായകരമാകാറുണ്ട്.

വിജ്ഞാനത്തിന്റെ വിവിധവിഭാഗങ്ങളിൽ അറിവും ചരിചയവും ഗവേഷണത്തിൽ പൊതുവെ ഗുണകരമാകാറുണ്ട്. മാക്സ് ഡെൽബ്രക്സ് ഭൗതികശാസ്ത്രജ്ഞനാണ്. പക്ഷേ, ഭൗതികശാസ്ത്രത്തിന്റെ പശ്ചാത്തലത്തിലൂടെ ജൈവശാസ്ത്ര ഗവേഷണം നടത്തിയാണ് അദ്ദേഹം വൈറസുകളുടെ ഇരട്ടിക്കലും ജീൻ ഘടനയും കണ്ടെത്തിയത്. അതിലൂടെ അദ്ദേഹം മോളിക്യുലർ ബയോളജി എന്ന ശാസ്ത്രശാഖയ്ക്ക് അടിത്തറ നല്കി.

താല്പര്യം, ദിശാബോധം, ലക്ഷ്യത്തിൽ അടിപതറാതെ നിലകൊള്ളൽ, അനുകൂല സാഹചര്യം എന്നിവ സുപ്രധാനമാണ്. നൊബേൽ സമ്മാനം നേടിയ ഏതാണ്ട് ഗവേഷകരെല്ലാവരും തന്നെ ചെറുപ്പത്തിലേ അതത് വിഷയത്തിൽ താല്പര്യമുള്ളവരായിരുന്നു. ഡാർവിനും ആൽഫ്രഡ് ബിനെയും ഹാരാൾഡ് സുർ ഹാസനും തോമസ് ഹണ്ട് മോർഗനും താല്പര്യവും ലക്ഷ്യബോധവും കൊണ്ടാണ് മഹത്തായ ലക്ഷ്യങ്ങളിലെത്തിയത്. ആൽഫ്രഡ് ബിനെ ആദ്യം ഒരു വക്കീലായിരുന്നു. പിന്നീടദ്ദേഹം വൈദ്യശാസ്ത്രഗവേഷണത്തിലേക്ക് വന്നതായിരുന്നു. എമിൽ ക്രെപ്ലിൻ തന്റെ മരണക്കിടക്കയിലായിരുന്നപ്പോഴും താനെഴുതിയ ടെക്സ്റ്റ് പുസ്തകം പരിശോധിച്ച് മാറ്റങ്ങൾ വരുത്തുകയായിരുന്നു.

ഏതാണ്ടെല്ലാ നൊബേൽ ജേതാക്കളും കഠിനാദ്ധ്വാനികളായിരുന്നു.

അതിപ്രഗത്ഭരായ ചാൾസ് ഡാർവിനും ലൂയി പാസ്ചറുമൊന്നും വിദ്യാഭ്യാസകാലത്ത് അത്ര മിടുക്കന്മാരായിരുന്നില്ല. സ്ഥിരോത്സാഹവും കഠിനാദ്ധ്വാനവുമാണവരെ പ്രശസ്തിയുടെ കൊടുമുടിയിലെത്തിച്ചത്. സ്ഥിരോത്സാഹവും കഠിനാദ്ധ്വാനവുമുണ്ടെങ്കിൽ ഏതുരംഗത്തും വിജയിക്കാം എന്ന് ഈ മഹാത്മാക്കളുടെ ജീവിതസന്ദേശം നമ്മുടെ യുവാക്കൾ ഉൾക്കൊള്ളണം. ദാരിദ്ര്യവും കടുത്ത ജീവിതപ്രതിസന്ധികളും തുടരെ വന്നിട്ടും അതിൽ തളരാതെ ലക്ഷ്യബോധത്തോടെ ശാസ്ത്രീയമുന്നേറ്റത്തിനായി പ്രവർത്തിച്ചവരാണ്, ലൂയി പാസ്ചർ, ലക് മൊണ്ടാഗ്നിയർ, ഹാരാൾഡ് സുർ ഹാസൻ, ഗ്രെഗർ മെൻഡൽ, ക്ലോദ് ബർണാദ്, മാക്സ് ഡെൽബ്രക് എന്നിവർ.

ഷെരിങ്ടണും സ്കിന്നറും നല്ല എഴുത്തുകാരായിരുന്നു. ക്ലോദ് ബർണാദ് ആരംഭത്തിൽ ഒരു നാടകകൃത്തായിരുന്നു. നാടകരചനയിൽ മുഴുകിയിരുന്ന ക്ലോദ് ബർണാദിനോട് ഒരു വിമർശകൻ താങ്കളുടെ ഭാവി വൈദ്യശാസ്ത്രത്തിലാണ് എന്നു അഭിപ്രായപ്പെട്ടതോടെ അദ്ദേഹം വൈദ്യശാസ്ത്രത്തിലേക്ക് ശ്രദ്ധയൂന്നുകയും അത് വലിയ വിജയമാവുകയും ചെയ്തത്.

പല നൊബേൽ ജേതാക്കളും ബഹുമുഖപ്രതിഭാശാലികളായിരുന്നു. ഫ്രാൻസിസ് ഗാൾട്ടൺ, റുഡോൾഫ് വെർച്ചോ, റോണാൾഡ് റോസ്സ്, ആൽഫ്രഡ് കിൻസെ എന്നിവർ മറ്റ് പല രംഗത്തും അവരുടെ പ്രതിഭ തെളിയിച്ചവരാണ്. വെർച്ചോ ജർമ്മനിയിലെ ബിസ്മാർക്കിന്റെ എതിരാളിയായ രാഷ്ട്രീയ നേതാവായിരുന്നു.

ഫ്രാൻസിസ് ക്രിക്ക്, അലക്സാണ്ടർ ഫ്ളെമിങ്, ഫ്രെഡറിക് ബാന്റിങ് എന്നിവർ ദീർഘകാലം പട്ടാളസേവനം ചെയ്തവരും ഫലപ്രദമായ ശാസ്ത്രഗവേഷണം ചെയ്യാൻ കഴിവുള്ളവരായിരുന്നു. ചാൾസ് ഡാർവിൻ, ഗ്രെഗർ മെൻഡൽ, വിൽഹെം റോൺട്ജൻ, ഫ്രാൻസിസ് ഗാൾട്ടൺ, എഡ്വേർഡ് ജെന്നർ തുടങ്ങി പല നൊബേൽ ജേതാക്കളും പ്രകൃതിസ്നേഹികളായിരുന്നു. ഗാൾട്ടൺ വളരെ അറിയപ്പെടുന്ന പര്യവേക്ഷകനായിരുന്നു. ചുറ്റുപാടുകളെ ആഴത്തിൽ പഠിക്കാനുള്ള ത്വര പ്രകൃതിയിലേക്കും ശാസ്ത്രത്തിലേക്കും വന്നിട്ടുണ്ടാകാം.

മെൻഡലിനെപ്പോലെ പല ശാസ്ത്രജ്ഞരും അവർ ജീവിച്ചിരുന്ന കാലത്ത് വേണ്ടത്ര അംഗീകരിക്കപ്പെട്ടവരായിരുന്നില്ല. അവരുടെ കണ്ടുപിടിത്തത്തിന്റെ പ്രാധാന്യം ഉൾക്കൊള്ളാൻ ആ കാലത്തിന് കഴിയാതെ പോയതാണ് കാരണം.

ശാസ്ത്രീയചിന്ത തത്ത്വചിന്തയിലേക്ക് പോകുന്നതിന് ഉത്തമ ഉദാഹരണങ്ങളാണ് ഏണസ്റ്റ് ഹീക്കൽ, വിൽഹെം വുൺഡ്ട്, ഴാങ് പിയാജെ എന്നീ പ്രതിഭാശാലികൾ.

ഭാഗം മൂന്ന്

ഗവേഷണതപസ്യയിലൂടെ വൈദ്യശാസ്ത്രത്തെ മുന്നോട്ടു നയിച്ച മഹാനുഭാവന്മാരുടെ ചരിത്രമാണ് ഈ ഭാഗം മുതലുള്ളത്. യൂറോപ്പിലെ നവോത്ഥാനത്തിന്റെ ആരംഭകാലം മുതൽ വൈദ്യശാസ്ത്രത്തിലെ വിവിധവിഭാഗങ്ങളിലുള്ള മുന്നേറ്റങ്ങൾ ഇനിയുള്ള അദ്ധ്യായങ്ങളിൽ കാണാം.

ആൻഡ്രിയാസ് വെസാലിയൂസ് (1514 - 1564)

ഇപ്പാൾ ബെൽജിയത്തിലുള്ള ബ്രസ്സൽസിലാണ് ആൻഡ്രിയാസ് വെസാലിയൂസിന്റെ ജനനം. അദ്ദേഹം നവോത്ഥാനകാലഘട്ടത്തിലെ പ്രശസ്തനായ ഡോക്ടറായിരുന്നു. ജൈവശാസ്ത്രപഠനത്തിലും വൈദ്യശാസ്ത്രപ്രാക്ടീസിങ്ങിലും വിപ്ലവകരങ്ങളായ പുരോഗതി അദ്ദേഹം കൊണ്ടുവന്നു. മനുഷ്യന്റെ ശരീരശാസ്ത്രത്തെപ്പറ്റി അദ്ദേഹം ആഴത്തിൽ നിരീക്ഷണങ്ങളും പഠനങ്ങളും നടത്തിയിരുന്നു. ശവശരീരങ്ങൾ കീറി പരിശോധിച്ചതിനുശേഷം ആ ചിത്രങ്ങൾ സഹിതമുള്ള അനാറ്റമി ടെക്സ്റ്റ് പുസ്തകം അദ്ദേഹം പ്രസിദ്ധപ്പെടുത്തി.

ഡോക്ടർമാരുടെ കുടുംബം

ഹോളണ്ടിന്റെ തെക്കുഭാഗത്തുള്ള ബ്രാബന്തിലായിരുന്നു ആൻഡ്രിയാസ് കുട്ടിക്കാലം ചെലവഴിച്ചിരുന്നത്. കുടുംബത്തിൽ ധാരാളം ഡോക്ടർമാരും ഫാർമസിസ്റ്റുകളുമുണ്ടായിരുന്നു. 1529-1533 കാലത്ത് ലൂവനിലെ കത്തോലിക് യൂണിവേഴ്സിറ്റിയിൽ ആൻഡ്രിയാസ് പഠിച്ചു. 1533-1536 വരെ അവിടെ മെഡിക്കൽ വിദ്യാഭ്യാസം നടത്തി. അവിടെ വെച്ചാണ് മൃഗങ്ങളെ കീറി മുറിച്ചു പരിശോധിക്കുവാൻ പരിശീലിച്ചത്. മനുഷ്യന്റെ മൃതശരീരം പഠിക്കുവാനും ആൻഡ്രിയാസിന് അവസരം ലഭിച്ചിരുന്നു.

മനുഷ്യന്റെ അസ്ഥികൾ പഠിക്കുവാനാണ് കൂടുതൽ സമയം ചെലവഴിച്ചിരുന്നത്. പാരീസിലെ സെമിത്തേരികളിൽനിന്ന് അസ്ഥികൾ എളുപ്പത്തിൽ ലഭിക്കുമായിരുന്നു. 1536 ൽ ആൻഡ്രിയാസ് ബ്രാബന്തിലേക്ക് തിരിച്ചുവന്നു. ഒരു വർഷംകൂടി ലൂവനിലെ കത്തോലിക്ക് യൂണിവേഴ്സിറ്റിയിൽ പഠനം തുടർന്നു. അന്ന് അവിടെ അറബ് വൈദ്യശാസ്ത്രമായിരുന്നു നിലവിലുണ്ടായിരുന്നത്. 1537 ൽ വെസാലിയൂസ് അന്നത്തെ സമ്പ്രദായമനുസരിച്ച് പത്താം നൂറ്റാണ്ടിൽ ജീവിച്ചിരുന്ന അറബ് ഡോക്ടറായിരുന്ന റേസസിന്റെ ഗ്രന്ഥം തർജ്ജമ ചെയ്തിരുന്നു. മെഡിക്കൽ ഡിഗ്രി ലഭിക്കുവാൻ അതാവശ്യമായിരുന്നു. പിന്നീടദ്ദേഹം പാദുവ യൂണിവേഴ്സിറ്റിയിലേക്ക് പോയി. അവിടെ അനാറ്റമി പഠനത്തിന് കൂടുതൽ പ്രാധാന്യമുണ്ടായിരുന്നു. ആ വർഷംതന്നെ ആൻഡ്രിയാസിന് എം ഡി ലഭിക്കുകയും ചെയ്തു. ഉടനെ സർജറിയിൽ ലക്ചററായി ജോലി ലഭിച്ചു. അതോടൊപ്പം അനാറ്റമി ഡമോൺസ്ട്രേറ്ററുടെ ഉത്തരവാദിത്വവും ഉണ്ടായിരുന്നു. സർജറി ചെയ്യുവാൻ അനാറ്റമിയിൽ നല്ല അറിവ് ആവശ്യമുള്ളതിനാൽ അദ്ദേഹം കീറി പരിശോധിക്കുന്ന ഡിസെക്ഷൻ (dissection) എല്ലാം സ്വയം ചെയ്യുമായിരുന്നു. അന്ന് യൂറോപ്പിലെ മെഡിക്കൽ അറിവ് ഭൂരിഭാഗവും ഗാലനിൽനിന്നായിരുന്നു. ഗാലൻ റോമിലെ മാർക്കസ് ആറിലിയൂസ് ചക്രവർത്തിയുടെ ഡോക്ടറായിരുന്നു. ഗാലന്റെ അനാറ്റമി ടെക്സ്റ്റ് പുസ്തകം അന്ന് ആധികാരികമെന്ന് കരുതിപ്പോന്നിരുന്നു. അക്കാലത്ത് മെഡിക്കൽ വിദ്യാർത്ഥികളെ അതാണ് പഠിപ്പിച്ചിരുന്നത്.

ശരീരശാസ്ത്രം, ശരീരം തുറന്നുനോക്കി പഠിക്കണം

അതിനെതിരെ തെളിവുകളൊന്നും ഇല്ലാത്തതിനാൽ അതിനെ ചോദ്യം ചെയ്യുവാനുള്ള കാരണമൊന്നും വെസാലിയൂസിനുണ്ടായിരുന്നില്ല. എന്നാൽ മാറ്റങ്ങൾ സംഭവിക്കുക തന്നെ ചെയ്തു. 1540 ൽ വെസാലിയൂസിന് പരമ്പരാഗതമായ പല അറിവുകളും തന്റെ നിരീക്ഷണങ്ങൾക്കെതിരായിരുന്നതിനാൽ അവയെ പൊതുസമക്ഷം സമർപ്പിക്കുകയുണ്ടായി. ബോളാഗ്ന യൂണിവേഴ്സിറ്റി സന്ദർശിക്കുമ്പോഴാണ് അദ്ദേഹം അത് ചെയ്തത്. തുടർന്നദ്ദേഹത്തിന് ഒരു കാര്യം വ്യക്തമായി: പൗരാണികകാലത്ത് ഗാലൻ എഴുതിയ അനാറ്റമി, മനുഷ്യശരീരം നേരിട്ട് കീറി പരിശോധിച്ച് എഴുതിയതല്ല! അതിന് ഗാലനെ കുറ്റം പറഞ്ഞിട്ട് കാര്യമില്ല. മതപരമായ ചങ്ങലകൾ അന്ന് ചിന്തകളെയും അറിവുകളെയും ബന്ധിച്ചിരുന്നു. മനുഷ്യശവശരീരം കീറി പരിശോധിക്കുവാൻ മതവിശ്വാസം അനുവദിച്ചിരുന്നില്ല. നായ്ക്കളെയും കുരങ്ങുകളെയും പന്നികളെയും പരിശോധിച്ച് മനുഷ്യന് ഇപ്രകാരമായിരിക്കാം എന്നാണ് അന്നത്തെ ശരീരശാസ്ത്രം ചെയ്തിരുന്നത്. ഈ സത്യം മനസ്സിലായതോടെ പുതിയൊരു അറിവിന്റെ വെളിച്ചം വിതറുവാൻ സ്വയം അനാറ്റമി ടെക്സ്റ്റ് രചിക്കുവാൻ ആൻഡ്രിയാസ് ആരംഭിച്ചു.

1542 ഓടെ അദ്ദേഹം വെനീസിലേക്ക് പോയി. അദ്ദേഹത്തിന്റെ

ടെക്സ്റ്റിൽ ഉള്ള ചിത്രങ്ങൾ ശരിയാണോ എന്നതിൽ മേല്നോട്ടം വഹിക്കേണ്ടതുണ്ടായിരുന്നു. നവോത്ഥാനകാലത്തെ പേരെടുത്ത കലാകാരനാണ് ആ അനാറ്റമി ചിത്രങ്ങൾ അന്നത്തെ പ്രസിൽ അച്ചടിക്കുവാൻ മരത്തിന്റെ ബ്ലോക്കുകളിൽ ആക്കിയിരുന്നത്. അവയും ആൻഡ്രിയാസ് എഴുതിയ കൈയെഴുത്തും കൂടി അദ്ദേഹത്തിന് സ്വിറ്റ്സ്വർലന്റിലേക്ക് പോകണം. ആ ഏഴ് ഗ്രന്ഥങ്ങൾ (The Seven Books on the Structure of the Human Body) ഫാബ്രിക്ക എന്ന പേരിലാണ് അറിയപ്പെട്ടിരുന്നത്. *ഡി ഹ്യൂമനി കോർപോറിസ് ഫാബ്രിക്ക ലിബ്രി സെപ്റ്റം* എന്ന പേരിൽ രചിച്ച ആ ഗ്രന്ഥം 1543 ലാണ് അച്ചടി പൂർത്തിയാക്കിയത്. ചരിത്രപരമായ ആൻഡ്രിയാസിന്റെ ആ ഗ്രന്ഥത്തിൽ തന്റെ ശാസ്ത്രീയവും കലാപരവും മാനുഷികവുമായ എല്ലാ കഴിവുകളും ഉപയോഗിച്ചിരുന്നു. ആ ഗ്രന്ഥം അതിനുമുമ്പ് എഴുതപ്പെട്ട എല്ലാ ഗ്രന്ഥങ്ങളേക്കാളും മികച്ചതായിരുന്നു. മനുഷ്യശരീരത്തെക്കുറിച്ചുള്ള വിശദവും കൃത്യവുമായ അറിവുകൾ ഗ്രന്ഥത്തിൽ ഉൾക്കൊള്ളിച്ചിരുന്നു. തന്റെ പുതിയ ശാസ്ത്രീയ സമീപനത്തിന് വെളിച്ചം നല്കാൻ, അനാറ്റമിക്ക് പുതിയ പദസഞ്ചയം അദ്ദേഹം ഉണ്ടാക്കിയിരുന്നു. അപ്രകാരം വിഷയാവതരണത്തിലും വൃത്തിയിലും ഭംഗിയിലും അച്ചടിയിലും വളരെ ആധുനികമായിരുന്നു പുസ്തകം. അതിനു മുമ്പ് അത്രയും നല്ലരീതിയിൽ അച്ചടിയും അവതരണവും ചെയ്തിരുന്നില്ല.

ചക്രവർത്തിയുടെ ഡോക്ടർ

ആൻഡ്രിയാസ് റോമൻ ചക്രവർത്തി ചാൾസ് അഞ്ചാമന്റെയും കുടുംബത്തിന്റെയും ഡോക്ടറായിരുന്നു. 1543 ൽ ഈ ഗ്രന്ഥം ചക്രവർത്തിക്ക് സമർപ്പിക്കുവാനായി പോകുമ്പോൾ ചെറുപ്പക്കാരനായ വെസാലിയൂസിന് 28 വയസ്സുപോലും ആയിരുന്നില്ല. അദ്ദേഹം ചക്രവർത്തിയെ മുഖംകാണിച്ച് ഗ്രന്ഥം സമർപ്പിച്ചു. 1544 ൽ ആൻഡ്രിയാസ് ആൻ വാൻ ഹാമിനെ വിവാഹം കഴിച്ചു. ചക്രവർത്തിയുടെ കുടുംബ ഡോക്ടറാവുന്ന ജോലിയും അതോടൊപ്പം അദ്ദേഹം സ്വീകരിച്ചു. 1553-1556 കാലത്ത് വളരെ പ്രശസ്തനായ അദ്ദേഹത്തിന് ധാരാളം പ്രാക്ടീസ് ഉണ്ടായിരുന്നു. ചക്രവർത്തിയുടെ ഡോക്ടറായപ്പോൾ നല്ല വരുമാനമുണ്ടായിരുന്നതുകൊണ്ട് ബ്രസ്സൽസിൽ വലിയൊരു വീട് നിർമ്മിച്ചു. ചാൾസ് അഞ്ചാമൻ ചക്രവർത്തി സ്പാനിഷ് സിംഹാസനം ഒഴിഞ്ഞതോടെ 1556 ൽ ജീവിതകാലം മുഴുവൻ പെൻഷനും പ്രഭുസ്ഥാനവും നല്കി. 1559 ൽ അദ്ദേഹം സ്പെയ്നിൽ ചാൾസ് അഞ്ചാമൻ ചക്രവർത്തിയുടെ മകനും കിരീടാവകാശിയുമായ ഫിലിപ് രണ്ടാമനെ കാണുവാൻ ഭാര്യയും മകളുമൊത്താണ് പോയത്. അന്ന് ആൻഡ്രിയാസ് കൊട്ടാരത്തിലെ ഡോക്ടറുടെ ജോലി സ്വീകരിച്ചു. 1564 ൽ അദ്ദേഹത്തിന് ജറുസലേമിൽ പരിശുദ്ധ നാടുകളിലേക്ക് തീർത്ഥയാത്ര പോകുവാൻ അനുമതി ലഭിച്ചു.

പൗരാണിക മെഡിക്കൽ അറിവുകളെ വിലയിരുത്തുന്നു

പൗരാണിക മെഡിക്കൽ അറിവുകളെ അദ്ദേഹം വളരെ ശാസ്ത്രീയമായി വിലയിരുത്തിയിരുന്നു. മനുഷ്യശരീരം നേരിട്ട് പരിശോധിച്ച് ശരീരശാസ്ത്രത്തെ ആൻഡ്രിയാസ് ആധുനികമാക്കി. യൂറോപ്യൻ ശരീര ശാസ്ത്ര അറിവിന് അദ്ദേഹം അതുവരെയില്ലാത്ത വലിയ ഉത്തേജനം നല്കി. ശരീരശാസ്ത്രത്തെ അദ്ദേഹം കൂടുതൽ ശാസ്ത്രീയമാക്കി. അതിൽ ഊഹാപോഹത്തിന് സ്ഥാനമുണ്ടായിരുന്നില്ല. അത് ഫിസിയോളജിക്കും ജൈവശാസ്ത്രത്തിനും ശക്തമായ അടിത്തറയാണ് നല്കിയത്. ഗാലന്റെ കാലത്തെ ശരീരശാസ്ത്രത്തെ തിരുത്തുവാൻ ആൻഡ്രിയാസിന് എളുപ്പമായിരുന്നു.

തീർത്ഥയാത്ര കഴിഞ്ഞു മടങ്ങുമ്പോൾ അദ്ദേഹം രോഗബാധിതനായി. കപ്പലിൽനിന്ന് കരയിലേക്ക് എത്തുമ്പോഴേക്കും മരിച്ചിരുന്നു. ഗ്രീസിന്റെ ഭാഗമായ വെനീസ് റിപ്പബ്ലിക്കിലെ സാസിന്തസ് എന്ന ദ്വീപിലായിരുന്നു ആൻഡ്രിയാസിന്റെ അമ്പതാം വയസ്സിലെ അന്ത്യം.

വില്യം ഹാർവി (1578 –1657)

രക്തചംക്രമണത്തെപ്പറ്റി ചരിത്രപ്രധാനമായ കണ്ടുപിടിത്തം നടത്തിയ മഹാപ്രതിഭാശാലിയായ ശാസ്ത്രജ്ഞനാണ് വില്യം ഹാർവി. രക്തം ഒഴുകുന്നത് ഒരേ ദിശയിൽ തുടർച്ചയായാണെന്നും അത് ഹൃദയത്തിന്റെ പമ്പിങ് പ്രവർത്തനം മൂലമാണെന്നും എല്ലാ തെളിവുകളും വിശദീകരണവും സഹിതം അദ്ദേഹം കണ്ടുപിടിച്ചു. വൈദ്യശാസ്ത്രചരിത്രത്തിന്റെ സുവർണ്ണലിപികളാൽ എഴുതപ്പെടേണ്ടതാണ് ആ ചരിത്രം. ഇംഗ്ലണ്ടിലെ കെന്റിലെ ഫോൽക്സ്റ്റമിലാണ് 1578 ൽ വില്യം ഹാർവിയുടെ ജനനം. അദ്ദേഹം കേംബ്രിഡ്ജിലെ കായൂസ് കോളേജിൽ പഠിച്ചതിന് ശേഷം 1598 ൽ ഉപരിപഠനാർത്ഥം പാദുവ യൂണിവേഴ്സിറ്റിയിൽ ചേർന്നു. അന്ന് ഗലീലിയോ അവിടെ ട്യൂട്ടറായിരുന്നു. ഗലീലിയോവിന്റെ ആധുനികചിന്ത അന്ന് യൂണിവേഴ്സിറ്റിയെ സ്വാധീനിച്ചിരിക്കാം. മൃഗങ്ങളെയും മനുഷ്യശവശരീരങ്ങളെയും അദ്ദേഹം കീറി പരിശോധിച്ചിരുന്നു. അതദ്ദേഹത്തിന്റെ ശരീരശാസ്ത്ര അറിവ് വിപുലമാക്കിയിരിക്കാം.

സിരകളിലെ വാൽവുകൾ

ഹാർവിയുടെ പ്രാഥമിക ട്യൂട്ടർ ഫാബ്രിസിയോ ദ് അക്വാപ്പെന്താന്തെ ആയിരുന്നു. അദ്ദേഹമാണ് ആദ്യമായി സിരകളിലെ വാൽവുകളെക്കുറിച്ച് വ്യക്തമായി വിവരിച്ചത്. അത് ഹാർവിക്ക് വലിയ പ്രചോദനമായി. 1602 ൽ ഹാർവി ലണ്ടനിലേക്ക് താമസം മാറ്റി. ഒന്നാം എലിസബത്ത് രാജ്ഞിയുടെയും ജെയിംസ് ഒന്നാമൻ ചക്രവർത്തിയുടെയും കൊട്ടാര ഡോക്ടറായിരുന്ന ലാൻസിലോഡ് ബ്രൗണിന്റെ മകളെയാണ് അദ്ദേഹം വിവാഹം കഴിച്ചത്. തുടർന്ന് വില്യം സെയ്ന്റ് ബർത്തലോമ്യൂ ആസ്പ

ത്രിയിൽ റീഡറായി ജോലിയിൽ പ്രവേശിച്ചു. അദ്ദേഹം അനാറ്റമിയിലും സർജറിയിലും റീഡറായിരുന്നു. രക്തചംക്രമണത്തെക്കുറിച്ചുള്ള വില്യമിന്റെ ഗവേഷണപഠനങ്ങൾ അതിനിടയിലും തുടർന്നുകൊണ്ടിരുന്നു. 1616 ൽ തന്റെ ചരിത്രപ്രസിദ്ധമായ രക്തചംക്രമണത്തെക്കുറിച്ചുള്ള കണ്ടുപിടുത്തം പ്രഖ്യാപിച്ചു. പക്ഷേ, 1628 ൽ ഫ്രാങ്ക്ഫർട്ടിൽ വെച്ചുമാത്രമെ അദ്ദേഹത്തിന്റെ *എക്സർസിറ്റാഷ്യോ അനാറ്റമിക്ക ഡി മോട്ടു കോർഡിസ് എറ്റ് സാങ്ഗിനിസ് ഇൻ അനിമാലിബസ്* പ്രസിദ്ധീകരിച്ചുള്ളൂ.

ജീവൻ നഷ്ടപ്പെട്ട പുരോഹിതൻ

ഹാർവി, രക്തം ഒരേ ദിശയിൽ മാത്രം ഒഴുകുന്നു എന്ന് തെളിവുകൾ സഹിതം വിശദീകരിച്ചിരുന്നു. മാത്രമല്ല ശ്വാസകോശത്തിലാണ് സിരകളിലെ അശുദ്ധരക്തം ശുദ്ധീകരിക്കപ്പെട്ട് ശുദ്ധരക്തമാകുന്നതെന്നും അദ്ദേഹം വിശദമാക്കി. മൃതശരീരം മുറിച്ചു പരിശോധിക്കാനും ശരീരശാസ്ത്രം ശരിയായി പഠിക്കാനും അവസരമില്ലാതിരുന്ന ഗാലൻ, കരളിലാണ് രക്തചംക്രമണം നടക്കുന്നതെന്ന് വിശ്വസിച്ചിരുന്നു. പല ഡോക്ടർമാരും ഇതിൽ സന്ദേഹം പ്രകടിപ്പിച്ചിരുന്നുവെങ്കിലും തെളിവുകൾ സഹിതം എല്ലാം വിശദമാക്കി ശാസ്ത്രീയലേഖനത്തിലൂടെ പ്രസിദ്ധീകരിച്ചത് ഹാർവിയായിരുന്നു. 1553 ൽ പുരോഹിതനും ഡോക്ടറുമായ സെർവറ്റസ് എന്ന മൈക്കിൾ സെർവിഡോ 'കൃസ്താനിസ്മി റെസ്റ്റിട്യൂഷ്യോ' എന്ന ലേഖനത്തിൽ ഗാലന്റെ വിശ്വാസനിരീക്ഷണത്തിനെതിരെ പ്രതികരിച്ചിരുന്നു. അദ്ദേഹം പുരോഹിതനായിരുന്നതിനാൽ ഈ അഭിപ്രായത്തിന് ആദ്യം പള്ളിയുടെ അംഗീകാരം ലഭിച്ചു. പക്ഷേ, പള്ളിയുടെ വീണ്ടുവിചാരത്തിൽ സെർവിഡോയുടെ ജീവൻ നഷ്ടമായി. അദ്ദേഹത്തെ പുരോഹിതവർഗ്ഗം ജീവനോടെ ചുട്ടെരിച്ചു. മതവിശ്വാസത്തിനെതിരെ പ്രവർത്തിച്ചു എന്നായിരുന്നു ഹാർവിക്കെതിരായ കുറ്റാരോപണം.

സ്വയം സംസാരിക്കുന്ന സത്യങ്ങൾ

ട്യൂഡർ ഭരണത്തിലായിരുന്ന ഇംഗ്ലണ്ട്, ഹാർവിയുടെ വിപ്ലവകരമായ ആശയം സ്വീകരിക്കുമോ എന്ന് സംശയമായിരുന്നു. ലിയോനാർദോ, വെസാലിയൂസ്, സിസാൽപിനോ എന്നിവരുടെ അഭിപ്രായങ്ങൾ ശരീരശാസ്ത്രത്തിൽ നിന്നുത്ഭവിച്ചതിനാൽ ഹാർവിയോട് ഒത്തുപോകുന്നതായിരുന്നു. ഹാർവിയുടെ നിഗമനങ്ങളെല്ലാം അദ്ദേഹം നടത്തിയ പരീക്ഷണങ്ങളും നിരീക്ഷണങ്ങളും അനുസരിച്ചുള്ളവയായിരുന്നു. അതിനു മുമ്പ് ആരും പറയാത്ത വസ്തുത ഹാർവി പറഞ്ഞു. 'ഹൃദയം ഹൃദയപേശിയാൽ പ്രവർത്തിക്കുന്ന ഒരു പമ്പാണ്.' തുടർന്നദ്ദേഹം ഹൃദയത്തിന്റെ ഇടതുവശം രക്തം നിറയുമ്പോൾ സിസ്റ്റോളിയിൽ ശക്തിയോടെ ചുരുങ്ങുന്നതും തുടർന്ന് രക്തം നിറയുമ്പോൾ വികസിച്ച് ഡയസ്റ്റോളിയിൽ

രക്തത്തെ സ്വീകരിക്കുന്നതും വിശദീകരിക്കുന്നു. സിരകളുടെ മുകളിൽ കെട്ടിയാൽ അവ രക്തം ഹൃദയത്തിലേക്ക് ഒഴുകിപ്പോകാൻ കഴിയാതെ ചീർത്തുവരുന്നമെന്നും അദ്ദേഹം പരീക്ഷണനിരീക്ഷണസഹിതം വിശദീകരിച്ചു.

മൗലികവും ശാസ്ത്രീയവുമായ പരീക്ഷണനിരീക്ഷണങ്ങൾ പൊതുജനങ്ങൾക്ക് ഹൃദയത്തെയും രക്തചംക്രമണത്തെയും കുറിച്ചുള്ള എല്ലാ തെറ്റിദ്ധാരണകളും അകറ്റുവാൻ ശക്തമായിരുന്നു. ഹൃദയത്തെയും രക്തചംക്രമണത്തെയും പറ്റി കേട്ടറിഞ്ഞ ചാൾസ് ഒന്നാമൻ ചക്രവർത്തി വില്യം ഹാർവിയെ കൊട്ടാരത്തിലെ ഡോക്ടറാക്കി നിയമിച്ചു.

ഭ്രൂണശാസ്ത്രം

ധാരാളം ശാസ്ത്രീയപ്രബന്ധങ്ങൾ എഴുതി. അദ്ദേഹത്തിന്റെ അവസാനഗ്രന്ഥം 1651 ൽ പ്രസിദ്ധീകരിച്ച *മൃഗങ്ങളുടെ വളർച്ചാ വികാസ*ത്തെക്കുറിച്ചുള്ളതായിരുന്നു. ഭ്രൂണശാസ്ത്രത്തെക്കുറിച്ച് വില്യം ഹാർവി വിശദമായ പഠനം നടത്തിയിരുന്നു. അതിനു ശേഷം ഉണ്ടായ മൈക്രോസ്കോപ്പിന്റെ കണ്ടുപിടിത്തത്തോടെ പത്തൊമ്പതാം നൂറ്റാണ്ടിൽ ഈ നിഗമനങ്ങളെ വോൺ ബെയർ അംഗീകരിച്ചു. ബീജങ്ങൾ തമ്മിൽ എപ്രകാരം യോജിക്കുന്നു എന്ന് ഹാർവിക്ക് മനസ്സിലായിരുന്നില്ല. രണ്ടുലോഹങ്ങൾ തമ്മിൽ യോജിക്കുന്നതുപോലെയാണ് അതെന്നായിരുന്നു അദ്ദേഹത്തിന്റെ ആദ്യധാരണ. മൈക്രോസ്കോപ്പുണ്ടായിരുന്നുവെങ്കിൽ അദ്ദേഹം അത് ശരിക്ക് മനസ്സിലാക്കുമായിരുന്നു.

പ്രധാനഗവേഷണം

ഹാർവിയുടെ പ്രധാനഗവേഷണം ശരീരത്തിലെ രക്തഒഴുക്കിനെ സംബന്ധിച്ചായിരുന്നു. അന്നത്തെ ധാരണ മനുഷ്യരിലും മൃഗങ്ങളിലും വികസിക്കുകയും ചുരുങ്ങുകയും ചെയ്യുന്ന ശ്വാസകോശമാണ് രക്തം ഒഴുകുന്നതിനു കാരണമായിട്ടുള്ള അവയവം എന്നായിരുന്നു. രക്തം ശരീരം മുഴുവനുമുണ്ട്. അതൊഴുകുന്നുമുണ്ട്. ഇത്രമാത്രമെ അന്ന് വലിയ ഡോക്ടർമാർക്കുപോലും അറിയുമായിരുന്നുള്ളു. അക്കാലത്ത് ശാസ്ത്രഗ്രന്ഥങ്ങൾ ലത്തിൻ ഭാഷയിലാണ് രചിച്ചിരുന്നത്; നാം പണ്ട് എല്ലാത്തിനും സംസ്കൃതത്തെ ആശ്രയിച്ചിരുന്നതുപോലെ. അദ്ദേഹത്തിന്റെ വളരെ പ്രശസ്തമായ *എക്സെർസിറ്റേഷ്യോ അനാറ്റമിക്ക ഡി മോടു കോർഡിസ് എറ്റ് സാങ്ഗുനിസ് ഇൻ അനിമാലിബിസ്* (Exercitatio Anatomica de Motu Cordis et Sanguinis in Animalibus) ശരീരധർമ്മശാസ്ത്രത്തിൽ വലിയ വിപ്ലവമുണ്ടാക്കി. ആ പുസ്തകത്തിന് ഒരു ചുരുക്കപ്പേരുണ്ട് *ഡി മോടു കോർഡിസ്* (de Motu Cordis). മൃഗങ്ങളുടെ ഹൃദയത്തിന്റെ പ്രവർത്തനവും രക്തചംക്രമണവും പരീക്ഷണങ്ങളിലൂടെ തെളിയിക്കുന്നതിനെ അധികരിച്ചായിരുന്നു 1628 ൽ ഫ്രാങ്ഫർട്ടിൽ പ്രസിദ്ധീകരിച്ചിരുന്ന ആ പുസ്തകം വിശദീകരിച്ചിരുന്നത്. അന്ന്

ഹാർവിക്ക് 50 വയസ്സായിരുന്നു. ഇരുപതുകൊല്ലത്തിന് ശേഷമാണ് ആദ്യത്തെ ഇംഗ്ലീഷ് തർജ്ജമ ഉണ്ടായത്. ജീവനുള്ള മൃഗങ്ങളിൽ സിസ്റ്റൊളിയിലാണ് ശക്തിയോടെ ഹൃദയം രക്തത്തെ അതിന്റെ പേശി പ്രവർത്തനത്തിലൂടെ പമ്പുചെയ്യുന്നത്.

ഹൃദയം ഒരു ദിശയിൽ രക്തം പമ്പ് ചെയ്യുന്നുവെന്ന് മാത്രമല്ല അദ്ദേഹത്തിന്റെ കണ്ടുപിടുത്തം. അവയവങ്ങളിൽനിന്നും കോശകലകളിൽനിന്നും തിരിച്ച് സിരകളിൽനിന്ന് ഹൃദയത്തിലേക്ക് വരുന്നതിനുമാത്രമായി വാൽവുകൾ ഉണ്ടെന്ന് അദ്ദേഹത്തിന്റെ അദ്ധ്യാപകൻ ഫബ്രീഷ്യസ് കണ്ടുപിടിച്ചിരുന്നു. അപ്രകാരം ഹൃദയത്തിൽനിന്ന് പമ്പ് ചെയ്യുന്ന രക്തം ഹൃദയത്തിലേക്ക് തിരിച്ചുവരുന്നുണ്ടെന്ന വസ്തുത അദ്ദേഹം മനസ്സിലാക്കി. രക്തചംക്രമണം ഇപ്രകാരം സംഭവിക്കുന്നുവെന്നും അദ്ദേഹം കണ്ടുപിടിച്ചു.

തന്റെ *ഡി മോടു കോർഡിസ്* എന്ന ചരിത്രപ്രധാനമായ ഗ്രന്ഥത്തിന്റെ എട്ടാം അദ്ധ്യായത്തിൽ എപ്രകാരം രക്തം ശരീരം ചുറ്റി വീണ്ടും ഹൃദയത്തിലേക്ക് വന്ന് ചംക്രമണം പൂർത്തിയാക്കുന്നുവെന്ന് സിദ്ധാന്തിക്കുന്നുണ്ട്.

പതിനേഴാം നൂറ്റാണ്ടിലെ വിക്ടോറിയൻ ഭാഷയിൽ വില്യം ഹാർവി തന്റെ നിരീക്ഷണങ്ങളെയും പരീക്ഷണങ്ങളെയും നിഗമനങ്ങളെയും വിവരിക്കുന്നതു കാണാം.

> സത്യത്തിൽ പലതരത്തിലുള്ള പരീക്ഷണങ്ങളിലൂടെ ജീവനുള്ളവയെ കീറിമുറിച്ചു പരിശോധിച്ചതിൽനിന്ന്, ധമനികളെ തുറന്നു നോക്കിയപ്പോൾ, ഹൃദയത്തിലെ രണ്ടുവശത്തെ വെൻട്രിക്കിളുകളുടെ സാമ്യതയും ഹൃദയത്തിലേക്ക് പ്രവേശിക്കുന്നതും പുറത്തേക്കു പോകുന്നതുമായ രക്തക്കുഴലുകൾ, (പ്രകൃതി ഒന്നും കാര്യമില്ലാതെ ചെയ്യുകയില്ലല്ലൊ, അനാവശ്യമായി ഈ രക്തക്കുഴലുകൾക്ക് ഇത്രയും വലുപ്പം കൊടുക്കേണ്ടതുമില്ല) അവയിലെ വിദഗ്ദ്ധവും ശ്രദ്ധാപൂർവ്വവുമായി നിർമ്മിച്ച വാൾവുകൾ, ഹൃദയത്തിനകത്തെ ഘടനയും പേശികളുടെ ഓരോ ഭാഗത്തുമുള്ള പ്രത്യേകതകളും നിരീക്ഷിച്ചപ്പോൾ ഞാൻ പലപ്പോഴും ഗൗരവമായി എന്റെ മനസ്സിൽ എത്രയോ അധികം അയയ്ക്കപ്പെടുകയും സ്വീകരിക്കപ്പെടുകയും ചെയ്യുന്നതായും അതൊരു വർത്തുളരൂപത്തിലുള്ള രക്തത്തിന്റെ ചലനമാണെന്ന് ഞാൻ സ്വകാര്യമായി ചിന്തിച്ചു വ്യക്തമാവുകയും ചെയ്തു.

ഗ്രന്ഥത്തിന്റെ പതിമൂന്നാം അദ്ധ്യായത്തിൽ വില്യം തന്റെ നിരീക്ഷണങ്ങളെയും നിഗമനങ്ങളെയും ചുരുക്കി പ്രസ്താവിക്കുന്നുണ്ട്.

> പരീക്ഷണങ്ങളിലൂടെയും നിരീക്ഷണബുദ്ധിയിലൂടെയും വ്യക്തമായത് വെൻട്രിക്കിളുകളുടെ പ്രവർത്തനംമൂലം രക്തം ശ്വാസകോ

ശത്തിലൂടെയും ഹൃദയത്തിലൂടെയും ശരീരമാസകലം ഒഴുകുന്നു. ശരീരത്തിൽനിന്ന് മാംസത്തിലെ ചെറുദ്വാരങ്ങളിലൂടെ (കാപ്പിലറികളെക്കുറിച്ച് പിന്നീടാണ് ശാസ്ത്രലോകത്തിന് മനസ്സിലായത്) സിരകളിലേക്കും ചെറുസിരകളിൽനിന്ന് വലിയ സിരകളിലേക്കും അവിടെനിന്ന് കേന്ദ്രഭാഗത്തേക്കും വലിയ സിരകളിൽനിന്ന് മഹാസിരയായ വീന കവ (vena cava) യിലേക്കും അവിടെനിന്ന് ഹൃദയത്തിലെ വലത്തെ ആട്രിയ (right atrium) ത്തിലേക്കും വരുന്നു. കഴിക്കുന്ന ഭക്ഷണത്തിന് ഇപ്രകാരം ധമനികളിലെ വലിയ അളവിലുള്ള രക്തത്തിന്റെ ചലനം സൃഷ്ടിക്കുവാൻ കഴിയില്ല. ശരീരത്തിന്റെ പോഷണത്തിന് ആവശ്യമുള്ളതിനേക്കാൾ വളരെ കൂടുതലുമാണിത്. ഇതിൽനിന്നെല്ലാം തീരുമാനിക്കാനാകുന്നത് മൃഗങ്ങളുടെ ശരീരത്തിൽ രക്തം വർത്തുളാകൃതിയിൽ സഞ്ചരിച്ചുകൊണ്ടിരിക്കുന്നു എന്നാണ്. അതിനുള്ള ശക്തി ഹൃദയത്തിന്റെ പമ്പിങ് പ്രവർത്തനം കൊണ്ടാണുണ്ടാകുന്നത്. ഹൃദയത്തിന്റെ ചലനത്തിനും മിടിപ്പിനും ഇതുമാത്രമാണ് കാരണം.

ഭക്ഷണത്തിൽനിന്നല്ല

ഹാർവിയുടെ കാലത്തും അതിനുമുമ്പും ഉണ്ടായിരുന്ന ധാരണ ദഹിക്കപ്പെടുന്ന ഭക്ഷണത്തിൽനിന്ന് തുടർച്ചയായി രക്തം ഉല്പാദിപ്പിക്കപ്പെടുന്നു എന്നാണ്. ഈ രക്തം കോശങ്ങളിൽ ഉപയോഗിക്കപ്പെടുന്നുവെന്നും ഹൃദയത്തിന്റെ പ്രധാന കടമ ചൂട് ഉല്പാദിപ്പിക്കൽ ആണെന്നുമായിരുന്നു. ശരീരത്തിന്റെ പുറംഭാഗങ്ങളിൽ ഉപയോഗിക്കപ്പെടുന്ന രക്തം കുറയുന്നത് കഴിക്കുന്ന ഭക്ഷണം നികത്തിക്കൊടുക്കുന്നു. ഇതെല്ലാം വലതുവശത്തെ വെൻട്രിക്കിളും വലിയ സിരകളും കൂടി ചെയ്യുന്നു എന്നായിരുന്നു ധാരണ. ഹാർവി എല്ലാത്തരം മൃഗങ്ങളിലും പരീക്ഷണങ്ങൾ നടത്തി. മത്സ്യം, ഉഭയജീവികൾ, പല്ലിവർഗ്ഗം, പക്ഷികൾ, സസ്തനജീവികൾ എന്നിവയിലെല്ലാം അദ്ദേഹം വിശദമായ പരീക്ഷണങ്ങൾ നടത്തി. ഈ ജീവികളിലെ മൃതശരീരവും ജീവനുള്ളവയും അദ്ദേഹം പരീക്ഷണങ്ങൾക്ക് വിധേയമാക്കി. ഓരോന്നിന്റെയും ഹൃദയത്തിന്റെ ഭാഗങ്ങൾ മാത്രമായെടുത്തു പരിശോധിച്ചു. ധമനികളെ കെട്ടി രക്തം തടഞ്ഞു നിർത്തുമ്പോൾ എന്താണ് സംഭവിക്കുന്നതെന്ന് നോക്കി.

ഒരു ദിശയിൽ മാത്രം

സിരകളുടെ വാൽവിനിരുവശവും സമ്മർദ്ദം ചെലുത്തുമ്പോൾ എന്താണ് സംഭവിക്കുന്നതെന്നും നിരീക്ഷിച്ചു. ഹൃദയത്തിന്റെ ഘടന മുറിച്ചു പരിശോധിക്കുമ്പോൾ അദ്ദേഹത്തിന് മനസ്സിലായത് അതിലെ വാൽവുകൾ രക്തത്തെ ഒരു ദിശയിലേക്ക് മാത്രമേ ഒഴുകുവാൻ അനുവദിക്കുന്നുള്ളൂ എന്നാണ്. ഹാർവി ഇടത്തെ വെൻട്രിക്കിളിന്റെ പരിമാണം

അളക്കുകയും അരമണിക്കൂറിൽ ഹൃദയം പമ്പുചെയ്യുന്ന രക്തം ശരീരത്തിലാകെയുള്ള രക്തത്തിന്റെ അളവിനേക്കാൾ കൂടുതലാണെന്ന് മനസ്സിലാക്കുകയും ചെയ്തു.

ഇടതും വലതും വെൻട്രിക്കിളുകൾ

ഇടതും വലതും വെൻട്രിക്കിളുകൾ രണ്ടും ഒരേസമയം ശക്തിയോടെ ചുരുങ്ങുന്നത് അദ്ദേഹം നിരീക്ഷിച്ചു. അത് ഗാലന്റെ സിദ്ധാന്തമായ ഒരു വെൻട്രിക്കിളിൽനിന്ന് മറ്റൊന്നിലേക്ക് തള്ളപ്പെടുകയാണ് എന്ന ധാരണയെ മാറ്റിമറിച്ചു. വെൻട്രിക്കിളുകൾക്കിടയിലുള്ള ഭിത്തിയായ സെപ്റ്റം (septum) ഹാർവി പരിശോധിച്ചു. അതിൽ തുളകൾ കണ്ടില്ല. (ജന്മനാ ഹൃദയത്തകരാറുള്ളവരിൽ അപ്രകാരം കണ്ടേക്കാം.) ഹാർവി മൃഗങ്ങളിലെ മിടിക്കുന്ന ഹൃദയം മുറിച്ചുമാറ്റി പരിശോധിച്ചു. അത് തുടർന്ന് മിടിക്കുന്നതായി കണ്ടു. അതുകൊണ്ട് ഹൃദയം എന്നത് വലിച്ചെടുക്കുന്ന അവയവമല്ലെന്നും പമ്പുചെയ്യുന്ന അവയവമാണെന്നും ബോദ്ധ്യമായി. രക്തത്തിന്റെ പരിമാണം കണക്കാക്കി രക്തം ഭക്ഷണം പോലെ ശരീരം ഉപയോഗിക്കുന്നതല്ലെന്നും തുടരെ പമ്പുചെയ്യുന്നതാണെന്നും അദ്ദേഹം ഗണിതശാസ്ത്രദൃഷ്ട്യാ തെളിയിക്കുകയും ചെയ്തു.

കാപില്ലറികൾ

1661 ൽ ഇറ്റലിയിലെ സുപ്രസിദ്ധ സൂക്ഷ്മശരീരശാസ്ത്ര ഗവേഷകനായ മാർസെല്ലോ മാൽപീഘി ചെറിയ ധമനികളും സിരകളും സൂക്ഷ്മമായ കാപില്ലറി(capillary)കളിലൂടെ ബന്ധിക്കപ്പെടുന്നുണ്ടെന്ന് കണ്ടുപിടിച്ചു. അരുണരക്താണുക്കളെയും നാവിലെ സ്വനതന്തുക്കളെയും കണ്ടുപിടിച്ച അദ്ദേഹത്തെ സൂക്ഷ്മശരീരശാസ്ത്രത്തിന്റെ പിതാവായി പരിഗണിച്ചുവരുന്നു. ഹാർവിയും കാപില്ലറികളുടെ സാദ്ധ്യതയെക്കുറിച്ച് മനസ്സിലാക്കിവരികയായിരുന്നു.

ഹാർവിയുടെ കാലഘട്ടത്തിനുശേഷം കാലം കുറെ കടന്നുപോയി. ശാസ്ത്രീയഗവേഷണങ്ങളിൽ വലിയ കുതിച്ചുചാട്ടം സംഭവിച്ചു. രക്തസമ്മർദ്ദത്തെക്കുറിച്ചുള്ള ആശയങ്ങളിലും ചികിത്സയിലും വിപ്ലവകരങ്ങളായ മാറ്റങ്ങളാണ് വന്നുകൊണ്ടിരിക്കുന്നത്.

മാർസെല്ലോ മാൽപീഘി (10.03.1628 - 30.09.1694)

അദ്ദേഹം പ്രശസ്തനായ ഇറ്റാലിയൻ ഡോക്ടറും ജൈവശാസ്ത്രജ്ഞനുമായിരുന്നു മാൽപീഘി. സൂഷ്മദർശിനിയിലൂടെ കാണുന്ന കോശങ്ങളുടെ ശരീരശാസ്ത്രത്തിൽ ഇദ്ദേഹം വിദഗ്ദ്ധനായിരുന്നു. മാൽപീഘി ഫിസിയോളജിയിലും വൈദ്യശാസ്ത്രത്തിലും ഭ്രൂണശാസ്ത്രത്തിലും ധാരാളം പുതിയ കണ്ടുപിടിത്തങ്ങൾ നടത്തുകയുണ്ടായി.

വായിൽ വെള്ളിക്കരണ്ടിയുമായി മാൽപീഘി 1628 മാർച്ച് 10 ന് ഇറ്റലി

യിലെ ക്രിവാൽകോറിൽ ജനിച്ചു. കേവലം 17 വയസ്സുള്ളപ്പോൾ ബോളാഗ്ന യൂണിവേഴ്സിറ്റിയിൽ ചേർന്നു. 1653 ൽ മെഡിസിനിലും തത്ത്വ ചിന്തയിലും ഡോക്ടറേറ്റ് നേടി.

പുതുതായി കണ്ടുപിടിച്ച മൈക്രോസ്കോപ്പുയോഗിക്കുന്നതിലും പുതിയ വിവരങ്ങൾ അറിയുന്നതിലും മാൽപീഘി തല്പരനായിരുന്നു. സൂക്ഷ്മമായ ജൈവ പ്രതിഭാസങ്ങളെ മാൽപീഘി നിരീക്ഷിച്ചു. കടവാതിൽ, തവളകൾ എന്നിവയുടെ ശരീരഭാഗങ്ങൾ അതിലൂടെ പഠിച്ചു. ശ്വാസകോശത്തെപ്പറ്റി പഠിക്കുമ്പോൾ അതിന്റെ നേരിയ ആൽവിയോളയിലെ അതിലോലമായ പാടകളിൽ അദ്ദേഹത്തിന്റെ സവിശേഷശ്രദ്ധ ആകർഷിച്ചു. അതിലുള്ള വളരെ നേർത്ത സിരകളും ധമനികളും തമ്മിലുള്ള ഭിത്തി അദ്ദേഹത്തിന്റെ ശ്രദ്ധയിൽപെട്ടു. അതിനെ അദ്ദേഹം കാപ്പില്ലറികൾ (capillaries) എന്ന് നാമകരണം ചെയ്തു. ഈ കണ്ടുപിടിത്തം ചരിത്രപരമാണ്. ഈ പഠനത്തിൽ നാം ശ്വസിക്കുന്ന പ്രാണവായു ധമനിയിലൂടെ സിരകളിലുള്ള രക്തത്തെ ശുദ്ധീകരിച്ച് അംഗാരാമ്ലവാതകത്തെ പുറത്തുവിടുന്നതെങ്ങനെയെന്ന് വിശദീകരിക്കുന്നുണ്ട്. ഈ കാപ്പില്ലറികൾ മുഖേനയാണ് വാതകങ്ങളുടെ കൈമാറ്റം നടക്കുന്നത്. അരുണരക്താണുക്കളെയും (red blood corpuscles) ചർമ്മത്തിന്റെ ഭാഗമായ മ്യൂക്കസ് നിരകളെയും (mucous layer) കുറിച്ച് ആദ്യമായി പഠിക്കുന്നതും അദ്ദേഹമാണ്.

ഈ പഠനങ്ങൾ റോയൽ സൊസൈറ്റി പ്രസിദ്ധീകരിച്ചതോടെ മാൽപീഘി ലോകപ്രസിദ്ധനായി. സസ്യങ്ങളുടെയും ജീവികളുടെയും ജീവിതചക്രത്തെപ്പറ്റിയുള്ള ആ പഠനത്തിന് വലിയ പ്രചാരം ലഭിച്ചു. മാൽപീഘി കീടങ്ങളുടെയും കോഴിക്കുഞ്ഞുങ്ങളുടെയും വിത്തുകളുടെയും വളർച്ചയും വികാസവും വിശദമായി പഠിക്കുകയുണ്ടായി. ഇതോടെ ആധുനിക ശരീരശാസ്ത്രത്തിന്റെ പിതാവായും മാൽപീഘി പരിഗണിക്കപ്പെട്ടു. അദ്ദേഹത്തിന്റെ കണ്ടുപിടുത്തങ്ങൾ വളരെ സുപ്രധാനവും ദൂരവ്യാപകവുമാണ്.

പ്രശസ്തനായ മാഴ്സെല്ലൊ മാൽപീഘിയെ പോപ്പ് ഇന്നൊസെന്റ് 12-ാമൻ റോമിൽ 1691 ൽ തന്റെ ഡോക്ടറായി നിയമിച്ചു. അതിന് ശേഷം മൂന്നുകൊല്ലം കഴിഞ്ഞ് 1694 അദ്ദേഹം ഒരു മസ്തിഷ്കാഘാതത്തെത്തുടർന്ന് മരണമടഞ്ഞു. അപ്പോൾ അദ്ദേഹത്തിന് 66 വയസ്സ് മാത്രമായിരുന്നു.

ഭാഗം നാല്

റോബർട്ട് കോക്ക് (11.12.1843 - 27.05.1910)

റോബർട്ട് ഹീൻറിച്ച് ഹെർമ്മൻ കോക്ക് ജർമ്മനിയിലെ ഹാനോവ റിലായിരുന്നു ജനിച്ചത്. സുപ്രസിദ്ധനായ ഡോക്ടറും ആധുനിക ബാക്ടീരിയോളജിയുടെ പിതാക്കന്മാരിലൊരാളുമായി കോക്ക് പരിഗണി ക്കപ്പെട്ടുവരുന്നു. 1876 ൽ കോക്കാണ് ആന്ത്രാക്സ് രോഗാണുവിന്റെ ജീവിതചക്രം കണ്ടുപിടിച്ചത്. 1882 ൽ ക്ഷയരോഗാണുവിനെയും കണ്ടു പിടിച്ചു. 1883 ൽ കോളറ രോഗാണുവിനെയും കണ്ടുപിടിച്ചു. ക്ഷയരോ ഗത്തെ സംബന്ധിച്ച ഗവേഷണത്തിന് റോബർട്ട് കോക്കിന് 1905 ലെ വൈദ്യശാസ്ത്രത്തിനുള്ള നൊബേൽ പുരസ്കാരം ലഭിച്ചു.

ആദ്യപരിശീലനം

കോക്കിന്റെ ആദ്യപരിശീലനം ഗോട്ടിങ്കൻ യൂണിവേഴ്സിറ്റിയിൽനി ന്നായിരുന്നു. അവിടെ വൈദ്യശാസ്ത്രം പഠിച്ച് 1866 ൽ ഡോക്ടറായി. പല പട്ടണങ്ങളിലും ജോലി ചെയ്യുകയും ഫ്രാങ്കോ റഷ്യൻ യുദ്ധത്തിൽ പങ്കെടുക്കുകയും ചെയ്തതിനുശേഷം അദ്ദേഹം വോൾസ്റ്റെയിൽ എന്ന സ്ഥലത്ത് ഡിസ്ട്രിക്ട് സർജനായി.

അവിടെ കോക്ക് ഒരു ചെറിയ ലാബറട്ടറി സ്ഥാപിച്ചു. ചെറിയൊരു മൈക്രോസ്കോപ്പും മൈക്രോട്ടോമും വലിയ ഇച്ഛാശക്തിയുമായി കോക്ക് ശാസ്ത്രീയാന്വേഷണത്തിന്റെ വിശാലമായ കർമ്മരംഗത്തിറങ്ങി. ആദ്യം ലളിതമായ ആൽഗയെക്കുറിച്ചായിരുന്നു പഠനം. പിന്നീട് രോഗാണുക്ക ളെക്കുറിച്ചുള്ള പഠനത്തിൽ ശ്രദ്ധ കേന്ദ്രീകരിച്ചു. അതൊരു മഹത്ത രമായ കണ്ടെത്തലും ചരിത്രനേട്ടവുമായിരുന്നു.

ആന്ത്രാക്സ് ഗവേഷണം

തുടർന്ന് റോബർട്ട് കോക്ക് പ്രധാനമായി മൃഗങ്ങളിൽ കണ്ടുവരുന്ന ആന്ത്രാക്സിനെപ്പറ്റി ഗവേഷണത്തിൽ ഏർപ്പെട്ടു. ഗോട്ടിങ്കനിലെ അദ്ദേഹത്തിന്റെ ഒരു അദ്ധ്യാപകൻ ഫ്രീഡ്രിക് ഗുസ്താവ് ജേക്കബ് ഹെൻലെ സുപ്രസിദ്ധനായ ശരീരശാസ്ത്രവിദഗ്ദ്ധനും കോശശാസ്ത്രവിദഗ്ദ്ധനുമായിരുന്നു. അദ്ദേഹം 1840 ൽ പ്രസിദ്ധീകരിച്ച ശാസ്ത്രീയലേഖനത്തിലൂടെ പ്രസ്താവിക്കുന്നത് ജീവികളിലുണ്ടാവുന്ന, പകരുന്ന രോഗങ്ങളുടെ കാരണം സൂക്ഷ്മാണുക്കൾ അവയെ ആക്രമിക്കുന്നതുകൊണ്ടാണ് എന്നായിരുന്നു. 1850 ൽ ഫ്രഞ്ച് പാരസൈക്കോളജിസ്റ്റ് കാസിമിർ ജോസഫ് ഡാവായ്ൻ അസുഖമുള്ള ജീവികളുടെ രക്തത്തിൽ രോഗാണുക്കളുണ്ടെന്ന് തെളിയിച്ചു. 1863 ൽ ആന്ത്രാക്സ് പകരുന്ന വിധവും കാരണവും വിശദീകരിച്ചു. അസുഖം ബാധിച്ച ആടുകളുടെ രക്തം അസുഖമില്ലാത്തവയിൽ കുത്തിവെക്കുമ്പോൾ അവയ്ക്ക് അസുഖം വരുന്നുണ്ട്. മാത്രമല്ല ഈ രണ്ടു വിഭാഗം ആടുകളിലും വടിയുടെ ആകൃതിയുള്ള രോഗാണുക്കളെ രക്തത്തിലും കണ്ടെത്തുകയും ചെയ്തു. ഫ്രാൻസിലെ സൂക്ഷ്മാണു വിദഗ്ദ്ധനും ഗവേഷകനുമായ ലൂയി പാസ്ചർ ചെയ്ത ഗവേഷണങ്ങളിൽ ഡാവായ്ൻ വളരെ ആകൃഷ്ടനായിരുന്നു. രോഗാണുക്കളില്ലാത്ത ആടുകളിൽ രോഗം ഇല്ലാതിരിക്കുകയും രോഗമുള്ളവയിൽ രോഗാണുക്കൾ കണ്ടെത്തുകയും ചെയ്യുന്നതുകൊണ്ട് ആന്ത്രാക്സ് വരുന്നത് ആന്ത്രാക്സ് രോഗാണു മൂലമാണെന്ന് ഉറപ്പിക്കാൻ കഴിഞ്ഞു. എന്നാൽ ഈ രോഗത്തെപ്പറ്റിയുള്ള എല്ലാ വിവരങ്ങളും പുറത്തു വന്നിട്ടില്ലായിരുന്നു.

ഈ സന്ദിഗ്ദ്ധഘട്ടത്തിലാണ് റോബർട്ട് കോക്ക് ഗവേഷണം ആരംഭിക്കുന്നത്. അദ്ദേഹം ആന്ത്രാക്സ് രോഗാണുക്കൾക്ക് വളരാൻ തക്ക സൗകര്യമുള്ള പോഷകമുള്ള ചെറുപാത്രങ്ങളിൽ (culture media) വളർത്തി. രോഗാണുഗവേഷണത്തിന് ഇത് സുപ്രധാനമാണ്. കോക്ക് അവയെ മൈക്രോസ്കോപ്പിനകത്ത് സ്ലൈഡിൽ വെച്ചു പരിശോധിച്ചു. അവയുടെ രണ്ട് രൂപഭേദങ്ങൾ അദ്ദേഹം കണ്ടെത്തി. നീളമുള്ള വടി പോലെയുള്ള പ്രവർത്തനിരതമായവയും, ഉരുണ്ട് വൃത്താകൃതിയിൽ പ്രവർത്തനമില്ലാത്ത വിത്തുരൂപത്തിലുള്ളവയും. വടിപോലുള്ളവയാണ് രോഗമുണ്ടാക്കുന്ന രൂപത്തിലുള്ളവ. അവയെയാണ് ആടുകളുടെ രക്തത്തിൽനിന്ന് കണ്ടെത്തിയത്. വിത്തുരൂപത്തിൽ വൃത്താകൃതിയിലുള്ളവ ആ രൂപത്തിൽ മണ്ണിൽ വർഷങ്ങളോളം പ്രവർത്തനമില്ലാതെ കിടക്കും. അവയിൽ ജീവനുണ്ട്. അവസരം ലഭിക്കുമ്പോൾ ജീവികളുടെ ശരീരത്തിൽ പ്രവേശിച്ച് പ്രവർത്തനരൂപമായ വടിരൂപത്തിലാകുന്നു. അപ്രകാരം രോഗമുണ്ടാക്കുന്നു. കുറെക്കാലം കന്നുകാലികൾ മേഞ്ഞുനടക്കാത്ത സ്ഥലങ്ങളിൽ പന്നീട് മേയുമ്പോൾ ആന്ത്രാക്സ് പിടിപെടുന്നതിന്റെ രഹസ്യം ഇതാണ്. ഇപ്രകാരം ആന്ത്രാക്സ് രോഗാണുവിന്റെ അപകടകരമായ ജീവിതചക്രം കോക്കിന് മനസ്സിലായി.

പ്രസിദ്ധ സസ്യശാസ്ത്രജ്ഞൻ ഫെർഡിനന്റ് കോഹന്റെ ക്ഷണ പ്രകാരം ആന്ത്രാക്സ് ജീവിതചക്രം വിവരിക്കുന്ന സചിത്ര ശാസ്ത്രീയലേഖനം 1876 ലാണ് കോക്ക് ബ്രെസ്ലാവിൽ വെച്ച് പ്രസിദ്ധീകരിച്ചത്. ഇത് വായിച്ച ജീലിയസ് കോഹൻഹീം ഈ ലേഖനത്തിൽ എല്ലാ പഴുതുകളും അടഞ്ഞിട്ടുണ്ടെന്നും വളരെ യുക്തിഭദ്രവും ശാസ്ത്രീയവുമാണെന്നും അഭിപ്രായപ്പെട്ടു. അദ്ദേഹത്തിന്റെ വാക്കുകൾ: 'സൂക്ഷ്മാണുവിനെ സംബന്ധിച്ചേടത്തോളം ഇത് ഏറ്റവും വലിയ കണ്ടുപിടുത്തമാണ്. ഞാൻ മനസ്സിലാക്കുന്നത്, ഈ യുവാവ് റോബർട്ട് കോക്ക് ഇപ്രകാരം മഹത്തായ കണ്ടുപിടുത്തങ്ങളുമായി മുന്നോട്ടുവരുന്നത് ആദ്യമായല്ല എന്നാണ്. അദ്ദേഹം നമ്മെയെല്ലാം അത്ഭുതപ്പെടുത്തുവാനിരിക്കുന്നതേയുള്ളൂ.'

വിത്തുരൂപങ്ങളുടെ കണ്ടുപിടുത്തം

ഫെർഡിനന്റ് കോഹന്റെ സൂക്ഷ്മാണുക്കളുടെ വിത്തുരൂപമായ സ്പോറുകളെക്കുറിച്ചുള്ള കണ്ടുപിടുത്തം 1875 ൽ പ്രസിദ്ധപ്പെടുത്തുകയുണ്ടായി. അത് കോക്കിന്റെ സുപ്രസിദ്ധമായ ലേഖനം എഴുതുവാൻ ഏറെ സഹായിച്ചിരുന്നു. കോഹന്റെ വിദ്യാർത്ഥികളിൽ ഒരാളായ ജോസഫ് ഷ്റോട്ടർ കണ്ടെത്തിയത് നിറങ്ങളുണ്ടാക്കാൻ (pigment) കഴിവുള്ള സൂക്ഷ്മാണുക്കൾ (bacteria) ഖരരൂപത്തിലുള്ള ഉരുളക്കിഴങ്ങ്, വെന്ത മുട്ടയുടെ വെള്ള, മാംസം, റൊട്ടി എന്നിവയിൽ വളരുമെന്നാണ്. അവ അതേ ഗുണങ്ങളോടുകൂടിയ അടുത്ത തലമുറയെ സൃഷ്ടിക്കുവാൻ കെല്പുള്ളവയുമാണ്. രോഗാണുക്കളെ ശുദ്ധമായ രൂപത്തിൽ വളർത്തിയെടുക്കാൻ കോക്ക് കണ്ടുപിടിച്ച മാർഗ്ഗം ഈ കണ്ടെത്തലിൽനിന്നാണ് ആരംഭിച്ചത്. പക്ഷേ, ഇത് വികസിപ്പിച്ചെടുത്തത് കുറേ വർഷങ്ങൾക്ക് ശേഷമാണ്.

ശരീരത്തിന് പുറത്ത് സൂക്ഷ്മാണുക്കളെ വളർത്താം എന്ന് ആദ്യമായി ശാസ്ത്രസമക്ഷം കാണിച്ചുകൊടുത്തത് ലൂയി പാസ്ചറായിരുന്നു. പക്ഷേ, അതിന്റെ ശുദ്ധമായ പോഷകലായനിരൂപം വികസിപ്പിച്ചത് കോക്കായിരുന്നു. കൃത്യവും മൗലികവുമായ പരീക്ഷണങ്ങളിലൂടെ രോഗാണുവിന്റെ പൂർണ്ണമായ ജീവിതചക്രം കണ്ടുപിടിക്കുവാനത് പ്രാപ്തമാക്കി. ഈ ചരിത്രപരമായ ഗവേഷണം ഒരു രോഗാണു ഒരു പ്രത്യേകരോഗത്തിന് കാരണമാകുന്നെന്ന് നിസ്സംശയം തെളിയിച്ചു.

തൂങ്ങുന്ന തുള്ളി

തുടർന്ന് 1877 ൽ രോഗാണുവിനെ അന്വേഷിക്കൽ, സൂക്ഷിക്കൽ, ചിത്രമെടുക്കൽ എന്നിവയെപ്പറ്റി പ്രധാനപ്പെട്ട ഒരു ശാസ്ത്രീയ ലേഖനം അദ്ദേഹം പ്രസിദ്ധീകരിച്ചു. ലേഖനത്തിന്റെ പ്രത്യേകമേന്മ എന്നത് അതിലെ ധാരാളം നല്ല ഫോട്ടോകളായിരുന്നു. ഫോട്ടോഗ്രാഫിയുടെ ശാസ്ത്രീയസാദ്ധ്യത തന്റെ ലേഖനത്തിലൂടെ അദ്ദേഹം തെളിയിക്കുക

യായിരുന്നു. ബാക്ടീരിയയുടെ നേരിയപാട സ്ലൈഡിൽ വെച്ചതിനു ശേഷം ചെറുതായി അത് ചൂടാക്കിയാൽ സ്ഥിരമായി ആ ഗ്ലാസ് സ്ലൈഡ് വീണ്ടും പരിശോധിക്കുവാൻ എളുപ്പമാകും. പരിശോധിക്കാനുള്ള ബാക്ടീരിയ സ്ലൈഡിൽ ഉറച്ച് സ്ഥിരമായി നില്ക്കും. പോഷകലായനി(culture)യിലുള്ള രോഗാണുക്കളെ സ്ലൈഡിന്റെ അടിയിൽ തൂങ്ങിക്കിടക്കുന്ന രീതിയിൽ വെച്ചാൽ അതവിടെ വളരുകയും ആ അവസ്ഥയിൽ പരിശോധിക്കുവാൻ കഴിയുകയും ചെയ്യും. അവയുടെ ജീവാവസ്ഥയിലുള്ള ചലനം അപ്രകാരം നിരീക്ഷിക്കാം. ഇതിനുള്ള ഉപകരണങ്ങളും മാർഗ്ഗവും വികസിപ്പിച്ചത് കോക്കായിരുന്നു.

മുറിവിലെ പഴുപ്പുകൾ

1878 ൽ മുറിവിലെ പഴുപ്പിന്റെ കാരണങ്ങൾ അദ്ദേഹം വിശദീകരിച്ചിരുന്നു. അതിനെപ്പറ്റി പരീക്ഷണങ്ങളും നടത്തിയിരുന്നു. കോക്ക് പരീക്ഷണമൃഗങ്ങളിൽ ആറുതരത്തിലുള്ള രോഗാണുക്കളെ കുത്തിവെച്ച് മുറിവുകളിൽ പഴുപ്പ് സൃഷ്ടിച്ചു. അവയിൽനിന്ന് ഓരോന്നും വേർതിരിച്ചെടുത്ത് തെളിയിക്കുകയും ചെയ്തിരുന്നു. ഈ ആറു പഴുപ്പിലെ രോഗാണുക്കളെയും അദ്ദേഹം പലതരത്തിലുള്ള മൃഗങ്ങളിൽ കുത്തിവെച്ച് ആദ്യമുണ്ടായിരുന്ന ആറുതരം പഴുപ്പുകൾ ഉണ്ടാക്കുകയും ചെയ്തു. ഈ പഠനത്തിലൂടെ രോഗമുണ്ടാക്കുന്നതിൽ പലതരത്തിലുള്ള വ്യത്യാസങ്ങൾ നിരീക്ഷിച്ചു. മൃഗങ്ങളുടെ ശരീരം രോഗാണുക്കളെ വളർത്തുവാൻ വളരെ അനുയോജ്യമാണെന്നും അദ്ദേഹം കണ്ടെത്തി.

ഉന്നതനായ ശാസ്ത്രീയനിരീക്ഷകൻ

ഇതോടെ റോബർട്ട് കോക്ക് ഏറ്റവും ഉന്നതനായ ശാസ്ത്രീയനിരീക്ഷകനെന്ന സ്വീകാര്യത നേടി. ബെർലിനിലെ ആരോഗ്യവകുപ്പിൽ അദ്ദേഹത്തിന് അതനുസരിച്ചുള്ള പദവിയും ലഭിച്ചു. ബെർലിനിൽ കോക്ക് ഒരു ലാബറട്ടറി സ്ഥാപിക്കുകയും ചെയ്തു. തന്റെ സഹപ്രവർത്തകരുമൊത്ത് രോഗാണുക്കളെ വേർതിരിച്ചെടുക്കുവാൻ പുതിയ മാർഗ്ഗങ്ങൾ അദ്ദേഹം കണ്ടുപിടിച്ചുകൊണ്ടിരുന്നു. ഒരു രോഗാണു ഒരു രോഗത്തെ ഉണ്ടാക്കുന്നു എന്നു സംശയാതീതമായി പ്രസ്താവിക്കുന്നതിന്റെ ശാസ്ത്രീയമാനദണ്ഡങ്ങൾ രൂപപ്പെടുത്തിക്കൊണ്ടിരുന്നു. കോക്ക്സ് പോസ്റ്റുലേറ്റ്സ് എന്ന വളരെ സുപ്രസിദ്ധമായ നിയാമകസിദ്ധാന്തത്തിന്റ നാന്ദി കുറിക്കലുകളായിരുന്നു അവ.

കോക്ക്സ് പോസ്റ്റുലേറ്റ്സ്

ജർമ്മൻ ഫിസിഷ്യനായ റോബർട്ട് കോക്ക് രോഗാണുശാസ്ത്രത്തിൽ വളരെ ദൂരവ്യാപകമായ നേട്ടങ്ങളുണ്ടാക്കുന്ന കണ്ടുപിടുത്തങ്ങൾ 1878 ൽ നടത്തി ശാസ്ത്രീയലേഖനം പ്രസിദ്ധീകരിക്കുകയുണ്ടായി.

ജർമ്മൻകാരനായ ഫെർഡിനന്റ് കോഹൻ ബാക്ടീരിയകളുടെ വിത്തുരൂപമായ സ്പോറുകൾ കണ്ടുപിടിച്ചിരുന്നു. അത് അവയുടെ ജീവിതചക്രത്തിന്റെ ഭാഗമായിരുന്നു. റോബർട്ട് കോക്ക് ആന്ത്രാക്സിന്റെ സ്പോറുകൾ എടുത്ത് ലാബറട്ടറി മൃഗങ്ങളിൽ കുത്തിവെച്ചു. ആ മൃഗങ്ങൾക്ക് രോഗം ഉണ്ടായി. തുടർന്ന് മൃഗങ്ങളിൽനിന്ന് ഇതേ രോഗാണുവിനെ അദ്ദേഹം വേർതിരിച്ചെടുത്തു. രോഗാണുക്കൾ രോഗങ്ങളുണ്ടാക്കുന്നു എന്ന തന്റെ രോഗാണുസിദ്ധാന്തത്തിന് അന്ന് പല ശാസ്ത്രജ്ഞരിൽനിന്നും എതിർപ്പുകൾ നേരിടേണ്ടിവന്നിരുന്നു. രോഗാണുക്കൾ ജീവികളുടെ ശരീരത്തിലുണ്ടാകാം. പക്ഷേ, അവ എപ്രകാരം രോഗമുണ്ടാക്കുന്നു എന്നവർ ചോദിച്ചു. തികച്ചും ന്യായമായ സംശയം.

തുടർന്ന് തന്റെ ലോകപ്രസിദ്ധമായ കോക്ക്സ് പോസ്റ്റുലേറ്റ്സ് (Koch's postulates) എന്ന സിദ്ധാന്തം കോക്ക് ലോകസമക്ഷം അവതരിപ്പിച്ചു. തന്റെ രോഗാണുസിദ്ധാന്തത്തെക്കുറിച്ചുള്ള എല്ലാ സംശയങ്ങളും ദുരീകരിക്കുവാൻ പോന്നതായിരുന്നു. ആ ലോകപ്രസിദ്ധമായ കോക്ക്സ് പോസ്റ്റുലേറ്റ്സ് എന്താണെന്ന് നോക്കാം.

1. രോഗകാരകമായ സൂക്ഷ്മാണുക്കൾ രോഗമുള്ള ജീവികളിൽ ധാരാളമായി ഉണ്ടായിരിക്കണം. അതേസമയം രോഗമില്ലാത്തവരിൽ ഉണ്ടായിരിക്കരുത്.
2. ഈ രോഗാണുക്കൾ രോഗമുള്ളവയിൽനിന്ന് എടുത്ത് കൾച്ചറിൽ (culture) വളർത്തുവാൻ കഴിയണം.
3. ഇതെടുത്ത് ആരോഗ്യമുള്ള പരീക്ഷണമൃഗങ്ങളിൽ കുത്തിവെക്കുമ്പോൾ രോഗമുണ്ടാകണം.
4. ഇപ്രകാരം കുത്തിവെച്ച് രോഗമുണ്ടായ പരീക്ഷണമൃഗങ്ങളിൽനിന്ന് സൂക്ഷ്മാണുക്കളെ വേർതിരിച്ചെടുക്കാൻ കഴിയണം. അത് രോഗമുണ്ടാക്കിയ അതേ രോഗാണുതന്നെയായിരിക്കണം.

രോഗവും രോഗാണുവും തമ്മിലുള്ള ബന്ധം

ഈ നാലു തത്ത്വങ്ങളും രോഗത്തെയും രോഗാണുവിനെയും തമ്മിലുള്ള ബന്ധങ്ങളെ ഉറപ്പിക്കുന്ന കണ്ണികളാണ്. 1884 ലാണ് റോബർട്ട് കോക്കും ഫ്രീഡ്രിക് ലോഫ്ളറും ചേർന്ന് കോക്ക്സ് പോസ്റ്റുലോറ്റ്സ് രൂപപ്പെടുത്തിയത്. അതിന് മുമ്പ് ജേക്കബ് ഹെൻലെ ഈ ദിശയിൽ ചിന്തിച്ചിരുന്നു. 1890 ൽ കോക്ക് ഈ സിദ്ധാന്തങ്ങൾ ഒന്നുകൂടി പരിഷ്കരിച്ചിരുന്നു. ശാസ്ത്രത്തിന്റെ മേന്മയും പ്രത്യേകതയും അവ തുടരെത്തുടരെ സിദ്ധാന്തങ്ങളെ പരിഷ്കരിക്കും എന്നാണ്.

കോക്ക് തന്റെ സിദ്ധാന്തം ക്ഷയരോഗാണുവിനും കോളറരോഗാണുവിനുമാണ് ആദ്യം ഉദാഹരണമാക്കിയത്. മറ്റു ചില രോഗങ്ങളിൽ ഇത് സാമാന്യവല്ക്കരിച്ചപ്പോൾ പ്രശ്നങ്ങൾ ഉണ്ടായിരുന്നു. അന്ന് സൂക്ഷ്മാണുക്കൾ രോഗമുണ്ടാക്കുന്ന രീതി പൂർണ്ണമായി മനസ്സിലാകാത്തതുകൊണ്ടാണ് ഇപ്രകാരം പിഴവുകൾ സംഭവിച്ചത്. ഉദാഹരണമായി,

അന്ന് വൈറസുകളെ കാണുവാനോ വിശദമായി പഠിക്കുവാനോ അക്കാലത്ത് കഴിഞ്ഞിരുന്നില്ല. അർബ്ബുദമുണ്ടാക്കുന്ന വൈറസും എച്ച് ഐ വി വൈറസും നിശ്ശബ്ദമായും നിഷ്ക്രിയമായും കുറെക്കാലം കിടക്കും. അവസരമൊത്തു വരുമ്പോൾ മാത്രമാണ് അവ രോഗമുണ്ടാക്കുന്നത്. ഇത് കോക്ക്സ് പോസ്റ്റുലേറ്റ്സിന്റെ ആദ്യതത്ത്വമായ 'രോഗകാരണമായ സൂക്ഷ്മാണുക്കൾ രോഗമില്ലാത്തവരിൽ ഉണ്ടായിരിക്കരുത്' എന്നതിന് എതിരാണ്. തുടർന്നാണ് ബ്രാഡ്ഫോഡ് ഹിൽ, പകരുന്ന രോഗങ്ങളെ സംബന്ധിച്ച് പുതിയ തത്ത്വങ്ങൾ ആവിഷ്കരിച്ചത്. ഇത് ആധുനിക പൊതുജനാരോഗ്യസംവിധാനത്തിൽ ഉപയോഗിക്കുന്നുണ്ട്.

പരിമിതികൾ

കോക്കിനുതന്നെ ഈ സിദ്ധാന്തങ്ങളുടെ പരിമിതികൾ മനസ്സിലായിരുന്നു. ഉദാഹരണമായി വിബ്രിയോ കോളറേ എന്ന രോഗാണു രോഗമുണ്ടാക്കാതെ നിഷ്ക്രിയമായി നമ്മുടെ ശരീരത്തിൽ കിടക്കാം. കോക്കിന്റെ കാലത്ത് വളരെ വിപുലമായ വൈറസ് രോഗങ്ങൾ പലതും കണ്ടുപിടിച്ചിരുന്നില്ല. വൈറസുകൾ പലതും നിഷ്ക്രിയമായി കിടക്കുകയും ചെയ്യും. അതുകൊണ്ട് അഞ്ചാമതൊരു അനുബന്ധം കൂടി ഈ സിദ്ധാന്തത്തിൽ ചേർക്കണം എന്നൊരു തർക്കം ഉത്ഭവിച്ചു. അടുത്ത കാലത്ത് വൈറസുകളുടെ ന്യൂക്ലീയിക് അമ്ലം സൂക്ഷ്മമായി കണ്ടെത്താനുള്ള മാർഗ്ഗം കണ്ടുപിടിച്ചതോടെ ഒന്നാമത്തെ സിദ്ധാന്തം കൂടുതൽ പരുങ്ങലിലായി. അപ്രകാരം പല വൈറസുകളും നമ്മുടെ ശരീരത്തിൽ നിഷ്ക്രിയമായി കിടക്കുന്നുണ്ടെന്ന് വ്യക്തമായിരുന്നു.

ഇതിനെത്തുടർന്ന് ഭാവിയെ കണക്കിലെടുത്ത് ഫ്രെഡ്രിക്സും റെൽമാനും പുതിയ സിദ്ധാന്തങ്ങൾ നിർദ്ദേശിക്കുകയുണ്ടായി. അവയുടെ അടിസ്ഥാനം ഇവയാണ്: സംശയിക്കുന്ന രോഗകാരണത്തിന്റെ (putative pathogen) ന്യൂക്ലീയിക് അമ്ലപരമ്പര (nucleic acid sequences) പകർച്ചവ്യാധിയുള്ളവരിൽ ഭൂരിഭാഗത്തിലും ഉണ്ടായിരിക്കണം. രോഗം ബാധിക്കുന്ന അവയവങ്ങളിലും ശരീരഭാഗങ്ങളിലും ഉണ്ടായിരിക്കണം. എന്നാൽ രോഗമില്ലാത്ത ശരീരഭാഗങ്ങളിൽ ഉണ്ടായിരിക്കരുത്.

ന്യൂക്ലീയിക് അമ്ലപരമ്പരയുടെ കോപ്പികൾ രോഗമില്ലാത്തവരിലും അവരുടെ ശരീരഭാഗങ്ങളിലും ഉണ്ടാകാൻ പാടില്ല.

രോഗം മാറുമ്പോൾ ഈ ന്യൂക്ലീയിക് അമ്ലപരമ്പര പോകണം വീണ്ടും വരുമ്പോൾ അവയെ വീണ്ടും കാണണം.

തുടർന്ന് ഈ സിദ്ധാന്തത്തിന് കൂടുതൽ വകുപ്പുകളും പറയുന്നുണ്ട്. എന്നാൽ ഈ സിദ്ധാന്തവും പൂർണ്ണമല്ല. തർക്കങ്ങളുണ്ട്. ഉദാഹരണമായി പാപ്പില്ലോമവൈറസും ഗർഭാശയമുഖ അർബ്ബുദവും തമ്മിലുള്ള ബന്ധം ഈ സിദ്ധാന്തത്തിലും ശരിയായി വിശദീകരിക്കുന്നില്ല.

സുപ്രസിദ്ധമായ ക്ഷയരോഗാണു ഗവേഷണം

തുടർന്ന് അദ്ദേഹം 1881 ൽ ക്ഷയരോഗികളുടെ കഫത്തിൽനിന്ന് ക്ഷയരോഗാണുക്കളെ വേർതിരിച്ചെടുത്തു. ക്ഷയരോഗാണുക്കളെ കൾച്ചറിൽ വളർത്തുവാൻ പ്രയാസമുണ്ടായിരുന്നു. അദ്ദേഹം പുതിയ കൾച്ചർമീഡിയം ഉണ്ടാക്കി. തുടർന്ന് 1882 മാർച്ച് 24 ന് ബെർലിൻ ഫിസിയോളജിക്കൽ സൊസൈറ്റി മുമ്പാകെ അദ്ദേഹം ട്യൂബർക്കിൾ ബാസിലൈ എന്ന ക്ഷയരോഗാണുവിനെ വേർതിരിച്ചെന്നും അവയെ വളർത്തിയെന്നും അവയാണ് ക്ഷയരോഗത്തിന് കാരണമെന്ന് വിശ്വസിക്കുന്നുവെന്നും പ്രസ്താവിച്ചു. ഗവേഷണങ്ങളിൽ ഇത്രയും കുറച്ചുസമയംകൊണ്ട് ഇത്രയും വിശദമായി ഒരു രോഗാണുവിനെക്കുറിച്ച് പഠനമുണ്ടാകുന്നത് ആദ്യമായിരുന്നു.

കോളറയെ കീഴടക്കുന്നു

ഈജിപ്റ്റിലെ അലക്സാണ്ട്രിയയിൽ കോളറ പടർന്നു പിടിച്ചപ്പോൾ രണ്ടു മെഡിക്കൽ സംഘങ്ങൾ അവിടേക്ക് കുതിച്ചു. അതിലൊന്ന് ലൂയി പാസ്ച്ചറുടെ നേതൃത്വത്തിലുള്ളതും മറ്റേത് കോക്കിന്റെ നേതൃത്വത്തിലുള്ളതുമായിരുന്നു. 1883 ൽ കോക്കിന്റെ നേതൃത്വത്തിലുള്ള സംഘം രോഗം നിയന്ത്രിച്ച് വിജയശ്രീലാളിതരായി തിരിച്ചുവന്നു. അദ്ദേഹം ഇന്ത്യയിലും വന്നിരുന്നു. കോളറ രോഗാണു ഭക്ഷണത്തിലൂടെയും വെള്ളത്തിലൂടെയും വസ്ത്രത്തിലൂടെയും പകരുന്നതാണെന്നും കോക്ക് കണ്ടുപിടിച്ചു. കോമ പോലുള്ള രോഗാണുവാണ് കോളറയുടെ കാരണമെന്ന് തെളിയിച്ചു.

സംശയങ്ങൾ ദൂരീകരിക്കപ്പെടുന്നു

യൂറോപ്യൻ രാജ്യങ്ങളിൽ വമ്പിച്ച സ്വീകാര്യത ലഭിച്ചുവെങ്കിലും കോക്കിനും അദ്ദേഹത്തിന്റെ ബാക്ടീരിയോളജിസ്റ്റ് സംഘത്തിനും ജർമ്മനിയിലെ മാക്സ് വോൺ പീറ്റൻകോഫറുടെ എതിർപ്പിനെ നേരിടേണ്ടി വന്നു. അദ്ദേഹം അമീബിക് ഡിസെന്ററിയെപ്പറ്റി വൈദ്യശാസ്ത്രത്തിന് മുന്നറിയിപ്പ് നല്കിയിരുന്നു. പലതരത്തിലുള്ള ഈജിപ്ഷ്യൻ കൺജക്റ്റിവൈറ്റിസുകളെ (കണ്ണിലെ പുറംപാടയിലെ പഴുപ്പ്) തമ്മിൽ തിരിച്ചറിയുന്നവിധം അദ്ദേഹം വിവരിച്ചിരുന്നു. അദ്ദേഹം അന്ന് പ്രചാരത്തിലായിരുന്ന മയസ്മാറ്റിക് സിദ്ധാന്തത്തിലൂടെ (miasmatic theory) പ്രഖ്യാപിച്ചു. രോഗികളിൽ രോഗാണുവിനെ കാണുന്നത് യാദൃച്ഛികമാണ്. രോഗമുണ്ടാകുന്നത് രോഗാണു മൂലമായിരിക്കില്ല. ചുറ്റുപാടുകളുടെ സ്വാധീനം മൂലമാണ് രോഗമുണ്ടാകുന്നത്. ശുദ്ധജലം കൊണ്ടുള്ള ചികിത്സമാത്രമാകില്ല. മറ്റുകാരണങ്ങൾ സുപ്രധാനമാണ്. തുടർന്ന് 1892 ൽ ഹാംബർഗിൽ കോളറ പടർന്നുപിടിച്ചു. കോക്കിന്റെ സിദ്ധാന്തമനുസരിച്ച് പ്രതിരോധനടപടികളെടുക്കുകയും കോളറയും പീറ്റൻകോഫറും തടയപ്പെട്ടു

കയും ചെയ്തു. ശാസ്ത്രലോകവും ജനങ്ങളും കോക്കിനെ അഭിനന്ദിച്ചു. ഫ്രഞ്ചുകാരനായ ലൂയി പാസ്ച്ചറും ജർമ്മൻകാരനായ കോക്കും ഗവേഷണവിഷയത്തിൽ മത്സരമുണ്ടാവുകയും അതിൽ കോളറ രോഗാണുവിനെ കണ്ടുപിടിച്ച് കോക്ക് വിജയം നേടുകയും ചെയ്തു.

ട്യൂബർക്കുലിൻ കണ്ടുപിടിക്കുന്നു

ക്ഷയരോഗാണുവിനെക്കുറിച്ചുള്ള പഠനം കൂടുതൽ ആവേശത്തോടെ അദ്ദഹം പുനരാരംഭിച്ചു. ഇതിനൊരു വാക്സിൻ കണ്ടുപിടിക്കാമെന്ന പ്രത്യാശയോടെ ജീവനില്ലാത്ത ക്ഷയരോഗാണുവിനെ അദ്ദേഹം ഒരു വ്യക്തിയിൽ കുത്തിവെച്ചു. പിന്നീട് അതേ വ്യക്തിയിൽ ജീവനുള്ള ക്ഷയരോഗാണുവിനെ കുത്തിവെച്ചു പരീക്ഷിച്ചു. ബാസിലൈ അടങ്ങിയ ആ ജലത്തെ 1890 ൽ അദ്ദേഹം ട്യൂബർക്കുലിൻ എന്നു വിളിച്ചു. അദ്ദേഹത്തിന്റെ ട്യൂബെർക്കുലിൻ (tuberculin) ഒരു വാക്സിൻ എന്ന നിലയ്ക്ക് പരാജയമായിരുന്നു. എന്നാലും രോഗനിർണ്ണയത്തിന് ഉതകിയിരുന്നു. ക്ഷയരോഗമുണ്ടോ എന്നുള്ള രോഗനിർണ്ണയത്തിന് കോക്കിന്റെ ട്യൂബെർക്കുലിൻ ടെസ്റ്റ് വിജയകരമായിരുന്നു. അതിന്റെ പ്രാധാന്യം പിന്നീടാണ് കൂടുതൽ വ്യക്തമായത്. തുടർന്ന് അദ്ദേഹം ബ്യൂബോണിക് പ്ലേഗ്, കുഷ്ഠരോഗം, കന്നുകാലികളിലെ രോഗങ്ങൾ, മലേറിയ എന്നിവയെപ്പറ്റി പ്രധാനപ്പെട്ട ഗവേഷണങ്ങൾ നടത്തി.

ക്ഷയരോഗാണു വീട്ടുമൃഗങ്ങളിൽ

1901 ൽ മനുഷ്യരിലെ ക്ഷയരോഗാണു വീട്ടുമൃഗങ്ങളിൽ രോഗമുണ്ടാക്കുന്നുണ്ടോ എന്ന പരീക്ഷണവും കോക്ക് നടത്തി. അദ്ദേഹം വിശ്വസിച്ചിരുന്നത് പശുക്കളിലെ ക്ഷയരോഗാണു മനുഷ്യരിൽ വളരെ അപൂർവ്വമായെ രോഗമുണ്ടാക്കുന്നുള്ളൂ എന്നായിരുന്നു. അതുകൊണ്ട് അതിനെതിരെ നടപടിയൊന്നും ആവശ്യമില്ല എന്നായിരുന്നു. പക്ഷേ, യൂറോപ്പിലും അമേരിക്കയിലും അതിനെപ്പറ്റി അന്വേഷിക്കാൻ നിയുക്തമായ കമ്മിറ്റി ഈ നിഗമനത്തിനെതിരെ അഭിപ്രായം രേഖപ്പെടുത്തി. അതോടെ കോക്ക് ആ രംഗത്ത് സജീവമാകുകയും വിജയകരമായ പ്രതിരോധമാർഗ്ഗങ്ങൾ ആവിഷ്കരിക്കുകയും ചെയ്തു.

ശാസ്ത്രീയ മത്സരം പ്രയോജനകരമാകുന്നു

ജർമ്മനിയും ഫ്രാൻസും തമ്മിൽ ആ സമയത്ത് യുദ്ധാന്തരീക്ഷം നിലവിലുണ്ടായിരുന്നു. പല പ്രാവശ്യം ഇരു രാജ്യങ്ങളും തമ്മിൽ യുദ്ധങ്ങളുണ്ടായിട്ടുമുണ്ട്. ഗവേഷണങ്ങളിൽ ഫ്രഞ്ചുകാരനായ ലൂയി പാസ്ചർ ജർമ്മൻകാരനായ റോബർട്ട് കോക്കിനോട് പരാജയം സമ്മതിക്കാൻ തയ്യാറില്ലായിരുന്നു.

പാസ്ചർ തന്റെ ഗവേഷണത്തിന്റെ ദിശ മാറ്റുകയും പേപ്പട്ടിവിഷത്തിനുള്ള റാബീസ് വാക്സിൻ കണ്ടുപിടിക്കുകയും ചെയ്തു.

അത് എഡ്വേഡ് ജെന്നറുടെ വസൂരിവാക്സിനുശേഷമുള്ള രണ്ടാമത്തെ മഹത്തായ വാക്സിനാവുകയും ചെയ്തു. പാസ്ചർ ആഗോള പ്രശസ്തനായി. 1888 ൽ അദ്ദേഹത്തിന്റെ പേരിൽ ഗവേഷണ ഇൻസ്റ്റിറ്റ്യൂട്ട് തുടങ്ങാൻ ഫ്രഞ്ച് സർക്കാർ തീരുമാനിച്ചു. ലോകത്തെല്ലായിടത്തുനിന്നും പാസ്ചർ ഇൻസ്റ്റിറ്റ്യൂട്ടിലേക്ക് സംഭാവനകൾ ഒഴുകാൻ തുടങ്ങി. രോഗാണുശാസ്ത്രത്തെ പാസ്ചറുടെ വിഭാഗം ശാസ്ത്രജ്ഞർ മൈക്രോബയോളജി എന്ന പേര് വിളിക്കുവാൻ ഇഷ്ടപ്പെട്ടു. ഇതായിരുന്നു ആധുനികരോഗാണുശാസ്ത്രത്തിന്റെ പിറവിയുടെ കഥ.

നൊബേൽസമ്മാനവും നേടുന്നു

നിരവധി തിളക്കമാർന്ന കണ്ടുപിടുത്തങ്ങളിലൂടെ പ്രശസ്തനായ റോബർട്ട് കോക്കിന് 1905 ൽ നൊബേൽ സമ്മാനം ലഭിച്ചു. അദ്ദേഹം മെഡിക്കൽ മൈക്രോബയോളജിയുടെ പിതാവായി അറിയപ്പെട്ടു. ലൂയി പാസ്ചറിന് ലീവൻഹോക്ക് മെഡൽ തുടങ്ങിയ മറ്റ് പുരസ്കാരങ്ങളും ലഭിക്കുകയുണ്ടായി.

മികച്ച അദ്ധ്യാപകൻ

കോക്ക് വലിയ പ്രഭാഷകനൊന്നുമായിരുന്നില്ല. പക്ഷേ, അദ്ദേഹം മികച്ച ഒരു അദ്ധ്യാപകനായിരുന്നു. പടിഞ്ഞാറൻ ലോകത്തും ഏഷ്യയിലുമായി കിടക്കുന്ന നിരവധി മികച്ച വിദ്യാർത്ഥികൾ അതിന് തെളിവാണ്. അദ്ദേഹം സൃഷ്ടിച്ച ആധുനിക രോഗാണുശാസ്ത്രത്തിന്റെ തീപ്പന്തം വളരെ ഫലപ്രദമായി അവർ ഉയർത്തിപ്പിടിച്ചു. ട്രിപ്പനസോം എന്ന പരാന്നജീവിയെക്കുറിച്ച് നടത്തിയ സുപ്രധാന പഠനങ്ങൾ പ്രശസ്ത രോഗാണുവിദഗ്ദ്ധനായ പോൾ എഹർലിച്ചിന് കൂടുതൽ ഗവേഷണം നടത്തുവാൻ വലിയ ഉത്തേജനമായി. ശാസ്ത്രീയാന്വേഷണങ്ങളുടെ പ്രത്യേകതയാണത്. ഒരു കണ്ടുപിടുത്തം സുപ്രധാനമായ മറ്റ് പല കണ്ടുപിടുത്തങ്ങൾക്കും പുതിയ അന്വേഷണങ്ങളിലേക്കും ഗവേഷണങ്ങളിലേക്കും വഴിതെളിയിക്കും എന്നതാണത്.

അടിസ്ഥാന ഗവേഷണങ്ങൾ

റോബർട്ട് കോക്കിന്റെ യുഗപ്രാധാന്യമുള്ള ഗവേഷണങ്ങൾ എല്ലാം തന്നെ രോഗത്തിന്റെ അടിസ്ഥാനകാരണങ്ങളിലേക്ക് വെളിച്ചം വീശുന്നവയാണ്. അദ്ദേഹം ചരിത്രാവശേഷനാകുന്നതിന് മുമ്പു തന്നെ ശാസ്ത്രത്തിന്റെ ചരിത്രത്തിൽ അനന്യമായ സ്ഥാനം അലങ്കരിച്ചിരുന്നു.

ലൂയി പാസ്ചർ (1822 - 1895)

പരമാണുസിദ്ധാന്തത്തിന്റെ പ്രണേതാവാണ് ലൂയിപാസ്ചർ. ഫ്രഞ്ചുഗവേഷകനായ മൈക്രോബയോളജിസ്റ്റും (microbiologist) വാക്

സിനേഷന്റെ തത്ത്വങ്ങൾ ഗ്രഹിച്ച മഹാനുമായിരുന്നു. സൂക്ഷ്മാണുക്കൾമൂലം പാൽ മുതലായവ പുളിക്കുന്നതും പാൽ കേടുകൂടാതെയിരിക്കുവാനുള്ള പാസ്ചുറൈസേഷൻ കണ്ടുപിടിച്ചതും അദ്ദേഹമാണ്. രോഗാണുമൂലമുള്ള രോഗങ്ങളുടെ കാരണങ്ങളും അവയുടെ പ്രതിരോധവും അദ്ദേഹത്തിന്റെ ഗവേഷണവിഷയമായിരുന്നു. കോടിക്കണക്കിന് പേരുടെ ജീവൻ ഇപ്രകാരം രക്ഷിക്കുവാൻ അദ്ദേഹത്തിന് കഴിഞ്ഞു. പ്രസവങ്ങൾക്ക് ശേഷമുണ്ടാകുന്ന പനി കുറയ്ക്കുവാൻ സാധിച്ചു. ഈ അറിവ് ഉപയോഗിച്ചാണ് ജോസഫ് ലിസ്റ്റർ ആന്റിസെപ്റ്റിക് സർജറി വിഭാവനം ചെയ്ത് വലിയമാറ്റം കൊണ്ടുവന്നത്.

പേപ്പട്ടി വിഷത്തിനും ആന്ത്രാക്സിനും ആദ്യമായി വാക്സിൻ കണ്ടുപിടിച്ചത് പാസ്ചർ ആയിരുന്നു. രോഗാണുമൂലമുള്ള രോഗങ്ങളുടെ രോഗകാരണമായ രോഗാണുസിദ്ധാന്തം പാസ്ചറാണ് ആദ്യമായി മുന്നോട്ടുവെച്ചത്. വൈനും പാലും കേടുകൂടാതെയിരിക്കുവാനുള്ള പാസ്ചുറൈസേഷൻ പാസ്ചറാണ് കണ്ടുപിടിച്ചത്.

രോഗാണുശാസ്ത്രത്തിന് മൂന്ന് പിതാക്കന്മാരാണുള്ളത്. ഫെർഡിനന്റ് കോൺ, റോബർട്ട് കോക്ക്, ലൂയി പാസ്ചർ എന്നിവരാണ് ആ മൂന്ന് പേർ. ലൂയി പാസ്ചർ മൈക്രോബയോളജിയുടെ പിതാവ് എന്നാണ് അറിയപ്പെടുന്നത്. രസതന്ത്രത്തിലും പാസ്ചർ അതികായനായിരുന്നു. ചില പരലുകളെക്കുറിച്ചും അവയുടെ റെസ്മിക് (racemic) രൂപത്തെക്കുറിച്ചും അദ്ദേഹം പഠിച്ചു. 1887 ൽ അദ്ദേഹം പാസ്ചർ ഇൻസ്റ്റിറ്റ്യൂട്ട് സ്ഥാപിച്ചു. തന്റെ മരണംവരെ അതിന്റെ തലവനായിരുന്നു. ആ സ്ഥാപനം പിന്നീട് പല ലോകപ്രശസ്ത ശാസ്ത്രജ്ഞരെ വളർത്തിയെടുക്കുന്നതിലും പല ലോകോത്തര കണ്ടുപിടിത്തങ്ങൾക്കും സാക്ഷ്യം വഹിക്കുകയും ചെയ്തിട്ടുണ്ട്. മരണശേഷം അവിടെത്തന്നെയാണ് അദ്ദേഹത്തെ സംസ്കരിച്ചത്.

എളിയ തുടക്കം

ലൂയി പാസ്ചർ 27 ഡിസംബർ 1822 ൽ ഫ്രാൻസിലെ ഡോൾ, ജുറയിലാണ് ജനിച്ചത്. ദരിദ്രനായ തോല്പണിക്കാരനായിരുന്നു പിതാവ്. 1831 ൽ പ്രൈമറി വിദ്യാഭ്യാസം ആരംഭിച്ചു. തുടക്കത്തിൽ ഒരു സാധാരണവിദ്യാർത്ഥി മാത്രമായിരുന്നു. താല്പര്യം മീൻപിടിത്തവും സ്കെച്ചു വരയ്ക്കലുമായിരുന്നു. അദ്ദേഹം വരച്ച മാതാപിതാക്കളുടെയും സുഹൃത്തുക്കളുടെയും പടങ്ങൾ പാസ്ചർ ഇൻസ്റ്റിറ്റ്യൂട്ടിലെ മ്യൂസിയത്തിൽ ഇപ്പോഴുമുണ്ട്. 1838 ൽ പാരിസിലേക്ക് പഠിക്കാൻ പോയെങ്കിലും വീട് വിട്ടുനില്ക്കാനുള്ള പ്രയാസം കാരണം തിരികെപ്പോന്നു. എന്നാൽ 1940 ഓടെ ബി എ ഡിഗ്രി പാസായി. പഠനത്തോടൊപ്പം ജോലിയുമായി ലൂയി പാസ്ചർ ജിസാകോൺ കോളേജിൽ ചേർന്നു. സയൻസ് ഡിഗ്രിയോടൊപ്പം പ്രത്യേക ഗണിതശാസ്ത്രവും പഠിച്ചു. 1841 ലെ ആദ്യപരീക്ഷയിൽ പരാജിതനായെങ്കിലും 1842 ൽ ലൂയി പാസ്ചർ പാസായി. രസ

തന്ത്രത്തിൽ മാർക്ക് കുറവായിരുന്നു. 1845 ൽ സയൻസ് ഡിഗ്രി കരസ്ഥമാക്കി. 1846 ൽ പ്രൊഫസറായി ജോലി കിട്ടി. പക്ഷേ, അവിടെ പ്രൊഫസറായിരുന്ന അന്റോയിൻ ജെറോം ബലാർദ് ലൂയി പാസ്ചറെ തിരിച്ച് പഠനത്തിന് പറഞ്ഞയച്ചു. ബ്രോമിൻ കണ്ടുപിടിച്ചതിൽ ഒരാളായിരുന്ന ബലാർദിനോടൊപ്പം ഗവേഷണം നടത്തിയിരുന്ന പാസ്ചർ 1847 ൽ രണ്ടു പ്രബന്ധങ്ങൾ സമർപ്പിച്ചു. അതിലൊന്ന് രസതന്ത്രത്തിലും മറ്റൊന്ന് ഭൗതികശാസ്ത്രത്തിലുമായിരുന്നു. തുടർന്നദ്ദേഹം 1848 ൽ ഭൗതികശാസ്ത്രത്തിൽ പ്രൊഫസറാവുകയും തുടർന്ന് വിവാഹിതനാവുകയും ചെയ്തു.

മക്കളുടെ മരണം

പാസ്ചറുടെ മക്കളിൽ മൂന്നുപേർ ആയിടെ ടൈഫോയ്ഡ് പിടിപെട്ട് മരണമടഞ്ഞു. അത് പാസ്ചറെ വല്ലാതെ പിടിച്ചുകുലുക്കിയ സംഭവമായിരുന്നു. പകർച്ചവ്യാധികൾക്കെതിരെ അതോടെ ലൂയി പാസ്ചർ സന്ധിയില്ലാത്ത യുദ്ധം പ്രഖ്യാപിച്ചു. 1854 ൽ അദ്ദേഹം ലിലി യൂണിവേഴ്സിറ്റിയിലെ ഡീൻ ആയി. അവിടെ വെച്ചാണദ്ദേഹം തന്റെ ഏറ്റവുമധികം ഉദ്ധരിക്കപ്പെടുന്ന വാചകമായ (In the field of observation, chance favors only the prepared mind) പറഞ്ഞത്. അതായത് കണ്ണുള്ളവനേ കാണാൻ കഴിയൂ എന്ന് ഭാഷയിൽ പറയാം. മനസ്സിൽ അറിയാവുന്ന കാര്യങ്ങൾ മാത്രമെ നമുക്ക് നിരീക്ഷിക്കുവാൻ കഴിയൂ. ഇതേ അർത്ഥം വരുന്ന വാചകം സർ വില്യം ഓസ്ലറും പറഞ്ഞിട്ടുണ്ട്. അറിയുന്ന മനസ്സിനുമാത്രമെ കാണുവാനും മനസ്സിലാക്കുവാനും കഴിയൂ.

1856 ൽ അദ്ദേഹം പാരീസിലേക്ക് പോയി. അവിടെ അദ്ദേഹം ശാസ്ത്രഗവേഷണങ്ങളുടെ തലവനായി. ഗവേഷണനടപടികളിൽ ധാരാളം പരിഷ്കാരങ്ങൾ വരുത്തി. അത് വിദ്യാർത്ഥികളുടെ എതിർപ്പിന് വഴി വെച്ചു. 1862 ൽ അദ്ദേഹം ഭൗമശാസ്ത്രം, ഭൗതികശാസ്ത്രം, രസതന്ത്രം എന്നിവയുടെ പ്രൊഫസറായി. 1867 ൽ ആ പദവി അദ്ദേഹം രാജി വെക്കുന്നതുവരെ തുടർന്നു.

മോളിക്യൂളുകളുടെ ആകൃതിവ്യത്യാസം

ഒരേ രാസഘടനയുള്ള തന്മാത്രകളിലെ പരലുകളിൽ കാണുന്ന ഇടതനെയും വലതനെയും അദ്ദേഹം വേർതിരിച്ചെടുത്തു. അവയ്ക്ക് പ്രത്യേക ഭൗതികരാസഗുണങ്ങളുണ്ട്. ഇവയുടെ ഭൗതികഗുണം പോളറൈസ് ചെയ്ത വെളിച്ചത്തെ വലത്തോട്ടും ഇടത്തോട്ടും തിരിക്കുക എന്നതാണ്. ഇടതൻ പരലുകളും അവയുടെ പേരനുസരിച്ചുള്ള ഭാഗത്തേക്ക് പ്രകാശത്തെ തിരിക്കുന്നു. ഇവ ലായനിയിലാണെങ്കിൽ ഈ ഇടത് വലത് ഗുണം പരസ്പരം ഇല്ലാതാകുന്നു. രണ്ടും തുല്യമായി എടുത്ത മിശ്രിതമാണെങ്കിൽ അപ്രകാരം സംഭവിക്കുന്നു. സ്വാഭാവികമായുണ്ടാകുന്ന ടാർടാറിക് അമ്ലം പോളറൈസ്ഡ് വെളിച്ചത്തെ ദിശ മാറ്റുന്നത് അന്ന്

ശ്രദ്ധിക്കപ്പെട്ടിരുന്നു. അതേസമയം നിർമ്മിക്കപ്പെടുന്ന ടാർടാറിക് അമ്ല ത്തിന് ആ ഗുണം ഉണ്ടായിരുന്നില്ല. ഈ പ്രശ്നത്തിന് പാസ്ചർ ഉത്തരം കണ്ടുപിടിച്ചു.

രോഗാണുസിദ്ധാന്തം

പാലും വൈനും പുളിക്കുന്നത് അതിൽ സൂക്ഷ്മാണുക്കൾ വളർന്ന് അവയുടെ ജൈവരാസപ്രവർത്തനം കൊണ്ടാണ് ഇവയിലെ സൂക്ഷ്മാ ണുക്കളെ അദ്ദേഹം വേർതിരിച്ചെടുത്തു. പാസ്ചറിനു മുമ്പുള്ള ധാരണ അവ പുളിക്കുന്നതും ഫെർമെന്റ് ചെയ്യുന്നതും തനിയെ ഉണ്ടാകുന്നതാ ണെന്നാണ്. അതിനെ അദ്ദേഹം (Omne vivum ex vivo "all life from life") അതായത് ജീവനിൽ നിന്നാണ് ജീവൻ ഉണ്ടാകുന്നത്. ഇത് തെളി യിക്കാനായി വായുവൊഴിച്ച് സൂക്ഷ്മാണുക്കൾ കടക്കാത്ത പാത്രത്തിലും സൂക്ഷ്മാണുക്കൾ കടക്കാവുന്ന പാത്രത്തിലും തിളപ്പിച്ച ബ്രാത്തുകൾ (വൈൻ) വെച്ചു. വായു മാത്രം കടക്കാവുന്ന വളഞ്ഞ കുഴൽ ഘടിപ്പിച്ച തിൽ പുളിപ്പ് സംഭവിച്ചില്ല. ഇത് തെളിയിക്കുന്നത് വായുവിലുള്ള അണു ക്കളാണ് ഇത് ചെയ്യുന്നതെന്നാണ്. ജീവനുള്ള ഒന്നും തനിയെ ഉണ്ടാ കുന്നില്ല. ജീവനുള്ള സൂക്ഷ്മാണുക്കൾ പുളിക്കുമ്പോൾ തനിയെ ഉണ്ടാ കുന്നു എന്ന പഴയ ധാരണയെ ഈ പരീക്ഷണം നിരാകരിച്ചു.

ഈ അണുസിദ്ധാന്തം പാസ്ചറിനുമുമ്പും ജിറോലാമൊ ഫ്രാകാ സ്റ്ററൊ, അഗോസ്റ്റിനോ ബാസ്സി, ഫ്രീഡ്രിഷ് ഹെൻലെ എന്നിവർ അഭി പ്രായപ്പെട്ടിരുന്നു.

പക്ഷേ, തെളിവ് ഉദ്ധരിച്ച് ഇതിനെ സിദ്ധാന്തവല്ക്കരിച്ചത് ലൂയി പാസ്ചറായിരുന്നു. പാസ്ചറെ അണുസിദ്ധാന്തത്തിന്റെ പിതാവായി പരി ഗണിക്കപ്പെട്ടുപോരുന്നു. പാനീയങ്ങളും ബിയറും വൈനും പാലും കേടു വരുന്നത് ഈ അണുക്കളെക്കൊണ്ടാണെന്ന് അദ്ദേഹം പരീക്ഷണങ്ങളി ലൂടെ തെളിയിച്ചു. അതോടെ പാൽ തിളപ്പിച്ച് അതിലെ സൂക്ഷ്മാണു ക്കളെ നശിപ്പിച്ചതിനുശേഷം മൂടിവെച്ചാൽ പാൽ കേടുകൂടാതെ ഇരി ക്കുമെന്ന് അദ്ദേഹം മനസ്സിലാക്കി. ഈ പരീക്ഷണം പാസ്ചറും ക്ലോഡ് ബർണാദും 20 ഏപ്രിൽ 1862 നാണ് ഒരുമിച്ച് പൂർത്തിയാക്കിയത്. ഇതാണ് പാസ്ചുറൈസേഷൻ എന്ന പേരിൽ ലോകപ്രസിദ്ധമായത്.

അണുസിദ്ധാന്തത്തോടൊപ്പം സൂക്ഷ്മാണുക്കൾ മൃഗങ്ങളെയും മനുഷ്യനെയും ബാധിക്കുന്നതുകൊണ്ടാണ് രോഗങ്ങളുണ്ടാകുന്നതെന്ന സിദ്ധാന്തവും അവതരിപ്പിച്ചു. അതുകൊണ്ട് രോഗാണുക്കളെ അപ്രകാരം പ്രവേശിക്കുന്നത് തടഞ്ഞാൽ രോഗാണുബാധയും അതിൽനിന്നുണ്ടാ കുന്ന രോഗവും തടയാം. ഈ തത്ത്വവും മനസ്സിലാക്കിയാണ് ഇംഗ്ലണ്ടിലെ ജോസഫ് ലിസ്റ്റർ സർജറിയിൽ ഫിനോൾ ആന്റിസെപ്റ്റിക് മാർഗ്ഗമുപ യോഗിച്ച് വളരെ പ്രശസ്തമായ വിജയം കൈവരിച്ചത്.

പരാന്നരോഗങ്ങൾ

1865 ൽ പരാന്നരോഗങ്ങളായ പെബ്രിനും ഫ്ളാഷ്‌രീയും പട്ടുനൂല്പുഴുക്കളെ നശിപ്പിച്ചുകൊണ്ടിരുന്നു. അത് പട്ടുനൂല്പുഴുക്കളുടെ മുട്ടകളെയാണ് ആക്രമിച്ചിരുന്നതെന്ന് ഏതാനും വർഷത്തെ ഗവേഷണംകൊണ്ട് പാസ്ചർ കണ്ടുപിടിച്ചു. പട്ടുനൂല്പുഴു നഴ്സറികളിൽ അവയെ നശിപ്പിച്ചാൽ രോഗം തടയാം എന്നദ്ദേഹം മനസ്സിലാക്കി. കൂടാതെ ചില സൂക്ഷ്മാണുക്കൾ പ്രാണവായുവില്ലാതെയും ജീവിക്കുന്നുവെന്ന് അദ്ദേഹം കണ്ടു പിടിച്ചു. ഇതാണ് അനറോബിക് എഫെക്റ്റ് എന്ന പാസ്ചർ എഫെക്റ്റ് (Pasteur effect).

രോഗപ്രതിരോധശാസ്ത്രവും വാക്സിനേഷനും

കോഴികളിലെ കോളറയെക്കുറിച്ച് ധാരാളം ഗവേഷണങ്ങൾ നടത്തി. അവയെ നിരീക്ഷിച്ചുകൊണ്ടിരിക്കെ ചില കോഴികളിൽ രോഗാണു രോഗമുണ്ടാക്കുന്നതിൽ പരാജയപ്പെട്ടതായി മനസ്സിലാക്കി. ആ കോഴികളിൽ ആദ്യം ദുർബ്ബലമായ രോഗാണുക്കളെക്കൊണ്ട് രോഗാണുബാധ ഉണ്ടാക്കിയിരുന്നു. പിന്നീട് പ്രതിരോധശക്തി നേടിയവരിൽ ശക്തിയുള്ള രോഗാണുവിനെ ഉപയോഗിച്ചുപോലും രോഗമുണ്ടാക്കുവാൻ കഴിയുകയില്ല എന്ന് അദ്ദേഹത്തിന് മനസ്സിലായി. ദുർബ്ബലമായ രോഗാണു കോഴിയിൽ രോഗപ്രതിരോധശക്തി ഉണ്ടാക്കിയിരിക്കുന്നു. ലക്ഷണം ഉണ്ടാവുകയാണെങ്കിൽതന്നെ അവ ദുർബ്ബലമായിരുന്നു. ആ നിമിഷം ലോകത്തിന് രോഗപ്രതിരോധത്തിന്റെ സുന്ദരവും പ്രതീക്ഷാനിർഭരവുമായ പുതുയുഗം പിറന്നു.

ആന്ത്രാക്സ് വാക്സിൻ

1870 ൽ കന്നുകാലികളിലെ ആന്ത്രാക്സിന് പ്രാണവായുവിൽ വളർത്തിയ രോഗാണുവിനെ ഉപയോഗിച്ച് വാക്സിൻ കണ്ടുപിടിച്ചു. പാസ്ചറിന് മുമ്പ് ഇംഗ്ലണ്ടിൽ 1796 ൽ ജെന്നർ വസൂരി രോഗാണുക്കളെ പശുവിൽനിന്നെടുത്ത് കീറിവെച്ചാൽ രോഗപ്രതിരോധശക്തി നേടാമെന്ന് കണ്ടുപിടിച്ചിരുന്നു. പാസ്ചറുടെ സമയമായപ്പോഴേക്കും കുത്തിവെക്കുന്നത് ദുർബ്ബലമാക്കിയ വാക്സിനായിരുന്നു. ജെന്നറുടെ വാക്സിൻ സ്വാഭാവികമായുള്ളതാണെങ്കിൽ പാസ്ചറുടെ ആന്ത്രാക്സ് വാക്സിനും ചിക്കൻ കോളറവാക്സിനും കൃത്രിമമായുണ്ടാക്കിയതായിരുന്നു. അതായിരുന്നു അവ തമ്മിലുള്ള വ്യത്യാസം. ഇവിടെ ദുർബ്ബലമായ രോഗാണുവിനെ അന്വേഷിക്കേണ്ട ആവശ്യമില്ലായിരുന്നു. എന്നാൽ പാസ്ചർ ജെന്നറുടെ സ്മരണാർത്ഥം തന്റെ ദുർബ്ബലമാക്കപ്പെട്ട അണുക്കളെ വാക്സിൻ എന്ന് നാമകരണം ചെയ്തു. അദ്ദേഹം പേപ്പട്ടിവിഷത്തിനുള്ള ആദ്യത്തെ വാക്സിൻ മുയലുകളിൽ വളർത്തി അവ ബാധിച്ച ഞരമ്പുകളെ ഉണക്കിയാണ് ഉണ്ടാക്കിയത്. ഇന്ന് പാർശ്വഫലങ്ങൾ കുറഞ്ഞ വാക്സിൻ

മുട്ടയിലാണ് ഉല്പാദിപ്പിക്കുന്നത്.

റാബീസ് വാക്സിൻ

റാബീസ് വാക്സിൻ ആദ്യമായി ഉണ്ടാക്കിയത് എമിലി റൊ എന്ന ഫ്രഞ്ച് ഡോക്ടറായിരുന്നു. അദ്ദേഹം പാസ്ചറുടെ സഹപ്രവർത്തകനായിരുന്നു. അണുവിനെ കുത്തിവെച്ച മുയലുകളുടെ സുഷുമ്ന നാഡിയിൽനിന്നെടുത്ത് പതിനൊന്നു നായ്ക്കളിൽ മാത്രമേ ആ വാക്സിൻ പരീക്ഷിച്ചിരുന്നുള്ളൂ. മനുഷ്യരിൽ പരീക്ഷിച്ചിരുന്നില്ല. ആയിടയ്ക്കാണ് റാബീസ് പിടിച്ച നായ ജോസഫ് മീസ്റ്റർ എന്ന ഒമ്പതു വയസ്സുള്ള കുട്ടിയെ കടിച്ചു പരിക്കേല്പിച്ചത്. പാസ്ചർ ഈ കുട്ടിക്ക് വാക്സീൻ കൊടുക്കുവാൻ തയ്യാറായി. അദ്ദേഹത്തിന് ചികിത്സിക്കുവാനുള്ള ലൈസൻസ് ഉണ്ടായിരുന്നില്ല. എന്നാലും അത് കൊടുക്കുവാൻ പാസ്ചർ തയ്യാറായി. മൂന്നു മാസം കഴിഞ്ഞ് കുട്ടിയെ പരിശോധിച്ചപ്പോൾ കുട്ടിക്ക് ഒരു കുഴപ്പവും ഉണ്ടായിരുന്നില്ല. പാസ്ചർക്ക് അഭിനന്ദനങ്ങളുടെ പ്രവാഹമുണ്ടായി. ആരും ലൈസൻസില്ലാതെ ചികിത്സിച്ചതിനെപ്പറ്റി മിണ്ടിയില്ല. ഇത് മറ്റു പലതരം വാക്സിനുകളുടെ കണ്ടുപിടിത്തത്തിന് വഴിയൊരുക്കി. ഇതാണ് പാസ്ചർ ഇൻസ്റ്റിറ്റ്യൂട്ട് എന്ന സ്ഥാപനത്തിലേക്ക് വഴിയൊരുക്കിയത്.

ശാസ്ത്രീയ ഗവേഷണത്തിനുമുമ്പിൽ അദ്ദേഹം ഒന്നിനെപ്പറ്റിയും ഭയപ്പെട്ടിരുന്നില്ല. പേ പിടിച്ചിരുന്ന ബുൾനായയിൽനിന്ന് ശ്രവമെടുക്കുവാൻ ഭയമില്ലാതെ പോകുമായിരുന്നു. അണുസിദ്ധാന്തം അവതരിപ്പിച്ച പാസ്ചർ തന്റെ സഹപ്രവർത്തകരോട് സർജറിക്കുമുമ്പ് കൈകളും ഉപകരണങ്ങളും ശുചിയാക്കുവാൻ ഉപദേശിക്കാറുണ്ടായിരുന്നു.

പാസ്ചർ ഇൻസ്റ്റിറ്റ്യൂട്ട്

ലോകപ്രസിദ്ധമായ ഈ സ്ഥാപനം ഉണ്ടാക്കിയത് പാസ്ചറായിരുന്നു. തന്റെ അടിസ്ഥാനഗവേഷണത്തോടുള്ള താല്പര്യം പരിഗണിച്ചായിരുന്നു ഇത്. ഗവേഷണത്തിന്റെ പ്രായോഗികലക്ഷ്യങ്ങളും പ്രയോജനങ്ങളും പാസ്ചർ മുന്നിൽക്കണ്ടിരുന്നു. ഈ സ്ഥാപനം നിലവിൽ വന്നതോടെ പല വിഭാഗങ്ങളിലുള്ള ശാസ്ത്രജ്ഞരെ ഒരു കുടക്കീഴിൽ കൊണ്ടുവരാനുള്ള ശ്രമം ആരംഭിച്ചു. എമിലി ഡ്യൂക്ലെ എന്ന സൂക്ഷ്മാണുഗവേഷകൻ, ചാൾസ് ചാമ്പർലാന്റ് എന്ന രോഗാണു ഗവേഷകൻ, ഇല്യ ഇലിയിച്ച് മെക്നിക്കോവ് എന്ന മോർഫോളജിക്കൽ സൂക്ഷ്മാണു ഗവേഷകൻ, പേപ്പട്ടിവിഷ വിദഗ്ദ്ധനും സാങ്കേതിക രോഗാണു ഗവേഷകനുമായ ജാക്വസ് ജോസഫ് ഗ്രാഞ്ചർ എന്നിവരായിരുന്നു സംഘത്തിലുണ്ടായിരുന്നത്.

ഒരു വർഷത്തിന് ശേഷം റൊയുടെ നേതൃത്വത്തിൽ ലോകത്തെ ആദ്യത്തെ മൈക്രോബയോളജി എന്ന സൂക്ഷ്മാണുശാസ്ത്ര ഡിഗ്രി കോഴ്സ് ആരംഭിച്ചു. 1891 ന് ശേഷം പാസ്ചർ ഇൻസ്റ്റിറ്റ്യൂട്ടുകൾ 29 രാജ്യ

ങ്ങളിലായി 32 എണ്ണം സ്ഥാപിക്കപ്പെട്ടു.

ലൂയി പാസ്ചർ അതിമാനുഷനോ അതിബുദ്ധിമാനോ ആയിരുന്നില്ല. സാധാരണ ബുദ്ധിശക്തിയും അന്വേഷണപരതയും ഉണ്ടായിരുന്ന അദ്ദേഹം ഗവേഷണത്തിലും ശാസ്ത്രത്തിന് അടിത്തറ പാകുന്നതിനും ഗവേഷണം ഏകോപിപ്പിച്ച് മുന്നോട്ടുകൊണ്ടുപോകുന്നതിനും അസാമാന്യമായ കഴിവ് പ്രകടിപ്പിച്ചു. ഇതുപോലെ ആവേശകരമായ നേതൃത്വവും സംഘടനാപാടവവും ഇന്ത്യയിൽ നമുക്കും ചെയ്യാവുന്നതേയുള്ളൂ.

1868 ന് ശേഷം അദ്ദേഹത്തിന് ഇടയ്ക്കിടെ മസ്തിഷ്കാഘാതങ്ങൾ വരുമായിരുന്നു. 1894 ലെ ആഘാതം വളരെ കടുത്തതായിരുന്നു. അടുത്ത വർഷം 1895 ൽ അദ്ദേഹം കഥാവശേഷനായി. അദ്ദേഹത്തിന് ഏറ്റവും ഉന്നതമായ മരണാനന്തരചടങ്ങുകൾ നല്കുകയുണ്ടായി. നോട്ടർഡാമിലെ പള്ളിയിലാണ് സംസ്കാരം നടന്നത്. ഭൗതികാവശിഷ്ടങ്ങൾ പാസ്ചർ ഇൻസ്റ്റിറ്റ്യൂട്ടിൽ അടക്കം ചെയ്തിട്ടുണ്ട്.

അവാർഡുകൾ

നിരവധി അവാർഡുകൾ പാസ്ചറെ തേടിയെത്തി. 1853 ൽ ഫാർമസ്യൂട്ടിക്കൽ സൊസൈറ്റിയുടെ അംഗീകാരം റെയ്സ്മിക് ആസിഡ് നിർമ്മിച്ചതിനായിരുന്നു. 1856 ൽ ലണ്ടനിലെ റോയൽ സൊസൈറ്റിയുടെ റംഫോർഡ് മെഡൽ, 1874 ൽ കോപ്ലി മെഡൽ, 1859 ലെ ഫ്രഞ്ച് അക്കാഡമി ഓഫ് സയൻസസിന്റെ മോണ്ടിയോൻ സമ്മാനങ്ങൾ, 1861 ലെ ജെക്കർ സമ്മാനം, 1862 ലെ അൽഹുംബർട് സമ്മാനം, 1857 ലെ ഫ്രഞ്ച് അക്കാഡമി ഓഫ് സയൻസസിന്റെ വിശിഷ്ടാംഗത്വം, 1873 ലെ നാഷണൽ അക്കാഡമി ഓഫ് മെഡിസിനിൽ വിശിഷ്ടാംഗത്വം, ഫ്രഞ്ച് അക്കാഡമിയിൽ 1881 ൽ ലിറ്റർ അംഗത്വം എന്നിവ ലഭിച്ചിട്ടുണ്ട്. 1873 ൽ ബ്രസീൽ കമാണ്ടർ ഓർഡർ ഓഫ് റോസ്, 1895 ൽ ഡച്ചു സർക്കാറിന്റെ ഏറ്റവും വലിയ ബഹുമതിയായ ലീവൻഹോക് മെഡൽ ലഭിച്ചു. 1853 ൽ ഫ്രാൻസിലെ ഷെവലിയർ ഓഫ് ദി ലീജ്യൻ ഓഫ് ഓണർ, 1868 ൽ കമാണ്ടർ ഓഫ് ലീജ്യൻ ഓഫ് ഓണർ, 1878 ൽ ഗ്രാന്റ് ഓഫീസർ ഓഫ് ലീജ്യൻ ഓഫ് ഓണർ, 1881 ൽ ഗ്രാന്റ് ക്രോയ് ഓഫ് ലീജ്യൻ ഓഫ് ഓണർ എന്നീ പരമോന്നത ബഹുമതികളും ലഭിച്ചു. 1886 ജൂൺ എട്ടിന് ഓട്ടോമൻ സുൽത്താൻ ഹമിദ് ഓർഡർ ഓഫ് മെദ്ജിദീയും അതോടൊപ്പം 10000 ലിറയും സമ്മാനിച്ചു.

ജോനാസ് സാൽക്ക് (1914-1995)

പോളിയോ ഗവേഷണം

ജോനാസ് എഡ്വേഡ് സാൽക്ക് എന്നാണ് മുഴുവൻ പേര്. സാൽക്കാണ് പോളിയോക്ക് ഫലപ്രദമായ വാക്സിൻ കണ്ടുപിടിച്ചത്. അദ്ദേഹം അമേരിക്കക്കാരനായ ഡോക്ടറും മെഡിക്കൽ ഗവേഷകനുമായിരുന്നു. 1939 ൽ അദ്ദേഹത്തിന് ന്യൂയോർക്ക് യൂണിവേഴ്സിറ്റി കോളേജിൽനിന്ന്

എം ഡി ബിരുദം ലഭിച്ചു. നിർവീര്യമാക്കപ്പെട്ട വൈറസ് ഉപയോഗിച്ച് ഗവേഷണം നടത്തുന്ന തോമസ് ഫ്രാൻസിസ് ജൂനിയറുമൊത്ത് കുറച്ചു കാലം അദ്ദേഹം രോഗപ്രതിരോധശാസ്ത്രഗവേഷണം നടത്തി. 1942 ലാണ് സാൽക്ക് തോമസ് ഫ്രാൻസിസ് ജൂനിയറുമൊത്ത് മിച്ചിഗൺ യൂണി വേഴ്സിറ്റി പൊതുജനാരോഗ്യസ്ഥാപനത്തിൽ ഇൻഫ്ളുവൻസയ്ക്കെ തിരെ വാക്സിൻ ഉണ്ടാക്കുവാൻ ഒരു സംഘവുമായി സഹകരിച്ചു പ്രവർത്തിക്കുവാൻ ശ്രമമാരംഭിച്ചത്. 1947 ൽ പിറ്റ്സ്ബർഗ് യൂണിവേ ഴ്സിറ്റി സ്കൂൾ ഓഫ് മെഡിസിനിലെ വൈറസ് ഗവേഷണ ലാബററ്ററി യുടെ തലവനും അസോസിയേറ്റ് പ്രൊഫസറുമായി. അവിടെ വെച്ചാണ് അദ്ദേഹം പോളിയോ ഗവേഷണം ആരംഭിക്കുന്നത്.

പോളിയോ സാധാരണ പനിയും തലവേദനയും ആയാണ് തുട ങ്ങുന്നത്. അതുകഴിഞ്ഞ് കൂടുതൽ ഗൗരവതരമായ ലക്ഷണമായി ഞര മ്പുകളെ ബാധിച്ച് തളർച്ച ഉണ്ടാകുന്നു. ആ തളർച്ച സ്ഥിരമാകുന്നതാണ് ഗുരുതരമായ പ്രശ്നം. അപ്രകാരം രോഗി സ്ഥിരം വികലാംഗനാകുന്നു. ഇരുപതാം നൂറ്റാണ്ടിന്റെ മദ്ധ്യത്തിൽ ആയിരക്കണക്കിന് കുട്ടികൾ ഇപ്ര കാരം വികലാംഗരായിട്ടുണ്ട്. ആ ഹതഭാഗ്യരായ കുട്ടികളെ സംബന്ധി ച്ചിടത്തോളം ജീവിതം തകരുകയാണ് ചെയ്യുന്നത്. വികലാംഗത്വം ജീവി തത്തിന്റെ സമസ്തമേഖലകളെയും നശിപ്പിക്കും.

വാക്സിൻ ഫലപ്രദം

പല യൂണിവേഴ്സിറ്റികളിലെയും ശാസ്ത്രജ്ഞരുമായി സാൽക്ക് ബന്ധപ്പെടുകയും ഒരുമിച്ച് പ്രവർത്തിക്കുകയും ചെയ്തിരുന്നു. അവർ പലരും പോളിയോ വൈറസിനെ തരം തിരിക്കുന്നതിൽ വ്യാപൃതരായി രുന്നു. സാൽക്ക് അതുമായി സഹകരിച്ചിരുന്നു. അപ്രകാരം മൂന്നുതരം പോളിയോ വൈറസുകളുണ്ടെന്ന് മനസ്സിലാക്കി. അതിനുശേഷം സാൽക്ക് ജീവനില്ലാതാക്കിയ ഈ മൂന്നു തരം വൈറസുകളെ ഉപയോഗിച്ച് വാക് സിനുണ്ടാക്കി. കുരങ്ങുകളിൽ അത് ഫലപ്രദമെന്ന് പരീക്ഷിച്ചറിഞ്ഞു. അവ കുരങ്ങുകളിൽ രോഗപ്രതിരോധമുണ്ടാക്കുന്ന ആന്റിബോഡി ഉണ്ടാ ക്കിയിരുന്നു.

1952 ൽ അദ്ദേഹം നിർജ്ജീവമാക്കിയ വാക്സിൻ മനുഷ്യരിൽ പരീ ക്ഷിച്ചു തുടങ്ങി. ആദ്യം പോളിയോ ബാധിച്ച് മാറിയ കുട്ടികളിലാണ് വാക്സിൻ പരീക്ഷിച്ചത്. പിന്നീട് പോളിയോ വരാത്തവരിലാണ് പരീ ക്ഷിച്ചത്. ഈ രണ്ടു പരീക്ഷണങ്ങളും വിജയപ്രദമായിരുന്നു. ഈ കുട്ടി കളിൽ രക്തത്തിലെ രോഗപ്രതിരോധം ആന്റിബോഡി ഉയർന്നിരുന്നു. പരീക്ഷിച്ച ആർക്കും വാക്സിൻമൂലം പോളിയൊ ബാധിച്ചതുമില്ല. ഈ കണ്ടെത്തലുകൾ അദ്ദേഹം അടുത്ത വർഷം പ്രസിദ്ധീകരിച്ചു. 1954 ൽ ഫ്രാൻസിസ് കൂടുതൽ പേരിൽ കുത്തിവെക്കുന്ന വാക്സിൻ പരീക്ഷിച്ചു. ഇതിന്റെ ഫലം പ്രോത്സാഹജനകമായിരുന്നു. പോളിയോ ഉണ്ടാകുന്നത് തടയുവാൻ വാക്സിന് കഴിയുമെന്ന് ഇതിലൂടെ തെളിഞ്ഞു. 1955 ഏപ്രിൽ

12 ന് അമേരിക്കയിൽ ഈ വാക്സിന് അംഗീകാരമായി. അടുത്തകൊല്ലം അമേരിക്കയിൽ ഒരു ലക്ഷം പേരിൽ 18 പോളിയോബാധിതർ എന്നത് 2 ആയി കുറയ്ക്കുവാൻ വാക്സിന് കഴിഞ്ഞു.

1960 ൽ വായിലൂടെ കൊടുക്കുവാൻ കഴിയുന്ന ഓറൽ പോളിയോ വാക്സിൻ (ഒ പി വി) അമേരിക്കയിലെ ഡോക്ടറും മൈക്രോബയോളജിസ്റ്റുമായ ആൽബെർട്ട് സാബിൻ കണ്ടുപിടിച്ചു. ഇതിന് ജീവനുള്ള നിർവീര്യമാക്കപ്പെട്ട വൈറസ് നിർമ്മിച്ച വാക്സിനാണ് ഉപയോഗിക്കുന്നത്. ഇന്ത്യ ഇന്ന് പോളിയോമുക്തമാണ്. ഒ പി വിയുടെ വ്യാപകമായ ഉപയോഗംകൊണ്ടാണിത് സാധിച്ചത്. ലോകമെങ്ങും പോളിയോ വാക്സിൻ വിതരണം ചെയ്തത് റോട്ടറി ഇന്റർനാഷണൽ എന്ന സന്നദ്ധസംഘടനയാണ്.

പദവികൾ

സാൽക്ക് പിറ്റ്സ്ബെർഗിൽ എക്സ്പെരിമെന്റൽ മെഡിസിൻ പ്രൊഫസർ, ബാക്ടീരിയോളജി പ്രൊഫസർ, പ്രിവെന്റീവ് മെഡിസിൻ പ്രൊഫസർ എന്നീ പദവികളിലിരുന്നിട്ടുണ്ട്. 1963 ൽ കാലിഫോർണിയയിലുള്ള സാന്റിയാഗോയിലെ ഇൻസ്റ്റിറ്റ്യൂട്ട് ഓഫ് ബയോളജിക്കൽ സ്റ്റഡീസിന്റെ ഡയറക്ടറായിരുന്നു. പിന്നീട് ആ സ്ഥാപനം അദ്ദേഹത്തിന്റെ പേരിൽ സാൽക്ക് ഇൻസ്റ്റിറ്റ്യൂട്ട് ആയി നാമകരണം ചെയ്യപ്പെട്ടു.

സാൽക്കിന് പല ബഹുമതികളും ലഭിച്ചിട്ടുണ്ട്. 1977 ലെ അമേരിക്കൻ പ്രസിഡന്റിന്റെ ഫ്രീഡം മെഡൽ, ജവാഹർലാൽ നെഹ്റു അവാർഡ് ഫോർ ഇന്റർനാഷണൽ അണ്ടർസ്റ്റാന്റിങ്, മേരിറ്റോറിയസ് സർവ്വീസ് മെഡൽ, കോൺഗ്രഷനൽ ഗോൾഡ് മെഡൽ, ജോൺ സ്കോട്ട് ലെഗസി മെഡൽ ആന്റ് പ്രീമിയം, ലാസ്കർ-ഡിബാക്കീ ക്ലിനിക്കൽ റിസേർച്ച് അവാർഡ് എന്നിവയാണവ. ജൂൺ 23, 1995 ന് അദ്ദേഹം കാലയവനികയ്ക്കുള്ളിൽ മറഞ്ഞു.

ചാൾസ് സ്കോട് ഷെറിങ്ടൺ (1857-1952)
ന്യൂറോൺ, സൈനാപ്സ്

ചാൾസ് ഷെറിങ്ടൺ ന്യൂറോ ഫിസിയോളജിയിലും ബാക്ടീരിയോളജിയിലും കോശശാസ്ത്രമായ ഹിസ്റ്റോളജിയിലും രോഗശാസ്ത്രമായ പത്തോളജിയിലും അതികായനായിരുന്നു. മസ്തിഷ്കത്തിന്റെ ഏകകമായ ഞരമ്പുകോശമെന്ന ന്യൂറോണുകളുടെ വിവിധങ്ങളായ പ്രവർത്തനങ്ങളെ അദ്ദേഹം കണ്ടുപിടിച്ചു. ഈ കണ്ടുപിടുത്തത്തെ വിലയിരുത്തി അദ്ദേഹത്തിനും സഹപ്രവർത്തകൻ എഡ്ഗാർ ഡൗഗ്ലാസ് ആഡ്രിയാനും കൂടി വൈദ്യശാസ്ത്രത്തിനുള്ള നൊബേൽ സമ്മാനം ലഭിക്കുകയുണ്ടായി. അദ്ദേഹമാണ് **ന്യൂറോൺ, സൈനാപ്സ്** (neurons, synapse) എന്നീ പദങ്ങൾ ശാസ്ത്രലോകത്തിന് സമ്മാനിച്ചത്.

കലയിലെ താല്പര്യം

ചാൾസിന്റ പിതാവ് ഡോക്ടറായിരുന്നു, ജെയിംസ് നോർടൺ ഷെറിങ്ടൺ. ചാൾസ് കുട്ടിയായിരിക്കുമ്പോൾതന്നെ മരിച്ചുപോയി. അമ്മ ആൻ ബ്രൂക്സ് തർടൽ പുനർവിവാഹം ചെയ്തു. രണ്ടാനച്ഛനായ ഡോ. കലെബ് റോസ് ഫിസിഷ്യനും ആർക്കിയോളജിസ്റ്റുമായിരുന്നു. ഡോ. റോസിന്റെ കലകളോടുള്ള താല്പര്യം ചാൾസിന്റെ കുട്ടിക്കാലത്തുതന്നെ മനസ്സിൽ പതിഞ്ഞിരുന്നു. നോർവിച്ച് സ്കൂളിലെ കലാകാരന്മാരിൽ അദ്ദേഹം വളരെ താല്പര്യം പ്രകടിപ്പിച്ചിരുന്നു. പല ബുദ്ധിജീവികളും ആ വീട്ടിൽ പതിവു സന്ദർശകരായിരുന്നു. അത് ചാൾസിലെ അന്വേഷണബുദ്ധിയെ സ്വാധീനിച്ചിരിക്കണം. ജോഹാന്നെസ് മുള്ളർ എഴുതിയ *എലമെന്റ്സ് ഓഫ് ഫിസിയോളജി* അദ്ദേഹം സ്കൂൾ പഠനം ആരംഭിക്കുന്നതിനു മുമ്പെ പരിചയപ്പെട്ടിരുന്നു.

സ്പോട്സ്, സാഹിത്യം

1871 ൽ ഇപ്സ്വിച്ചിലെ സ്കൂളിൽ പഠനം ആരംഭിച്ചിരുന്നു. അവിടെയായിരുന്നു സുപ്രസിദ്ധ കവി തോമസ് ആഷെ അദ്ധ്യാപകനായിരുന്നത്. ചാൾസിലെ സാഹിത്യാസ്വാദകനെ അദ്ദേഹം പ്രചോദിപ്പിച്ചുകൊണ്ടിരുന്നു. യാത്ര ചെയ്യുന്നതിലും ക്ലാസിക്കുകൾ ആസ്വദിക്കുന്നതിലും ചാൾസിന് അദ്ദേഹം പ്രചോദനമായിരുന്നു. ചാൾസ് നല്ല അത്‌ലെറ്റുമായിരുന്നു. അദ്ദേഹം ഇപ്സിച്ച് പട്ടണത്തിലെ ക്ലബ്ബിലെ കളിക്കാരനായിരുന്നു. മാത്രമല്ല സെയ്ന്റ് തോമസിന് വേണ്ടി റഗ്ബി കളിച്ചിരുന്നു. ഓക്സ്ഫോഡിന്റെ റോയിങ് ടീമിലും അദ്ദേഹം ഉണ്ടായിരുന്നു.

ഫിസിയോളജി പരിശീലനം

1876 ൽ സെയിന്റ് തോമസ് ആസ്പത്രിയിൽ ചേർന്ന് വൈദ്യശാസ്ത്രം പഠിക്കുവാനാരംഭിച്ചു. റോയൽ കോളേജ് ഓഫ് സർജൻസിന്റെ പ്രാഥമിക പരീക്ഷ അദ്ദേഹം പാസായിരുന്നു. ഒരു വർഷത്തിന് ശേഷം ചാൾസ് ഒരു ഫെലോഷിപ്പും പാസായി. തുടർന്ന് 1879 ൽ സർ മൈക്കെൽ ഫോസ്റ്ററുടെ എഡിൽബറോയിൽ ഫിസിയോളജി പരിശീലനം നടത്തി. ഫോസ്റ്റർ ബ്രിട്ടീഷ് ഫിസിയോളജിയുടെ പിതാവായി പരിഗണിക്കപ്പെടുന്നു. അപ്രകാരം ശരീരധർമ്മത്തിൽ ഏറ്റവും മികച്ച പരിശീലനം നേടി. തുടർന്ന് 1880 ൽ അദ്ദേഹം ഗോൺവിൽ ആന്റ് കായൂസ് കോളേജിൽ ചേർന്നു. അവിടെ ചാൾസിന് മനുഷ്യന്റെ ശരീരശാസ്ത്രത്തിലും ഫിസിയോളജിയിലും സസ്യശാസ്ത്രത്തിലും ഏറ്റവും കൂടുതൽ മാർക്ക് ലഭിച്ചിരുന്നു.

മസ്തിഷ്കപരീക്ഷണം

1881 ൽ ചാൾസ് വൈദ്യശാസ്ത്രത്തിലും മറ്റു ശാസ്ത്രങ്ങളിലും നടത്തിയ ഗവേഷണങ്ങളുടെ വഴികൾ ഒന്നിക്കുന്നത് ദൃശ്യമായി. അന്ന്

ലണ്ടനിൽ നടന്ന മെഡിക്കൽ കോൺഗ്രസിൽ സർ മൈക്കൾ ഫോസ്റ്ററും, ചാൽസ് ബെല്ലും മറ്റു വിദഗ്ദ്ധരും ചേർന്ന് ഇംഗ്ലണ്ടിലും യൂറോപ്പിന്റെ മറ്റു ഭാഗത്തും നടത്തുന്ന ഗവേഷണങ്ങളെപ്പറ്റി വിശദീകരിച്ചു. അവ മസ്തിഷകത്തിന്റെയും അവയിലെ കോശങ്ങളെയും സംബന്ധിച്ചുള്ളവയായിരുന്നു. ആ മെഡിക്കൽ കോൺഗ്രസ് പല ചർച്ചകൾക്കും വഴിതുറന്നു. കുരങ്ങുകളിലും നായ്ക്കളിലും മസ്തിഷ്കത്തിന്റെ ഭാഗങ്ങൾ മുറിച്ചതിനുശേഷം നടത്തിയ പരീക്ഷണങ്ങളായിരുന്നു ചർച്ചാവിഷയം. ഫ്രീഡ്രിക് ഗോൾട്സും ഡേവിഡ് ഫെരിയറും വിരുദ്ധമായ കാഴ്ചപ്പാടുകളാണ് പുലർത്തിയത്. ഗോൾട്സിന്റെ അഭിപ്രായത്തിൽ മസ്തിഷ്കത്തിന് പ്രാദേശികമായ പ്രവർത്തനമില്ല എന്നായിരുന്നു. അതിന് തെളിവായി മസ്തിഷ്കഭാഗങ്ങൾ എടുത്തുകളഞ്ഞ നായ്ക്കളിൽ പ്രവർത്തനമാന്ദ്യം ഉണ്ടായിരുന്നില്ല. ഫെറിയർ വാദിച്ചിരുന്നത്, അപ്രകാരം മസ്തിഷ്കത്തിന്റെ ഓരോ ഭാഗത്തിനും അതതിന്റെ പ്രവർത്തനങ്ങളുണ്ടെന്നായിരുന്നു. ഒരു പരീക്ഷണക്കുരങ്ങിന്റെ ഒരുവശത്തെ ചലനം നിയന്ത്രിക്കുന്ന മസ്തിഷ്കഭാഗം എടുത്തുകളയുമ്പോൾ അത് നിയന്ത്രിക്കുന്ന മറുവശത്തിന് തളർച്ച വരുന്നുവെന്ന് തെളിവുണ്ട്. അപ്രകാരം അതിന് പക്ഷാഘാതം വരുന്നു. ഷെറിങ്ടണിന്റെ കോളേജ് ട്യൂട്ടർമാരിലൊരാളായ ജോൺ ന്യൂപ്പോർട്ട് ലാങ്ഗ്ലെ ആയിരുന്നു ഈ തർക്കത്തെക്കുറിച്ചന്വേഷിക്കാൻ നിയുക്തരായവരിൽ ഒരംഗം. ഷെറിങ്ടണും ഇതിലുൾപ്പെട്ടിരുന്നു. 1884 ൽ ഇതിനെപ്പറ്റിയുള്ള പഠനത്തിനു ശേഷം അവർ മൂവരും റിപ്പോർട്ട് പ്രസിദ്ധപ്പെടുത്തി. ഇപ്രകാരമാണ് അദ്ദേഹം ന്യൂറോളജി ലോകത്തിലേക്ക് ആനയിക്കപ്പെട്ടത്. പിന്നീട് അദ്ദേഹം ന്യൂറോളജിയിൽ ധാരാളം വിലപ്പെട്ട ഗവേഷണപ്രബന്ധങ്ങൾ പ്രസിദ്ധപ്പെടുത്തി.

വാക്സിൻ പരിശോധനാ സംഘം

പിന്നീടദ്ദേഹത്തിന് ഗോൾട്സുമായി സഹകരിക്കുവാനുള്ള അവസരം ലഭിക്കുകയുണ്ടായി. ആ ബന്ധം അദ്ദേഹത്തിന്റെ ഗവേഷണജീവിതത്തിൽ സ്വാധീനം ചെലുത്തി. 1885 ൽ സ്പെയിനിലെ ഒരു ഡോക്ടർ കോളറയ്ക്ക് വാക്സിൻ കണ്ടുപിടിച്ചതായി അവകാശപ്പെട്ടിരുന്നു. അത് തെളിയിക്കുവാൻ കേംബ്രിഡ്ജ് യൂണിവേഴ്സിറ്റി, അസോസിയേഷൻ ഫോർ റിസേർച്ച് ഇൻ മെഡിസിൻ, ലണ്ടനിലെ റോയൽ സൊസൈറ്റി എന്നിവ സംഘടിച്ച് ഒരു സംഘം സ്പെയ്നിലേക്ക് പോയി. അന്ന് സ്പെയ്നിൽ കോളറ പടർന്നു പിടിച്ചിരുന്ന കാലമായിരുന്നു. ആ സംഘത്തിൽ ചാൾസ് ഷെറിങ്ടൺ, ജെ ഗ്രഹാംബ്രൗൺ, സി എസ് റോയ് എന്നിവരുമുണ്ടായിരുന്നു. ഷെറിങ്ടണ് ആ അവകാശവാദത്തിൽ വിശ്വാസമുണ്ടായിരുന്നില്ല. പഠനത്തിന് ശേഷം വാക്സിൻ ഫലപ്രദമല്ല എന്ന നിഗമനത്തിലാണ് അവർ പിന്നീട് എത്തിച്ചേർന്നത്.

വെർച്ചോയും കോക്കുമൊപ്പം

അതേവർഷം റുഡോൾഫ് വെർച്ചോയെ സഹായിക്കാൻ ഷെറി

ങ്ടൺ ബെർലിനിലേക്ക് പോയി. സ്പെയിനിൽനിന്നു കൊണ്ടുവന്ന കോളറ രോഗാണുവിന്റെ സാമ്പിളുകൾ പരിശോധിക്കേണ്ടതുണ്ടായിരുന്നു. തുടർന്ന് മഹാനായ റോബർട്ട് കോക്കുമായി കാണുവാനും കൂടെ താമസിക്കുവാനും സാധിച്ചു. അദ്ദേഹത്തിൽനിന്ന് ബാക്ടീരിയോളജിയിലെ പല സങ്കേതങ്ങളും ഒരു വർഷംകൊണ്ട് പഠിക്കുവാൻ കഴിഞ്ഞു. ഫിസിയോളജി, ഹിസ്റ്റോളജി, മോർഫോളജി, പത്തോളജി എന്നിവയിൽ അദ്ദേഹത്തിന് വിജ്ഞാനത്തിന്റെ പുതുവെളിച്ചം കോക്കിൽനിന്ന് ലഭിക്കുകയുണ്ടായി.

കോളറ

ഈ പഠനത്തിന്റെ പശ്ചാത്തലത്തിൽ ഇറ്റലിയിൽ കോളറ പൊട്ടിപ്പുറപ്പെട്ടതിനെത്തുടർന്ന് ചാൾസ് നിയുക്തനായി. പ്രസക്തമായ പല പുസ്തകങ്ങളും അവിടെവെച്ച് അദ്ദേഹത്തിന് ലഭിച്ചു. ലണ്ടൻ യൂണിവേഴ്സിറ്റിയുടെ ബ്രൗൺ ഇൻസ്റ്റിറ്റ്യൂട്ട് തലവനായി അദ്ദേഹം നിയമിതനായി. ഉയർന്ന ഫിസിയോളജിക്കലും പത്തോളജിക്കലുമായ ഗവേഷണത്തിനുള്ള സ്ഥാപനമായിരുന്നു അത്. ഈ അവസരത്തിൽ വലിയ കുരങ്ങുകളിൽ ഗവേഷണം നടത്തുവാൻ അദ്ദേഹത്തിന് സാധിച്ചു. ഈ ഗവേഷണങ്ങളിൽനിന്നാണ് പേശി സ്പിന്റിലുകൾ (body's muscle) വലിയുമ്പോൾ റിഫ്ളക്സ് (reflex) എന്ന പ്രതിപ്രവർത്തനത്തിനുള്ള ചോദനം (stimulus) വരുന്നതെന്ന് ചാൾസ് കണ്ടുപിടിച്ചത്.

1895 ൽ ആദ്യമായി അദ്ദേഹത്തിന് പ്രൊഫസർ പദവി ലഭിച്ചു. അദ്ദേഹം ഹോൾട്ട് പ്രൊഫസർ ഓഫ് ഫിസിയോളജിയായി. ഈ അവസരത്തിൽ ഫിസിയോളജിയിലെ ജോലി തുടർന്നിരുന്നു. പരസ്പരമുള്ള ഞരമ്പുകളും അവയുടെ പ്രവർത്തനവും പ്രതിപ്രവർത്തനവും ചാൾസ് പഠിച്ചിരുന്നു. അതോടെ രോഗശാസ്ത്രത്തിൽ അദ്ദേഹത്തിന്റെ ഗവേഷണത്തിന് തിരശ്ശീല വീഴുകയായിരുന്നു.

നൊബേൽ ജേതാക്കളായ വിദ്യാർത്ഥികൾ

ഓക്സ്ഫോഡിൽ പ്രവർത്തിക്കണം എന്ന ചാൾസിന്റെ സ്വപ്നം 1913 ൽ സഫലമായി. അദ്ദേഹത്തിന് ഫിസിയോളജിയിൽ വെയിൻഫ്ളീറ്റ് ചെയർ ലഭിച്ചു. ആ അദ്ധ്യാപകജോലിയിൽ ആ സ്ഥാപനത്തിലെ ഏറ്റവും മിടുക്കരായ ചില വിദ്യാർത്ഥികളെ പഠിപ്പിക്കുവാൻ അദ്ദേഹത്തിന് സുവർണ്ണാവസരം ലഭിക്കുകയുണ്ടായി. നൊബേൽ സമ്മാനജേതാക്കളായ റാഗ്നർ ഗ്രാനിറ്റ്, സർ ജോൺ എക്കിൾസ്, ഹോവാർഡ് ഫ്ളോറി, മസ്തിഷ്ക സർജറിയുടെ അമേരിക്കൻ നേതാവ് ഹാർവി വില്യം കുഷിങ് എന്നിവർ ആ പട്ടികയിൽപെടുന്നു.

1936 ൽ റിട്ടയർ ചെയ്തതോടെ ചാൾസ് ഇപ്സ്വിച്ചിലേക്ക് താമസം മാറ്റി. അവിടത്തെ മ്യൂസിയത്തിന്റെ തലവനായി മരണം വരെ തുടർന്നു. 1952 മാർച്ച് 4 ന് ഹാർട്ട് ഫെയിലിയർമൂലം ആ പ്രതിഭാശാലിയുടെ സംഭവബഹുലമായ ജീവിതത്തിന് തിരശ്ശീല വീണു.

ഭാഗം അഞ്ച്

വിൽഹെം വുൺഡ്ട് (16.08.1932 - 31.08.1920)

വിൽഹമാണ് ആദ്യമായി മനഃശാസ്ത്രത്തിന് ശാസ്ത്രീയ അടിത്തറ ഉണ്ടാക്കുന്നതിനായി ചരിത്രപരമായ നേതൃത്വം കൊടുത്തത്. 1879 ൽ ജർമ്മനിയിലെ ലീപ്സിഗ് യൂണിവേഴ്സിറ്റിയിൽ പരീക്ഷണമനഃശാസ്ത്രത്തിന് ആദ്യമായി ഒരു ലബോറട്ടറി ആരംഭിച്ചത് വുൺഡ്ട് ആയിരുന്നു. മനഃശാസ്ത്രഗവേഷണത്തിനുള്ള ആദ്യലബോറട്ടറിയായിരുന്നു അത്. അതുകൊണ്ട് വിൽഹെം വുൺഡ്ടിനെ ആധുനികമനഃശാസ്ത്രത്തിന്റെ പിതാവെന്ന് വിളിക്കുന്നു. എമിൽ ക്രെപ്ലിൻ, എഡ്വേഡ് ബി ടിട്ചെനർ, വില്യം ജെയിംസ്, ജോൺ ബി വാട്സൺ, ഗുസ്താവ് ഫെച്നർ, ജി സ്റ്റാൻലി ഹാൾ എന്നീ മഹാരഥന്മാരെ ഈ പ്രതിഭാശാലി സ്വാധീനിച്ചിരുന്നു.

സന്ദിഗ്ദ്ധഘട്ടത്തിലെ വുൺഡ്ടിന്റെ രംഗപ്രവേശം

പരമ്പരാഗത മനഃശാസ്ത്രം തത്ത്വശാസ്ത്രത്തോട് ബന്ധപ്പെടുകയും അതിലെ ശാസ്ത്രീയത നഷ്ടപ്പെട്ട് രോഗനിർണ്ണയത്തിനും ചികിത്സയ്ക്കും അനുയോജ്യമാകാത്ത പരിതാപകരമായ അവസ്ഥയിലുമായിരുന്നു. ആ സന്ദിഗ്ദ്ധഘട്ടത്തിലാണ് വുൺഡ്ടിന്റെ രംഗപ്രവേശം. തത്ത്വചിന്തകനായ അദ്ദേഹത്തിന് അതിന് മനഃശാസ്ത്രത്തിനും തത്ത്വചിന്തയ്ക്കും അതതിന്റ സ്ഥാനവും തികഞ്ഞ പരിഗണനയും നല്കി. അത് രണ്ടു വിഷയങ്ങൾക്കും വളരുവാൻ ഉത്തേജനം നല്കി. മനസ്സിന്റെ പ്രവർത്തനങ്ങളെ ശാസ്ത്രീയ ലബോറട്ടറിയിൽ നിഷ്പക്ഷമായും ശാസ്ത്രീയമായും അളക്കുകയും നിയന്ത്രിത പഠനങ്ങൾ നടത്തുകയും

ചെയ്തു. തന്റെ നിരീക്ഷണങ്ങളെയും പഠനങ്ങളെയുംകുറിച്ച് ധാരാളം എഴുതി.

വിദ്യാർത്ഥികൾ അദ്ദേഹത്തിന്റെ ലബോറട്ടറി തേടി വന്നു

മനഃശാസ്ത്രത്തെക്കുറിച്ച് ശാസ്ത്രീയമായി പഠിക്കുവാനും ഗവേഷണം നടത്തുവാനും ആഗ്രഹിച്ച ജർമ്മൻ മനഃശാസ്ത്രജ്ഞരും തത്വചിന്തകരും, അമേരിക്കയിലും ബ്രിട്ടനിലുമുള്ള വിദ്യാർത്ഥികൾ അദ്ദേഹത്തിന്റെ ലബോറട്ടറി തേടി വന്നു. അപ്രകാരം ഗൗരവതരമായ മനഃശാസ്ത്രഗവേഷണത്തിന്റെ കേന്ദ്രമായി വുൺഡ്ടിന്റെ ലബോറട്ടറി വളർന്നു വികസിച്ചു. യൂറോപ്പിലും അമേരിക്കയിലും ഈ ലബോറട്ടറിയെ മാതൃകയാക്കി. പുതിയ ലബോറട്ടറികൾ ആരംഭിച്ചത് ഇതിന്റെ ചുവടുപിടിച്ചായിരുന്നു.

പശ്ചാത്തലം ഫിസിയോളജി

വുൺഡ്ടിന്റെ അക്കാദമിക പശ്ചാത്തലം ഫിസിയോളജിയായിരുന്നു. അതിനാൽ അദ്ദേഹം ഹിതകരമായ ഫിസിയോളജിയിലെ വിഷയങ്ങളായിരുന്നു അധികവും ഗവേഷണത്തിന് തെരഞ്ഞെടുത്തിരുന്നത്. ഉദാഹരണമായി പ്രതികരണസമയങ്ങൾ (reaction times), ശ്രദ്ധ, ചോദനകളുടെ പ്രവർത്തനരീതി (sensory processes) തുടങ്ങിയ ശാരീരിക ധർമ്മത്തോട് ബന്ധപ്പെട്ട വിഷയങ്ങളാണ് ഉപയോഗിച്ചിരുന്നത്. അതായത് പരീക്ഷിക്കപ്പെടുന്നവർക്ക് പ്രാമാണികമായ അളവിലുള്ള വെളിച്ചമോ ശബ്ദമോ കൊടുക്കുന്നു. അതനുസരിച്ചുള്ള പ്രതികരണം അളക്കുമ്പോൾ അതിൽ വിശ്വാസ്യത കൂടും. വുൺഡ്ടിന്റെ ലബോറട്ടറിയിൽ വിചാരങ്ങളും ഇന്ദ്രിയാനുഭവങ്ങളും പഠനത്തിന് വിധേയമാക്കിയിരുന്നു. അവയുടെ അവാന്തരവിഭാഗങ്ങളും ഗവേഷണത്തിന് വിഷയമാക്കി. രസതന്ത്രജ്ഞൻ രാസയൗഗികപദാർത്ഥങ്ങളെ ലളിതമായ മൂലകങ്ങളായി വിശകലനം ചെയ്ത് ആ യൗഗികത്തിന്റെ ഘടന മനസ്സിലാക്കുന്ന രീതിയെയാണ് മാതൃകയാക്കിയിരുന്നത്. മനസ്സിനെ ഇപ്രകാരം ശാസ്ത്രീയമായി ഘടനാപരമായി വിശകലനം ചെയ്യുന്ന വുൺഡ്ടിന്റെ മാർഗ്ഗത്തെ വളണ്ടറിസം(voluntarism) എന്നു പറയുന്നു.

ഒരു അക്കാഡമിക് വർഷത്തിൽ 186 ബിരുദധാരികളെ പരിശീലിപ്പിച്ചിരുന്നു. അതിൽ 116 പേർ മനഃശാസ്ത്രജ്ഞരായിരുന്നു. വുൺഡ്ടിന്റെ സിദ്ധാന്തവും വിജ്ഞാനവും പ്രചരിപ്പിക്കുവാൻ ഇതേറ്റവും ഉചിതമായ മാർഗ്ഗമായിരുന്നു. അദ്ദേഹത്തിന്റെ വിദ്യാർത്ഥിയായിരുന്ന ടിട്ചെനർ ഈ പരീക്ഷണസിദ്ധാന്തത്തെ സ്ട്രക്ചറലിസം (Structuralism) ഘടനാസിദ്ധാന്തം എന്നാണ് വിവരിച്ചത്. മനസ്സിന്റെ ഓരോ ഭാഗത്തെയും അടിസ്ഥാനഘടകങ്ങളായി വിവരിക്കുന്ന രീതിയാണിത്.

റിഡക്ഷണിസം

തത്ത്വചിന്തകനായിരുന്ന അദ്ദേഹം മാനസികപ്രതിഭാസത്തെ ബോധമനസ്സിന്റെ (consciousness) ഉള്ളിലേക്ക് സ്വയം അന്വേഷിക്കുന്ന രീതിയായ ഇൻട്രോസ്പെക്ഷനും (introspection) ഉപയോഗിച്ചിരുന്നു. അതാണ് റിഡക്ഷണിസം (reductionism). ബോധാവസ്ഥയിലുള്ള അനുഭവങ്ങളെയും അറിവുകളെയും അടിസ്ഥാനഘടകങ്ങളായി മനസ്സിലാക്കാം. പൂർണ്ണതയിലുള്ള അതിന്റെ ഗുണങ്ങളെയും ഭാവത്തെയും പോറലേല്പിക്കാതെ മനസ്സിലാക്കാൻ അതിന് കഴിയും.

ഇപ്രകാരം ബോധതലത്തിലുള്ള മാനസികപ്രതിഭാസങ്ങൾ ഇൻട്രോസ്പെക്ഷനിലൂടെ പഠിക്കാൻ കഴിയുമെന്നദ്ദേഹം കരുതി. കാര്യക്ഷമമായ ഉൾക്കാഴ്ച ലഭിക്കുന്ന രീതിയായി അതിനെ വികസിപ്പിച്ചെടുത്തു. പഴയ അനുഭവം വെച്ചുനോക്കുമ്പോൾ വ്യക്തിപരമായ നിറംകൊണ്ട് തെറ്റിപ്പോകാവുന്ന സാദ്ധ്യതകളെ മനസ്സിലാക്കി ഇൻട്രോസ്പെക്ഷൻ ഉപയോഗിക്കുവാൻ അദ്ദേഹം മനഃശാസ്ത്രവിദ്യാർത്ഥികളെ പരിശീലിപ്പിച്ചു. ആ വിജ്ഞാനം ഉപയോഗിച്ച് ബോധനിലവാരത്തിലെ ചിന്തകളെക്കുറിച്ചുള്ള തന്റെ സിദ്ധാന്തം അദ്ദേഹം വികസിപ്പിച്ചു.

മനഃശാസ്ത്രവും മറ്റു ശാസ്ത്രങ്ങളെപ്പോലെയുള്ള ഒരു ശാസ്ത്രമാണ്

തന്റെ വളരെ പരിശീലനം സിദ്ധിച്ച വിദ്യാർത്ഥികളെക്കൊണ്ട് പ്രാമാണികമായ അളവിലുള്ള ശബ്ദം ഉപയോഗിച്ച് അവരുടെ പ്രതികരണങ്ങളെക്കുറിച്ച് ചിന്തിക്കുകയും അവയെക്കുറിച്ചുള്ള വൈകാരികവും ബുദ്ധിപരവുമായ പ്രതികരണങ്ങൾ രേഖപ്പെടുത്തുകയും ചെയ്തിരുന്നു. ഇതേ പരീക്ഷണം ഒരു വ്യത്യാസവും വരുത്താതെ ഓരോരുത്തർക്കും കൊടുത്തിരുന്നു. എന്നാൽ 1920 ന് ശേഷം ഈ മാർഗ്ഗത്തിന് വലിയ പ്രചാരമുണ്ടായിരുന്നില്ല.

ചരിത്രപരമായ സാംഗത്യം

വിൽഹെം വുണ്ഡ്ടിന്റെ മനഃശാസ്ത്രത്തിനുള്ള ഏറ്റവും വലിയ സംഭാവനയെന്നത് നിയന്ത്രിതമായ സാഹചര്യങ്ങളിൽ മറ്റു ശാസ്ത്രവിഷയങ്ങളിൽ ചെയ്യുന്നതുപോലെ പരീക്ഷണങ്ങൾ വികസിപ്പിക്കുകയും ആ സിദ്ധാന്തം പ്രചരിപ്പിക്കുകയും ചെയ്തു എന്നതാണ്. അപ്രകാരം മനഃശാസ്ത്രവും പരീക്ഷണങ്ങളും നിരീക്ഷണങ്ങളും നടത്താവുന്നതും നടത്തേണ്ടതുമായ ശാസ്ത്രമാണ് മനഃശാസ്ത്രവും. കേവലം നിഗമനങ്ങളും തെളിവുകളില്ലാത്ത അപഗ്രഥനങ്ങളുംകൊണ്ട് പ്രയോജനമില്ല.

അവിടെയാണ് വിൽഹെം വുണ്ഡ്ടിന്റെ ചരിത്രപരമായ സാംഗത്യം നിലകൊള്ളുന്നത്. മനഃശാസ്ത്രത്തിന്റെ മുന്നോട്ടുള്ള ശാസ്ത്രീയമായ പ്രയാണത്തിൽ വിലപ്പെട്ട സംഭാവനകൾ അർപ്പിക്കുവാൻ അദ്ദേഹത്തിന്

കഴിഞ്ഞു. നിയന്ത്രിതമായ സാഹചര്യങ്ങളിലുള്ള നിഷ്കർഷമായ പരീക്ഷണമാർഗ്ഗങ്ങളാണ് ഇവിടെ വളരെ ശ്രദ്ധേയം. ഇത് തന്റെ വിദ്യാർത്ഥികളിലൂടെയും പ്രസിദ്ധീകരണങ്ങളിലൂടെയും പ്രചരിപ്പിക്കുവാനും സാധിച്ചു. വുൺഡ്ടിന്റെ പരീക്ഷണമാർഗ്ഗം ഒരു മാതൃകയും പ്രസ്ഥാനവുമായി മാറി. ഇതാണ് പിന്നീട് മനഃശാസ്ത്രജ്ഞരായ ബിഹേവിയർവാദികൾ വ്യാപകമായി ഉപയോഗിച്ചത്. അപ്രകാരം മനഃശാസ്ത്രത്തിന് കൂടുതൽ ശാസ്ത്രീയത കൈവന്നു.

ബിഹേവിയർ മനഃശാസ്ത്രത്തിന്റെ നേതാവായ ബി എഫ് സ്കിന്നർ അഭിപ്രായപ്പെട്ടത് മനസ്സിന്റെ ഉള്ളിലേക്ക് സ്വയം ചുഴിഞ്ഞു നോക്കുന്നത്, അതിനുപയോഗിച്ച മാർഗ്ഗങ്ങൾ ശരിയാണെങ്കിലും ശാസ്ത്രീയത അവകാശപ്പെടാനാവില്ല എന്നാണ്. പ്രശസ്തമായ ഓപ്പറാണ്ട് കണ്ടീഷനിങ്ങിന്റെ ഉപജ്ഞാതാവായ അദ്ദേഹം പറയുന്നത് മനസ്സിന്റെ ഉള്ളിലേക്ക് സ്വയം നോക്കുന്ന ഇൻട്രോസ്പെക്ഷൻ രീതി വ്യക്തിപരമാണ്. അവിടെ നിഷ്പക്ഷതയും ശാസ്ത്രീയതയും നഷ്ടപ്പെടുന്നു എന്നാണ്. അപ്രകാരം ലഭിക്കുന്ന ഫലങ്ങളെ ശാസ്ത്രബുദ്ധ്യാ തെളിയിക്കാനാവില്ല.

പ്രചോദനവും മാതൃകയും

വുൺഡ്ട് പ്രധാനമായും ഗവേഷണവിഷയമാക്കിയത് മനസ്സിന്റെ പ്രവർത്തനങ്ങളിലെ മൂന്നു വിഭാഗങ്ങളെയാണ്. അതായത് വിചാരങ്ങൾ, ചിന്തകൾ, വികാരങ്ങൾ എന്നിവയായിരുന്നു അവ. ഇന്ന് കൊഗ്നിറ്റീവ് സൈക്കോളജി എന്ന ജ്ഞാനാത്മകബൗദ്ധികമനഃശാസ്ത്രം പഠിക്കുന്ന അടിസ്ഥാന തത്ത്വങ്ങൾ അവയാണ്. നിരീക്ഷണങ്ങളിലൂടെ ലഭിക്കുന്ന സൂക്ഷ്മനിശ്ചിതജ്ഞാനത്തെപ്പറ്റിയുള്ള ശാസ്ത്രീയപഠനം ആദ്യമായി ആരംഭിച്ചത് വിൽഹെം വുൺഡ്ട് ആണ്. അപ്രകാരം കൊഗ്നിറ്റീവ് സൈക്കോളജിയുടെ വളർച്ചയ്ക്കും പ്രചോദനമായത് വുൺഡ്ട് ആരംഭിച്ച ഗവേഷണങ്ങളാണ്. മനഃശാസ്ത്രപഠനത്തിന്റെ ചരിത്രത്തിൽ വുൺഡ്ടിന് സവിശേഷമായ സ്ഥാനമുണ്ട്. ആധുനികമനഃശാസ്ത്രത്തിന്റെ പിതാവെന്നതിന് പുറമെ പരീക്ഷണമനഃശാസ്ത്രത്തിന്റെ സ്ഥാപകനും കൂടിയായിരുന്നു അദ്ദേഹം. ബിഹേവിയർ മനഃശാസ്ത്രത്തിനും കൊഗ്നിറ്റീവ് മനഃശാസ്ത്രത്തിനും അദ്ദേഹത്തിന്റെ കണ്ടെത്തലുകൾ പ്രചോദനമായി. തനിക്കുശേഷം വന്ന മനഃശാസ്ത്രജ്ഞരുടെ ഗവേഷണങ്ങൾക്ക് വുൺഡ്ട് മാതൃകയായി. അതേസമയം പരീക്ഷണമനഃശാസ്ത്രത്തിന് അതിന്റേതായ അതിർവരമ്പുകളുണ്ടെന്നും തത്ത്വചിന്തകൻ കൂടിയായ വുൺഡ്ട് വിലയിരുത്തിയിരുന്നു. പരീക്ഷണമാർഗ്ഗങ്ങളുടെ പരിമിതികളെ മറികടക്കുവാൻ മറ്റുമാർഗ്ഗങ്ങളുംകൂടി ഉൾപ്പെടുത്തണം. മനുഷ്യന്റെ മനഃശാസ്ത്രത്തിന്റെ എല്ലാവശങ്ങളെയും ഉൾക്കൊള്ളുവാൻ ഈ സമീപനം ആവശ്യമാണ്.

എമിൽ ക്രെയ്പ്ലിൻ (15.02.1856 – 07.10.1926)

മനോരോഗശാസ്ത്രത്തിന് വലിയ സംഭാവന ചെയ്ത് ആധുനികമാക്കിയ മഹാപ്രതിഭാശാലിയായിരുന്നു എമിൽ ക്രെയ്പ്ലിൻ. യുഗപ്രഭാവനായ എമിൽ ക്രെയ്പ്ലിൻ മനോരോഗചികിത്സയിലും രോഗം നിരീക്ഷിക്കുന്നതിലും പഠിക്കുന്നതിലും അതുവരെ ആരും കാണിക്കാത്ത പ്രാഗത്ഭ്യം പ്രകടിപ്പിച്ചു. മനോരോഗങ്ങൾ പല തരത്തിലാണെന്നും ഓരോന്നിനും ഓരോ തരത്തിലുള്ള രോഗഗതിയാണെന്നും ചികിത്സ വ്യത്യസ്തമാണെന്നും അദ്ദേഹം തന്റെ നിരീക്ഷണത്തിലൂടെ മനസ്സിലാക്കി.

മൗലികമായ സമീപനം

എമിൽ ക്രെയ്പ്ലിൻ തന്റെ മൗലികമായ സമീപനത്തിലൂടെ മനോരോഗങ്ങളെ വിവിധങ്ങളായി തരംതിരിച്ചു. അപ്രകാരം ആധുനികവും ശാസ്ത്രീയവുമായ മനോരോഗതരംതിരിവ് സമ്പ്രദായം (classification system) അദ്ദേഹം ആരംഭിച്ചു. ഓരോന്നിന്റെയും രോഗകാരണവും രോഗശാസ്ത്രവും (etiology and pathology) പരിഗണിച്ചാണ് അപ്രകാരം ചെയ്തത്. അതുകൊണ്ടാണ് എച്ച് ജെ ഐസെങ്ക് തന്റെ മനഃശാസ്ത്ര വിജ്ഞാനകോശത്തിൽ എമിൽ ക്രെയ്പ്ലിനെ ആധുനിക ശാസ്ത്രീയ മനോരോഗശാസ്ത്രത്തിന്റെയും സൈക്കോഫാർമക്കോളജിയുടെയും മനോരോഗജനിതകശാസ്ത്രത്തിന്റെയും പിതാവാണെന്ന് വിശേഷിപ്പിച്ചത്. ജൈവശാസ്ത്രപരമായും ജനിതകമായുമുള്ള കാരണങ്ങൾകൊണ്ടുമാണ് മാനസികരോഗങ്ങൾ വരുന്നതെന്ന് അദ്ദേഹം വിശ്വസിച്ചിരുന്നു. തന്റെ കാലത്തും അതിന് ശേഷവുമുള്ള ഗവേഷണങ്ങൾ ആ വിശ്വാസപ്രമാണം ശരി വെക്കുന്നതായിരുന്നു. അന്നത്തെ യൂറോപ്യൻ സാംസ്കാരികാന്തരീക്ഷത്തിൽ സിഗ്മണ്ട് ഫ്രോയ്ഡിന്റെ മാനസികാപഗ്രഥനസിദ്ധാന്തം പ്രാമുഖ്യം നേടിയിരുന്നു എന്നോർക്കണം. ക്രെയ്പ്ലിന്റെ വിദ്യാർത്ഥികൾ പിന്നീട് ആ സിദ്ധാന്തത്തിന്റെ പതാകവാഹകരായി.

മൂത്ത സഹോദരൻ വഴികാട്ടി

ജർമ്മനിയിലെ ഒരു സർക്കാർ ഉദ്യോഗസ്ഥന്റെ മകനായാണ് അദ്ദേഹം 1856 ൽ ജനിച്ചത്. മൂത്ത സഹോദരനാണ് അദ്ദേഹത്തെ ജൈവശാസ്ത്രത്തിലേക്ക് നയിച്ചത്. സഹോദരൻ ഹാംബർഗിലെ മ്യൂസിയം ഡയറക്ടറായിരുന്നു. ബുദ്ധിമാനായ ക്രെയ്പ്ലിൻ തന്റെ പതിനെട്ടാം വയസ്സിലാണ് ലീപ്സിഗിലെയും വർസ്ബർഗിലെയും മെഡിക്കൽ കോളേജുകളിൽ പഠിക്കുന്നത്. എമിൽ ക്രെയ്പ്ലിന് മഹാന്മാരായ അദ്ധ്യാപകരുടെ കീഴിൽ പഠിക്കുവാനും പരിശീലിക്കുവാനുമുള്ള ഭാഗ്യം ലഭിച്ചു. പോൾ ഫ്ളെഷ്സിഗിന്റെ കീഴിൽ ന്യൂറോപത്തോളജി പഠിച്ചു.

വിൽഹെം വുൺഡ്ടിന്റെ വിദ്യാർത്ഥി

പരീക്ഷണ മനഃശാസ്ത്ര (experimental psychology) ത്തിന്റെ പിതാവായ വിൽഹെം വുൺഡ്ടും എമിലിന്റെ അദ്ധ്യാപകനായിരുന്നു. ക്രെയ്പ്ലിൻ ജീവിതകാലം മുഴുവൻ വിൽഹെം വുൺഡ്ടിന്റെ ശിഷ്യനായി മനഃശാസ്ത്ര പരീക്ഷണങ്ങളുമായി കഴിയാൻ താല്പര്യപ്പെട്ടിരുന്നു. ആയിടയ്ക്കാണ് ക്രെയ്പ്ലിൻ എഴുതിയ 'മാനസികരോഗങ്ങൾക്ക് കാരണമാകുന്ന പെട്ടെന്നുള്ള അസുഖങ്ങൾ, അവയുടെ സ്വാധീനം' എന്ന പ്രബന്ധത്തിന് അംഗീകാരം ലഭിക്കുന്നത്. അതോടെ 1878 ൽ എമിൽ ക്രെയ്പ്ലിന് എം ഡി ഡിഗ്രി ലഭിക്കുകയും ചെയ്തു. അടുത്ത വർഷം മ്യൂണിച്ചിലേക്ക് പോയി പ്രൊഫസർ ബെൺഹാർഡ് വോൺ ഗുഡ്ഡന്റെ കീഴിൽ തന്റെ ഗവേഷണപ്രബന്ധമായ 'മനോരോഗശാസ്ത്രത്തിൽ മനഃശാസ്ത്രത്തിനുള്ള സ്ഥാനം' എഴുതി സമർപ്പിച്ചു. 1882 ൽ വീണ്ടും ലീപ്സിഗിലേക്ക് മടങ്ങിയ അദ്ദേഹം വിൽഹെം ഹീന്റിച്ച് എർബിന്റെ ന്യൂറോളജി ക്ലിനിക്കിലും വുൺഡ്ടിന്റെ സൈക്കോഫാർമക്കോളജി ലാബറട്ടറിയിലും ജോലി ചെയ്തു.

മനോരോഗശാസ്ത്രം വൈദ്യശാസ്ത്രത്തിന്റെ ഭാഗം

1883 ലാണ് ക്രെയ്പ്ലിൻ തന്റെ സുപ്രധാന ഗ്രന്ഥമായ *കംപന്റീയം ഡെർ സൈക്കിയാട്രി* പ്രസിദ്ധീകരിക്കുന്നത്. ഈ ഗ്രന്ഥത്തിൽ അദ്ദേഹം നിരീക്ഷിക്കുന്നത് മനോരോഗശാസ്ത്രം എന്ന സൈക്കിയാട്രി മെഡിക്കൽ ശാസ്ത്രത്തിന്റെ ഭാഗമായിരുന്നു എന്നും അപ്രകാരം തുടരണമെന്നുമാണ്. മറ്റു പ്രകൃതിശാസ്ത്രങ്ങളെപ്പോലെ മനോരോഗശാസ്ത്രത്തിലും നിരീക്ഷണങ്ങളിലൂടെയും പരീക്ഷണങ്ങളിലൂടെയുമുള്ള ഗവേഷണം തുടരണം. മാനസികരോഗങ്ങളുടെ ഭൗതികകാരണങ്ങളെക്കുറിച്ച് ഗവേഷണം നടത്തുവാൻ അദ്ദേഹം നിർദ്ദേശിച്ചു.

രോഗചരിത്രം തരുന്ന രോഗമാതൃക

ഓരോ രോഗിയുടെയും രോഗചരിത്രം പഠിക്കുന്നതിലൂടെ ഓരോ തരം രോഗങ്ങളുടെയും മാതൃക മനസ്സിലാക്കുവാൻ കഴിയുമെന്ന തത്ത്വം അദ്ദേഹം അവതരിപ്പിച്ചു. അപ്രകാരം എമിൽ ക്രെയ്പ്ലിൻ പല തരത്തിലുള്ള രോഗമാതൃകകൾ ഉണ്ടെന്ന് ശാസ്ത്രലോകത്തിന് തെളിവ് നല്കി. ഇപ്രകാരം രോഗചരിത്രങ്ങൾ പഠിക്കുന്നതിലൂടെയും രോഗനിർണ്ണയം സ്ഥാപിക്കുന്നതിലൂടെയും ആ രോഗത്തിന്റെ ഭാവി പ്രവചിക്കുവാൻ കഴിയും. ഇതിന് വ്യക്തിത്വത്തിലെ വ്യത്യാസങ്ങളും പ്രായവും രോഗം ആരംഭിച്ച സമയവും കൂടി പരിഗണിച്ചിരിക്കണം.

മനോരോഗികളോട് സഹാനുഭൂതി

1912 ൽ ജർമ്മൻ സൈക്കിയാട്രിക് സംഘടനയുടെ താല്പര്യപ്ര

കാരം ഗവേഷണത്തിനായുള്ള ഒരു സ്ഥാപനം മ്യൂണിച്ചിൽ ആരംഭിച്ചു. 1917 ൽ ഒരു അമേരിക്കൻ ധനികൻ (അദ്ദേഹം ഒരിക്കൽ മാനസികരോഗിയായിരുന്നു) നല്ലൊരു തുക അതിന് വേണ്ടി സംഭാവന ചെയ്തു. 1924 ൽ ശാസ്ത്രീയമുന്നേറ്റത്തിനുള്ള കൈസർവില്യം സംഘടന, അമേരിക്കയിലെ റോക്ക് ഫെല്ലർ സഹായനിധി എന്നിവ സഹായിച്ചതോടെ 1928 ൽ സ്ഥാപനം പൂർണ്ണരൂപത്തിൽ പ്രവർത്തനക്ഷമമായി. അപരിഷ്കൃതവും ക്രൂരവുമായ ചികിത്സാസമ്പ്രദായങ്ങൾ നിലനില്ക്കുന്ന മാനസികചികിത്സാകേന്ദ്രങ്ങളോട് അവ അവസാനിപ്പിക്കുവാൻ അദ്ദേഹം ആഹ്വാനം ചെയ്തു. മാനസികരോഗികളുടെ വധശിക്ഷയ്ക്കെതിരെ എമിൽ ക്രെയ്പ്ലിൻ സമൂഹമനസ്സാക്ഷി ഉണർത്തി. അവർക്ക് മദ്യം കൊടുക്കുന്നതും അവരെ ജീവപര്യന്തം സ്ഥാപനങ്ങളിൽ അടച്ചിടുന്നതും തെറ്റാണെന്നും പറഞ്ഞു. പഴയ ലക്ഷണങ്ങൾ നോക്കി എന്തെങ്കിലും ചെയ്യുന്ന രീതി മാറ്റി മെഡിക്കൽ മാതൃകയിൽ ക്ലിനിക്കൽ സമീപനമാണ് താൻ ചെയ്യുന്നതെന്ന് അദ്ദേഹം പ്രഖ്യാപിച്ചു.

ആറു ദശകം നിലനിന്ന ടെക്സ്റ്റ് പുസ്തകം

1899 ൽ എഴുതിയ *ലെഹർബുക് ഡെർ സൈക്കിയാട്രി* എന്ന ടെക്സ്റ്റ് പുസ്തകം നീണ്ട ആറു ദശാബ്ദത്തോളം മനോരോഗചികിത്സകർ നിയാമകഗ്രന്ഥമായി പരിഗണിച്ചുപോന്നു. തന്റെ ഗ്രന്ഥത്തെപ്പറ്റി ക്രെയ്പ്ലിൻ ഇപ്രകാരം പറയുന്നു: 'ലക്ഷണങ്ങളെമാത്രം അടിസ്ഥാനമാക്കിയുള്ള ചികിത്സയിൽനിന്നും മാറി മാനസികരോഗത്തെ ചികിത്സിക്കുന്ന മെഡിക്കൽ ക്ലിനിക്കൽ സമീപനമാണ് ഇതിൽ സ്വീകരിച്ചിരിക്കുന്നത്. പുറമെ കാണുന്ന ലക്ഷണങ്ങൾ വിലയിരുത്തി ചികിത്സിക്കുന്നതിൽനിന്ന് വിഭിന്നമായി രോഗത്തിന്റെ കാരണം, രോഗഗതി, രോഗാവസാനം എന്നിവ ഓരോ രോഗത്തിലും പരിഗണിക്കുന്നു. രോഗതരംതിരിക്കലിൽനിന്ന് ലക്ഷണങ്ങളെ മാത്രം പരിഗണിക്കുന്നത് അവസാനിപ്പിച്ചിരിക്കുന്നു.'

വിഭ്രാന്തിരോഗങ്ങളെല്ലാം (psychosis) ഒരു തരമല്ല

വിഭ്രാന്തിരോഗങ്ങളെല്ലാം (psychosis) ഒരുതരത്തിൽപെടുന്നതാണെന്നായിരുന്നു ക്രെയ്പ്ലിന് മുമ്പുള്ളവരുടെ ധാരണ. ആ ധാരണയെ ക്രെയ്പ്ലിൻ തിരുത്തിക്കുറിച്ചു. വിഭ്രാന്തിരോഗങ്ങൾ രണ്ടു തരത്തിലുണ്ടെന്ന് അദ്ദേഹം സമർത്ഥിച്ചു. ഒന്നാമതായി, ഡിമെൻഷ്യ പ്രികോക്സ് എന്ന് അന്ന് വിളിച്ചിരുന്നതും പിന്നീട് യുജിൻ ബ്ലോയ്ലർ സ്കിസോഫ്രിനിയ എന്ന് പുനർനാമകരണം ചെയ്തതുമായ വിഭ്രാന്തിരോഗം. രണ്ടാമതായി, മാനിക് ഡിപ്രസീവ് സൈക്കോസിസ് എന്ന് അദ്ദേഹം വിളിച്ചിരുന്നതും പിന്നീട് ആറേഴ് ദശകങ്ങൾക്ക് ശേഷം ബൈപ്പോളാർ ഡിസോർഡർ എന്ന പേരിൽ വലിയ ഗവേഷണശ്രദ്ധ ആകർഷിച്ചതുമായ വിഭ്രാന്തിരോഗവും മേജർ ഡിപ്രഷൻ എന്ന് വിളിക്കുന്ന വിഷാദരോഗവും.

ജീവിതവ്രതം

1903 ൽ മ്യൂണിച്ച് സർവ്വകലാശാലയിൽ ക്ലിനിക്കൽ പ്രൊഫസറായിരുന്ന അദ്ദേഹം 1922 വരെ ആ പദവിയിലിരുന്നു. തുടർന്ന് എമിൽ ക്രെയ്പ്ലിൻ സൈക്കിയാട്രിയുടെ ഗവേഷണസ്ഥാപനത്തിന്റെ തലവനായി. മനോരോഗത്തെക്കുറിച്ചുള്ള നിരീക്ഷണവും പഠനവും ജീവിതകാലം മുഴുവൻ ക്രെയ്പ്ലിൻ തുടർന്നിരുന്നു. മനോരോഗത്തെ ആധുനികമായി മനസ്സിലാക്കുക എന്നത് അദ്ദേഹത്തിന്റെ ജീവിതവ്രതമായിരുന്നു. അദ്ദേഹത്തിന്റെ മരണാവസരത്തിലും തന്റെ പ്രിയപ്പെട്ട *ലെഹർബുക്ക് ഡെർ സൈക്കിയാട്രി*യുടെ ഒമ്പതാം എഡിഷൻ എഡിറ്റു ചെയ്യുകയായിരുന്നു. ആ പുസ്തകം ആറു പതിറ്റാണ്ടുകളോളം സൈക്കിയാട്രിസ്റ്റുകളെയും വിദ്യാർത്ഥികളെയും പ്രചോദിപ്പിച്ചു.

ആധുനികമായ ക്ലാസിഫിക്കേഷൻ

മനോരോഗചികിത്സ ശരിയായ അടിത്തറയിൽ ആധുനികമായ ക്ലാസിഫിക്കേഷനോടെ ഒരു മാതൃക അവതരിപ്പിച്ചതാണ് അദ്ദേഹത്തിന്റെ അപൂർവ്വമായ നേട്ടം. പ്രയോഗികമായി മനോരോഗത്തെ രോഗനിർണ്ണയം ചെയ്യുവാനും ചികിത്സിക്കുവാനും ഒരു മാതൃക അദ്ദേഹം സൃഷ്ടിച്ചു. അദ്ദേഹത്തിന്റെ ആശയങ്ങൾ ഇരുപതാം നൂറ്റാണ്ടിന്റെ ആദ്യപകുതിയിൽ ഏറ്റവും സ്വാധീനം ചെലുത്തിയിരുന്നു.

സിഗ്മണ്ട് ഫ്രോയ്ഡ് (1856–1939)

ആസ്ട്രിയയിലെ വിയന്നയിൽ 1856 ൽ ഒരു ജൂതകുടുംബത്തിലാണ് ഫ്രോയ്ഡ് ജനിച്ചത്. വിയന്നയിലെ വിദ്യാഭ്യാസത്തിനുശേഷം 1873 ൽ ഡോക്ടറായി ഫിസിയോളജിസ്റ്റ് ബ്രൂനിന്റെ കീഴിൽ ജോലിയാരംഭിച്ചു. 1881 ൽ വിയന്നയിലെ ജനറൽ ആശുപത്രിയിൽ ന്യൂറോളജി വിഭാഗത്തിൽ ജോലി തുടർന്നു. ആയിടെ ധാരാളം ന്യൂറോളജി പ്രബന്ധങ്ങൾ പ്രസിദ്ധീകരിച്ചു. അതിനുശേഷം സുപ്രസിദ്ധ ന്യൂറോളജിസ്റ്റ് ഷാർക്കോയുടെ കീഴിൽ പരിശീലനം നേടി. 1886 ൽ വിയന്നയിൽത്തന്നെ സ്വകാര്യ പ്രാക്ടീസ് ആരംഭിച്ചു.

ഹിസ്റ്റീരിയ ഗവേഷണം

തുടർന്ന് 1893 ലാണ് ജോസഫ് ബ്രുവറുമായി ചേർന്ന് 'ഹിസ്റ്റീരിയയുടെ മാനസിക അടിസ്ഥാനങ്ങൾ' എന്ന പ്രശസ്തമായ ലേഖനം പ്രസിദ്ധീകരിക്കുന്നത്. രണ്ടു കൊല്ലത്തിനുശേഷം 1895 ൽ ഈ വിഷയത്തിൽ കൂടുതൽ പ്രബന്ധങ്ങൾ പ്രസിദ്ധീകരിച്ചു. ഹിസ്റ്റീരിയയിലെ മാനസിക സംഘർഷം, മാനസിക വിരേചനഫലങ്ങൾ (catharsis) എന്നിവയെപ്പറ്റിയും അവർ എഴുതി. എന്നാൽ 1900 ലാണ് അതിപ്രസിദ്ധമായ *സ്വപ്ന വിശകലനസിദ്ധാന്തം* (Interpretation of Dreams) പ്രസിദ്ധീകരിക്കുന്നത്.

അത് ഇരുപതാംനൂറ്റാണ്ടിന്റെ ചിന്താവിപ്ലവത്തിന് തുടക്കംകുറിച്ചു. ഫ്രോയ്ഡിയൻ മാനസികാപഗ്രഥനത്തിന്റെ അടിസ്ഥാനശിലയായി അത് പരിഗണിക്കപ്പെടുന്നു.

1904 ൽ *ദൈനംദിന ജീവിതത്തിലെ സൈക്കോപത്തോളജി* എന്ന ഗ്രന്ഥം പ്രസിദ്ധീകരിച്ചു. ഓരോ ദിവസവും നമുക്കു പറ്റുന്ന തെറ്റുകളും മറവികളും എല്ലാംതന്നെ അബോധമനസ്സിന്റെ കളികളാണെന്ന് ഫ്രോയ്ഡ് സിദ്ധാന്തിക്കുന്നു.

1905 ലാണ് ലൈംഗികസിദ്ധാന്തത്തെക്കുറിച്ചുള്ള ഫ്രോയ്ഡിന്റെ പ്രബന്ധം പ്രസിദ്ധീകരിക്കുന്നത്. തുടർന്ന് മാനസികാപഗ്രഥനത്തെക്കുറിച്ച് ധാരാളം ലേഖനങ്ങൾ എഴുതി. 1909 ൽ അമേരിക്കയിൽ ക്ലാർക്ക് യൂണിവേഴ്സിറ്റിയിൽ മാനസികാപഗ്രഥനത്തെക്കുറിച്ച് പ്രബന്ധങ്ങൾ അവതരിപ്പിച്ചു.

1910 ൽ ആദ്യത്തെ മാനസികാപഗ്രഥന അന്താരാഷ്ട്ര കോൺഫറൻസ് ന്യൂറംബർഗിൽ കൂടി. 1915 ൽ *മാനസികാപഗ്രഥനത്തിന് ഒരു മുഖവുര* എന്ന ഗ്രന്ഥം പ്രസിദ്ധീകരിച്ചു. 1920 ൽ "രതി തത്ത്വത്തിനുമപ്പുറം" എന്ന പ്രബന്ധം എഴുതി. രതി (സുഖ) തത്ത്വത്തിനുമപ്പുറം വിപരീത ദ്വന്ദ്വഭാവം അസുഖവും മരണവാഞ്ഛയുമാണെന്ന് ഫ്രോയ്ഡ് പറഞ്ഞു. 1925 ൽ ഈഗോ, ഇദ് എന്നിവയെയും "ഉൽക്കണ്ഠയുടെ പ്രശ്നം" എന്നതിനെയുംപറ്റിയും ലേഖനങ്ങൾ പ്രസിദ്ധീകരിച്ചു.

ന്യൂറോസിസിൽ ഉൽക്കണ്ഠ എപ്രകാരം പങ്കുവഹിക്കുന്നു എന്ന് മാനസികാപഗ്രഥനസിദ്ധാന്തത്തിലൂടെ അദ്ദേഹം സമർത്ഥിച്ചു. മാനസികാപഗ്രഥനം കൂടുതൽ യുക്തിഭദ്രവും ശാസ്ത്രീയവുമായി.

1925 മുതൽ 1939 വരെയുള്ള കാലത്ത് തത്ത്വചിന്ത, മതം എന്നീ വിഷയങ്ങളെപ്പറ്റി അദ്ദേഹത്തിന്റെ സർഗ്ഗതൂലിക മരണം വരെ കർമ്മനിരതമായിരുന്നു

ഇരുപതാം നൂറ്റാണ്ടിലെ കല, സാഹിത്യ, സാമൂഹ്യരംഗങ്ങളെ പിടിച്ചുകുലുക്കിക്കൊണ്ട് ചിന്താവിപ്ലവം സൃഷ്ടിച്ചു. എങ്കിലും അദ്ദേഹത്തിന് ഒരിക്കലും നൊബേൽസമ്മാനം ലഭിക്കുകയുണ്ടായില്ല. അദ്ദേഹത്തിന്റെ പ്രശസ്തരായ ശിഷ്യന്മാർ കാൾ ഗുസ്താവ് യുങ്ങും ആൽഫ്രഡ് ആഡ്ലറുമായിരുന്നു. മാനസികാപഗ്രഥനസിദ്ധാന്തത്തിന് കാലം ചെല്ലുന്തോറും മാറ്റങ്ങൾ വന്നുചേർന്നു. സാമൂഹ്യശാസ്ത്രീയ മുന്നേറ്റങ്ങൾക്കനുസരിച്ച് ഫ്രോയ്ഡ് വീണ്ടും വീണ്ടും പുനർവായനയ്ക്കു വിധേയനായി. നിയോഫ്രോയ്ഡിയൻസ്, പോസ്റ്റ് ഫ്രോയഡിയൻസ് എന്നീ വിഭാഗത്തിൽ സൈക്കോളജിസ്റ്റുകളുണ്ടായി.

മാനസികാപഗ്രഥനത്തിന് മൂന്നുതരം അർത്ഥതലങ്ങളുണ്ട്. ഒന്നാമതായി, അബോധമനസ്സിന്റെ താളപ്പിഴകളെ അപഗ്രഥിച്ച് രോഗസൗഖ്യം ഉണ്ടാക്കുന്ന ചികിത്സാസങ്കേതം;

രണ്ടാമതായി, Free Association, സ്വപ്നവിശകലനം തുടങ്ങിയവ ഉപയോഗിക്കുന്ന സൈക്കോതെറാപ്പി.

മൂന്നാമതായി, ഒരു സംഘടിത മനഃശാസ്ത്രസിദ്ധാന്തം. ഫ്രോയ്ഡിയൻ ചിന്തകർ അപരിഷ്കൃത ജനതയുടേയും കുട്ടികളുടേയും രോഗികളുടേയും മാനസികാപഗ്രഥനം നടത്തി. മാനസികാരോഗ്യത്തിലും രോഗത്തിലും പ്രവർത്തിക്കുന്ന മാനസികപ്രവർത്തനങ്ങൾ തികച്ചും ഒരേ നിയമത്തിനും വിശകലനത്തിനും വഴിപ്പെടുമെന്ന് ഫ്രോയ്ഡ് തെളിയിച്ചു.

നാലാമതായി, ഫ്രോയ്ഡിയൻ സിദ്ധാന്തമനുസരിച്ചുള്ള വ്യക്തിത്വ സിദ്ധാന്തം എന്നിവയാണ് ആ നാല് സമീപനങ്ങൾ.

മനോരോഗത്തെപ്പറ്റിയുള്ള അപഖ്യാതി കുറയ്ക്കുവാൻ ഇതു വളരെ സഹായിച്ചു. ഫ്രോയ്ഡ് ആദ്യകാലത്ത് പഠിച്ചത് ജന്മവാസനകളെക്കുറിച്ചാണ്. അദ്ദേഹം അതിനെ ജർമ്മൻ ഭാഷയിൽ Trieb എന്നു വിളിച്ചു. ഇംഗ്ലീഷിലെ Instinct ന് മലയാളത്തിൽ ജന്മവാസന എന്നാണർത്ഥം. വാസ്തവത്തിൽ ഫ്രോയ്ഡ് ഉദ്ദേശിച്ചത് Trieb എന്നാൽ Urgeനും Instinct നും ഇടയ്ക്കുള്ള ഒരാശയമാണ്. ചാൾസ് ഡാർവിന്റെ പരിണാമസിദ്ധാന്തത്തിന്റെ വെളിച്ചത്തിൽ വാനരിൽനിന്ന് നരനിലേക്കു പരിണമിക്കുമ്പോൾ ലഭ്യമാകുന്ന പൈതൃകം.

ഏതു വ്യക്തിയും ചെയ്യുന്ന എല്ലാ കാര്യങ്ങളും അദ്ദേഹത്തിന്റെ വ്യക്തിത്വഘടനയും ജന്മവാസനയുമനുസരിച്ചായിരിക്കും. പെരുമാറ്റങ്ങളുടെ ചാലകശക്തികേന്ദ്രം ജന്മവാസനകളാണ്. ജീവിതയാത്രയിലെ അനുഭവങ്ങൾ തീർച്ചയായും ഈ ജന്മവാസനകളെ ശക്തിപ്പെടുത്തുകയോ സംസ്കരിക്കുകയോ സമരസപ്പെടുത്തുകയോ തളർത്തുകയോ ചെയ്തേക്കാം. നമ്മുടെ ശാരീരികമാനസിക വ്യതിയാനങ്ങളും വളർച്ചകളും തമ്മിൽ അഭേദ്യമായി ബന്ധപ്പെട്ടിരിക്കുന്നു. ഫ്രോയ്ഡിനു സാമൂഹ്യ മാനസിക ജൈവതലത്തിൽനിന്ന് മനുഷ്യനെ നിരീക്ഷിക്കാനായിരുന്നു താല്പര്യം.

ജീവിതത്തിന്റേയും മരണത്തിന്റേയും വാസനകൾ

ജീവിക്കാനും ജീവൻ നിലനിർത്താനുമുള്ള ജന്മവാസനയാണ് സ്നേഹത്തെ കുറിക്കുന്ന Eros എന്ന ഗ്രീക്ക്ദേവതയുടെ പേരിലുള്ള ജന്മവാസന. ലൈംഗികതയും ഇതുതന്നെ. നവജാതശിശുവിലും ഇതുണ്ട് എന്ന ഫ്രോയ്ഡിന്റെ കുഞ്ഞുങ്ങളുടെ ലൈംഗികത (Infantile Sexuality) സിദ്ധാന്തമടക്കമുള്ള ലൈംഗികതാ സിദ്ധാന്തങ്ങളെ യഥാസ്ഥിതികർ പ്രത്യേകിച്ച് കത്തോലിക്കാചർച്ച് കഠിനമായി വിമർശിച്ചു. അവർ ലൈംഗികതയ്ക്ക് പാപത്തിന്റെ അതിർവരമ്പുകൾ പണിയുന്നവരാണല്ലൊ.

ബോധമനസ്സിലെയും അബോധമനസ്സിലെയും ശേഖരങ്ങൾ

ലൈംഗികബന്ധത്തിന് പ്രേരിപ്പിക്കുന്ന വികാരമാണ് Libido. ഫ്രോയ്ഡ് ഈ വാക്കിന് പുതിയൊരു വ്യാഖ്യാനം നല്കി. മനഃശാസ്ത്രത്തിൽ ഈ വാക്കിന് ആ അർത്ഥമാണ് ഉപയോഗത്തിലുള്ളത്. ജീവിതം

സംരക്ഷിക്കപ്പെടേണ്ട ഈ ജന്മവാസനയ്ക്ക് വിപരീതമായി നശീകരണ വാസനയുമുണ്ട്.

തന്റെ ജീവിതാന്ത്യത്തിലാണ് ഫ്രോയ്ഡ് Thanatos എന്ന മൃത്യു ചോദനയെ അവതരിപ്പിച്ചത്. ഇതിനെ മൃത്യുവാസന, വെറുപ്പ് വാസന എന്നെല്ലാംകൂടി പറയാം. പരസ്പരവിരുദ്ധമായ ഇവ രണ്ടിനെയും ഒരുമിച്ച് കൊണ്ടുപോകുന്ന ദ്വന്ദ്വഭാവത്തെ Ambivalence എന്നു പറയുന്നു.

വ്യക്തിബന്ധത്തിൽ സ്നേഹമുള്ളപ്പോഴും അതിനുള്ളിൽ ഒരു ആക്രമണവശം കാണാം. കാമചേഷ്ടകളിൽ ഇടയ്ക്കു വേദന ഏല്പിക്കുന്നതിന്റെ കാരണവും മറ്റൊന്നല്ല. വ്യക്തിത്വം എന്നു പറയുന്നത് പരസ്പരവിരുദ്ധമായ വശങ്ങൾ തമ്മിലുള്ള നിരന്തര സംഘർഷങ്ങളുടെ ആകത്തുകയാണ്.

മൂന്നുതലങ്ങൾ

ഈ ത്രിത്വതത്ത്വം വളരെ പൗരാണികമാണ്. മതവിശ്വാസങ്ങളിലെ ത്രിമൂർത്തി സങ്കല്പം ഹിന്ദുമതത്തിൽ മാത്രമല്ല ക്രിസ്തുമതത്തിലുമുണ്ട്. പൗരാണിക ഗ്രീക്ക് ചിന്തകരായ പ്ലേറ്റോയും അരിസ്റ്റോട്ടിലും വ്യക്തിത്വത്തിനു മൂന്നു തലങ്ങളുണ്ടെന്ന് നിരീക്ഷിച്ചു.

ഘടനാപരമായും പ്രവർത്തനപരമായും മനസ്സിന് മൂന്നുതലങ്ങൾവീതം ഫ്രോയ്ഡ് വിവരിച്ചിട്ടുണ്ട്. ഇദ്, ഈഗോ, സൂപ്പർ ഈഗോ, പിന്നെ ബോധമനസ്സ്, അബോധമനസ്സ്, ഉപബോധമനസ്സ് എന്നിവയാണവ. ഘടനാപരവും പ്രവർത്തനപരവുമായ വിഭാഗങ്ങളാണവ. മസ്തിഷ്കം പരിശോധിച്ചുനോക്കിയാൽ ഇവ കാണാൻ കഴിയുമെന്ന് പ്രതീക്ഷിക്കരുത്. ഫ്രോയ്ഡിയൻ മനഃശാസ്ത്രം മനസ്സിലാക്കാനുള്ള സിദ്ധാന്തങ്ങളാണിവ.

ഇദ് ജന്മവാസനകളുടെ സംഭരണിയാണ്. അതിന് സമയമോ യാഥാർത്ഥ്യബോധമോ അറിയില്ല. സ്നേഹത്താലും വെറുപ്പിനാലും നയിക്കപ്പെടുന്ന ലക്ഷ്യങ്ങളുടെ പൂർത്തീകരണം മാത്രം അത് ആഗ്രഹിക്കുന്നു. അവ യാഥാർത്ഥ്യബോധമില്ലാതെ, സമയബോധമില്ലാതെ പൂർത്തീകരിക്കാൻ ശ്രമിച്ചുകൊണ്ടിരുന്നാൽ ആ വ്യക്തിയെ പരിഷ്കൃതനെന്നോ മുതിർന്നവനെന്നോ പറയാൻ കഴിയില്ല. പ്രസവിച്ചു വീണ കുട്ടിയിൽ ഇദ് മാത്രമേയുള്ളൂ. ഈഗോയും സൂപ്പർ ഈഗോയും യഥാക്രമം യാഥാർത്ഥ്യബോധവും സാമൂഹ്യബോധവും ഉൾക്കൊണ്ടുവളരുന്നതോടെയാണ് വികസിക്കുന്നത്.

ഈഗോ

ഭൗതികയാഥാർത്ഥ്യത്തോട് ഏറ്റവും അടുത്തു നില്ക്കുന്നതാണ് ഈഗോ. ഇദിന്റെ ആഗ്രഹപൂർത്തീകരണത്തിന് ഭൗതിക സാമൂഹ്യയാഥാർത്ഥ്യത്തെ കണക്കിലെടുത്ത് ഏറ്റവും നന്നായി പ്രവർത്തിക്കുകയാണ് ഈഗോ ചെയ്യുന്നത്. പക്ഷേ, ഉത്തരവാദിത്വമുള്ള എക്സിക്യൂട്ടീവ്

ആണെങ്കിൽപോലും ധാർമ്മികത, കുറ്റബോധം, ചെയ്തുകഴിഞ്ഞത് ശരിയല്ല എന്ന പശ്ചാത്താപബോധം എന്നിവ ഈഗോക്കില്ല. 'ഇവിടെ ഇപ്പോൾ' എന്ന മനോഭാവം മാത്രം. ഈഗോ ഒരു സമയം ഒരു കാര്യം മാത്രമേ ചെയ്യുകയുള്ളൂ.

സാമൂഹ്യവല്ക്കരണം

കുട്ടി കുറച്ചുകൂടി വളർന്നു സാമൂഹ്യ മൂല്യങ്ങളെ ഉൾക്കൊള്ളുന്നു (Introjection). മാതാപിതാക്കൾ, മുതിർന്നവർ, മറ്റു മഹദ് വ്യക്തികൾ അവരുടെ ഗുണങ്ങൾ ഇതിലേക്ക് ആകർഷിക്കപ്പെടുന്നു (Identification). അതോടെ സൂപ്പർ ഈഗോ വളർന്നുവരുന്നു.

ഇദും ഈഗോയും സൂപ്പർ ഈഗോയും മനസ്സിന്റെ മൂന്നുതലങ്ങളായ ബോധമനസ്സിലും ആഴത്തിലുള്ള ഉപബോധമനസ്സിലും അഗാധമായ അബോധമനസ്സിലുമായി പ്രവർത്തിക്കുന്നു. സാമൂഹ്യജീവിതത്തിൽനിന്ന് കുട്ടിയെ പറിച്ചുമാറ്റി വളർത്തിയാൽ അവന് ഇദും ഈഗോയും കൂടാതെ ഘടനാപരമായ മറ്റു മൂന്നു തലങ്ങളും മാത്രമെ ഉണ്ടാകുകയുള്ളൂ. സൂപ്പർ ഈഗോ ഉണ്ടാവില്ല. മനഃസാക്ഷി, അനുകരിക്കാനൊരു, സാമൂഹ്യവല്ക്കരിക്കാനൊരു ആരാധനപാത്രം എന്നിവ ഉണ്ടാകില്ല. ഇദ് ജൈവശാസ്ത്രപരമായി വളരുന്നു. ഈഗോ ഭൗതിക സാഹചര്യങ്ങൾകൊണ്ടും സൂപ്പർ ഈഗോ സാമൂഹ്യവും സാംസ്കാരികവുമായ സാഹചര്യങ്ങളാലും രൂപപ്പെടുന്നു. അതായത് സംസ്കാരവും ഭൗതികസാഹചര്യവും ജന്മസിദ്ധമായതുമെല്ലാം വ്യക്തിത്വത്തെയും വ്യക്തിത്വവളർച്ചയെയും നേരിട്ട് സ്വാധീനിക്കുന്നു എന്നർത്ഥം.

സൂപ്പർ ഈഗോ

സാമൂഹ്യമൂല്യങ്ങളോട് ഏറ്റുമുട്ടി ഉത്ഭവിക്കുന്ന പശ്ചാത്താപം, കുറ്റബോധം എന്നിവ ego ideal ആണ്. ആ സർവ്വജ്ഞപീഠം സൂപ്പർ ഈഗോയിലാണ്. ആ പീഠം കയറാൻ കഴിയാറില്ല. ആ ആശയം ഒരു മരീചിക പോലെ അത് അകന്നകന്നു പോകുന്നു.

"എന്റെ വിമർശകനെ ഇടിച്ച് നിലം പരിശാക്കണം" ഇദ് പറയുന്നു. പക്ഷേ, ഈഗോ പറയുന്നു, 'അദ്ദേഹം നിങ്ങളെക്കാൾ വലിയവനും ശക്തനുമാണ്, അതുകൊണ്ട് പ്രായോഗികമായി ചിന്തിച്ച് പിന്തിരിയുക.' 'ഒരു ചെകിടത്തടിച്ചാൽ മറുചെവി കാണിച്ചുകൊടുക്കണമെന്നാണല്ലോ, മഹദ് വചനം. അതുകൊണ്ട് ക്ഷമിക്കുക' എന്ന് സൂപ്പർ ഈഗോ പറയും.

മാനസിക സംഘർഷങ്ങളുടെ ലളിതമായ ഒരു ഉദാഹരണമാണിത്. ഇവ തമ്മിൽ ഒരു സന്തുലിതാവസ്ഥയ്ക്ക് എപ്പോഴും ശ്രമിച്ചുകൊണ്ടേയിരിക്കും. ഇവയിലെ താളംതെറ്റലുകൾ നമ്മുടെ പെരുമാറ്റത്തിന്റെ വൈജാത്യത്തിൽ നിഴലിച്ചുകൊണ്ടിരിക്കും.

ഫ്രോയ്ഡിന്റെ മിതവ്യയ സിദ്ധാന്തമനുസരിച്ച് (Economic Theory of Behaviour) മനസ്സ് ഏതു പ്രകാരവും ആത്മഹത്യ, മനോരോഗം,

അക്രമം എന്നിവ തടയാൻ ശ്രമിച്ചുകൊണ്ടേയിരിക്കും. അതിൽ പരാജയം സംഭവിക്കുമ്പോൾ മാത്രം ഇത്തരം അനഭിലഷണീയ കാര്യങ്ങൾ സംഭവിക്കുന്നു.

അബോധമനസ്സ്

ഘടനാപരമായി വ്യക്തിത്വത്തെ വിവരിച്ചതോടൊപ്പം അബോധമനസ്സിനെ ഇത്രമാത്രം അഗാധമായും മൗലികമായും പഠിക്കുകയും ചെയ്ത ഒരു മനഃശാസ്ത്രജ്ഞൻ ഫ്രോയ്ഡിനെപ്പോലെ വേറെ ഉണ്ടായിട്ടില്ല.

ബോധമനസ്സിൽനിന്നു തല്ക്കാലത്തേക്കു മറക്കുകയും ദ്വന്ദ്വവ്യക്തിത്വം, പ്രത്യായനം, മാനസികവിരേചനം (Catharsis Abreaction) എന്നിവയിലൂടെ പുറമേക്കു വരുകയും ചെയ്യുന്നത് അബോധമനസ്സാണ്. പിൻഗാമികളായ ലിബ്നിറ്റ്സ്, വോ ഹാർട്ട്മാൻ, ഷോപ്പനോർ, നീഷെ എന്നിവരുടെ ചിന്തകൾ ഫ്രോയ്ഡിനെ സ്വാധീനിച്ചിട്ടുണ്ട്.

ഉപബോധമനസ്സ്

ബോധമനസ്സിലേക്ക് പേരുകൾ, ദിവസങ്ങൾ, വസ്തുതകൾ, പഴയ പരിചയങ്ങൾ എന്നിവ കുറച്ചു ശ്രമം നടത്തിയാൽ ബോധമനസ്സിലേക്ക് വരുന്നതായി നമുക്കറിയാം. ആ ഭാഗമാണ് ഉപബോധമനസ്സ്. പ്രത്യായനം, ഓർമ്മിക്കൽ, മനസ്സിലുള്ളത് പുറത്തേക്ക് വരുന്ന അബ്റിയാക്ഷൻ (Abreaction) എന്നിവയിലൂടെ അത് പുറത്തുവരുന്നു. ബോധമനസ്സിൽനിന്നും അബോധമനസ്സിലേക്കു പോകാൻ ഉപബോധമനസ്സ് ഒരു ഇടത്താവളമാണ്. ചിലർ അബോധമനസ്സിനെ ഉപബോധമനസ്സ് എന്ന് വിളിക്കാറുമുണ്ട്. മിതവ്യയസിദ്ധാന്തമനുസരിച്ച് ഏറ്റവും കുറച്ചു മാനസികശക്തി ചെലവ് ചെയ്ത് വ്യക്തിയുടെ സന്തുലിതാവസ്ഥ നിലനിർത്തുന്നു.

പ്രതിരോധ മാർഗ്ഗങ്ങൾ

ഇപ്രകാരം ഇദ്/ഈഗോ/സൂപ്പർ ഈഗോ എന്നിവ തമ്മിലുള്ള സംഘർഷം ബോധതലത്തിലും അബോധതലത്തിലും സംഭവിക്കുന്നുണ്ട്. അവയെ ഈഗോ പ്രതിരോധമാർഗ്ഗങ്ങൾ (Ego Defence Mechanisms) എന്നു പറയുന്നു.

അവ പ്രതിരോധാത്മകമാണെങ്കിലും പലപ്പോഴും പ്രതിരോധം പൂർണ്ണമാകുകയില്ല. അപ്പോഴാണ് പ്രശ്നങ്ങൾ തലപൊക്കുന്നത്. ഒരേ സമയം പല പ്രതിരോധങ്ങളും ഒരേ വ്യക്തിയിൽ ഉണ്ടാകും.

1. കാമുകിയെ വിവാഹം കഴിക്കാൻ സാധിക്കാത്ത വിദ്യാർത്ഥി പ്രേമകവിതകൾ എഴുതി ആത്മസംഘർഷം പരിഹരിക്കുന്നു. ഇതാണ് Sublimation. പല മൗലികസർഗ്ഗസൃഷ്ടികളും ഇപ്രകാരമാണുണ്ടാവുന്നത്.

2. പണക്കാരനായ അമ്മാവനെ വെറുക്കുകയും അദ്ദേഹത്തിന്റെ മരണം ആഗ്രഹിക്കുകയും ചെയ്ത ചെറുപ്പക്കാരൻ, സൂപ്പർ ഈഗോയ്ക്ക് അത് സമ്മതമല്ലാത്തതിനാൽ ആ വികാരം ഓഫീസിലെ മാനേജരിലേക്ക് ചാർത്തുന്നു. അദ്ദേഹത്തോട് മോശമായി പെരുമാറി ജോലിയിൽ വിമുഖത കാണിച്ച് ഒരു വഴക്കാളി ആകുന്നു. ഇതാണ് സ്ഥാനഭ്രംശം (Displacement).

3. ഒരു കാമുകൻ വേണമെന്ന മദ്ധ്യവയസ്കയായ അവിവാഹിതയുടെ ആഗ്രഹം അവരുടെ സൂപ്പർ ഈഗോ തടയുന്നു. ആ Libidinal energy മാറിമറിഞ്ഞ് കട്ടിലിനടിയിൽ ആരോ എപ്പോഴും ഒളിച്ചിരിക്കുന്നു എന്ന വിട്ടുമാറാത്ത ഭയമായി മാറുന്നു. ഈ വിപരീത ദിശയിലേക്കുള്ള മനസ്സിന്റെ ചാട്ടത്തെ Reaction Formation എന്നു പറയുന്നു.

4. ഈഗോയ്ക്കും സൂപ്പർ ഈഗോയ്ക്കും തീരെ പിടിക്കാത്ത കാര്യങ്ങൾ ഈഗോ അബോധമനസ്സിന്റെ പടുകിണറ്റിലേക്കു ചവിട്ടിതാഴ്ത്തുന്നു. അതാണ് നിർമ്മാർജനം (Repression). ഇത് ഒരു സുപ്രധാന പ്രതിരോധമാർഗ്ഗമാണ്. ഈ പ്രക്രിയ പലപ്പോഴും പൂർണ്ണമാകാറില്ല. അത് പ്രശ്നങ്ങൾ സൃഷ്ടിക്കും.

5. പൂർണ്ണമാകാത്ത റിപ്രഷണിൽ ബാക്കിയാകുന്ന ശക്തി ശാരീരികരോഗങ്ങളായി മാറ്റപ്പെടുന്നു. അതാണ് കൺവെർഷൻ എന്ന പുനർമാറ്റം (Conversion). ഹിസ്റ്റീരിയ രോഗികളിൽ സംഭവിക്കുന്നത് അതാണ്. ഏറ്റവും അധികം മനഃശാസ്ത്രപഠനത്തിന് വിധേയമാക്കപ്പെട്ടിട്ടുള്ളതും ഇതുതന്നെ.

6. വളരെ കടുത്ത മാനസികസംഘർഷംമൂലം ഇപ്പോഴത്തെ അവസ്ഥയിൽ തുടരാനാകാതെ ചെറുപ്പത്തിലേക്കു ചുരുങ്ങി ഒതുങ്ങിപ്പോകുന്ന അവസ്ഥയാണ് അധോഗമനം (Regression). ഇതിന് രണ്ടു വശങ്ങളുണ്ട്. Ego Regression ഉം Libidinal Regression ഉം. ഗുരുതരമായ മാനസികരോഗങ്ങളിൽ ഇതാണ് സംഭവിക്കുന്നത്. ഉദാ: സ്കിസോഫ്രീനിയ.

7. മാതാപിതാക്കൾ, അദ്ധ്യാപകൻ, നേതാവ്, സിനിമാനടൻ എന്നീ മുതിർന്ന ബഹുമാന്യരെ ഉൾക്കൊണ്ട് അവരുടെ ഭാവങ്ങൾ സ്വീകരിച്ച് അവരെപ്പോലെ ആകാൻ സൂപ്പർ ഈഗോയും ഈഗോയും ശ്രമിക്കുന്നതാണ് സാത്മ്യവല്ക്കരണം (Identification).

8. ഇതിന്റെ ഏറ്റവും ശക്തമായ ഭാവമാണ്, ഇവിടെ സാത്മ്യവല്ക്കരണം (Introjection) അബോധതലത്തിൽ നടക്കുന്നു. സൂപ്പർ ഈഗോ അധികവും ഈ രണ്ടു പ്രതിരോധമാർഗ്ഗങ്ങളിലൂടെയാണ് ഉത്ഭവിക്കുന്നത്.

ആരാദ്ധ്യനായ വ്യക്തി മറ്റ് അതിർവരമ്പുകളില്ലാതെ താൻ തന്നെ എന്ന നിലയിലേക്ക് അതായത് അതൊരു മിഥ്യാബോധം എന്ന നിലയിലേക്ക് വളരുന്നു. ഗുരുതര മാനസികരോഗങ്ങളിൽ ഇപ്രകാരം സംഭവിക്കാം.

9. ഈഗോയ്ക്ക് അംഗീകരിക്കാൻ കഴിയാത്തവ മറ്റുള്ളവരിലേക്ക്

സംക്രമിപ്പിച്ച് രക്ഷപ്പെടുന്ന രീതിയാണ് പ്രതിഫലനം (Projection). മനസ്സിൽ കള്ളത്തരം ഉള്ളവൻ മറ്റുള്ളവരെ 'കള്ളാ' എന്നു വിളിക്കുന്നു. വളരെ സാധാരണമായ ഒരു ഈഗോ പ്രതിരോധമാണിത്.

10. മാനസികാപഗ്രഥനം പുരോഗമിക്കുന്നതോടെ വ്യക്തിക്ക് അതു ചെയ്യുന്ന ആളോട് അകാരണമായി കൂടുതൽ അടുപ്പമോ അകല്ച്ചയോ ഉണ്ടാകാം. കക്ഷിയുടെ ജീവിതത്തിൽ അതുപോലെ തോന്നുന്ന സന്ദർഭം ഇവിടെ ദർശിക്കുന്നതുകൊണ്ടാണതു സംഭവിക്കുന്നത്. അതിനെ സ്ഥാനാന്തരപ്രാപ്തി (Transference) എന്നു പറയുന്നു. അതുപോലെ ചികിത്സകന് കക്ഷിയോടു തോന്നുന്ന വികാരത്തിന് എതിർദിശയിലുള്ള പ്രതിദ്വന്ദ്വ സ്ഥാനാന്തരപ്രാപ്തി (Counter Transference) എന്നു പറയുന്നു.

മാനസികാപഗ്രഥനം ഇദ്, ഈഗോ, സൂപ്പർ ഈഗോ എന്നിവ മൂന്നു തരത്തിൽ പ്രവർത്തിക്കുന്നതിനെയും അതിനുപയോഗിച്ച പ്രതിരോധ മാർഗ്ഗങ്ങളെയുംകുറിച്ച് പഠിക്കുന്നു. ഈ വിശദാംശങ്ങൾ സ്വതന്ത്രവിനിമയം (Free Association), പ്രത്യായനം, സ്വപ്നവിശകലനം എന്നിവ വഴി ഉൾക്കാഴ്ചയുണ്ടാക്കാനാണ് മാനസികാപഗ്രഥനത്തിലൂടെ ലക്ഷ്യമിടുന്നത്.

പത്തൊമ്പതാം നൂറ്റാണ്ടിലെ ഡോക്ടർമാർ മാനസികചികിത്സാർത്ഥം അബോധമനസ്സിനെ മനസ്സിലാക്കാൻ ശ്രമിച്ചു. ചിന്തകരും എഴുത്തുകാരും അവരുടെ സൃഷ്ടികൾക്ക് അബോധമനസ്സ് അസംസ്കൃതവസ്തുവാക്കി. വികാരവിചാരപ്രവർത്തനങ്ങളുടെ ഉത്ഭവം എന്ന രീതിയിൽ തികച്ചും ഐക്യരൂപത്തോടെ അബോധമനസ്സിനെ അവതരിപ്പിച്ചതാണ് ഫ്രോയ്ഡിന്റെ മഹത്തായ സംഭാവന.

ഹിസ്റ്റീരിയയുടെ മറ്റ് അവഗണിക്കപ്പെട്ട മനോരോഗങ്ങളുടെയും അടിസ്ഥാന മാനസികപ്രതിഭാസങ്ങൾ ഒന്നുതന്നെയാണെന്ന് പ്രഖ്യാപിച്ചതിലൂടെ മനോരോഗികളെപ്പറ്റിയുള്ള ദുർഗ്രാഹ്യത കുറയ്ക്കുന്നതിനും അവരുടെ സാമൂഹ്യനിലവാരം ഉയർത്തുന്നതിനും ഫ്രോയ്ഡിനു കഴിഞ്ഞു. മാത്രമല്ല, അർത്ഥശൂന്യമായി തോന്നുന്ന മനോരോഗിയുടെ പെരുമാറ്റത്തിന് ശാസ്ത്രീയ വിശദീകരണം കൊടുക്കുവാനും ഫ്രോയ്ഡിനു സാധിച്ചു. ഫ്രോയ്ഡിനോടൊപ്പം ഫ്രോയ്ഡിന്റെ രോഗികളും പ്രശസ്തരായി.

മാനസികാപഗ്രഥനം

അന്ന് പ്രത്യായനത്തിലായ രോഗികളുടെ ഫോട്ടോ എടുക്കുമായിരുന്നു. അവ വലിയ വാർത്താപ്രാധാന്യത്തോടെ മാധ്യമങ്ങൾ പ്രസിദ്ധീകരിക്കുമായിരുന്നു. രോഗികൾക്കും അതിലൂടെ പ്രശസ്തി ലഭിച്ചിരുന്നു. പലർക്കും തോന്നി ചില രോഗികൾ ആവശ്യത്തിൽ കൂടുതൽ അഭിനയിക്കുന്നില്ലേ എന്ന്. ഫ്രോയ്ഡിനും സംശയമുണ്ടായി. കൂടാതെ Transference, Counter Transference പ്രശ്നങ്ങൾ വേറെയും.

അങ്ങനെയായപ്പോൾ ഫ്രോയ്ഡ് പ്രത്യായനത്തിനുപകരം സ്വതന്ത്രമായ ആശയവിനിമയം (Free Association) കൂടുതലായി ഉപയോഗിച്ചുതുടങ്ങി. ചരിഞ്ഞു ശാന്തമായി കിടക്കാൻ പാകത്തിൽ ചാരുകസേരയും അതിനുപിന്നിൽ ചികിത്സകന്റെ ഇരിപ്പും സംവിധാനം ചെയ്തതു പ്രത്യേക ഉദ്ദേശ്യത്തോടെ ആയിരുന്നു. കക്ഷിക്കുതോന്നുന്ന എന്തും ഒരു മുഖവ്യത്യാസം, ഭാവവ്യത്യാസം എന്നിവ കൂടാതെ ചികിത്സകനോട് പറയാം, ഒരു മറയുമില്ലാതെ. രോഗികൾക്ക് ഇവിടെ കൂടുതൽ സ്വാതന്ത്ര്യം നല്കി.

ഫ്രോയ്ഡ് മാനസികാപഗ്രഥനം നടത്തിയ ബെർതാ പാപ്പഹീം പിന്നീട് 'അന്ന ഒ.' എന്ന പേരിൽ പ്രശസ്തയായി. തുടക്കത്തിൽ അവർ ജോസഫ് ബ്രൂവറുടെ രോഗിയായിരുന്നു (പ്രസിദ്ധീകരണങ്ങളിൽ പേരു മാറ്റി കൊടുക്കേണ്ടിവന്നു). ചികിത്സയ്ക്കുശേഷം അവർ ജർമ്മനിയിലെ വളരെ അറിയപ്പെടുന്ന സാമൂഹ്യപ്രവർത്തകയായി മാറി.

'ചെന്നായ മനുഷ്യൻ' എന്ന് ഫ്രോയ്ഡ് വിളിച്ച സർജി പങ്കജെഫ് റഷ്യയിലെ ഒരു ധനികനായിരുന്നു. അദ്ദേഹത്തിന്റെ സ്വപ്നവിശകലനത്തിലൂടെ ഭയത്തിനും ആവർത്തനലക്ഷണങ്ങൾക്കും ശമനം കണ്ടു. ഡോര എന്ന ഇഡ ബാവർ തന്റെ ഹിസ്റ്റീരിയ രോഗം വിശകലനം ചെയ്തു കേട്ടപ്പോൾ അതിലെ ലൈംഗികവശം കേട്ട് പ്രതിഷേധിച്ച് ചികിത്സ നിർത്തുകയുണ്ടായി.

ഫ്രോയ്ഡ് ചിന്തിച്ചു: എപ്രകാരമാണ് മാനസികാപഗ്രഥന നിഗമനങ്ങളും ഹിപ്നോട്ടിസ്റ്റിന്റെ നിർദ്ദേശങ്ങളും വ്യത്യസ്തമാകുന്നത്? മാനസികാപഗ്രഥന നിഗമനങ്ങൾ ഓർമ്മശക്തിയെയും ഉൾക്കാഴ്ചയെയും സ്വാധീനിക്കുന്നുണ്ടോ? Transference നെയും Counter Transference നെയുംകുറിച്ച് പുതിയ ഉൾക്കാഴ്ചകൾ ഫ്രോയ്ഡിനു ലഭിച്ചു. അപഗ്രഥകനോടും ചികിത്സകനോടും തോന്നുന്ന ശക്തമായ വികാരം വാസ്തവത്തിൽ വ്യക്തിയുടെ ജീവിതത്തിൽ പിതാവിനോടോ, പിതൃസമാനരോടോ തോന്നിയിരുന്ന വികാരം പ്രതിഫലിക്കുകയാണ്. അപ്രകാരമുള്ള പിതൃപുത്രബന്ധം രോഗവിമുക്തിക്ക് തികച്ചും പ്രയോജനപ്രദമാണ്. ആ വ്യക്തിയോടു ചികിത്സകനു തോന്നിയേക്കാവുന്ന Counter Transference എന്ന വികാരവും അപഗ്രഥിക്കപ്പെടേണ്ടതാണ്. ഇവ മാനസികാപഗ്രഥനവും പ്രത്യായനവും പുരോഗമിക്കുന്നതോടെ വിശകലനം ചെയ്യേണ്ടതുണ്ട്.

മേഘാവൃതമായ ആകാശത്തിൽ ചന്ദ്രൻ ഏതാണ്ട് മുഴുവനായി ത്തന്നെ മറയ്ക്കപ്പെടുന്നു. എന്നാൽ മേഘം പോകുന്നതോടെ പ്രകാശം മുഴുവനായി പൂർവ്വ സൗന്ദര്യത്തോടെ തിരിച്ചുവരുന്നു. അതുപോലെ മസ്തിഷ്കത്തിന്റെ കഴിവുകൾ മാനസികസംഘർഷം അനുഭവിക്കുന്ന അവസരത്തിൽ വളരെയധികം പാഴായിപ്പോകുന്നുണ്ട്.

പ്രത്യായനംകൊണ്ട് സ്വന്തം ശക്തിയെക്കുറിച്ച് ബോദ്ധ്യം വന്നാൽ വ്യക്തിക്ക് പൂർണ്ണമായ കഴിവുകൾ ഉപയോഗിക്കാൻ കഴിയും. അതി

നുള്ള പ്രേരണ ഉള്ളിൽനിന്നും ഉണ്ടാകണം. പ്രശ്നങ്ങൾ ഉള്ളവരെല്ലാം തന്നെ സ്വന്തം കഴിവുകൾ കണ്ടെത്താത്തവരും ആത്മവിശ്വാസമില്ലാത്തവരുമായിരിക്കും. അതിനെപ്പറ്റി അവരിൽ ഉൾക്കാഴ്ച സൃഷ്ടിക്കുകയാണ് പ്രത്യായനത്തിന്റെ ഒരു ലക്ഷ്യം. കടുത്ത സൂപ്പർ ഈഗോ, വലിയ കുറ്റബോധവും നിയന്ത്രണവും ഏർപ്പെടുത്തും. അത്തരക്കാരിൽ ഈഗോ പ്രായോഗിക നിലവാരത്തിലേക്ക് ഇറക്കിക്കൊണ്ടുവരേണ്ടതുണ്ട്.

ആൽഫ്രെഡ് കിൻസെ (1894 - 1956)

മനുഷ്യന്റെ ലൈംഗികതയെക്കുറിച്ചാണ് ആൽഫ്രെഡിന്റെ പഠനം. ന്യൂജെഴ്സിയിലെ ഹൊബോക്കനിലായിരുന്നു ജനനം. എഞ്ചിനീയറിങ് പ്രൊഫസറായ ആൽഫ്രഡ് സെഗ്വിൻ കിൻസെയുടെയും സാറാ കിൻസെയുടെയും മകനായിരുന്നു അദ്ദേഹം. മൂന്നു മക്കളിൽ മൂത്തവനായിരുന്നു. ചെറുപ്പത്തിൽ നാണംകുണുങ്ങിയും മൃദുഭാഷിയുമായിരുന്നു. വിശ്വാസപരമായി അദ്ദേഹം നിരീശ്വരവാദിയായിരുന്നു. ഹാർവാഡ് യൂണിവേഴ്സിറ്റിയിലെ ബൗഡോയിൻ കോളേജിലായിരുന്നു പഠനം. സുപ്രസിദ്ധനായ ജൈവശാസ്ത്രജ്ഞനും ജന്തുശാസ്ത്രജ്ഞനും മനഃശാസ്ത്രജ്ഞനും നരവംശശാസ്ത്രജ്ഞനും ജേർണലിസ്റ്റും മനുഷ്യലൈംഗികതയെക്കുറിച്ച് അമേരിക്കയിൽ വിശദമായി പഠിച്ച ഗവേഷകനുമായിരുന്നു.

ബഹുമുഖപ്രതിഭാശാലി

1920 ൽ കിൻസെക്ക് ജൈവശാസ്ത്രത്തിൽ ഹാർവാഡിൽനിന്ന് ഡോക്ടറേറ്റ് ലഭിക്കുകയുണ്ടായി. അവിടെവെച്ചാണ് കിൻസെ ക്ലാറ മക്കില്ലനുമായി പരിചയപ്പെടുന്നതും അത് വിവാഹത്തിലെത്തുന്നതും. ബഹുമുഖപ്രതിഭയായിരുന്ന അദ്ദേഹം മികച്ച പൊതുജന വിദ്യാഭ്യാസപ്രവർത്തകനും കൂടിയായിരുന്നു. ഡോക്ടറേറ്റ് കിട്ടിയതിനുശേഷം ഇന്ത്യാന യൂണിവേഴ്സിറ്റിയിൽ അസിസ്റ്റന്റ് പ്രൊഫസറായി നിയമിതനായി. സസ്യങ്ങൾ, കീടങ്ങൾ എന്നിവയിൽ കിൻസെ വിദഗ്ദ്ധനായിരുന്നു. ഗാൾ കടന്നലുകളെക്കുറിച്ച് അദ്ദേഹം അന്നത്തെ ഏറ്റവും മികച്ച വിദഗ്ദ്ധനായിരുന്നു. 1926 മുതൽ 1929 വരെ അമേരിക്കയിലാകെ അദ്ദേഹവും വിദ്യാർത്ഥികളും ചേർന്ന് പതിനായിരക്കണക്കിന് ഗാൾ കടന്നലുകളെ പിടിച്ചു പരിശോധിക്കുകയുണ്ടായി. 1930 ൽ പ്രൊഫസറായി സ്ഥാനക്കയറ്റം ലഭിച്ചു. കടന്നലുകളെ പഠിക്കുന്നതിലൂടെ അതിന്റെ പരിണാമവും അദ്ദേഹം പഠിക്കുകയുണ്ടായി. ആ പഠനഫലങ്ങൾ കിൻസെ ദി ഗാൾ വാസ്പ് ജീനസ് സിനിപ്സ്: എ സ്റ്റഡി ഇൻ ദി ഒറിജിൻ ഓഫ് ദി സ്പെഷീസ് (The Gall Wasp Genus Cynips: A Study in the Origin of the Species) എന്ന ശാസ്ത്രലേഖനത്തിലൂടെ പ്രസിദ്ധീകരിക്കുണ്ടായി.

വിവാഹപൂർവ്വ കൗൺസലിങ്ങിൽനിന്ന് ലൈംഗികത പഠനത്തിലേക്ക്

1930 ൽ കിൻസെ വിവാഹപൂർവ്വ കൗൺസലിങ്ങിൽ പഠിപ്പിക്കാൻ നിയുക്തനായിരുന്നു. കിൻസെക്ക് വലിയ അനുഭവമായിരുന്നു. അദ്ദേഹത്തിന് മനസ്സിലായി നല്ല അദ്ധ്യാപകൻ യഥാർത്ഥത്തിൽ നല്ല വിദ്യാർത്ഥിയായിരിക്കണം. പഠിതാക്കളായ യുവതീയുവാക്കൾക്ക് ലൈംഗികതയെക്കുറിച്ചുള്ള പരിജ്ഞാനം വളരെ പരിമിതമായിരുന്നു. അതിന് ശാസ്ത്രീയമായ ഉത്തരം നല്കാനുള്ള പഠനങ്ങളും വളരെ വിരളമായിരുന്നു. തുടർന്നു ലൈംഗികതയെക്കുറിച്ചുള്ള ഗവേഷണത്തിന്റെ അപര്യാപ്തതയും കിൻസെക്ക് ബോദ്ധ്യമായി. ആ പഠനഗവേഷണത്തിന് തയ്യാറെടുക്കുവാൻ അദ്ദേഹം തയ്യാറായി. അപ്രകാരമാണ് കിൻസെ 1938 ൽ ലൈംഗികപെരുമാറ്റത്തിനെപ്പറ്റി പഠിക്കുവാൻ ആരംഭിച്ചത്. 1940 ൽ അദ്ദേഹത്തിന് ദേശീയ ഗവേഷണകൗൺസിലിൽനിന്നും റോക്ക് ഫെല്ലർ ഫൗണ്ടേഷന്റെ മെഡിക്കൽ ഡിവിഷനിൽനിന്നും ധനസഹായം ലഭിക്കുകയുണ്ടായി. 1947 ൽ ഈ പഠനം ഒരു കോർപറേഷനാക്കി ഇൻസ്റ്റിറ്റ്യൂട്ട് ഫോർ സെക്സ് റിസേർച്ച് സ്ഥാപിച്ചു. 1948 ൽ കിൻസെ തന്റെ ആദ്യഗ്രന്ഥം *സെക്സുവൽ ബിഹേവിയർ ഇൻ ഹ്യൂമൻ മെയിൽ* പ്രസിദ്ധീകരിച്ചു. പതിനായിരം പേരെ നേരിട്ടു കൂടിക്കാഴ്ച നടത്തിയ ശേഷമാണ് ആ പഠനം കിൻസെ തയ്യാറാക്കിയത്. ഈ പഠനം ആഗോളശ്രദ്ധ പിടിച്ചുപറ്റി. എല്ലാ പ്രായത്തിലുമുള്ള പുരുഷന്മാരോടും സ്ത്രീകളോടും ലൈംഗികതയുമായി ബന്ധപ്പെട്ട വ്യക്തിപരമായ ചോദ്യങ്ങൾ ചോദിച്ച് വിവരങ്ങൾ ശേഖരിച്ചിരുന്നു. അതിൽ തികഞ്ഞ സ്വകാര്യത പാലിച്ചു. ഈ വിവരങ്ങൾ ക്രോഡീകരിച്ച് പ്രസിദ്ധീകരിച്ച കിൻസെ റിപ്പോർട്ട് 5 ലക്ഷം കോപ്പികൾ ചൂടപ്പം പോലെ വേഗം വിറ്റഴിഞ്ഞു. ഈ പുസ്തകത്തിൽനിന്നു കിട്ടിയ ലാഭം കൂടുതൽ ഗവേഷണം ചെയ്യുവാനാണ് അദ്ദേഹം ഉപയോഗിച്ചത്. 1953 ൽ *സെക്സുവൽ ബിഹേവിയർ ഇൻ ഹ്യൂമൻ ഫിമെയിൽ* എന്ന ഗ്രന്ഥം പ്രസിദ്ധീകരിച്ചു. പക്ഷേ, ഈ ഗ്രന്ഥത്തിന് പ്രതീക്ഷിച്ചത്ര സ്വീകാര്യത ലഭിച്ചില്ല. അന്ന് ലൈംഗികത പൊതുരംഗത്ത് ചർച്ച ചെയ്യുന്നത് തെറ്റായി കണക്കാക്കിയിരുന്നു. അതിനാൽ ഈ ഗവേഷണങ്ങൾ വലിയ വിമർശനം ക്ഷണിച്ചുവരുത്തി. അദ്ദേഹത്തിനെതിരെ അധികാര കേന്ദ്രങ്ങളിൽനിന്ന് പല അടിച്ചമർത്തലുകളും നടന്നു. കമ്യൂണിസ്റ്റാണെന്ന് മുദ്രകുത്തപ്പെട്ടതുകൊണ്ട് പല ആരോപണങ്ങളെയും അന്വേഷണങ്ങളെയും അദ്ദേഹത്തിന് നേരിടേണ്ടിവന്നു. ധനസഹായം നിർത്തിവെക്കപ്പെട്ടു. ഫോട്ടോകളുടെ ശേഖരണത്തിന് കസ്റ്റംസ് അന്വേഷണം നേരിടേണ്ടിവന്നു. പക്ഷേ, അദ്ദേഹം സ്ഥാപിച്ച സ്ഥാപനം കിൻസെ ഇൻസ്റ്റിറ്റ്യൂട്ട് ഫോർ റിസേർച്ച് ഇൻ സെക്സ് ജെൻഡർ ആന്റ് റീപ്രൊഡക്ഷൻ എന്ന പേരിൽ ഇന്നും ആ സ്മരണയ്ക്കായി നിലകൊള്ളുന്നുണ്ട്.

1956 ന്റെ ആരംഭത്തിൽ കിൻസെയുടെ ആരോഗ്യം മോശമായിത്തു

ടങ്ങി. അദ്ദേഹത്തിന് കൺജസ്റ്റീവ് ഹാർട്ട് ഫെയിലിയറായിരുന്നു. തോട്ടത്തിൽ നടക്കുമ്പോൾ കാലിൽ ഒരു ചെറിയ മുറിവുണ്ടായിരുന്നു. അതിൽ നിന്ന് മാരകമായ ഒരു എംബോളിസം ഉണ്ടാവുകയും 25.08.1956 ന് അദ്ദേഹം മരണമടയുകയും ചെയ്തു. അദ്ദേഹത്തിന് 62 വയസ്സായിരുന്നു. ഭാര്യയെയും മൂന്നുകുട്ടികളെയും നിരവധി ആരാധകരെയും ദുഃഖത്തിലാഴ്ത്തിക്കൊണ്ട് കിൻസെ വേർപിരിഞ്ഞു. അദ്ദേഹത്തിന്റെ ചരിത്രപ്രധാനമായ പഠനങ്ങളിലൂടെ ആ മഹാൻ എന്നും ഓർമ്മിക്കപ്പെടും.

ഭാഗം ആറ്

ക്ലോദ് ബർണാദ് (1813 - 1878)

ആധുനിക ശരീരധർമ്മശാസ്ത്രത്തിന്റെ പിതാവായി ക്ലോദ് ബർണാദ് പരിഗണിക്കപ്പെടുന്നു. ഇദ്ദേഹത്തിന്റെ ഗവേഷണം പ്രധാനമായും ദഹനത്തിൽ യകൃത്തിന്റെ പങ്ക്, കരളിന്റെ ഗ്ലൂക്കോസ് നിർമ്മാണത്തിലുള്ള പങ്ക്, രക്തചംക്രമണത്തിൽ രക്തക്കുഴലിനെ നിയന്ത്രിക്കുന്ന ഞരമ്പുകളുടെ പങ്ക് എന്നിവയായിരുന്നു. പൊതുവെ പറഞ്ഞാൽ അന്ന് നിലവിലിരുന്ന ധാരണകളെ തിരുത്തി വൈദ്യശാസ്ത്രത്തെ പരീക്ഷണ വിധേയമാക്കി ശാസ്ത്രീയമാക്കുക എന്ന യുഗദൗത്യമാണ് അദ്ദേഹം ചെയ്തതെന്നു പറയാം. അന്ന് നിലവിലിരുന്ന വൈറ്റലിസം, ഇൻഡിറ്റർമിനിസം എന്നീ താത്ത്വികമായ നിലപാടുകൾക്കെതിരെ ശാസ്ത്രീയപരീക്ഷണ നിരീക്ഷണങ്ങളുടെതായ നിലപാടുകളാണ് അദ്ദേഹം എടുത്തത്. അപ്രകാരം ആധുനിക ശാസ്ത്രീയ ഫിസിയോളജിയുടെ പിതാവായി അദ്ദേഹം മാറി. അദ്ദേഹത്തിന്റെ ഏറ്റവും വലിയ സംഭാവന ഓരോ ജീവിയുടെയും ഉള്ളിൽ ഒരു ജൈവപരിസ്ഥിതി ഉണ്ടെന്ന കണ്ടെത്തലാണ്. അതിനെ ബർണാദ് മില്യു ഇന്റേൺ എന്നു വിളിച്ചു. അത് സ്വയം നിയന്ത്രിക്കുവാൻ ശ്രമിക്കും. സുപ്രധാന ജൈവശക്തികളുടെ സ്വയം നിയന്ത്രണമാണത്.

സാമ്പത്തിക പരാധീനത

ബർണാദിന്റെ പിതാവ് വൈൻ ബിസിനസുകാരനായിരുന്നു. അമ്മയ്ക്ക് കാർഷിക പശ്ചാത്തലമായിരുന്നു. ബർണാദിന് ചെറുപ്പമായിരുന്നപ്പോൾ പിതാവിന്റെ ബിസിനസ് പരാജയപ്പെടുകയും വരുമാനത്തിനുവേണ്ടി അദ്ധ്യാപകവൃത്തിയിലേർപ്പെടേണ്ടി വരികയും ചെയ്തു.

പിതാവ് മരിച്ചതോടെ വീടിന് കടങ്ങളുണ്ടായിരുന്നു. ഇത് ബർണാദിന്റെ പഠനങ്ങളെ ബാധിച്ചു. ഫ്രാൻസിൽ ലൂയി പതിനെട്ടാമന്റെ ഭരണമായിരുന്നു. ബർണാദ് ലത്തീൻ ഭാഷ പഠിച്ചു. ജെസ്യൂട്ട് പാതിരിമാർ നടത്തുന്ന സയൻസ് പഠനമില്ലാത്ത സ്കൂളിൽ പഠിച്ചു. പതിനെട്ടാമത്തെ വയസ്സിൽ സ്കൂൾ പഠനം കഴിഞ്ഞ് ലയോൺ എന്ന സ്ഥലത്ത് ഒരു അപ്പോത്തിക്കിരിയുടെ (ഡോക്ടറുടെ) സഹായിയായി. ദരിദ്രനായ ആ ബാലൻ ചെറിയ വരുമാനം കിട്ടുന്ന ജോലികൾ ചെയ്തുപോന്നു. അതിനിടയ്ക്ക് നാടകങ്ങളെഴുതി. അതിൽ എടുത്തു പറയാവുന്നത് *ആർതർ ദ ബ്രിട്ടേൻ* എന്ന അഞ്ചു ഭാഗങ്ങളുള്ള നാടകമായിരുന്നു. ഇതറിഞ്ഞ ജോലിദാതാവ് ബർണാദിനെ ജോലിയിൽനിന്നും പിരിച്ചുവിട്ടു.

ഭാവി വൈദ്യശാസ്ത്രത്തിലാണ്

1834 ഓടെ ഈ നാടകം വായിച്ച് വിമർശകനായ സെയ്ന്റ് മാർക് ഗിയാർഡിൻ ബർണാദിന്റെ ഭാവി വൈദ്യശാസ്ത്രത്തിലാണെന്ന് അഭിപ്രായപ്പെടുകയുണ്ടായി. ആ വർഷം തന്നെ ബർണാദ് പാരീസിൽ വൈദ്യശാസ്ത്രപഠനത്തിന് ചേർന്നു. തുടർന്ന് ആസ്പത്രികളിൽ സേവനം ആരംഭിക്കുകയും ചെയ്തു. അദ്ദേഹം അധികം സംസാരിക്കാത്ത പ്രകൃതക്കാരനായിരുന്നു. ജീവിതത്തിലെ ദാരിദ്ര്യം, അവസരരാഹിത്യം മുതലായ വെല്ലുവിളികളെ നേരിടുവാൻ ബർണാദിന് അസാമാന്യമായ സ്ഥൈര്യം ഉണ്ടായിരുന്നു. 29 പേർ ഇൻടേൺഷിപ് പരീക്ഷ പാസായതിൽ ബർണാദ് 26-ാമനായിരുന്നു. അദ്ദേഹം ജോലിചെയ്ത ആസ്പത്രിയിൽ പ്രഗത്ഭരായ പിയർ റായറും ഫ്രാഹ്കോയ് മജണ്ടിയുമുണ്ടായിരുന്നു. മജണ്ടി അദ്ദേഹത്തെ സഹായിയാക്കി. അപ്രകാരം ഗവേഷണത്തിൽ സഹായിക്കാനുള്ള അവസരം ബർണാദിന് ലഭിച്ചു. നട്ടെല്ലിലെ ഞരമ്പുകളെക്കുറിച്ചുള്ള ഗവേഷണമാണ് മജെണ്ടി ചെയ്തിരുന്നത്. ബർണാദിന്റെ ആദ്യത്തെ ഗവേഷണപ്രബന്ധം കോർഡ ടിമ്പാനി (ഫേഷ്യൽ ഞരമ്പിന്റെ ശാഖ) എന്ന ചെറിയ ഞരമ്പിനെക്കുറിച്ചായിരുന്നു. തുടർന്ന് ജഠരാഗ്നിയെക്കുറിച്ച് പ്രബന്ധമെഴുതി. അതിൽ ആമാശയത്തിലെ അമ്ലവും അതിന്റെ പോഷണത്തിലെ പ്രാധാന്യവും എന്ന വിഷയമാണ് പ്രതിപാദിച്ചിരുന്നത്. ഇവയ്ക്ക് ഒരു പ്രവചനാത്മകത്വമുണ്ടായിരുന്നു.

വിവാഹം കുരിശാകുന്നു

ഈ രംഗത്താണ് ബർണാദിന്റെ പിന്നീടുള്ള ഗവേഷണങ്ങൾ ഉണ്ടായത്. ന്യൂറോളജിയിലും ചയാപചയരംഗത്തുമാണ് തന്റെ ഗവേഷണം കേന്ദ്രീകരിച്ചത്. ഗവേഷണസഹായി എന്ന തന്റെ ജോലിയിൽനിന്ന് വരുമാനം പരിമിതമായിരുന്നു. അതുകൊണ്ട് താല്പര്യത്തിന് വിപരീതമായി മെഡിക്കൽ പ്രാക്ടീസിലേക്ക് മാറേണ്ടി വന്നു.

അദ്ദേഹത്തെ ദാരിദ്ര്യത്തിൽനിന്ന് രക്ഷിക്കുവാൻ സുഹൃത്ത് ഒരു

'സഹായം' ചെയ്തു. 60000 ഫ്രാങ്ക് സ്ത്രീധനംവാങ്ങി അദ്ദേഹം വിവാഹം കഴിച്ചു. പക്ഷേ, അതൊരു പരാജയമായി മാറുകയാണുണ്ടായത്. പിന്നീടതിൽനിന്ന് അദ്ദേഹം വിവാഹമോചിതനായി. 1847 ഓടെ അദ്ദേഹം യകൃത്തിലും കരളിലുമുള്ള തന്റെ ഗവേഷണം ആരംഭിച്ചു. അക്കാലത്ത് മജണ്ടിയുടെ സഹായിയായിരുന്നു. അത് പല കണ്ടുപിടിത്തങ്ങളുടെയും വസന്തമായിരുന്നു. മാംസഭുക്കുകളായ മുയലുകൾ അക്കാലത്ത് അത്ഭുതമായിരുന്നു. അതിന്റെ കാരണം ബർണാദാണ് അനാവരണം ചെയ്തത്.

മാംസഭുക്കുകളായ മുയലുകൾ

ചില മുയലുകൾ മാംസഭുക്കുകളെപ്പോലെ കലക്കലില്ലാത്ത മൂത്രം ഒഴിക്കുന്നത് അദ്ദേഹത്തിന്റെ ശ്രദ്ധയിൽപ്പെട്ടു. മാംസം കഴിക്കുന്ന ജീവികളിൽ മാത്രമെ അപ്രകാരം കാണുമായിരുന്നുള്ളൂ. ഈ മുയലുകൾക്ക് മാംസം കൊടുത്തതിന് ശേഷമുള്ള മൂത്രമെടുത്ത് തന്റെ നിഗമനം ശരിയാണെന്ന് അദ്ദേഹം ഉറപ്പിച്ചു. തുടർന്ന് അവയെ പോസ്റ്റ് മോർട്ടം ചെയ്തപ്പോൾ അവയുടെ യകൃത്തിന് മാംസം ദഹിപ്പിക്കാനുള്ള കഴിവിനെയും അദ്ദേഹം കണ്ടെത്തി. യകൃത്തിലെ ദഹനനീര് കൊഴുപ്പിനെ വിഘടിപ്പിച്ച് കൊഴുപ്പമ്ലവും ഗ്ലിസറിനുമാക്കുന്നു. മുമ്പ് ധരിച്ചിരുന്നതുപോലെ ഈ ദഹനം നടക്കുന്നത് ആമാശയത്തിലല്ല, മറിച്ച് ചെറുകുടലിലാണെന്നും തെളിഞ്ഞു.

കരളിന്റെ ഗ്ലൈക്കോജൻ പ്രവർത്തനം

യകൃത്തിലെ ഗവേഷണത്തിൽനിന്ന് അടുത്തപടിയെന്ന നിലയിൽ ബർണാദിന്റെ ശ്രദ്ധതിരിഞ്ഞത് കരളിലേക്കായിരുന്നു. കരളിന്റെ ഗ്ലൈക്കോജൻ പ്രവർത്തനത്തെപ്പറ്റിയായിരുന്നു അടുത്ത ശ്രദ്ധ. അതിനെപ്പറ്റിയുള്ള ധാരാളം തെളിവുകൾ അദ്ദേഹത്തിന് ലഭിച്ചു. 1856 ൽ അദ്ദേഹം കരളിലെ വെളുത്ത സ്റ്റാർച്ച് പോലുള്ള ഗ്ലൈക്കോജൻ വേർതിരിച്ചെടുത്തു. ഇത് നാം കഴിക്കുന്ന ഭക്ഷണത്തിലെ പഞ്ചസാരയിൽനിന്ന് ശരീരം ഉല്പാദിപ്പിക്കുന്നതാണ്. ആവശ്യം വരുമ്പോൾ ഈ ഗ്ലൈക്കോജനെ കരൾ വിഘടിച്ച് ഗ്ലൂക്കോസാക്കുന്നു. അപ്രകാരം ശരീരത്തിലെ ഗ്ലൂക്കോസ് നിലവാരം സ്ഥിരമായി നിലനിർത്തുന്നു. ബർണാദ് അന്നനാളത്തിൽ സങ്കീർണ്ണമായ മോളിക്യൂളുകൾ വിഘടിപ്പിച്ച് ചെറുതാക്കുന്നുവെന്നു കണ്ടുപിടിച്ചു. അതുപോലെ കരളിൽ അതിന് വിപരീതമായി ഈ ചെറിയവയെ ഗ്ലൈക്കോജൻ പോലുള്ള സങ്കീർണ്ണമായവയെ ഉണ്ടാക്കുകയും ചെയ്യുന്നു. ഇത് കൂടാതെ രക്തത്തിന് ശരീരത്തിലേക്കുള്ള ഒഴുക്ക് നിയന്ത്രിക്കുന്ന ഞരമ്പുകൾ എപ്രകാരം ചെയ്യുന്നുവെന്ന് അദ്ദേഹം കണ്ടെത്തുവാൻ ശ്രമം തുടങ്ങി. ശീതോഷ്ണാവസ്ഥയനുസരിച്ച് രക്തക്കുഴലുകൾ ഈ ഞരമ്പുകളുടെ നിർദ്ദേശമനുസരിച്ച് ചുരുങ്ങുകയും വികസിക്കുകയും ചെയ്യുന്നുവെന്ന് ബർണാദ് നിരീക്ഷിച്ചു. അപ്രകാരം അന്തരീക്ഷത്തിലെ ഊഷ്മാവ് നമ്മുടെ രക്തഒഴുക്ക് നിയ

ന്ത്രിക്കുന്നു. ഉദാഹരണമായി തണുത്ത കാലാവസ്ഥയിൽ ചർമ്മത്തിലെ രക്തക്കുഴലുകൾ ചുരുങ്ങുകയും ചൂടുള്ളപ്പോൾ വികസിക്കുകയും ചെയ്യുന്നു. ഇത് ശരീരത്തിലെ ഊഷ്മാവിനെ നിയന്ത്രിക്കുവാൻ സഹായിക്കുന്നു. ചൂടുള്ളപ്പോൾ രക്തക്കുഴലുകൾ വികസിച്ച് കൂടുതലുള്ള ചൂട് പുറത്തേക്ക് വിടുന്നു. കരൾ എപ്രകാരം ഗ്ലൈക്കോജൻ ചയാപചയത്തിലൂടെ ശരീരത്തിലെ ഗ്ലൂക്കോസിനെ സാധാരണനിലവാരത്തിൽ നിർത്തുന്നുവോ അതുപോലെ ഊഷ്മാവനുസരിച്ച് രക്തക്കുഴലുകൾ വികസിക്കുകയും ചുരുങ്ങുകയും ചെയ്ത് ശരീരത്തിനകത്തെ ഊഷ്മാവിനെ നിയന്ത്രിക്കുന്നു. അതായത് പുറമെ മാറിക്കൊണ്ടിരിക്കുന്ന അന്തരീക്ഷത്തിനിടയിലും ശരീരത്തിനകത്തുള്ള അന്തരീക്ഷം സ്ഥിരമായി നിലനിർത്തുന്നു. ഇതിനെ ഹോമിയോസ്റ്റാസിസ് (homeostasis) എന്ന് പറയുന്നു.

വിഷപഠനം

വിഷങ്ങളായ കാർബൺ മൊണോക്സൈഡ്, കുരാരെ എന്നിവയുടെ ശരീരത്തിലെ ഫലവും ബർണാഡ് പഠിച്ചിരുന്നു. പ്രാണവായുവിന് പകരം കാർബൺ മൊണോക്സൈഡ് അരുണരക്താണുക്കളിലെ ഹീമോഗ്ലോബിനുമായി യൗഗികമുണ്ടാക്കുന്നു എന്നദ്ദേഹം കണ്ടെത്തി. അപ്രകാരം ശരീരത്തിന് പ്രാണവായു കിട്ടാതാകുന്നു. അതാണ് ഈ വാതകം വിഷമാകുന്നതിന്റെ കാരണം. കുരാരെ (curare) ശരീരത്തിലെ പേശികളുടെ ഞരമ്പിനെ മാത്രമാണ് ബാധിക്കുന്നത്. ചോദനകളുണ്ടാക്കുന്ന ഞരമ്പുകളെ ബാധിക്കുന്നില്ല. പേശികളുടെ പ്രവർത്തനം നശിക്കുന്നതുകൊണ്ടാണ് മരണം സംഭവിക്കുന്നത്. ഈ പ്രത്യേകതമൂലം ഇത് പേശികളെയും ഞരമ്പുകളെയും ബാധിക്കുന്നതുമായ പരീക്ഷണങ്ങൾക്ക് ഉപയോഗിക്കാവുന്നതാണെന്ന് കണ്ടെത്തി.

ഈ ദൂരവ്യാപകമായ ഫലങ്ങളോടെ അദ്ദേഹത്തിന് ഗവേഷണരംഗത്ത് തനതായ വ്യക്തിമുദ്ര പതിപ്പിച്ച ഗവേഷകനായി സ്വീകാര്യത ലഭിച്ചു.

അംഗീകാരങ്ങൾ

1854 ൽ ബർണാഡ് ജനറൽ ഫിസിയോളജിയിൽ സോർബോണിൽ ഒരു സ്ഥിരം സ്ഥാനം നല്കി. അദ്ദേഹത്തെ അക്കാദമി ഓഫ് മെഡിക്കൽ സയൻസിൽ തെരഞ്ഞെടുക്കുകയും ചെയ്തു. 1855 ൽ ബർണാദിന്റെ സീനിയറായിരുന്ന മജണ്ടി മരണമടഞ്ഞു. തുടർന്ന് ബർണാഡ് കോളേജ് ദ ഫ്രാൻസിൽ പ്രൊഫസറായി. സോർബോണിൽ ബർണാദിന് പ്രവർത്തിക്കുവാൻ പറ്റിയ ലാബറട്ടറി ഉണ്ടായിരുന്നില്ല. ഫ്രാൻസിലെ അന്നത്തെ ചക്രവർത്തിയായ നെപ്പോളിയൻ മൂന്നാമൻ 1864 ൽ ബർണാദുമായുള്ള ഒരു കൂടിക്കാഴ്ചയ്ക്ക് ശേഷം പുതിയൊരു ലാബറട്ടറിയും മ്യൂസിയവും പണിയുവാൻ കല്പന കൊടുത്തു. അതിന്റെ നിർമ്മാണം

പൂർത്തിയായതോടെ 1868 ൽ പുതിയ മ്യൂസിയത്തിൽ പ്രൊഫസറായി ചുമതലയേറ്റു. എന്നാൽ അദ്ദേഹത്തിന്റെ ആരോഗ്യം ക്ഷയിച്ചതോടെ ലാബറട്ടറിയിൽ സമയം ചെലവഴിക്കുന്നത് കുറഞ്ഞുതുടങ്ങി. കുടലിൽ രോഗമായിരുന്നു. അത് യകൃത്തിനെയും കരളിനെയും ബാധിച്ചു. 1865 ൽ ബർണാഡ് *പരീക്ഷണ വൈദ്യശാസ്ത്രത്തിനൊരു മുഖവുര* (*An Introduction to the Study of Experimental Medicine*) എന്ന തന്റെ സുപ്രസിദ്ധമായ ഗ്രന്ഥം എഴുതാനാരംഭിച്ചു.

ശരീരധർമ്മം എന്ന അടിസ്ഥാനം

വൈദ്യശാസ്ത്രം ശാസ്ത്രീയമായി പുരോഗമിക്കണമെങ്കിൽ അത് പരീക്ഷണ അടിസ്ഥാനത്തിലുള്ള ശരീരധർമ്മ (physiology) ത്തിൽ ഉറച്ചതായിരിക്കണം. അദ്ദേഹത്തിന്റെ മറ്റു വാദഗതികൾ,

1) ഭൗതികശാസ്ത്രവും രസതന്ത്രവും ശരീരധർമ്മപഠനത്തിന് അടിസ്ഥാനമായിരിക്കണം.

2) പഴയ ധാരണയായ വൈറ്റൽ ശക്തി(vital force) ജീവൻ എന്ന പ്രതിഭാസത്തെ വിശദീകരിക്കുന്നില്ല.

3) ഭൗതിക രാസ ശക്തികൾക്കനുസരിച്ചാണ് ജൈവശാസ്ത്രം നിലനില്ക്കുന്നത്. കൂടാതെ അദ്ദേഹത്തിന്റെ സുപ്രസിദ്ധമായ മില്യു ഇന്റീരിയർ എന്ന ആന്തരിക അന്തരീക്ഷത്തെയും അദ്ദേഹം അവതരിപ്പിക്കുന്നുണ്ട്. പുസ്തകം പുറത്തുവന്നതോടെ 1868 ൽ അദ്ദേഹത്തിന് ഫ്രഞ്ച് അക്കാഡമിയിൽനിന്ന് ബഹുമതികൾ ലഭിച്ചു. അദ്ദേഹത്തിന്റെ അടുത്ത സുഹൃത്തുക്കൾ സാഹിത്യകാരന്മാരായ ഏണസ്റ്റ് റെനാൻ, ഹിപ്പോലൈറ്റ് ടെയിൻ, ഗോൺകോർട്സ് എന്നിവരും ശാസ്ത്രജ്ഞരായ ലൂയി പാസ്ചറും മാർസലിൻ ബെർത്ത്ലോയും ആയിരുന്നു. അദ്ദേഹം പരിശീലിപ്പിച്ച ശാസ്ത്രജ്ഞർ ആൽബർട്ട് ദസ്ത്രെ, പോൾ ബെർട്ട്, അഴ്സീൻ ദ അഴിസിനോവൽ എന്നിവരായിരുന്നു. 1877 ൽ ബർണാഡിന്റെ ആരോഗ്യം വളരെ മോശമായി. ഫ്രാൻസിന്റെ ചരിത്രത്തിലാദ്യമായി ഒരു ശാസ്ത്രജ്ഞനു നല്കുന്ന ഏറ്റവും മികച്ച ശവസംസ്കാരച്ചടങ്ങുകളാണ് ഫ്രഞ്ചു സർക്കാർ ബർണാദിന് നല്കിയത്.

റുഡോൾഫ് വെർച്ചോ (13.10.1821 - 05.09.1902)

സെൽ സിദ്ധാന്തം അവതരിപ്പിച്ച മഹാശാസ്ത്രപ്രതിഭയായിരുന്നു വെർച്ചോ. 1839 ലാണ് അദ്ദേഹം തന്റെ പഠനം ബെർലിൻ യൂണിവേഴ്സിറ്റിയിലെ ഫ്രെഡറിക് വിൽഹെം ഇൻസ്റ്റിറ്റ്യൂട്ടിൽ ആരംഭിക്കുന്നത്. 1843 ൽ മെഡിസിനിൽ ഡോക്ടറേറ്റ് നേടി. കാരിത്തെ ആസ്പത്രിയിൽ ഇന്റേൺഷിപ്പിന് ചേർന്നു. അവിടെ അദ്ദേഹം പത്തോളജിക്കൽ ഹിസ്റ്റോളജി (pathological histology)യിൽ പ്രത്യേക പരിശീലനം നേടി. 1845 ൽ അദ്ദേഹം സവിശേഷശ്രദ്ധയാകർഷിക്കുന്ന ഗവേഷണപ്രബന്ധം പ്രസിദ്ധീകരിച്ചു. അതിൽ രക്താർബ്ബുദത്തിന്റെ ആദ്യലക്ഷണങ്ങൾ വിശദീക

രിച്ചിരുന്നു. അതോടെ അദ്ദേഹത്തിന് കാരിത്തെ ആസ്പത്രിയിൽ പ്രോസെക്റ്റർ ജോലി ലഭിച്ചു. 1847 ൽ വെർച്ചോയും സ്നേഹിതനായ ബെന്നോ റീൻഹാർഡ്ടും കൂടി ഒരു പുതിയ ശാസ്ത്ര ജേർണൽ ആരംഭിച്ചു. ആർച്ചീവ്സ് ഫോർ പത്തോളജിക്കൽ അനാറ്റമി ആന്റ് ഫിസിയോളജി ആന്റ് ഫോർ ക്ലിനിക്കൽ മെഡിസിൻ (Archives for Pathological Anatomy and Physiology, and for Clinical Medicine) ആ സുഹൃത്തിന്റെ മരണശേഷം അദ്ദേഹം തനിയെ അതിന്റെ എഡിറ്ററായി തുടർന്നു.

അന്വേഷണങ്ങൾ

1848 ൽ പ്രഷ്യൻ സർക്കാർ സൈലേഷ്യയിലെ ടൈഫസ് പനിയെപ്പറ്റി അന്വേഷിക്കുവാൻ വെർച്ചോവിനെ ചുമതലപ്പെടുത്തി. ക്രാന്തദർശിയായ അദ്ദേഹം അവിടത്തെ സാമൂഹ്യചുറ്റുപാടുകൾ ടൈഫസിന് കാരണമായി കണ്ടെത്തി. അത് സർക്കാരിന് ഇഷ്ടമായില്ല. അദ്ദേഹം സൈലേഷ്യയിൽനിന്ന് തിരിച്ചുവന്ന് പട്ടാളത്തിൽ സേവനം ചെയ്യേണ്ടിവന്നു. എല്ലാം തുറന്നുപറയുന്ന പ്രകൃതക്കാരനായിരുന്ന അദ്ദേഹത്തിന് പിന്നെയും പ്രശ്നങ്ങളെ നേരിടേണ്ടി വന്നു. ആരോഗ്യവകുപ്പിലെ വിവിധ തസ്തികകളെ വിമർശിച്ചെഴുതിയതിന് അദ്ദേഹത്തിന്റെ ജോലി നഷ്ടപ്പെട്ടു. വീണ്ടും തിരിച്ചെടുത്തുവെങ്കിലും ചില അലവൻസുകൾ നഷ്ടപ്പെട്ടിരുന്നു.

വിദ്യാർത്ഥികളുടെ പ്രിയ പ്രൊഫസർ

1849 ൽ വെർച്ചോവിന് പത്തോളജിക്കൽ അനാറ്റമിയിൽ ചെയർ സ്ഥാനം ലഭിക്കുകയുണ്ടായി. ചുമതലയിലായിരുന്ന ഏഴുവർഷം മെഡിക്കൽ വിദ്യാർത്ഥികളുടെ എണ്ണം 98 ൽനിന്ന് 388 ആയി ഉയർത്തി. പിന്നീട് പ്രശസ്തരായ പലരും അദ്ദേഹത്തിന്റെ കീഴിൽ പരിശീലനം നേടിയവരായിരുന്നു. 1850 ൽ അദ്ദേഹം റോസ് മായറെ വിവാഹം കഴിച്ചു. അദ്ദേഹത്തിന് ആറ് കുട്ടികളുണ്ടായി. വുർസ്ബർഗിൽവെച്ച് വെർച്ചോ ധാരാളം പത്തോളജിക്കൽ അനാറ്റമി ഗവേഷണപ്രബന്ധങ്ങൾ പ്രസിദ്ധീകരിക്കുകയുണ്ടായി. തുടർന്നാണ് തന്റെ ആറു വാല്യത്തിലുള്ള *ഹാന്റ് ബുക്ക് ഓഫ് സ്പെഷൽ പത്തോളജി ആന്റ് തെറാപ്യൂട്ടിക്സ്* (Handbook of Special Pathology and Therapeutics) എന്ന ഗ്രന്ഥത്തിന്റെ എഴുത്ത് ആരംഭിച്ചത്. ഇവിടെവെച്ചാണ് വെർച്ചോ തന്റെ സെല്ലുലർ പത്തോളജി എന്ന കോശങ്ങളിലെ രോഗശാസ്ത്രത്തെപ്പറ്റിയുള്ള സിദ്ധാന്തങ്ങൾക്ക് രൂപംകൊടുത്തത്.

നരവംശശാസ്ത്ര പഠനം

നരവംശശാസ്ത്രത്തിലും വെർച്ചോ തന്റെ പഠനം ആരംഭിച്ചത് ഇവി

ടെവെച്ചാണ്. തലയോടുകളുടെ പഠനത്തിലൂടെയാണ് അദ്ദേഹം നിരീക്ഷണപരീക്ഷണങ്ങൾ നടത്തിയിരുന്നത്. തലയോടിന്റെ അടിഭാഗത്തിന്റെ വളർച്ച ഇവിടെവെച്ചാണ് നിരീക്ഷണവിധേയമാക്കിയത്. അതിന് ബുദ്ധിമാന്ദ്യവും വളർച്ചയും കുറഞ്ഞ ക്രെറ്റിനിസം ബാധിച്ചവരുടേതുമായി ബന്ധമുണ്ടോ എന്നദ്ദേഹം പഠിച്ചു. 1856 ൽ വെർച്ചോയ്ക്കുവേണ്ടി ബെർലിൻ യൂണിവേഴ്സിറ്റിയിലെ പത്തോളജിക്കൽ അനാറ്റമിയിൽ ഒരു ചെയർ സ്ഥാപിച്ചത് അദ്ദേഹത്തിന് ഏറെ അനുഗ്രഹമായി. സാമ്പത്തികസുരക്ഷിതത്വം ഉണ്ടാകുന്നത് അലോസരങ്ങളില്ലാതെ ഗവേഷണം ചെയ്യുവാൻ സഹായിക്കും. അതോടൊപ്പം പുതിയ പത്തോളജി സ്ഥാപനവും നിർമ്മിച്ചു. ഈ സ്ഥാപനത്തിലിരുന്നാണ് തന്റെ ജീവിതാവസാനം വരെ വെർച്ചോ ഗവേഷണപഠനങ്ങൾ നടത്തിയിരുന്നത്. ബഹുമുഖപ്രതിഭാശാലിയായ അദ്ദേഹം രാഷ്ട്രീയത്തിലും പയറ്റിയിരുന്നു. 1859 ൽ അദ്ദേഹം ബെർലിൽ സിറ്റി കൗൺസിലിലേക്ക് വിജയിച്ചു. തന്റെ വികസനപരിപാടികളിൽ അഴുക്കുചാൽ പദ്ധതി, ആസ്പത്രികളുടെ രൂപകല്പനയും വികസനവും ഇറച്ചിക്കടകളുടെ പരിശോധന, സ്കൂൾ ആരോഗ്യപരിപാടി എന്നിവയ്ക്ക് മുൻഗണന കൊടുത്തിരുന്നു. വെർച്ചോ രണ്ടു വലിയ ആസ്പത്രികളുടെ നിർമ്മാണത്തിൽ മേൽനോട്ടം വഹിക്കുകയും ചെയ്തു.

രാഷ്ട്രീയം

1861 ൽ വെർച്ചോ പ്രഷ്യൻ ഡയറ്റ് എന്ന പാർലിമെന്റിലേക്ക് വിജയിച്ചു. അദ്ദേഹം സ്ഥാപിച്ച പ്രോഗ്രസീവ് പാർട്ടിയുടെ പ്രതിനിധിയായിരുന്നു അദ്ദേഹം. അന്നത്തെ വലിയ നേതാവായിരുന്ന ബിസ്മാർക്കിന്റെ കടുത്ത എതിരാളിയായിരുന്നു വെർച്ചോ. 1865 ൽ ബിസ്മാർക്ക് അദ്ദേഹത്തെ നേരിട്ട് ഒരു ദ്വന്ദ്വയുദ്ധത്തിന് ക്ഷണിക്കുക പോലുമുണ്ടായി. വെർച്ചൊ ആ ദുഷ്ടലാക്ക് മനസ്സിലാക്കി ബുദ്ധിപൂർവ്വം ഒഴിഞ്ഞുമാറി. 1866–1870 യുദ്ധകാലഘട്ടത്തിൽ പട്ടാളക്കാർക്കുവേണ്ടിയുള്ള ആസ്പത്രികൾ നിർമ്മിക്കുന്നതിലും അവിടേക്കുള്ള തീവണ്ടികൾ സജ്ജമാക്കുന്നതിലും വ്യാപൃതനായിരുന്നു വെർച്ചോ. ഫ്രാൻസും ജർമ്മനിയും തമ്മിലുള്ള യുദ്ധത്തിൽ ആദ്യത്തെ ആസ്പത്രി സജ്ജീകരണങ്ങളുള്ള തീവണ്ടി സ്വയം യുദ്ധരംഗത്തേക്ക് നയിച്ചത് അദ്ദേഹമായിരുന്നു. 1880–1893 കാലത്ത് റീച്ച്സ്റ്റാഗ് എന്ന പാർലിമെന്റിലേക്ക് തെരഞ്ഞെടുക്കപ്പെട്ടിരുന്നു.

മസ്തിഷ്കാഘാത പഠനം

അക്കാലത്ത് സിരകളിലുണ്ടാകുന്ന ഫ്ളിബൈറ്റിസ് എന്ന പഴുപ്പ് സാദ്ധ്യതയില്ലാത്ത ചില രോഗങ്ങൾക്കുപോലും കാരണമാകുന്നു എന്നൊരു അന്ധവിശ്വാസം നിലവിലുണ്ടായിരുന്നു. 1848 ൽ അദ്ദേഹം അതിനെതിരെ തെളിവുമായി രംഗത്തുവന്നു. സിരകൾക്കകത്ത് പഴുപ്പി

നോടൊപ്പം ഉണ്ടാകുന്ന രക്തക്കട്ടകളുടെ (thrombosis) ഭാഗങ്ങൾ വിട്ടു പോരികയും ആ ഭാഗങ്ങൾ ഒരു രക്തപ്രവാഹത്തോടൊപ്പം സഞ്ചരിക്കുന്ന എംബോളസ് (embolus) ആവുകയും ചെയ്യുന്നു. ഈ രണ്ടുപേരുകളും വെർച്ചോ നല്കിയതാണ്. ആ ഒഴുക്കിൽ എംബോളസ് ചെറിയ ഞരമ്പി ലെത്തിയാൽ രക്തയോട്ടം നിലച്ച് തടസ്സപ്പെടുന്നു. അത് ആ ചെറിയ രക്തക്കുഴൽ രക്തം നല്കുന്ന ഭാഗങ്ങളുടെ പ്രവർത്തനം തടസ്സപ്പെടുത്തി ഗുരുതരലക്ഷണങ്ങളുണ്ടാക്കുന്നു. പഴയ ധാരണയനുസരിച്ച് അത് പല രോഗങ്ങളും ഉണ്ടാക്കുന്നില്ല.

കോശസിദ്ധാന്തം

ഈ നിരീക്ഷണം വെർച്ചോയെ കോശസിദ്ധാന്തത്തിലേക്ക് നയിച്ച ഒരു തെളിവായിരുന്നു. പൗരാണികകാലത്തെ ചതുർദോഷസിദ്ധാന്തമ നുസരിച്ചുള്ള വിശ്വാസമായിരുന്നു പതിനെട്ടാം നൂറ്റാണ്ടിന്റെ മദ്ധ്യം വരെ നിലവിലിരുന്നത്. രക്തം, കഫം, മഞ്ഞപ്പിത്തനീര്, കറുത്ത പിത്തനീര് എന്നിവയുടെ നിലവാരങ്ങളിൽ വ്യത്യാസം വരാൻ പാടില്ല. വ്യത്യാസം വരുമ്പോഴാണ് രോഗമുണ്ടാകുന്നത്. ഗ്രീക്ക് വൈദ്യത്തിന്റെ കാലം മുത ലുള്ള വിശ്വാസമാണത്. പക്ഷേ, 1761 ൽ ജിയോവാന്നി ബാറ്റിസ്റ്റ മോർ ഗാഗ്നി എന്ന ഇറ്റാലിയൻ അനാറ്റമിസ്റ്റ് ഈ സിദ്ധാന്തത്തിനപ്പുറം ചിന്തിച്ചു. രോഗങ്ങളുണ്ടാകുന്നത് അപ്രകാരമുള്ള പരമ്പരാഗത വിശ്വാസമനുസരിച്ചല്ല, കണ്ടും പഠിച്ചും മനസ്സിലാക്കുന്ന ഓരോ അവ യവത്തെയും ബാധിക്കുന്ന രോഗങ്ങൾ മൂലമാണെന്ന് കണ്ടെത്തി.

അവയവങ്ങളിലെ രോഗങ്ങൾ ശവശരീരത്തിലെ അവയവങ്ങൾ പരി ശോധിക്കുമ്പോൾ മനസ്സിലാക്കാം. തുടർന്ന് 1800 ൽ ഒരു സേവിയർ ബിഷാറ്റ് എന്ന ഫ്രഞ്ച് അനാറ്റമിസ്റ്റ് അവയവങ്ങളിൽ രോഗം ബാധിക്കു ന്നതിന് തെളിവുകൾ നിരത്തി. കോശങ്ങളുടെ കൂട്ടത്തിനാണ് ഇപ്രകാരം രോഗംമൂലം കേടുവരുന്നത്. ഈ കോശങ്ങളുടെ കൂട്ടമായ കോശകല കൾ ശരീരത്തിൽ ആകെ 21 തരമുണ്ട്. ഭൂരിഭാഗവും അവയവങ്ങളുടെ ചില ഭാഗങ്ങൾ മാത്രമെ ബാധിക്കാറുള്ളൂ. ഈ കണ്ടുപിടുത്തം കോശ ങ്ങളെക്കുറിച്ചുള്ള വെർച്ചോയുടെ നിഗമനങ്ങൾക്കും അറിവിനും പുതിയ മാനങ്ങൾ നല്കി. വെർച്ചോ അന്നൊരു യുവാവായിരുന്നു. അദ്ദേഹം അഭി പ്രായപ്പെട്ടു: "ഒരു കോശം ഉണ്ടാകുന്നത് അതിനുമുമ്പുണ്ടായിരുന്ന വേറൊന്നിൽ നിന്നുമാണ്. അല്ലാതെ രൂപമില്ലാത്ത ഒന്നിൽനിന്നല്ല." ഈ സിദ്ധാന്തം രോഗകാരണങ്ങളെക്കുറിച്ച് പുതിയ ഉൾക്കാഴ്ചകൾ സൃഷ്ടി ക്കാൻ പോന്നതായിരുന്നു. ഈ വിഷയത്തിൽ അദ്ദേഹത്തിന് മുമ്പെ സഞ്ചരിച്ചിരുന്നവർ വെർച്ചോവിന് ഉൾക്കാഴ്ച നല്കുവാൻ സഹായിച്ചു.

എഡിൻബറോയിലെ ജോൺ ഗുഡ്സർ തെളിയിച്ചത് കോശമാണ് ശരീരപോഷണത്തിന്റെ അടിസ്ഥാനശില എന്നാണ്. ജർമ്മനിയിലെ ന്യൂറോഅനാറ്റമിസ്റ്റും എമ്പ്രിയോളജിസ്റ്റുമായ റോബർട്ട് റിമാക് കണ്ടെ ത്തിയത് കോശവിഭജനമാണ് കോശങ്ങൾ അനവധിയായി കോശ

കലകൾ (tissues) ഉണ്ടാക്കുന്നതെന്നാണ്. തുടർന്നദ്ദേഹം കണ്ടെത്തിയത് രോഗമുള്ളതോ ആരോഗ്യമുള്ളതോ ആകട്ടെ പുതിയ കോശങ്ങൾ ഉണ്ടാകുന്നത് ആദ്യമുണ്ടായിരുന്ന കോശങ്ങളിൽനിന്ന് മാത്രമാണ്. ഈ ആശയം അന്നത്തെ ഡോക്ടർമാരിലും രോഗശാസ്ത്രജ്ഞരിലും വലിയ സ്വാധീനം സൃഷ്ടിച്ചിരുന്നില്ല.

പക്ഷേ, വെർച്ചോയുടെ സിദ്ധാന്തമായ 'ഓമ്നിസ് സെല്ലുല ഇ സെല്ലുല' (every cell is derived from a [preexisting] cell) ഓരോ കോശവും ഉത്ഭവിക്കുന്നത് അതിനുമുമ്പുള്ള കോശത്തിൽനിന്നാണ് എന്നതിന് കൂടുതൽ തെളിവുകളായി. വെർച്ചോയുടെ സിദ്ധാന്തം മുഴുവനും മൗലികമായിരുന്നു എന്ന് പറയാനും വയ്യ. 1825 ൽ ഫ്രാങ്കോയി വിൻസെന്റ് റാസ്പെയിൽ ഇതേ വാക്കുകൾ പറഞ്ഞിട്ടുമുണ്ട്. പക്ഷേ, വെർച്ചോയുടെ മഹത്ത്വം കുടികൊള്ളുന്നത് സെല്ലുലാർ പത്തോളജിക്ക് വലിയ പ്രാധാന്യം അക്കാഡമിക് രംഗങ്ങളിൽ ഉണ്ടാക്കി എന്നതാണ്. 1858-ൽ അദ്ദേഹം 20 ഓളം ശാസ്ത്രീയ പ്രസംഗങ്ങൾ ഇതിനുവേണ്ടി ചെയ്തിരുന്നു. ഈ വിഷയത്തെപ്പറ്റി അദ്ദേഹം എഴുതിയ ഗ്രന്ഥമായ *സെല്ലുലർ പത്തോളജി ഏസ് ബെയ്സ്ഡ് അപ്പോൺ ഫിസിയോളജിക്കൽ ഏന്റ് പത്തോളജിക്കൽ ഹിസ്റ്റോളജി* (Cellular Pathology as Based upon Physiological and Pathological Histology) പ്രസിദ്ധീകൃതമായതോടെ ജൈവശാസ്ത്രം ഉണർന്നു. അക്കാഡമിക് രംഗങ്ങളിലുള്ളവർ ഈ ഗ്രന്ഥത്തെ കാര്യമായി ശ്രദ്ധിച്ചുതുടങ്ങി.

രോഗക്കത്തൽ

വെർച്ചോ രോഗക്കത്തൽ എന്നു പറയാവുന്ന ഇൻഫ്ളമേഷനെ (inflammation) ക്കുറിച്ച് പുതിയ വെളിച്ചം ശാസ്ത്രലോകത്തിന് നല്കി. പക്ഷേ, അദ്ദേഹം രോഗക്കത്തലുണ്ടാകുന്ന ശരീരഭാഗത്തേക്ക് ശ്വേതരക്താണുക്കൾ വരുന്നില്ല എന്നാണ് അഭിപ്രായപ്പെട്ടത്. കോശങ്ങളിലേക്ക് കൊഴുപ്പ് അടിഞ്ഞുകൂടുന്നതും കൊഴുപ്പ് ദ്രവിക്കുന്നതും തമ്മിൽ അദ്ദേഹം ശാസ്ത്രീയമായി വേർതിരിച്ചു. ആധുനിക ആശയമായ സ്റ്റാർച്ച് ദ്രവിക്കുന്നതിനെയും (amyloid (starchy) degeneration) അദ്ദേഹം മനസ്സിലാക്കിയിരുന്നു. മുഴകളെയും അർബ്ബുദത്തെയുംകുറിച്ച് അദ്ദേഹം ധാരാളം പഠനങ്ങൾ നടത്തിയിരുന്നു.

പരാന്നജീവികളെക്കുറിച്ചുള്ള ഗവേഷണമായിരുന്നു അദ്ദേഹത്തിന്റെ വേറൊരു വിജയം. ട്രൈക്കിന എന്ന പരാന്നജീവി നാം കഴിക്കുന്ന മാംസത്തിലൂടെ പകരാവുന്നതാണ്. അദ്ദേഹം മാംസം വില്ക്കുന്നത് പതിവായി പരിശോധിക്കണമെന്ന് നിഷ്കർഷിച്ചിരുന്നു. 1874 ൽ അദ്ദേഹം ശവശരീരം ശാസ്ത്രീയപോസ്റ്റ്മോർട്ടം ചെയ്യേണ്ടത് എപ്രകാരമായിരിക്കണം എന്നതിനെക്കുറിച്ച് വിശദമായി പ്രതിപാദിച്ചിരുന്നു. ഈ മാർഗ്ഗത്തിലൂടെ അതിനു കാണാത്ത പലതും മനസ്സിലാക്കുവാൻ കഴിഞ്ഞിരുന്നു. അജ്ഞതയുടെ അന്ധകാരത്തിൽനിന്നും അറിവിന്റെ വെളിച്ചത്തിലേക്ക് തിരി

തെളിക്കുന്നതാണ് ശാസ്ത്രം എന്നദ്ദേഹം തന്റെ ജീവിതത്തിൽ ചെയ്തു തീർത്ത ഗവേഷണങ്ങൾകൊണ്ട് തെളിയിച്ചു.

സൂക്ഷ്മാണുശാസ്ത്രം

സൂക്ഷ്മാണുശാസ്ത്രം എന്ന ബാക്ടീരിയോളജി അന്ന് വളരെ ശൈശവദശയിലായിരുന്നു. സൂക്ഷ്മാണുക്കൾ രോഗങ്ങളുണ്ടാക്കുന്നു എന്ന റോബർട്ട് കോക്കിന്റെയും ലൂയി പാസ്ചറുടെയും അഭിപ്രായത്തെ വെർച്ചോയ്ക്ക് അംഗീകരിക്കുവാൻ തിടുക്കമുണ്ടായിരുന്നില്ല. ശരീരത്തിൽ രോഗാണു ഉണ്ടെന്ന് വെച്ച് അത് രോഗം ഉണ്ടാക്കുന്നു എന്ന് വിശ്വസിക്കാനാകില്ല. ശാസ്ത്രജ്ഞരുടെ ഇടയിലെ ഈ സംശയദൃഷ്ടിയായിരുന്നു അന്ന് കോക്കിനെ തന്റെ കോക്ക്സ് പോസ്റ്റുലേറ്റ്സ് അവതരിപ്പിക്കുവാൻ പ്രചോദനമായത്. സൂക്ഷ്മാണുക്കൾ ടോക്സീൻസ് എന്ന വിഷവസ്തുക്കൾ സ്രവിക്കുന്നത് വെർച്ചോ നേരത്തെ മനസ്സിലാക്കിയിരുന്നു. ചാൾസ് ഡാർവിന്റെ പരിണാമസിദ്ധാന്തത്തോടും ഇതേ സമീപനമായിരുന്നു അദ്ദേഹത്തിനുണ്ടായിരുന്നത്. മുഴുവനായി അംഗീകരിക്കണമെങ്കിൽ അതനുസരിച്ചുള്ള തെളിവുകൾ വേണമെന്നായിരുന്നു വെർച്ചോയുടെ നിലപാട്.

ബഹുമുഖ പ്രതിഭ

ബഹുമുഖ പ്രതിഭയായിരുന്ന വെർച്ചോ നരവംശശാസ്ത്രത്തിലും ഗവേഷണം നടത്തിയിരുന്നു. 1865 ൽ അദ്ദേഹം വടക്കൻ ജർമ്മനിയിൽ ഗുഹാനിവാസികളെക്കുറിച്ചുള്ള തെളിവുകൾ കണ്ടുപിടിച്ചിരുന്നു. തുടർന്ന് 1870 ൽ കൂടുതൽ ഉല്ഖനനങ്ങൾ കുന്നുകളിലെ കോട്ടകളിൽ നടത്തുകയുണ്ടായി. 1869 ൽ അദ്ദേഹം രണ്ട് നരവംശശാസ്ത്ര സംഘടനകളിൽ സാരഥിയായിരുന്നിട്ടുണ്ട്. മരണംവരെ ഒരു നരവംശശാസ്ത്ര ജേണലിന്റെ പത്രാധിപരുമായിരുന്നു. 1874 ൽ വെർച്ചോ ട്രോയ് കണ്ടുപിടിച്ച ഹീൻറിച്ച് ഷ്ളീമാനുമായി ബന്ധപ്പെട്ടു. അദ്ദേഹത്തോടൊപ്പം 1879 ൽ ട്രോയ് ഉണ്ടായിരുന്ന സ്ഥലത്തേക്കും 1888 ൽ ഈജിപ്റ്റിലേക്കും പര്യവേക്ഷണയാത്ര നടത്തി. വെർച്ചോയുടെ നിർദ്ദേശപ്രകാരമാണ് ഷ്ളീമാന്റെ കൈയിലുണ്ടായിരുന്ന വലിയ പുരാവസ്തുശേഖരം ബെർലിനിലേക്ക് കൈമാറുവാൻ തീരുമാനിച്ചത്. 1881 ലും 1894 ലും വെർച്ചോ കോക്കസസിലേക്ക് പഠനപര്യവേക്ഷണ യാത്രകൾ പോയിട്ടുണ്ട്.

1873 ൽ വെർച്ചോവിനെ പ്രഷ്യൻ അക്കാഡമി ഓഫ് സയൻസിലേക്ക് തെരഞ്ഞെടുത്തു. പ്രഭുസ്ഥാനമായ വോൺ എന്ന പദവി അദ്ദേഹം നിരസിക്കുകയായിരുന്നു. 1894 ൽ അദ്ദേഹത്തിന് പ്രിവി കൗൺസിൽ പദവി ലഭിച്ചിരുന്നു.

ഭാഗം ഏഴ്

ഫ്രാൻസിസ് ക്രിക്ക് (1916 - 2004)

പട്ടാളസേവനവും ഗവേഷണവും

ഫ്രാൻസിസ് ക്രിക്ക് മോളിക്കുലാർ ബയോളജിയിൽ അതികായനായ ശാസ്ത്രജ്ഞനായിരുന്നു. ഇംഗ്ലണ്ടിലെ നോർതാംപ്ടണിൽ 1916 ജൂൺ 8 നാണ് അദ്ദേഹം ജനിച്ചത്. ഹാരി ക്രിക്ക് - ആനി എലിസബത്ത് വിൽകിൻസ് എന്നിവരാണ് മാതാപിതാക്കൾ. ഏക സഹോദരൻ ന്യൂസിലന്റിൽ ഡോക്ടറായ എ എഫ് ക്രിക്കാണ്. ക്രിക്ക് നോർതോംപ്ടൺ ഗ്രാമർ സ്കൂളിലും ലണ്ടനിലെ മിൽ ഹിൽ സ്കൂളിലുമായാണ് വിദ്യാഭ്യാസം പൂർത്തിയാക്കിയത്. 1937 ൽ ലണ്ടനിലെ യൂണിവേഴ്സിറ്റി കോളേജിൽനിന്ന് ബി എസ് സി പാസായി. തുടർന്ന് പ്രൊഫസർ എഡ്വേഡ് നെവിൽ ഡാ കോസ്റ്റ ആൻഡ്രാഡെയുടെ കീഴിൽ പി എച്ച് ഡിക്ക് രജിസ്റ്റർ ചെയ്തു.

രണ്ടാം ലോകമഹായുദ്ധം അപ്പോഴേക്കും കൊടുമ്പിരിക്കൊണ്ടിരുന്നു. പി എച്ച് ഡി മുടങ്ങി. യുദ്ധകാലത്ത് പട്ടാളത്തിന് വേണ്ടി ശാസ്ത്രജ്ഞനായി ജോലി ചെയ്യേണ്ടിവന്നു. കാന്തശക്തികൊണ്ടും ശബ്ദം കൊണ്ടും പ്രവർത്തിക്കുന്ന മൈനുകളെപ്പറ്റി പഠിക്കുവാനാണ് അദ്ദേഹം നിയുക്തനായത്. 1947 ൽ പട്ടാളസേവനം കഴിഞ്ഞതിനുശേഷം അദ്ദേഹം ജൈവശാസ്ത്രം പഠിക്കാനൊരുങ്ങി. തുടർന്ന് അദ്ദേഹം സ്ട്രെയ്ഞ്ച്വെയ്സ് റിസേർച്ച് ലാബറട്ടറിയിൽ പ്രവർത്തിച്ചു. അദ്ദേഹത്തിന് മെഡിക്കൽ ഗവേഷണ കൗൺസിലിന്റെ സ്കോളർഷിപ്പും വീട്ടിൽനിന്നുള്ള സാമ്പത്തികസഹായവുമുണ്ടായിരുന്നു. 1949 ൽ എം എഫ് പെറുറ്റ്സിന്റെ കീഴിൽ മെഡിക്കൽ ഗവേഷണത്തിന് ചേർന്നു. മെഡിക്കൽ ഗവേഷണ കൗൺസിലിൽ ക്രിക്ക് അംഗമായിരുന്നു. ഈ ഗവേഷണസ്ഥാപനമാണ്

പിന്നീട് മോളിക്കുലാർ ബയോളജിയുടെ മെഡിക്കൽ റിസേർച്ച് കൗൺസിൽ ലാബറട്ടറിയായത്. 1950 ൽ അദ്ദേഹം വീണ്ടും ഗവേഷണ വിദ്യാർത്ഥിയായി ചേർന്നു. പിന്നീട് കായൂസ് കോളേജിലെ അംഗമാവുകയും 1954 ൽ പി എച്ച് ഡി നേടുകയും ചെയ്തു. പി എച്ച് ഡിക്കുള്ള വിഷയം പോളിപെപ്റ്റൈഡിനും പ്രോട്ടീനുമുള്ള എക്സ് റേ ഡിഫ്രാക്ഷൻ എന്നതായിരുന്നു.

1953-54 ൽ ന്യൂയോർക്കിലെ ബ്രൂക്ലിൽ പോളിടെക്നിക്കിൽ പ്രോട്ടീൻ ഘടനയെപ്പറ്റിയുള്ള പഠനത്തിൽ ഏർപ്പെട്ടു. ഹാർവാഡിൽ വിസിറ്റിങ് പ്രൊഫസറുമായിരുന്നു. ആ അവസരത്തിൽ അവിടുത്തെ മറ്റു പല ലാബറട്ടറികളും അദ്ദേഹം സന്ദർശിച്ചു.

അദ്ദേഹത്തിന് ജൈവശാസ്ത്രത്തിലോ ഓർഗാനിക് കെമിസ്ട്രിയിലോ ക്രിസ്റ്റലേഗ്രാഫിയിലോ വലിയ ഗ്രാഹ്യമുണ്ടായിരുന്നില്ല. ഈ വിഷയമെല്ലാം പിന്നീടുള്ള വർഷങ്ങളിൽ പഠിക്കേണ്ടിവന്നു. സുപ്രസിദ്ധരായ ഡബ്ല്യു കൊക്രാൻ, വി വാൻഡ് എന്നിവരുമൊത്ത് എക്സ്-റേ രശ്മികൾ രാസവസ്തുക്കളിലൂടെ പോകുമ്പോൾ ഉണ്ടാകുന്ന മാറ്റങ്ങളെക്കുറിച്ച് പഠിച്ചു. നൊബേൽ ജേതാവായ ലൈനസ് പാളിങ്, ആർ ബി കോരി എന്നിവരുമായി ബന്ധപ്പെടുവാനും അവരുടെ വിലപ്പെട്ട നിർദ്ദേശങ്ങൾ സ്വീകരിക്കുവാനും ക്രിക്കിന് കഴിഞ്ഞു.

വഴിത്തിരിവും പിരിയൻകോണിയും

1951 ൽ ജെ ഡി വാട്സണുമായുള്ള അടുപ്പം അദ്ദേഹത്തിന്റെ ഗവേഷകജീവിതത്തിൽ ഒരു വഴിത്തിരിവ് സൃഷ്ടിച്ചു. 1953 ൽ 23 വയസ്സായ ആ പ്രതിഭാശാലി പിരിയൻ കോണി രൂപമാണ് ഡി എൻ എയ്ക്കുള്ളതെന്ന സ്വപ്നവും കൊണ്ടുനടക്കുകയായിരുന്നു. ഈ രൂപംവെച്ച് അതിന് ഇരട്ടകളാകുവാൻ കഴിയുമെന്നും അദ്ദേഹത്തിന് ബോദ്ധ്യമുണ്ടായിരുന്നു. തുടർന്ന് ക്രിക്കും വാട്സണും കൂടി ചെറിയ വൈറസുകളുടെ ഘടനയെപ്പറ്റി ഒരു പൊതുസിദ്ധാന്തം നിർദ്ദേശിക്കുകയുണ്ടായി.

എറിച്ചുമായുള്ള സഹകരണത്തോടെ പോളിഗ്ലൈസിൻ 2 ന്റെ ഘടനയെപ്പറ്റി നിർദ്ദേശിക്കുകയുണ്ടായി. അതുപോലെ ക്രിക്ക് എ റിച്ചിന്റെയും ഡി ആർ ഡേവിസിന്റെയും സഹകരണത്തോടെ കൊള്ളാജന്റെ (collagen) ഘടനയെപ്പറ്റിയും പോളി അഡിനിലിക് ആസിഡിന്റെ (polyadenylic acid) ഘടനയെപ്പറ്റിയും നിർദ്ദേശങ്ങൾ വെക്കുകയുണ്ടായി. ഘടന മനസ്സിലാക്കൽ ഈ രാസവസ്തുക്കളെപ്പറ്റി കൂടുതൽ പഠിക്കാനുള്ള പ്രാഥമികവിജ്ഞാനമാണ്.

പിന്നീട് എസ് ബ്രെണ്ണറുമായി സഹകരിച്ച് ജനിതകശാസ്ത്രത്തിലും ജൈവരസതന്ത്രത്തിലും കൂടുതൽ ഗവേഷണങ്ങൾ നടത്തുകയുണ്ടായി. ആ ഗവേഷണം കൃത്രിമമായി പ്രോട്ടീൻ എപ്രകാരം ഉല്പാദിപ്പിക്കാമെന്ന അഡാപ്റ്റർ സിദ്ധാന്തത്തിലേക്ക് (adaptor hypothesis) നയിച്ചു. അവിടെനിന്ന് ജനിതക കോഡിലേക്കും ജനിതകവ്യതിയാനങ്ങളിലേക്കും

ശാസ്ത്രീയാന്വേഷണങ്ങൾ വ്യാപിച്ചു.

1959 ൽ ക്രിക്കിനെ റോയൽ സൊസൈറ്റിയിൽ ഫെലൊ ആയി തെരഞ്ഞെടുത്തു. 1961 ൽ ഫ്രഞ്ച് അക്കാഡമി പ്രിക്സ് ചാൾസ് ലിയോപാൾഡ് മെയർ അവാർഡ് ലഭിച്ചു. 1962 ൽ ഗൈയർഡനർ ഫൗണ്ടേഷന്റെ മെറിറ്റ് അവാർഡും അദ്ദേഹത്തിന് ലഭിക്കുകയുണ്ടായി. 1959 ൽ വാട്സണോടൊപ്പം വാറൻ ട്രൈയെന്നിയൽ ലക്ചറർ അവാർഡ്, 1962 ൽ ഗവേഷണ കോർപ്പറേഷൻ അവാർഡ്, 1960 ൽ വാട്സണും വിൽകിൻസിനുമൊപ്പം ലാസ്കർ ഫൗണ്ടേഷൻ അവാർഡ്, 1962 ൽ അമേരിക്കയിലെ ആർട്സ് ആന്റ് സയൻസ് അക്കാഡമിയുടെ ഫോറിൻ ഓണററി മെമ്പർ അവാർഡ് എന്നിവയും ലഭിച്ചിരുന്നു. ഫെലോഷിപ്പുകൾ ലഭിച്ചത് 1960-61 ൽ ലണ്ടനിലെ യൂണിവേഴ്സിറ്റി കോളേജ്, ചർച്ചിൽ കോളേജ് കേംബ്രിഡ്ജ് എന്നിവിടങ്ങളിൽ നിന്നായിരുന്നു. കാലിഫോർണിയയിലെ സാൽക് ഇൻസ്റ്റിറ്റ്യൂട്ട് ഫോർ ബയോളജിക്കൽ സ്റ്റഡീസിൽ ഫെലൊ ആയും പ്രവർത്തിച്ചു. അദ്ദേഹത്തിന്റെ വസതിയുടെ പേര് ഗോൾഡൻ ഹെലിക്സ് എന്നാണ്.

ജയിംസ് വാട്സൺ (1928 -)

ജയിംസ് ഡി വാട്സൺ അമേരിക്കയിലെ ജനിതകശാസ്ത്രജ്ഞനും ബയോഫിസിസ്റ്റുമാണ്. ഡി എൻ എയുടെ ഘടന കണ്ടുപിടിച്ച ശാസ്ത്രജ്ഞനെന്ന നിലയിൽ അദ്ദേഹം ലോകമെങ്ങും അതിപ്രശസ്തനാണ്. പാരമ്പര്യഘടകങ്ങൾ തലമുറകളിലേക്ക് പകർത്തപ്പെടുന്നത് ഡി എൻ എ മുഖേനയാണെന്ന് വാട്സൺ വിശദീകരിച്ചു. അദ്ദേഹത്തിനും ഫ്രാൻസിസ് ക്രിക്കിനും മോറിസ് വിൽക്കിൻസിനും കൂടിയായിരുന്നു 1962 ലെ ഫിസിയോളജി നൊബേൽ സമ്മാനം.

ക്രിക്കുമായുള്ള സഹകരണം

1928 ൽ അമേരിക്കയിലെ ഇല്ലിനോയി ചിക്കാഗോയിലായിരുന്നു വാട്സന്റെ ജനനം. പിതാവിന് നികുതി ശേഖരിക്കുന്ന വകുപ്പിലായിരുന്നു ജോലി. അവർ സ്കോട്ലന്റിൽ നിന്ന് കുടിയേറിയവരായിരുന്നു. അദ്ദേഹം ചിക്കാഗോ യൂണിവേഴ്സിറ്റിയിൽ പഠിച്ചു. ശേഷം കേംബ്രിഡ്ജിലെ കവേൻഡിഷ് ലബോറട്ടറിയിൽ ഫ്രാൻസിസ് ക്രിക്കിനോടൊപ്പം ഗവേഷണം തുടങ്ങി. 1953 നും 1954 നും ഇടയ്ക്ക് ഇവർ രണ്ടുപേരും ചേർന്ന് പ്രസിദ്ധീകരിച്ച നാല് ഗവേഷണ പ്രബന്ധങ്ങൾ ലോകപ്രസിദ്ധങ്ങളായിരുന്നു. ഡി എൻ എയ്ക്ക് പിരിയൻകോണിയുടെ ആകൃതിയാണുള്ളതെന്നത് ഈ പ്രബന്ധങ്ങളിലാണ്. ഇത് രണ്ടായി പിരിയുമ്പോഴാണ് ജനിതകവസ്തുക്കൾ അടുത്ത തലമുറയിലേക്ക് പകരുന്നത്. ഈ കണ്ടെത്തലുകളായിരുന്നു വാട്സണും ക്രിക്കിനും മോറിസ് വില്കിൻസിനുമൊപ്പം 1962 ൽ നൊബേൽ സമ്മാനം നേടിക്കൊടുത്തത്. 1960 കളിൽ ഏറ്റവും പ്രശസ്തിയാർജിച്ച ശാസ്ത്ര എഴുത്തുകാരൻ വാട്സണായി

രുന്നു. 1965 ൽ അദ്ദേഹം സുപ്രസിദ്ധമായ *മോളിന്റാർ ബയോളജി ഓഫ് ദി ജീൻ* (*Molendor Biology of the Gene*) എന്ന ഗ്രന്ഥം പ്രസിദ്ധീകരിച്ചു.

ഡബിൾ ഹെലിക്സ്

അദ്ദേഹത്തിന്റെ ആത്മകഥാപരമായ ശാസ്ത്രഗ്രന്ഥം *ദി ഡബിൾ ഹെലിക്സ്* (*The Double Helix*) 1968 ലാണ് പ്രസിദ്ധീകരിച്ചത്. അമേരിക്കൻ ശാസ്ത്രലോകത്തിന്റെ നേതൃശബ്ദം അദ്ദേഹത്തിന്റേതായി. ഇരുപതാം നൂറ്റാണ്ടിന്റെ ശാസ്ത്രഗവേഷണത്തിന്റെ പ്രതിരൂപമായി അദ്ദേഹം മാറി. വാട്സണിന്റെ ഗവേഷണങ്ങളിൽനിന്നാണ് പ്രായോഗികശാഖകളായ ബയോടെക്നോളജിയും ഹ്യൂമൻ ജീനോം പദ്ധതിയും പുതിയ രൂപവും ശക്തിയും പ്രാപിച്ചത്.

ഭാഗം എട്ട്

വിൽഹെം കൊൺറാഡ് റോൺട്ജൻ (27.03.1845 – 10.02.1923)

ജർമ്മനിയിലെ ലെന്നെപ് എന്ന ലോവർ റൈൻ പ്രോവിൻസിലായിരുന്നു റോൺട്ജന്റെ ജനനം. കച്ചവടക്കാരനായിരുന്ന പിതാവിന്റെ ഏകമകനായിരുന്നു. മാതാവ് ഷാർലോറ്റെ കോൺസ്റ്റെൻസെ ഫ്രോവീൻ ആംസ്റ്റെർഡാംകാരിയായിരുന്നു.

അസാധാരണ പ്രതിഭാശാലി

റോൺട്ജന് മൂന്നു വയസ്സായപ്പോൾ അവരുടെ കുടുംബം നെതർലാന്റ്സിലെ ആപ്പിൾഡൂണിലേക്ക് താമസം മാറ്റി. കുട്ടിക്കാലത്തെ വിദ്യാഭ്യാസം ഇൻസ്റ്റിറ്റ്യൂട്ട് ഓഫ് മാർട്ടിനസ് ഹെർമൻ വാൻ ഡൂൺ എന്ന ബോർഡിങ് സ്കൂളിലായിരുന്നു. അന്ന് റോൺട്ജന് പ്രത്യേകമായ ശാസ്ത്രാഭിരുചിയൊന്നും ഉണ്ടായിരുന്നില്ല. പക്ഷേ, പ്രകൃതിയോട് വലിയ സ്നേഹമുണ്ടായിരുന്നു. കാടുകളിലും നാട്ടിൻപുറത്തും ചുറ്റിക്കറങ്ങുവാൻ നല്ല താല്പര്യമായിരുന്നു. ആ താല്പര്യം തന്റെ ജീവിതകാലം മുഴുവൻ അദ്ദേഹം നിലനിർത്തിയിരുന്നു. അതുപോലെ ഉപകരണങ്ങൾ ഉണ്ടാക്കുന്നതിൽ അസാധാരണമായ കഴിവ് ചെറുപ്പത്തിലേ അദ്ദേഹത്തിനുണ്ടായിരുന്നു. അതും റോൺട്ജൻ പില്ക്കാലത്ത് നിലനിർത്തിപ്പോന്നിരുന്നു. 1865 ൽ ഉട്രെക്റ്റ് യൂണിവേഴ്സിറ്റിയിൽ ഫിസിക്സ് പഠിക്കുവാൻ ചേർന്നു. എന്നാൽ പഠനത്തിൽ അദ്ദേഹത്തിന് മിടുക്കുണ്ടായിരുന്നില്ല. തുടർന്ന് സൂറിക്കിലെ പോളിടെക്നിക്കിലെ പരീക്ഷ പാസായാൽ പ്രവേശനം ലഭിക്കുമെന്ന വാർത്ത കേട്ടതനുസരിച്ച് അദ്ദേഹം അതെഴുതി വിജയിച്ചു. യുവാവായ റോൺട്ജന്റെ ജീവിതത്തിലെ സുപ്രധാന വഴിത്തിരിവായിരുന്നു അത്.

അദ്ധ്യാപകർ വഴികാട്ടിയായി

റോൺട്ജൻ മെക്കാനിക്കൽ എഞ്ചിനീയറിങ് വിദ്യാർത്ഥിയായി. അവിടെ അദ്ദേഹം ക്ലൗഷ്യസിന്റെ ക്ലാസുകളിൽ പോകുമായിരുന്നു. അതോടൊപ്പം കുൺഡ്ടിന്റെ ലബോറട്ടറിയിൽ പ്രവർത്തിക്കുകയും ചെയ്തിരുന്നു. ഈ അദ്ധ്യാപകർ രണ്ടുപേരും യുവാവായ റോൺട്ജന്റെ ഭാവി കരുപ്പിടിപ്പിക്കുന്നതിൽ വലിയ പങ്കുവഹിച്ചിരുന്നു. 1869 ൽ അദ്ദേഹത്തിന് സൂറിക്ക് യൂണിവേഴ്സിറ്റിയിൽനിന്ന് പി എച്ച് ഡി ലഭിച്ചു. തുടർന്ന് കുൺഡ്ടിന്റെ സഹായിയായി ജോലിയും ലഭിച്ചു. കുൺഡ്ട് വർസ്ബർഗിൽ പോയതോടെ റോൺട്ജനും കൂടെപ്പോയി. മൂന്നു വർഷത്തിനുശേഷം സ്ട്രാസ്ബൂർഗിലേക്ക് വന്നു. 1874 ൽ സ്ട്രാസ്ബൂർഗ് യൂണിവേഴ്സിറ്റിയിൽ ലക്ചററാകാനുള്ള യോഗ്യത നേടി. തുടർന്ന് 1875 ൽ വർട്ടംബർഗിലെ അക്കാദമി ഓഫ് അഗ്രിക്കൾചർ ഹോഹൻഹീമിൽ പ്രൊഫസറായി നിയമനം ലഭിച്ചു. 1876 ൽ സ്ട്രാസ്ബൂർഗിൽ ഫിസിക്സ് പ്രൊഫസറായി നിയമനം ലഭിച്ചു. മൂന്നു വർഷത്തിനുശേഷം ഗീസൻ യൂണിവേഴ്സീറ്റിയിലെ ഫിസിക്സ് ചെയർ ആകുവാനുള്ള ക്ഷണം സ്വീകരിച്ചു. 1886 ലും 1888 ലും സമാന വാഗ്ദാനങ്ങൾ ജെന, ഉട്രെക്റ്റ് എന്നീ യൂണിവേഴ്സിറ്റികളിൽനിന്ന് ഉണ്ടായി. എന്നാൽ 1888 ൽ വാർസ്ബർഗ് യൂണിവേഴ്സിറ്റിയിൽനിന്നുള്ള ക്ഷണം അദ്ദേഹം സ്വീകരിച്ചു. പ്രൊഫസർ കൗൾറാഷിനെത്തുടർന്നാണ് അദ്ദേഹം ആ പദവിയിലെത്തുന്നത്.

അദ്ദേഹത്തിന്റെ സഹപ്രവർത്തകരിൽ വിശ്വപ്രസിദ്ധരായ ഹെലംഹോൾട്സും ലോറൻസും ഉണ്ടായിരുന്നു. 1899 ൽ ലീപ്സിഗ് യൂണിവേഴ്സിറ്റി ചെയർ ഓഫ് ഫിസിക്സ് നിരസിച്ച അദ്ദേഹം 1900 ൽ യൂണിവേഴ്സിറ്റി ഓഫ് മ്യൂണിക്കിലെ സ്ഥാനം ബവേറിയൻ സർക്കാരിന്റെ അപേക്ഷമൂലം സ്വീകരിച്ചു. അദ്ദേഹം ഇ ലോമ്മലിന്റെ പിൻഗാമിയായി. ആ പദവിയിൽ അദ്ദേഹം തന്റെ മരണംവരെ തുടർന്നു. അദ്ദേഹത്തിന് ബെർലിനിലെ ഫിസിക്കാലിഷ്-ടെക്നിഷ് റീക്ക്സാൻസ്റ്റാൾട് പ്രെസിഡൻസിയും അതോടൊപ്പം ബെർലിൻ അക്കാഡമിയിലെ ചെയറും അദ്ദേഹം നിരസിച്ചിരുന്നു.

ആദ്യത്തെ ഗവേഷണം

റോൺട്ജന്റെ ആദ്യത്തെ ഗവേഷണം 1870 ലാണ് പ്രസിദ്ധീകരിച്ചത്. ഗ്യാസുകളുടെ സ്പെസിഫിക് താപനിലയെപ്പറ്റിയുള്ള ഗവേഷണമായിരുന്നു അത്. ഏതാനും വർഷങ്ങൾക്ക് ശേഷം പരലുകളുടെ ഊഷ്മാവിന്റെ പ്രസരണക്ഷമത (thermal conductivity) യെപ്പറ്റിയുള്ള ഗവേഷണമാണ് നടത്തിയത്. ക്വാർട്സുകളുടെ ആലക്തികവും മറ്റുമായ പ്രത്യേകതകൾ, പല തരത്തിലുള്ള ദ്രാവകങ്ങളുടെ സമ്മർദ്ദമനുസരിച്ചുള്ള റിഫ്രാക്ടീവ് ഇൻഡക്സുകൾ എന്നിവയും അദ്ദേഹം പഠിച്ചിരുന്നു. ആലക്തികകാന്തികസ്വാധീനത്താൽ പോളറൈസ്ഡ് വെളിച്ചത്തിന്റെ തല

ങ്ങൾ മാറുന്നതിനെപ്പറ്റിയും അദ്ദേഹം പഠിച്ചിരുന്നു. ജലവും മറ്റു ദ്രാവകങ്ങളും സമ്മർദ്ദം ഏല്പിക്കുമ്പോൾ ഊഷ്മാവിൽ വരുന്ന മാറ്റങ്ങൾ വേറൊരു പഠനവിഷയമായിരുന്നു. എണ്ണപ്പാട വെള്ളത്തിന് മുകളിൽ പടരുന്നതിലെ ശാസ്ത്രീയവശങ്ങളും റോൺട്ജൻ പഠനത്തിന് വിധേയമാക്കിയിരുന്നു.

എക്സ് റേയുടെ കണ്ടുപിടിത്തം

എന്നാൽ റോൺട്ജൻ ലോകപ്രശസ്തനായതും മാനവരാശി എക്കാലത്തും അദ്ദേഹത്തെ ഓർക്കുന്നതും എക്സ് റേയുടെ കണ്ടുപിടുത്തത്തിലൂടെയാണ്. അദ്ദേഹം അതിന് സ്വന്തം പേര് നല്കാതെ എക്സ് റേ എന്നുവിളിച്ചു. ജെ പക്കർ(1801-1868), ജെ ഡബ്ല്യു ഹിറ്റോർഫ് (1824 -1914), സി എഫ് വാർലി (1828-1883), ഇ ഗോൾഡ്സ്റ്റെയിൻ (1850-1931), എച്ച് ഹെർട്സ് (1857-1894), സർ വില്യം ക്രൂക്സ് (1832-1919), വോൺ ലെനാർഡ് (1862-1947) എന്നിവരുടെ വളരെ വിലപ്പെട്ട ഗവേഷണങ്ങൾ റോൺട്ജന് എക്സ് റേ കണ്ടുപിടിക്കുന്നതിനുള്ള വഴിയൊരുക്കിയിരുന്നു. ഈ കൂട്ടത്തിലുള്ള ഗോൾഡ്സ്റ്റെയിൻ വലിയ വോൾട്ടതയുള്ള വൈദ്യുതി വളരെ സാന്ദ്രത കുറഞ്ഞ ഗ്യാസിലൂടെ കടത്തിവിട്ടപ്പോൾ കോത്തോഡ് രശ്മികൾ വരുന്നതായി കണ്ടെത്തി. ഇതിനാവശ്യമായ കൂറ്റൻ വോൾട്ടതയുള്ള വൈദ്യുതി റുഹ്കോർഫ് ഇൻഡഥഷൻ കോയിലിലൂടെയാണ് ഉല്പാദിപ്പിച്ചത്. 1895 ൽ ഈ കാത്തോഡ് രശ്മികളെക്കുറിച്ചുള്ള ഗവേഷണമാണ് റോൺട്ജനെ എക്സ് റേ കണ്ടുപിടിക്കുന്നതിലേക്ക് എത്തിച്ചത്. അദ്ദേഹം കണ്ടെത്തിയ രശ്മിയെ ബൗദ്ധികസ്വത്തവകാശം എടുക്കാതെ 'എക്സ് റേ' എന്നു പേരിടുകയായിരുന്നു.

1895 നവംബറിലെ ഒരുതണുത്ത സായാഹ്നം. ആ എട്ടാം തീയതി റോൺട്ജൻ ഒരു കാര്യം നിരീക്ഷിച്ചു. വിദ്യുച്ഛക്തി കടത്തിവിടുന്ന ഡിസ്ചാർജ് ട്യൂബ് ആകെ കട്ടിയുള്ള കറുത്ത കടലാസുകൊണ്ട് വെളിച്ചം ഒട്ടും കടക്കാതെ മൂടുന്നു. പരീക്ഷണത്തിനുള്ള ഇരുട്ടുള്ള മുറിയായിരുന്നു അത്. ട്യൂബിന്റെ മറുവശത്ത് ഒരു പേപ്പർ പ്ലെയ്റ്റിന്റെ ഒരുവശത്ത് ബേരിയം പ്ലാറ്റിനോസയനൈഡ് കൊണ്ട് മൂടിയിരുന്നു. അത് ട്യൂബിൽ നിന്ന് രശ്മികൾ വരുന്ന വഴിയിലായിരുന്നു. ഈ രശ്മികൾ സഞ്ചരിക്കുന്ന രണ്ടുമീറ്റർവരെ തിളങ്ങുന്നതായികാണാം. ഈ പരീക്ഷണം വീണ്ടും ആവർത്തിച്ച സമയത്ത് പ്ലെയ്റ്റിനും ട്യൂബിനും ഇടയിൽ പല കട്ടിയിലുള്ള വസ്തുക്കൾ വെയ്ക്കുകയുണ്ടായി. അതെല്ലാം ഒരു ഫോട്ടോഗ്രാഫിക് പ്ലെയിറ്റിൽ രേഖപ്പെടുത്തിയിരുന്നു.

'ഞാൻ മരിച്ചേ'

ഒരു പ്രാവശ്യം തന്റെ ഭാര്യയുടെ കൈ കുറച്ചുനേരം ഇടയിലുള്ള സ്ഥലത്തുവെച്ച് വീഴുന്ന ചിത്രത്തെ ഫോട്ടോഗ്രാഫിക് പ്ലെയിറ്റിൽ രേഖപ്പെടുത്തി. ഈ പ്ലെയ്റ്റ് ഡെവലപ്പ് ചെയ്ത് നോക്കിയപ്പോൾ കൈയിലെ

അസ്ഥികളും അവയ്ക്ക് ചുറ്റും കട്ടികുറഞ്ഞുള്ള മാംസഭാഗങ്ങളും വ്യക്തമായിക്കണ്ടു. വിരലിലണിഞ്ഞ മോതിരം നന്നായി കണ്ടു. മാംസഭാഗങ്ങളിൽകൂടി രശ്മികൾ നന്നായി പോകുന്നതുകൊണ്ട് ആ ഭാഗങ്ങൾ അസ്ഥികളേക്കാൾ വ്യക്തത കുറഞ്ഞാണ് കണ്ടത്. ഈ ചിത്രം കണ്ട റോൺട്ജന്റെ ഭാര്യ വല്ലാതെ ഭയപ്പെട്ട് 'ഞാൻ മരിച്ചേ' എന്നു പറഞ്ഞ് കരയുകയുണ്ടായി.

ഇതായിരുന്നു ലോകത്തെ ആദ്യത്തെ എക്സ് റേ അഥവാ റോൺട്ജനോഗ്രാം. റോൺട്ജൻ തന്റെ പരീക്ഷണങ്ങൾ തുടർന്നു. ഈ രശ്മികളുടെ ഉത്ഭവത്തെയും സ്വഭാവത്തെയുംകുറിച്ച് കൂടുതൽ അറിയാൻ ശ്രമിച്ചു. ഈ പുതിയ രശ്മികൾ ഉത്ഭവിക്കുന്നത് കാത്തോഡ് രശ്മികൾ ഏതെങ്കിലും വസ്തുവിൽ പതിക്കുമ്പോൾ ഉണ്ടാകുന്നതാണെന്ന് അദ്ദേഹം മനസ്സിലാക്കി. ഇതിനെ റോൺട്ജൻ എക്സ് റേ എന്ന് പേരിട്ടുവല്ലോ. തുടർന്ന് മാക്സ് വോൺ ലാവും തന്റെ വിദ്യാർത്ഥികളും ചേർന്ന് നടത്തിയ പഠനത്തിൽ വ്യക്തമായത് ഇത് സാധാരണ വെളിച്ചത്തെപ്പോലുള്ള എലക്ട്രോമാഗ്നറ്റിക് രശ്മിയാണെന്നും വെളിച്ചത്തേക്കാൾ തരംഗത്തിന് ഉയർന്ന ഫ്രീക്വൻസിയാണുള്ളതെന്നുമാണ്.

ലളിതജീവിതം നയിച്ച തികഞ്ഞ നിസ്വാർത്ഥി

ഈ അത്ഭുതരശ്മിയെ കണ്ടെത്തിയതും അതിന്റെ അനന്തമായ മെഡിക്കൽ രോഗനിർണ്ണയസാദ്ധ്യതകൾ വ്യക്തമായതും റോൺട്ജന്റെ പ്രശസ്തി വാനോളം ഉയർന്നു. ധാരാളം ബഹുമതികളും അവാർഡുകളും അദ്ദേഹത്തെ തേടിയെത്തി. ഡോക്ടറേറ്റുകൾ, ഓണറേറിയങ്ങൾ, അവ വളരെ വിപുലമാണ്. പല നഗരങ്ങളും തെരുവുകളും അദ്ദേഹത്തിന്റെ പേരിൽ നാമകരണം ചെയ്യപ്പെട്ടു. ഇതൊക്കെയാണെങ്കിലും അദ്ദേഹം വളരെ വിനയാന്വിതനും ലളിതജീവിതം നയിക്കുന്നവനുമായിരുന്നു. ജീവിതം മുഴുവനും അദ്ദേഹം ഒരു പ്രകൃതിസ്നേഹിയും സഞ്ചാരതല്പരനുമായിരുന്നു. അദ്ദേഹം ബവേറിയൻ ആൽപ്സ് പർവ്വതത്തിലേക്ക് പല തവണ പർവ്വതാരോഹണവും നടത്തിയിട്ടുണ്ട്. ആൽപ്സ് താഴ്വരയിലുള്ള അദ്ദേഹത്തിന്റെ വീൽഹീമിലുള്ള ഭവനം എപ്പോഴും സുഹൃത്തുക്കളെ സൽക്കരിക്കുന്നതിന്റെ തിരക്കിലായിരുന്നു.

പ്രശസ്തനായ പർവ്വതാരോഹകൻ

പ്രശസ്തനായ ഒരു പർവ്വതാരോഹകനായിരുന്നതിനാൽ റോൺട്ജൻ പല പ്രാവശ്യം അപകടങ്ങളിൽപെട്ടിട്ടുണ്ട്. പ്രയാസമുള്ളവരെ സഹായിക്കുവാനും അവരുടെ അഭിപ്രായങ്ങൾ സ്വീകരിക്കുവാനും എപ്പോഴും തയ്യാറായിരുന്നു. നാണംകുണുങ്ങിയായ അദ്ദേഹം ഒറ്റയ്ക്ക് ജോലി ചെയ്യുവാനാണ് താല്പര്യപ്പെട്ടിരുന്നത്. സഹായിയെ വെച്ചിരുന്നില്ല. ആവശ്യമുള്ള ഉപകരണങ്ങൾ അദ്ദേഹം സ്വയം രൂപകല്പന

ചെയ്താണ് ഉണ്ടാക്കിയിരുന്നത്. അവയിൽ റോൺട്ജൻ വലിയ സാമർത്ഥ്യവും പരീക്ഷണത്വരയും പ്രകടിപ്പിച്ചിരുന്നു.

ഒരു പേറ്റന്റും എടുക്കാത്ത ശാസ്ത്രജ്ഞൻ

സൂറിക്കിലെ കവിയായിരുന്ന ഓട്ടോ ലഡ്വിഗിന്റെ മരുമകളായ അന്ന ബെർത്ത ലഡ്വിഗിനെയാണ് റോൺട്ജൻ വിവാഹം കഴിച്ചത്. അവരുടെ പിതാവ് നടത്തിയിരുന്ന കഫെയിൽ വെച്ചാണ് തമ്മിൽ കണ്ടുമുട്ടിയത്. 1872 ൽ നെതർലാന്റ്സിലെ ആപെൽഡൂണിൽവെച്ചാണ് അവർ വിവാഹം കഴിച്ചത്. അവർക്ക് കുട്ടികളുണ്ടായിരുന്നില്ല. എന്നാൽ 1887 ൽ ഭാര്യയുടെ ഏകസഹോദരന്റെ മകളായ ജോസഫിൻ ബെർത്ത ലഡ്വിഗ് എന്ന ആറുവയസ്സുകാരിയെ ദത്തെടുത്തു. ഭാര്യയുടെ മരണത്തിന് നാലു വർഷത്തിനുശേഷം ഫെബ്രുവരി 10, 1923 ൽ ആ മഹാപ്രതിഭാശാലി കുടലിലെ അർബ്ബുദംമൂലം മരണമടഞ്ഞു. 2004 ൽ ഇന്റർനാഷണൽ യൂണിയൻ ഓഫ് പ്യൂവർ അപ്ലൈഡ് കെമിസ്ട്രി, എലമെന്റ് 111 എന്ന റേഡിയോ ആക്ടീവ് മൂലകത്തെ റോണ്ട്ജനിയം എന്ന് അദ്ദേഹത്തിന്റെ പാവനസ്മരണാർത്ഥം നാമകരണം ചെയ്തു. ആ മൂലകത്തിന് പല സ്ഥിരതയില്ലാത്ത ഐസോടോപ്പുകളുണ്ട്. പൂർണ്ണമായ അർത്ഥത്തിൽ ഏറ്റവും നിസ്വാർത്ഥശാസ്ത്രീയസേവനം ചെയ്ത ശാസ്ത്രജ്ഞനായിരുന്നു റോൺട്ജൻ. തന്റെ കണ്ടുപിടിത്തങ്ങൾക്കൊന്നിനും പേറ്റന്റിന് അപേക്ഷിച്ചിരുന്നില്ല. അദ്ദേഹത്തിന് 1901 ൽ ലഭിച്ച നൊബേൽ സമ്മാനത്തുക പൂർണ്ണമായി റോൺട്ജൻ തന്റെ വാർസ്ബർഗ് യൂണിവേഴ്സിറ്റിക്ക് സംഭാവന ചെയ്യുകയായിരുന്നു. ഒന്നാം ലോകമഹായുദ്ധത്തിന് ശേഷമുണ്ടായ പണപ്പെരുപ്പംമൂലം അദ്ദേഹത്തിന്റെ സമ്പാദ്യമെല്ലാം നഷ്ടപ്പെട്ടു. മ്യൂണിക്കിനടുത്തുള്ള വിൽഹീമിലുള്ള തന്റെ വീട്ടിലായിരുന്നു അവസാനകാലം കഴിച്ചുകൂട്ടിയിരുന്നത്. തന്റെ വിൽപത്രമനുസരിച്ച് അദ്ദേഹത്തിന്റെ വ്യക്തിപരവും ശാസ്ത്രീയവുമായ എല്ലാ എഴുത്തുകുത്തുകളും നശിപ്പിക്കപ്പെട്ടു.

മേരി ക്യൂറി (1867 - 1934)

സാഹചര്യവും രാഷ്ട്രീയവും

റേഡിയോ ആക്ടിവിറ്റി കണ്ടുപിടിച്ച മഹതിയായിരുന്നു മേരി ക്യൂറി. മേരി സ്ക്ലോഡോവ്സ്ക ക്യൂറി ജനിച്ചത് നവംബർ 7, 1867 ൽ വാഴ്സയിലായിരുന്നു. സെക്കന്ററി സ്കൂൾ അദ്ധ്യാപകനായിരുന്നു പിതാവ്. ശാസ്ത്രവിഷയത്തിൽ താല്പര്യമുണ്ടായത് അദ്ധ്യാപകനായ അച്ഛനിൽനിന്നായിരുന്നു. അന്ന് റഷ്യയുടെ അധീനതയിലായിരുന്നു പോളണ്ട്. അതിനെതിരെ വിദ്യാർത്ഥികളുടെ വിപ്ലവപ്രസ്ഥാനം കൊടുമ്പിരിക്കൊണ്ടിരുന്നു. അതിൽ പ്രവർത്തിച്ചിരുന്ന ക്യൂറിക്ക് വാഴ്സ വിടേണ്ടിവന്നു. ആസ്ട്രിയയുടെ നിയന്ത്രണത്തിലായിരുന്ന ക്രാക്കോയിലേക്ക് അവർ

പോയി. 1891 ൽ പാരീസിലേക്ക് പഠനം തുടരുവാനായി പോയി. സോർ ബോണിൽ ഭൗതികശാസ്ത്രത്തിലും ഗണിതശാസ്ത്രത്തിലും ഉപരിപഠനം പൂർത്തിയാക്കി. അവിടെവെച്ചാണ് ഫിസിക്സ് പ്രൊഫസർ പിയർ ക്യൂറിയുമായി പരിചയപ്പെടുന്നത്. തുടർന്നവർ വിവാഹിതരായി. അപ്രതീക്ഷിതമായി അവരുടെ ഭർത്താവ് പിയർ മരണമടഞ്ഞു. തുടർന്ന് മേരി ക്യൂറി ഭർത്താവിന്റെ പ്രൊഫസർ പദവിയിലേക്കു വരികയും ഡോക്ടറേറ്റ് പൂർത്തിയാക്കുകയും ചെയ്തു. ആദ്യമായാണ് ഒരു സ്ത്രീ ആ പദവിയിലേക്ക് വരുന്നത്. പാരിസ് യൂണിവേഴ്സിറ്റിയിലെ റേഡിയം സ്ഥാപനത്തിന്റെ ലാബറട്ടറിയുടെ ഡയറക്ടറുമായിരുന്നു ക്യൂറി. ആ സ്ഥാപനം 1914 ലാണ് ആരംഭിച്ചത്.

ബുദ്ധിമുട്ടുള്ള സാഹചര്യം

ക്യൂറിയും ഭർത്താവും കൂടി ചെയ്തിരുന്ന ഗവേഷണം വളരെ പ്രതികൂല സാഹചര്യത്തിലായിരുന്നു. ഭർത്താവിന്റെ മരണശേഷം ക്യൂറി ഗവേഷണത്തിൽ കൂടുതൽ സമയം ചെലവഴിക്കുവാൻ തുടങ്ങി. ലാബറട്ടറി സൗകര്യങ്ങൾ തീരെ മോശമായിരുന്നു. അതിജീവനത്തിന് കൂടുതൽ അദ്ധ്യാപനം ചെയ്യേണ്ടിയിരുന്നു. 1896 ൽ ഹെൻറി ബെക്വെറൽ റേഡിയോ ആക്ടിവിറ്റി കണ്ടുപിടിച്ചത് ക്യൂറിയുടെ ഗവേഷണത്തിന് വലിയ ഉത്തേജനമായി. തുടർന്ന് ക്യൂറിമാർ നടത്തിയ ഗവേഷണത്തിലാണ് റേഡിയോപ്രസരമുള്ള ഒരു മൂലകം കണ്ടുപിടിക്കപ്പെട്ടത്. ദേശഭക്തയായ അവർ അതിന് സ്വന്തം പേരിടാതെ പൊളോണിയം (പോളണ്ടിനെ സൂചിപ്പിക്കുന്ന പേര്) എന്ന് നാമകരണം ചെയ്തു. റേഡിയം വേർതിരിച്ചെടുക്കുവാനുള്ള മാർഗ്ഗങ്ങളും അവർ വികസിപ്പിച്ചിരുന്നു.

മാഡം ക്യൂറി തന്റെ ജീവിതകാലം മുഴുവനും റേഡിയത്തിന്റെ മെഡിക്കൽ ഉപയോഗം മെച്ചപ്പെടുത്തുവാൻ ഗവേഷണം ചെയ്തിരുന്നു. ഒന്നാം ലോകമഹായുദ്ധത്തിൽ മുറിവേറ്റവരെയും വലിയ മാറാരോഗം ബാധിച്ചവരെയും ചികിത്സിക്കുവാൻ റേഡിയം ഉപയോഗിക്കുന്നതിന് എല്ലാ സഹായവും പ്രോത്സാഹനവും ചെയ്തിരുന്നു. ഇതിലെല്ലാം ഏറെ താല്പര്യത്തോടെ അവരുടെ മകളായ ഐറീനും പങ്കെടുത്തിരുന്നു. ശാസ്ത്ര പഠനത്തിന് ഐറീൻ താല്പര്യം നിലനിർത്തിപ്പോന്നു. 1929 ൽ അമേരിക്കൻ പ്രസിഡന്റ് ഹൂവർ വാഴ്സയിലെ അവരുടെ ലാബറട്ടറിയിൽ റേഡിയം വാങ്ങുവാൻ 50000 ഡോളർ സംഭാവന ചെയ്യുകയുണ്ടായി.

ഒച്ചപ്പാടൊന്നുമുണ്ടാക്കാതെ ശാന്തമായി തന്റെ ഗവേഷണങ്ങളിൽ മുഴുകിയിരുന്ന മാഡം ക്യൂറിയെ ശാസ്ത്രലോകം ഏറെ ബഹുമാനിച്ചിരുന്നു. 1911 മുതൽ ഭൗതികശാസ്ത്രത്തിനായുള്ള കൊൺസീൽ ദു ഫിസിക് സോൾവെ എന്ന സംഘടനയിൽ അംഗമായിരുന്നു. 1922 മുതൽ ലീഗ് ഓഫ് നാഷൻസിലെ ബൗദ്ധിക സഹകരണത്തിനുള്ള കമ്മിറ്റിയുടെ സംഘത്തിൽ അംഗമായിരുന്നു. ക്യൂറി ധാരാളം ഗവേഷണ പ്രബന്ധങ്ങൾ പ്രസിദ്ധീകരിച്ചിരുന്നു. 1904 ൽ റേഡിയോ ആക്ടീവ് സബ്സ്റ്റൻസു

കളെക്കുറിച്ചുള്ള ഒരു ഗ്രന്ഥവും 1910 ൽ റേഡിയോ ആക്ടീവ് ഐസോടോപ്പുകളെക്കുറിച്ചുള്ള ഗ്രന്ഥവും പ്രസിദ്ധീകരിച്ചു. അവർക്ക് ധാരാളം പുരസ്കാരങ്ങളും ലഭിച്ചിട്ടുണ്ട്. ലോകമെങ്ങുമുള്ള ധാരാളം യൂണിവേഴ്സിറ്റികളിൽനിന്നും ശാസ്ത്ര, മെഡിക്കൽ, നിയമ ബിരുദങ്ങളും ബഹുമതികളും ലഭിക്കുകയുണ്ടായി. ബഹുമതിയായി ധാരാളം സംഘടനകളിൽ അംഗത്വവും ലഭിച്ചിട്ടുണ്ട്. 1903 ൽ അവരുടെ ഭർത്താവിനോടൊപ്പം ക്യൂറിക്ക് നൊബേൽ സമ്മാനം ലഭിച്ചു, അത് പകുതി സമ്മാനമായിരുന്നു. ബാക്കി പകുതി റേഡിയേഷൻ കണ്ടുപിടിച്ച ബെക്വറലിനായിരുന്നു.

മാഡം ക്യൂറിക്ക് 1911 ൽ രണ്ടാമതും നൊബേൽ സമ്മാനം ലഭിച്ചു. ഇപ്രാവശ്യം രസതന്ത്രത്തിനായിരുന്നു. മൂലകങ്ങളുടെ റേഡിയോ ആക്ടിവിറ്റിയെക്കുറിച്ചുള്ള പഠനത്തിനായിരുന്നു അത്. 1903 ൽ ഭർത്താവിനോടൊപ്പം അവർക്ക് റോയൽ സൊസൈറ്റിയുടെ ഡേവി മെഡൽ ലഭിച്ചു. 1934 ജൂലായ് നാലിന് ഒരു ചെറിയ അസുഖത്തെത്തുടർന്ന് അവർ മരണമടഞ്ഞു.

ഭാഗം ഒമ്പത്

ചാൾസ് ഡാർവിൻ (1809 - 1882)

വൈദ്യശാസ്ത്രത്തിന് പരിണാമസിദ്ധാന്തംപോലെ ശാസ്ത്രീയത നല്കിയ വേറൊരു സിദ്ധാന്തവും ഉണ്ടായിട്ടില്ല. വൈദ്യശാസ്ത്രത്തിന് അർത്ഥവും വ്യാപ്തിയും നല്കുന്നതായിരുന്നു അത്. അതുകൊണ്ട് വൈദ്യശാസ്ത്രത്തിന്റെ യുഗസാരഥികളെക്കുറിച്ചു ചിന്തിക്കുമ്പോൾ സ്മരിക്കേണ്ട ആദ്യത്തെ പേര് ചാൾസ് ഡാർവിന്റെതാണ്. ചാൾസ് ഡാർവിൻ മനുഷ്യരാശിക്ക് സമർപ്പിച്ച സരളമനോഹരമായ പരിണാമ സിദ്ധാന്തം എന്ന ഡാർവിനിസം കുട്ടികളുടെ ശാസ്ത്രകൗതുകത്തിന് മാന്ത്രികശോഭയുള്ള രാജപാതയൊരുക്കുന്നുണ്ട്. ഡാർവിന് കുട്ടികളോട് വളരെ ഇഷ്ടമായിരുന്നു.

ചാൾസിന്റെ കുട്ടിക്കാലം

ചാൾസിന്റെ കുട്ടിക്കാലം ഇരുനൂറിലധികം വർഷം മുമ്പാണ്. ശാസ്ത്രവും സാങ്കേതികവിദ്യയും വളരെ പിന്നിലായിരുന്നു അന്ന്.

അദ്ദേഹം 1809 ഫെബ്രുവരി 12 ന് ഒരു ധനിക കുടുംബത്തിലാണ് ജനിച്ചത്. സുപ്രസിദ്ധ ഡോക്ടറും ഗവേഷകനും കവിയും പ്രതിഭാശാലിയുമായ എരാസ്മസ് ഡാർവിന്റെ മകൻ റോബർട്ട് ഡാർവിനായിരുന്നു അദ്ദേഹത്തിന്റെ അച്ഛൻ. കുട്ടിക്കാലത്തേ ചാൾസിന് അമ്മ നഷ്ടപ്പെട്ടിരുന്നു. പഠിപ്പിൽ അത്ര മിടുക്കനായിരുന്നില്ല. എന്നാൽ പ്രകൃതിശാസ്ത്രത്തിൽ തന്റെ കുട്ടിക്കാലം മുതൽ തന്നെ അപ്പൂപ്പനായ എറാസ്മസ് ഡാർവിനെപ്പോലെ താല്പര്യമായിരുന്നു. പക്ഷികൾ, എലികൾ എന്നുവേണ്ട ധാരാളം ജീവികളുടെ ശരീരങ്ങൾ സ്റ്റഫ് ചെയ്ത് വീട്ടിൽ സൂക്ഷിക്കാറുണ്ട്. വീടിന്റെ ധാരാളം സ്ഥലം അതിന് വേണ്ടി ആ കുട്ടി ഉപയോ

ഗിച്ചിരുന്നു.

രാജകുടുംബവുമായി ബന്ധം

ചാൾസിന്റെ അച്ഛൻ വഴി ബ്രിട്ടീഷ് രാജകുടുംബവുമായി ബന്ധമുണ്ടായിരുന്നു. അമ്മയുടെ കുടുംബം ധനികരായ വെഡ്ജ്‌വുഡ് എന്ന പാത്രവ്യവസായ നിർമ്മാതാക്കളായിരുന്നു. ചാൾസ് ആറുമക്കളിൽ അഞ്ചാമനായിരുന്നു. മരിയാൻ, കരോലീൻ, സൂസൻ, എരാസ്മസ്, ചാൾസ്, കാതറീൻ എന്നിവരായിരുന്നു ആ ആറു പേർ.

അമ്മയില്ലാത്ത കുട്ടി

ചേച്ചിമാർ ചാൾസിനെ ഏറ്റവും താഴെയുള്ള ആൺകുട്ടിയെന്ന നിലയിൽ വളരെയധികം ലാളിച്ചിരുന്നു. എട്ടുവയസ്സിൽ അമ്മ നഷ്ടപ്പെട്ടതോടെ 'അമ്മയില്ലാത്ത കുട്ടി' എന്ന അനുകമ്പ കൂടി ഉണ്ടായി. അമ്മയുടെ ഉത്തരവാദിത്വം കൂടി ചേച്ചിമാർ ഏറ്റെടുത്തു. അവരെല്ലാം കൊച്ചു ചാൾസിന്റെ അമ്മമാരായി. ലാളന കൂടിയതോടെ ചാൾസിന്റെ ഏതാണ്ട് എല്ലാ കാര്യങ്ങൾക്കും അവർ മേൽനോട്ടം വഹിക്കാൻ തുടങ്ങി. അച്ഛനാണെങ്കിൽ ഡോക്ടറെന്ന നിലയിൽ എപ്പോഴും തിരക്കായിരുന്നു. രോഗികളുടെ പരാതിയും ചികിത്സയുമായി അദ്ദേഹം മുന്നോട്ട് പോയി. മാത്രമല്ല, മൂത്ത കുട്ടികൾ താഴെയുള്ളവരെ നോക്കും എന്ന മട്ടിൽ കുട്ടികളെ അത്ര ശ്രദ്ധിക്കാറുമില്ല. ഭാര്യ അകാലത്തിൽ നഷ്ടപ്പെട്ടതിന്റെ ദുഃഖം അകറ്റാൻ അദ്ദേഹം മുഴുവൻ സമയവും തന്റെ ജോലിയിൽ മുഴുകുകയായിരുന്നു എന്നതായിരുന്നു സത്യം.

ഏകാന്തതയുടെ കുട്ടിക്കാലം

ചാൾസിന്റെ കുട്ടിക്കാലം ഏതാണ്ട് ഏകാന്തതയിലായിരുന്നു. വളരെ ദുഃഖമയവുമായിരുന്നു. ധനികകുടുംബത്തിലെ കുട്ടിയെന്ന നിലയിലുള്ള എല്ലാ സമൃദ്ധിക്കിടയിലും ഏകാന്തതയും ദുഃഖവും അവനെ ബാധിച്ചിരുന്നു. ഏകാന്തതയുമായി കുഞ്ഞു ചാൾസ് പ്രകൃതിയിലേക്ക് തിരിഞ്ഞു എന്നു പറയാം. അതവന് സന്തോഷവും സംതൃപ്തിയും നല്കി. സസ്യശാസ്ത്രത്തിലും ജീവികളുടെ മാതൃകകൾ ശേഖരിക്കുന്നതിലുമുള്ള ചാൾസിന്റെ സജീവ താല്പര്യം അച്ഛൻ റോബർട്ട് പ്രോത്സാഹിപ്പിച്ചിരുന്നു. പക്ഷേ, അവരുടെ കുടുംബ പാരമ്പര്യത്തിനുസരിച്ച ഒരു ജോലി നേടി ജീവിക്കുവാനാകില്ല എന്നദ്ദേഹത്തിന് ഉറപ്പായിരുന്നു. അതുകൊണ്ട് ചാൾസും തന്നെപ്പോലെ ഒരു ഡോക്ടറായിക്കാണണമെന്ന് അദ്ദേഹം ആഗ്രഹിച്ചിരുന്നു.

ബോർഡിങ് സ്കൂൾ എന്ന ബോറ്

ആ ലക്ഷ്യത്തിനായി രണ്ട് വയസ്സ് മൂപ്പുള്ള ചേട്ടൻ എരാസ്മസി

നോടൊപ്പം ചാൾസിനെയും ബോർഡിങ് സ്കൂളിലാക്കി, ലാറ്റിനും ഗ്രീക്കും പഠിക്കുവാൻ. അന്ന് ഉയർന്ന കുടുംബങ്ങളിലെ കുട്ടികൾ മെച്ചമായ വിദ്യഭ്യാസം നേടുന്നത് അപ്രകാരമായിരുന്നു. ചാൾസിന്റെ വീടും പരിസരവും അമ്മയുടെ കുടുംബം വക മീറിലെ സ്ഥലത്തിന്റ ഒരു ഭാഗമായിരുന്നു.

പക്ഷേ, വീട്ടിൽ നിന്ന് മാറിയ ജീവിതം അവൻ വെറുത്തു. ലാറ്റിനും ഗ്രീക്കും ഔപചാരിക പഠിപ്പും അവനിൽ ഒരു കൗതുകവും ഉണ്ടാക്കിയില്ല. മാത്രമല്ല സ്കൂളും അവിടത്തെ പഠിപ്പിക്കലിലും ചാൾസിൽ ഒരു രസവും താല്പര്യവും ഉണ്ടാക്കിയില്ല. അതുകൊണ്ട് തനിക്കൊരു പ്രയോജനവും കിട്ടിയില്ല എന്ന് അദ്ദേഹം പില്ക്കാലത്ത് ആത്മകഥയിൽ എഴുതിയിരുന്നു.

ശാസ്ത്രജ്ഞനാകാൻ ജനിച്ചു

അതുകൊണ്ട് അധികസമയവും പക്ഷികളെ നിരീക്ഷിക്കലും വണ്ടുവർഗ്ഗങ്ങളെ ശേഖരിക്കലുമായിരുന്നു ചാൾസിന്റെ പ്രധാന പണി. യുവത്വത്തിൽ കൂടുതൽ സമയവും കുതിരപ്പുറത്തു കയറി തോട്ടത്തിലും, സമീപമുള്ള കാടുകളിലും സഞ്ചരിച്ച് തനിക്ക് സജീവ താല്പര്യമുള്ളവയെല്ലാം തേടുകയായിരുന്നു ചാൾസ്.

ആത്മകഥയിൽ അദ്ദേഹം കുറിച്ചിട്ടിരുന്നു. 'ഒരു യഥാർത്ഥ പ്രകൃതിശാസ്ത്രജ്ഞനാകാൻ എന്റെ മനസ്സ് ഓരോ നിമിഷവും വെമ്പി. ഓരോ നിമിഷവും ഞാൻ ഓരോ ജൈവ മാതൃകയെപ്പറ്റി ആലോചിച്ചു. ഞാൻ ജനിച്ചത് ഒരു പ്രകൃതി ശാസ്ത്രജ്ഞനാകാനാണെന്ന് എനിക്ക് തോന്നുന്നു.'

രസതന്ത്രത്തിലെ താല്പര്യം

പ്രകൃതിശാസ്ത്രത്തിന്റെ അടുത്ത ബന്ധുവായ രസതന്ത്രത്തിലും ചാൾസിന് താല്പര്യമായിരുന്നു. ചേട്ടൻ എരാസ്മസുമൊരുമിച്ച് തോട്ടത്തിലെ ഷെഡിൽ (ഇംഗ്ലണ്ടിലെ വീടുതോട്ടങ്ങളിൽ ഗാർഡൻ ഹൗസുകൾ പതിവാണ്) ഒരു ലാബറട്ടറി ഉണ്ടാക്കി അവരുടേതായ പരീക്ഷണങ്ങൾ അവിടെ നടത്തിയിരുന്നു. അവരവിടെ പല രാസധാതു പരീക്ഷണങ്ങളും ചെയ്തുപോന്നു. ആ പരീക്ഷണശാലയിൽനിന്നും നിറമുള്ള വാതകങ്ങൾ പുറത്തു വരുന്നതു പതിവ് കാഴ്ചയായി. അതു കാണാറുള്ള കൂട്ടുകാർ ചാൾസിനെ 'ഗ്യാസ് ചാൾസ്' എന്നു വിളിച്ചു കളിയാക്കിയിരുന്നു.

'വെടിവെപ്പും എലി പിടുത്തവും'

കൗമാരമായപ്പോൾ അമ്മാവൻ ജോസിയ വെഡ്ജ് വുഡും അയല്ക്കാരൻ വില്യം ഓവനുമൊരുമിച്ച് തോക്കുമെടുത്ത് കാട്ടിലേക്ക് പോകും,

പക്ഷികളെയും മറ്റും വെടിവെക്കാൻ. അവർ ഏകദേശം ഒരേ പ്രായക്കാരായിരുന്നു. എന്നാൽ ഡോക്ടർ റോബർട്ടിന് മനസ്സിൽ വേവലാതിയായിരുന്നു. ചാൾസ് ഒരു പണമുള്ള വീട്ടിലെ മുടിയനായ പുത്രനായി മാറുമോ? അദ്ദേഹം ചാൾസിനോട് പറയുമായിരുന്നു. 'നീയും നിന്റെ ഒരു നായയും വെടിവെപ്പും എലി പിടുത്തവും! ഇതുമായി നടന്നാൽ നിനക്കും ഈ കുടുംബത്തിനും മുഴുവൻ നീ അപമാനമുണ്ടാക്കി വെയ്ക്കും.' എന്നാൽ പിന്നീടുണ്ടായ ചരിത്രം ചാൾസ് തനിക്കും കുടുംബത്തിനും മാത്രമല്ല ഇംഗ്ലണ്ടിനും ലോകത്തിനുതന്നെയും അഭിമാന പാത്രമാവുകയാണുണ്ടായത്. അത് നമുക്ക് വഴിയേ മനസ്സിലാക്കാം.

അന്ന് പക്ഷികളെ കൊല്ലുക എന്നത് ചെറുപ്പക്കാരുടെ വിനോദമായിരുന്നു. അത് ചാൾസിന് വളരെ ഇഷ്ടവുമായിരുന്നു. അതിന്റെ പിന്നിൽ യഥാർത്ഥത്തിലുള്ളത് പ്രകൃതി ശാസ്ത്രജ്ഞനെന്ന നിലയിലുള്ള വിജ്ഞാനദാഹമായിരുന്നു എന്ന് ചാൾസിന്റെ അച്ഛന് മനസ്സിലായിരുന്നില്ല. എന്നാൽ പക്ഷികളെ കൊല്ലുന്നതിലുള്ള ചാൾസിന്റെ ആവേശം പിന്നീട് കുറഞ്ഞുവന്നു. വെടിവെച്ച് സൂക്ഷിച്ചുവെച്ചിരുന്ന പക്ഷി പിറ്റേ ദിവസം വേദനയോടെ പിടയ്ക്കുന്ന കാഴ്ചയാണദ്ദേഹം കണ്ടത്. അത് ചാൾസിന്റെ മനസ്സിനെ വല്ലാതെ സ്പർശിച്ചു. ഒരിക്കൽ ഒരു വണ്ടിനെയും ഇതുപോലെ വേദനകൊണ്ട് കഷ്ടപ്പെടുന്നത് അദ്ദേഹം കണ്ടു. ഹൃദയാലുവായ ചാൾസിനെ ഈ സംഭവങ്ങൾ പിടിച്ചുകുലുക്കി.

ആദ്യത്തെ അംഗീകാരം

പിന്നീടുണ്ടായ ബീഗിൾ യാത്രയിലും പക്ഷികളെ വെടി വെക്കേണ്ടി വരുമ്പോൾ അദ്ദേഹമത് മറ്റുള്ളവരെ ഏല്പിക്കുകയായിരുന്നു പതിവ്. പക്ഷേ, ജൈവമാതൃകകൾ ശേഖരിക്കുന്നതിനുള്ള ഉള്ളിലെ ആഗ്രഹം ഒട്ടും അടങ്ങിയിരുന്നില്ല. കേംബ്രിഡ്ജിലെ ക്രൈസ്റ്റ് കോളേജിൽ പഠിക്കുന്ന അവസരത്തിൽ അറിയപ്പെട്ട ഏറ്റവും വലിയ വണ്ടു വർഗ്ഗ ശേഖരം ചാൾസിന്റേതായിരുന്നു. അന്ന് *ഇല്ലസ്ട്രേഷൻസ് ഓഫ് ബ്രിട്ടീഷ് എന്റമോളജി* (*Illustrations of British Entomlogy*) എന്ന ശാസ്ത്ര മാസികയിൽ ജെ എഫ് സ്റ്റീഫൻ ഈ വിവരം പ്രസിദ്ധീകരിക്കുകയും ചെയ്തു. ശാസ്ത്രലോകം ആദ്യമായി ചാൾസിന് നല്കുന്ന അംഗീകാരമായിരുന്നു അത്. ജീവിതം മുഴുവൻ ഈ തെളിവുകൾ ശേഖരിക്കൽ അദ്ദേഹം തുടർന്നുപോന്നു. ബീഗിൾ യാത്രയിൽ അദ്ദേഹത്തിന്റെ പ്രധാന ജോലിയും അതു തന്നെയായിരുന്നു. പ്രത്യേക തരം കക്കകളായ ബാർണക്കിളു (barnacles)കളുടെ ശേഖരം വളരെ വലുതായിരുന്നു. അവയെപ്പറ്റി ചാൾസ് ആധികാരികമായി ധാരാളം പ്രബന്ധങ്ങളെഴുതിയിട്ടുണ്ട്. പല വീട്ടു മൃഗങ്ങളുടെയും അസ്ഥികൾ ശേഖരിച്ച് അദ്ദേഹം അവയുടെ അളവുകൾ എടുത്തു. എപ്പോഴും സിദ്ധാന്തങ്ങളെ തെളിയിക്കുവാനുള്ള വസ്തുതകൾ, മാതൃകകൾ എന്നിവ ധാരാളമായി അദ്ദേഹം ഉപയോഗിക്കാറുണ്ട്.

പതിനെട്ടാം വയസ്സിൽ ഫാനി ഓവൻ എന്ന പെൺകുട്ടിയുമായി അടുപ്പത്തിലായി. ശരിക്കുള്ള പ്രേമംതന്നെ. വിവാഹത്തെപ്പറ്റിയുമൊക്കെ അവർ ചിന്തിച്ചിരുന്നു. പിന്നീട് ചാൾസ് യൂണിവേഴ്സിറ്റിയിലേക്ക് പോയി. എന്നാൽ ചാൾസ് ബീഗിൾ യാത്രയ്ക്കു പോയി എന്ന് ഫാനി അറിഞ്ഞതോടെ ആ ബന്ധം മുറിഞ്ഞു.

മാതൃകാ വിദ്യാർത്ഥിയായിരുന്നില്ല

എഡിൻബറോയിലും കേംബ്രിഡ്ജിലും അദ്ദേഹം മാതൃകാ വിദ്യാർത്ഥിയൊന്നുമായിരുന്നില്ല. എഡിൻബറോയിൽ അച്ഛന്റെ നിർബ്ബന്ധത്തിനു വഴങ്ങി മെഡിസിനു ചേർന്നതായിരുന്നു. ശരിക്കും മയക്കം കൊടുക്കാതെ ഒരു കുട്ടിയെ ഓപ്പറേഷനു വിധേയനാക്കുന്ന ദയനീയ ദൃശ്യം കണ്ടതോടെ ചാൾസിന് മെഡിസിനിൽ ഉണ്ടായിരുന്ന താല്പര്യം കുറഞ്ഞു. അവിടെ വെച്ച് സ്പോഞ്ചുകളെക്കുറിച്ച് പഠിക്കാനായിരുന്നു അദ്ദേഹത്തിനിഷ്ടം.

എഡിൻബറോ യൂണിവേഴ്സിറ്റിയിൽ ചേട്ടൻ എരാസ്മസിനോടൊപ്പമാണ് ചാൾസ് മെഡിസിന് ചേർന്നത്. തന്റെ രണ്ടാൺമക്കളും തന്നെപ്പോലെ പ്രശസ്തരായ ഡോക്ടർമാരാകട്ടെ എന്ന ഉദ്ദേശ്യമായിരുന്നു പിതാവിനുണ്ടായിരുന്നത്. യൂണിവേഴ്സിറ്റിക്കടുത്തുള്ള ലോത്തിയൻ തെരുവിലായിരുന്നു അവരുടെ താമസം. പട്ടണത്തിലെ സൗകര്യമനുസരിച്ച് ജീവിക്കുവാനും അച്ഛന്റ സുഹൃത്തുക്കളുടെ വീട്ടിൽ ഇടയ്ക്ക് പോകുവാനുമൊക്കെയായിരുന്നു ആ ചെറുപ്പക്കാരുടെ താല്പര്യം.

അനാറ്റമി ക്ലാസ്സുകളോടുള്ള വെറുപ്പ്

ചാൾസിനു അനാറ്റമി ക്ലാസുകൾ വെറുപ്പായിരുന്നു. ആ വിവരം കാണിച്ച് വീട്ടിലേക്കെഴുതി 'എനിക്കദ്ദേഹത്തെയും ആ ക്ലാസുകളെയും ഇഷ്ടമല്ല.' എന്നാൽ തോമസ് ഹോപ്സിന്റെ രസതന്ത്രവും റോബർട്ട് ജെയിംസന്റെ ജന്തുശാസ്ത്രവും ഭൗമശാസ്ത്രവും ചാൾസ് ഇഷ്ടപ്പെട്ടു. പ്രായോഗിക പരിശീലനത്തിനിടെ ജെയിംസ് ഭൗമതലങ്ങളെക്കുറിച്ചുള്ള അന്വേഷണ പഠനങ്ങളിലേക്ക് ചാൾസിന്റെ ഭാവനയെ ഉണർത്തി. അത് അത്ഭുതകരമായ ഫലങ്ങൾ ഉളവാക്കി. സമുദ്ര തീരങ്ങളെപ്പറ്റിയും അദ്ദേഹം ചാൾസിനെ പഠിപ്പിച്ചു. അന്ന് കറുത്ത വർഗ്ഗക്കാരെ വ്യാപകമായി ഇംഗ്ലണ്ടിൽ അടിമകളാക്കിവെച്ചിരുന്നു. അവരിൽ കുറെപ്പേരെ സ്വതന്ത്രരാക്കുവാനാരംഭിച്ചിരുന്നു. അതിൽപ്പെട്ട, പക്ഷികളെ സ്റ്റഫ് ചെയ്യുന്നതിൽ വിദഗ്ദ്ധനായ കറുത്ത വർഗ്ഗക്കാരനായ ജോൺ എഡ്മൺസ്റ്റൺ ചാൾസിന് പക്ഷികളെ എപ്രകാരം നന്നായി സ്റ്റഫ് ചെയ്യാം എന്ന് പഠിപ്പിച്ചു. രണ്ടാം വർഷമായതോടെ ചാൾസിന്റെ മെഡിസിൻ താല്പര്യം വീണ്ടും കുറഞ്ഞു.

ഡോക്ടറാകേണ്ട

മകൻ ഡോക്ടറാകേണ്ട അവനൊരു പട്ടക്കാരനാകട്ടെ എന്നായിരുന്നു പിതാവിന്റെ ആഗ്രഹം. അവന്റെ ഭാവിയെപ്പറ്റിയും കുടുംബത്തിന്റെ അഭിമാനത്തെപ്പറ്റിയും ആ പിതാവിന് വലിയ വേവലാതിയായിരുന്നു. പള്ളിയിലെ അച്ചനായാൽ അത് കുടുംബത്തിന് പേരു ദോഷമുണ്ടാക്കില്ല. മാത്രമല്ല പ്രശസ്തിയുമാണ്. അവനു ജീവിക്കാനുള്ളത് താനുണ്ടാക്കിയിട്ടുമുണ്ട്. ഇപ്രകാരം തീരുമാനിച്ചായിരുന്നു കേംബ്രിഡ്ജിൽ വൈദികശാസ്ത്രം പഠിക്കുവാൻ അദ്ദേഹം ചാൾസിനെ ചേർത്തത്. എന്നാൽ അവിടെവെച്ചു പരിചയമായ ശാസ്ത്രജ്ഞർ അദ്ദേഹത്തിന്റെ ജീവിതം തന്നെ മാറ്റിമറിക്കുകയാണുണ്ടായത്.

വിശ്വാസലോകത്തിൽനിന്ന് വഴുതിമാറി

പള്ളിയുടെ വിശ്വാസലോകത്തിൽനിന്ന് വഴുതിമാറി പകരം അദ്ദേഹം പ്ലീനിയൻ സൊസൈറ്റിയിലാണ് ചേർന്നത്. ലോകത്തെ ശാസ്ത്രീയമായാണ് നോക്കിക്കാണേണ്ടത്, വിശ്വാസപരമായല്ല എന്ന് വിശ്വസിക്കുന്നവരുടെ സംഘടനയാണ് പ്ലീനിയൻ സൊസൈറ്റി. ചാൾസ് പിന്നീടതിന്റെ കൗൺസിൽ അംഗമായി. അവിടെവെച്ച് പല നല്ല പ്രഭാഷണങ്ങളും കേൾക്കാനവസരം ലഭിച്ചു. സസ്യങ്ങളുടെയും ജീവികളുടെയും തരംതിരിവുകൾ, കുയിൽ വർഗ്ഗം, സാധാരണ കാണാത്ത സസ്യങ്ങൾ എന്നിവയെപ്പറ്റി സംഭാഷണങ്ങൾ എന്നിവ അവിടെ ഉണ്ടായിരുന്നു.

ആദ്യത്തെ ശാസ്ത്രീയ സംഭാഷണം

ഒരിക്കൽ ചാൾസ് അവിടെ പ്രഭാഷണം നടത്തുകയുണ്ടായി. കടലിലെ ജൈവശാസ്ത്രത്തെപ്പറ്റിയായിരുന്നു ആ സംഭാഷണം. അദ്ദേഹത്തിന്റെ ആദ്യത്തെ ആ ശാസ്ത്രീയ സംഭാഷണം നടന്നത് 1827 മാർച്ച് 27 നായിരുന്നു. ആ അവസരത്തിൽ തന്നെയാണ് ജൈവശാസ്ത്ര പ്രൊഫസർ റോബർട്ട് ഗ്രാന്റുമായി അടുപ്പത്തിലാകുന്നത്. എഡിൻബറോയിലെ ഡാർവിന്റെ ഏറ്റവും പ്രധാന വഴികാട്ടിയായിരുന്നു അദ്ദേഹം. സ്പോഞ്ച് ജീവികളുടെ കാര്യത്തിൽ അദ്ദേഹം ഒരു വിദഗ്ദ്ധനായിരുന്നു. അദ്ദേഹവും ചാൾസും തമ്മിൽ ഈ വിഷയത്തെപ്പറ്റി ദീർഘമായ സംഭാഷണങ്ങളിലേർപ്പെടുക സാധാരണമായിരുന്നു. കടൽ ജൈവശാസ്ത്രത്തെപ്പറ്റി അവർ ചർച്ച ചെയ്യുമായിരുന്നു. ഡാർവിൻ കടൽ ജീവികളെ പഠിക്കുവാൻ ശേഖരിക്കുമായിരുന്നു.

ആദ്യത്തെ ശാസ്ത്രീയ കണ്ടുപിടുത്തം

അദ്ദേഹമാണ് ചാൾസിനെ ജീവികളെ നിരീക്ഷിക്കുവാനും ശാസ്ത്രീയമായി കീറിമുറിച്ചു പരിശോധിക്കുവാനും പഠിപ്പിച്ചത്. അങ്ങനെ പ്രൊഫസർ ഗ്രാന്റിന്റെ കീഴിൽ ആദ്യത്തെ ശാസ്ത്രീയ കണ്ടുപിടുത്തം ചാൾസ്

നടത്തി. അന്ന് ചാൾസിന് കേവലം 18 വയസ്സേ ഉണ്ടായിരുന്നുള്ളു. അത് ഫ്ളൂസ്റ്റ്ര ലാർവയ്ക്ക് സീലിയ ഉപയോഗിച്ച് നീന്തുവാൻ കഴിയുമെന്നും അവയുടെ മുട്ടകൾ പവിഴ ഷെല്ലിനകത്ത് കാണപ്പെടുന്നു എന്നുമാണ് ആ കണ്ടുപിടുത്തങ്ങൾ. അത് ഇവയെപ്പറ്റിയുള്ള മുൻ ധാരണകൾ തിരുത്തുന്നവയായിരുന്നു. കണ്ടു പിടുത്തങ്ങൾ എല്ലാം തന്നെ മുൻകാല ധാരണകളെ തിരുത്തലാണ്. അന്ന് ഈ വിഷയത്തെപ്പറ്റിയായിരുന്നു പ്ലിനിയൻ സൊസൈറ്റിയിൽ ചാൾസിന്റെ പ്രഭാഷണം. പ്രൊഫസർ ഗ്രാന്റ് ലാമാർക്കിന്റെ പരിണാമ സിദ്ധാന്തക്കുറിച്ചായിരുന്നു സംസാരിച്ചത്. അതിനു സമാനമായ ഒന്ന് ചാൾസിന്റെ അപ്പൂപ്പനായ എരാസ്മസ് ഡാർവിനും അവതരിപ്പിക്കുകയുണ്ടായി. അദ്ദേഹം വേഡ്സ്വർത്തിന് സമാനനായ കവിയായിരുന്നു. മാത്രമല്ല ആവിയെഞ്ചിന്റെ സാങ്കേതിക വിദ്യകണ്ടുപിടിക്കുകയും, രാജ്യത്ത് മുഴുവനുമുള്ള അഴുക്കു ചാലുകൾ രൂപപ്പെടുത്തുവാനുള്ള പ്ലാൻ ഉണ്ടാക്കുകയും ചെയ്ത ഒരു ബഹുമുഖ പ്രതിഭാശാലിയായ ഡോക്ടറുമായിരുന്നു.

ഗ്രാന്റിനും ചാൾസിനും പറയാനുണ്ടായിരുന്നത്

ഗ്രാന്റിനും ചാൾസിനും പറയാനുണ്ടായിരുന്നത് എല്ലാ ജീവികൾക്കും ഒരേ മാതൃകയിലുള്ള അവയവങ്ങളാണുള്ളത് എന്ന തത്ത്വമാണ്. അവ വ്യത്യാസപ്പെടുന്നത് അവയുടെ സങ്കീർണ്ണതയിലും, പ്രവർത്തനത്തിലും മാത്രമാണ്. അവർ പക്ഷികളുടെ ചിറകിലും മനുഷ്യന്റ കൈയിലും കരടിയുടെ കൈയിലും ഒരുപോലെ അഞ്ചു വിരലുകളും അസ്ഥികളും ഉള്ളതായി മനസ്സിലാക്കി. പക്ഷികൾക്ക് പറക്കാൻ വേണ്ടി ഈ അസ്ഥികൾക്ക് ഭാരം കുറവാണ്. കരടിക്ക് ആക്രമിക്കാനും ഇര തേടാനും നല്ല ശക്തി വേണം. അതുകൊണ്ട് കരടിയുടെ അസ്ഥികൾക്ക് നല്ല ബലവും ഭാരവുമുണ്ട്. മനുഷ്യന്റേത് ഇതിന് രണ്ടിനും ഇടയിലാണ്. സങ്കീർണ്ണത വ്യത്യസ്തമാണെങ്കിലും പ്രാഥമികമായ മാതൃക ഒന്നു തന്നെയായി കാണപ്പെടുന്നു. അതായത് ജീവജാലങ്ങളുടെ ഘടന അവയുടെ പ്രവർത്തനമനുസരിച്ച് കാണപ്പെടുന്നു. ഗ്രാന്റ് തന്റെ ബോദ്ധ്യം ചാൾസിനോട് പറഞ്ഞു. വേറെ ആരോടും പറഞ്ഞിരുന്നില്ല.

'അതേയ് ചാൾസ്, നാം ഈ കാണുന്ന സസ്യങ്ങൾക്കും മൃഗങ്ങൾക്കുമെല്ലാം ഒരു പൊതു ഉത്ഭവം ഉണ്ട്. അത് ഏറ്റവും ലളിതമായ ദൂരദർശിനിയിൽക്കൂടി മാത്രം കാണാവുന്ന തരം ആൽഗെ, പോളിപ്പ് എന്ന സൂക്ഷ്മജീവികളിൽ കൂടി ആയിരിക്കണം.'

ഈ അറിവ് ചാൾസിന്റെ പിന്നീടുള്ള കണ്ടുപിടുത്തങ്ങളുടെ അടിസ്ഥാനമായിത്തീർന്നു. അത് എപ്രകാരമെന്ന് അദ്ദേഹത്തിന്റെ പിന്നീടുള്ള ജീവിതത്തിൽനിന്നും ഗവേഷണങ്ങളിൽനിന്നും മനസ്സിലാക്കാം.

വളർന്നപ്പോൾ ഗവേഷകൻ

1827 ഒക്ടോബർ 15 ന് അവിടെ ക്രൈസ്റ്റ് കോളേജിൽ പ്രവേശനം

ലഭിച്ചു. ഗ്രീക്ക് ഭാഷ കൂടുതൽ പഠിക്കണം. അതിന് വീട്ടിൽ ട്യൂഷൻ ഏർപ്പാടാക്കി. ചാൾസ് ജനിക്കുമ്പോൾതന്നെ ഒരു പ്രകൃതി ശാസ്ത്രജ്ഞനും വളർന്നപ്പോൾ ഗവേഷകനും ആയിരുന്നുവെന്ന് അച്ഛനായ ഡോ. റോബർട്ടിന് മനസ്സിലായിരുന്നില്ല. ചാൾസിന്റെ ലാബറട്ടറി ഈ ലോകത്തെ ജീവജാലങ്ങൾ മുഴുവനുമായിരുന്നു. ചാൾസിനാണെങ്കിൽ അച്ഛനെന്ന നിലയിൽ ഉണ്ടാവേണ്ട അത്രയും ഈശ്വരവിശ്വാസവുമില്ല, അതിലൊട്ട് താല്പര്യവുമില്ല. ഗവേഷകരുടെ ആദ്യകാലം എല്ലായ്പ്പോഴും പ്രതിസന്ധികൾ നിറഞ്ഞതായിരിക്കും. ആരും പ്രോത്സാഹിപ്പിക്കുവാൻ തയ്യാറാവുകയില്ല. ആർക്കാണ് ഗവേഷണത്തിന്റെ ഭാവിയെപ്പറ്റി ഉറപ്പിച്ചു പറയുവാൻ കഴിയുക?

എപ്പോഴും വഴക്ക്

വീട്ടിൽ ചാൾസിന്റെ ഉത്തരവാദിത്വമില്ലായ്മയെച്ചൊല്ലി എപ്പോഴും അച്ഛനും മകനും തമ്മിൽ വഴക്കാണ്. ചാൾസ് സൗമ്യനും അഭിപ്രായവ്യത്യാസങ്ങൾ പെരുപ്പിച്ചു കാണുവാനിഷ്ടപ്പെടാത്തവനുമായതുകൊണ്ട് പലപ്പോഴും മിണ്ടാതിരിക്കും. അച്ഛന്റെ ഇഷ്ടത്തിനുവേണ്ടി മാത്രമാണ് ചാൾസ് കേംബ്രിഡ്ജിൽ ചേർന്നത്. ചാൾസിന് ഒരിക്കലും അവിടെനിന്ന് ഡിഗ്രി എടുക്കണമെന്നുണ്ടായിരുന്നില്ല. പക്ഷേ, ഒരു യുവപ്രകൃതിശാസ്ത്രജ്ഞനെ നിലയിൽ അവിടെ കിട്ടുന്ന അവസരങ്ങൾ അദ്ദേഹം ഉപയോഗിച്ചിരുന്നു. ചാൾസിന്റെ അമ്മാവന്റെ മകനായ വില്യം ഡാർവിൻ ഫോക്സുമായി അവിടെവെച്ച് കൂടുതൽ അടുക്കുവാൻ കഴിഞ്ഞു. വണ്ടു വർഗ്ഗങ്ങളെ ശേഖരിക്കൽ ചാൾസ് വില്യമും മറ്റു വിദ്യാർത്ഥികളുമൊരുമിച്ചു തുടർന്നുപോന്നു.

വലിയ ഉത്തേജനം

അതിന് ചാൾസ് സമയം കണ്ടെത്തുകയും അവ ശേഖരിച്ചു വെക്കുവാൻ പ്രത്യേക അലമാരിയും സംഘടിപ്പിച്ചു. നേരത്തെ തന്നെ ജെ എഫ് സ്റ്റീഫന്റെ ഇല്ലസ്ട്രേഷൻസ് ഓഫ് ബ്രിട്ടീഷ് എന്റമോളജി - (Illustrations of British Entomology) യിൽ ചാൾസിന്റെ ശേഖരത്തെപ്പറ്റി പ്രസിദ്ധീകരിച്ചത് വലിയ ഉത്തേജനമായിരുന്നു. വണ്ടുശേഖരണത്തെപ്പറ്റി ചാൾസ് തന്റെ ആത്മകഥയിൽ എഴുതിയത് ശ്രദ്ധിക്കുക. 'ഒരു പഴയ മരച്ചീളു തുറന്ന് ഞാൻ നോക്കി. അപ്പോൾ രണ്ട് തരം പുതിയ വണ്ടുകളെ കണ്ടു. അവയെ രണ്ടു കൈയിലും പിടിച്ചു. അപ്പോൾ കാണുന്നു, മൂന്നാമതൊരെണ്ണം. അതും പുതിയ തരം തന്നെ. അതിനെ വിടാനെനിക്ക് കഴിയുമായിരുന്നില്ല. അതിനെ വായിൽ പതുക്കെ കടിച്ചുപിടിച്ചു. ഉടനെ ആ വണ്ട് പ്രാണരക്ഷാർത്ഥം അമ്ലമുള്ള അതിന്റെ ജലം വായിലേക്ക് തെറിപ്പിച്ചു. ഉടനെ ഞാനതിനെ തുപ്പിക്കളഞ്ഞു. അതോടെ വായിലുള്ളതും വലത്തേക്കൈയിലുള്ളതും പോയി. ബാക്കിയുള്ള ഒരെണ്ണം മാത്രമായി.'

പുരോഹിതനും പ്രൊഫസറുമായ ജെ എസ് ഹെൻസ്ലോ

പുരോഹിതനും ബോട്ടണി പ്രൊഫസറുമായ ജെ എസ് ഹെൻസ്ലായെ ഫോക്സ് ചാൾസിന് പരിചയപ്പെടുത്തിക്കൊടുത്തു. അദ്ദേഹത്തിന്റെ ക്ലാസുകളിൽ ഭൗമശാസ്ത്രജ്ഞനായ പ്രൊഫസർ ആഡം സെഡ്ജ്‌വിക്കും വരുമായിരുന്നു. ആ സംഭാഷണങ്ങൾ ചാൾസിലെ പ്രകൃതി ശാസ്ത്രജ്ഞനെ ഉണർത്തിയിരുന്നു. ചാൾസ് അപ്പോഴും കോളേജ് പഠനത്തിൽ ശ്രദ്ധിച്ചു തുടങ്ങിയിരുന്നില്ല. പക്ഷേ, പള്ളി വിശ്വാസവുമായി ഒത്തുപോകുവാൻ തനിക്ക് കഴിയില്ല എന്ന് അദ്ദേഹം സുഹൃത്തുക്കളോട് പറയുമായിരുന്നു. 1830 ലെ ചില പ്രധാന പരീക്ഷകൾ അദ്ദേഹം പാസായി. കാലം കഴിഞ്ഞുകൊണ്ടേയിരുന്നു. പ്രൊഫസർ ഹെൻസ്ലായുമായുള്ള ചാൾസിന്റെ ചങ്ങാത്തം കൂടുതൽ ദൃഢമായി. അവർ ഒരുമിച്ച് നടക്കാൻ പോകുമായിരുന്നു. അങ്ങനെ അദ്ദേഹത്തിന്റെ പഠനപര്യടനത്തിനും ക്ലാസുകളിലേക്കും ചാൾസിന് ക്ഷണം ലഭിച്ചു. അതിൽ വളരെ താല്പര്യത്തോടെ ചാൾസ് പങ്കെടുത്തു കൊണ്ടിരുന്നു. അപ്രകാരം ഹെൻസ്ലാക്ക് ചാൾസിന്റെ ശാസ്ത്രജീവിതത്തിൽ സുപ്രധാന സ്വാധീനം ചെലുത്തി. അദ്ദേഹം അറിവിന്റെ ഒരു കലവറ തന്നെയായിരുന്നു. ചാൾസിന് അദ്ദേഹത്തിൽനിന്നും സസ്യങ്ങളെപ്പറ്റിയും, മൃഗങ്ങളും സസ്യങ്ങളും തമ്മിലുള്ള വ്യത്യാസങ്ങളെപ്പറ്റിയും, ജീവന്റെ ജൈവശാസ്ത്രപരമായ ഗുണങ്ങളെപ്പറ്റിയും ധാരാളം പഠിക്കുവാൻ കഴിഞ്ഞു. ഡിഗ്രി പാസായി, ചാൾസ് പഠനം പൂർത്തിയാക്കിയിട്ടും കേംബ്രിഡ്ജിൽത്തന്നെ തങ്ങി. ചാൾസിന് ഹെൻസ്ലായുമൊരുമിച്ച് കുറച്ച് കാലം കൂടി അവിടെതങ്ങുവാനുള്ള താല്പര്യം ഫോക്സിനോട് ചാൾസ് എഴുതിയിരുന്നു. 'അദ്ദേഹത്തോട് എനിക്ക് ബഹുമാനമാണോ സ്നേഹമാണോ ഏതാണ് ഏറ്റവും കൂടുതലെന്ന് എനിക്കറിഞ്ഞുകൂടാ.' അന്ന് ടെനറിഫ് എന്ന സ്ഥലത്ത് ഉഷ്ണമേഖല ജൈവശാസ്ത്രത്തെപ്പറ്റി നേരിട്ട് പഠിക്കുവാൻ തന്റെ സുഹൃത്തുക്കളോടൊപ്പം പോകുവാൻ ചാൾസ് പരിപാടിയിട്ടു. കാനറി ദ്വീപുകളിൽ അതിനുള്ള സൗകര്യമുണ്ട്. അതിന് മുന്നോടിയായി സെഡ്ജ്വിക്കിന്റെ ഭൗമശാസ്ത്ര ക്ലാസുകളിൽ പോയിരുന്നു. ധാരാളം പാറകളും ഭൗമശാസ്ത്ര പ്രത്യേകതകളുമുള്ള വടക്കൻ വെയിൽസിലേക്ക് ചാൾസ് സെഡ്ജ്വിക്കിനൊപ്പം പോയി. അവർ രണ്ടുപേരും ധാരാളം ആശയവിനിമയം ചെയ്തു. അത് രണ്ടുപേർക്കും വളരെ പ്രയോജനപ്രദമായി എന്നു പറയാം.

വടക്കൻ വെയിൽസിൽനിന്നും തിരിച്ച് വീട്ടിലെത്തിയപ്പോൾ അവിടെ പ്രൊഫസർ ഹെൻസ്ലായുടെ എഴുത്തു വന്നു കിടപ്പുണ്ട്. 'ഞാൻ ചാൾസിനെ ഒരു സുപ്രധാന അവസരത്തിനെപ്പറ്റി അറിയിക്കുവാനാണ് ഇതെഴുതുന്നത്. ചാൾസ് ഇത് താല്പര്യപൂർവ്വം സ്വീകരിക്കുമെന്ന് എനിക്ക് പ്രതീക്ഷയുണ്ട്. കപ്പലിലെ പ്രകൃതിശാസ്ത്രജ്ഞനാകാനുള്ള നിയോഗം രണ്ടു വർഷത്തെ ലോക പര്യടനവും ടെറാ ഡെൽ ഫ്യൂഗൊ

യിലേക്കും തിരിച്ച് ഈസ്റ്റ് ഇൻഡീസ് വഴി ഇംഗ്ലണ്ടിലേക്ക് വരുവാനും അവസരമൊരുക്കും.' ചാൾസ് വേഗം പോയി ഹെൻസ്ലായെക്കണ്ടു തനിക്ക് അതിനുള്ള യോഗ്യത പോരാ എന്നു പറഞ്ഞു. 'യോഗ്യതകളിലെ പോരായ്മകളൊന്നും സാരമില്ല. പക്ഷേ, അവർക്കാവശ്യം ചാൾസിനെപ്പോലൊരാളെയാണ്' എന്നു പറഞ്ഞു ഹെൻസ്ലാ ആത്മവിശ്വാസം കൊടുക്കുകയും ചെയ്തു.

ഡാർവിനെ ഉണർത്തി

പിൻവലിഞ്ഞു നിന്ന ഡാർവിനെ ഹെൻസ്ലായാണ് ഉണർത്തി കർമ്മനിരതനാക്കിയത്. ക്രൈസ്റ്റിൽ പഠിക്കുന്ന കാലത്താണ് ഡാർവിന്റെ ജീവിതത്തിലെ ഏറ്റവും ബുദ്ധിപരമായ പ്രവർത്തനങ്ങൾ സംഭവിച്ച സമയം. തന്റെ പരിണാമ സിദ്ധാന്തത്തിലേക്ക് നയിച്ച പല ഉപ സിദ്ധാന്തങ്ങൾ ആരംഭിച്ചതും ഇവിടെ വെച്ചാണ്. അതിലെ സുപ്രധാന വ്യക്തി ഹെൻസ്ലാ ആണ്. അവിടത്തെ ബൊട്ടാണിക്കൽ ഗാർഡനിലും ഹെർബേറിയത്തിലും പരിണാമസിദ്ധാന്തത്തിന് പറ്റിയ തെളിവുകളുണ്ട്. വാസ്തവത്തിൽ അവ എല്ലായിടത്തുമുണ്ട്. പക്ഷേ, അത് കാണാനുള്ള അറിവും കണ്ണും വേണം.

അന്ന് ഡാർവിൻ അറിയപ്പെട്ടിരുന്നത് ഹെൻസ്ലായുടെ ഒപ്പം നടക്കുന്ന ആൾ എന്ന നിലയ്ക്കായിരുന്നു. എന്നാൽ പിന്നീട് ഹെൻസ്ലാ അറിയപ്പെട്ടത് ഡാർവിനോടൊപ്പം നടന്നിരുന്ന ആൾ എന്ന നിലയിലായിരുന്നു.

ഓണേഴ്സില്ലാത്ത പാസ്

1828–1831 കാലത്താണ് ക്രൈസ്റ്റ് കോളേജിൽ ഡാർവിൻ പഠിച്ചിരുന്നത്. അദ്ദേഹം ബി എ ഡിഗ്രി ഓണേഴ്സില്ലാതെ പാസായി. സാധാരണ ഈ ഡിഗ്രി പാസാകുന്ന വിദ്യാർത്ഥികൾ എല്ലാം അച്ചന്മാരാകുവാൻ പോകുകയാണ് പതിവ്. എന്നാൽ ഡാർവിൻ അതിന് പോയില്ല. ഡാർവിന്റെ താല്പര്യം പാഠ്യേതര വിഷയങ്ങളിലായതിനാലാണ് മാർക്ക് കുറഞ്ഞു പോയത്. മുടങ്ങാതെ ഹെൻസ്ലായുടെ ക്ലാസുകളിൽ പോകും. മറ്റുള്ളതെല്ലാം സമയമുണ്ടെങ്കിൽ പോകും എന്ന മട്ടിലായിരുന്നു. ഹെൻസ്ലാ 1825 ലാണ് റിജ്യയസ് പ്രൊഫസർ എന്ന പദവി സ്വീകരിച്ചത്. എന്നാൽ 1822 മുതൽ തന്നെ ലോഹശാസ്ത്ര പ്രൊഫസറായിരുന്നു.

ഹെൻസ്ലാ

ഹെൻസ്ലായ്ക്ക് ഡാർവിനെ ഉയർത്തിക്കൊണ്ടുവന്നത് കൂടാതെ സ്വന്തമായി ധാരാളം നേട്ടങ്ങളുണ്ട്. കേംബ്രിഡ്ജിലെ പല സസ്യങ്ങൾക്കും ശാസ്ത്രീയനാമം ഹെൻസ്ലാ കൊടുത്തിട്ടുണ്ട്. 1831 ൽ അദ്ദേഹമാണ് കേംബ്രിഡ്ജ് യൂണിവേഴ്സിറ്റി ബൊട്ടാണിക് ഗാർഡൻ ആരംഭിച്ചത്. വെള്ളിയാഴ്ച വൈകുന്നേരങ്ങളിൽ അദ്ദേഹം തുറന്ന ലക്ചർ

നടത്തുമായിരുന്നു. അതിലെ സ്ഥിരക്കാരനായിരുന്നു ഡാർവിൻ. അദ്ദേഹം വളരെ പ്രഗത്ഭനായ അദ്ധ്യാപകനായിരുന്നു. ഡാർവിൻ അദ്ദേഹത്തെക്കുറിച്ച് പിന്നീട് ഓർമ്മക്കുറിപ്പുകളെഴുതിയിരുന്നു.

ഹെൻസ്ലായെക്കുറിച്ച് അദ്ധ്യാപകനെന്ന നിലയിലും വ്യക്തിപരമായും മികച്ച അഭിപ്രായമാണ് ചാൾസ് എഴുതിയിരുന്നത്. ഹെൻസ്ലായാണ് ബീഗിളിന്റെ ക്യാപ്റ്റൻ ഫിറ്റ്സ്റോയിക്ക് ഡാർവിനെ പരിചയപ്പെടുത്തിക്കൊടുക്കുന്നതും ബീഗിൾ യാത്രയ്ക്ക് ശുപാർശ ചെയ്യുന്നതും. മാത്രമല്ല യാത്രയിൽ ശേഖരിക്കുന്ന മാതൃകകൾ സൂക്ഷിച്ചു വെക്കാൻ വേണ്ട ഉപദേശങ്ങൾ അദ്ദേഹം നല്കുകയും ചെയ്തിരുന്നു. അപ്രകാരം ഡാർവിന്റെ ശാസ്ത്രീയ പ്രവർത്തനങ്ങളിൽ ഏറ്റവും സഹായിച്ചത് ഹെൻസ്ലാ ആയിരുന്നു.

പരിണാമസിദ്ധാന്തത്തിലേക്ക് നയിച്ച ചില പ്രധാനതത്ത്വങ്ങൾ ഹെൻസ്ലാ ഡാർവിന് പകർന്നു കൊടുത്തിരിക്കാൻ സാദ്ധ്യതയുണ്ട്. പത്തൊമ്പതാം നൂറ്റാണ്ടിന്റ ആരംഭത്തിൽ തന്നെ ദൈവം സൃഷ്ടിച്ചതിനു ശേഷം ജീവജാലങ്ങളിൽ ഒരു വ്യത്യാസവും വന്നില്ല എന്ന കടുംപിടുത്തത്തിന് അയവ് വന്നിരുന്നു.

ആ കാലത്ത് ധാരാളമായി കണ്ടെടുത്തിരുന്ന ഫോസിലുകൾ ശാസ്ത്രലോകത്തോട് മൗനമായി പലതും സംസാരിച്ചിരുന്നു. ഒരേ ജീവി വർഗ്ഗത്തിലുള്ളവ തമ്മിൽ വ്യത്യാസങ്ങൾ കാണുന്നത് പരമ്പരാഗത വിശ്വാസത്തിന് വിരുദ്ധമായിരുന്നു. തന്റെ ജീവി വർഗ്ഗങ്ങളുടെ ഉത്ഭവം എന്ന ലോകപ്രശസ്ത ഗ്രന്ഥത്തിൽ മനുഷ്യനാൽ വളർത്തപ്പെടുന്ന ചെടികളുടെയും ജീവികളുടെയും വ്യതിയാനങ്ങൾ ആദ്യ അദ്ധ്യായത്തിൽ അദ്ദേഹം വിശദീകരിക്കുന്നുണ്ട്. അപ്രകാരം പരിണാമം എന്ന ആശയത്തിലേക്ക് വായനക്കാരൻ ക്ഷണിക്കപ്പെടുകയാണ്.

ഹെൻസ്ലാ വളരെ വ്യക്തമായി ഒരേ ജീവിവർഗ്ഗത്തിലെ വ്യത്യസ്ത അംഗങ്ങൾ തമ്മിലുള്ള വ്യത്യാസത്തെ വിദ്യാർത്ഥികൾക്കും പൊതുജനങ്ങൾക്കുമായി അവതരിപ്പിച്ചിരുന്നു. കറുത്ത പൈൻ മരത്തിലെ ആസ്ട്രിയൻ അംഗവും, സ്പാനിഷ് അംഗവുമാണ് അദ്ദേഹം സ്ഥാപിച്ച കേംബ്രിഡ്ജ് ബൊട്ടാണിക് തോട്ടത്തിൽ പ്രധാന പാതയ്ക്ക് ഇരുവശവുമായി കാണുന്നത്.

ഇത്തരത്തിലുള്ള വ്യത്യാസങ്ങൾ പ്രകടമായി കാണുന്നതിന് അവ അടുത്തടുത്താണ് അദ്ദേഹം നട്ടിരുന്നത്. ആ രണ്ടു മരങ്ങൾ പൈനസ് നൈഗ്ര നൈഗ്രയും പൈനസ് നൈഗ്ര സാൽസമാനിയുമാണ്. ഇതിൽ ആദ്യത്തേത് മഞ്ഞു വീഴ്ചയുള്ള ആസ്ട്രിയയിലേതും രണ്ടാമത്തേത് അതില്ലാത്ത സ്പെയ്നിലേതുമാണ്. ആദ്യത്തേത് മഞ്ഞു വീഴ്ചയെ ചെറുക്കുവാൻ നീണ്ട് കോൺ ആകാരം സ്വീകരിക്കുന്നു. അതിന് കട്ടി കൂടിയ ചെറിയ സൂചി പോലുള്ള ഇലകളുണ്ട്. ഈ ആകാരം മഞ്ഞുവീഴ്ചയിൽ നിന്നും മരത്തെ സംരക്ഷിക്കുന്നു. സ്പെയിനിലെ പൈനാകട്ടെ ഈ പ്രശ്നം നേരിടേണ്ടി വരുന്നില്ല. അതുകൊണ്ടതിന്, പടർന്നു പിടിക്കുന്ന,

ആകൃതിയാണ്. ശാഖകൾ താഴെ നിന്നുതന്നെ തുടങ്ങുന്നു. ഈ രണ്ടു മരങ്ങളും അവയുടെ ആദിമ കിഴക്കു തെക്കൻ യൂറോപ്പിലെ സ്വഭാവത്തിൽനിന്നും കുടിയേറ്റപ്പെട്ട സ്ഥലത്തെ സാഹചര്യമനുസരിച്ച് പരിസ്ഥിതിയോട് യോജിച്ച് കാണുന്നു. ഈ രണ്ടു മരങ്ങളും ഏതാനും മീറ്റർ അകലത്തിൽ മാത്രമാണ് നട്ടിരിക്കുന്നത്. അതുകൊണ്ട് ഈ തത്ത്വം മനസ്സിലാക്കാൻ വളരെ എളുപ്പമാണ്.

മ്യൂട്ടേഷൻ

പരിതസ്ഥിതിയുമായി ഇണങ്ങിക്കാണുന്ന സസ്യങ്ങളെ കേംബ്രിഡ്ജ് യൂണിവേഴ്സിറ്റി ഹെർബേറിയത്തിലും കാണാം. അതും പ്രൊഫസർ ഹെൻസ്ലാ നട്ടുപിടിപ്പിച്ചതാണ്. വ്യതിയാനം വന്ന പല ചെടികളെ കടലാസിൽ ഒട്ടിച്ച് അദ്ദേഹം പ്രദർശിപ്പിക്കുമായിരുന്നു. പല ചെടികളും ഈ വ്യതിയാനങ്ങൾ ധാരാളം ഉള്ളവയായിരുന്നു. അതിനെ 'രാക്ഷസീയത' എന്നു പറയാം. അത് ജീവികളിലാകുമ്പോൾ ഏതെങ്കിലും അവയവം ചെറുതാകുകയോ അസാധാരണ രൂപം പ്രാപിക്കുകയോ വലുതാകുകയോ ചെയ്യാം. ഇത് സുപ്രധാന ജീനുകളിൽ 'മ്യൂട്ടേഷൻ' (mutation) എന്ന വ്യതിയാനം സംഭവിച്ചിട്ടാണെന്ന് ഇന്ന് നമുക്കറിയാം.

അവയവങ്ങളുടെ വളർച്ചയെ നിയന്ത്രിച്ചിട്ടാണ് അപ്രകാരം സംഭവിക്കുന്നത്. ഡാർവിന് അന്ന് ജീനുകളെക്കുറിച്ച് അറിവുണ്ടായിരുന്നില്ല. പക്ഷേ, ജീവിവർഗ്ഗങ്ങളിൽ വളരെ പ്രകടമായ വ്യതിയാനങ്ങൾ വരുത്തുന്ന ഘടകങ്ങളുണ്ടെന്ന് അദ്ദേഹത്തിന് മനസ്സിലായിരുന്നു. ഇപ്രകാരം പെട്ടെന്ന് ഈ മാറ്റംകൊണ്ട് ആ ജീവി വർഗ്ഗത്തിന് പ്രയോജനം ഇല്ലെങ്കിലും അതിൽ തന്നെ പ്രയോജനം ഉണ്ടാകാവുന്നവ തലമുറകളിലേക്ക് പകരുന്നു. ഇത്തരം ലക്ഷണങ്ങൾ പരിണാമസിദ്ധാന്തം മനസ്സിലാക്കുവാനും അത് ഭാവനയിൽ കാണുവാനും സഹായിക്കും. പല വ്യത്യസ്ത ജീവികളും ഇപ്രകാരം ഒരു പൂർവ്വികനിലൂടെ പരസ്പരം ബന്ധപ്പെടുമെന്നും നമുക്ക് മനസ്സിലാക്കാം.

പ്രായം കൂടിയതോടെ ശാസ്ത്രത്തിൽനിന്നും അദ്ദേഹം വിട്ടു. ഒരു പുരോഹിതനെന്ന നിലയിലായി തന്റെ പിന്നീടുള്ള ജീവിതം. ഹിച്ചാമിലെ റെക്ടറായി അദ്ദേഹം. ഡാർവിന്റെ മഹത്തായ മിക്ക സിദ്ധാന്തങ്ങളും മത വിശ്വാസിയായ പുരോഹിതൻ അംഗീകരിക്കുകയുണ്ടായില്ല. പക്ഷേ, രണ്ടുപേരും സുഹൃത്തുക്കളായി തുടരുന്നതിന് ഈ അഭിപ്രായ വ്യത്യാസം ഒരു തടസ്സവും സൃഷ്ടിച്ചിരുന്നില്ല. ഹെൻസ്ലായുടെ സ്വാധീനമാണ് ഡാർവിന്റെ ശാസ്ത്രീയ ജീവിതത്തിന് വഴിത്തിരിവായത്. എന്നാൽ ചാൾസ് മഹത്തായ പരിണാമസിദ്ധാന്തം അവതരിപ്പിച്ചപ്പോൾ സ്വന്തം മതവികാരമാണ് അത് അംഗീകരിക്കുവാൻ ഹെൻസ്ലായെ അനുവദിക്കാതിരുന്നത്.

ബീഗിൾ യാത്ര ചെയ്യുവാൻ ഹെൻസ്ലാ ഇല്ലായിരുന്നുവെങ്കിൽ ഡാർവിനു കഴിയുമായിരുന്നില്ല. അത് തന്റെ എഴുത്തുകളിലൂടെ ഡാർവിൻ

സൂചിപ്പിച്ചിരുന്നു. അതുപോലെ വ്യതിയാനങ്ങളെക്കുറിച്ചുള്ള ഹെൻസ്ലാ യുടെ ഉൾക്കാഴ്ച ഡാർവിന് ലഭിച്ചതും അദ്ദേഹത്തിന്റെ പരിണാമസി ദ്ധാന്തത്തിന് വലിയ പ്രചോദനമായിത്തീർന്നു.

യൂണിവേഴ്സിറ്റിയുമായുള്ള ബന്ധം വിട്ടതിനുശേഷം ഹെൻസ്ലാ തന്റെ സ്വന്തം പാരിഷായ ഹിച്ചാമിലേക്ക് മടങ്ങി. അദ്ദേഹത്തിന്റെ സേവ നങ്ങളെല്ലാം നിസ്വാർത്ഥമായിരുന്നു. അവിടത്തെ ജനങ്ങൾ സാധുക്ക ളായിരുന്നു. അവരെ പഠിപ്പിക്കുവാൻ കഠിനാദ്ധ്വാനം ചെയ്തു. അവർക്ക് സൗജന്യമായി അദ്ദേഹം ക്ലാസുകളെടുത്തിരുന്നു. അദ്ദേഹത്തിന്റെ ബോട്ടണി ക്ലാസുകൾ ബ്രിട്ടനിലെങ്ങും സുപ്രസിദ്ധമായിരുന്നു.

അവിടെയുള്ള തൊഴിലാളികളിൽ സാക്ഷരതയുണ്ടാക്കുവാനും അദ്ദേഹം വളരെ പരിശ്രമിച്ചു. നല്ല വളവും പുതിയ കാർഷിക മാർഗ്ഗ ങ്ങളും കൃഷിക്കാരെ അദ്ദേഹം പഠിപ്പിച്ചുകൊടുത്തു. അടുത്ത നഗരമായ ഇപ്സിച്ചിൽ മ്യൂസിയം ആരംഭിക്കുന്നതിൽ സുപ്രധാന പങ്കു വഹിച്ചു. അതിന്റെ പ്രസിഡന്റായി. അവിടത്തെ ഫോസ്ഫേറ്റ് നിക്ഷേപം കണ്ടു പിടിച്ചു. അത് ഖനനം ചെയ്ത് കൃഷിക്ക് ഉപയോഗപ്പെടുത്തുവാൻ കഴിഞ്ഞു. തുടർന്ന് അതോടനുബന്ധമായ വ്യവസായവും അവിടെ വളർന്നു. ഇതെല്ലാം ആ മനുഷ്യസ്നേഹി തീർത്തും നിസ്വാർത്ഥമായാണ് ചെയ്തിരുന്നത്.

യുഗപുരുഷൻ

ചാൾസ് ഡാർവിൻ എന്ന യുഗപുരുഷൻ ഓർമ്മിക്കപ്പെടുന്നത് അദ്ദേഹം മാനവരാശിക്ക് സമർപ്പിച്ച വിപ്ലവകരങ്ങളായ സിദ്ധാന്തങ്ങളി ലൂടെയാണ്. യുഗപുരുഷന്മാർ കാലത്തിന് മുമ്പേ സഞ്ചരിച്ചവരാണ്. അതുകൊണ്ട് യുഗപുരുഷന്മാരെ അവർ ജീവിച്ച കാലമല്ല, വരുംകാല മാണ് അംഗീകരിക്കുകയും ആദരിക്കുകയും ചെയ്യുക. ഗലീലിയോക്ക് സംഭവിച്ചതുപോലെ തുറന്ന യാഥാസ്ഥിക മതമർദ്ദനങ്ങൾ അനുഭവി ക്കേണ്ടി വന്നില്ലെങ്കിലും തന്റെ *ജീവിവർഗങ്ങളുടെ ഉത്ഭവം* എന്ന അന്ന ത്തെ സ്ഫോടനാത്മകമായ കൃതി പ്രസിദ്ധീകരിക്കുവാൻ അദ്ദേഹത്തിന് മൂന്നു ദശവത്സരങ്ങളോളം കാത്തിരിക്കേണ്ടി വന്നു.

ഡാർവിൻ വിപ്ലവകരമായ പുരോഗതിക്ക് വഴിമരുന്നിട്ട ശാസ്ത്രശാ ഖകൾ ഭൗമശാസ്ത്രം, സസ്യശാസ്ത്രം, ജന്തുശാസ്ത്രം, നരവംശശാ സ്ത്രം എന്നിവയാണ്. ഡാർവിൻ പഠിച്ചിരുന്ന ക്രൈസ്റ്റ് കോളേജിൽ പഠി ക്കുകയും പിന്നീട് അമേരിക്കയിൽ ന്യൂയോർക്കിലെ മ്യൂസിയം തലവ നാവുകയും ചെയ്ത ഇയാൻ ടാർസെൽ പറയുന്നത് *ദി ഡിസെന്റ് ഓഫ് മേൻ* എന്ന ഗ്രന്ഥത്തിലെ ആദ്യഭാഗത്തിന്റെ ഓരോ ഉപക്രമഭാഗവും ആരംഭിക്കുന്നത് നരവംശശാസ്ത്രത്തിലെയും ജൈവശാസ്ത്രത്തി ലെയും വിവരങ്ങൾ അവതരിപ്പിച്ചുകൊണ്ടായിരുന്നു' എന്നാണ്. ഡാർവിൻ അന്വേഷണത്തിന്റേതായ ഒരു സരണി വെട്ടിത്തുറന്നിരുന്നു. അതിലൂടെ കഴിഞ്ഞ ഒന്നര നൂറ്റാണ്ടുകാലം പൗരാണിക നരവംശശാ

സ്ത്രവും, ആൾക്കുരങ്ങുകളെക്കുറിച്ചുള്ള ഗവേഷണങ്ങളും അദ്ദേഹത്തെ പിന്തുടരുകയാണ്.

ജീവിവർഗ്ഗങ്ങളുടെ ഉത്ഭവം

ജീവിവർഗ്ഗങ്ങളുടെ ഉത്ഭവം എന്ന ഗ്രന്ഥം 1859 ലാണ് പ്രസിദ്ധീകരിക്കപ്പെടുന്നത്. (ഇന്ത്യയിൽ ബ്രിട്ടീഷ് സാമ്രാജ്യത്വത്തിനെതിരെ നടന്ന ആദ്യത്തെ സ്വാതന്ത്ര്യസമരവും തുടർന്ന് അതിന്റെ പരാജയത്തിനു ശേഷമുണ്ടായ വിക്ടോറിയാ വിളംബരവും ഈ വർഷത്തിലായിരുന്നു.) ഈ ഗ്രന്ഥമാണ് പരിണാമ ജൈവശാസ്ത്രത്തെക്കുറിച്ച് എഴുതപ്പെട്ട ഏറ്റവും പ്രാമാണികവും പ്രശസ്തവുമായ ഗ്രന്ഥം. ഓരോ ജീവിയും കാലപ്പഴക്കമനുസരിച്ച് മാറുന്നു. അത് അനുസ്യൂതവും അവിരാമവുമായ മാറ്റമാണ്. അതിന്റെ അടിസ്ഥാനം പ്രകൃതി നിർദ്ധാരണവും, മനുഷ്യൻ വളർത്തുമ്പോൾ സംഭവിക്കുന്ന തെരഞ്ഞെടുപ്പും, ഇണയെ തെരഞ്ഞെടുക്കുമ്പോൾ സംഭവിക്കുന്നതുമാണ്. ഈ സിദ്ധാന്തങ്ങളുടെ അടിസ്ഥാനം അദ്ദേഹം നടത്തിയ ലോകപ്രശസ്തമായ 1830 ൽ ആരംഭിച്ച അഞ്ചു വർഷത്തെ ബീഗിൾ ഗവേഷണയാത്രയിലും അതിനു മുമ്പും അതിനുശേഷവും നടത്തിയ ഗവേഷണങ്ങളിൽ നിന്നുമാണ്.

താല്പര്യവും കഠിനാദ്ധ്വാനവും

പഠനത്തിൽ മിടുക്കനല്ലാത്ത, വണ്ടുകളെയും പക്ഷികളെയുമൊക്കെ പിടിച്ചു നടന്നിരുന്ന പയ്യന് ഇത്രമാത്രം സുപ്രധാനമായ കണ്ടുപിടുത്തം നടത്തുവാൻ സാദ്ധ്യമായത് എങ്ങനെയാണ്? കപ്പൽ യാത്ര ആരംഭിക്കുമ്പോൾ അദ്ദേഹത്തിന് ക്രിസ്ത്യൻ മതവിശ്വാസികളെപ്പോലെയുള്ള ഒരു വീക്ഷണമാണ് ഭൂമിയിലെ ജീവനെക്കുറിച്ച് ഉണ്ടായിരുന്നത്. ഡാർവിൻ കുടുംബം പുരോഗനാശയക്കാരായ വിശ്വാസികളായിരുന്നു. അദ്ദേഹത്തിന്റെ ബീഗിൾ യാത്രയുടെ ഉദ്ദേശ്യം പരിണാമത്തിന് തെളിവ് ശേഖരിക്കലായിരുന്നില്ല. ജീവിവർഗ്ഗങ്ങൾ അതുപോലെ സ്ഥിരമായി നിലനില്ക്കുമെന്നു തന്നെയായിരുന്നു അന്ന് അദ്ദേഹം വിശ്വസിച്ചിരുന്നത്. എന്നാൽ ഡാർവിൻ വ്യത്യസ്തനായിരുന്നു. അദ്ദേഹത്തിന് അന്വേഷണം നടത്തുന്ന സ്വതന്ത്രമായ ഒരു മനസ്സുണ്ടായിരുന്നു. അദ്ദേഹത്തിന് ശാസ്ത്രീയമായ മുൻവിധികളില്ലാത്ത അന്വേഷണപരതയുണ്ടായിരുന്നു. മറ്റുള്ളവരിൽ നിന്നും അദ്ദേഹത്തെ വ്യത്യസ്തനാക്കിയത് അതായിരുന്നു. ഡാർവിൻ നിരവധി നിരീക്ഷണപരമ്പരകൾ നടത്തി. അവയെ സ്വതന്ത്രമായി വിശകലനം ചെയ്തു.

ജീവിവർഗ്ഗങ്ങൾ പരിണമിച്ചു കൊണ്ടേയിരിക്കുന്നു

ജീവിവർഗ്ഗങ്ങൾ സ്ഥിരമല്ല എന്ന പുതിയ നിഗമനത്തിലെത്തുവാൻ അദ്ദേഹത്തെ പ്രേരിപ്പിച്ചത് എന്തൊക്കെയാണ്? ഏതൊക്കെ നിരീക്ഷ

ണങ്ങളാണ് അദ്ദേഹത്തെ യാഥാസ്ഥിതിക നിലപാടിൽനിന്നും തട്ടിയുണർത്തിയത്?

1. പഴയ ചരിത്രം മുതൽ ജീവിവർഗ്ഗങ്ങളുടെ തുടർച്ച നോക്കുമ്പോൾ ഡാർവിൻ കണ്ടെത്തിയത് എന്തായിരുന്നു? തെക്കെ അമേരിക്കയിലെ അന്യം നിന്ന വലിയ ഇത്തിൾപ്പന്നികളുടെ അസ്ഥിപഞ്ജരം അദ്ദേഹം കണ്ടെത്തുകയുണ്ടായി. അവ ഇന്ന് ജീവിച്ചിരിക്കുന്നവയേക്കാൾ വളരെ വലുപ്പം കൂടുതലായിരുന്നു. എന്നാലവയുടെ ശരീരഘടനയിൽ സാമ്യമുണ്ടായിരുന്നു. കാലം പോകപ്പോകെ അവയ്ക്ക് മാറ്റം വരുകയും പഴയ വലുപ്പക്കൂടുതൽമൂലം പ്രകൃതിയുടെ തെരഞ്ഞെടുപ്പിൽ പരാജിതമാവുകയും ചെയ്തിരിക്കാം. അഥവാ നിലനില്പിനു വേണ്ടിയുള്ള നിരന്തര സമരത്തിൽ അവ തോറ്റു പോയിട്ടുണ്ടാകാം.

2. ഓരോ ജീവിവർഗ്ഗത്തിനും ഭൗമശാസ്ത്രപരമായ പ്രത്യേകതകളുണ്ട്. തെക്കെ അമേരിക്കയിലെ വിസ്തൃതമായ മേച്ചിൽ സ്ഥലങ്ങളിൽ പര്യടനം നടത്തുമ്പോൾ അദ്ദേഹം കണ്ടെത്തിയ ഒട്ടകപ്പക്ഷികൾ ആ പുല്പരപ്പിലെ മിക്കയിടത്തുമുണ്ട്. അവയെല്ലാം സമാനമാണ്. എന്നാലവയ്ക്ക് ഐക്യരൂപ്യമുണ്ടായിരുന്നില്ല. ചെറിയ വ്യത്യാസങ്ങൾ അവയ്ക്കിടയിലുണ്ടായിരുന്നു. അത് ഭൗമശാസ്ത്രപരമായ വ്യത്യാസങ്ങൾക്കനുസരിച്ച് അവയോരോന്നും വ്യത്യസ്തമായി പരിണമിച്ചതായിരിക്കാം.

ദ്വീപു സമൂഹങ്ങളിൽനിന്നുള്ള തെളിവുകൾ സുപ്രധാനമായിരുന്നു. വെർദെ മുനമ്പിലുള്ള ദ്വീപു സമൂഹങ്ങളിലെ ജീവികളെയും ഗാലപ്പഗോസ് ദ്വീപു സമൂഹങ്ങളിലെ ജീവികളെയും അദ്ദേഹം താരതമ്യപ്പെടുത്തി നോക്കി. രണ്ടു ദ്വീപു സമൂഹങ്ങൾക്കും പരിസ്ഥിതിയിലും പ്രകൃതിദൃശ്യത്തിലും സാമ്യമുണ്ടായിരുന്നു. എന്നാൽ അവിടത്തെ വന്യജീവികൾ പ്രകടമായും വ്യത്യസ്തമായിരുന്നു. ഒരു സൃഷ്ടിവാദിയുടെ കണ്ണിലൂടെനോക്കുമ്പോൾ ഒരുപോലുള്ള പ്രകൃതിയിൽ ദൈവം ഒരു പോലുള്ള ജീവികളെ അവിടെ സൃഷ്ടിക്കണമായിരുന്നു.

അതുകൊണ്ട് കെയ്പ്പ് വെർദെ ദ്വീപുകളിൽ അടുത്തുള്ള ആഫ്രിക്ക വൻകരയിലെ ജീവികൾ കുടിയേറിയിരിക്കാം. എന്നാൽ ഗാലപ്പഗോസ് ദ്വീപു സമൂഹങ്ങളിൽ അതിനടുത്തുള്ള തെക്കെ അമേരിക്കയിൽ നിന്നു മാത്രമെ വരാൻ സാദ്ധ്യതയുള്ളു.

പരിണാമസിദ്ധാന്തത്തിന് രൂപമുണ്ടാകുന്നു

1836 ൽ ബീഗിൾ യാത്ര കഴിഞ്ഞ് തിരിച്ചെത്തിയതിനു ശേഷം 1837 ൽ തന്നെ അദ്ദേഹം പരിണാമസിദ്ധാന്തത്തിന് രൂപം കൊടുക്കുവാൻ ആരംഭിച്ചിരുന്നു. പക്ഷി വിദഗ്ദ്ധനായ ജോൺ ഗൗൾഡ് മാതൃകകളെ പരിശോധിച്ച ശേഷം പറഞ്ഞത് ഏഴു ഗാലപ്പഗോസ് ദ്വീപുകളിലേയും ഫിഞ്ചു പക്ഷികൾ ഒന്നിനൊന്നു വ്യത്യസ്തമാണെന്നും അവയോരോന്നും വെറും വ്യതിയാനങ്ങൾ മാത്രമല്ല പ്രത്യേക ജീവജാതികൾ തന്നെയാണെന്നുമാണ്. ഭൗമശാസ്ത്രപരമായ വിടവ് പുതിയ ജീവ

ജാതിയെ സൃഷ്ടിക്കുന്നതിൽ പങ്കുവഹിക്കുന്നുണ്ട് എന്ന് അതോടെ അദ്ദേഹത്തിന് വ്യക്തമായി. വ്യത്യസ്ത ചുറ്റുപാടുകളിലുള്ള ജീവജാതികൾ സാവധാനത്തിൽ പരിണമിക്കുന്നു. അവ പല മാർഗ്ഗങ്ങളിലൂടെയും അപ്പോൾ ജീവിക്കുന്നതിനനുസൃതവുമായാണ് മാറുന്നത്.

1838 ൽ വെറുതെ ഒരു രസത്തിന് വേണ്ടി മാത്രമാണ് അദ്ദേഹം തോമസ് മാൾത്തൂസിന്റെ *ജനസംഖ്യാ വർദ്ധനവിന്റെ തത്ത്വങ്ങൾ* എന്ന ഗ്രന്ഥം വായിച്ചത്. മാൾത്തൂസ് അതിൽ നിർദ്ദേശിക്കുന്നത്, ഓരോ ജീവജാതിക്കും അതിർത്തിയില്ലാതെ ജനസംഖ്യ വർദ്ധിപ്പിക്കുവാനുള്ള കഴിവുണ്ട്. പിന്നീടദ്ദേഹം തന്റെ രംഗമായ സാമ്പത്തികശാസ്ത്രത്തിലേക്ക് തിരിയുന്നു. വിഭവങ്ങൾ, അതായത് ഭക്ഷണം, കുറയുമ്പോൾ നിലനില്പിനുള്ള സമരം അനിവാര്യമാണ്. അത് സ്വന്തം വർഗ്ഗത്തിലുള്ളവ തമ്മിലാണ്. അവിടെ ഡാർവിൻ തന്റെ അന്വേഷണദൃഷ്ടി തുറന്നു കണ്ടു.

ഇത് ഏതു ജീവിക്കും പ്രസക്തമാണ്. ഒരോ ജീവിവർഗ്ഗത്തിന്റേയും അംഗങ്ങൾക്കു തമ്മിൽ ഈ ഭക്ഷണമില്ലായ്മയെ നേരിടാനുള്ള കഴിവ്, അല്ലെങ്കിൽ സാഹചര്യമനുസരിച്ച് ജീവിക്കാനുള്ള കഴിവ് വ്യത്യസ്തമാണ്. അതുപോലെ ഇത്തരം സാഹചര്യങ്ങളിൽ അവയുടെ വർഗ്ഗവർദ്ധനയ്ക്കുള്ള കഴിവും വ്യത്യസ്തമാണ്. നിലനില്പിനുള്ള ഈ നിരന്തര സമരത്തിൽ ഏതെങ്കിലും വ്യതിയാനം ഉദാഹരണമായി മരുഭൂമിയിൽ വെള്ളം അധികം ആവിയാകാതെയിരിക്കാനുള്ള തരം ഇലകളുള്ളവയോ ഇല്ലാത്തതോ ആയ ചെടികൾ എന്നിവ ഉണ്ടെങ്കിൽ ആ സസ്യത്തിന് മറ്റുള്ളവയെ അപേക്ഷിച്ച് ജീവൻ നിലനിർത്തുവാൻ കഴിയും. അതോടൊപ്പം വർഗ്ഗവർദ്ധനയ്ക്കു കഴിവുണ്ടെങ്കിലത് നിലനില്ക്കും. അപ്രകാരം ആ പ്രത്യേക വ്യതിയാനം തലമുറയിലേക്ക് പകരാനും അതിന് കഴിയണം.

പരിവർത്തനം കൂടുതൽ തലമുറകളിലേക്ക് പകരുമ്പോൾ സംഭവിക്കുന്ന പ്രകൃതിനിർദ്ധാരണം

ഇപ്രകാരം മ്യൂട്ടേഷൻ എന്നറിയപ്പെടുന്ന ഈ പരിവർത്തനം കൂടുതൽ തലമുറകളിലേക്ക് പകരുമ്പോൾ അവ പ്രചാരത്തിലായി എന്നു പറയാം. എന്നാൽ ഇപ്രകാരം കഴിവില്ലാത്തവയ്ക്ക് കൂടുതൽ കാലത്തേക്ക് നിലനില്ക്കാൻ പ്രയാസമാകും. അവയ്ക്ക് ഈ മ്യൂട്ടേഷൻ എന്ന പരിവർത്തനം തലമുറകളിലേക്ക് പകർന്ന് നിലനിർത്താൻ പ്രയാസമാണ്. അവ അന്യംനിന്നുപോകും. ഇതാണ് ചുരുക്കത്തിൽ പ്രകൃതി നടത്തുന്ന തെരഞ്ഞെടുപ്പ് അഥവാ പ്രകൃതി നിർദ്ധാരണം. ഇപ്രകാരം നിലനില്ക്കുന്നവ ഈ പ്രവർത്തനരീതിയിലൂടെ സാവധാനത്തിൽ പരിണമിച്ചിരിക്കുന്നു.

ഡാർവിൻ പരിണാമം കണ്ടുപിടിച്ചു എന്നു പറഞ്ഞാൽ അതിൽ യാഥാർത്ഥ്യമില്ല എന്നു പറയാവുന്നതാണ്. ഡാർവിന്റെ കാലത്തിനും വളരെമുമ്പു തന്നെ പരിണാമത്തെക്കുറിച്ച് ചിന്തിക്കുകയും ചർച്ച ചെയ്യ

പ്പെടുകയുമുണ്ടായിട്ടുണ്ട്. പക്ഷേ, പ്രകൃതി നിർദ്ധാരണം ഡാർവിൻ സ്വതന്ത്രമായി കണ്ടുപിടിച്ച സിദ്ധാന്തമാണ്. പരിണാമം യുക്തിസഹമായി വിശദീകരിക്കാവുന്നത് അതനുസരിച്ചുമാത്രമാണ്.

സൂക്ഷ്മ ജീവികളുടെ അതിവേഗത്തിലുള്ള പരിണാമം

പരിണാമം എന്ന പദം ഉച്ചരിക്കുമ്പോൾ ആദ്യം മനസ്സിൽ വരിക മനുഷ്യന്റെ പരിണാമപരമായ ഉയർച്ചയാണ്. മനുഷ്യൻ ആ ഉത്തുംഗ ശൃംഗത്തിനു മുകളിൽ തന്നെയാണ്. സംശയമില്ല. അതിന്റെ പ്രധാന കാരണം മനുഷ്യനെന്ന നിലയിൽ നാം നമ്മെപ്പറ്റി കൂടുതൽ പ്രത്യേകമായി ചിന്തിച്ചതുകൊണ്ടും കൂടിയാണ്. പല കാര്യത്തിലും അതിന് സാധുതയുമുണ്ട്. ശരീരത്തിലെ എല്ലാ ചെറിയ ഭാഗങ്ങളും പരസ്പര ബന്ധത്തോടെ പൂർണ്ണമായ ഒരു യന്ത്രംപോലെ പ്രവർത്തിക്കുന്നു എന്നത് ശരിയാണ്.

എന്നാൽ വേഗത്തിൽ പരിണമിക്കുന്ന കാര്യത്തിൽ മനുഷ്യനെ ബഹുദൂരം മുന്നിൽ കടത്തി വെട്ടിയിരിക്കയാണ് സൂക്ഷ്മജീവികളായ ഈ ബാക്ടീരിയകൾ. അതുകൊണ്ട് അവയാണ് പ്രത്യേകമായത് എന്ന് നാം സമ്മതിച്ച് കൊടുക്കേണ്ടി വരും. അല്ലെങ്കിൽ അവർ നമ്മെ സമ്മതിപ്പിക്കും. മനുഷ്യൻ തന്റെ എല്ലാ ബുദ്ധിമുട്ടുമുപയോഗിച്ചു സൃഷ്ടിക്കുന്ന ആന്റിബയോട്ടിക്കുകളെയും അവ നിഷ്പ്രയാസം തോല്പിക്കുകയും അവയ്ക്ക് ഫലപ്രദമായ സ്വയം പ്രതിരോധം എളുപ്പത്തിൽ ഉണ്ടാക്കുകയും ചെയ്യും.

വ്യതിയാനമുണ്ടാകുവാൻ എളുപ്പം

ലളിതമായ ബാക്ടീരിയ ജീനോം വ്യതിയാനമുണ്ടാകുവാൻ ഉയർന്ന വയേക്കാൾ എളുപ്പമാണ്. മാതാപിതാക്കളിൽ കൂടിയല്ലാത്ത ജീൻ കൈമാറ്റത്തെ സമാന്തര ജീൻ കൈമാറ്റം എന്നു പറയുന്നു. അവ സംഭവിക്കുന്നത് ട്രാൻസ്ഫോർമേഷൻ, കോൺജുഗേഷൻ, ട്രാൻസ്ഡക്ഷൻ (transformation, conjugation, transduction) എന്നിവ മൂലമാണ്. ഇപ്രകാരം ആവശ്യമായ വിശേഷഗുണങ്ങൾ വളരെ വേഗത്തിൽ ആ സമൂഹത്തിൽ പടരുന്നു. സാധാരണ വർഗ്ഗവർദ്ധനയേക്കാൾ വളരെ വേഗം ഇത് സംഭവിക്കുന്നു. ആന്റിബയോട്ടിക് പ്രതിരോധത്തിന്റെ പ്രാഥമിക കാരണം ഇതാണ്. മനുഷ്യനുണ്ടാക്കുന്ന പല കീടനാശിനികളെയും ഭക്ഷണമാക്കുവാനവയ്ക്ക് കഴിയും. ഡി ഡി ടി വയറുനിറച്ച് കഴിച്ച് ഏമ്പക്കമിട്ട് മനുഷ്യരെ കളിയാക്കി ചിരിക്കുന്ന കൊതുകുകളില്ലേ? മിക്ക സൂക്ഷ്മ ജീവികളും അപ്രകാരം കഴിവുകൾ നേടിയിട്ടുണ്ട്. സൂക്ഷ്മജീവികളിലുള്ള പ്ലാസ്മിഡുകളിൽ കൂടിയാണ് ഇപ്രകാരം സമാന്തര ജീൻ കൈമാറ്റം നടക്കുന്നത്.

ആന്റിബയോട്ടിക് പ്രതിരോധം

ആന്റിബയോട്ടിക് പ്രതിരോധം തടയുവാനാണ് ഡോക്ടർമാരുടെ കുറിപ്പടി ഇല്ലാതെ ആന്റിബയോട്ടിക് വാങ്ങിക്കഴിക്കരുത്, എഴുതിയാലത് മുഴുവൻ കഴിക്കണം, ബാക്ടീരിയയെ പകുതി നോവിച്ച് വിടരുത് എന്നെല്ലാം ഉപദേശിക്കുന്നത്. അതുപോലെ ഒരു നിയന്ത്രണവുമില്ലാതെ കുറിപ്പടി എഴുതി ഏത് ആന്റിബയോട്ടിക്കും കൊടുക്കാം എന്ന അവസ്ഥയും തെറ്റാണ്.

പ്ലാസ്മിഡ്

പ്ലാസ്മിഡ് ഒരു ഡി എൻ എ തന്മാത്രയാണ്. അവയ്ക്ക് ക്രോമസോം ഡി എൻ എയെക്കൂടാതെ സ്വതന്ത്രമായി നിലനില്ക്കാനും വർഗ്ഗവർദ്ധന നടത്തുവാനും കഴിയും. അവയ്ക്ക് ഇരട്ടച്ചരട് രൂപമാണ്. പലപ്പോഴും വൃത്താകൃതിയാണ്. ബാക്ടീരിയയിൽ ഇവ സ്വാഭാവികമായി കാണുന്നു. മാവിൽ ഇത്തിക്കണ്ണിയെപ്പോലെ. ബാക്ടീരിയ കൂടാതെ ന്യൂക്ലിയസ് രഹിത ആർച്ചീ (archea), കുറച്ചുകൂടി സങ്കീർണ്ണമായ യൂകാര്യോട്ടുകൾ (eukaryotes) എന്നിവയിലും ഇവ കാണാം. ഇവ ഒരു ബാക്ടീരിയയിൽ ഒന്നു മുതൽ ആയിരം വരെയുണ്ടാകാം. അവ കോൺജുഗേഷനിലൂടെയാണ് ജീൻ കൈമാറ്റം ചെയ്യുന്നത്. ഇവ ന്യൂക്ലിയസ് രഹിത പ്രോക്കാര്യോട്ടു (prokaryotes) കളിലൂടെ പടരുന്നു. മനുഷ്യരിലും മൃഗങ്ങളിലും നിയന്ത്രണമില്ലാതെ ആന്റിബയോട്ടിക്കുകൾ ഉപയോഗിക്കുമ്പോഴാണ് ആന്റിബയോട്ടിക് പ്രതിരോധം ഉണ്ടാകുന്നത്.

ഇപ്രകാരം ഒരു ജീവജാതി ബാക്ടീരിയയിൽ ഉള്ള ആന്റിബയോട്ടിക് പ്രതിരോധം സമാന്തരമായി മറ്റു ജീവജാതി ബാക്ടീരിയയിലേക്ക് വരുന്നത് ചികിത്സാരംഗത്ത് വൻപ്രത്യാഘാതങ്ങൾ സൃഷ്ടിക്കുന്നുണ്ട്. ഇതിന് പല ബാക്ടീരിയകൾക്ക് പല മാർഗങ്ങളുണ്ട്. ബാക്ടീരിയ അതിന് പൈലസ് (pilus) എന്ന ഭാഗം കൊണ്ടോ പ്ലാസ്മിഡുകളുടെ സംയോഗത്തിലൂടെയോ പൈലസ് സംയോഗത്തിലൂടെയോ, പൈലസ് പരസ്പര കൈമാറ്റത്തിലോ ആന്റിബയോട്ടിക് പ്രതിരോധമുള്ള ജീനുകളെ വ്യാപകമായി പരക്കുവാനിടയാക്കുന്നു. ഈ കഴിവുള്ള ജീൻ ലഭിച്ച ബാക്ടീരിയയ്ക്ക് ആന്റിബയോട്ടിക് പ്രതിരോധം കൈവരുന്നു. അതിനുമുമ്പ് നിരുപദ്രവിയായിരുന്നവ (ഉദാഹരണം, കുടലിൽ നിരുപദ്രവകാരിയായിരുന്ന സൂക്ഷ്മാണു രോഗാണുവാകുന്നു) ഉപദ്രവകാരിയായിത്തീരുന്നു.

നിരുപദ്രവകാരികൾ പ്രതിരോധം നേടി അപകടകാരികളാകുന്നു

നിരുപദ്രവകാരികളായ കുടലിലെയും മറ്റും ബാക്ടീരിയകൾക്ക് ആന്റിബയോട്ടിക് പ്രതിരോധമുള്ള ജീനുകൾ ലഭിക്കുന്നു. പിന്നീട് രോഗം വരുത്തുന്ന ബാക്ടീരിയ അവിടെ വരുമ്പോൾ ആന്റിബയോട്ടിക് പ്രതി

രോധമുള്ള ജീനുകൾ നിരുപദ്രവകാരികളായ ബാക്ടീരിയകളിൽനിന്നും ലഭിക്കുന്നു. അതോടെ രോഗം വരുത്തുന്ന ബാക്ടീരിയ ആന്റിബയോട്ടിക് പ്രതിരോധമുള്ള വളരെ അപകടകാരിയായിത്തീരുന്നു.

ഗുരുതരപ്രശ്നം

സൂക്ഷ്മാണുക്കൾ പ്രതിരോധം സൃഷ്ടിച്ചുകൊണ്ട് നമ്മുടെ ആന്റിബയോട്ടിക്കുകളെ നിഷ്പ്രഭമാക്കുന്നു. നാം അതിന് ഓരോ പുതിയ ആന്റിബയോട്ടിക്കുകളും സൃഷ്ടിക്കുന്നു. ഇതൊരു ഗുരുതരപ്രശ്നം തന്നെയാണ്. അതിന് ശാസ്ത്രീയമായ ജൈവശാസ്ത്ര നടപടികൾ കൈക്കൊണ്ടില്ലെങ്കിൽ അപകടകരമാണ്.

ഇപ്രകാരം എല്ലാ ആന്റിബയോട്ടിക്കുകൾക്കും ബാക്ടീരിയകൾ പ്രതിരോധം നേടുകയാണെങ്കിൽ ആന്റിബയോട്ടിക്കുകളുടെ ഭാവിയെന്താണ്? ഏതെങ്കിലും ശക്തമായ ആന്റിബയോട്ടിക്കിൽനിന്നും രക്ഷപ്പെട്ട് പ്രതിരോധം നേടിയ ബാക്ടീരിയ പെട്ടെന്ന് വർഗവർദ്ധന നേടി മറ്റു ജാതി ബാക്ടീരിയകൾക്ക് പ്രതിരോധ ജീൻ നല്കിയാലെന്താണ് ചെയ്യാൻ കഴിയുക? ഇതാണ് രോഗം ഭേദമായാൽ പോലും മുഴുവൻ കോഴ്സ് ആന്റിബയോട്ടിക്കും കഴിച്ചിരിക്കണമെന്ന് പറയുന്നതിന്റെ ലക്ഷ്യം.

പരിഹാരം

ആന്റിബയോട്ടിക് പ്രതിരോധം നിലനില്ക്കണമെങ്കിൽ ആ ആന്റി ബയോട്ടിക് ബാക്ടീരിയയ്ക്ക് ആഘാതമേല്പിക്കാൻ ശ്രമിച്ചു കൊണ്ടിരിക്കണം. ആന്റിബയോട്ടിക് അതിന് ലഭിക്കുന്നില്ലെങ്കിൽ ആ ബാക്ടീരിയ പ്രതിരോധം തുടരില്ല. കാരണം അതിന് ആ വെല്ലുവിളി ഇല്ലല്ലോ. ആ അറിവ് വെച്ച് ആന്റിബയോട്ടിക് പ്രതിരോധത്തെ നമുക്ക് ഫലപ്രദമായി തടയാനാകും. ഏതാനും പാർശ്വഫലങ്ങൾ കുറഞ്ഞ ചില ആന്റി ബയോട്ടിക്കുകൾ രോഗിക്ക് തെരഞ്ഞെടുക്കുക. അവ ചാക്രികമായി ഇടവിട്ട് ആ പ്രതിരോധമുള്ള ആന്റിബയോട്ടിക് ഒഴിവാക്കി ഇടവേള കൊടുത്ത് ഉപയോഗിക്കുക. അപ്രകാരം ആന്റിബയോട്ടിക് പ്രതിരോധം കുറഞ്ഞുവരും. അതുവഴി പ്രതിരോധമുള്ള ആന്റിബയോട്ടിക് തന്നെ വീണ്ടും ഉപയോഗിക്കാൻ കഴിയുന്നു.

ആന്റിബയോട്ടിക് പ്രതിരോധം വരുന്നതുകൊണ്ട് പല കമ്പനികളും വമ്പിച്ച പണം ചെലവുചെയ്ത് അവയ്ക്ക് വേണ്ടി ഗവേഷണവും ഉല്പാദനവും വിതരണവും ചെയ്യാൻ മടി കാണിക്കുന്നു. അവർക്ക് ധനനഷ്ട സാദ്ധ്യതയുള്ളതുകൊണ്ടാണത്. കമ്പനികളും ആന്റിബയോട്ടിക്കുകളോട് പ്രതിരോധം സൃഷ്ടിക്കുന്നു. അതുകൊണ്ട് ആന്റിബയോട്ടിക് പ്രതിരോധം വരുന്ന നിയമങ്ങൾ മനസ്സിലാക്കി ബാക്ടീരിയകളുടെ പരിണാമം നമുക്കെതിരാകാമെന്ന് മനസ്സിലാക്കി ആന്റിബയോട്ടിക് പ്രതിരോധമുണ്ടാകാതെ ഡോക്ടർമാരുടെ ഉപദേശമനുസരിച്ച് മാത്രം കഴിക്കുന്ന

താണ് ശരിയായ മാർഗ്ഗം.

സാർവ്വലൗകികമായ ഡാർവിനിസം

ഐൻസ്റ്റീന്റെ ആപേക്ഷികതാ സിദ്ധാന്തം പറയുന്നത് വസ്തുവിന്റെ വേഗത നിരീക്ഷകന്റെ വേഗതയ്ക്ക് ആപേക്ഷികമാണെന്നാണ്. പ്രപഞ്ചവും സമയവും ആപേക്ഷികമായി കണക്കാക്കണം. എന്നാൽ പ്രകാശവേഗത ഈ നിയമത്തിന് അതീതമാണ്. ഈ സിദ്ധാന്തങ്ങൾ പ്രപഞ്ചത്തിൽ എല്ലായിടത്തും ഒരുപോലെ സത്യമാണ്. അതുപോലെ ന്യൂട്ടന്റെ ചലനനിയമങ്ങളും സാർവ്വലൗകീകമാണ്. ഇതുപോലെ ഡാർവിനിസവും ജൈവശാസ്ത്രത്തിനപ്പുറം മിക്ക ശാസ്ത്രശാഖകളിലും സംഗതമാണ്. ഡാർവിനിസത്തിന്റെ നെടുംതൂണുകളായ വ്യതിയാനം, തെരഞ്ഞെടുപ്പ്, പാരമ്പര്യം എന്നിവ മനഃശാസ്ത്രം, സാമ്പത്തികശാസ്ത്രം, സംസ്കാരം, വൈദ്യശാസ്ത്രം, കംപ്യൂട്ടർ ശാസ്ത്രം, ഭൗതികശാസ്ത്രം എന്നിവയിലും സംഗതമാണ്.

ഡാർവിനിസം പറയുന്ന അടിസ്ഥാനതത്ത്വം ജീവജാതികൾ അനുസ്യൂതമായ പരിണാമത്തിലൂടെ ചുറ്റുപാടിനോട് ഒത്തുപോകുന്നു എന്നാണ്. വ്യതിയാനങ്ങൾ സംഭവിക്കുന്നത് ജീൻ വ്യതിയാനത്തിലൂടെയാണ്. പ്രകൃതിയിലെ നിലനില്പിനായുള്ള സമരത്തിൽ ദുർബ്ബലമായവ അന്യംനിന്നു പോവുകയും ശക്തമായവ നിലനില്ക്കുകയും ചെയ്യുന്നു. അപ്രകാരം ലഭിച്ച മേൽക്കൈ അടുത്ത തലമുറയിലൂടെ പരമ്പരയായി തുടരുന്നു. ഡാർവിന്റെ കാലത്തിന് മുമ്പ് തന്നെ മറ്റു വിജ്ഞാനശാഖകളും പരിണാമസിദ്ധാന്തം പരിഗണിച്ചിരുന്നു. പത്തൊമ്പതാം നൂറ്റാണ്ടിലെ ചിന്തകരായ ഹെർബെർട്ട് സ്പെൻസർ, തോർസ്റ്റീൻ വെബ്ലെൻ, ജെയിംസ് മാർക് ബാൾഡ്വിൻ, വില്യം ജെയിംസ് എന്നിവർ ഭാഷ, മനഃശാസ്ത്രം, സാമൂഹ്യശാസ്ത്രം, സംസ്കാരം എന്നിവയിലെ പരിണാമശാസ്ത്രത്തിന്റെ സ്വാധീനത്തെപ്പറ്റി ചിന്തിക്കുകയും ഗവേഷണം നടത്തുകയും ചെയ്തിരുന്നു.

എന്നാൽ സോഷ്യലിസത്തിനും സമതാവാദത്തിനും എതിരായിരുന്നതിനാൽ പ്രത്യേകിച്ച് ഇരുപതാം നൂറ്റാണ്ടിന്റ ആദ്യകാലത്ത് സോഷ്യൽ ഡാർവിനിസത്തിന് ദുഷ്പേരുണ്ടായിരുന്നു. സാമൂഹ്യ അസമത്വത്തെ ന്യായീകരിക്കുന്ന സിദ്ധാന്തമായി അത് മാറി. പക്ഷേ, 1950 ൽ ഡൊണാൾഡ് ടി കാംപ്ബെൽ ജൈവശാസ്ത്രത്തിനുമപ്പുറം ഡാർവിനിസത്തിന് വളരെ സാംഗത്യമുണ്ടെന്ന് തിരിച്ചറിഞ്ഞു. ജ്ഞാനശാസ്ത്രം വളർച്ച പ്രാപിക്കുന്നത് പരിണാമപരമായ മത്സരത്തിലൂടെ നിലനില്പിനു വേണ്ടിയുള്ള വെല്ലുവിളികളെ അതിജീവിച്ചുകൊണ്ടാണ്.

1990 കളിൽ കാംപ്ബെല്ലിന്റെ ഈ സിദ്ധാന്തം പരക്കെ അംഗീകരിക്കപ്പെട്ടു. ലോകപ്രസിദ്ധ പരിണാമശാസ്ത്രജ്ഞനും ശാസ്ത്രസാഹിത്യ എഴുത്തുകാരനുമായ റിച്ചാഡ് ഡാക്കിൻസാണ് 1983 ൽ സാർവ്വലൗകീക ഡാർവിനിസം എന്ന പദം ആദ്യമായി ഉപയോഗിച്ചത്. ഭൂമിക്ക് പുറത്ത്

എവിടെയെങ്കിലും ജീവന്റെ സാന്നിദ്ധ്യം ഉണ്ടെങ്കിൽ ഭൂമിയിലുണ്ടായതു പോലെയുള്ള ജൈവപരിണാമം അവയ്ക്കും ഉണ്ടാകുമെന്ന് അദ്ദേഹം സിദ്ധാന്തിച്ചു. ഹെന്റി പോട്കിൻ, സൂസൻ ടേക്ക് മോർ എന്നിവർ വിവിധ വിജ്ഞാന ശാഖകളുമായി ഡാർവിനിസത്തിനുള്ള ബന്ധം സ്ഥാപിക്കുകയുണ്ടായി. സാമൂഹ്യശാസ്ത്രമേഖലയിലാണ് ഡാർവിനിസം കൂടുതൽ ശക്തമായി ഇടം പിടിച്ചത്.

റിച്ചാഡ് ഡാക്കിൻസിന്റെ സിദ്ധാന്തമനുസരിച്ചുള്ള സ്വാർത്ഥത ജീൻ പഠനം (memetics), പരിണാമസാമ്പത്തികശാസ്ത്രം (evolutionary economics), പരിണാമ മനഃശാസ്ത്രം (evolutionary psychology), പരിണാമനരവംശശാസ്ത്രം (evolutionary anthropology), ന്യൂറൽ ഡാർവിനിസം (neural Darwinism), പരിണാമ ഭാഷാശാസ്ത്രം (evolutionary linguistics) എന്നിവയുടെ അടിസ്ഥാനം ഡാർവിനിസമാണ്.

ഭൗതികശാസ്ത്രം, വാനശാസ്ത്രം, രസതന്ത്രം (physics, cosmology, chemistry) എന്നിവയുടെ അടിസ്ഥാനം ക്വാണ്ടം ഡാർവിനിസത്തിലൂടെയും പ്രപഞ്ചവിജ്ഞാനീയ (cosmology) ത്തിലെ പ്രകൃതി നിർദ്ധാരണത്തിലൂടെയും ആണെന്ന് കാണാം.

ഇതുപോലെ കംപ്യൂട്ടർ ശാസ്ത്രം, ജനിറ്റിക്സ് (genetics) എന്നിവയിലും വ്യക്തമായ ഡാർവിനിസത്തിന്റെ തത്ത്വങ്ങൾ കാണാൻ കഴിയും. ഡാർവിനിസത്തിൽ നിന്നുത്ഭവിച്ചതും അതിനോട് അഭേദ്യബന്ധം ഉള്ളതുമായ മറ്റു വിജ്ഞാനശാഖകൾ, പരിണാമവിദ്യാഭ്യാസമനഃശാസ്ത്രം (Evolutionary educational psychology), പരിണാമ ആവിർഭാവ മനഃശാസ്ത്രം (Evolutionary developmental psychology) എന്നിവയാണ്. ഇത് ബൗദ്ധിക വികാസത്തെപ്പറ്റി പഠിക്കുന്ന ശാസ്ത്ര ശാഖയാണ്.

ഡാർവീനിയൻ ഗുണാത്മക ആരോഗ്യശാസ്ത്രം (Darwinian Happiness) മനുഷ്യൻ പൂർണ്ണ ആരോഗ്യത്തോടും സന്തോഷത്തോടും കഴിയുവാൻ ഡാർവിനിസം എപ്രകാരം ഉപയോഗിക്കുവാൻ കഴിയുമെന്ന് പരിശോധിക്കുന്നു.

ഡാർവീനിയൻ സാഹിത്യപഠനം (Darwinian literary studies) ഇതിൽ കഥയും കഥാപാത്രങ്ങളും ഡാർവീനിയൻ സിദ്ധാന്തമനുസരിച്ച് വിശകലനം ചെയ്യുന്നു.

പരിണാമ സൗന്ദര്യശാസ്ത്രം (Evolutionary aesthetics) നമ്മുടെ ശരീരസൗന്ദര്യബോധം, പ്രകൃതി സൗന്ദര്യബോധം എന്നിവയുടെ വികസനം അവയുടെ പരിണാമപരമായ പ്രാധാന്യം എന്നിവ പഠന വിധേയമാക്കുന്നു.

പരിണാമ സംഗീതശാസ്ത്രം (Evolutionary musicology) സംഗീതത്തിന്റെ സൗന്ദര്യവും ആസ്വാദ്യതയും പരിണാമശാസ്ത്രത്തിലൂടെ പരിശോധിക്കുന്നു.

പരിണാമ സാമൂഹ്യശാസ്ത്രം (Evolutionary Sociobiology) മനു

ഷ്യരുടെയും മൃഗങ്ങളുടെയും സാമൂഹ്യശാസ്ത്രം പരിണാമത്തിന്റെ ഉപോല്പന്നമാണ് എന്ന പരിണാമ ശാസ്ത്ര ശാഖ.

ഹ്യൂമൻ ബിഹേവിയറൽ എക്കോളജി (Evolutionary Human behavioral ecology) വ്യതിയാനത്തിലൂടെയും തെരഞ്ഞെടുപ്പിലൂടെയും മനുഷ്യന്റെ സ്വഭാവവും പെരുമാറ്റവും എപ്രകാരം ചുറ്റുപാടുകളോട് ഇണങ്ങിച്ചേർന്നു എന്നന്വേഷിക്കുന്ന ശാസ്ത്രമാണ്.

പരിണാമപര വൈദ്യശാസ്ത്രം (Evolutionary medicine) പരിണാമപരമായ വൈദ്യശാസ്ത്രത്തിൽ മനുഷ്യശരീരത്തിന്റെ വികാസവും പരിണാമവും, പരാന്നജീവികളുടെ പരിണാമവും വിലയിരുത്തി രോഗചികിത്സയെ കൂടുതൽ ശാസ്ത്രീയമാക്കുന്നു. ജനിതക രോഗങ്ങൾക്ക് പരിണാമപരമായ കാരണങ്ങളാണുള്ളത്. ശരീരഘടനയിലെയും, ശരീരശാസ്ത്രപരമായ പ്രവർത്തനങ്ങളിലെയും വ്യക്തിപരമായ വ്യത്യാസം ഇപ്രകാരം ഉണ്ടാകുന്നതാണ്.

പൗരാണിക ഭക്ഷണരീതി (Paleolithic diet) പൗരാണിക മനുഷ്യൻ പരണാമത്തിലൂടെ സ്വീകരിച്ചിരുന്ന ഭക്ഷണരീതിയാണ് ഏറ്റവും അനുയോജ്യമായ രീതിയെന്ന് സ്ഥാപിക്കുന്നു. അന്ന് വേട്ടയാടിയും ഫലമൂലാദികൾ ശേഖരിച്ചുമാണ് മനുഷ്യൻ കഴിഞ്ഞിരുന്നത്.

പൗരാണിക ജീവിതരീതി (Paleolithic lifestyle) ആ പൗരാണിക മനുഷ്യന്റെ ജീവിതരീതിയാണ് ശരിയായ ജീവിതരീതിയെന്ന് സ്ഥാപിക്കുന്നു. കാരണം ഇവിടെ പ്രകൃതിയോട് ഒത്തിണങ്ങിയ രീതിയാണത്. ആവശ്യത്തിന് വ്യായാമവും പ്രകൃതിയോട് ഇണങ്ങലും അതിലുണ്ട്.

മോളിക്യുളാർ പരിണാമശാസ്ത്രം (Molecular evolution) എന്ന കണികാ പരിണാമശാസ്ത്രത്തിന്റെ വെളിച്ചത്തിൽ ഡി എൻ എ, ആർ എൻ എ പ്രോട്ടീനുകളുടെ പരിണാമത്തെപ്പറ്റി പഠിക്കുന്നു.

ജൈവസാമൂഹിക കുറ്റകൃത്യശാസ്ത്രം (Biosocial criminology) ജനിതകശാസ്ത്രവും പരിണാമപരമായ മനഃശാസ്ത്രവും ഉപയോഗിച്ച് ഈ കുറ്റകൃത്യശാസ്ത്രം, കുറ്റകൃത്യങ്ങളെ പല കോണുകളിലൂടെയും പഠിക്കുന്നു.

പരിണാമപര ഭാഷാശാസ്ത്രം (Evolutionary linguistics) ഭാഷാശാസ്ത്രത്തെ ഭാഷാപരമായും സാംസ്കാരികമായും വിശകലനത്തിനും പഠനത്തിനും വിധേയമാക്കുന്നു.

സങ്കീർണ്ണ ഒത്തുപോകൽ കൂട്ടങ്ങൾ (Complex adaptive systems) പരിണാമപരമായ അനുരൂപങ്ങളെ ഉണ്ടാക്കുവാൻ മാതൃക സൃഷ്ടിക്കുവാൻ അവയുടെ വ്യതിയാനവും തെരഞ്ഞെടുപ്പും മനസ്സിലാക്കുവാൻ ശ്രമിക്കുന്ന പരിണാമ ഉപവിഭാഗശാസ്ത്രമാണ്.

പരിണാമപര യന്ത്രമനുഷ്യശാസ്ത്രം (Evolutionary robotics) സ്വതന്ത്രമായി പ്രവർത്തിക്കുന്ന യന്ത്രമനുഷ്യനെ നിർമ്മിക്കുവാൻ ഡാർവിനിസം ഉപയോഗിക്കുന്ന ശാസ്ത്രമാണ്.

കൃത്രിമജീവൻ (Artificial Life) ഡാർവിനിസതത്ത്വങ്ങൾ ജീവിക

ളോട് സാദൃശമുള്ളവയെ സൃഷ്ടിക്കുവാൻ ഉപയോഗിക്കുന്നതിനെക്കുറിച്ച് പഠിക്കുന്ന ശാസ്ത്രമാണ്.

പരിണാമപര കല (Evolutionary art) പരിണാമ തത്ത്വങ്ങൾ കലയിൽ പ്രയോഗിക്കപ്പെടുന്നതിനെപ്പറ്റി പ്രതിപാദിക്കുന്നു.

പരിണാമപര സംഗീതം (Evolutionary music) സംഗീതവും പരിണാമവാദവും തമ്മിലുള്ള ബന്ധം വിശകലനം ചെയ്യുന്ന ശാസ്ത്രമാണ്.

ക്ളോണൽ തെരഞ്ഞെടുപ്പ് സിദ്ധാന്തം (Clonal selection theory) പരിസ്ഥിതി അനുരൂപ പ്രതിരോധ പ്രോട്ടീനുകൾ പരിണാമത്തിനായി ജീവജാതികൾ നേടുന്നതിനെക്കുറിച്ചുള്ള സിദ്ധാന്തമാണ്.

സാംസ്കാരിക തെരഞ്ഞെടുപ്പ് സിദ്ധാന്തം (Cultural selection theory) സാംസ്കാരിക വിവരങ്ങൾ ജീനിലൂടെ കൈമാറ്റം ചെയ്യപ്പെടുന്നു എന്ന റിച്ചാഡ് ഡാക്കിൻസിന്റെ മെമെറ്റിക്സ് സിദ്ധാന്തമനുസരിച്ചുള്ള നിഗമനം എന്നിവ ഡാർവിനിസത്തിൽ നിന്ന് ഉത്ഭവിച്ച വിജ്ഞാനശാഖകളാണ്.

ഫ്രാൻസിസ് ഗാൾട്ടൺ (1822 - 1911)

ഇംഗ്ലണ്ടിലെ ബർമിങ്ഹാമിനടുത്തുള്ള സ്പാർക്ബ്രൂക്കിനടുത്തായിരുന്നു ജനനം. ദേശപര്യവേക്ഷകനും നരവംശശാസ്ത്രജ്ഞനും ബീജഗുണോൽകർഷവിജ്ഞാനീയവിദഗ്ദ്ധനും (eugenicist) ആയിരുന്നു. സാക്ഷാൽ ചാൾസ് ഡാർവിന്റെ മച്ചുനനായിരുന്നു (cousin) ഗാൾട്ടൺ. മനുഷ്യന്റെ ബുദ്ധിശക്തിയെക്കുറിച്ച് ഏറ്റവും വിശദമായ പഠനങ്ങൾ നടത്തിയത് അദ്ദേഹമായിരുന്നു.

പരമ്പരാഗതമായ ബൈബിൾ വാദഗതികൾ

ഉന്നതകുലജാതനായ ഗാൾട്ടന്റെ കുട്ടിക്കാലം സന്തോഷപ്രദമായിരുന്നു. പക്ഷേ, പള്ളിയിലെയും സ്കൂളിലെയും മതപരവും വിശ്വാസപരവുമായ പഠനംകൊണ്ട് ഒരു പ്രയോജനവും ലഭിച്ചില്ലെന്ന് അദ്ദേഹം പറയുമായിരുന്നു. ചാൾസ് ഡാർവിന് അദ്ദേഹം ഈ അനുഭവത്തെക്കുറിച്ച് തുറന്നെഴുതുന്നുണ്ട്. ബൈബിൾ വാദഗതികൾ അദ്ദേഹത്തിന്റെ ചിന്തയെ 'നികൃഷ്ടമാക്കി' എന്നു പറയുന്നുണ്ട്. അന്നത്തെ ഉന്നതകുലജാതരുടെ പതിവനുസരിച്ച് ഗാൾട്ടണെയും ഡോക്ടറാകണമെന്ന് മാതാപിതാക്കൾ തീരുമാനിച്ചു.

യാത്ര ചെയ്യാനുള്ള ആർത്തി

യാത്ര ചെയ്യാനുള്ള താല്പര്യംമൂലം യൂറോപ്പിലെ പ്രധാന സ്ഥാപനങ്ങളിലെല്ലാം കൗമാരക്കാരനായ ഗാൾട്ടൺ പോയിരുന്നു. പിന്നീട് ബർമ്മിങ്ഹാമിലും ലണ്ടനിലും അദ്ദേഹം വൈദ്യശാസ്ത്രപരിശീലനം നേടി. ഒരു 'ദേശാടനപ്പക്ഷിയെപ്പോലെ' യാത്ര ചെയ്തുവെന്ന് അദ്ദേഹം

പറയുന്നു. ജർമ്മനിയിലെ ഗീസെൻ യൂണിവേഴ്സിറ്റിയിലെ രസതന്ത്ര ലക്ചറുകൾ പൂർത്തിയാക്കാതെ തെക്കുകിഴക്കൻ യൂറോപ്പിലേക്ക് പുറപ്പെട്ടു. വിയന്നയിൽനിന്നും കോൺസ്റ്റാന്റിനോപ്പിളിലേക്കും സ്മിർനയിലേക്കും ആതൻസിലേക്കും പോയി. ആതൻസിലെ യാത്രയിൽ സ്ലൊവേനിയയിലെ ആഡെൽസ്ബെർഗ് ഗുഹകളിൽ പോവുകയും കണ്ണുകാണാത്ത ഉഭയജീവിയായ പ്രോട്ടിയസിനെ ഇംഗ്ലണ്ടിലേക്ക് കൊണ്ടുവരികയും ചെയ്തു. അതിനെ ആദ്യമായാണ് ഇംഗ്ലണ്ടിൽ കൊണ്ടുവരുന്നത്. മടക്കത്തിൽ കേംബ്രിഡ്ജിലെ ട്രിനിറ്റി കോളേജിൽ ചേരുകയും മൂന്നാം വർഷം മാനസികമായി തകരുകയും മെഡിക്കൽ പഠനം പൂർത്തിയാക്കാൻ കഴിയാതെ എം എ ബിരുദം നേടുകയും ചെയ്തു. എന്നാൽ വേഗംതന്നെ ആ മാനസിക അസ്വാസ്ഥ്യത്തിൽനിന്ന് മുക്തി നേടി വളരെ കർമ്മനിരതനാവുകയും ചെയ്തു.

മെഡിക്കൽ പഠനം തുടർന്നില്ല

കേംബ്രിഡ്ജിലെ മെഡിക്കൽ പഠനം തുടരാനാകാതെ വന്നതോടെ അദ്ദേഹം ലണ്ടനിൽ മെഡിക്കൽ പഠനം തുടരാൻ ശ്രമിച്ചു. പക്ഷേ, അത് പൂർത്തീകരിക്കുന്നതിന് മുമ്പായി പിതാവ് അന്തരിച്ചു. അതദ്ദേഹത്തിന് വൈകാരിക ആഘാതം സൃഷ്ടിച്ചു. പക്ഷേ, ഗാൾട്ടണ് മെഡിക്കൽ പഠനം തുടരുന്നതിനാവശ്യമായ സാമ്പത്തികഭദ്രത പിതാവിന്റെ ദായഭാഗത്തിൽനിന്നുണ്ടായിരുന്നു.

പര്യവേക്ഷകൻ

ഗാൾട്ടന്റെ യാത്രാപ്രേമം വീണ്ടും തലപൊക്കി. 1845–46 കാലത്ത് സ്നേഹിതരൊത്ത് നൈൽ തീരങ്ങളിലേക്കും പരിശുദ്ധനാടുകളിലേക്കും തനിയെയും യാത്ര ചെയ്തു. പിന്നീട് ശ്രദ്ധാപൂർവ്വം നടത്തിയ ഒരു പര്യവേക്ഷണത്തിൽ അതുവരെ ആരും പോകാത്ത തെക്കുപടിഞ്ഞാറൻ ആഫ്രിക്കയിലേക്കും പോയി. റോയൽ ജ്യോഗ്രാഫിക് സൊസൈറ്റിയുമായി കൂടിയാലോചിച്ച് ങ്കാമി തടാകത്തിലേക്ക് തെക്കുനിന്നും പടിഞ്ഞാറുനിന്നും വഴിയുണ്ടോ എന്ന് നോക്കുവാനും പരിപാടിയിട്ടു. അത് വാൽവിസ് ഉൾക്കടലിന് കിഴക്കും കലഹാരി മരുഭൂമിയുടെ വടക്കുമാണ് സ്ഥിതിചെയ്യുന്നത്. ഈ പര്യവേക്ഷണത്തിലെ വടക്കോട്ടും കിഴക്കോട്ടുമുള്ള യാത്രകൾ വളരെ ബുദ്ധിമുട്ടേറിയതും അപകടകരവുമായിരുന്നതിനാൽ പര്യവേക്ഷകർക്ക് തടാകത്തിലെത്താനായില്ല. എങ്കിലും അവർക്ക് വളരെ വിലപ്പെട്ട വിവരങ്ങൾ ലഭിച്ചു. അതനുസരിച്ച് മുപ്പത്തൊന്നാമത്തെ വയസ്സിൽതന്നെ ഗാൾട്ടണെ ജ്യോഗ്രാഫിക് സൊസൈറ്റിയിലേക്ക് തെരഞ്ഞെടുക്കപ്പെട്ടു. തുടർന്ന് മൂന്നുവർഷത്തിന് ശേഷം റോയൽ സൊസൈറ്റിയിലും അംഗത്വം ലഭിച്ചു.

ബഹുമുഖ പ്രതിഭ

ഗാൾട്ടൺ രണ്ട് പ്രാവശ്യം വിവാഹിതനായെങ്കിലും കുട്ടികളുണ്ടായില്ല. അദ്ദേഹം ഒമ്പത് ഗ്രന്ഥങ്ങളും ഇരുനൂറോളം പ്രബന്ധങ്ങളും പ്രസിദ്ധീകരിച്ചിട്ടുണ്ട്. അവയെല്ലാം വളരെ വ്യത്യസ്തങ്ങളായ വിഷയങ്ങളെ സംബന്ധിച്ചുള്ളവയായിരുന്നു. അദ്ദേഹം കൈകാര്യം ചെയ്ത വിഷയങ്ങളും അവയിലെ നേട്ടങ്ങളും നോക്കിയാൽ നാം അദ്ദേഹത്തിന്റെ അപാരമായ ബുദ്ധിശക്തിയെക്കുറിച്ച് അത്ഭുതപരതന്ത്രരാകും. ഉദാഹരണമായി, വ്യക്തിപരമായി തിരിച്ചറിയുന്നതിലുള്ള വിരലടയാളങ്ങളുടെ ഉപയോഗം.

സ്റ്റാറ്റിസ്റ്റിക്സിന്റെ ശാഖയായ കൊറിലേഷനൽ കാൽക്കുലസ് (correlational calculus) ഇവ രണ്ടിലും അദ്ദേഹത്തിന്റെ സംഭാവനയുണ്ട്. കൂടാതെ ഇരട്ടകളെക്കുറിച്ചുള്ള പഠനം, രക്തം കുത്തിവെക്കൽ, കുറ്റകൃത്യപഠനം, അവികസിതരാജ്യങ്ങളിലേക്കുള്ള യാത്ര, കാലാവസ്ഥാപഠനം എന്നീ വിഷയങ്ങളിൽ അദ്ദേഹം അഗ്രഗണ്യനായിരുന്നു. എല്ലാ പ്രബന്ധങ്ങളിലും ഫലങ്ങളെ അളക്കുന്നതിൽ അദ്ദേഹം പ്രത്യേകം നിഷ്കർഷിച്ചിരുന്നു. അത് മെച്ചപ്പെടുത്തുന്നതിൽ അദ്ദേഹം തല്പരനായിരുന്നു. ഒരു പഠനത്തിൽ പ്രാർത്ഥനയുടെ ഫലത്തെപ്പറ്റിയുള്ള സ്റ്റാറ്റിസ്റ്റിക്കൽ വിശകലനം കൊടുത്തിരുന്നു.

ബീജഗുണോല്കർഷവിജ്ഞാനീയം

ബീജഗുണോല്കർഷവിജ്ഞാനീയം എന്ന യൂജെനിക്സിൽ അദ്ദേഹത്തിന് വളരെയധികം താല്പര്യമുണ്ടായിരുന്നു. ആ താല്പര്യത്തിന്റെ പേരിലായിരുന്നു അദ്ദേഹം അധികവും അറിയപ്പെട്ടിരുന്നത്. അദ്ദേഹത്തിന്റെ ജീവിതത്തിന്റെ പിന്നീടുള്ള കാലമത്രയും അതിനായി സമർപ്പിച്ചു എന്നു പറയാം. അദ്ദേഹം ഉദ്ദേശിച്ചത് തെരഞ്ഞെടുത്ത മാതാപിതൃത്വത്തിലൂടെ ശാരീരികവും മാനസികവുമായി മികച്ച ഭാവിതലമുറയെ വാർത്തെടുക്കാം എന്ന ആശയമായിരുന്നു. അദ്ദേഹത്തിന്റെ മച്ചുനനായ ചാൾസ് ഡാർവിന്റെ *ജീവജാതികളുടെ ഉത്ഭവം* എന്ന വിപ്ലവകരമായ സിദ്ധാന്തം പുറത്തുവന്നതോടെ അതിനെ സർവ്വാത്മനാ ഉൾക്കൊള്ളാൻ ഏറ്റവും മുന്നിൽനിന്നത് ഫ്രാൻസിസ് ഗാൾട്ടണായിരുന്നു. പരിണാമസിദ്ധാന്തത്തിന്റെ വെളിച്ചത്തിൽ മനുഷ്യനും പരിണാമത്തിന് വിധേയനാണ് എന്ന അറിവിലാണ് ഗാൾട്ടൺ തന്റെ യൂജെനിക്സ് പടുത്തുയർത്തിയത്.

ഗാൾട്ടൺ പരിണാമസിദ്ധാന്തത്തെ സമീപിച്ചത് രണ്ട് വീക്ഷണകോണിലൂടെ ആയിരുന്നു. ഒന്നാമതായി പരിണാമസിദ്ധാന്തം യാഥാസ്ഥിതികവിശ്വാസങ്ങളെ വിറളി പിടിപ്പിക്കുന്നു. രണ്ടാമതായി അതിലുള്ള യൂജെനിക്സിന്റെ സാദ്ധ്യത. യൂജെനിക്സ് എന്ന പദം സൃഷ്ടിച്ചത് തന്നെ ഗാൾട്ടണാണ്. ശാരീരികവും മാനസികവുമായി മെച്ചപ്പെട്ട തലമുറയെ സൃഷ്ടിക്കുവാൻ പറ്റിയ തെരഞ്ഞെടുത്ത മാതാപിതാക്കളിലൂടെ സമൂ

ഹത്തിൽ നല്ല ജീനുകളുള്ള തലമുറ സൃഷ്ടിക്കുവാൻ കഴിയുമെന്നാണ് ഗാൾട്ടൺ അവതരിപ്പിച്ചത്.

തന്റെ *ഹെറിഡിറ്ററി ജീനിയസ്* (Hereditary Genius (1869)) എന്ന ഗ്രന്ഥത്തിൽ അസാമാന്യധിഷണാപാടവമുള്ളവരെ വിശേഷിപ്പിക്കുന്നത് 'ജന്മസിദ്ധവും അസാമാന്യവും ആയ കഴിവ്' എന്നാണ്. ശാരീരികവും മാനസികവുമായ കഴിവുകൾ തുല്യമായി തലമുറയിലേക്ക് പകർത്തപ്പെടുന്നു എന്നായിരുന്നു അദ്ദേഹത്തിന്റെ അവകാശവാദം. ജനിതകശാസ്ത്രത്തിന്റെ പിതാവായ മെൻഡലിന്റെ ജനിതകനിയമങ്ങൾതന്നെ ഈ അവകാശവാദത്തിന് എതിരാണ്. *ഹെറിഡിറ്ററി ജീനിയസ്* പുറത്തുവന്നതോടെ അതിനെതിരെ എതിർപ്പുമായി ഡാർവിൻ ഗാൾട്ടണ് എഴുതുകയുണ്ടായി. 'ബുദ്ധിമാന്ദ്യമുള്ളവരൊഴിച്ച് മനുഷ്യരിൽ ബുദ്ധിശക്തിയുടെ കാര്യത്തിൽ കാര്യമായ മേന്മ അവകാശപ്പെടാനില്ല. താല്പര്യവും കഠിനാദ്ധ്വാനവുമാണ് പ്രധാനം.' എന്നാൽ ഈ ഗ്രന്ഥം ഡാർവിനെ മനുഷ്യന്റെ പരിണാമത്തെക്കുറിച്ച് അധികം ചിന്തിക്കുവാൻ പ്രേരണ നല്കി. ഗാൾട്ടണെ 1859 ൽ പ്രസിദ്ധീകരിച്ച *ജീവജാതികളുടെ ഉത്ഭവം* എന്ന ഗ്രന്ഥത്തിൽ പരമർശിച്ചിരുന്നില്ല. എന്നാൽ 1871 ൽ പ്രസിദ്ധീകരിച്ച *ഡിസ്സെന്റ് ഓഫ് മാൻ* (Descent of Man) എന്ന ഗ്രന്ഥത്തിൽ അദ്ദേഹം പലയിടത്തും ഉദ്ധരിക്കപ്പെടുന്നുണ്ട്.

വീക്ഷണങ്ങൾ

1883 ൽ പ്രസിദ്ധീകരിച്ച *മനുഷ്യന്റെ കഴിവുകളിലേക്കുള്ള അന്വേഷണം* (Inquiries into Human Faculty) 1869 മുതൽ 1883 വരെ എഴുതിയ നാല്പത് ലേഖനങ്ങളുടെ സമാഹാരമാണ്. അദ്ദേഹമെഴുതിയ ഈ വലിയ ഗ്രന്ഥം മനുഷ്യന്റെ കഴിവുകളെപ്പറ്റിയുള്ള തന്റെ ശാസ്ത്രീയനിഗമനങ്ങളുടെയും വീക്ഷണങ്ങളുടെയും സമാഹാരമാണ്. ഏതു വിഷയം കൈകാര്യം ചെയ്യുമ്പോഴും അതിലദ്ദേഹം മൗലികത പുലർത്തുമായിരുന്നു. പ്രതിപാദനരീതി ഹ്രസ്വവും ഹൃദ്യവും ലളിതവുമാണ്. വളരെ വിനയത്തോടും പ്രതിപക്ഷബഹുമാനത്തോടുംകൂടി മാത്രമെ വാദഗതികൾ അവതരിപ്പിക്കുമായിരുന്നുള്ളൂ. അദ്ദേഹത്തിന്റെ വില്പത്രമനുസരിച്ച് ലണ്ടൻ യൂണിവേഴ്സിറ്റിയിൽ ഒരു ചെയർ സ്ഥാപിച്ചിരുന്നു.

യൂജെനിക്സ് സിദ്ധാന്തത്തിന്റെ സ്ഥാപകൻ

ഇരുപതാം നൂറ്റാണ്ടിൽ ഗാൾട്ടൺ അറിയപ്പെടുന്നത് പ്രധാനമായും യൂജെനിക്സ് സിദ്ധാന്തത്തിന്റെ സ്ഥാപകൻ എന്ന നിലയിലാണ്. എന്നാൽ ശാസ്ത്രീയവും സാമൂഹ്യവുമായ തെളിവുകൾ പറയുന്നത് ജന്മസിദ്ധവും ജൈവശാസ്ത്രപരവുമായ കഴിവുകളേക്കാൾ സാമൂഹ്യ വിദ്യാഭ്യാസസാഹചര്യങ്ങൾ സുപ്രധാനമാണെന്നാണ്.

യൂജെനിക്സ് സിദ്ധാന്തം ഹിറ്റ്ലറെപ്പോലുള്ള ഫാസിസ്റ്റ് ഏകാധിപതികളുടെ കരങ്ങളിൽ വംശീയവിദ്വേഷമായി വളർന്നു. അവ എത്ര

മാത്രം അപകടവും അത്യാഹിതവും വിതച്ചുവെന്ന് നാം കണ്ടുകഴിഞ്ഞു. അപ്രകാരം നോക്കുമ്പോൾ ഗാൾട്ടൺ ഒരു പിന്തിരിപ്പനായി മുദ്രകുത്തപ്പെടാം. പക്ഷേ, നിഷ്പക്ഷമായി നോക്കുമ്പോൾ അദ്ദേഹം ഹിറ്റ്ലറുടെ പോലുള്ള അഭിപ്രായമല്ല വെച്ചുപുലർത്തിയിരുന്നതെന്ന് കാണാം. അദ്ദേഹം പ്രത്യേക അവകാശാധികാരങ്ങളുള്ള ഒരു ഉപരിവർഗ്ഗസൃഷ്ടി ഉദ്ദേശിച്ചിരുന്നില്ല.

ഒരു ജനതയെ മുഴുവൻ ഉയർത്തുകയായിരുന്നു അദ്ദേഹം ലക്ഷ്യമിട്ടത്. അവിടെ അടിസ്ഥാനപരമായ മനുഷ്യാവകാശം ചവുട്ടിമെതിക്കപ്പെടുന്നില്ല. യൂജെനിക്സ് സിദ്ധാന്തത്തിന് മതിയായ ശാസ്ത്രീയതെളിവുകളുടെ പിൻബലം ഉണ്ടായിരുന്നില്ല. മെൻഡലിന്റെ കണ്ടുപിടിത്തങ്ങൾ വന്നത് കുറെ കഴിഞ്ഞാണ്. എല്ലാക്കാലവും ഓർമ്മിക്കപ്പെടേണ്ട മഹാപ്രതിഭാശാലിയായ ഗാൾട്ടൺ 1911 ജനുവരി 11 സറെയിലുള്ള ഹാസിൽമീർ ഗ്രെഷോട്ട് ഭവനത്തിൽ വെച്ച് അന്തരിച്ചു.

ഗ്രഗൊർ ജൊഹാൻ മെൻഡൽ (1822 - 1884)
ശാസ്ത്രജ്ഞനായ പുരോഹിതൻ

അഗസ്തീനിയൻ കത്തോലിക്ക പുരോഹിതനായ മെൻഡലാണ് പാരമ്പര്യം കൈമാറ്റം ചെയ്യുന്നവയുടെ നിയമങ്ങൾ കണ്ടുപിടിച്ചത്. ഒരു പുരോഹിതനെങ്കിലും അദ്ദേഹം ശാസ്ത്രീയഗവേഷണങ്ങളിൽ വ്യാപൃതനായിരുന്നു. അദ്ദേഹത്തിന്റെ അച്ഛൻ ഒരു കൃഷിക്കാരനും മുത്തച്ഛൻ തോട്ടക്കാരനുമായിരുന്നു. ഡാർവിനെപ്പോലെ മെൻഡലും കുട്ടിക്കാലം മുതൽ പ്രകൃതിശാസ്ത്രത്തിൽ തല്പരനായിരുന്നു. മെൻഡലിന്റെ ഗവേഷണം പയറുചെടികളിലായിരുന്നു. മൊറാവിയക്കാരനായ അദ്ദേഹം ചെക്കോസ്ലാവാക്യയിലെ ഹൈൻസീസിലാണ് ജനിച്ചത്. അദ്ദേഹത്തെ ആദ്യം പഠിപ്പിച്ചത് അവിടത്തെ പുരോഹിതനായിരുന്നു. പിന്നീട് ഓൾമുട്സിലെ തത്ത്വചിന്താസ്ഥാപനത്തിലായിരുന്നു വിദ്യാഭ്യാസം. സാമ്പത്തിക ബുദ്ധിമുട്ടുള്ളതിനാൽ ആ പഠനം ഉപേക്ഷിച്ച് 1843 ൽ മൊണാസ്റ്ററിയിൽ ചേർന്നു.

സാമ്പത്തിക ബുദ്ധിമുട്ട്

സാമ്പത്തിക ബുദ്ധിമുട്ടിനെപ്പറ്റി വേവലാതിപ്പെടാതെ പഠിക്കുവാൻ പറ്റിയ സ്ഥലം മൊണാസ്റ്ററിയാണെന്ന് അദ്ദേഹത്തിന് മനസ്സിലായി. അതുകൊണ്ടാണദ്ദേഹം വൈദികവൃത്തി സ്വീകരിച്ചത്. മൊണാസ്റ്ററി അദ്ദേഹത്തിന് തോട്ടം നോക്കാനുള്ള പണിയും ഗ്രഗൊർ എന്ന പേരും നല്കി. 1847 ൽ അദ്ദേഹത്തിന് പുരോഹിതപ്പട്ടം ലഭിച്ചു. നാലു വർഷത്തിനുശേഷം അദ്ദേഹം വിയന്നയിൽ പോയി ഫിസിക്സും രസതന്ത്രവും സസ്യശാസ്ത്രവും പഠിച്ചു. തിരിച്ചു മോണാസ്റ്ററിയിൽ ചെന്നപ്പോൾ കുട്ടികളെ പ്രകൃതിശാസ്ത്രം പഠിപ്പിക്കുന്ന ജോലി മെൻഡലിന് ലഭിച്ചു.

ഒഴിവുസമയങ്ങളിലെ ഗവേഷണം

മെൻഡലിന്റെ ഒഴിവുസമയങ്ങളിൽ ഗവേഷണങ്ങളിൽ മുഴുകുക തന്റെ സ്ഥിരം പരിപാടിയായിരുന്നു. അതുവരെ ചെടികളെ വളർത്തുന്നതിനെപ്പറ്റി പഠനം നടത്തിയിരുന്നെങ്കിലും അതിനെ സ്ഥിതിവിവരശാസ്ത്രമനുസരിച്ച് അപഗ്രഥിക്കുവാൻ ആരും മെനക്കെട്ടിരുന്നില്ല. ഒരു പുരോഹിതനായ ശാസ്ത്രജ്ഞനെ ശാസ്ത്രജ്ഞരും പുരോഹിതരും ഒരുപോലെ അകറ്റിനിർത്തിയിരിക്കാം. എന്നാൽ കുട്ടിക്കാലം മുതലുള്ള അദ്ദേഹത്തിന്റെ പ്രകൃതിശാസ്ത്രത്തോടുള്ള അഭിനിവേശം ഏത് എതിർപ്പിനെയും ജയിക്കാൻ പോന്നതായിരുന്നു.

അദ്ദേഹത്തിന്റെ താല്പര്യം

മെൻഡലിന്റെ പ്രകൃതിശാസ്ത്ര അടിത്തറയും അറിവുമാണദ്ദേഹത്തെ എന്നും സഹായിച്ചതും പ്രേരിപ്പിച്ചതും. പയറുചെടികളിലാണദ്ദേഹം പരീക്ഷണങ്ങൾ നടത്തിയിരുന്നത്. സാധാരണ കൃഷിചെയ്യുന്ന ഇനങ്ങളാണദ്ദേഹം പരീക്ഷണത്തിന് തെരഞ്ഞെടുത്തത്. അവയെ പരീക്ഷണാർത്ഥം നിയന്ത്രിത ചുറ്റുപാടുകളിൽ വളർത്തിപ്പോന്നു. അവ പരീക്ഷണത്തിന് പറ്റിയ ശുദ്ധമായ ഇനങ്ങളായിരുന്നു. വിത്തുകളിലെ ഏഴു തരം ഗുണങ്ങളെയാണ് പരീക്ഷിക്കുവാൻ തെരഞ്ഞെടുത്തത്. അദ്ദേഹം അവയെ പരസ്പരം സങ്കരപ്രക്രിയ ചെയ്ത് പഠനം നടത്തി. അദ്ദേഹത്തിന്റെ ഒരു നിരീക്ഷണം ഇതായിരുന്നു. ഉയരം കുറഞ്ഞ ചെടികൾ സങ്കരത്തിന് ശേഷവും ഉയരം കുറഞ്ഞവയെ മാത്രമെ ഉല്പാദിപ്പിച്ചിരുന്നുള്ളൂ. എന്നാൽ ഉയരം കൂടിയവയാകട്ടെ ഉയരമുള്ളതും ഉയരം കുറഞ്ഞവയെയും ഉല്പാദിപ്പിച്ചിരുന്നു. ഉയരം കൂടിയ ചെടികൾ മൂന്നിലൊന്നു മാത്രമെ ഉയരമുള്ളവ ഉല്പാദിപ്പിച്ചിരുന്നുള്ളൂ.

അതായത് നീളമുള്ള ചെടികളിൽ രണ്ടു തരമുണ്ട്. ഒരു വിഭാഗം ശരിയായി ആ ഗുണം പ്രകടിപ്പിക്കുന്നതും മറ്റേ വിഭാഗം അപ്രകാരം പ്രകടിപ്പിക്കാത്തതും. ആദ്യം ലഭിച്ച തെളിവുകളിൽ പ്രചോദിതനായി അദ്ദേഹം തന്റെ പരീക്ഷണങ്ങൾ തുടർന്നു. വ്യത്യസ്തഗുണങ്ങളുള്ള കൂടുതൽ ചെടികൾ മെൻഡൽ പരീക്ഷണങ്ങൾക്കുപയോഗിച്ചു.

മദ്ധ്യനിര ഉണ്ടായില്ല

ആദ്യമൊക്കെ അദ്ദേഹം വിശ്വസിച്ചിരുന്നത് നീളമുള്ള ചെടിയെയും നീളം കുറഞ്ഞ ചെടിയെയും സങ്കരം ചെയ്താൽ അതിനിടയിലുള്ള മദ്ധ്യനിര ചെടികളെ ഉണ്ടാക്കാമെന്നായിരുന്നു. ആ നിഗമനം ശരിയായിരുന്നില്ല. മെൻഡൽ പല തരത്തിലുള്ള ചെടികളെ സങ്കരം ചെയ്ത് അവയുടെ ഫലം സ്ഥിതിവിവരക്കണക്കനുസരിച്ച് വിശകലനം ചെയ്തു. വലുതും ചെറുതുമായവയെ സങ്കരം ചെയ്ത് കിട്ടിയവയെ നട്ടതിന് ശേഷം വലിയ ചെടിയുടെ വിത്തുകൾ അവിടെ മുളപ്പിച്ചു. അതിനുശേഷം

അവയിൽ തെരഞ്ഞെടുത്തവയെ കൃത്രിമമായി പരാഗസംക്രമണം നടത്തി. തല്ഫലമായി സ്വാഭാവികമായി ഈ സങ്കരം ചെയ്തവയിൽനിന്ന് ലഭിക്കുന്ന പരാഗം ലഭിച്ചവ വലിയവയായും കൃത്രിമമായി പരാഗസംക്രമം നടത്തിയവ ചെറുതായും വളർന്നു. ഇതിൽനിന്ന് ഉയരം വെയ്ക്കുന്ന ഗുണം എപ്പോഴും ശക്തമായ ഗുണമാണെന്ന് മനസ്സിലാക്കി.

അവ ശക്തമെന്നർത്ഥമുള്ള ഡോമിനെന്റ് ട്രെയ്റ്റ്(dominant trait)ഉം ഉയരം കുറവുണ്ടാകുന്ന ട്രെയ്റ്റ് താഴ്ന്നുകിടക്കുന്ന റിസെസ്സീവ് ട്രെയ്റ്റുമാണ്(recessive trait). ഈ സ്വഭാവത്തിന് പുരുഷചെടിയെന്നോ സ്ത്രീചെടിയെന്നോ വ്യത്യാസമുണ്ടായിരുന്നില്ല. ഈ പരീക്ഷണം നടത്തുവാൻ എട്ട് വർഷത്തിലധികം സമയവും മുപ്പതിനായിരത്തിൽപരം ചെടികളും വേണ്ടിവന്നിരുന്നു. മെൻഡലിന്റെ ആദ്യത്തെ നിയമമായ ലാ ഓഫ് സെഗ്രിഗേഷൻ (law of segregation) വളർത്തിയ ചെടികളെ അടിസ്ഥാനമാക്കിയായിരുന്നു. ഈ നിയമം പറയുന്നത് പാരമ്പര്യത്തിന്റെ അടിസ്ഥാനമായ ജീനുകൾ (genes) ഇരട്ടകളായാണ് കണ്ടു വരുന്നതെന്നാണ്. വിത്തുകോശങ്ങൾ വിഭജിക്കുമ്പോൾ ഇവയും വിഭജിക്കുന്നു. ഓരോന്നിനും സ്ത്രീപുരുഷബീജങ്ങളിൽനിന്ന് ലഭിക്കുന്നവ ഉണ്ടാകും.

സ്വതന്ത്രമായി തിരിഞ്ഞുചേരുന്നു

രണ്ടാമത്തെ തത്ത്വം ലാ ഓഫ് ഇൻഡിപെന്റന്റ് അസ്സോർട്ട്മെന്റ് (law of independent assortment) ആണ്. ഇതനുസരിച്ച് വ്യത്യസ്തമായ അല്ലീലുകളുടെ (allele) ഇരട്ടകൾ മാതാപിതാക്കളിൽനിന്ന് സ്വതന്ത്രമായി കുട്ടികളിലേക്ക് പകർത്തപ്പെടുന്നു. അതായത് രണ്ട് മാതാപിതാക്കളിലും ഇല്ലാത്ത ജീൻ ചേരുവകളടങ്ങിയ ഗുണങ്ങൾ കുട്ടികളിൽ കണ്ടെന്ന് വരാം. പയറുചെടിയുടെ വെള്ളപ്പൂക്കൾക്ക് പകരം നീലലോഹിതനിറമുള്ള പൂക്കളുണ്ടാക്കുവാനുള്ള കഴിവ് പച്ചയ്ക്ക് പകരം മഞ്ഞപ്പയറുണ്ടാക്കുവാനുള്ള സാദ്ധ്യതയെ കൂട്ടുകയോ കുറയ്ക്കുകയോ ചെയ്യുന്നില്ല എന്നർത്ഥം. അതുപോലെ മനുഷ്യരിൽ കണ്ണിലെ പ്രത്യേക നിറം ഓരോ കൈയിലും ആറുവിരലുണ്ടാകുവാനുള്ള സാദ്ധ്യതയെ കുറയ്ക്കുകയോ കൂട്ടുകയോ ചെയ്യുന്നില്ല. ഇതിന് കാരണം ജീനുകൾ സ്വതന്ത്രമായാണ് തിരിഞ്ഞുചേർന്നു(assort) പോകുന്നത്. മെൻഡലിന് ശേഷം ക്രോമോസോമുകളെക്കുറിച്ച് കൂടുതൽ പഠനങ്ങൾ നടന്നു. ഇപ്പോൾ നമുക്കതിന്റെ കാരണമറിയാം. ആ ട്രെയ്റ്റുകളുടെ ജീനുകൾ ക്രോമോസോമുകളുടെ പലയിടത്തുമായാണ് സ്ഥിതിചെയ്യുന്നത്.

മേധാവിത്തമായി വരുന്നതും ഗുപ്തമായി വരുന്നതും

ഈ രണ്ടു തത്ത്വങ്ങളും ഓരോ സ്വഭാവത്തിന്റെയും മേധാവിത്തമായി വരുന്നതും ഗുപ്തമായി വരുന്നതും (Dominant and Recessive) മനസ്സിലാക്കലായിരുന്നു ജനിതകശാസ്ത്രത്തിന്റെ ആദ്യ ചുവടുവെപ്പുകൾ. എന്നാൽ ഈ നിയമങ്ങളുടെ പരിധിക്കപ്പുറവും പലതും സംഭവി

ക്കാമെന്ന് മെൻഡൽ അന്ന് മനസ്സിലാക്കിയിരുന്നില്ല. അത്തരം ചിലവ പരിണാമ സിദ്ധാന്തത്തിന്റെ സിന്തെറ്റിക് വശത്തിൽ (Synthetic Theory of Evolution)വരുന്നുണ്ട്. മെൻഡലിനു മുമ്പ് "ലാമാർക്ക് ജീവികൾ അവയുടെ ജീവിതത്തിൽ ലഭിച്ചവയെ അടുത്ത തലമുറയിലേക്ക് പകർത്തുന്നു" എന്ന് പറഞ്ഞിട്ടുണ്ട്. എന്നാൽ അതിന് അധികമാരും ചെവി കൊടുത്തിരുന്നില്ല.

മെൻഡൽ ഉയർത്തിയ തെളിവുകൾ ആ കാലഘട്ടത്തിൽ അധികമാരും ശ്രദ്ധിച്ചില്ല. കാലാകാലങ്ങളായി പൗരോഹിത്യവും ശാസ്ത്രലോകവും പരസ്പരം മുഖം തിരിച്ചു നില്പാണ്. പുരോഹിതൻ അഭിപ്രായപ്പെടുന്നത് ശാസ്ത്രജ്ഞനും ശാസ്ത്രജ്ഞൻ പറയുന്നത് പുരോഹിതനും ഉൾക്കൊള്ളാറില്ല. ഈ രണ്ടു സമൂഹത്തിലെ സുപ്രധാനകണ്ണികൾ സ്വതന്ത്രമായ ആശയവിനിമയത്താൽ ബന്ധിക്കാറില്ല. അത് സമൂഹത്തിന് ആവശ്യമാണ്.

ജൊഹാൻ മെൻഡലാകട്ടെ പൗരോഹിത്യത്തിലേക്ക് വന്നത് സാഹചര്യങ്ങളുടെ സമ്മർദ്ദം മൂലമാണ്. അടിസ്ഥാനപരമായി അദ്ദേഹമൊരു ശാസ്ത്രജ്ഞനായിരുന്നു. അദ്ദേഹത്തിന്റെ ഗവേഷണഫലങ്ങൾ പുറത്തുവന്നുകൊണ്ടിരുന്ന ഘട്ടങ്ങളിൽ അദ്ദേഹത്തെ ചുറ്റിപ്പറ്റിയുള്ള വ്യവഹാരികയാഥാർത്ഥ്യങ്ങൾ അദ്ദേഹത്തിനെതിരെയായിരുന്നു. മറുവശത്ത് ശാസ്ത്രലോകമാകട്ടെ ഈ പ്രബന്ധങ്ങൾ ഒരു പുരോഹിതന്റെയല്ലേ എന്ന മുൻവിധിയോടെയാണ് സമീപിച്ചത്. അദ്ദേഹം ജീവിച്ചിരുന്ന കാലത്ത് അർഹിക്കുന്ന അംഗീകാരം ശാസ്ത്രലോകത്തുനിന്ന് ലഭിച്ചില്ല.

ഇന്നദ്ദേഹം ജനിതകശാസ്ത്രത്തിന്റെ പിതാവായി പരിഗണിക്കപ്പെടുന്നു. ഡാർവിനിസത്തെ ബിഷപ്പ് വിൽബർഫോഴ്സ് തുടങ്ങിയ പുരോഹിതവർഗ്ഗമാണ് നഖശിഖാന്തം എതിർത്തത്. എന്നാൽ വേറൊരു പുരോഹിതനായ ജോഹാൻ ഗ്രഗൊർ മെൻഡലിന്റെ സിദ്ധാന്തം ഡാർവിനിസത്തെ സാധൂകരിക്കുന്നതായിരുന്നു!

തോമസ് ഹണ്ട് മോർഗൻ (1866 - 1945)
പഴഈച്ചകളിലെ പരീക്ഷണം

പാരമ്പര്യഗുണങ്ങൾ ക്രോമോസോമിലൂടെയാണ് പകർത്തപ്പെടുന്നതെന്ന് കണ്ടുപിടിച്ച മഹാനാണ് തോമസ് ഹണ്ട് മോർഗൻ. അമേരിക്കയിലെ കാലിഫോർണിയയിലുള്ള പസാദേനയിലായിരുന്നു ജനനം. ജന്തുശാസ്ത്രജ്ഞനും ജനിതകശാസ്ത്രജ്ഞനുമായിരുന്ന അദ്ദേഹം ലളിതമായ പഴഈച്ചകളിലായിരുന്നു പരീക്ഷണങ്ങൾ ചെയ്തിരുന്നത്. ഈ പരീക്ഷണങ്ങളെത്തുടർന്ന് അദ്ദേഹം പാരമ്പര്യഗുണങ്ങൾ ക്രോമോസോമിൽക്കൂടിയാണ് അടുത്ത തലമുറയിലേക്ക് പോകുന്നതെന്ന് വിശദീകരിച്ചു. ജീനുകൾ ക്രോമോസോമുകളിലൂടെ പരസ്പരം ബന്ധിതമാണ്. അപ്രകാരം തിരിച്ചറിയാവുന്ന പാരമ്പര്യഗുണങ്ങൾ തലമുറയിലേക്ക് പകർത്തപ്പെടുന്നു. അദ്ദേഹത്തിന്റെ ഗവേഷണങ്ങൾ ജനിതകശാസ്ത്ര

ത്തിന് അടിത്തറ പാകുന്നതിൽ നിർണ്ണായക പങ്കുവഹിച്ചു. അദ്ദേഹത്തിന് 1933 ലെ വൈദ്യശാസ്ത്രത്തിനുള്ള നൊബേൽ പുരസ്കാരം ലഭിച്ചു. അദ്ദേഹത്തിന്റെ പിതാവ് ചാൾസ് ഹണ്ട് മോർഗൻ നയതന്ത്രജ്ഞനായിരുന്നു. അമ്മാവൻ ജോൺ ഹണ്ട് മോർഗൻ അമേരിക്കയിലെ കോൺഫെഡറേറ്റ് പട്ടാളജനറലായിരുന്നു.

ജന്മവാസന

കുട്ടിക്കാലം മുതൽ തോമസിൽ പ്രകൃതിശാസ്ത്രത്തിൽ വാസന ദൃശ്യമായിരുന്നു. 1866 ൽ അദ്ദേഹത്തിന് കെന്റക്കിയിലെ സ്റ്റേറ്റ് കോളേജിൽനിന്ന് ജന്തുശാസ്ത്രത്തിൽ ബി എസ് ബിരുദം ലഭിച്ചു. തുടർന്ന് ജോൺ ഹോപ്കിൻസ് സർവ്വകലാശാലയിൽ ജൈവശാസ്ത്രത്തിൽ ഉപരി പഠനത്തിന് ചേർന്നു. അവിടെവെച്ച് അദ്ദേഹം ജന്തുക്കളുടെ ശരീരശാസ്ത്രത്തിലും ഭ്രൂണശാസ്ത്രത്തിലും പ്രശസ്തനായ വില്യം കീത്ത് ബ്രൂക്സിന്റെ കീഴിൽ പരിശീലനം നേടി. പി എച്ച് ഡി ലഭിച്ചതിന് ശേഷം അവിടെ തോമസ് ഒരു വർഷം കൂടി പരിശീലനം തുടർന്നു. അതിനുശേഷം അദ്ദേഹം ബ്രൈൻ മാർ കോളേജിൽ അദ്ധ്യാപകജോലിയിൽ പ്രവേശിച്ചു.

ഭ്രൂണശാസ്ത്രത്തിലെ അടിസ്ഥാനഗവേഷണം

1893-1910 കാലഘട്ടത്തിൽ ഭ്രൂണശാസ്ത്രത്തിൽ അടിസ്ഥാനരംഗങ്ങളിൽ തോമസ് ഗവേഷണത്തിൽ മുഴുകിയിരുന്നു. ബീജസങ്കലനത്തിന് ശേഷം ആദ്യഘട്ടമായ അതിവേഗം വളരുന്ന ബ്ലാസ്റ്റോമിയർ (blastomeres) ഘട്ടത്തിൽനിന്ന് വരുന്ന ഭ്രൂണം ഉണ്ടാകുന്നത് തോമസിന്റെ ഒരു ഗവേഷണവിഷയമായിരുന്നു. ന്യൂക്ലിയസ് ഉള്ളതും ഇല്ലാത്തതുമായ സ്ത്രീബീജം ബീജസങ്കലനം നടത്തുന്നത് എപ്രകാരമെന്നും അദ്ദേഹം പഠനം നടത്തിയിരുന്നു. ബീജസങ്കലനത്തിലെ ഭൗതികസാഹചര്യങ്ങൾ അദ്ദേഹത്തിന്റെ പഠനത്തിലുണ്ടായിരുന്നു. അത് ഭാവിയിലെ ഭ്രൂണത്തിന്റെ വളർച്ചയെ ബാധിക്കുന്നോ എന്നും അദ്ദേഹം ഗവേഷണം നടത്തിയിരുന്നു. ഉപ്പിന്റെ സാന്ദ്രത എപ്രകാരം ഇതിനെയെല്ലാം ബാധിക്കുന്നു എന്നും അദ്ദേഹം പഠിച്ചിരുന്നു. 1904 ൽ തോമസ് അവിടത്തെ വിദ്യാർത്ഥിയായ ലിലിയൻ വി സാംപ്സണെ വിവാഹം ചെയ്തു. അവർ കോശശാസ്ത്രവിദഗ്ദ്ധയും ഭ്രൂണശാസ്ത്രജ്ഞയുമായിരുന്നു. അതേവർഷം തോമസിന്റെ ജീവിതത്തിൽ നിർണ്ണായകമായ മറ്റൊരു കാര്യംകൂടി സംഭവിച്ചു. കൊളംബിയ യൂണിവേഴ്സിറ്റിയുടെ ക്ഷണം സ്വീകരിച്ച് അദ്ദേഹം അവിടത്തെ പരീക്ഷണജന്തുശാസ്ത്രവകുപ്പിന്റെ പ്രൊഫസറായി. ഈ പദവിയിലിരുന്ന 24 വർഷം ചരിത്രപ്രധാനമായ അദ്ദേഹത്തിന്റെ ഗവേഷണങ്ങളെല്ലാം നടന്നത് അവിടെ വെച്ചായിരുന്നു.

ഡാർവിനിസത്തിലെ അപൂർണ്ണത

പല ഭ്രൂണശാസ്ത്രജ്ഞരെയും ജൈവശാസ്ത്രജ്ഞരെയുംപോലെ തോമസിനും ഡാർവിനിസത്തിൽ തെളിവിന്റെ പോരായ്മ അനുഭവപ്പെട്ടിരുന്നു. അതായത് പ്രകൃതിയുമായുള്ള ഒത്തുപോകലിലൂടെ ലഭിക്കുന്ന ചെറിയ വ്യതിയാനങ്ങൾ സങ്കീർണ്ണമാകുന്നുണ്ട്. ഈ സങ്കീർണ്ണമാകുന്ന വ്യതിയാനങ്ങൾ ചെറിയ വ്യതിയാനങ്ങൾ ഒത്തുചേർന്നുണ്ടാകുന്നു എന്ന നിഗമനത്തെ അദ്ദേഹം സംശയിച്ചിരുന്നു. ഡാർവിന്റെ പാൻജെനിസിസ് എന്ന സിദ്ധാന്തമല്ലാതെ പാരമ്പര്യമായി ഗുണങ്ങൾ തലമുറയിലേക്ക് വ്യതിയാനങ്ങൾ പകരുന്നത് എപ്രകാരമെന്ന് അദ്ദേഹം വിശദീകരിച്ചിരുന്നില്ല. മോർഗൻ വിശ്വസിച്ചിരുന്നത് പരിണാമസിദ്ധാന്തം ഒരു സത്യമാണ്. പക്ഷേ, ഡാർവിൻ പറയുന്ന പ്രകൃതി നടത്തുന്ന തെരഞ്ഞെടുപ്പ് അപൂർണ്ണമായതാണെന്നാണ്. ആ സിദ്ധാന്തത്തിന്റെ സാധുതയെ പരീക്ഷണാടിസ്ഥാനത്തിൽ തെളിയിക്കാനോ തെളിയിക്കാതിരിക്കാനോ കഴിയില്ല.

മൗലികമായ ചിന്ത

മോർഗന് മൗലികമായ വാദഗതികളുണ്ടായിരുന്നു. മൗലികമായ വിയോജിപ്പുകളുമുണ്ടായിരുന്നു. മെൻഡലിന്റെ സിദ്ധാന്തവും ക്രോമോസോം സിദ്ധാന്തവും ശരിയായ അടിത്തറയിലല്ല ഉയർത്തപ്പെട്ടിരിക്കുന്നതെന്ന് അദ്ദേഹം വാദിച്ചു. രണ്ടു സിദ്ധാന്തങ്ങളും ജൈവപ്രതിഭാസത്തെ വിശദീകരിക്കുന്നത് കോശത്തെ മാത്രം അടിസ്ഥാനമാക്കിയാണ്. ഈ കോശം മനസ്സിലാകാത്ത ഏതോ പ്രവർത്തനങ്ങൾകൊണ്ട് വികസനങ്ങൾ പടിപടിയായി വരുന്നത് നിയന്ത്രിക്കുന്നു എന്ന് അനുമാനിക്കുന്നു. മോർഗനെ സംബന്ധിച്ചേടത്തോളം ഈ ശാസ്ത്രീയവിശ്വാസം പതിനെട്ടും പത്തൊമ്പതും നൂറ്റാണ്ടുകളിൽ നിലവിലിരുന്ന ആദിമരൂപസിദ്ധാന്ത(preformation theory)ത്തോട് സാദൃശ്യമുള്ളതാണ്.

അന്ന് ഭ്രൂണശാസ്ത്രം വിശ്വസിച്ചിരുന്നത് മുതിർന്നതിന്റെ പൂർണ്ണരൂപമുള്ള ഒന്ന് സൂക്ഷ്മാവസ്ഥയിൽ സ്ത്രീപുരുഷബീജങ്ങളിലുണ്ട് എന്നാണ്. 1909–1910 കാലത്ത് മോർഗൻ വിശ്വസിച്ചിരുന്നത് പാരമ്പര്യഗുണങ്ങൾ പകർത്തുന്നതിൽ ക്രോമോസോമിന് പങ്കുണ്ടെന്നാണ്. പക്ഷേ, ഒരൊറ്റ ക്രോമോസോമിന് അപ്രകാരം ചെയ്യാൻ കഴിയുകയില്ല. പല ക്രോമോസോമുകൾക്ക് അതിൽ പങ്കുണ്ട്. മെൻഡലിന്റെ സിദ്ധാന്തങ്ങളുടെ പരിമിതികളെക്കുറിച്ച് അദ്ദേഹം ബോധവാനായിരുന്നു. പാരമ്പര്യഗുണങ്ങൾ പ്രവചിക്കാനും എപ്രകാരമെന്ന് പറയുവാനും കഴിയുമെങ്കിലും സംഭവിക്കുന്നത് പൂർണ്ണമായും ശാസ്ത്രീയമായും പ്രസ്താവിക്കുവാൻ മെൻഡൽ സിദ്ധാന്തം അശക്തമാണ്.

ഓരോ ഇരട്ട ക്രോമോസോമുകളും ഓരോന്നായി വേർപിരിയുന്നു. അവ ഓരോ സ്ത്രീ, പുരുഷബീജങ്ങളിലായി സ്ഥാനം പിടിക്കുന്നു. അതിനുശേഷം മെൻഡൽ കണ്ടെത്തിയതുപോലെ പാരമ്പര്യഘടകങ്ങൾ തല

മുറകളിലേക്ക് പകർത്തപ്പെടുന്നു. പക്ഷേ, ഇതൊന്നും മോർഗന്റെ ശാസ്ത്രീയാന്വേഷണത്തിന് തൃപ്തികരമായില്ല.

ലൈംഗികതയുമായി ബന്ധപ്പെട്ട സ്വഭാവങ്ങൾ

1908 ൽ പഴ ഈച്ചകളിൽ (Drosophila) മോർഗൻ നടത്തിയ ഗവേഷണങ്ങൾ ചരിത്രം സൃഷ്ടിക്കുന്നവയായിരുന്നു. അടുത്ത വർഷം തന്നെ എടുത്തുപറയാവുന്ന മാറ്റം ഒരു പുരുഷ ഈച്ചയിൽ അദ്ദേഹം കണ്ടു. ആ ഈച്ചയുടെ കണ്ണുകൾ വെളുത്തതായിരുന്നു. ആ നിരീക്ഷണത്തിന്റെ അവസരം അദ്ദേഹം ഉപയോഗിച്ചു. ആ ഈച്ചയെ ചുകന്ന കണ്ണുള്ള ഈച്ചകളുമായി സഹവസിക്കുവാനുള്ള സൗകര്യമുണ്ടാക്കി. അതിൽനിന്നുണ്ടായ എല്ലാ കുട്ടികളും ചുവന്ന കണ്ണുള്ളവയായിരുന്നു (F1 generation). അവയിൽനിന്നുള്ള സഹോദരീസഹോദരന്മാർ തമ്മിലുള്ള സംയോഗത്തിൽ ജനിച്ചവയെ എഫ് 2 എന്ന് തരംതിരിച്ചു. അവയിൽ ചിലവ വെളുത്ത കണ്ണുള്ളവയായിരുന്നു. ആ വെളുത്ത കണ്ണുള്ളവയെല്ലാം പുരുഷന്മാരായിരുന്നു. അതുവരെ നിരീക്ഷിക്കാതിരുന്ന ഈ കാര്യത്തെ അദ്ദേഹം ലൈംഗികതയുമായി ബന്ധപ്പെട്ട പ്രതിഭാസമാണെന്ന് അഭിപ്രായപ്പെട്ടു. അത് സ്ത്രീകളിലെ എക്സ് ക്രോമോസോമുമായി ബന്ധപ്പെട്ടതാണെന്ന് കരുതി. ഇതുപോലെ ലൈംഗികതയുമായി ബന്ധപ്പെട്ട വേറെയും സ്വഭാവങ്ങൾ അദ്ദേഹം നിരീക്ഷിച്ചു. ലൈംഗികതയുമായി ബന്ധപ്പെട്ട ഇത്തരം സ്വഭാവങ്ങൾ ഒരുമിച്ചാണ് കണ്ടുവരുന്നത്.

എക്സ് ക്രോമോസോമിൽ ധാരാളം ചെറിയ ജന്മനാ ഉള്ള സ്വഭാവങ്ങളുള്ള യൂണിറ്റുകളുണ്ട്. ഡച്ച് സസ്യശാസ്ത്രജ്ഞനായ വിൽഹെൽഹം ജൊഹാൻസെൻ 1909 ൽ ഈ 'യൂണിറ്റുകളെ' ജീൻ എന്ന് പേരിട്ടു. അവ ക്രോമോസോമുകളിൽ നീളത്തിൽ സ്ഥിതി ചെയ്യാം എന്നും അഭിപ്രായപ്പെട്ടു. ഇതോടെ മെൻഡലിസത്തോടും ക്രോമോസോം സിദ്ധാന്തത്തോടും അദ്ദേഹത്തിന് ഉണ്ടായിരുന്ന എതിർപ്പ് ഉപേക്ഷിച്ചു.

മെൻഡലിസത്തിനും ഡാർവിനിസത്തിനും തെളിവുകളുണ്ട്

പഴ ഈച്ചകളുടെ ഗവേഷണം പുതിയൊരു വഴിത്തിരിവിലാണെന്ന് തോമസ് മോർഗൺ മനസ്സിലാക്കി. അതിന്റെ വമ്പിച്ച സാദ്ധ്യതകളും അദ്ദേഹത്തിന് മനസ്സിലായി. അതോടെ സമാനമനസ്കരുമായി സഹകരിച്ച് ഗവേഷണം വിപുലീകരിക്കുവാൻ തോമസ് മോർഗൺ തീരുമാനമെടുത്തു. എ എച്ച് സ്റ്റുർട് വാന്റ്, സി ബി ബ്രിഡ്ജസ്, എച്ച് ജെ മുള്ളർ എന്നീ കൊളമ്പിയ ബിരുദധാരികളുമായി സഹകരിക്കുവാൻ അദ്ദേഹം തീരുമാനമെടുത്തു. പഴഈച്ചയുടെ കഥ അവസാനിച്ചിട്ടില്ല. ഈ ഗവേഷണം വലിയ തോതിലാക്കുവാൻ മോർഗൻ ശ്രമങ്ങളാരംഭിച്ചു. പാരമ്പര്യത്തെക്കുറിച്ച് പുതിയ അറിവുകൾ ഇപ്രകാരം ലഭിക്കുമെന്ന് മോർഗൻ വിശ്വസിച്ചു. ക്രോമോസോമുകളുടെ നീളത്തിൽ വരച്ചിരിക്കുന്ന മാപ്പിൽ മെൻഡെലിയൻ ജീനുകളെ അടയാളപ്പെടുത്തണം. കൂടുതൽ കോശ

പഠനങ്ങൾ നടത്തിയതോടെ മെൻഡലിന് തെളിവുകളുണ്ടെന്ന് കൂടുതൽ വ്യക്തമായി. ജീനുകളുടെ മാപ്പിലെ സ്ഥാനങ്ങൾ ശരിയാണെന്നും തെളിഞ്ഞു. അപ്രകാരം മെൻഡലിന്റെ സിദ്ധാന്തങ്ങളെ സാധൂകരിച്ചു കൊണ്ട് 1915 ൽ എ എച്ച് സ്റ്റുർട് വാന്റ്, സി ബി ബ്രിഡ്ജസ്, എച്ച് ജെ മുള്ളർ എന്നിവരും മോർഗനും ചേർന്ന് *ദ മെക്കാനിസം ഓഫ് മെൻഡേലിയൻ ഹെരിഡിറ്റി* എന്ന സുപ്രധാനമായ ഗ്രന്ഥം പ്രസിദ്ധീകരിച്ചു. തുടർന്ന് 1916 ഓടെ ഡാർവിനിസത്തെയും കുറെയൊക്കെ അംഗീകരിക്കുവാൻ മോർഗൻ തയ്യാറായി.

ക്ഷണം

1928 ൽ കാലിഫോർണിയ ഇൻസ്റ്റിറ്റ്യൂട്ട് ഓഫ് ടെക്നോളജി സംഘടിപ്പിക്കുവാൻ ക്ഷണിക്കപ്പെട്ടു. കാൽടെക്സിന്റെ ബയോളജി പരിശീലനപരിപാടിയോടനുബന്ധിച്ച് മറൈൻ ലാബറട്ടറി ഓൺ കൊറോണ ഡെൽ മാർ സ്ഥാപിക്കുന്നതിൽ തോമസ് മോർഗൺ സുപ്രധാന പങ്ക് വഹിച്ചു. തുടർന്നുള്ള വർഷങ്ങളിൽ സാർത്ഥകമായ ഗവേഷണങ്ങളിലൂടെ തോമസ് മോർഗണും സഹപ്രവർത്തകരും അവരോടൊപ്പമുള്ള ഗവേഷകവിദ്യാർത്ഥികളും തുടർഗവേഷണങ്ങളിലൂടെ അദ്ദേഹം ജന്മം നല്കിയ പാരമ്പര്യത്തിന്റെ ക്രോമോസോമൽ സിദ്ധാന്തത്തെ പരിപോഷിപ്പിച്ചിരുന്നു. കൊളംബിയയിൽനിന്ന് കാലിഫോർണിയയിലേക്ക് മടങ്ങിയതോടെ പഴ ഈച്ചയുടെ ഗവേഷണത്തിൽനിന്നും അദ്ദേഹം ഭ്രൂണശാസ്ത്രഗവേഷണത്തിലേക്ക് ശ്രദ്ധ പതിപ്പിച്ചുതുടങ്ങി.

പുരസ്കാരങ്ങൾ

1924 ൽ തോമസ് മോർഗണ് ഡാർവിൻ മെഡൽ ലഭിച്ചു. 1933 ൽ 'ഹെരിഡിറ്ററി ട്രാൻസ്മിഷൻ മെക്കാനിസംസ് ഇൻ ഡ്രോസോഫിലിയ'(hereditary transmission mechanisms in Drosophila)പഴ ഈച്ചകളുടെ പാരമ്പര്യഗുണം തലമുറയിലേക്ക് വരുന്നതിനെക്കുറിച്ചുള്ള പഠനത്തിന് ലഭിച്ചു. 1939 ൽ അദ്ദേഹത്തിന് ലണ്ടനിലെ റോയൽ സൊസൈറ്റിയുടെ കോപ്ലി മെഡൽ ലഭിക്കുകയുണ്ടായി. വിദേശിയായ അദ്ദേഹത്തിന് അതൊരു പ്രത്യേക ബഹുമതിയായിരുന്നു. 1927–31 കാലത്ത് അമേരിക്കയിലെ നാഷണൽ അക്കാഡമി ഓഫ് സയൻസസിന്റെ പ്രസിഡന്റായിരുന്നു. 1930 ൽ അമേരിക്കൻ അസ്സോസിയേഷൻ ഫോർ ദി അഡ്വാൻസ്മെന്റ് ഓഫ് സയൻസിന്റെ പ്രസിഡന്റായിരുന്നു. 1932 ൽ ആറാമത്തെ അന്താരാഷ്ട്ര ജനിതക കോൺഗ്രസിന്റെ പ്രസിഡന്റായിരുന്നു. കാൽടെക്കിന്റെ ഫാക്കൽറ്റിയിൽ തോമസ് മോർഗൺ മരണംവരെ ഉണ്ടായിരുന്നു.

ഗ്രന്ഥങ്ങൾ

പ്രസിദ്ധീകരിച്ച പുസ്തകങ്ങൾ ഇവയായിരുന്നു. 1. *പരിണാമ*

സിദ്ധാന്തം. ഇവൊല്യൂഷൻ ആന്റ് അഡാപ്റ്റേഷൻ 1903 (Evolution and Adaptation (1903)) ഇതിൽ അദ്ദേഹം ഡാർവിനിസത്തെ ശക്തമായി വിമർശിക്കുന്നുണ്ട്. *എ ക്രിറ്റിക് ഓഫ് ദി തിയറി ഓഫ് ഇവൊല്യൂഷൻ 1916 (A Critique of the Theory of Evolution, (1916))* ഇതിലും പരിണാമവാദത്തെ വിമർശനത്തോടെയാണ് സമീപിക്കുന്നത്. എങ്കിലും കുറെക്കൂടി ഉദാരമായ സമീപനമാണ്.

2. പാരമ്പര്യഗുണങ്ങൾ വരുന്ന ജനിതകസിദ്ധാന്തങ്ങൾ. *ഹെരിഡിറ്റി ആന്റ് സെക്സ് 1913 (Heredity and Sex (1913))* പഴ ഈച്ചകളിൽ നടത്തിയ പഠനങ്ങളുടെ അടിസ്ഥാനത്തിൽ മെൻഡെലിയൻ സിദ്ധാന്തത്തെ വിലയിരുത്തുകയാണ് ചെയ്യുന്നത്.

3. എ എച്ച് സ്റ്റുർട് വാന്റ്, സി ബി ബ്രിഡ്ജസ്, എച്ച് ജെ മുള്ളർ എന്നിവരുമായി ചേർന്ന് *ദി മെക്കാനിസം ഓഫ് മെൻഡേലിയൻ ഹെരിഡിറ്റി 1915, 1922 ദി തിയറി ഓഫ് ജീൻ 1926 (The Mechanism of Mendelian Heredity (1915; rev. ed., 1922), The Theory of the Gene (1926; enlarged and revised ed., 1928))* ഇതിൽ രണ്ടാമത്തെ പുസ്തകം മെൻഡെലിയൻ സിദ്ധാന്തത്തെ അടിവരയിട്ട് ഉറപ്പിക്കുകയാണ് ചെയ്യുന്നത്. ഇത് അദ്ദേഹം ചെയ്യുന്നത് പല ഏകകോശജീവികളിലും ബഹുകോശജീവികളിലും നടത്തിയ പഠനത്തിന്റെ അടിസ്ഥാനത്തിലാണ്.

4. ഭ്രൂണശാസ്ത്രം. *ദി ഡെവലപ്മെന്റ് ഓഫ് ദി ഫ്രോഗ്സ് എഗ്ഗ്: ആൻ ഇൻട്രൊഡക്ഷൻ റ്റു എക്സ്പീരിമെന്റൽ എംബ്രിയോളജി 1897 എ ഡിട്ടെയ്ൽഡ് ഔട്ട്ലൈൻ ഓഫ് ദി ഡവലപ്മെന്റൽ സ്റ്റേജസ് ഓഫ് ഫ്രോഗ്സ് എഗ്ഗ്സ്, എക്സ്പീരിമെന്റൽ എംബ്രിയോളജി 1927, മോർഗൻസ് സ്റ്റേറ്റ്മെന്റ് ഓൺ ദി വാല്യൂ ഓഫ് എക്സിപീരിമെന്റൽ എംബ്രിയോളജി, എംബ്രിയോളജി ഏന്റ് ജെനറ്റിക്സ 1934 (The Development of the Frog's Egg: An Introduction to Experimental Embryology (1897) a detailed outline of the developmental stages of frogs' eggs; Experimental Embryology (1927), Morgan's statement on the value of experimentation in embryology; Embryology and Genetics (1934))* ജീൻ സിദ്ധാന്തത്തെ ഭ്രൂണശാസ്ത്രത്തിലെ വളർച്ചാഘട്ടങ്ങളിലെ തെളിവുകളുടെ അടിസ്ഥാനത്തിൽ വിശകലനം ചെയ്യുകയാണിവിടെ ചെയ്യുന്നത്.

ഏണസ്റ്റ് ഹീക്കൽ (1834 – 1919)
പരിണാമകഥയുടെ ചുരുക്കം ഭ്രൂണവളർച്ചയിൽ

ഏണസ്റ്റ് ഹീൻ റിച്ച് ഫിലിപ്പ് ആഗസ്റ്റ് ഹീക്കൽ എന്നാണദ്ദേഹത്തിന്റെ മുഴുവൻ പേര്. ഹീക്കൽ അറിയപ്പെടുന്നത് ബയോജനിക് തത്ത്വത്തിന്റെ പേരിലാണ്. അദ്ദേഹം ജർമ്മൻ ജന്തുശാസ്ത്രജ്ഞനും പരിണാമശാസ്ത്രജ്ഞനുമായിരുന്നു. ഏണസ്റ്റ് പരിണാമവാദത്തിന്റെ ആരാ

ധകനായിരുന്നു. ജർമ്മനിയിലെ പോട്സ്ഡാമിലാണ് ഏണസ്റ്റ് ജനിച്ചത്. മനുഷ്യന്റെ പരിണാമത്തെക്കുറിച്ച് അദ്ദേഹത്തിന് പുതിയ സിദ്ധാന്തങ്ങളുണ്ടായിരുന്നു. ഓരോ വർഗ്ഗത്തിലെയും ഭ്രൂണത്തിന്റെ വളർച്ച ആ വർഗ്ഗത്തിന്റെ ആകെയുള്ള പരിണാമത്തിന്റെ ഒരു ആവർത്തനമായിരിക്കും. ചുരുങ്ങിയ സമയത്തിനുള്ളിൽ ആ പരിണാമകഥ ഭ്രൂണവളർച്ചയുടെ വിവിധഘട്ടങ്ങളിലൂടെ ചിലപ്പോൾ അപൂർണ്ണമായി ആവർത്തിച്ചിരിക്കും. ഇതായിരുന്നു ചുരുക്കത്തിൽ അദ്ദേഹത്തിന്റെ സിദ്ധാന്തം.

ജൈവശാസ്ത്രത്തിൽ താല്പര്യം

ഹീക്കലിന്റെ പിതാവ് ഒരു സർക്കാർ ഉദ്യോഗസ്ഥനായിരുന്നു. അതുകൊണ്ട് അദ്ദേഹം പിതാവിന്റെ ജോലിസ്ഥലമായ മേർസ് ബർഗിലാണ് വളർന്നത്. പഠനം വഴ്സ്ബർഗിലും ബർലിൻ യൂണിവേഴ്സിറ്റിയിലുമായിരുന്നു. അവിടത്തെ ഫിസിയോളജിസ്റ്റും അനാറ്റമിസ്റ്റുമായ ഏണസ്റ്റിന്റെ പ്രൊഫസർ, അദ്ദേഹത്തെ ഒരു വേനല്ക്കാല പഠനപര്യടനത്തിന് കൊണ്ടുപോയി. വടക്കൻ കടലിലുള്ള ഹെലിഗോലാന്റ് കടൽത്തീരത്ത് ധാരാളം ചെറിയ കടൽ ജീവികളെ നിരീക്ഷിക്കുവാനും ഏണസ്റ്റിന് പഠിക്കുവാനും സുവർണ്ണാവസരം ലഭിച്ചു.

ഈ കടലിലെ ജൈവശാസ്ത്രത്തെക്കുറിച്ചുള്ള നേരിട്ടുള്ള നിരീക്ഷണവും പഠനവും അദ്ദേഹത്തിന്റെ അന്വേഷണബുദ്ധിയെയും ഗവേഷണത്വരയെയും പ്രചോദിപ്പിച്ചു. അദ്ദേഹം ജന്തുശാസ്ത്രത്തിൽ വളരെ ആകൃഷ്ടനായി. പക്ഷേ, ഒരു കർത്തവ്യനിരതനെന്നനിലയിൽ അദ്ദേഹം 1957 ൽ തന്റെ മെഡിക്കൽ ഡിഗ്രി പൂർത്തീകരിച്ചു. അതദ്ദേഹത്തിന്റെ കുടുംബത്തിന്റെ അഭിലാഷമായിരുന്നു. കുറച്ചുനാൾ ഏണസ്റ്റ് ഡോക്ടറെന്ന നിലയിൽ പ്രാക്ടീസ് ചെയ്തിരുന്നു. അദ്ദേഹത്തിന് ഇറ്റലിയിലേക്ക് പോകാൻ ആഗ്രഹമുണ്ടായിരുന്നു. അതിന് പിതാവ് അനുമതി നല്കിയിരുന്നു. അവിടെ ഏണസ്റ്റ് കുറച്ചുകാലം പെയ്ന്റിങ് പഠിച്ചു. ആ താല്പര്യപ്രകാരം ഒരു കലാകാരന്റെ ജീവിതം സ്വീകരിച്ചാലോ എന്നുപോലും അദ്ദേഹം ചിന്തിച്ചിരുന്നു.

പക്ഷേ, ജന്തുശാസ്ത്രത്തിലെ അഭിനിവേശം അദ്ദേഹത്തെ വിടാൻ ഭാവമില്ലായിരുന്നു. മെസിനയിൽവെച്ച് ഏകകോശ പ്രോട്ടോസോവ കുടുംബത്തിലുള്ള റേഡിയോലാരിയ (one-celled protozoan group Radiolaria) അദ്ദേഹത്തെ ഹഠാദാകർഷിച്ചു. വളരെ സുതാര്യമായിരുന്ന അവ ക്രിസ്റ്റൽ രൂപം (പരൽ രൂപം) പോലെയായിരുന്നു. പിന്നീട് ഹീക്കൽ ചിന്തിച്ചത് ആദിമജീവികൾ ജൈവമല്ലാത്ത പദാർത്ഥങ്ങളിൽനിന്ന് ഉത്ഭവിച്ചപ്പോൾ ജൈവമല്ലാത്ത പദാർത്ഥങ്ങളിൽനിന്ന് പരൽ രൂപത്തിലായിരിക്കാം ഉണ്ടായത്.

ഡാർവിനിസത്തിന് പിന്തുണ

1859 ൽ ചാൾസ് ഡാർവിൻ പ്രസിദ്ധീകരിച്ച *ജീവജാതികളുടെ*

ഉൽഭവം പ്രകൃതി നിർദ്ധാരണത്തിലൂടെ (On the Origin of Species by Means of Natural Selection) എന്ന ഗ്രന്ഥം അദ്ദേഹത്തിന്റെ ശാസ്ത്രീയവീക്ഷണം ഏണസ്റ്റിനെവളരെ സ്വാധീനിച്ചു. 1861 ൽ ഏണസ്റ്റ് ജന്തുശാസ്ത്രത്തിൽ ഗവേഷണപ്രബന്ധം സമർപ്പിച്ചു. 1862 ൽ അദ്ദേഹ ത്തിന് ജന്തുശാസ്ത്രത്തിൽ അസോസിയേറ്റ് പ്രൊഫസറായി നിയമനം ലഭിച്ചു. ആ വർഷംതന്നെ അദ്ദേഹത്തിന്റെ ഇഷ്ടവിഷയമായ റേഡിയോ ലാരിയയെപ്പറ്റിയുള്ള ഏകവിഷയപ്രബന്ധം (monograph) പ്രസിദ്ധീക രിച്ചു. അതിൽ ഡാർവിനിസത്തെ പിന്താങ്ങിക്കൊണ്ട് ഏണസ്റ്റ് എഴുതി യിരുന്നു. അതോടൊപ്പം ഏണസ്റ്റ് മനുഷ്യൻ പരിണമിച്ചതിനെക്കുറിച്ച് സാധാരണജനങ്ങളോട് ശാസ്ത്രീയപ്രസംഗങ്ങൾ നടത്തുമായിരുന്നു. പറ്റിയ ചുറ്റുപാടുകളിൽ പ്രകൃതിനിർദ്ധാരണത്തിലൂടെ പുതിയ ജീവ ജാതികൾ ഉത്ഭവിക്കുന്നതിനെക്കുറിച്ചാണ് ഡാർവിൻ പഠനങ്ങൾ നടത്തി എഴുതിയത്. എന്നാൽ ഹീക്കലിനെ സംബന്ധിച്ചേടത്തോളം ഡാർവി നിസം ഒരു ആരംഭം മാത്രമായിരുന്നു. ഗവേഷണങ്ങൾ തുടർന്നു നട ത്തണം. 1865 ൽ അദ്ദേഹം പ്രൊഫസറാവുകയും റിട്ടയർ ചെയ്യുന്നതു വരെ അവിടെ തുടരുകയും ചെയ്തു.

ദാർശനിക കാഴ്ചപ്പാട്

ഹീക്കലിന്റെ പരിണാമസിദ്ധാന്തത്തെക്കുറിച്ചുള്ള വീക്ഷണം പ്രകൃ തിയെ ആകെ ഉൾക്കൊള്ളുന്ന ദാർശനിക നിലപാടായിരുന്നു. മാത്രമല്ല പള്ളിയുടെ കാരണവും വിധിയും അംഗീകരിക്കുന്നതിന് എതിരുമായി രുന്നു. 1866 ൽ അദ്ദേഹം പ്രസിദ്ധീകരിച്ച *ജനറൽ മോർഫോളജി ഓഫ് ഓർഗാനിസംസ്* എന്ന ഗ്രന്ഥം അദ്ദേഹത്തിന്റെ പരിണാമസിദ്ധാന്തത്തെ ക്കുറിച്ചുള്ള വീക്ഷണങ്ങൾ ഉൾക്കൊള്ളുന്നതായിരുന്നു. ശാസ്ത്ര സമൂഹം ഇതിൽ അത്ര ശ്രദ്ധ ചെലുത്തിയില്ല. ഏണസ്റ്റിന്റെ സാധാരണ ക്കാർക്കുവേണ്ടിയുള്ള ലേഖനങ്ങൾ ഈ ആശയങ്ങൾ ഉൾക്കൊ ള്ളുന്നതായിരുന്നു. അദ്ദേഹത്തിന് ധാരാളം വായനക്കാരുണ്ടായി. പക്ഷേ, അദ്ദേഹത്തിന്റെ സഹപ്രവർത്തകരിൽ പലരും ഇതിനെതിരെ നെറ്റി ചുളി ച്ചിരുന്നു. ജീവനുള്ളവയും അല്ലാത്തവയെയും ഏണസ്റ്റ് ഒരേ ഭൗതിക നിയമങ്ങളിൽ കോർത്തിരുന്നു. ഏറ്റവും താഴ്ന്ന ജീവികളിൽ ന്യൂക്ലിയസ് ഇല്ലാതെ പ്രോട്ടോപ്ലാസം മാത്രമായിരുന്നു. അതിനുതൊട്ട് മുകളിലുള്ള വയിൽ ന്യൂക്ലിയസ് ഉണ്ട്.

ആദിമജീവൻ ഉത്ഭവിച്ചത് ഈ പ്രോട്ടോപ്ലാസത്തിൽനിന്നാണ്. അത് കാർബൺ, പ്രാണവായു, നൈട്രജൻ, ഹൈഡ്രജൻ, സൾഫർ എന്നിവ യിൽനിന്നുത്ഭവിച്ചതാണ്. അന്ന് പ്രോട്ടോപ്ലാസത്തെക്കുറിച്ച് ശാസ്ത്ര ലോകത്തിന് വലിയ താല്പര്യമായിരുന്നു. ഘടനയില്ലാത്ത ആദിമജൈ വരൂപങ്ങൾ ഉണ്ടാകാമെന്ന് ഹീക്കൽ വിശ്വസിച്ചിരുന്നു. അവയെ അദ്ദേഹം മൊണീറ എന്നു വിളിച്ചു. ഏണസ്റ്റ് ഏകകോശജീവികളിൽ ന്യൂക്ലിയസുള്ളവയും മൂന്നു ജൈവവിഭാഗങ്ങളും തരം തിരിച്ചിരുന്നു. അവ

ജന്തുക്കളും സസ്യങ്ങളും അവയിൽപെടാത്ത 'പ്രോട്ടിസ്റ്റ (protista)'യും ആയിരുന്നു. അദ്ദേഹത്തിലെ പഴയ കലാകാരൻ ജീവിവർഗ്ഗങ്ങളുടെ പരിണാമപരമായ താവഴി രേഖപ്പെടുത്തുമ്പോൾ (genealogical trees) ഏണസ്റ്റ് ഹെക്കൽ മനുഷ്യൻ എപ്രകാരം താഴ്ന്ന ജീവിവർഗ്ഗങ്ങളിൽനിന്ന് പരിണമിച്ചുണ്ടായി എന്ന് വിശദീകരിച്ചിരുന്നു.

പാരമ്പര്യഗുണങ്ങളെപ്പറ്റിയും ഏണസ്റ്റ് ഹെക്കൽ ചിന്തിച്ചിരുന്നു. 1866 ൽ അദ്ദേഹം നിരീക്ഷിച്ചത് കോശത്തിലെ ന്യൂക്ലിയസാണ് പാരമ്പര്യത്തെ തീരുമാനിക്കുന്നതെന്നാണ്. തുടർന്നദ്ദേഹം സുപ്രധാനമായ മോളിക്യൂളാർ ചലനത്തെപ്പറ്റി ചിന്തിക്കുവാൻ തുടങ്ങി. 1876 ൽ പാരമ്പര്യം മോളിക്യൂൾ നിലവാരത്തിലാണ് എന്ന നിഗമനത്തിനെത്തിച്ചേർന്നിരുന്നു. അതിനെ ഏണസ്റ്റ് ഹെക്കൽ (The Generation of Waves in the Small Vital Particles) എന്നു വിളിച്ചു. അവ ശാഖകളാകുന്നതിനെ പറ്റിയും അദ്ദേഹം പരാമർശിച്ചിരുന്നു. പ്രോട്ടോപ്ലാസം ഉണ്ടാക്കുന്ന മോളിക്യൂളുകളെ അദ്ദേഹം പ്ലാസ്റ്റിഡ്യൂൾസ് (plastidules) എന്നുവിളിച്ചു.

ഏണസ്റ്റ് ഹെക്കലിന്റെ ഈ നിർദ്ദേശങ്ങളിലൂടെ സുപ്രധാനമായ ജൈവശാസ്ത്രപരമായ ചോദ്യങ്ങളെ വെളിച്ചത്തുകൊണ്ടുവരാൻ സഹായിച്ചു. അദ്ദേഹത്തിന്റെ ഗാസ്ട്രിയ സിദ്ധാന്തം (gastraea theory) പറയുന്നത് എല്ലാ ബഹുകോശജീവികളും രണ്ടു നിരയിൽ കോശങ്ങളുള്ള ഏതോ പിതാമഹനിൽനിന്നുത്ഭവിച്ചതാകാൻ സാദ്ധ്യതയുണ്ടെന്നായിരുന്നു. ഈ സിദ്ധാന്തം ധാരാളം ചിന്തകൾക്കും അന്വേഷണങ്ങൾക്കും തിരികൊളുത്തിയിരുന്നു. നട്ടെല്ലില്ലാത്ത ജീവികളായ മെഡൂസകൾ, റേഡിലാരിയനുകൾ, സൈഫണോപോറുകൾ, കാത്സിയമുള്ള സ്പോഞ്ചുകൾ എന്നിവ ഇതിൽപ്പെടും. അദ്ദേഹത്തിന്റെ ജൈവശേഖരങ്ങൾ ജെനയിലെ ഫൈലെറ്റിക് മ്യൂസിയം, ഏണസ്റ്റ് ഹീക്കൽ ഹാവ്സ് എന്നിവയിലുണ്ട്. ഏണസ്റ്റ് ഹെക്കലിന്റെ അന്വേഷണാത്മക ജീവിതത്തിലെ ധന്യമുഹൂർത്തങ്ങളെ ഓർമ്മിക്കുന്നവയെല്ലാം അവിടെയുണ്ട്. 1919 ആഗസ്ത് 9 ന് ജെനയിൽവെച്ച് അദ്ദേഹം ശാസ്ത്രലോകത്തിന് ദീപ്തമായ ഓർമ്മയായി.

ഭാഗം പത്ത്

ഇവാൻ പാവ്‌ലോവ് (14.09.1849 - 27.02.1936)

ഇവാൻ പെട്രോവിച്ച് പാവ്‌ലോവ് അതായിരുന്നു പൂർണ്ണനാമധേയം. റയാസാൻ എന്ന ഗ്രാമപുരോഹിതൻ പീറ്റർ ഡിമിട്രീവിച്ചിന്റെ മകനായാണ് പാവ്‌ലോവ് ജനിച്ചത്. ആ സാഹചര്യത്തിൽ ജനിച്ചു വളർന്ന പള്ളി സ്കൂളിലും തുടർന്ന് സെമിനാരിയിലും പഠിക്കുവാൻ മാത്രമെ സൗകര്യമുണ്ടായിരുന്നുള്ളൂ.

പുരോഹിതന്റെ മകൻ മതപഠനം അവസാനിപ്പിക്കുന്നു

കൗമാരക്കാരനായ പാവ്‌ലോവിനെ രണ്ടു പേർ സ്വാധീനിച്ചിരുന്നു. ഒന്നാമതായി 1860 കളിൽ ജ്വലിച്ചുനിന്ന പുരോഗമനാശയക്കാരനായ ഡി ഐ പിസാറേവ് എന്ന സാഹിത്യവിമർശകൻ, റഷ്യൻ ഫിസിയോളജിയുടെ പിതാവെന്ന് കരുതപ്പെടുന്ന ഐ എം സെകനോവ് എന്നിവരായിരുന്നു അവർ. തുടർന്ന് പാവ്‌ലോവ് തന്റെ മതപഠനം അവസാനിപ്പിച്ചു. ജീവിതം ശാസ്ത്രത്തിന് സമർപ്പിക്കുവാൻ തീരുമാനിച്ചു.

ഫിസിക്സും ഗണിതശാസ്ത്രവും

1870 ൽ അദ്ദേഹം ഫിസിക്സും ഗണിതശാസ്ത്രവും ഐച്ഛികമായെടുത്ത് പഠനം ആരംഭിച്ചു. പ്രകൃതിശാസ്ത്രം പഠിക്കുവാൻ അതാവശ്യമായിരുന്നു. ഫിസിയോളജി പഠനം പാവ്‌ലോവിന് ഒരു ഹരം തന്നെയായിരുന്നു. ആ താല്പര്യം അദ്ദേഹം ജീവിതകാലം മുഴുവൻ നിലനിർത്തിപ്പോന്നു. അത് അദ്ദേഹത്തിന്റെ ജീവിതം മാറ്റിമറിച്ചു എന്നു പറയാം. ഫിസിയോളജി പഠനകാലത്താണ് പാവ്‌ലോവ് വേറൊരു സഹ

പാഠിയുമൊരുമിച്ച് യകൃത്തിലേക്കുള്ള ഞരമ്പുകളെക്കുറിച്ചുള്ള ഒരു പഠനം നടത്തിയത്. അതിന് നല്ല അംഗീകാരമുണ്ടാവുകയും അദ്ദേഹത്തിന് സ്വർണ്ണമെഡൽ അംഗീകാരമായി ലഭിക്കുകയും ചെയ്തു.

വളരെ മികച്ച റെക്കാഡോടെ പാസായി

1875 ൽ അദ്ദേഹം പഠനം പൂർത്തിയാക്കി. വളരെ മികച്ച റെക്കാഡോടെ പ്രകൃതിശാസ്ത്രത്തിൽ ഡിഗ്രി പാസായി. എന്നാൽ ഫിസിയോളജിയിലെ താല്പര്യം മുന്നിട്ടുതന്നെ നിന്നു. അവിടത്തെ പഠനം തുടർന്ന് അക്കാഡമി ഓഫ് മെഡിക്കൽ സർജറി എന്ന മൂന്നാമത്തെ കോഴ്സിന് ചേർന്നു. 1879 ൽ ആ കോഴ്സും സ്വർണ്ണമെഡലോടെ പാസായി. അതിനുശേഷം ഒരു മത്സരപ്പരീക്ഷയിൽ പാവ്ലോവിന് അവിടെ ഫെലോഷിപ്പ് ലഭിക്കുകയുണ്ടായി. തുടർന്ന് പ്രശസ്തനായ റഷ്യൻ ഡോക്ടറായ എസ് പി ബോട്കിന്റെ ഫിസിയോളജിക്കൽ ലബോറട്ടറിയിൽ ഡയറക്ടറായി ജോലി നോക്കി. ഈ യോഗ്യതകൾ കൊണ്ട് അദ്ദേഹത്തിന് ഗവേഷണം ചെയ്യുവാൻ കഴിഞ്ഞു. 1883 ൽ പാവ്ലോവ് തന്റെ ഡോക്ടറേറ്റിനുള്ള പ്രബന്ധം സമർപ്പിച്ചു. ഹൃദയത്തിന് ചുറ്റുമുള്ള ഞരമ്പുകളെപ്പറ്റിയുള്ള ദി സെൻട്രിഫ്യൂഗൽ നെർവ്സ് ഓഫ് ദ ഹാർട്ട് (The centrifugal nerves of the heart) ആയിരുന്നു അത്.

ഞരമ്പുകളുടെ പോഷകപ്രവർത്തനം

ഈ ഗവേഷണത്തോടുകൂടി പാവ്ലോവിന് ഞരമ്പുകളെപ്പറ്റി ഒരു പുതിയ കാഴ്ചപ്പാടുണ്ടായി. ഞരമ്പുകൾക്ക് അത് പ്രചോദിപ്പിക്കുന്ന പേശികളിൽ പോഷണത്തിനുള്ള പ്രവർത്തനം കൂടിയല്ലേ എന്നദ്ദേഹത്തിന് തോന്നി. രക്തചംക്രമണത്തിനുള്ള അവയവങ്ങളെ റിഫ്ളെക്സ് കൊണ്ട് നിയന്ത്രിക്കുന്നതിൽ ഒരു അടിസ്ഥാനപരമായ മാതൃകയില്ല എന്നദ്ദേഹത്തിന് മനസ്സിലായി.

ക്ഷണം

1890 ൽ ഇൻസ്റ്റിറ്റ്യൂട്ട് ഓഫ് എക്സ്പെരിമെന്റൽ മെഡിസിനിൽ ഡിപ്പാർട്ട്മെന്റ് ഓഫ് ഫിസിയോളജി സംഘടിപ്പിക്കുവാനും അതിന്റെ ഡയറക്ടറാവാനും പാവ്ലോവ് ക്ഷണിക്കപ്പെട്ടു. അദ്ദേഹം അവിടെ ചെലവഴിച്ച 45 വർഷംകൊണ്ട് ആ സ്ഥാപനത്തെ ഉന്നതവും സുപ്രധാനവുമായ ഫിസിയോളജി ഗവേഷണസ്ഥാപനമായി വളർത്തിയെടുത്തു. 1890 ൽ പാവ്ലോവിനെ മിലിട്ടറി മെഡിക്കൽ അക്കാഡമിയിൽ പ്രൊഫസർ ഓഫ് ഫാർമക്കോളജിയായി അഞ്ചുവർഷത്തേക്ക് നിയമിച്ചു. തുടർന്ന് ഒഴിവുവന്ന ഫിസിയോളജി ചെയറിലേക്ക് നിയമനവും ലഭിച്ചു. അതദ്ദേഹം 1925 വരെ തുടർന്നു.

ദഹനപ്രക്രിയ സംബന്ധിച്ച ഫിസിയോളജി ഗവേഷണം

പാവ്ലോവിന്റെ ദഹനപ്രക്രിയ സംബന്ധിച്ച ഫിസിയോളജി ഗവേഷണം അദ്ദേഹത്തിന്റെ ഇൻസ്റ്റിറ്റ്യൂട്ട് ഓഫ് എക്സ്പെരിമെന്റൽ മെഡിസിനിൽ 1891 മുതൽ 1900 വരെയുള്ള കാലഘട്ടത്തിലാണ് നടന്നത്. അന്നനാളത്തിൽനിന്ന് പുറമേക്കുള്ള വഴിയുള്ള ഫിസ്റ്റുലകൾ ഉപയോഗിച്ചായിരുന്നു പരീക്ഷണങ്ങൾ നടത്തിയിരുന്നത്. അപ്രകാരം സാധാരണ അന്നനാളപ്രവർത്തനം തടസ്സപ്പെട്ടിരുന്നില്ല. പരീക്ഷകന് തുടർച്ചയായി നിരീക്ഷിക്കുവാനുള്ള അവസരവും ഉണ്ട്. ഇത് ഫിസിയോളജി ഗവേഷണത്തിൽ അതുവരെ അറിയപ്പെടാതിരുന്ന ഒരു പുതിയ പന്ഥാവ് തുറന്നു. ഇതിന് മുമ്പ് ഓരോ അവയവങ്ങളെയും മുറിച്ചുമാറ്റി അവയില്ലാതിരിക്കുമ്പോഴുള്ള പ്രവർത്തനങ്ങളിലെ വ്യതിയാനങ്ങളെയാണ് ഗവേഷകർ പഠിച്ചിരുന്നത്. ആ വ്യതിയാനങ്ങളെ അപഗ്രഥിക്കേണ്ടിയിരുന്നു. ഇപ്രകാരമുള്ള ഗവേഷണത്തിൽ സാധാരണയുള്ള അവയവത്തിന് ചുറ്റുപാടുമുള്ള ബന്ധം തകരുന്നു. പൂർണ്ണമായും സാധാരണ അവസ്ഥയിൽ ആ അവയവം എപ്രകാരം പ്രവർത്തിക്കുന്നു അതിന്റെ പ്രവർത്തനം ഏത് വിധം നിയന്ത്രിക്കുന്നു എന്നെല്ലാം പാവ്ലോവിന്റെ മാർഗ്ഗത്തിലുള്ള ഗവേഷണത്തിലൂടെയാണ് അറിയാൻ കഴിയുന്നത്. ഈ മാർഗ്ഗത്തിലൂടെ സൈദ്ധാന്തികവും പ്രായോഗികവുമായി വൈദ്യശാസ്ത്രത്തിന് പാവ്ലോവ് ഒരു പുതിയ വഴിത്താര തുറക്കുകയായിരുന്നു.

വളരെ സുതാര്യവും ലളിതവുമായ പരീക്ഷണ രൂപകല്പനയിലൂടെ മസ്തിഷ്കവും നാഡിവ്യൂഹവുമാണ് ദഹനപ്രക്രിയയുടെ ചുക്കാൻ പിടിക്കുന്നതെന്ന് പാവ്ലോവ് തെളിയിച്ചു. പാവ്ലോവിന്റെ ഈ സുപ്രധാന കണ്ടുപിടിത്തമാണ് ആധുനിക ദഹന ഫിസിയോളജിയുടെ അടിസ്ഥാനം. പ്രായോഗികവൈദ്യശാസ്ത്രത്തിനും ഇത് സുപ്രധാനമാണ്. 1895 ൽ അദ്ദേഹം ചെയ്ത ഈ ഗവേഷണത്തെപ്പറ്റിയുള്ള ലേഖനം ഇംഗ്ലീഷിൽ ലക്ചേഴ്സ് ഓൺ ദി ഫങ്ഷൻ ഓഫ് ദി പ്രിൻസിപ്പൽ ഡൈജസ്റ്റീവ് ഗ്ലാൻഡ്സ് (Lectures on the function of the principal digestive glands) എന്ന പേരിൽ ലഭ്യമാണ്.

കണ്ടീഷന്റ് റിഫ്ളക്സ്

ഈ ഗവേഷണമാണ് ലോകപ്രശസ്തമായ കണ്ടീഷന്റ് റിഫ്ളക്സ് കണ്ടുപിടിത്തത്തിലേക്ക് പാവ്ലോവിനെ നയിച്ചത്. മാനസികകാരണങ്ങളും ദഹനനീര് ഉല്പാദിപ്പിക്കപ്പെടുവാൻ കാരണമാകുന്നുവെന്ന് അദ്ദേഹത്തിന് മനസ്സിലായി. ദഹനനീര് ഉണ്ടാക്കുന്ന ഗ്ലാന്റുകൾ അപ്രകാരം മാനസികകാരണങ്ങൾകൊണ്ട് പ്രചോദിപ്പിക്കപ്പെടുന്നു. പാവ്ലോവ് പരീക്ഷിച്ച നായ ഭക്ഷണം ദൂരെ കാണുമ്പോൾതന്നെ ദഹനനീര് ഉല്പാദിപ്പിക്കുന്നു. സാധാരണ ദഹനനീര് ഉണ്ടാകുന്നത് ഭക്ഷണം ആമാശയത്തിലെത്തുമ്പോഴാണ്. 1895 ൽ അദ്ദേഹത്തിന്റ സഹപ്രവർത്തകനായ ഡി ഡി ഗ്ലിൻസ്കി ഗ്ലാന്റിൽനിന്ന് നേരിട്ട് ദഹനനീര് ഒഴുകാനുള്ള ഫിസ്റ്റുല

ഓപ്പറേഷൻ മൂലം ഉണ്ടാക്കിയിരുന്നു. ഇത് ഗ്ലാന്റുകളുടെ പ്രവർത്തനം നേരിട്ടു പഠിക്കുവാൻ വളരെ സൗകര്യമൊരുക്കി.

മാനസികമായ കാരണവും ഒരു റിഫ്ളെക്സ്

തുടർന്നുള്ള പരീക്ഷണങ്ങൾക്കുശേഷം മാനസികമായ കാരണം കൊണ്ടുള്ള ദഹനനീര് ഉല്പാദനവും ഒരു റിഫ്ളെക്സ് ആണെന്ന് മനസ്സിലായി. ഭക്ഷണം വയറ്റിൽ ഉണ്ടാകുമ്പോഴുള്ള മാതിരിയുള്ള സ്ഥിരമായ റിഫ്ളെക്സ് അല്ല. മറിച്ച് താല്ക്കാലികമായി ഭക്ഷണം കാണുമ്പോൾ അത് ലഭിക്കുമെന്നുള്ള പ്രതീക്ഷയിലുണ്ടാകുന്നതാണത്. അതിനുള്ള ഉപാധിയാണ് ഭക്ഷണം കാണൽ. അതുകൊണ്ടതിനെ ഉപാധിയനുസരിച്ചുള്ള റിഫ്ളെക്സ് എന്നർത്ഥമുള്ള കണ്ടീഷന്റ് റിഫ്ളെക്സ് (conditioned reflex) എന്ന് വിളിച്ചു. ഈ കണ്ടീഷന്റ് റിഫ്ളെക്സുകളുടെ (അനിച്ഛാപൂർവ്വകമായ ശാരീരികപ്രതികരണം) കണ്ടുപിടുത്തം മാനസികപ്രതിഭാസങ്ങളെ ശാസ്ത്രീയമായും പരീക്ഷണമാനദണ്ഡങ്ങളനുസരിച്ചും പരീക്ഷിക്കുവാൻ വഴിയൊരുക്കി. മുമ്പ് അവ വ്യക്തിപരമായ നിഗമനങ്ങളനുസരിച്ചാണ് പരീക്ഷിച്ചിരുന്നത്. ജീവിയും ചുറ്റുപാടും തമ്മിലുള്ള സങ്കീർണ്ണബന്ധം ഇപ്രകാരം പരീക്ഷണത്തിന് വിധേയമാക്കാൻ കഴിയും.

സവിശേഷ ശ്രദ്ധ

1903 ൽ മാഡ്രിഡിൽവെച്ച് നടന്ന പതിനാലാമത്തെ മെഡിക്കൽ കോൺഗ്രസിൽ പാവ്ലോവ് അവതരിപ്പിച്ച പ്രബന്ധം 'ദി എക്സ്പെരിമെന്റൽ സൈക്കോളജി ഏന്റ് സൈക്കോപത്തോളജി ഓഫ് ഏനിമൽസ് (The Experimental Psychology and Psychopathology of Animals)' സദസ്സിന്റെ സവിശേഷ ശ്രദ്ധ പിടിച്ചു പറ്റി. ഇതിലെ സുപ്രധാനമായ വസ്തുത കണ്ടീഷന്റ് റിഫ്ളക്സുകളെയും മറ്റു റിഫ്ളെക്സുകളെയും അദ്ദേഹം നിർവ്വചിച്ചു എന്നതാണ്. കണ്ടീഷന്റ് റിഫ്ളക്സുകൾ ലളിതമായ മാനസികപ്രതിഭാസങ്ങളാണ്. അതേസമയം അവ ശാരീരികപ്രവർത്തനങ്ങളുമാണ്. അതായത് ഒരേ സമയം അവ സൈക്കോളജിക്കലും ഫിസിയോളജിക്കലുമായ പ്രതിഭാസങ്ങളാണ്. ഇതിൽനിന്ന് ഒരു കാര്യം ഉരുത്തിരിയുന്നത് മനസ്സിലാക്കാം. മനുഷ്യന്റെയും മറ്റു ജീവികളുടെയും ചുറ്റുപാടുകളോടുള്ള ഏറ്റവും സങ്കീർണ്ണമായ പ്രതികരണവും ഇപ്രകാരം പഠനത്തിന് വിധേയമാക്കാവുന്നതാണ്.

സംഘടിതമായ ഗവേഷണത്തിലൂടെ വിജയം

ഇപ്രകാരം സകെനോവിന്റെ സൈദ്ധാന്തികമാതൃകയായ മാനസികപ്രവർത്തനത്തിന്റെ റിഫ്ളെക്സ് പ്രവർത്തനത്തെ ഉന്മൂലനം ചെയ്തുകൊണ്ട് പരീക്ഷണത്തിലൂടെ തെളിയിക്കാവുന്ന കണ്ടീഷന്റ് റിഫ്ളെ

ക്സുകളാക്കുന്നതിൽ സംഘടിതമായ ഗവേഷണത്തിലൂടെ പാവ്ലോവ് തെളിയിച്ചു. അങ്ങനെ കണ്ടീഷന്റ് റിഫ്ളെക്സുകൾ തെളിയിക്കപ്പെട്ട ശാസ്ത്രീയസിദ്ധാന്തവുമായി. ജീവികളെപ്പറ്റി ഭൗതികമായി പഠിപ്പിക്കുമ്പോൾ റിഫ്ളെക്സ് സിദ്ധാന്തങ്ങൾ മൂന്നു നിയാമകതത്ത്വങ്ങളനുസരിച്ചാണെന്ന് പാവ്ലോവിന്റെ നിഗമനങ്ങൾ പറയുന്നു. അവ യഥാക്രമം ചിത്തസ്വാതന്ത്ര്യനിഷേധവാദം, അപഗ്രഥനവും സംയോജനവും, ഘടന എന്നീ തത്ത്വങ്ങളാണ്. (the principle of determinism, the principle of analysis and synthesis, and the principle of structure) ഈ തത്ത്വങ്ങൾ വികസിപ്പിച്ചതിലൂടെ പാവ്ലോവും അദ്ദേഹത്തിന്റെ ഗവേഷകസംഘവും ഒരു പുത്തൻ വൈദ്യശാസ്ത്രസിദ്ധാന്തം വളർത്തിയെടുത്തു. ജീവികളെയും മനുഷ്യനെയും മുഴുവനായെടുത്ത് പഠിക്കുവാനുള്ള, അതിനുള്ള സിദ്ധാന്തങ്ങൾ കണ്ടുപിടിക്കുവാനുള്ള വാതായനങ്ങൾ അതുവഴി ശാസ്ത്രസമൂഹത്തിന് തുറന്നുകിട്ടി.

സെറിബ്രൽ കോർട്ടക്സ്

പാവ്ലോവും ശിഷ്യഗണങ്ങളും നടത്തിയ പരീക്ഷണങ്ങളിൽനിന്ന് വ്യക്തമായത് കണ്ടീഷന്റ് റിഫ്ളക്സ് ഉത്ഭവിക്കുന്നത് മസ്തിഷ്കത്തിന്റെ പരിണാമപരമായി ഏറ്റവും വികസിതഭാഗമായ സെറിബ്രൽ കോർട്ടക്സിൽ (cerebral cortex) നിന്നാണ്. ജീവികളുടെ എല്ലാ പ്രാഥമിക പ്രവർത്തനങ്ങളുടെയും വിതരണക്കാരനും സംഘാടകനും (prime distributor and organizer of all activity of the organism) ഈ വികസിതഭാഗമാണ്. ജീവികൾക്ക് ചുറ്റുപാടുമായി സമഞ്ജസമായി സംയോജിക്കാനും ആ ലോലമായ സന്തുലിതാവസ്ഥ തുടരുവാനും സെറിബ്രൽ കോർട്ടക്സിന്റെ മേൽനോട്ടപ്രവർത്തനം ആവശ്യമാണ്. സെറിബ്രൽ കോർട്ടക്സിന് ആഘാതമോ കേടോ സംഭവിക്കുമ്പോൾ ഇതിനെല്ലാം തകരാറു സംഭവിക്കുന്നു.

സംജ്ഞ (signal) കണ്ടീഷന്റ് സിഗ്നൽ ആകുന്നു

പുറമെ നിന്ന് സാധാരണയുള്ള സ്വാഭാവിക റിഫ്ളെക്സിനോട് അതുണ്ടാകുന്ന സമയത്തോട് ചേർന്നുവരുമ്പോഴാണ് ആ സംജ്ഞ (signal) കണ്ടീഷന്റ് സിഗ്നൽ ആകുന്നത്. ഏതുതരം ഇന്ദ്രിയാനുഭവത്തിനും അത് സാധിക്കും. ഈ സിദ്ധാന്തം 1905 ൽ പാവ്ലോവ് പരീക്ഷണങ്ങളിലൂടെ തെളിയിച്ചു. ആ കണ്ടീഷന്റ് സിഗ്നൽ പിന്നീട് പുതിയ കണ്ടീഷന്റ് റിഫ്ളെക്സ് ആകുന്നു. തുടർന്ന് അദ്ദേഹം കൃത്രിമമായ കണ്ടീഷന്റ് റിഫ്ളെക്സുകളെക്കുറിച്ച് പഠനം ആരംഭിച്ചു. പാവ്ലോവിന്റെ ലബോറട്ടറിയിൽ ധാരാളം വർഷത്തെ ഗവേഷണംകൊണ്ടാണ് ആദ്യമായി സെറിബ്രൽ കോർട്ടക്സിന്റെ പ്രവർത്തനങ്ങളെ സംബന്ധിച്ച പൊതുനിയമങ്ങൾ വികസിപ്പിക്കുവാൻ കഴിഞ്ഞത്. ഈ അടിസ്ഥാനനിയമങ്ങളിൽ സ്വാഭാവികമായും പല ഫിസിയോളജിസ്റ്റുകൾക്കും താല്പ

ര്യമുണ്ടായി. തുടർന്നുള്ള ഗവേഷണങ്ങളിലൂടെ ഉന്നത മസ്തിഷ്കപ്രവർത്തനത്തെപ്പറ്റിയുള്ള സംഘടിതമായ ഒരു പാവ്ലോവിയൻ സിദ്ധാന്തം വികസിച്ചുവന്നു.

അംഗീകാരവും പ്രശംസയും

പാവ്ലോവിയൻ ഗവേഷണങ്ങളുടെ ആദ്യഘട്ടത്തിൽതന്നെ അദ്ദേഹത്തിന് ലോകത്തിന്റെ എല്ലാ ഭാഗത്തുനിന്നും അംഗീകാരവും പ്രശംസയും ലഭിച്ചിരുന്നു. 1901 ൽ അദ്ദേഹത്തെ റഷ്യൻ അക്കാഡമി ഓഫ് സയൻസ് തെരഞ്ഞെടുത്തിരുന്നു. 1904 ൽ അദ്ദേഹം നൊബേൽ സമ്മാനജേതാവായി. 1907 ൽ അദ്ദേഹത്തെ റഷ്യൻ അക്കാഡമി ഓഫ് സയൻസ് അക്കാഡമീഷ്യനായി തെരഞ്ഞെടുത്തു. 1912 ൽ കേംബ്രിഡ്ജ് യൂണിവേഴ്സിറ്റി ഓണററി ഡോക്ടറേറ്റ് നല്കി. തുടർന്ന് ധാരാളം യൂണിവേഴ്സിറ്റികളിലും ശാസ്ത്രീയ സംഘടനകളിലും ഓണററി അംഗത്വം ലഭിച്ചു. 1915 ൽ മെഡിക്കൽ അക്കാഡമി ഓഫ് പാരിസ് നിർദ്ദേശിച്ചതനുസരിച്ച് ഫ്രാൻസിലെ പരമോന്നതബഹുമതിയായ ഓർഡർ ഓഫ് ദി ലീജ്യൻ ഓഫ് ഓണർ ലഭിച്ചു.

സ്പെഷൽ ഡിക്രി

റഷ്യയിലെ ഒക്ടോബർ വിപ്ലവത്തിന് ശേഷം ലെനിൻ ഒപ്പിട്ട ഒരു സ്പെഷൽ ഡിക്രി 1921 ജനുവരി 24 ന് നല്കി. അതിൽ 'അക്കാഡമീഷ്യൻ ഐ പി പാവ്ലോവ് ശാസ്ത്രത്തിന് നല്കിയ മഹത്തരമായ സേവനങ്ങൾ ലോകത്തെങ്ങുമുള്ള അദ്ധ്വാനിക്കുന്ന ജനവിഭാഗങ്ങൾക്ക് അത്യന്തം പ്രാധാന്യമുള്ളതാണ്' എന്ന് എടുത്തു പറയുന്നുണ്ട്. കമ്യൂണിസ്റ്റ്പാർട്ടിയും സോവിയറ്റ് ഗവൺമെന്റും പാവ്ലോവിനും ഗവേഷകസംഘത്തിനും ഗവേഷണത്തിന് അതിരുകളില്ലാത്ത അവസരങ്ങൾ നല്കി. പാവ്ലോവിന്റെ പ്രതിഭമൂലം സോവിയറ്റ് യൂണിയൻ ഫിസിയോളജി പഠനത്തിന് ഒരു സുപ്രധാനകേന്ദ്രമായി. 1935 ആഗസ്ത് 9–17 കാലത്ത് പതിനഞ്ചാമത് ഇന്റർനാഷനൽ ഫിസിയോളജിക്കൽ കോൺഗ്രസ് ലെനിൻഗ്രാഡിലും മോസ്കോയിലും ചേർന്നത് പാവ്ലോവിന്റെ ഗവേഷണപ്രവർത്തനങ്ങളോടുള്ള ആദരവാണ്.

അശ്രാന്തപരിശ്രമം

ശാസ്ത്രീയഗവേഷണത്തിന് അശ്രാന്തപരിശ്രമം ചെയ്തിരുന്ന വ്യക്തിത്വമാണ് പാവ്ലോവിന്റേത്. ശാസ്ത്രരംഗത്തെ പരിഷ്കരണവാദിയായിരുന്നു അദ്ദേഹം. പാവ്ലോവ് നേതൃത്വം നല്കിയിരുന്ന ഗവേഷണസ്ഥാപനങ്ങളെല്ലാം പാശ്ചാത്യ, അന്താരാഷ്ട്രനിലവാരങ്ങൾ പുലർത്തണമെന്ന് അദ്ദേഹം നിഷ്കർഷിച്ചിരുന്നു. അതിലദ്ദേഹം ഭൂരിഭാഗവും വിജയിച്ചിരുന്നു. അവയെ ലോകനിലവാരമുള്ള അറിവിന്റെ കേന്ദ്രങ്ങളാക്കി.

വളർന്നുവരുന്ന ഫിസിയോളജിസ്റ്റുകളെ പ്രോത്സാഹിപ്പിച്ചു

പാവ്ലോവ് വളർന്നുവരുന്ന ഫിസിയോളജിസ്റ്റുകളെ പ്രോത്സാഹിപ്പിക്കുന്നതിൽ ജാഗരൂകനായിരുന്നു. അത്തരം പ്രവർത്തനങ്ങൾ സംഘടിതമായി നടന്നിരുന്നു. ഒരു ശാസ്ത്രപ്രസ്ഥാനവും പ്രതിഭാസവുമായിരുന്നു പാവ്ലോവ്. വളരെ സമ്പന്നമായ ഒരു പൈതൃകം അദ്ദേഹം വളർത്തിയെടുക്കുകയും അവശേഷിപ്പിക്കുകയും ചെയ്തു. ആ മഹാനുഭാവന്റെ മിടുക്കന്മാരായ വിദ്യാർത്ഥികൾ ആ വിജ്ഞാനതീപ്പന്തത്തിൽനിന്ന് പകർന്നെടുത്ത ആശയങ്ങൾ ഇന്നും ലോകമെമ്പാടും പ്രസരിപ്പിച്ചുകൊണ്ടിരിക്കുന്നു. റഷ്യയിൽ മാത്രമല്ല ലോകമെമ്പാടും അദ്ദേഹത്തിന് ആരാധകരും അനുയായികളുണ്ട്.

1881 ലാണ് അദ്ദേഹം ഒരു ഡോക്ടറുടെ മകളായ സെറാഫിമ വാസിലിയേവ്ന കാർചേവ്സ്കായയെ വിവാഹം കഴിച്ചത്. അദ്ദേഹത്തിന് വ്ളാഡിമിർ, വിക്റ്റർ, വ്സെവൊലോഡ് എന്നീ ആൺമക്കളും വേര എന്ന ഒരു മകളും ഉണ്ടായിരുന്നു. ഒരു ലെലിൻഗ്രാഡിൽ 1925 ൽ പ്രൊഫസറായിരുന്നു. ആ മഹാപ്രതിഭാശാലി 27 ഫെബ്രുവരി 1936 ന് കാലയവനികയ്ക്കുള്ളിൽ മറഞ്ഞു.

ബി എഫ് സ്കിന്നർ (1904 - 1990)

അമേരിക്കൻ മനഃശാസ്ത്രജ്ഞനായ സ്കിന്നർ ബിഹേവിയറിസം (1938) എന്ന മനഃശാസ്ത്രസിദ്ധാന്തത്തിന്റെ ഉപജ്ഞാതാവാണ്. കൂടാതെ 1948 ൽ അദ്ദേഹം യൂറോപ്യൻ നോവലായ *വാൽഡൻ ടു*ന്റെ രചയിതാവുമാണ്. ഇതിനെല്ലാം പുറമെ അദ്ദേഹമൊരു സാമൂഹ്യചിന്തകനും കൂടിയായിരുന്നു. 'വിദ്യാഭ്യാസം എന്നത് പഠിച്ചതെല്ലാം മറന്നതിന് ശേഷം നിലനില്ക്കുന്നതാണ്' എന്നാണ് ഒരിക്കൽ സ്കിന്നർ അഭിപ്രായപ്പെട്ടത്.

എഴുത്തിൽ തുടങ്ങി മനഃശാസ്ത്രജ്ഞനായി

ബുർഹസ് ഫ്രെഡ്രിക് സ്കിന്നർ എന്നാണദ്ദേഹത്തിന്റെ മുഴുവൻ പേര്. പെൻസിൽവാനിയയിലെ ചെറുപട്ടണമായ സസ്ക്യുഹാനയിലാണ് അദ്ദേഹം ജനിച്ചു വളർന്നത്. പിതാവ് ഒരു വക്കീലായിരുന്നു. ഒരു സഹോദരനുണ്ടായിരുന്നു. ചെറുപ്പത്തിൽതന്നെ ഉപകരണങ്ങൾ ഉണ്ടാക്കുന്നതിൽ സ്കിന്നർ വളരെ തല്പരനായിരുന്നു. ഹാമിൽട്ടൺ കോളേജിൽ പഠിക്കുമ്പോൾ എഴുതാനുള്ള ദാഹമോ ഉൾവിളിയോ ഉണ്ടായിരുന്നു. 1926 ൽ ബിരുദധാരിയായതിനുശേഷം സ്കിന്നർ എഴുതാനാരംഭിച്ചു. പക്ഷേ, നിരാശയായിരുന്നു ഫലം. ആ ചുറ്റിത്തിരിച്ചിൽ രണ്ടു വർഷമേ നീണ്ടുനിന്നുള്ളൂ. പെട്ടെന്ന് ഒരു പുതിയ ദിശാബോധം കൈവന്നു. ഹാർവാർഡ് യൂണിവേഴ്സിറ്റിയിൽ മനഃശാസ്ത്രം പഠിക്കുവാൻ ചേർന്നു. തുടർന്നാണദ്ദേഹം വിശ്വപ്രസിദ്ധമായ 'സ്കിന്നർ പെട്ടി' കണ്ടുപിടിക്കു

ന്നത്.

ഓപ്പറാന്റ് കണ്ടീഷനിങ്

പെരുമാറ്റങ്ങളെ കണ്ടു പഠിക്കുവാൻ കുറെക്കൂടി സുതാര്യവും ശാസ്ത്രീയവുമായ മാർഗ്ഗം സ്കിന്നർ അന്വേഷിക്കുകയായിരുന്നു. ചുറ്റുപാടുകളിൽ പ്രവർത്തിക്കുന്ന പെരുമാറ്റങ്ങളെ, ഓപ്പറേറ്റ് ചെയ്യുന്ന എന്നർത്ഥമുള്ളവയെ ഓപ്പറാന്റ് (operant) എന്നദ്ദേഹം വിളിച്ചു. ഇവയെ സോപാധികമായി പ്രതികരിപ്പിക്കുന്നതിനെ ഓപ്പറാന്റ് കണ്ടീഷനിങ് എന്നു പറയുന്നു. ഇതിനുള്ള സൗകര്യങ്ങളെല്ലാമുള്ള പെട്ടിയാണ് സ്കിന്നർ പെട്ടി. ഇതിൽ ഒരു പരീക്ഷണജീവി ഉദാഹരണമായി എലിയോ, പ്രാവിനെയോ വെച്ചാൽ പെട്ടിയിലുള്ള ഉപകരണങ്ങളുടെ പ്രവർത്തനത്തോടുള്ള പ്രതികരണം പഠിക്കാൻ കഴിയും. ആദ്യം ഈ പരീക്ഷണത്തിനുപയോഗിച്ചത് എലികളെയായിരുന്നു. ഈ ഉപകരണം മാറിവരുന്ന വിവിധ ഇടവേളകളിൽ എലിക്ക് കഴിക്കാവുന്ന ഭക്ഷണം പുറത്തുവിടുമായിരുന്നു. അപ്പോൾ എലിയത് കഴിക്കുകയും അതൊരു പ്രോത്സാഹനമാവുകയും ചെയ്യും.

അടുത്ത ഘട്ടത്തിൽ സ്കിന്നർ ഉപയോഗിച്ചത് പ്രാവുകളെ ആയിരുന്നു. ആ പെട്ടിയിൽ ഒരു പ്രത്യേകതരം ഡിസ്ക് ഉണ്ടായിരുന്നു. അതിലൊന്ന് കൊത്തിയാൽ ഉടനെ പ്രാവിന് പറ്റിയ ഭക്ഷണമായ ധാന്യമണി ലഭിക്കും. ഇത് മനസ്സിലാക്കിയ പ്രാവ് ധാന്യമണി കിട്ടണമെന്ന് തോന്നുമ്പോഴൊക്കെ ആ ഡിസ്കിൽ കൊത്തുമായിരുന്നു. അതായത് പ്രാവ് ഒരു പുതിയ പാഠം പഠിച്ചിരിക്കുന്നു! ഡിസ്കിൽ കൊത്തിയാൽ ധാന്യമണി കിട്ടും. സ്കിന്നറിന് ഇതിൽനിന്നൊരു കാര്യം മനസ്സിലായി. ഏതെങ്കിലും തരത്തിലുള്ള പ്രോത്സാഹനം പുതിയ കാര്യങ്ങൾ പഠിക്കുന്നതിന് ആവശ്യമാണ്.

പെരുമാറ്റപഠനങ്ങൾ

സ്കിന്നർക്ക് ഡോക്ടറേറ്റ് ലഭിച്ചു. ഗവേഷകനായി അവിടെ തുടരുകയായിരുന്നു. തുടർന്ന് അദ്ദേഹം ഓപ്പറാന്റ് കണ്ടീഷണിങ്ങിനെ സംബന്ധിച്ചു നടത്തിയ പഠനങ്ങളെല്ലാം 1938 ൽ *ദി ബിഹേവിയർ ഓഫ് ഓർഗാനിസംസ്* (The Behavior of Organisms (1938) എന്ന പേരിൽ പ്രസിദ്ധീകരിച്ചു. അതിന് മുമ്പ് പ്രസിദ്ധനായ ഇവാൻ പാവ്‌ലോവ് ഈ രംഗത്ത് ചെയ്ത പഠനങ്ങൾ പലരും താരതമ്യപഠനം നടത്തുകയുണ്ടായി. എന്നാൽ ഇവിടെ സ്കിന്നറുടെ ഗവേഷണത്തിന്റെ നിസ്തുലത നാം മറക്കരുത്. സ്കിന്നറുടെ ഗവേഷണം ചുറ്റുപാടുകളോടുള്ള പ്രതികരണമാണ്. എന്നാൽ പാവ്‌ലോവിന്റേതാകട്ടെ ഒരു ചോദനത്തോടുള്ള അനിയന്ത്രിതമായ പ്രതികരണമാണ്. അതായത് ബെല്ലടിക്കുക എന്ന ചോദന കേൾക്കുമ്പോൾ ആമാശയത്തിലെയോ ഉമിനീർ ഗ്രന്ഥിയിലെയോ നീർ വരിക എന്ന അനിച്ഛാപ്രവൃത്തിയാണത്.

മിന്നിസോട്ടയിൽ ഗവേഷണം നടത്തുമ്പോൾ സ്കിന്നർ പ്രാവുകളെ പരിശീലിപ്പിച്ചിരുന്നു. അപ്രകാരം രണ്ടാം ലോകമഹായുദ്ധാവസരത്തിൽ ബോംബ് ഭീഷണിക്കെതിരെ പ്രാവുകളെക്കൊണ്ട് അപായസൂചന നല്കാനായിരുന്നു ഉദ്ദേശ്യം. പക്ഷേ, ഈ പരിപാടി നിർത്തേണ്ടി വന്നു. എന്നാലും അവയെക്കൊണ്ട് ടേബിൾ ടെന്നീസ് കളിപ്പിക്കുവാൻ സ്കിന്നർ പരിശീലിപ്പിച്ചു. പിന്നീട് അദ്ദേഹം മകൾക്കുവേണ്ടി പുതിയതരം തൊട്ടിൽ ഉണ്ടാക്കി. കുട്ടിയുടെ ആവശ്യമനുസരിച്ച് ചൂട് തരുന്ന സംവിധാനം അതിലുണ്ടായിരുന്നു.

1945 ൽ ഇന്ത്യാന യൂണിവേഴ്സിറ്റി അദ്ദേഹത്തെ സൈക്കോളജി വിഭാഗത്തിന്റെ തലവനാക്കി. പക്ഷേ, രണ്ടു വർഷത്തിന് ശേഷം സ്കിന്നർ അതുപേഷിച്ചു ഹാർവാർഡ് യൂണിവേഴ്സിറ്റിയുടെ ലക്ചറർ ജോലി സ്വീകരിച്ചു. 1948 ൽ യൂണിവേഴ്സിറ്റി അദ്ദേഹത്തെ പ്രൊഫസറാക്കി. ശേഷമുള്ള കാലമത്രയും അദ്ദേഹം ആ ജോലിയിൽതന്നെ തുടർന്നു. മനഃശാസ്ത്രവും തന്റെ പ്രിയപ്പെട്ട ബിഹേവിയറിസവും (behaviorism) ഉപയോഗിച്ച് കുട്ടികളെ പഠിപ്പിക്കുവാനുള്ള ഗവേഷണം അദ്ദേഹം തുടങ്ങി. തന്റെ കുട്ടികൾ മുതിർന്നതോടെ അവർക്ക് പഠിക്കുവാൻ ഒരു പഠന ഉപകരണം ഉണ്ടാക്കി. 1968 ൽ സ്കിന്നർ ഇതിനെപ്പറ്റി *ദി ടെക്നോളജി ഓഫ് ടീച്ചിങ്* എന്ന ഗ്രന്ഥമെഴുതി.

സർഗ്ഗസൃഷ്ടി

1948 ൽ തന്റെ ഈ ആശയങ്ങളുൾക്കൊള്ളുന്ന ഒരു സർഗ്ഗസൃഷ്ടി അദ്ദേഹം എഴുതുകയുണ്ടായി. *വാൾഡൻ ടു* എന്ന ആ നോവൽ യൂറോപ്യൻ സമൂഹത്തെക്കുറിച്ചുള്ള അദ്ദേഹത്തിന്റെ സ്വപ്നങ്ങൾ ഉൾക്കൊണ്ടിരുന്നു. ആ സ്വപ്നനഗരത്തിലെ ജനങ്ങളുടെ പെരുമാറ്റങ്ങളെ ബിഹേവിയർ മാറ്റത്തിലൂടെ മാതൃകാപൗരന്മാരായി വാർത്തെടുക്കുന്നു. ബിഹേവിയറിസത്തിലൂടെ പ്രോത്സാഹനവും ശിക്ഷയും ആവശ്യത്തിനുപയോഗിച്ചാണ് ഇത് സാധിക്കുന്നത്. സ്കിന്നറുടെ സഹപ്രവർത്തകരായ ശാസ്ത്രജ്ഞർ ഇതിനെ വിമർശിച്ചിരുന്നു. മറ്റു ചിലരാകട്ടെ മനുഷ്യന്റെ പ്രതിഭയെയും സാമൂഹികവശങ്ങളെയും അവകാശങ്ങളെയും പരിഗണിക്കാതെയുള്ള സമീപനം ശരിയല്ല എന്ന അഭിപ്രായക്കാരായിരുന്നു.

1960 കളിലും 1970 കളിലും അദ്ദേഹം ഈ ദിശയിൽ വീണ്ടും തന്റെ ആശയങ്ങൾക്ക് സമൂർത്തരൂപം നല്കിയിരുന്നു. 1971 ലെ *ബിയോണ്ട് ഫ്രീഡം ആന്റ് ഡിഗ്നിറ്റി (Beyond Freedom and Dignity (1971)* എന്ന ഗ്രന്ഥമായിരുന്നു അതിന്റെ ഫലം. മനുഷ്യന് സ്വതന്ത്രമായ ഇച്ഛാശക്തിയില്ല എന്നായിരുന്നു ഈ ഗ്രന്ഥത്തിലൂടെ സ്ഥാപിക്കാൻ ശ്രമിച്ചത്.. സുപ്രസിദ്ധ ചിന്തകനായ നോം ചോംസ്കി ഈ വാദഗതിയെ എതിർത്തു. തുടർന്ന് ബിഹേവിയറിസത്തെക്കുറിച്ചുള്ള തെറ്റിദ്ധാരണകളെ ദൂരീകരിക്കുവാൻ സ്കിന്നർ വിശദീകരണങ്ങൾ അവതരിപ്പിച്ചു.

ആത്മകഥകൾ

ജീവിതാന്ത്യത്തിൽ അദ്ദേഹം ജീവിതത്തെയും ഗവേഷണങ്ങളെയും കുറിച്ച് ആത്മകഥകൾ എഴുതിയിരുന്നു. തുടർന്നും അദ്ദേഹം ബിഹേവിയറൽ മനഃശാസ്ത്രത്തിൽ താല്പര്യം നിലനിർത്തി.

1989 ൽ അദ്ദേഹത്തിന് രക്താർബ്ബുദമാണെന്ന് രോഗനിർണ്ണയമുണ്ടായി. അടുത്ത വർഷം മസ്സാച്ചുസെറ്റ്സിലെ കേംബ്രിഡ്ജിൽ 1990 ആഗസ്ത് 18 ന് ആ മഹനീയജീവിതം അവസാനിച്ചു.

അദ്ദേഹത്തിന്റെ പല സിദ്ധാന്തങ്ങളുടെയും സ്വീകാര്യത കുറഞ്ഞുവെങ്കിലും പെരുമാറ്റങ്ങളെ പ്രോത്സാഹിപ്പിക്കലും നിരുത്സാഹപ്പെടുത്തലും ഇപ്പോഴും അംഗീകരിക്കപ്പെട്ടുപോരുന്നുണ്ട്. അതിൽ ഗുണാത്മകമായി പ്രോത്സാഹിപ്പിക്കുന്നത് ശാസ്ത്രലോകം പരക്കെ അംഗീകരിക്കുന്നുണ്ട്. പെരുമാറ്റത്തെ നിയന്ത്രിക്കുന്നതിലും രൂപപ്പെടുത്തുന്നതിലും അതിനുള്ള പങ്ക് നിസ്തുലമാണ്. അദ്ദേഹത്തിന്റെ മകൾ ജൂലി എസ് വർഗാസ് നയിക്കുന്ന ബി എഫ് സ്കിന്നർ ഫൗണ്ടേഷൻ ഈ ആശയങ്ങൾ ഇന്നും പ്രചരിപ്പിക്കുന്നുണ്ട്.

ഴാങ്ങ് പിയാജെ (1896 – 1980)

കുട്ടികൾ അറിവ് നേടുന്നത് എപ്രകാരമെന്ന് ആദ്യമായി സംഘടിതമായും ശാസ്ത്രീയമായും പഠനം നടത്തിയത് പിയാജെ ആയിരുന്നു. ഇരുപതാം നൂറ്റാണ്ടിലെ ഡെവലപ്മെന്റൽ മനഃശാസ്ത്രത്തിന് ഏറ്റവും കൂടുതൽ സംഭാവന നല്കിയത് അദ്ദേഹമായിരുന്നു. സ്വിറ്റ്സർലന്റിലെ ന്യൂഷാടേലിലായിരുന്നു അദ്ദേഹം ജനിച്ചത്.

അമാനുഷ പ്രതിഭാശാലി

പിയാജെയുടെ ആദ്യതാല്പര്യങ്ങൾ ജന്തുശാസ്ത്രത്തിലായിരുന്നു. അമാനുഷ പ്രതിഭാശാലിയായിരുന്ന പിയാജെ കൗമാരത്തിൽതന്നെ കുരുവികളിൽ ഗവേഷണം നടത്തിയിരുന്നു. ജന്മനാ വെള്ളയായ (albino) കുരുവിയെക്കുറിച്ച് നിരീക്ഷണം നടത്തിയ പിയാജെ പ്രബന്ധം എഴുതി. 15 വയസ്സായപ്പോഴേക്കും ഞവുണിവർഗ്ഗത്തെപ്പറ്റി ശ്രദ്ധേയമായ പല ലേഖനങ്ങളും എഴുതി. ഇവ യൂറോപ്യൻ ശാസ്ത്രജ്ഞരുടെ സ്വീകാര്യതയും പ്രശസ്തിയും നേടി.

ജന്തുശാസ്ത്രവും തത്ത്വചിന്തയും

ന്യൂഷാടേൽ യൂണിവേഴ്സിറ്റിയിലായിരുന്നു വിദ്യാഭ്യാസം. 22 വയസ്സിൽ അവിടെനിന്നും ജന്തുശാസ്ത്രത്തിൽ പി എച്ച് ഡി ലഭിച്ചു. അവിടെവെച്ച് ആദ്യം ജന്തുശാസ്ത്രവും തത്ത്വചിന്തയും പഠിച്ചു. തുടർന്ന് പിയാജെ മനഃശാസ്ത്രത്തിൽ ശ്രദ്ധ കേന്ദ്രീകരിക്കുവാൻ തുടങ്ങി. അതിന്റെ പശ്ചാത്തലത്തിൽ ജൈവശാസ്ത്രപരിശീലനവും തത്ത്വ

ചിന്താപരമായ കാഴ്ചപ്പാടുമുണ്ടായിരുന്നു. അങ്ങനെ പിയാജെ സൂറിക്കിലേക്ക് പോയി. അവിടെ അദ്ദേഹം മഹാരഥന്മാരായ കാൾ യൂങ്, യൂജിൻ ബ്ലോയ്‌ലർ എന്നിവരുടെ വിദ്യാർത്ഥിയായി. തുടർന്ന് 1919 ൽ പാരീസിലെ സോർബോണിൽ രണ്ടു വർഷം ഉപരിപഠനം നടത്തി.

ചരിത്രപ്രധാനമായ ഗവേഷണം

പാരീസിൽവെച്ച് പിയാജെ തന്റെ ചരിത്രപ്രധാനമായ ഗവേഷണം ആരംഭിച്ചു. കുട്ടികൾ വായനയിലൂടെ മനസ്സിലാക്കുന്നതിനെപ്പറ്റിയുള്ള പഠനമായിരുന്നു അത്. അദ്ദേഹം ഒരു വസ്തുത പ്രത്യേകം ശ്രദ്ധിച്ചു. കുട്ടികൾ ഒരേതരത്തിലുള്ള തെറ്റുകൾ വരുത്തുന്നു. തുടർന്ന് അതിനുള്ള കാരണങ്ങൾ പഠിക്കുവാനുള്ള ശ്രമമായി. കുട്ടികളുടെ ചിന്താപ്രക്രിയ മനസ്സിലാക്കുന്നതോടെ അതിന് കഴിവുണ്ടാകും. 1921 ഓടെ അദ്ദേഹം പഠനഫലങ്ങൾ പ്രസിദ്ധീകരിക്കുവാൻ ആരംഭിച്ചു. വീണ്ടും അദ്ദേഹം സ്വിറ്റ്സർലന്റിലേക്ക് വന്നു. ജനീവയിലെ ഇൻസ്റ്റിറ്റ്യൂട്ട് ജെ ജെ റൂസ്സായിൽ ഡയറക്ടർ പദവിയിൽ അദ്ദേഹത്തിന് ജോലി ലഭിച്ചു. 1925-29 കാലയളവിൽ അദ്ദേഹം ന്യൂഷടേൽ യൂണിവേഴ്സിറ്റിയിൽ പ്രൊഫസറായിരുന്നു. 1929 ൽ യൂണിവേഴ്സിറ്റി ഓഫ് ജനീവയിൽ കുട്ടികളുടെ മനഃശാസ്ത്രത്തിന്റെ പ്രൊഫസറായി. ആ പദവിയിൽ അദ്ദേഹം മരണംവരെ തുടർന്നു. 1955 ൽ അദ്ദേഹം ജനിതകവിജ്ഞാനസിദ്ധാന്ത അന്തരാഷ്ട്രകേന്ദ്രം (International Centre of Genetic Epistemology at Geneva) സ്ഥാപിച്ചു. പിയാജെ അതിന്റെ ഡയറക്ടറായിരുന്നു. അദ്ദേഹത്തിന് താല്പര്യമുള്ള വിഷയങ്ങൾ ശാസ്ത്രീയചിന്ത, സാമൂഹ്യശാസ്ത്രം, പരീക്ഷണമനഃശാസ്ത്രം എന്നിവയായിരുന്നു. 50 ല്പരം പുസ്തകങ്ങളിലൂടെയും മോണോഗ്രാഫുകളിലൂടെയും അദ്ദേഹം കണ്ടെത്തിയതും മനസ്സിലാക്കിയതുമായ ആശയങ്ങൾക്ക് പ്രകാശനം നല്കി. പിയാജെ തന്റെ പാരീസിൽവെച്ചു കണ്ടെത്തിയ വികസനസിദ്ധാന്തങ്ങൾ വിപുലീകരിക്കുവാൻ ശ്രമിച്ചുകൊണ്ടിരുന്നു. വളർച്ചയുടെ ഓരോ ഘട്ടത്തിലൂടെ ഓരോരുത്തരും ഉയർന്ന തലത്തിലെത്തുകയാണ് ചെയ്യുന്നത്. വളരുന്ന കുട്ടി വിവിധഘട്ടങ്ങളിലൂടെ യഥാർത്ഥമാതൃക സൃഷ്ടിക്കുകയും പുനഃസൃഷ്ടിക്കുകയും ചെയ്തുകൊണ്ടിരിക്കുകയാണ്. അപ്രകാരം ഓരോ ഘട്ടത്തിലും മാനസികവളർച്ച നേടുന്നത് ലളിതമായ ആശയങ്ങളെ ഉൾക്കൊണ്ട് അടുത്ത പടിയിലേക്ക് കയറുവാൻ തയ്യാറെടുത്തുകൊണ്ടാണ്. ഇത് ഓരോ ഘട്ടത്തിലും സംഭവിക്കുന്നു. പ്രകൃതിയിൽ കുട്ടികളുടെ വളർച്ച ഒരു സമയപ്പട്ടികയനുസരിച്ചുള്ള ജനിതകവിജ്ഞാനസിദ്ധാന്തമനുസരിച്ചാണ് സംഭവിക്കുന്നതെന്ന് അദ്ദേഹം സ്ഥാപിച്ചു.

നാല് ഘട്ടങ്ങൾ

കുട്ടിയുടെ ചിന്തിക്കാനുള്ള കഴിവ് നാല് ഘട്ടങ്ങളിലായാണ് വളരുന്നത്. ആദ്യത്തെ രണ്ടു വയസ്സ് ചോദനങ്ങളും ചലനങ്ങളുമുള്ള പ്രാഥമി

കഘട്ടമാണ്. ഇവിടെ ഇന്ദ്രിയാനുഭവങ്ങളും അതനുസരിച്ചുള്ള ചലനങ്ങളുമാണ് പ്രധാനം. ആന്തരികമായ അനിച്ഛാശാരീരികപ്രതികരണവും അതിനെ ആനന്ദം ലഭിക്കുന്നതും രസകരവുമായവയിലേക്ക് നയിക്കുകയും വേണം. ആ സ്വന്തമായ അനിച്ഛാപ്രതികരണത്തെ പൂർണ്ണമായി നിയന്ത്രിക്കുവാൻ കുട്ടി ആഗ്രഹിക്കുന്നു. അതേസമയം കുട്ടി സ്വയം ഭൗതികമായി പ്രത്യേകമായ ഒന്നാണെന്ന് മനസ്സിലാക്കുന്നു. ചുറ്റുമുള്ളവയും അതുപോലെ പ്രത്യേകമായും സ്ഥിരമായുമുള്ളവയുമാണ്.

രണ്ടാമത്തെ പ്രീഓപ്പറേഷനൽ ഘട്ടം ഏകദേശം രണ്ടു മുതൽ ഏഴു വയസ്സുവരെയാണ്. കുട്ടി ഈ ഘട്ടത്തിൽ ചുറ്റുപാടുകളെ പ്രതീകാത്മകമായി നിയന്ത്രിക്കുവാൻ പഠിക്കുന്നു. പുറംലോകത്തെക്കുറിച്ച് അവന്റെ ഉള്ളിൽനിന്ന് വരുന്ന ചിത്രീകരണവും ചിന്തകളും അവനെ അതിന് സഹായിക്കുന്നു. ഈ ഘട്ടത്തിലാണ് വാക്കുകൾ ഉപയോഗിക്കുന്നത്. പുറംലോകത്ത് കാണുന്ന വസ്തുക്കളെ വാക്കുകളെക്കൊണ്ട് പ്രതിനിധീകരിക്കുവാൻ ശ്രമിക്കുന്നു. ആ വാക്കുകളെ മുമ്പ് വസ്തുക്കളെ കൈകാര്യം ചെയ്തതുപോലെ മാനസികമായി കൈകാര്യം ചെയ്യുവാനും പഠിക്കുന്നു.

മൂന്നാമത്തെ ഘട്ടത്തെ പ്രാഥമികമായ ഓപ്പറേഷനൽ ഘട്ടം എന്നു പറയാം. ഇത് ഏഴു മുതൽ പതിനൊന്ന് പന്ത്രണ്ടു വയസ്സുവരെയാണ്. കുട്ടിയുടെ ചിന്താപ്രക്രിയയിൽ യുക്തിപൂർവ്വമുള്ള ചിന്ത ഇവിടെ ആരംഭിക്കുന്നു. ചുറ്റുപാടും കാണുന്നവയെ സാമാന്യവല്ക്കരിക്കുവാനും തരംതിരിച്ച് മനസ്സിലാക്കുവാനും അവയുടെ സാമ്യതയും വ്യത്യാസങ്ങളും മനസ്സിലാക്കുവാനും ആരംഭിക്കുന്നു. ഈ സമയത്താണ് കുട്ടി സമയം, അക്കം എന്നിവയുടെ അർത്ഥവും ആശയവും മനസ്സിലാക്കുന്നത്.

നാലാമത്തെ ഘട്ടത്തിലാണ് ഔപചാരികമായ പ്രവർത്തനങ്ങൾക്ക് കുട്ടി സജ്ജമാകുന്നത്. ഇത് പന്ത്രണ്ട് വയസ്സിലാരംഭിച്ച് മുതിർന്ന പ്രായത്തിലേക്ക് നീണ്ടുപോകുന്നു. ഇവിടെ ചിന്ത മുറപ്രകാരമാകുന്നു. അതിനൊരു ചിട്ടയും പക്വതയും വരുന്നു. യുക്തിപൂർവ്വം ചിന്തിക്കുവാൻ കഴിയുന്നു. പക്വതയാർന്ന മാനസിക പരീക്ഷണങ്ങൾക്ക് കൗമാരത്തിലേക്ക് കാലൂന്നുന്ന കുട്ടി തയ്യാറാവുന്നു. അമൂർത്തമായ ആശയങ്ങളെ കൈകാര്യം ചെയ്യാനും ഉപസിദ്ധാന്തങ്ങൾ ഉല്പാദിപ്പിക്കുവാനും തന്റെയും മറ്റുള്ളവരുടെയും ചിന്തകളുടെയും പ്രവൃത്തികളുടെയും ഫലങ്ങൾ വിലയിരുത്തുവാനും കഴിവുള്ളവനുമാകുന്നു.

വിപ്ലവകരമായ ആശയങ്ങൾ

പിയാജെയുടെ ഈ വിപ്ലവകരമായ ആശയങ്ങൾ പരമ്പരാഗതസിദ്ധാന്തങ്ങളിൽനിന്നും ആശയങ്ങളിൽനിന്നും വ്യത്യസ്തമായിരുന്നു. അറിവു നേടുന്നതിനും വിദ്യാഭ്യാസത്തിനും പുതിയ മാനങ്ങൾ നല്കി. പിയാജെ പറയുന്നത്, ചില ചിന്താപ്രക്രിയകൾ ജനിതകമായി തീരുമാ

നിക്കപ്പെടുന്ന സമയപ്പട്ടികയിൽ വരുന്നതാണെങ്കിൽ പുതിയ ആശയങ്ങൾ പഠിപ്പിക്കുവാൻ ലളിതമായ പ്രോത്സാഹനം മാത്രം പോര. കുട്ടിയുടെ മാനസികവളർച്ച അതിനനുസരിച്ച് ഉയർന്നിരിക്കണം. അറിവുകൾ സ്വീകരിക്കുവാൻ കുട്ടി തയ്യാറായിരിക്കണം എന്നർത്ഥം. അദ്ധ്യാപകൻ അറിവുകൾ പ്രസരിപ്പിക്കുന്ന വെറും ഉപകരണം മാത്രമാകരുത്. കുട്ടിയെ സംബന്ധിച്ചേടത്തോളം അദ്ദേഹമൊരു മാർഗ്ഗദർശിയാകണം. സ്വയം കണ്ടെത്തുന്നതിനും ലോകത്തെ കണ്ടെത്തുന്നതിനും അദ്ദേഹം കുട്ടിക്കൊരു വഴികാട്ടിയാകണം.

പിയാജെയുടെ ഈ നിഗമനങ്ങൾ അദ്ദേഹത്തിന്റെയും മറ്റുള്ളവരുടെയും നിരീക്ഷണങ്ങളിൽനിന്നും സ്വന്തം കുട്ടികളുമായുള്ള നിരീക്ഷണങ്ങളിൽനിന്നും സംഭാഷണങ്ങളിൽനിന്നും ഉരുത്തിരിഞ്ഞവയുമാണ്.

അദ്ദേഹം ലളിതമായ പ്രശ്നങ്ങളിൽ വളരെ ശ്രദ്ധാപൂർവ്വം തയ്യാറാക്കിയ ശാസ്ത്രീയമായ ചോദ്യങ്ങൾ ചോദിച്ച് വിവരങ്ങൾ ശേഖരിച്ചു. അതിൽനിന്നും ചുറ്റുപാടുകളെക്കുറിച്ചും ലോകത്തെക്കുറിച്ചും കുട്ടികൾക്കുള്ള മിഥ്യാധാരണകളെ അപഗ്രഥിച്ച് മനസ്സിലാക്കി. അദ്ദേഹത്തിന്റെ മഹത്തായ പഠനങ്ങൾ ഇംഗ്ലീഷിൽ ലഭ്യമായവ 1923 ലെ ദി ലാംഗ്വേജ് ആന്റ് തോട്ട് ഓഫ് ചൈൽഡ് (*The Language and Thought of the Child*), 1948 ലെ ദി ഒറിജിൻസ് ഓഫ് ഇന്റലിജെൻസ് ഇൻ ചിൽഡ്രൻ (The Origins of Intelligence in Children) എന്നിവയാണ്. അദ്ദേഹം കുട്ടികളുടെ സമയബോധത്തെക്കുറിച്ചും, സ്ഥലബോധത്തെക്കുറിച്ചും, ഭൗതികകാരണത്തെക്കുറിച്ചും, ചലനബോധത്തെയും വേഗതാബോധത്തെയുംകുറിച്ചും, ചുറ്റുപാടുകളെയും ലോകത്തെയുംകുറിച്ചുമുള്ള ബോധത്തെക്കുറിച്ചുമെല്ലാം ധാരാളം പുസ്തകങ്ങൾ എഴുതിയിട്ടുണ്ട്. കുട്ടികളെക്കുറിച്ച് ഇത്രയധികം പഠിച്ച ഒരു മഹാൻ അദ്ദേഹത്തിന് മുമ്പും ശേഷവും ഉണ്ടായിട്ടില്ല. കുട്ടികൾക്ക് വേണ്ടി ജീവിതം അർപ്പിച്ച ആ വലിയ കുട്ടി 1980 സെപ്തംബർ 16 ന് അന്തരിച്ചു.

ആൽഫ്രെഡ് ബിനെ (08.07.1857 - 18.10.1911)

വിൽഹെം വുൺഡ്ടിനെപ്പോലെ പരീക്ഷണമനഃശാസ്ത്രം പരിപോഷിപ്പിക്കുന്നതിൽ നിർണ്ണായകമായ പങ്ക് വഹിച്ച മനഃശാസ്ത്രജ്ഞനാണ് ഫ്രഞ്ചുകാരനായിരുന്ന ആൽഫ്രെഡ് ബിനെ. ബുദ്ധിശക്തി അളക്കുന്നതിൽ അദ്ദേഹം നല്കിയ അടിസ്ഥാനപരമായ സംഭാവനകൾ എന്നെന്നും ഓർമ്മിക്കപ്പെടും.

വക്കീൽ മനഃശാസ്ത്രനാകുന്നു

ബിനെ ഒരു വക്കീലായിരുന്നു. പാരീസിലുള്ള സാൽപട്രീർ ആസ്പത്രിയിൽ വെച്ച് സുപ്രസിദ്ധ ന്യൂറോളജിസ്റ്റായ ഴാങ് മാർട്ടിൻ ഷാർക്കോ ഹിപ്നോട്ടിസ് നടത്തുന്നത് അദ്ദേഹം കാണാനിടയായി. ബിനെ അതിൽ ആകൃഷ്ടനായി. അതോടെ അദ്ദേഹം വക്കീൽപണി അവസാനിപ്പിച്ചു.

തുടർന്ന് 1878 ൽ ആ ആസ്പത്രിയിലുള്ള വൈദ്യശാസ്ത്രപഠനഗവേഷ ണങ്ങളിൽ സജീവമായി. ആ ഗവേഷണപ്രവർത്തനം 1891 വരെ തുടർന്നു. അതിന് ശേഷം ബിനെ സോർബോണിലെ ഒരു ഗവേഷകലബോറട്ടറി യിൽ 1895–1911 കാലയളവിൽ പ്രവർത്തിച്ചു.

ഇന്ദ്രിയാനുഭവങ്ങളെക്കുറിച്ചുള്ള വുൺഡ്ടും സഹപ്രവർത്തകരും നടത്തുന്ന ഗവേഷണത്തിൽ വലിയ പ്രയോജനമില്ലെന്ന് തിരിച്ചറിഞ്ഞ ബിനെ ചിന്തിക്കാനുള്ള കഴിവും അതോടനുബന്ധിച്ച കാര്യങ്ങളെയും കുറിച്ച് ഗവേഷണം നടത്തുവാൻ തീരുമാനിച്ചു. ഇതിനായി അദ്ദേഹം ഉപയോഗിച്ചത് കടലാസും പെൻസിലും ചിത്രങ്ങളും എളുപ്പത്തിൽ എടു ക്കാവുന്ന ഉപകരണങ്ങളും മാത്രമായിരുന്നു. 1895 ൽ അദ്ദേഹം *ലെ ആനി സൈക്കോളജിക്* എന്ന ആദ്യത്തെ മനഃശാസ്ത്ര ജേർണൽ ആരംഭിച്ചു. അതോടൊപ്പം പാരീസിൽ കുട്ടികളുടെ പഠനത്തിനും അദ്ധ്യാപനഗവേ ഷണത്തിനും ഒരു ലബോറട്ടറി ആരംഭിക്കുകയും ചെയ്തു.

സ്റ്റാറ്റിസ്റ്റിക്സ് ഉപയോഗം

ആ അവസരത്തിൽ ഇംഗ്ലീഷ് മനഃശാസ്ത്രജ്ഞനായ സർ ഫ്രാൻ സിസ് ഗാൾട്ടൺ വ്യക്തിപരമായ വ്യത്യാസങ്ങളെ കൃത്യമായളക്കുവാ നുള്ള മാർഗ്ഗങ്ങളും സ്റ്റാറ്റിസ്റ്റിക്സ് ഉപയോഗിച്ച് അപഗ്രഥിക്കാനുള്ള വഴി കളും വികസിപ്പിച്ചിരുന്നു. അതിൽ ബിനെയ്ക്ക് വലിയ താല്പര്യമായി.

ബുദ്ധിയളക്കുന്ന ടെസ്റ്റുകൾ

ബിനെ അവിടത്തെ ബുദ്ധിജീവികളായ എഴുത്തുകാർ, കലാകാര ന്മാർ, ഗണിതശാസ്ത്രജ്ഞർ, ചെസ്സ് കളിക്കാർ എന്നിവരെ പഠനത്തിന് വിധേയമാക്കി. ശരീരഘടനാരീതിയും കൈയക്ഷരവും മറ്റു കാര്യങ്ങ ളുമായി ബന്ധമുണ്ടോ എന്നും വിലയിരുത്തി. തന്റെ രണ്ടു പെൺകുട്ടി കളെ പഠനത്തിന് വിധേയമാക്കി. ആ പഠനഫലങ്ങൾ 1903 ൽ *എക്സ്പെ രിമെന്റൽ സ്റ്റഡി ഓഫ് ഇന്റലിജെൻസ്* (Experimental Study of Intelligence) എന്ന പേരിൽ പ്രസിദ്ധപ്പെടുത്തി. 1905–11 ൽ അദ്ദേഹവും തിയഡോർ സൈമണും ചേർന്ന് കുട്ടികളുടെ ബുദ്ധിയളക്കുന്ന ടെസ്റ്റുകൾ വികസിപ്പിച്ചെടുത്തു. അവയിൽ മാറ്റങ്ങൾ വരുത്തി ഇന്നും ഉപയോഗിക്കു ന്നുണ്ട്. 1900 ൽ ഹിപ്നോട്ടൈസ് ചെയ്യപ്പെടുന്നതിനുള്ള നിർദ്ദേശകത്വം (suggestibility) അളക്കുന്നതിനെക്കുറിച്ച് *നിർദ്ദേശകത്വം* എന്ന ഗ്രന്ഥവും 1910 ൽ *ഹിസ്റ്റീരിയ* എന്ന ഗ്രന്ഥവും രചിക്കുകയുണ്ടായി. ആ ക്രിയാത്മ കമായ ജീവിതം 1911 ഒക്ടോബർ 18 ന് അവസാനിച്ചു.

ഭാഗം പതിനൊന്ന്

സർ വില്യം മഡ്സ്റ്റോക്ക് ബെയ്‌ലിസ് (1860 - 1924)

ഇംഗ്ലണ്ടിലെ സ്റ്റോഫോഡ്ഷയറിലെ വോൾവർഹാംടണിലാണ് ജനിച്ചത്. ഫിസിയോളജിസ്റ്റായ അദ്ദേഹം ബ്രിട്ടനിലെ മറ്റൊരു ഫിസിയോളജിസ്റ്റായ ഏണസ്റ്റ് സ്റ്റാർലിങ്ങും ചേർന്ന് ഹോർമോണുകൾ കണ്ടുപിടിച്ചതിന് നൊബേൽ സമ്മാനം ലഭിച്ചു. ബെയ്‌ലിസ് ഫിസിയോളജി, ബയോകെമിസ്ട്രി, ഫിസിക്കൽ കെമിസ്ട്രി എന്നിവയിൽ ധാരാളം അടിസ്ഥാന ഗവേഷണങ്ങൾ ചെയ്യുകയുണ്ടായി.

ഹോർമോണുകളുടെ കണ്ടുപിടുത്തം

അദ്ദേഹത്തിന്റെ പഠനം യൂണിവേഴ്സിറ്റി കോളേജ് ലണ്ടൻ, വധാം കോളേജ് ഓക്സ്ഫോഡ് എന്നിവിടങ്ങളിലായിരുന്നു. 1988 ൽ ലണ്ടൻ യൂണിവേഴ്സിറ്റി കോളേജിൽ അദ്ധ്യാപകജോലിയിൽ പ്രവേശിച്ചതിനുശേഷം ഫിസിയോളജിസ്റ്റായ ഏണസ്റ്റ് സ്റ്റാർലിങ്ങുമായി സൗഹൃദവും സഹകരണവും ആരംഭിച്ചു. അദ്ദേഹമവിടെ 1912 മുതൽ 1924 വരെ ജനറൽ ഫിസിയോളജിയിൽ പ്രൊഫസറായിരുന്നു. 1890 ൽ അവർ ഞരമ്പുകൾകൊണ്ട് നിയന്ത്രിക്കുന്ന രക്തക്കുഴലുകളുടെ വികാസവും ചുരുങ്ങലും പഠിച്ചു. പ്രായോഗികമായി രക്തസമ്മർദ്ദം കൃത്യമായി അളക്കുവാൻ ഈ പഠനം സഹായിച്ചു. അതുപോലെ കുടലിലെ ചലനം നിരീക്ഷിച്ചപ്പോൾ അത് കടലിലെ തിരമാല പോലെ വരുന്നതാണെന്ന് മനസ്സിലായി. താളത്തിലുള്ള ആ ചലനമാണ് അന്നനാളത്തിലൂടെ ഭക്ഷണം മുന്നോട്ടുപോകുന്നതിനുള്ള കാരണം.

1902 ൽ യകൃത്ത് ദഹനനീര് ചുരത്തുന്നതിന്റെ കാരണം മനസ്സിലാക്കിയതായിരുന്നു ഈ കൂട്ടുകെട്ടിനെ പ്രശസ്തിയിലേക്കുയർത്തിയത്.

അതായിരുന്നു ആദ്യത്തെ ഹോർമോണിന്റെ കണ്ടുപിടിത്തം. അതിനു കാരണമായി രക്തത്തിൽ കണ്ടെത്തിയ ജൈവരാസവസ്തുവാണ് ആ ഹോർമോൺ. മറ്റൊരു സുപ്രസിദ്ധമായ പരീക്ഷണത്തിൽ ബോധം കെടുത്തിയ തവളകളെ ഉപയോഗിച്ചു. പകുതി ദഹിച്ച ഭക്ഷണവും ഹൈഡ്രോക്ലോറിക് അമ്ലവും വയറ്റിൽ വെച്ചു. അപ്പോൾ ഡുവോഡിനം എന്ന കുടലിന്റെ ആരംഭഭാഗത്ത് ഏറ്റവും ഉള്ളിലുള്ള എപ്പിത്തീലിയൽ കോശങ്ങളിൽ മാറ്റങ്ങൾ വരുന്നതായി അവർ നിരീക്ഷിച്ചു.

അവർ കണ്ടെത്തിയത് രസകരമായ വസ്തുതയായിരുന്നു. പ്രവർത്തനപരമായ ഒരു ജൈവരാസവസ്തു രക്തത്തിലേക്ക് വരുന്നു. അതിനെ സെക്രീറ്റിൻ (secretin) എന്നവർ വിളിച്ചു. അത് യകൃത്തിനെ പ്രചോദിപ്പിച്ച് ദഹനനീര് യകൃത്തിൽനിന്നുള്ള കുഴലിലൂടെ കുടലിലേക്ക് വരുന്നു. സെക്രീറ്റിന്റെ പ്രവർത്തനവും രക്തത്തിലേക്ക് വരുന്നതും പരിഗണിച്ച് അവരതിനെ 'ഹോർമോൺ' എന്നു വിളിച്ചു. ഹോർമോൺ എന്ന പദത്തിനർത്ഥം 'ചലനം ഉണ്ടാക്കുക' എന്നാണ്. ഹോർമോണിന് ദൂരെയുള്ള അവയവങ്ങളെ പ്രവർത്തനിരതമാക്കുവാൻ കഴിയും.

തുടർന്ന് ബെയ്‌ലിസ് തെളിയിച്ചത് പ്രവർത്തിക്കുവാൻ കഴിയാത്ത ട്രിപ്സിനോജനിൽനിന്ന് പ്രവർത്തിക്കുന്ന ട്രിപ്സിൻ ഉണ്ടാകുന്ന വിധമാണ്. ട്രിപ്സിന് പ്രോട്ടീൻ ദഹിപ്പിക്കുവാൻ എടുക്കുന്ന സമയം അദ്ദേഹം കണക്കാക്കി.

ഒന്നാം ലോകമഹായുദ്ധസമയത്ത് മുറിവുകളിൽനിന്നുണ്ടാകുന്ന ഷോക്കു മൂലം ധാരാളം പേർ മരിച്ചിരുന്നു. അതിനദ്ദേഹം നിർദ്ദേശിച്ചത് ഗമ്മും ഉപ്പുള്ള സലൈനും കുത്തിവെയ്ക്കുകയാണ്. ഈ ചികിത്സമൂലം ധാരാളം ജീവൻ രക്ഷിക്കുവാൻ കഴിഞ്ഞിട്ടുണ്ട്. 1908 ൽ എൻസൈമുകളുടെ പ്രവർത്തനത്തെപ്പറ്റി അദ്ദേഹം എഴുതിയിരുന്നു. 1928 ൽ ദി വാസോമോട്ടോർ സിസ്റ്റം (The Vaso-Motor System) എന്ന സുപ്രധാന ലേഖനം പ്രസിദ്ധീകരിച്ചിരുന്നു. 1915 ൽ പ്രസിദ്ധീകരിച്ച *ദി പ്രിൻസിപ്പിൾസ് ഓഫ് ജനറൽ ഫിസിയോളജി* അതുവരെ ആ വിഷയത്തിലെഴുതിയ ഏറ്റവും നല്ല ടെക്സ്റ്റ് പുസ്തകമായി പരിഗണിച്ചിരുന്നു. 1922 ൽ അദ്ദേഹത്തിന് സർ സ്ഥാനം ലഭിച്ചു.

ഫ്രെഡറിക് ബാന്റിങ് (1891 – 1941)

ഫ്രെഡറിക് ബാന്റിങ് ക്യാനഡയിലെ ഒണ്ടേറിയൊ അല്ലിസ്റ്റണിലാണ് ജനിച്ചത്. അദ്ദേഹം പിതാവ് വില്യം തോംപ്സൺ ബാന്റിങ്ങിന്റെയും മാതാവ് മാർഗരറ്റ് ഗ്രാന്റിന്റെയും അഞ്ചു മക്കളിൽ ഇളയവനായിരുന്നു. അല്ലിസ്റ്റണിലെ പൊതുസ്കൂളിലും ഹൈ സ്കൂളിലുമായിരുന്നു വിദ്യാഭ്യാസം. തുടർന്ന് ടൊറണ്ടോ യൂണിവേഴ്സിറ്റിയിൽ ദൈവശാസ്ത്രം പഠിക്കുന്നതിനായി ചേർന്നു. പക്ഷേ, വേഗം തന്നെ വൈദ്യശാസ്ത്രത്തിന് പ്രവേശനം ലഭിച്ചു.

പട്ടാളസേവനം

1916 ൽ എം ബി പാസായതിനു ശേഷം ബാന്റിങ് ഉടനെ കനേഡിയൻ ആർമി മെഡിക്കൽ കോറിൽ ചേർന്നു. ഒന്നാം ലോകമഹായുദ്ധത്തിൽ ഫ്രാൻസിൽ സേവനം അനുഷ്ഠിച്ചു. 1918 ൽ കാംബ്രായ് യുദ്ധത്തിൽ മുറിവ് പറ്റി. 1919 ൽ അദ്ദേഹത്തിന് യുദ്ധരംഗത്തെ ധീരതയ്ക്ക് ബഹുമതിയായി മിലിറ്ററി ക്രോസ് ലഭിച്ചു.

ഓർത്തോപീഡികിസ് അദ്ധ്യാപകൻ

1919 ൽ യുദ്ധം അവസാനിച്ചതോടെ ബാന്റിങ്ങ് ക്യാനഡയിലേക്ക് മടങ്ങി. ഒണ്ടേറിയോയിലെ ലണ്ടനിൽ ഡോക്ടറായി പ്രാക്ടീസ് ആരംഭിച്ചു. 1919–20 ൽ ഓർത്തോപീഡിക്സിൽ ഉപരിപഠനം നടത്തുകയും ടൊറണ്ടോയിലെ കുട്ടികൾക്കുള്ള ആസ്പത്രിയിൽ റസിഡന്റ് ഡോക്ടറായി സേവനം അനുഷ്ഠിക്കുകയും ചെയ്തു. 1920–21 ൽ ടൊറണ്ടോ വെസ്റ്റേൺ യൂണിവേഴ്സിറ്റിയിൽ ഓർത്തോപീഡിക്സ് അദ്ധ്യാപകനായി. അതോടൊപ്പം പഴയ പ്രാക്ടീസ് തുടരുകയും ചെയ്തു. 1921–22 ൽ ടൊറണ്ടോ യൂണിവേഴ്സിറ്റിയിൽ ഫാർമക്കോളജി ലക്ചററായി. 1922 ൽ അദ്ദേഹത്തിന് സ്വർണ്ണമെഡലോടെ എം ഡി പാസാകുവാൻ കഴിഞ്ഞു.

പ്രമേഹഗവേഷണത്തിനുള്ള വെമ്പൽ

പ്രമേഹത്തെപ്പറ്റി കൂടുതൽ മനസ്സിലാക്കുവാനും പഠിക്കുവാനും ബാന്റിങ്ങിന് അതീവ താല്പര്യമുണ്ടായിരുന്നു. ബാന്റിങ്ങിന്റെ കാലത്ത് പ്രമേഹത്തെ ഇന്ന് അർബ്ബുദത്തെ ഭയപ്പെട്ടിരുന്നതുപോലെ ഭയപ്പെട്ടിരുന്നു. പ്രമേഹം വന്നാൽ ആ രോഗംകൊണ്ടുതന്നെ വേഗം ജീവിതം അവസാനിക്കും എന്ന അവസ്ഥയായിരുന്നു അന്നുണ്ടായിരുന്നത്. പൂർവ്വസൂരികളായ നൗനിൻ, മിൻകോവ്സ്കി, ഓപീ, ഷാഫർ എന്നിവർ പ്രമേഹത്തിന് കാരണം ഒരു ഹോർമോണിന്റെ പോരായ്മയാണെന്ന് ഗവേഷണങ്ങൾകൊണ്ട് തെളിയിച്ചിരുന്നു. യകൃത്തിലുള്ള ഐലെറ്റ്സ് ഓഫ് ലാങ്കർഹാൻസ് എന്ന കോശസമൂഹങ്ങളിൽനിന്നാണ് ഈ ഹോർമോൺ സ്രവിക്കുന്നത്. ഷാഫർ ഇതിന് ഇൻസുലിൻ എന്ന പേര് നല്കി. ഇൻസുലിനാണ് ശരീരത്തിലെ ഗ്ലൂക്കോസിന്റെ ചയാപചയം നിയന്ത്രിക്കുന്നത്. ഇതിന്റെ പ്രവർത്തനംകൊണ്ടാണ് ഗ്ലൂക്കോസിൽനിന്ന് ഊർജ്ജം ഉല്പാദിപ്പിക്കുവാൻ കഴിയുന്നത്. പ്രമേഹരോഗികൾക്ക് ഗ്ലൂക്കോസ് ഉപയോഗിക്കുവാൻ കഴിയുന്നില്ല. അതിനാൽ അത് രക്തത്തിൽ കൂടിക്കൊണ്ടിരിക്കും. അതാണ് പ്രമേഹരോഗികളുടെ മൂത്രത്തിലും രക്തത്തിലും ഗ്ലൂക്കോസ് കൂടിക്കാണുന്നതിന്റെ കാരണം.

ഭക്ഷണത്തിൽനിന്ന് വരുന്ന ഗ്ലൂക്കോസ് ഇപ്രകാരം ഉപയോഗിക്കാതെ കൂടുന്നു. ഊർജ്ജം ഉണ്ടാക്കുവാൻ കഴിയാത്തതുകൊണ്ട് പ്രമേ

ഹരോഗികൾക്ക് വേഗം ക്ഷീണം വരുന്നു. ഗ്ലൂക്കോസിന് പകരം പ്രമേഹ രോഗികളുടെ ശരീരം കൊഴുപ്പ് ഉപയോഗിക്കുന്നതിനാൽ ശരീരം വേഗം ശോഷിച്ച് പ്രത്യേകതരത്തിലുള്ള മുഖവും ശരീരപ്രകൃതവും വരുന്നു. ഇപ്രകാരം ചയാപചയം ആകെ തകരാറാകുന്നതിനാൽ ഹൃദയം, വൃക്ക, കരൾ, മസ്തിഷ്കം, രക്തക്കുഴലുകൾ തുടങ്ങി എല്ലാ അവയവങ്ങളെയും പ്രമേഹം ബാധിക്കുന്നു.

ഇൻസുലിൻ കൊടുക്കാനുള്ള ശ്രമം

ഈ കുറവായ ഇൻസുലിന് പകരം പരീക്ഷണാർത്ഥം ഇൻസുലിൻ കൊടുക്കുവാനുള്ള ശ്രമം ശാസ്ത്രജ്ഞർ ആരംഭിച്ചു. യകൃത്ത് എടുത്തോ അതിന്റെ സാരം എടുത്തോ രോഗികൾക്ക് കൊടുത്തുനോക്കി. യകൃത്തിൽനിന്നുതന്നെ വരുന്ന ട്രിപ്സിൻ എന്ന എൻസൈം പ്രോട്ടീൻ നശിപ്പിച്ചു ശരീരത്തിലേക്ക് വലിച്ചെടുക്കുവാൻ സഹായിക്കുന്നതാണ്. അപ്രകാരം പ്രോട്ടീനായ ഹോർമോൺ ഇൻസുലിനെ ട്രിപ്സിൻ നശിപ്പിക്കുന്നതിനാൽ യകൃത്തു കഴിച്ചുകൊണ്ടുള്ള ചികിത്സ നടപ്പില്ല.

ഈ ഘട്ടത്തിൽ ബാന്റിങ് ഒരു മെഡിക്കൽ ജേർണ്ണലിൽ മോസസ് ബാരൺ എഴുതിയ ലേഖനം വായിച്ചു. അതിൽ പറയുന്നത് യകൃത്തിൽനിന്നുള്ള കുഴൽ അടച്ചുകെട്ടിയാൽ യകൃത്തിലെ ട്രിപ്സിൻ സ്രവിക്കുന്ന കോശങ്ങൾ മാത്രം നശിക്കും. എന്നാൽ അതുമായി ബന്ധമില്ലാത്ത ഐലെറ്റ്സ് ഓഫ് ലാങ്കർഹാൻസ് കുഴപ്പമില്ലാതെ നില്ക്കും. ഇതിലൊരു സന്ദേശമില്ലേ എന്ന് ബാന്റിങ്ങിന് തോന്നി. ഇപ്രകാരം യകൃത്തിന്റെ കുഴൽ കെട്ടി ട്രിപ്സിൻ ഉല്പാദിപ്പിക്കുന്ന കോശങ്ങൾ നശിപ്പിച്ച് ഐലെറ്റ്സ് ഓഫ് ലാങ്കർഹാൻസിൽനിന്ന് ഇൻസുലിൻ എടുക്കാൻ ബാന്റിങ് പരിപാടിയിട്ടു.

ഗവേഷണം ആരംഭിച്ചു

ഇത് ബാന്റിങ് പല വിദഗ്ദ്ധരുമായി ചർച്ച ചെയ്തു. ടൊറണ്ടോ യൂണിവേഴ്സിറ്റിയിലെ ഫിസിയോളജി പ്രൊഫസർ പി പി ആർ മക്ലിയോഡ് ഈ ദിശയിലുള്ള പരീക്ഷണങ്ങൾ നടത്തുവാനുള്ള സൗകര്യങ്ങൾ ചെയ്തുകൊടുത്തു. അന്ന് മെഡിക്കൽ വിദ്യാർത്ഥിയായ ഡോ ചാൾസ് ബെസ്റ്റിനെ സഹായിയായി നിയമിച്ചു. അങ്ങനെ അവർ രണ്ടുപേരും ചരിത്രപ്രധാനമായ ആ ഗവേഷണം ആരംഭിച്ചു. അതാണ് ഇൻസുലിന്റെ കണ്ടുപിടിത്തത്തിലേക്ക് നയിച്ചത്.

ടൊറണ്ടോ യൂണിവേഴ്സിറ്റിയിൽ

1922 ൽ ബാന്റിങ്ങിനെ ടൊറണ്ടോ യൂണിവേഴ്സിറ്റിയിലെ മെഡിസിൻ സീനിയർ ഡെമോൺസ്ട്രേറ്ററായി നിയമിച്ചു. 1923 ൽ ബാന്റിങ് ആന്റ് ബെസ്റ്റ് ചെയർ ഓഫ് മെഡിക്കൽ റിസേർച്ചിന്റെ തലവനായി തെര

ഞ്ഞെടുക്കപ്പെട്ടു. അത് ഒണ്ടേറിയോ പ്രോവിൻസിന്റെ നിയമസഭയുടെ തീരുമാനമനുസരിച്ചായിരുന്നു. അദ്ദേഹത്തിന് ടൊറണ്ടോ ജനറൽ ആസ്പത്രി, കുട്ടികളുടെ ആസ്പത്രി, ടൊറണ്ടോ വെസ്റ്റേൺ ആസ്പത്രി എന്നിവയുടെ ഓണററി കൺസൾട്ടന്റ് എന്നീ പദവികൾ കൂടെയുണ്ടായിരുന്നു. ബാന്റിങ് ആന്റ് ബെസ്റ്റ് ഇൻസ്റ്റിറ്റ്യൂട്ടിൽ സിലികോസിസ്, അർബ്ബുദം, മുങ്ങിമരണം എന്നിവയെക്കുറിച്ചും പരിഹാരത്തെക്കുറിച്ചും പഠനം നടത്തിയിരുന്നു.

രണ്ടാം ലോകമഹായുദ്ധാവസരത്തിൽ വിമാനയാത്രയിലെ പ്രശ്നങ്ങളെപ്പറ്റി പഠിക്കുന്നതിൽ അദ്ദേഹത്തിന് വലിയ താല്പര്യമായിരുന്നു. മെഡിക്കൽ ഡിഗ്രി കൂടാതെ 1923 ൽ ക്വീൻസിൽനിന്ന് എൽ എൽ ഡിയും ടൊറണ്ടോയിൽനിന്ന് ഡി എസ് സിയും കിട്ടിയിട്ടുണ്ട്. 1923 ൽ നൊബേൽ സമ്മാനം മക്ലിയോഡുമൊത്ത് ലഭിക്കുന്നതിന് മുമ്പ് 1922 ൽ ടൊറണ്ടോ യൂണിവേഴ്സിറ്റിയിൽനിന്ന് റീവ് പ്രൈസ് ലഭിച്ചു.

പെൻഷൻ

1923 ൽ കനേഡിയൻ പാർലമെന്റ് ജീവിതകാലം മുഴുവൻ ഏഴായിരത്തിഅഞ്ഞൂറ് ഡോളറിന്റെ പെൻഷൻ ബാന്റിങ്ങിന് പ്രത്യേകമായി അനുവദിക്കുകയുണ്ടായി. 1928 ൽ അദ്ദേഹം എഡിൻബറോയിൽ കാമറൂൺ ലക്ചർ ചെയ്യുകയുണ്ടായി. അദ്ദേഹത്തിന് ക്യാനഡയിലും ലോകത്തിന്റെ പല ഭാഗത്തും മെഡിക്കൽ അക്കാഡമികളിലും സംഘടനകളിലും അംഗത്വം ലഭിച്ചിരുന്നു. ബ്രിട്ടനിലെയും അമേരിക്കയിലെയും ഫിസിയോളജിക്കൽ സൊസൈറ്റികളിലും അമേരിക്കൻ ഫാർമക്കോളജിക്കൽ സൊസൈറ്റിയിലും അദ്ദേഹം അംഗമായിരുന്നു. 1934 ൽ ബാന്റിങ്ങിന് സർ സ്ഥാനം ലഭിച്ചു.

മെഡിക്കൽ രംഗത്തുമാത്രമല്ല ആ പ്രതിഭാശാലി കൈവെച്ചിരുന്നത്. ചിത്രകലയിൽ അദ്ദേഹത്തിന് സജീവ താല്പര്യമായിരുന്നു. ഒരിക്കൽ ഉത്തരധ്രുവത്തിലേക്ക് പോയ ചിത്രംവര സംഘത്തിൽ അദ്ദേഹവുമുണ്ടായിരുന്നു. പിന്നീട് 1924 ൽ അദ്ദേഹം മരിയോൺ റോബർട്സണെ വിവാഹം ചെയ്തു. 1932 ൽ ആ ബന്ധം വിവാഹമോചനത്തിലെത്തി. 1937 ൽ അദ്ദേഹം ഹെൻറീറ്റ ബാളിനെ വിവാഹം കഴിച്ചു.

രണ്ടാം ലോകമാഹായുദ്ധകാലത്ത് അദ്ദേഹം ബ്രിട്ടനിലെയും വടക്കെ അമേരിക്കയിലെയും മെഡിക്കൽ സർവ്വീസുകളെ ഏകോപിപ്പിക്കുന്ന ജോലി ചെയ്യുകയായിരുന്നു. ഫെബ്രുവരി 1941 ന് ന്യൂഫൗണ്ട്ലന്റിൽ ഒരു വിമാനാപകടത്തിൽ ആ മഹനീയ ജീവിതം പൊലിഞ്ഞു.

ഭാഗം പന്ത്രണ്ട്

പോൾ എഹ്ർലിച്ച് (1854 - 1915)

ഉന്നത കുടുംബം

ജർമ്മനിയിലെ അപ്പർ സൈലേഷ്യയിലെ സ്റ്റെഹ്ലെനിലാണ് അദ്ദേഹത്തിന്റെ ജനനം. ധനികരായ ജൂതകുടുംബത്തിലാണ് ജനിച്ചത്. എഹ്ർലിച്ചിന്റെ മാതാപിതാക്കൾ ഇസ്മാർ എഹർലിച്ചും റോസ വീഗർട്ടുമായിരുന്നു. അമ്മയുടെ സഹോദരിയുടെ മകൻ വലിയ ബാക്ടീരിയോളജിസ്റ്റായിരുന്ന കാൽ വീദർട്ടായിരുന്നു.

എഹ്ർലിച്ചിന്റെ ആദ്യവിദ്യാഭ്യാസം ബ്രെസ്ലാവിലെ ജിംനേഷ്യത്തിലായിരുന്നു. തുടർന്ന് ബ്രെസ്ലാവ് യൂണിവേഴ്സിറ്റിയിലും സ്ട്രാസ്ബർഗ്, ഫ്രീബർഗ്-ഇം-ബ്രീസ്ഗാവ്, ലീപ്സിഗ് എന്നീ യൂണിവേഴ്സിറ്റികളിലും പരിശീലനം നേടി. 1878 അദ്ദേഹത്തിന് മൃഗങ്ങളിലെ കോശകലകളെ ചായം കൊടുത്ത് മൈക്രോസ്കോപ്പിലൂടെ ദൃശ്യമാക്കുന്ന വിദ്യയെപ്പറ്റിയുള്ള പ്രബന്ധത്തിന് ഡോക്ടറേറ്റ് ലഭിക്കുകയുണ്ടായി. ഡബ്ല്യു എച്ച് പെർകിൻ 1853 ൽ അനിലിൻ ചായങ്ങളെ കണ്ടുപിടിച്ചതിനെപ്പറ്റി എഹ്ർലിച്ചിന് വലിയ താല്പര്യമായിരുന്നു. ആ താല്പര്യമാണ് ഈ കണ്ടുപിടുത്തത്തിലേക്ക് നയിച്ചത്.

ചായങ്ങളെക്കുറിച്ചുള്ള ഗവേഷണം

1878 ൽ അദ്ദേഹത്തെ ബെർലിൻ മെഡിക്കൽ ക്ലിനിക്കിൽ പ്രൊഫസർ ഫ്രീറിക്ക്സിന്റെ കീഴിൽ അസിസ്റ്റന്റായി നിയമിച്ചു. ഈ ചായങ്ങളെക്കുറിച്ചുള്ള ഗവേഷണങ്ങൾ തുടരുവാൻ അദ്ദേഹം എഹ്ർലിച്ചിന് അനുവാദം നല്കിയിരുന്നു. അമ്ലത അനുസരിച്ച് അവ ക്ഷാരഗുണമു

ള്ളത്, അല്ലതയുള്ളത്, ഇവയ്ക്കിടയിലുള്ള അമ്ലമോ ക്ഷാരമോ അല്ലാത്തത് എന്നിവയായിരുന്നു. രക്താണുക്കളെ ഇവയുപയോഗിച്ച് എഹ്ർലിച്ച് ചായം കൊടുത്ത് പഠിച്ചിരുന്നു. രക്താണുക്കളെ അദ്ദേഹം ഇപ്രകാരം നിരീക്ഷിച്ചതിൽനിന്ന് പലതരത്തിലുള്ള രക്തകോശങ്ങളെ തിരിച്ചറിഞ്ഞു.

ഹിമറ്റോളജി

അദ്ദേഹത്തിന്റെ ചരിത്രപരമായ ഗവേഷണങ്ങളാണ് രക്തശാസ്ത്രം എന്ന ഹിമറ്റോളജിക്ക് (haematology) അടിത്തറ പാകിയത്. ബർലിനിൽ കാരിത്തെ ആസ്പത്രിയിൽ പ്രധാനഡോക്ടറായി സേവനമനുഷ്ഠിക്കുമ്പോഴാണ് 1882 ൽ ക്ഷയരോഗാണുവിനെ ചായംകൊടുത്ത് പരിശോധിക്കുന്നത് എഹ്ർലിച്ച് കണ്ടുപിടിച്ചത്. അത് ക്ഷയരോഗാണുവിന് പ്രത്യേകമായുള്ളതായിരുന്നു. അതിനുശേഷം സീൽ, നീൽസൺ എന്നിവർ അതിൽ മാറ്റങ്ങൾ വരുത്തി. ഇപ്പോഴും സീൽ, നീൽസൺ മാർഗ്ഗം (Ziehl, Neelson method) ക്ഷയരോഗാണുവിനെ കണ്ടുപിടിക്കുവാൻ ലബോറട്ടറികളിൽ ഉപയോഗിക്കുന്നുണ്ട്. ഈ സങ്കേതങ്ങളിൽനിന്നാണ് ഗ്രാം മാർഗ്ഗമുപയോഗിച്ചുള്ള ചായം കൊടുക്കൽ വികസിപ്പിച്ചത്.

മസ്തിഷ്കസംബന്ധമായ രോഗങ്ങളിൽ മെതിലിൻ ബ്ലൂ (methylene blue) എന്ന ചായംകൊണ്ട് ചികിത്സിക്കാം എന്നദ്ദേഹം കണ്ടുപിടിച്ചു. ആധുനിക രോഗാണുശാസ്ത്രത്തിൽ ഇതിന് വലിയ പ്രാധാന്യമുണ്ട്. പോൾ എഹ്ർലിച്ചിന് രോഗപ്രതിരോധശാസ്ത്രം, രക്തശാസ്ത്രം, രാസവസ്തുക്കളെക്കൊണ്ടുള്ള ചികിത്സ എന്ന കീമോതെറാപ്പി എന്നിവയിലും സജീവതാല്പര്യമുണ്ടായിരുന്നു. സിഫിലിസിന് ആദ്യത്തെ രാസമരുന്ന് കണ്ടുപിടിച്ചത് എഹ്ർലിച്ചായിരുന്നു. അതിന് അദ്ദേഹത്തിന് 1908 ലെ വൈദ്യശാസ്ത്രത്തിനുള്ള നൊബേൽ സമ്മാനം ലഭിക്കുകയുണ്ടായി. റഷ്യൻ ബയോളജിസ്റ്റ് എലി മെച്ച്നിക്കോഫുമായി വൈദ്യശാസ്ത്രത്തിനുള്ള നൊബേൽസമ്മാനം പങ്കുവെക്കുകയായിരുന്നു.

ചായങ്ങളുടെ മായം

കോശങ്ങളെ ചായം കൊടുക്കുമ്പോൾ അവയിലെ ഭാഗങ്ങൾ വ്യക്തമായി കാണുവാൻ കഴിയുന്നു. അവ ചായം സ്വീകരിക്കുന്നതോടെ അവയിൽ ചിലമാറ്റങ്ങൾ ഉണ്ടാകുന്നത് എഹ്ർലിച്ചിന്റെ ശ്രദ്ധയിൽപെട്ടു. അവ കോശങ്ങളുടെ പ്രവർത്തനവുമായി ബന്ധപ്പെട്ടവയാണ്. ആ നിരീക്ഷണത്തെത്തുടർന്ന് ചായങ്ങളെപ്പോലുള്ള രാസവസ്തുക്കൾ കോശങ്ങളിൽ പ്രവർത്തിച്ച് രോഗശമനം ഉണ്ടാക്കാമെന്ന് എഹ്ർലിച്ച് ഊഹിച്ചു. അപ്രകാരം രോഗാണുബാധയുള്ള കോശങ്ങളെ ചികിത്സിക്കാം.

വിപ്ലവകരമായ മാറ്റങ്ങൾ

എഹ്ർലിച്ചിന്റെ ആശയം രോഗനിർണ്ണയത്തിലും ചികിത്സയിലും

വിപ്ലവകരവുമായ മാറ്റങ്ങൾക്ക് തുടക്കംകുറിച്ചു. അദ്ദേഹമാണ് കീമോ തെറാപ്പി എന്ന വാക്ക് ആദ്യമായി ഉപയോഗിച്ചത്. ടൈഫോയ്ഡ് രോഗി കളുടെ മൂത്രത്തിൽ പ്രത്യേകമായ രാസമാറ്റം അദ്ദേഹമാണ് കണ്ടുപിടി ച്ചത്. പലതരം കണ്ണുരോഗങ്ങളുടെ ചികിത്സയ്ക്കും അദ്ദേഹം സുപ്രധാ നമായ സംഭാവനകൾ നല്കിയിട്ടുണ്ട്.

1879–85 കാലയളവിൽ അദ്ദേഹം 37 ശാസ്ത്രീയപ്രബന്ധങ്ങൾ പ്രസി ദ്ധീകരിച്ചിട്ടുണ്ട്. ജീവിതകാലം മുഴുവൻ ക്രിയാത്മകവും പ്രതിഭാപൂർണ്ണ മായ ശാസ്ത്രീയാന്വേഷണങ്ങൾ നിറഞ്ഞതായിരുന്നു. അദ്ദേഹത്തിന്റെ ഏറ്റവും സുപ്രധാനമായ പ്രസിദ്ധീകരണം 1885 ൽ പ്രസിദ്ധീകരിച്ച *ദസ് സാവർസ്റ്റോഫ്-ബെദർഫ്നിസ്സ് ദെസ് ഓർഗാനിസ്മസ് (Das Sauerstoff-Bedürfniss des Organismus)* ആയിരുന്നു. പലതരത്തി ലുള്ള കോശങ്ങൾ പ്രാണവായു ഉപയോഗിക്കുന്നതിനെയും അതിലെ പ്രവർത്തനങ്ങളനുസരിച്ചുള്ള പ്രാണവായു ഉപയോഗത്തിലെ വ്യതിയാ നങ്ങളെയും കുറിച്ചായിരുന്നു പുസ്തകം.

അദ്ദേഹത്തിന് 61 വയസ്സുള്ളപ്പോൾ 1915 ലെ ആഗസ്ത് 20 ന് ഒരു മസ്തിഷ്കാഘാതമുണ്ടാവുകയും ആ ധന്യജീവിതത്തിന് തിരശ്ശീല വീഴു കയും ചെയ്തു.

അലക്സാണ്ടർ ഫ്ളെമിങ് (1881 – 1955)

പെൻസിലിൻ കണ്ടുപിടിച്ച മഹാനായ സർ അലക്സാണ്ടർ ഫ്ളെ മിങ് ജൈവശാസ്ത്രജ്ഞനായിരുന്നു. സ്കോട്ട്ലന്റിലെ എയർഷയറിലെ ലോക്ഫീൽഡ് ഫാമിലായിരുന്നു അദ്ദേഹത്തിന്റെ ജനനം. എട്ടുമക്കളിൽ ഏഴാമനായിരുന്നു ഫ്ളെമിങ്. സ്കൂൾ പഠനം ലൗഡൻ മൂർ സ്കൂൾ, ഡാർവെൽ സ്കൂൾ, കിൽമാർമോക് അക്കാഡമി എന്നിവിടങ്ങളിലായി രുന്നു. സ്കൂൾ പഠനം കഴിഞ്ഞ് 1895 ൽ ഫ്ളെമിങ് ലണ്ടനിലേക്ക് വന്നു. അവിടെ എഹർലിച്ച് മൂത്ത ജ്യേഷ്ഠൻ തോമസ് ഫ്ളെമിങ്ങിനോടൊപ്പ മായിരുന്നു താമസം. ലണ്ടൻ യൂണിവേഴ്സിറ്റിയിലെ റീജന്റ് സ്ട്രീറ്റ് പോളിടെക്നിക് (ഇപ്പോളിത് യൂണിവേഴ്സിറ്റി ഓഫ് വെസ്റ്റ്മിനിസ്റ്റർ ആണ്)ലായിരുന്നു ഫ്ളെമിങ്ങിന്റെ ആദ്യകാല പഠനം. തുടർന്ന് യൂണി വേഴ്സിറ്റി ഓഫ് ലണ്ടൻ, സെയ്ന്റ് മേരീസ് ഹോസ്പിറ്റൽ മെഡിക്കൽ സ്കൂൾ, ലണ്ടൻ മൂർ ഹോസ്പിറ്റൽ എന്നിവിടങ്ങളിലും പരിശീലനം നേടി. 1901 ൽ മെഡിക്കൽ പഠനത്തിന് ചേർന്നു. 1908 ൽ സെയ്ന്റ് മേരീസ് മെഡിക്കൽ സ്കൂളിൽ ഫ്ളെമിങ്ങിന് ഏറ്റവും നല്ല മെഡിക്കൽ വിദ്യാർ ത്ഥിക്കുള്ള സ്വർണ്ണമെഡൽ ലഭിക്കുകയുണ്ടായി. 1928 ലാണ് അദ്ദേഹം പെൻസിലിൻ കണ്ടുപിടിച്ചത്. 1945 ൽ ഈ കണ്ടുപിടിത്തത്തിന് അല ക്സാണ്ടർ ഫ്ളെമിങ്ങിന് നൊബേൽ സമ്മാനം ലഭിച്ചു.

പട്ടാളസേവനം

ഡോക്ടറായതിനു ശേഷം ഫ്ളെമിങ്ങിന്റെ ആദ്യത്തെ ആഗ്രഹം

ഒരു സർജനാവുക എന്നതായിരുന്നു. എന്നാൽ ഉടനെ യുദ്ധം പൊട്ടിപ്പുറപ്പെട്ടു. അതോടെ അദ്ദേഹം ഒന്നാം ലോകമഹായുദ്ധകാലത്ത് ടെറിട്ടോറിയൽ പട്ടാളത്തിൽ 1900 മുതൽ പതിനാലുവർഷം ഡോക്ടറായി സേവനം അനുഷ്ഠിച്ചു. ഫ്ളെമിങ് അവിടെ ബാക്ടീരിയോളജിസ്റ്റായിരുന്നു. പട്ടാളത്തിലെ മുറിവുകളിലെ പഴുപ്പുകളെക്കുറിച്ച് അദ്ദേഹം പഠനം നടത്തി. അവിടെ വെച്ച് ഫ്ളെമിങ് നിരീക്ഷിച്ച ഒരു കാര്യം ഇതാണ്. പട്ടാളക്കാർ ഉപയോഗിച്ചിരുന്ന ആന്റിസെപ്റ്റിക്സ് പ്രയോജനത്തെക്കാളേറെ ഉപദ്രവകരമായിരുന്നു. അവ ശരീരത്തിന്റെ പ്രതിരോധശക്തി കുറയ്ക്കുന്നതായിരുന്നു. അതുകൊണ്ടാണ് കൂടുതൽ പട്ടാളക്കാർ ഈ ആന്റിസെപ്റ്റിക്സ്കൊണ്ട് മരിച്ചത്! അക്കാരണത്താൽ ആന്റിസെപ്റ്റിക്സ് ഉപയോഗിക്കാതെ മുറിവ് വെറുതെ വൃത്തിയാക്കി നനയാതെ സൂക്ഷിക്കുവാനാണ് അദ്ദേഹം ഉപദേശിച്ചത്. പക്ഷേ, ആ ഉപദേശം പലരും ചെവിക്കൊണ്ടില്ല.

ബാക്ടീരിയോളജി തെരഞ്ഞെടുത്തു

സെയ്ന്റ് മേരീസ് ആസ്പത്രിയിലെ ഇനോക്കുലേഷൻ വകുപ്പിൽ താല്ക്കാലികനിയമനത്തെത്തുടർന്ന് വെല്ലുവിളി നിറഞ്ഞ ബാക്ടീരിയോളജി തെരഞ്ഞെടുക്കാമെന്ന് തീരുമാനിച്ചു. അവിടെ ഫ്ളെമിങ് സുപ്രസിദ്ധ ബാക്ടീരിയോളജിസ്റ്റും രോഗപ്രതിരോധശാസ്ത്ര വിദഗ്ദ്ധനുമായ സർ ആൽമ്രോത് എഡ്വേഡ് റൈറ്റിന്റെ കീഴിൽ തന്റെ ഗവേഷണ കഴിവുകൾ പരിപോഷിപ്പിച്ചു. അദ്ദേഹത്തിന്റെ രോഗപ്രതിരോധവാക്സീനുകളിലുള്ള വിപ്ലവകരമായ ആശയങ്ങൾ ചികിത്സയിൽ പുതിയൊരു ദിശാബോധം സൃഷ്ടിച്ചിരുന്നു. തുടർന്ന് ബാക്ടീരിയോളജിസ്റ്റായ ഫ്ളെമിങ് 1918 ൽ ആ ആസ്പത്രിയിൽ അസിസ്റ്റന്റ് ഡയറക്ടർ ഓഫ് ഇനോക്കുലേഷൻ ആയി നിയമിതനായി. 1928 ന് ശേഷം അദ്ദേഹം അവിടത്തെ എമിററ്റസ് പ്രൊഫസറായി.

1921 നവംബറിൽ അദ്ദേഹത്തിനൊരു നീർദ്ദോഷം പിടിപെടുകയുണ്ടായി. അദ്ദേഹം പോഷക ലായനി (culture medium) നോക്കുമ്പോൾ മൂക്കിൽനിന്നും മ്യൂക്കസ് ഒരു തുള്ളി സ്ലൈഡിൽ വീണു. വളരുന്ന ബാക്ടീരിയയിൽ അത് വരുത്തുന്ന മാറ്റം അറിയുവാൻ ഫ്ളെമിങ്ങിന് കൗതുകമായി. ആ മ്യൂക്കസ് സ്ലൈഡിൽ അദ്ദേഹം കലർത്തി. ഏതാനും ആഴ്ചകൾക്ക് ശേഷം ആ മീഡിയത്തിലെ രോഗാണുക്കൾ നശിച്ചുപോയതായിക്കണ്ടു. ഇത് മഹത്തായ നിരീക്ഷണമായിരുന്നു. മ്യൂക്കസിലുണ്ടായിരുന്ന ലൈസോസൈം എന്ന എൻസൈമിന് രോഗാണുവിനെ നേരിടാനുള്ള നൈസർഗ്ഗികമായ കഴിവുണ്ടായിരുന്നു എന്ന് മനസ്സിലാക്കി..

പൂപ്പലായ പെനിസീലിയം നൊട്ടേറ്റം

1928 ൽ അദ്ദേഹം വളർത്തിയ സ്റ്റഫിലോകോക്കസ് ആറിയസ് രോഗാണുക്കളിൽ ചിലതിൽ പൂപ്പൽ ബാധിക്കുകയും ആ പൂപ്പലിനടുത്തുള്ള രോഗാണുകോളനികളെ പൂപ്പൽ നശിപ്പിക്കുകയും ചെയ്തു. ആ പൂപ്പ

ലായിരുന്നു പെനിസീലിയം നൊട്ടേറ്റം. നിരീക്ഷണപടുവായ അദ്ദേഹം രോഗാണുക്കളെ നശിപ്പിക്കുന്ന ആ പൂപ്പലിനെ എന്തുകൊണ്ട് ഉപയോഗിച്ചുകൂടാ എന്നു ചിന്തിച്ചു. അപ്രകാരം സംഗതിവശാൽ കണ്ടെത്തിയ പൂപ്പലാണ് പെനിസിലിൻ. പെനിസിലിനെ രോഗചികിത്സയിൽ ഉപയോഗിക്കാമെന്ന് കണ്ടുപിടിച്ചത് ആസ്ട്രേലിയൻ ഹോവാർഡ് ഫ്ളോറിയായിരുന്നു.

അന്ന് സംഗതിവശാൽ പൂപ്പൽ കണ്ടെത്തിയതിനെപ്പറ്റി അദ്ദേഹം എഴുതുന്നു. '1928 ലെ പ്രഭാതം. ഞാൻ ഉണർന്നുവരുന്നതേയുള്ളൂ. അന്ന് രാവിലെ ലോകത്തെ ആദ്യത്തെ ആന്റിബയോട്ടിക് കണ്ടുപിടിച്ച് ലോകത്തെ ഞെട്ടിക്കുവാനൊന്നും എനിക്ക് പരിപാടിയുണ്ടായിരുന്നില്ല. ബാക്ടീരിയയെ നശിപ്പിക്കുന്ന യാതൊന്നും കണ്ടുപിടിക്കുവാനൊന്നും എനിക്ക് പരിപാടിയില്ലായിരുന്നു. പക്ഷേ, അതായിരുന്നു ഞാൻ ചെയ്തത്.' ആ വസ്തുവിനെ ആദ്യം അദ്ദേഹം പൂപ്പൽ ദ്രാവകം എന്നാണ് പേരിട്ടത്.

പിന്നീടാണ് പെൻസിലിൻ എന്ന പേര് വന്നത്. തുപ്പലിലും മൃൂക്കസിലും കാണുന്ന ലൈസോസൈമിനേക്കാൾ ശക്തമായ ഒരു എൻസൈം ആണ് കണ്ടുപിടിച്ചത് എന്ന ധാരണയിൽ അദ്ദേഹം അതിനെക്കുറിച്ച് അന്വേഷിക്കുവാൻ തുടങ്ങി. പക്ഷേ, പിന്നീടാണ് മനസ്സിലായത്, അതൊരു എൻസൈം അല്ല പുത്തനായ ആന്റിബയോട്ടിക്ക് ആണ് എന്ന്! ഇനിയും വരാനിരിക്കുന്ന എത്രയോ ആന്റിബയോട്ടിക്കുകളിൽ ആദ്യത്തേത്. ഇനിയുള്ള ഗവേഷണം ഒരു വ്യക്തിക്ക് മാത്രം ചെയ്യാവുന്നത്ര ലളിതമായിരുന്നില്ല. ഫ്ളെമിങ് രണ്ട് യുവശാസ്ത്രജ്ഞരെ ഗവേഷകസംഘത്തിലേക്കെടുത്തു. പക്ഷേ, ഈ മൂവർക്കും പെൻസിലിനെ നേരെയെടുത്ത് ശുദ്ധമായ രൂപത്തിൽ നിർമ്മിക്കുവാൻ കഴിഞ്ഞിരുന്നില്ല. പക്ഷേ, ഫ്ളെമിങ് വിശ്വസിച്ചിരുന്നു, പെൻസിലിൻ പുറമെ ഉപയോഗിക്കുവാനും കുത്തിവെയ്ക്കുവാനും കഴിയുന്ന ഒന്നായിരിക്കും എന്ന്.

ഓക്സ്ഫോഡിൽനിന്നുള്ള ഒരു സംഘം

ഫ്ളെമിങ്ങിന്റെ കണ്ടുപിടിത്തത്തിന്റെ വെളിച്ചത്തിൽ ഓക്സ്ഫോഡിൽനിന്നുള്ള ഒരു സംഘം ഗവേഷകർ ആ ലക്ഷ്യം സാധിച്ചു. ആസ്ട്രേലിയൻ ശാസ്ത്രജ്ഞൻ ഹോവാർഡ് ഫ്ളോറിയും സഹപ്രവർത്തകനായ ഏണസ്റ്റ് ചെയിനും പെൻസിലിനെ ശുദ്ധമായ രൂപത്തിൽ വേർതിരിച്ചെടുത്തു. ഇത് രണ്ടാം ലോകമഹായുദ്ധത്തിൽ പട്ടാളക്കാരിൽ ഉപയോഗിച്ചു. അപ്രകാരം യുദ്ധരംഗവൈദ്യശാസ്ത്രത്തിൽ വിപ്ലവം തന്നെ സംഭവിച്ചു. വലിയ തോതിൽ രോഗാണുബാധയെ തടയുവാനും കഴിഞ്ഞു. 1945 ൽ ഫ്ളോറിക്കും ചെയിനിനും ഫ്ളെമിങ്ങിനും കൂടി ആ വർഷത്തെ നൊബേൽ സമ്മാനം ലഭിച്ചു. പക്ഷേ, ആരാണതിൽ ഒന്നാമൻ എന്ന കാര്യത്തിലൊരു പടലപ്പിണക്കം ഉണ്ടായി. ഇപ്രകാരം തർക്കമുള്ള കാര്യങ്ങളിൽ, ശാസ്ത്രവിഷയമാണെങ്കിൽപ്പോലും മാധ്യമങ്ങൾ അതിലിടപെടുകയും തീരുമാനത്തിലെത്തുകയും പതിവുണ്ട്. ഇവിടെ ഫ്ളെമിങ്ങിന്റെ സംഗതിവശാലുള്ള കണ്ടുപിടുത്തവും പത്രക്കാരെക്കണ്ട് വിശദീകരിക്കാ

നുള്ള കഴിവുംകൊണ്ട് ഒന്നാമനായി.

അംഗീകാരങ്ങൾ

1946 ൽ അദ്ദേഹം അൽമ്രോത് എഡ്വേഡ് റൈറ്റിന് ശേഷം സെയ്ന്റ് മേരീസ് ആസ്പത്രിയുടെ ഇനോക്കുലേഷൻ വകുപ്പിന്റെ തലവനായി. അതിന് റൈറ്റ്-ഫ്ളെമിങ് ഇൻസ്റ്റിറ്റ്യൂട്ട് എന്ന പുതിയ പേരും നല്കി. ഇത് കൂടാതെ സൊസൈറ്റി ഫോർ ജനറൽ മൈക്രോബയോളജിയുടെ പ്രസിഡന്റുമായിരുന്നു. മാത്രമല്ല പോണ്ടിഫിഷ്യൽ അക്കാഡമിയുടെ അംഗം, പല മെഡിക്കൽ ശാസ്ത്രീയ സംഘങ്ങളുടെയും ഓണററി അംഗം, ലോക ശാസ്ത്രീയ സൊസൈറ്റിയുടെ അംഗം എന്നീ പദവികൾ വഹിച്ചു. ഫ്ളെമിങ്ങിന് അവസാനം വന്ന രോഗം ഹാർട്ട് അറ്റാക്കായിരുന്നു. 11.03.1955 ന് ആ പ്രതിഭാശാലി എന്നെന്നേക്കുമായി ശാസ്ത്രലോകത്തോട് വിടപറഞ്ഞു. അദ്ദേഹത്തിന് ആദ്യഭാര്യയിൽ റോബർട്ട് എന്നൊരു മകൻ ഉണ്ടായിരുന്നു.

രണ്ടാമത്തെ ഭാര്യ ഡോ. അമാലിയ കൗട്സൗരി-വൗറിക്കാസ് ആയിരുന്നു അദ്ദേഹത്തിന്റെ കുടുംബത്തിൽ അവശേഷിച്ചിരുന്നത്. ശാസ്ത്രലോകത്തിന് പുറമെ അദ്ദേഹം 1951-1954 വരെ എഡിൻബറൊ യൂണിവേഴ്സിറ്റിയുടെ റെക്ടറായിരുന്നു പല മുനിസിപ്പാലിറ്റികളിലും വിശിഷ്ടാതിഥിയായിരുന്നു. അമേരിക്കൻ ഇന്ത്യൻ കിയോവ ട്രൈബിന്റെ ദോയ് -ഗെയ്-താവു എന്ന സ്ഥാനപ്പേരും 30 യൂറോപ്യൻ അമേരിക്കൻ യൂണിവേഴ്സിറ്റികളിൽ ഓണററി ഡോക്ടറേറ്റും ലഭിച്ചിരുന്നു. അദ്ദേഹത്തിന്റെ സുപ്രസിദ്ധമായ വാചകങ്ങൾ ഇവയായിരുന്നു. 'ഞാൻ ഒരിക്കലും എല്ലാ വൈദ്യശാസ്ത്രത്തെ വിപ്ലവകരമായി മാറ്റുവാൻ ലോകത്തെ ആദ്യത്തെ ആന്റിബയോട്ടിക് കണ്ടുപിടിക്കാനോ ഒരു ബാക്ടീരിയയെ നശിപ്പിക്കുന്നതിനെ കണ്ടുപിടിക്കാനോ ആഗ്രഹിച്ചിരുന്നില്ല. എന്നാൽ ഞാൻ വിചാരിക്കുന്നു അതുതന്നെയാണ് ഞാൻ ചെയ്തത്.'

ഗെർട്രൂഡ് ബെല്ലെ എലിയോൺ (1918 - 1999)

ഔഷധവിജ്ഞാനീയത്തിൽ (Pharmacology) അതികായയായിരുന്നു എലിയോൺ. അവർ ന്യൂയോർക്കിലാണ് ജനിച്ചത്. 1988 ൽ ജോർജ്ജ് എച്ച് ഹിച്ചിങ്സ്, സർ ജെയിംസ് ഡബ്ലിയു ബ്ലേക് എന്നിവർക്കൊപ്പം വൈദ്യശാസ്ത്രത്തിനുള്ള നൊബേൽ സമ്മാനം ലഭിച്ചു. ഗൗരവതരമായ പല രോഗങ്ങൾക്കുമുള്ള മരുന്നുകൾ കണ്ടുപിടിച്ചതിനായിരുന്നു ഈ പുരസ്കാരം.

സ്ത്രീയായതുകൊണ്ട് അവഗണിക്കപ്പെട്ടു

അമേരിക്കയിലേക്ക് കുടിയേറിയ മാതാപിതാക്കളുടെ മകളായിരുന്നു എലിയോൺ. 1937 ൽ ന്യൂയോർക്കിലെ ഹണ്ടർ കോളേജിൽനിന്നും അവർക്ക് രസതന്ത്രത്തിൽ ബിരുദം ലഭിച്ചു. സ്ത്രീയായതുകൊണ്ടു

മാത്രം ഗവേഷകജോലി അവർക്ക് ലഭിച്ചില്ല. തുടർന്ന് 1937 ൽ ന്യൂയോർക്ക് ഹോസ്പിറ്റൽ സ്കൂൾ ഓഫ് നഴ്സിങ്ങിലെ ലബോറട്ടറിയിൽ ഒരു സഹായിയായി പ്രവർത്തിച്ചു. തുടർന്ന് 1938-39 ൽ അസിസ്റ്റന്റ് ഓർഗാനിക് കെമിസ്റ്റായി ഡെൻവർ കെമിക്കൽ മാനുഫാക്ചറിങ് കമ്പനിയിലും ജോലി ചെയ്തു. ഇത്രയും പരിചയം നേടിയതിന് ശേഷം 1940-42 ൽ ന്യൂയോർക്ക് സിറ്റി ഹൈസ്കൂളുകളിൽ ഭൗതികശാസ്ത്രവും രസതന്ത്രവും പഠിപ്പിക്കുവാൻ അവർ നിയുക്തയായി. തുടർന്നാണ് 1943-44 ൽ ഗവേഷക കെമിസ്റ്റായി ജോൺസൺ ആന്റ് ജോൺസൺ കമ്പനിയിൽ നിയമിതയായത്. ആ സമയത്ത് ന്യൂയോർക്ക് യൂണിവേഴ്സിറ്റിയിൽ പഠിപ്പിക്കുകയും ചെയ്തിരുന്നു. തുടർന്ന് അവർ 1944 ൽ ബറോസ് വെൽകം ലബോറട്ടറിയിൽ (ഇപ്പോൾ ആ കമ്പനി ഗ്ലാക്സൊസ്മിത്ത് ക്ലൈൻ ആണ്) ചേർന്നു.

അവിടെ ആദ്യം ഹിച്ചിങ്സിന്റെ സഹായിയും തുടർന്ന് സഹപ്രവർത്തകയുമായി. അദ്ദേഹവുമായുള്ള സഹകരണം അടുത്ത നാലു ദശകങ്ങളോളം നീണ്ടുനിന്നു. അവർ രണ്ടുപേരും ചേർന്ന് രക്താർബ്ബുദം, ഓട്ടോഇമ്മ്യൂൺ രോഗങ്ങൾ, മൂത്രാശയരോഗങ്ങൾ, ഗൗട്ട്, മലേറിയ, ഹെർപിസ് എന്നിവയ്ക്കുള്ള മരുന്നുകൾ വികസിപ്പിച്ചെടുത്തു. അവരുടെ നേട്ടം പ്രാഥമികമായും മികച്ച ഗവേഷണമാർഗ്ഗങ്ങൾ ഉപയോഗിച്ചതുകൊണ്ടായിരുന്നു.

ഇവർ സ്വീകരിച്ചിരുന്ന തന്ത്രം സാധാരണകോശങ്ങളുടെയും അർബ്ബുദകോശങ്ങളുടെയും ജൈവരസതന്ത്രപരമായ വ്യത്യാസങ്ങൾ മനസ്സിലാക്കിക്കൊണ്ടുള്ള സമീപനമായിരുന്നു. അതുപോലെ ബാക്ടീരിയ, വൈറസ് എന്നിവയെയും അതുപോലെ ജൈവരസതന്ത്രപരമായ വ്യത്യാസങ്ങൾ മനസ്സിലാക്കിയാണ് മരുന്നുകൾ പഠനത്തിന് വിധേയമാക്കിയിരുന്നത്. തുടർന്ന് ഈ വിവരങ്ങൾ ഉപയോഗിച്ച് രോഗകാരണമായവയെ നശിപ്പിക്കുവാനുള്ള തന്ത്രങ്ങൾ മെനയുന്നു. അതോടൊപ്പം മനുഷ്യകോശങ്ങൾക്ക് തകരാറൊന്നും സംഭവിക്കുകയുമരുത്. ഈ സമീപനം അവർക്ക് അനാവശ്യമായി ഇരുട്ടിൽതപ്പാതെ നേരിട്ട് ജൈവരസതന്ത്രപരമായും ശരീരശാസ്ത്രപരമായും പഠിച്ച് മരുന്നുകൾ എപ്രകാരമായിരിക്കണമെന്ന് തീരുമാനിക്കുവാൻ കഴിവ് തരുന്നു.

എയ്ഡ്സിനുള്ള ആദ്യത്തെ മരുന്ന്

1983 ൽ ഔദ്യോഗികമായ റിട്ടയർ ചെയ്തെങ്കിലും എയ്ഡ്സിനുള്ള ആസിഡോതൈമിഡിൻ (azidothymidine (AZT)) വികസിപ്പിക്കുന്നതിനുള്ള സഹായം അവർ ചെയ്തിരുന്നു. അതായിരുന്നു എയ്ഡ്സിനുള്ള ആദ്യത്തെ മരുന്ന്. 1991 ൽ അവർക്ക് നാഷണൽ മെഡൽ ഓഫ് സയൻസ് ലഭിക്കുകയുണ്ടായി. കൂടാതെ നാഷണൽ ഹാൾ ഓഫ് ഫെയിമിൽ ഉൾപ്പെടുത്തിയിരുന്നു. 1999 ഫെബ്രുവരി 21 ന് അവർ അന്തരിച്ചു.

ഭാഗം പതിമൂന്ന്

റൊണാൾഡ് റോസ് (1857 - 1932)

റൊണാൾഡ് റോസ് ഉത്തരാഖണ്ഡിലെ അൽമോറയിലാണ് ജനിച്ചത്. അദ്ദേഹത്തിന്റെ പിതാവ് സർ സി സി ജി റോസ് ഇംഗ്ലീഷ് ആർമി ജനറലായിരുന്നു. എട്ടു വയസ്സായതോടെ റോസിനെ വിദ്യാഭ്യാസത്തിനായി ഇംഗ്ലണ്ടിലേക്കയക്കുകയും 1875 ൽ മെഡിക്കൽ വിദ്യാഭ്യാസത്തിനായി ലണ്ടനിലെ ബർത്തലോമ്യു ആസ്പത്രിയിൽ ചേരുകയും ചെയ്തു.

ഇന്ത്യയിൽ ജനിച്ച റോസ്

1881 ൽ അദ്ദേഹം ഇന്ത്യൻ മെഡിക്കൽ സർവീസിൽ ചേർന്നു. 1892 ൽ അദ്ദേഹം മലേറിയയെക്കുറിച്ചുള്ള ഗവേഷണം ആരംഭിച്ചു. 1894 ൽ ലാവറനും മാൻസണും നിഗമനത്തിലെത്തിയത് കൊതുകിൽ കൂടി മാത്രമെ മലേറിയ പരക്കുകയുള്ളൂ എന്നാണ്. ഈ സാങ്കല്പികസിദ്ധാന്തം (hypothesis) വെച്ചുകൊണ്ട് കൂടുതൽ പഠനങ്ങൾ നടത്തുവാൻ റോസ് തീരുമാനിച്ചു.

മലേറിയ ഗവേഷണം

രണ്ടര വർഷത്തെ ശ്രമംകൊണ്ട് കാര്യമായ പുരോഗതിയൊന്നും ഉണ്ടായില്ല. പിന്നീട് കൊതുകിലെ മലേറിയ രോഗാണുവിന്റെ ജീവിത ചക്രം അദ്ദേഹം കണ്ടെത്തി. ലാവറനും മാൻസണും പറഞ്ഞത് ശരിവച്ചു. മലേറിയ ഗവേഷണത്തിൽ അതൊരു സുപ്രധാനവഴിത്തിരിവായിരുന്നു. അതിനുശേഷം ഇംഗ്ലണ്ടിലേക്ക് മടങ്ങിയ റോസ് ലിവർപൂൾ സ്കൂൾ ഓഫ് ട്രോപ്പിക്കൽ മെഡിസിനിൽ ചേർന്നു. ഇത് സർ ആൽഫ്രഡ്

ജോൺസിന്റെ നിർദ്ദേശപ്രകാരമായിരുന്നു. വേഗം തന്നെ അദ്ദേഹത്തെ ഗവേഷണം തുടരുന്നതിനായി പടിഞ്ഞാറൻ ആഫ്രിക്കയിലേക്കയച്ചു. അവിടെവെച്ച് അദ്ദേഹം ആഫ്രിക്കൻ പനിയെന്ന കാല അസാറിനെക്കുറിച്ച് പഠനം നടത്തി. അതും കൊതുകുമൂലം പകരുന്ന രോഗമാണ്. കൊതുക് നിർമ്മാർജ്ജനത്തിനുശേഷം പടിഞ്ഞാറൻ ആഫ്രിക്കയിൽ മലേറിയ പകരുന്നതിന് കുറവുണ്ടായി. റോസിന്റെ ഗവേഷണഫലങ്ങൾ പ്രഗത്ഭരായ റോബർട്ട് കോക്ക്, ഡാനിയൽസ്, ബിഗ്നാമി, സെല്ലി, ക്രിസ്റ്റോഫേഴ്സ്, സ്റ്റീഫൻസ്, ആന്നെറ്റ്, ആസ്റ്റെൻ, റൂഗ്, സീമാൻ തുടങ്ങി നിരവധിപേർ അംഗീകരിക്കുകയും അഭിനന്ദിക്കുകയും ചെയ്തിരുന്നു.

അംഗീകാരങ്ങൾ

1901 ൽ റോസിനെ റോയൽ കോളേജ് ഓഫ് സർജൻസിലേക്ക് തെരഞ്ഞെടുത്തു. തുടർന്ന് റോയൽ സൊസൈറ്റിയിലേക്കും തെരഞ്ഞെടുക്കപ്പെട്ടു. 1911–13 കാലഘട്ടത്തിൽ റോസ് അതിന്റെ വൈസ് പ്രസിഡന്റായിരുന്നു. 1902 ൽ ബ്രിട്ടീഷ് രാജാവ് അദ്ദേഹത്തിന് കംപാനിയൻ ഓഫ് ദി മോസ്റ്റ് ഓണറബിൾ ഓർഡർ ഓഫ് ബാത്ത് ബഹുമതി നല്കുകയുണ്ടായി. 1911 ൽ നൈറ്റ് കമാണ്ടർ പദവിയിലേക്ക് ഉയർത്തുകയുണ്ടായി, ബെൽജിയത്തിൽ അദ്ദേഹത്തിന് ഓഫീസർ ഓഫ് ദ ഓർഡർ ഓഫ് ലിയനോപ്പോൾഡ് ബഹുമതിയും ലഭിച്ചു.

1902 ൽ ലിവർപൂൾ സ്കൂൾ ഓഫ് ട്രോപ്പിക്കൽ മെഡിസിനിൽ സർ ആൽഫ്രെഡ് ജോൺസ് ചെയർ സ്ഥാപിക്കപ്പെടുകയും റോസിനെ അവിടെ പ്രൊഫസറായി നിയമിക്കുകയും ചെയ്തു. ആ പദവിയിൽ അദ്ദേഹം 1912 വരെ തുടർന്നു. ലിവർപൂൾ വിട്ടതിന് ശേഷം അദ്ദേഹം ലണ്ടനിലെ കിങ്സ് കോളേജ് ഹോസ്പിറ്റലിൽ ട്രോപ്പിക്കൽ രോഗവിഭാഗത്തിന്റെ ഫിസിഷ്യനായി നിയമിതനായി. 1917 വരെ അതിൽ തുടർന്നു. തുടർന്ന് 1918 ൽ അദ്ദേഹത്തെ നൈറ്റ് കമാന്റർ പദവിയിൽ യുദ്ധവകുപ്പിൽ മലേറിയ വിദഗ്ദ്ധനായി നിയമിച്ചു. 1926 ൽ റോസിന്റെ നാമധേയത്തിൽ സ്ഥാപിതമായ ഇൻസ്റ്റിറ്റ്യൂട്ടിൽ ഡയറക്ടറാവുകയും മരണംവരെ ആ പദവിയിൽ തുടരുകയും ചെയ്തു. 1902 ൽ അദ്ദേഹത്തിന് നൊബേൽ സമ്മാനം ലഭിച്ചു.

മലേറിയ പ്രതിരോധപ്രവർത്തനം

മലേറിയ പ്രതിരോധത്തിന് റോസ് കാര്യമായ സംഭാവന നല്കി. പല സർവ്വെകളും മലേറിയ നിർമ്മാർജ്ജനപരിപാടികളും നടത്തി. പടിഞ്ഞാറൻ ആഫ്രിക്ക, സൂയസ് കനാൽ പ്രദേശം, ഗ്രീസ്, മൗറീഷ്യസ്, സൈപ്രസ്, 1914–18 ൽ യുദ്ധം ബാധിച്ച സ്ഥലങ്ങൾ എന്നിവിടങ്ങളിൽ അദ്ദേഹം മലേറിയ നിയന്ത്രണപരിപാടികൾ നടത്തി. ഇന്ത്യയിലും സിലോണിലും പ്ലാന്റിങ് പ്രദേശങ്ങളിൽ അദ്ദേഹം മലേറിയ നിയന്ത്രണത്തിനായി സംഘടനകൾ ഉണ്ടാക്കി. അതിന്റെ പ്രവർത്തനംകൊണ്ട്

ആശാവഹമായ ഫലം ലഭിച്ചിരുന്നു. രോഗവിതരണശാസ്ത്രമായ എപ്പി ഡെമിയോളജിയിലും (epidemiology) അദ്ദേഹം ശ്രദ്ധേയമായ സംഭാവ നകൾ നല്കിയിട്ടുണ്ട്.

സർവ്വേയും അതനുസരിച്ചുള്ള നിഗമനവും മലേറിയ നിയന്ത്രിക്കു ന്നതിന് വളരെ പ്രയോജനകരമായിരുന്നു. അതിനുള്ള റോസിന്റെ ഗണി തമാതൃകകൾ വളരെ പ്രശസ്തമാണ്. 1908 ൽ മൗറീഷ്യസിൽ തുടങ്ങി 1911 വരെ പ്രതിരോധത്തിന് ആ മാതൃക ഫലപ്രദമാണെന്ന് തെളിഞ്ഞി രുന്നു. 1915-16 ൽ അതിന്റെ റിപ്പോർട്ട് റോയൽ സൊസൈറ്റിക്ക് നല്കു കയുണ്ടായി. ഗണിതശാസ്ത്രത്തിലുള്ള അദ്ദേഹത്തിന്റെ അഗാധമായ താല്പര്യംകൊണ്ട് സാധാരണഗണിതശാസ്ത്രത്തിലും അപ്ലൈഡ് ഗണി തശാസ്ത്രത്തിലും സംഭാവന ചെയ്യാൻ അദ്ദേഹത്തിന് കഴിഞ്ഞിട്ടുണ്ട്. ഗണിതശാസ്ത്രം രോഗവിതരണശാസ്ത്രത്തിൽ ഉപയോഗിക്കുന്ന ഈ സങ്കേതത്തെ പത്തോമെട്രി (pathometry) എന്നു പറയുന്നു. കീടങ്ങൾ പരത്തുന്ന രോഗങ്ങളെപ്പറ്റി പഠിക്കുന്നതിൽ പത്തോമെട്രി തുടർന്നും വളരെ പ്രയോജനകരമായിരുന്നിട്ടുണ്ട്.

ബഹുമുഖപ്രതിഭ

ശാസ്ത്രീയ വിഷയങ്ങളിൽ മാത്രമല്ല കവി, നാടകകൃത്ത്, എഴു ത്തുകാരൻ, ചിത്രകാരൻ എന്നീ രംഗങ്ങളിലും അദ്ദേഹം ശോഭിച്ചിരുന്നു. ബഹുമുഖപ്രതിഭയായിരുന്ന അദ്ദേഹത്തിന്റെ കവിതകൾക്ക് നല്ല അംഗീ കാരം കിട്ടിയിരുന്നു. നൊബേൽ സമ്മാനം കൂടാതെ പല ബഹുമതി കളും റോസിന് ലഭിച്ചിരുന്നു. യൂറോപ്പിലെ പല സംഘടനകളും അദ്ദേ ഹത്തിന് ബഹുമതിയായി അംഗത്വം നല്കിയിരുന്നു. 1910 ൽ സ്റ്റോക്ഹോ മിൽനിന്ന് എം ഡി ബിരുദം ലഭിച്ചു. 1889 ലാണ് അദ്ദേഹം വിവാഹിതനാ യത്. റോസിന് രണ്ട് ആൺകുട്ടികളും രണ്ട് പെൺകുട്ടികളും പിറന്നു. 1931 ൽ ഭാര്യ അന്തരിച്ചു. അടുത്ത വർഷം സെപ്തംബർ 16 ന് നീണ്ട കാലത്തെ അസുഖത്തിന് ശേഷം റൊണാൾഡ് റോസ് കാലയവനി കയ്ക്ക് പിന്നിൽ മറഞ്ഞു. ഇന്ത്യക്കാരനായി ജനിച്ച് ഇന്ത്യയിൽ 24 വർഷ ത്തോളം സേവനവും മലേറിയയെക്കുറിച്ച് സുപ്രധാനഗവേഷണവും നട ത്തിയ നൊബേൽ ജേതാവായ അദ്ദേഹത്തെ ഇന്ത്യക്കാർക്ക് മറക്കാൻ കഴിയുകയില്ല.

മാക്സ് ഡെൽബ്രക് (04.09.1906 - 09.03.1981)

ജർമ്മനിയിലെ ബെർലിനിലാണ് ഡെൽബ്രെക് ജനിച്ചത്. പിന്നീട് അമേരിക്കൻ പൗരത്വം സ്വീകരിക്കുകയും മോളിക്യുലർ ജനിറ്റിക്സിൽ ഏറ്റവും പ്രശസ്തനായ ജൈവശാസ്ത്രജ്ഞനാവുകയും ചെയ്തു. 1969 ലെ നൊബേൽ സമ്മാനം അദ്ദേഹത്തിനും ആൽഫ്രെഡ് ഡെ ഹെർഷെ, സാൽവഡോർ ല്യൂറിയ എന്നിവർക്കുമായിരുന്നു. ആ പുര സ്കാരം ബാക്ടീരിയയെ ബാധിക്കുന്ന സൂക്ഷ്മമായ വൈറസു

കളെക്കുറിച്ച് ഗവേഷണം നടത്തിയതിനായിരുന്നു. അദ്ദേഹത്തിന്റെ പിതാവ് ഹാൻസ് ഡെൽബ്രക്ക് ചരിത്രപ്രൊഫസറായിരുന്നു. അദ്ദേഹം വളർന്നത് ബെർലിനിലെ ഉയർന്ന വരുമാനക്കാരായവരുടെ ഇടയിലായിരുന്നു. അവിടെ അധികവും സാമ്പത്തികമായും വിദ്യാഭ്യാസപരമായും ഉയർന്ന വിഭാഗക്കാർ താമസിക്കുന്ന സ്ഥലമായിരുന്നു. അവർ വലിയ കുടുംബങ്ങളുമായിരുന്നു. 1914 ൽ ഉണ്ടായ ഒന്നാം ലോകമഹായുദ്ധത്തിനുശേഷം സാമ്പത്തികഭദ്രതയ്ക്ക് പകരം ദാരിദ്ര്യവും കഷ്ടപ്പാടും അവിടെയും തലപൊക്കി. വിപ്ലവവും പണപ്പെരുപ്പവും വറുതിയും വ്യാപകമായി. ഹിറ്റ്ലർ അധികാരത്തിലേറുന്നതിന് മുമ്പുണ്ടായിരുന്ന അവസ്ഥയായിരുന്നു ഇതെല്ലാം. അദ്ദേഹത്തിന്റെ ശാസ്ത്രാഭിരുചി ചെറുപ്പത്തിലേ ദൃശ്യമായിരുന്നു. ആദ്യം അസ്ട്രോണമിയിലായിരുന്നു താല്പര്യം.

ഉന്നതകുലജാതൻ

കുടുംബങ്ങളിൽ പലരും അക്കാദമിക് തലങ്ങളിൽ ഉന്നതരായിരുന്നു എങ്കിലും ശാസ്ത്രമേഖലയിൽ ആരുമുണ്ടായിരുന്നില്ല. ബോൺഹീഫർ കുടുംബത്തിലെ ഏറ്റവും മൂത്ത കാൾ ഫ്രീഡ്രിക്ക് ഭൗതികരസതന്ത്രജ്ഞനായിരുന്നു. എട്ടുവയസ്സ് മൂത്ത അദ്ദേഹമായിരുന്നു ഡെൽബ്രെക്കിനെ നയിച്ചുകൊണ്ടിരുന്നത്. ഈ സുഹൃദ്ബന്ധം ജീവിതകാലം മുഴുവൻ തുടർന്നുപോന്നു. ഗോട്ടിങ്കൻ യൂണിവേഴ്സിറ്റിയിൽ ആദ്യം അദ്ദേഹം സൈദ്ധാന്തിക ഭൗതികശാസ്ത്രത്തിലായിരുന്നു ശ്രദ്ധിച്ചിരുന്നത്. തുടർന്ന് വെർണർ ബ്രോക്കുമായി അദ്ദേഹം അടുത്ത ചങ്ങാത്തത്തിലായി. തുടർന്ന് 1930 ൽ ഡെൽബ്രക്കിന് ഗോട്ടിങ്കൻ യൂണിവേഴ്സിറ്റിയിൽനിന്ന് ഭൗതികശാസ്ത്രത്തിൽ പി എച്ച് ഡി ലഭിച്ചു. പിന്നീട് ബാക്ടീരിയോഫാജ് (bacteriophage) ഗവേഷണത്തിന് താല്പര്യം ഉണർന്നത് ബെർലിനിലെ കൈസർ വിൽഹെം ഇൻസ്റ്റിറ്റ്യൂട്ട് ഫോർ കെമിസ്ട്രിയിൽ ഗവേഷക സഹായിയായി 1932–37 ൽ പ്രവർത്തിച്ചിരുന്ന അവസരത്തിലാണ്.

നാസി ജർമ്മനിയിൽനിന്ന് ഓടിപ്പോന്ന ശാസ്ത്രജ്ഞൻ

നാസി ജർമ്മനിയിൽനിന്ന് ഓടിപ്പോന്ന ശാസ്ത്രജ്ഞരിൽ പ്രമുഖനായിരുന്നു ഡെൽബ്രക്ക്. അമേരിക്കയിലെത്തിയ അദ്ദേഹം കാലിഫോർണിയ ഇൻസ്റ്റിറ്റ്യൂട്ട് ഓഫ് ടെക്നോളജിയിൽ 1937–39 കാലത്തും 1947–81 കാലത്തും ഫാക്കൽട്ടി അംഗമായിരുന്നിട്ടുണ്ട്. വെൻഡർബിൽറ്റ് യൂണിവേഴ്സിറ്റിയിൽ 1940–47 കാലത്തും അദ്ദേഹം ഫാക്കൽറ്റി അംഗമായിരുന്നിട്ടുണ്ട്. 1945 ൽ അദ്ദേഹം അമേരിക്കൻ പൗരത്വം നേടി. 1939 ൽ ഒരു ഘട്ടത്തിലൂടെ നേരിട്ട് ബാക്ടീരിയോഫാജിനെ പരീക്ഷണശാലയിൽ വളർത്തുന്നതിൽ വിജയിച്ചു. ഒരു മണിക്കൂർ സമയത്തിന് ശേഷം ആയിരക്കണക്കിന് ബാക്ടീരിയോഫാജുകൾ വർഗ്ഗവർദ്ധന നടത്തുന്നത് അദ്ദേഹം തെളിയിച്ചു.

1943 ൽ ലൂറിയയുമായി ശാസ്ത്രീയസഹകരണം ആരംഭിച്ചു. ഒരു ബാക്ടീരിയത്തിൽ ബാക്ടീരിയോഫാജിനെ പ്രവേശിപ്പിക്കുന്നതിൽ അവർ വിജയിച്ചു. തുടർന്ന് ആ ബാക്ടീരിയത്തിന് മ്യൂട്ടേഷൻ എന്ന വ്യതിയാനം ഉണ്ടാവുകയും അത് ബാക്ടീരിയോഫാജ് ബാധിക്കുന്നതിൽനിന്ന് പ്രതിരോധം നേടുന്നതായും തെളിയിച്ചു. 1946 ൽ ഡെൽബ്രക്കും ഹെർഷെയും പലതരത്തിലുള്ള വൈറസുകളുടെ ജനിതകഭാഗങ്ങളും ചേർത്ത് പുതിയ വൈറസുകൾ കൃത്രിമമായി സൃഷ്ടിച്ചു. ഈ മാർഗ്ഗം പരിണാമപരമായി ഉയർന്ന ലൈംഗികപ്രജനനം നടത്തുന്ന ജീവികളിൽ മാത്രമെ സാദ്ധ്യമാകൂ എന്നായിരുന്നു ധാരണ. അദ്ദേഹം വൈറസുകളുടെ വംശവർദ്ധനരീതിയും അവയുടെ ജനിതകഘടനയും കണ്ടുപിടിച്ചു. അമേരിക്കയിലെ കാലിഫോർണിയയിലെ പസദേനയിലായിരുന്നു അദ്ദേഹം മരിച്ചത്.

ഫ്രെഡറിക് സാങ്കർ (1918 – 2013)
രണ്ടു നൊബേൽ സമ്മാനങ്ങൾ

ജനിറ്റിക് കോഡ് കണ്ടുപിടിച്ച മഹാനായിരുന്നു ഫ്രെഡറിക് സാങ്കർ. ഇംഗ്ലണ്ടിലെ ഗ്ലൗസെസ്റ്റ്ഷെയറിലുള്ള റെന്റ് കോംബെയിലായിരുന്നു അദ്ദേഹത്തിന്റെ ജനനം. അദ്ദേഹം രണ്ടുപ്രാവശ്യം രസതന്ത്രത്തിന് നൊബേൽ സമ്മാനം ലഭിച്ച അനുഗൃഹീത പ്രതിഭാശാലിയായിരുന്നു. 1958 ൽ ഇൻസുലിൻ മോളിക്യൂളിന്റെ ഘടന വെളിവാക്കിയതിനായിരുന്നു ആദ്യത്തെ സമ്മാനം. 1980 ൽ ന്യൂക്ലീയിക് അമ്ലങ്ങളുടെ ബെയ്സ് സീക്വെൻസ് കണ്ടുപിടിച്ചതിന് പാൾ ബെർഗിനും വാൽട്ടർ ഗിൽബെർട്ടിനുമൊപ്പം രണ്ടാമത്തെ നൊബേൽ സമ്മാനം ലഭിച്ചു. ഇതുവരെ ആകെ നാലുപേർക്കാണ് ഇപ്രകാരം രണ്ടു പ്രാവശ്യം നൊബേൽ സമ്മാനം ലഭിച്ചിട്ടുള്ളത്.

ശാസ്ത്രജ്ഞനാകാനുള്ള താല്പര്യം

ഫ്രെഡറിക് സാങ്കർ എന്ന ഡോക്ടറുടെയും സിസെലി ക്രൂസ്ഡൺ സാങ്കർ എന്ന ധനികയായ, പരുത്തി വ്യവസായിയുടെ മകളുടെയും രണ്ടാമത്തെ മകനായിരുന്നു. അദ്ദേഹത്തിന്റെ കുടുംബം സാങ്കർ പിതാവിന്റെ പാത പിന്തുടരുന്ന ഒരു ഡോക്ടറാകണം എന്നായിരുന്നു പ്രതീക്ഷിച്ചിരുന്നത്. പക്ഷേ, സാങ്കർ അദ്ദേഹം ഒരു ശാസ്ത്രജ്ഞനാകാനാണ് തീരുമാനിച്ചത്. 1936 ൽ അദ്ദേഹം കേംബ്രിഡ്ജിലുള്ള സെയിന്റ് ജോൺസ് കോളേജിൽ ചേർന്നു. തുടക്കത്തിൽ അദ്ദേഹത്തിന്റെ ശ്രദ്ധ രസതന്ത്രത്തിലും ഭൗതികശാസ്ത്രത്തിലുമായിരുന്നു. പക്ഷേ, പിന്നീട് സാങ്കറിന്റെ താല്പര്യം പുതിയ ഗവേഷകവെല്ലുവിളിയായ ജൈവരസതന്ത്രത്തിലായി. 1939 ൽ അദ്ദേഹത്തിന് ബാച്ചിലർ ഡിഗ്രി ലഭിച്ചു. തുടർന്ന് അദ്ദേഹം കേംബ്രിഡ്ജിൽ ഒരുവർഷം കൂടി അവിടെ ജൈവരസതന്ത്ര

ത്തിൽ കൂടുതൽ പരിശീലനം നേടി. സാങ്കർ 1940 ൽ വിവാഹിതനാവുകയും മൂന്നു കുട്ടികളുടെ പിതാവാകുകയും ചെയ്തു.

ഡോക്ടറേറ്റ്

രണ്ടാം ലോകമഹായുദ്ധം തുടങ്ങിയതോടെ അദ്ദേഹം ആസ്പത്രി ജോലിയിൽ പ്രവേശിച്ചു. ആയിടയ്ക്ക് ഡോക്ടറേറ്റ് നേടുവാനുള്ള ശ്രമം തുടങ്ങിയിരുന്നു. രസതന്ത്രജ്ഞനായ ആൽബെർട്ട് ന്യൂബെർഗറുമൊത്ത് അദ്ദേഹം ലൈസീൻ ചയാപചയം പഠിച്ചു. ആ സമയം യുദ്ധത്തിനുള്ള ഗവേഷണവും ചെയ്തിരുന്നു. ഉരുളക്കിഴങ്ങിൽനിന്ന് നൈട്രജൻ വരുന്നതിനെ അപഗ്രഥിക്കലും ചെയ്തിരുന്നു. തുടർന്ന് അദ്ദേഹത്തിന് 1943 ൽ ഡോക്ടറേറ്റ് ലഭിക്കുകയുണ്ടായി.

അന്ന് ജർമ്മൻ പട്ടാളം ലണ്ടനിൽ എല്ലായിടത്തും ബോംബ് വർഷിക്കുകയായിരുന്നു. രസതന്ത്രജ്ഞനായ ആൽബർട്ട് സി ചിബ്നാളും അദ്ദേഹത്തിന്റെ ഗവേഷകസംഘവും ലണ്ടനിൽനിന്ന് കുറച്ചുകൂടി സുരക്ഷിതമായ കേംബ്രിഡ്ജിലേക്ക് മാറി. പ്രോട്ടീൻ ഗവേഷകരിൽ രണ്ടു വിഭാഗങ്ങളുണ്ടായിരുന്നു. ഒരുവിഭാഗം കരുതിയിരുന്നത് പ്രോട്ടീൻ എളുപ്പത്തിൽ അപഗ്രഥനത്തിന് കഴിയാത്ത മിശ്രിതങ്ങളുടെ ഒരു കൂട്ടമാണെന്നാണ്. എന്നാൽ ചിബ്നാൽ കരുതിയത് ഓരോ തരം പ്രോട്ടീനും വ്യത്യസ്തമാണെന്നാണ്. അവ ജൈവരാസപരമായും വ്യത്യസ്തമാണ്.

ഇൻസുലിൻ ഗവേഷണം

ഇൻസുലിനെക്കുറിച്ച് ഗവേഷണം നടത്തുകയായിരുന്ന ഗ്രൂപ്പിൽ സാങ്കറും ചേർന്നു. ചിബ്നാൽ ഒരു നിർദ്ദേശം വെച്ചു: ഇൻസുലിനിൽ ഉള്ള ബന്ധപ്പെടാത്ത അമിനോ അമ്ലക്കൂട്ടങ്ങളെ (free-amino groups of insulin) തിരിച്ചറിഞ്ഞ് അവയുടെ അളവ് കണക്കാക്കുക. സാങ്കർ ആ ദൗത്യം ഏറ്റെടുത്തു. സാങ്കർ അതുമാത്രമല്ല ചെയ്തത്. ഈ ഫ്രീ അമിനോ അമ്ലക്കൂട്ടങ്ങളെ ഡൈനൈട്രോബെൻസീൻ ചേർത്ത് മഞ്ഞനിറത്തിലുള്ള ഒരു പദാർത്ഥമുണ്ടാക്കി. അതിനുള്ള പ്രത്യേകമാർഗ്ഗം വികസിപ്പിച്ചാണ് സാങ്കർ അതു ചെയ്തത്. അന്ന് പാർടീഷൻ ക്രോമറ്റോഗ്രാഫി ഉപയോഗിച്ച് പ്രോട്ടീൻ വേർതിരിക്കാമെന്ന് കണ്ടുപിടിച്ചിരുന്നു.

ഈ പാർടീഷൻ ക്രോമറ്റോഗ്രാഫി ഉപയോഗിച്ച് ഉണ്ടാക്കിയ പ്രോട്ടീനെ വേർതിരിക്കുവാൻ കഴിയുമെന്ന് സാങ്കർ മനസ്സിലാക്കി. ഇൻസുലിൻ മോളിക്യൂളിന്റെ അറ്റത്തുള്ള അമിനോ അമ്ലങ്ങളെ അദ്ദേഹം തിരിച്ചറിഞ്ഞു. അവ ഫിനൈൽ അലനിനും ഗ്ലൈസീനുമായിരുന്നു. അതായത് ഇൻസുലിനിൽ രണ്ടു തരത്തിലുള്ള ഘടനയുണ്ട്. തുടർന്ന് അദ്ദേഹം തന്റെ വിദ്യാർത്ഥിയായ റോഡ്നി പോർട്ടറുമായി ചേർന്ന് ടെർമിനൽ അമിനോ അമ്ലഗ്രൂപ്പുകളുള്ള പ്രോട്ടീനുകളിൽ കൂടുതൽ പഠനങ്ങൾ നടത്തുകയുണ്ടായി. ഈ വിദ്യാർത്ഥിക്കാണ് 1972 ലെ വൈദ്യശാസ്ത്രത്തി

നുള്ള നൊബേൽ സമ്മാനം ലഭിച്ചത്. അദ്ദേഹം ആന്റിബോഡികളുടെ ജൈവരാസപരമായ ഘടനയെക്കുറിച്ചാണ് ഗവേഷണം നടത്തിയിരുന്നത്.

അമിനോ അമ്ലങ്ങളുടെ ഘടനകൾ

ഇൻസുലിന്റെ വിവിധ അമിനോ അമ്ലങ്ങളുള്ള ഭാഗങ്ങളെ ഡൈസൾ ഫൈഡ് മൂലമാണ് ബന്ധിച്ചിരുന്നത്. ആ ധാരണയിൽ അതിനെ ഓക്സീ കരണം നടത്തി അവയെ രണ്ടു ഭാഗങ്ങളായി വേർതിരിച്ചു. ഒരു വിഭാഗ ത്തിൽ അറ്റത്ത് ഫിനൈൽ അലനിൻ ഉണ്ട്. അടുത്തവിഭാഗത്തിൽ ഗ്ലൈ സീനാണ് ഉള്ളത്. ഇൻസുലിനെ രണ്ടുതരത്തിൽ അമ്ലംകൊണ്ട് ഒ എച്ച് കൊടുത്ത് ഹൈഡ്രോളിസിസ് ചെയ്യാവുന്നതാണ്. അവ പൂർണ്ണമായ അമ്ലഹൈഡ്രോളിസിസും ഭാഗികമായ അമ്ലഹൈഡ്രോളിസിസുമാണ്. പൂർണ്ണമായ ഹൈഡ്രോളിസിസ് സംഭവിക്കുമ്പോൾ ഇൻസുലിൻ എല്ലാം വിഭജിക്കപ്പെട്ട് ഓരോ അമിനോ അമ്ലങ്ങളായി മാറുന്നു. എന്നാൽ ഭാഗി കമായ ഹൈഡ്രോളിസിസിലാകട്ടെ അവ ഇൻസുലിൻ പെപ്ടൈഡുക ളായാണ് മാറുന്നത്. ഓരോ പെപ്ടൈഡുകളിലും പല അമിനോ അമ്ല ങ്ങളുണ്ടാകും. പുതിയ സങ്കേതമായ പേപ്പർക്രോമറ്റോഗ്രാഫി അനുസ രിച്ച് പുതിയതായി ഓരോ ചെയിനിലുമുള്ള അമിനോ ടെർമിനൽ പെപ് ടൈഡുകളിലും ഓരോ പ്രത്യേക ഇടങ്ങളിലും പ്രത്യേകമായ സിക്വെൽ സുകൾ ദൃശ്യമായിരുന്നു. തുടർന്ന് സാങ്കറും ആസ്ട്രിയൻ ജൈവരസ തന്ത്രജ്ഞനായ ഹാൻസ് ടപ്പിയും ചേർന്ന് ഭാഗികമായ ഹൈഡ്രോളി സിസും എൻസൈമാറ്റിക് ഹൈഡ്രോളിസിസും ഉപയോഗിച്ച് ഗവേഷണം നടത്തി. അതിൽ ഫിനൈൽ അലനിൽ ചെയ്നിലെ പൂർണ്ണമായ സിക്വൻ സുകൾ മനസ്സിലായി. അതുപോലെ സാങ്കറും ആസ്ട്രേലിയൻ ജൈവ രസതന്ത്രജ്ഞനായ ഇ ഒ പി തോംസണും ചേർന്ന് ഗ്ലൈസീൻ ചെയിന്റെ സിക്വെൻസും മനസ്സിലായി.

ആദ്യത്തെ പ്രോട്ടീൻ സിക്വൻസിങ്

പക്ഷേ, രണ്ടു പ്രശ്നങ്ങൾ ബാക്കിയായിരുന്നു. അവയിലെ അമൈഡ് ഗ്രൂപ്പുകൾ എപ്രകാരമെന്നും ഡൈസൾഫൈഡ് ബന്ധത്തിന്റെ സ്ഥാനവും തീരുമാനിക്കാൻ കഴിഞ്ഞിരുന്നില്ല. 1954 ഓടുകൂടി ഈ സാങ്ക റിന് ഇൻസുലിന്റെ ഘടന പൂർണ്ണമായി വ്യക്തമായിരുന്നു. സാങ്കറാണ് ആദ്യമായി ഒരു പ്രോട്ടീൻ സിക്വെൻസ് ചെയ്യുന്നത്. തുടർന്ന് 1958 ൽ അദ്ദേഹത്തിന് നൊബേൽ സമ്മാനം ലഭിക്കുകയും ചെയ്തു. സാങ്കറും സഹപ്രവർത്തകരും ഇൻസുലിനെപ്പറ്റിയുള്ള പഠനം തുടർന്നു. മറ്റു ജീവി കളുടെ ഇൻസുലിൻ സിക്വെൻസിങ് ചെയ്തു മനുഷ്യന്റെ ഇൻസുലിനു മായി താരതമ്യം ചെയ്തുകൊണ്ടിരുന്നു. റേഡിയോ ലാബലിങ് ഉപയോ ഗിച്ചും പല അമിനോ അമ്ലങ്ങളെയും അദ്ദേഹം ഇപ്രകാരം പഠിച്ചു.

നൊബേൽ ജേതാക്കൾ

അതിൽ ഒരു പഠനം നടത്തിയിരുന്നത് അർജന്റീനക്കാരനായ വിദ്യാർത്ഥി സീസർ മിൽസ്റ്റെയ്നായിരുന്നു. അദ്ദേഹത്തിന് പിന്നീട് 1980 ലെ മോണോക്ലോണൽ ആന്റിബോഡി കണ്ടുപിടിച്ചതിനുള്ള വൈദ്യ ശാസ്ത്ര നൊബേൽ സമ്മാനം ലഭിക്കുകയുണ്ടായി. ഇപ്രകാരം സാങ്ക റിന്റെ രണ്ടു വിദ്യാർത്ഥികൾക്കും നൊബേൽ സമ്മാനം ലഭിച്ചു.

1962 ൽ കേംബ്രിഡ്ജിൽ മെഡിക്കൽ ഗവേഷണകൗൺസിൽ ഒരു പുതിയ ലബോറട്ടറി തുറന്നു. അത് മോളിക്യൂളർ ബയോളജി ഗവേഷ ണത്തിന് വേണ്ടിയുള്ളതായിരുന്നു. ജൈവരസതന്ത്രജ്ഞരായ മാക്സ് പെറുറ്റ്സ്, ജോൺ കെൻഡ്രു, ഭൗതികശാസ്ത്രജ്ഞൻ ഫ്രാൻസിസ് ക്രിക്ക് എന്നിവരായിരുന്നു ആ ലാബോറട്ടറിയിലേക്ക് നിയുക്തരായിരു ന്നവർ. സാങ്കർ അവിടെ പ്രോട്ടീൻ വിഭാഗത്തിലെ തലവനായിരുന്നു. ആ സംഘത്തിലെ കെൻഡ്രുവിനും പെറുറ്റ്സിനും 1962 ലെ നൊബേൽ സമ്മാനം ലഭിച്ചിരുന്നു. അതുപോലെ വൈദ്യശാസ്ത്രത്തിനുള്ള നൊബേൽ സമ്മാനം ക്രിക്കിനും അമേരിക്കൻ ജനിതകശാസ്ത്രജ്ഞൻ ജെയിംസ് ഡി വാട്സണും മോറിസ് വിൽകിൻസിനും അതേ വർഷം ലഭിച്ചിരുന്നു.

ആ ലബോറട്ടറിയിലെ ന്യൂക്ലീയിക് ആസിഡ് ഗ്രൂപ്പുകളുമായുള്ള ബന്ധം അദ്ദേഹത്തിന് റിബോന്യൂക്ലീയിക് ആസിഡ് ഗവേഷണത്തിൽ താല്പര്യമുണ്ടാക്കി. റിബോന്യൂക്ലീയിക് ആസിഡ് മോളിക്യൂളുകൾ പ്രോട്ടീനുകളേക്കാൾ വലിയതാണ്. അമേരിക്കയിലെ ജൈവരസതന്ത്ര ജ്ഞൻ റോബർട്ട് ഡബ്ല്യു ഹോളിയും സഹപ്രവർത്തകരുമാണ് ആദ്യ മായി ഈ മോളിക്യൂളിനെ സിക്വെൻസ് ചെയ്തത്. അവർ ഭാഗികമായി ഹൈഡ്രോളിസിസ് ചെയ്യുന്ന മാർഗ്ഗമാണ് ഉപയോഗിച്ചത്. ഏകദേശം ഇൻസുലിൻ സിക്വെൻസ് ചെയ്യാൻ സാങ്കർ ഉപയോഗിച്ച മാർഗ്ഗം പോലെ യുള്ളതായിരുന്നു അത്. ട്രാൻഫർ ആർ എൻ എകളിൽ അസാധാരണ മായ ധാരാളം ന്യൂക്ലിയോടൈഡുകളുണ്ട്. അതുകൊണ്ട് ഭാഗികമായ ഹൈഡ്രോളിസിസ് മാർഗ്ഗം ഇവിടെ വിജയകരമല്ല. അത് നാലുതരം ന്യൂക്ലിയോടൈഡുകളുള്ളവയിൽ മാത്രമെ ശരിയാവുകയുള്ളൂ. അതു കൊണ്ട് പുതിയ മാർഗ്ഗത്തിന്റെ ആവശ്യകത ഉത്ഭവിക്കുന്നു. സാങ്കറുടെ ലാബറട്ടറിയുടെ ലക്ഷ്യം മെസ്സഞ്ജർ ആർ എൻ എയുടെ സിക്വെൻസ് അറിയുവാനും അതിലൂടെ ജനിറ്റിക് കോഡും അതുവഴി ന്യൂക്ലിയോ ടൈഡ് ഗ്രൂപ്പുകൾ അമിനോ അമ്ലങ്ങൾക്ക് കോഡ് ചെയ്യുന്നതെപ്രകാര മെന്ന് അറിയുവാനുമാണ്. ഇത് കുറെക്കാലമായി അറിയാതെ കിടക്കുന്ന പ്രശ്നമായിരുന്നു. ബ്രിട്ടണിലെ ജൈവരസതന്ത്രജ്ഞൻ ജോർജ്ജ് ജി ബ്രൗൺലീ, ബാർട് ജി ബാരൽ എന്നിവരുമായി സഹകരിച്ച് ആർ എൻ എ സിക്വൻസ് ചെയ്യുവാൻ എലക്ട്രോഫോറസിസ് മാർഗ്ഗം വികസിപ്പിച്ചു. അപ്പോഴേക്കും മറ്റു ഗവേഷകർ കോഡുകൾ കണ്ടുപിടിച്ചിരുന്നു. അത് പ്രധാനമായി അമേരിക്കയിൽനിന്നുള്ള മാർഷൽ നിരൽബെർഗും ഇന്ത്യ

യിൽനിന്നുള്ള അമേരിക്കൻ ജൈവരസതന്ത്രജ്ഞൻ ഹർ ഗോബിന്ത് ഖൊരാനയും കൂടിയായിരുന്നു. അവർ ഉപയോഗിച്ചത് വിട്രോ പ്രോട്ടീൻ സിന്തസിസ് ആയിരുന്നു. തുടർന്ന് സാങ്കറുടെ ഗ്രൂപ്പ് ഈ ജനിറ്റിക് കോഡിന് പരീക്ഷണത്തിലൂടെ അംഗീകാരം കൊടുക്കുകയായിരുന്നു.

ആദ്യത്തെ പൂർണ്ണമായ ജീനോം സിക്വെൻസിങ്

1970 ഓടുകൂടി സാങ്കറിന് ഡിയോക്സി റിബോന്യൂക്ലീയിക് ആസിഡ് ഗവേഷണത്തിൽ താല്പര്യമായി. ഇതിനുള്ള സാങ്കേതികതടസ്സം ഡി എൻ എ മോളിക്യൂളിന്റെ വലിയ വലുപ്പമായിരുന്നു. അതിനെ വിഭജിക്കാൻ തക്ക കഴിവുള്ള എൻസൈമുകളും ലഭ്യമായിരുന്നില്ല. ചാൾസ് വീസ്മാൻ എന്ന സ്വിസ് രസതന്ത്രജ്ഞൻ എൻസൈം കോപ്പി ചെയ്യുന്ന വിദ്യ കണ്ടുപിടിച്ചിരുന്നു. അദ്ദേഹം ബാക്ടീരിയോഫാജ് ആർ എൻ എയിലായിരുന്നു ആ പഠനം നടത്തിയിരുന്നത്. സാങ്കർ ഡി എൻ എ പോളിമറേസ് എന്ന എൻസൈം ഉപയോഗിച്ച് ഗവേഷണം തുടർന്നു. അത് വിജയം കണ്ടില്ല. സാങ്കറും സഹപ്രവർത്തകനായ അലൻ ആർ കൗൾസണും ചേർന്ന് പ്ലസ് ആന്റ് മൈനസ് മാർഗ്ഗം വേഗത്തിൽ സിക്വൻസിങ്ങിന് കണ്ടുപിടിച്ചു. ഇതൊരു വിപ്ലവകരമായ മാർഗ്ഗമായിരുന്നു. ഭാഗികമായ ഹൈഡ്രോളിസിസ് ഇവിടെ ഉപയോഗിച്ചിരുന്നില്ല. അതിന് പകരം പല നീളത്തിലുള്ള ഡി എൻ എ മോളിക്യൂളുകൾ പോളിഅക്രിലമൈഡ് ജെൽ എലക്ട്രോ ഫോറെസിസ് ഉപയോഗിച്ച് വിഭജിച്ചെടുക്കുകയായിരുന്നു. ടെംപ്ലെയ്റ്റുകളിൽനിന്ന് ഡി എൻ എ മോളിക്യൂളുകൾ ചെറുതും വലുതും ഉണ്ടാക്കുവാൻ കഴിഞ്ഞു. 1977 ൽ ആദ്യമായി ബാക്ടീരിയോഫാജ് എഫ് എക്സ് 174 ന്റെ ഭൂരിഭാഗം ഡി എൻ എ സിക്വെൻസ് ചെയ്തു. അപ്രകാരം ആദ്യത്തെ പൂർണ്ണമായ ജീനോം സിക്വെൻസ് ചെയ്തതായി പ്രഖ്യാപിക്കപ്പെട്ടു.

ആദ്യമായി മനുഷ്യജീൻ സിക്വെൻസിങ്

പ്ലസ് മൈനസ് സമ്പ്രദായത്തിൽ ചില പോരായ്മകളുണ്ടായി. സാങ്കറും കൗൾസണും സ്റ്റീവ് നിക്ലെനും ഡൈഡിയോക്സി ന്യൂക്ലിയോട്ടൈഡ് ചെയിൻ ടെർമിനേറ്റിങ് ഇൻഹിബിറ്റേഴ്സ് (dideoxynucleotide chain-terminating inhibitors) ഉപയോഗിച്ച് വേറൊരു സമാനമായൊരു മാർഗ്ഗം കണ്ടുപിടിച്ചിരുന്നു. ഈ മാർഗ്ഗമുപയോഗിച്ച് സാങ്കറും സഹപ്രവർത്തകരും മനുഷ്യരിലെ മൈക്രോകോൺഡ്രിയൽ ഡി എൻ എ പൂർണ്ണമായ സിക്വെൻസ് ചെയ്തു. ഈ മഹത്തായ സിക്വെൻസ്കൊണ്ട് ആദ്യമായി മനുഷ്യജീൻ സിക്വെൻസ് ചെയ്യപ്പെട്ടു. ഈ ഗംഭീരമായ ശാസ്ത്രീയസംഭാവന പരിഗണിച്ച് സാങ്കറിന് 1980 ലെ രസതന്ത്രത്തിനുള്ള നൊബേൽ സമ്മാനത്തിന്റെ ഭാഗികമായ സമ്മാനം ലഭിച്ചു. 1983 മുതൽ സൊസൈറ്റിയുടെ ഫെലൊ ആയിരുന്നു. അതോടൊപ്പം കമാന്റർ ഓഫ് ദി ഓർഡർ ഓഫ് ദി ബ്രിട്ടീഷ് എംപയർ (CBE; 1963) ആയിരുന്നു. 1969

ൽ റോയൽ സൊസൈറ്റിയുടെ മെഡൽ ലഭിച്ചു. 1977 ൽ കോപ്ലി മെഡൽ ജേതാവായി. 1981 ൽ കമ്പാനിയൻസ് ഓഫ് ഓണർ (CH; 1981). 1986 ൽ ഓർഡർ ഓഫ് മെറിറ്റ് (OM; 1986). 1993 ൽ വെൽകം ട്രസ്റ്റും ബ്രിട്ടീഷ് മെഡിക്കൽ ഗവേഷണ കൗൺസിലും ഒരു ജീനോം ഗവേഷണകേന്ദ്രം സ്ഥാപിക്കുകയുണ്ടായി. അതിൽ അദ്ദേഹത്തെ ആദരിച്ചുകൊണ്ട് ആ സ്ഥാപനത്തിന് വെൽകം ട്രസ്റ്റ് സാങ്കർ ഇൻസ്റ്റിറ്റ്യൂട്ട് എന്ന് നാമകരണം ചെയ്തു. 19.11.2013 ൽ ആ ധന്യജീവിതത്തിന് വിരാമമായി.

ഹരോൾഡ് സുർ ഹാസൻ (1936-)

ഹാരോൾഡ് സുർ ഹാസൻ ഒരു ജർമ്മൻ വൈറോളജിസ്റ്റും നൊബേൽ പുരസ്കാര ജേതാവുമാണ്. ഫ്രാങ്കോയി ബാരി സിനൗസിയും ലക് മൊണ്ടാഗ്നിയറും കൂടിയാണ് 2008 ലെ വൈദ്യശാസ്ത്ര നൊബേൽ സമ്മാനം പങ്കുവെച്ചത്. സുർ ഹാസനാണ് പകുതി സമ്മാനത്തുക ലഭിച്ചത്. ഹ്യൂമൻ പാപ്പില്ലോമ വൈറസിനെ കണ്ടുപിടിച്ചതും അതിന് സ്ത്രീകളിൽ കാണുന്ന സെർവിക്കൽ അർബ്ബുദവുമായി ബന്ധമുണ്ടെന്ന് തെളിയിച്ചതും ഹാസൻ വൈദ്യശാസ്ത്രത്തിന് നല്കിയ മഹത്തായ സംഭാവനയാണ്. ഇത് പരിഗണിച്ചാണ് അദ്ദേഹത്തിന് നൊബേൽ സമ്മാനം നല്കിയത്.

കെടുതികൾ

1936 ൽ സുർ ഹാസന് കുട്ടിക്കാലത്ത് രണ്ടാം ലോകമഹായുദ്ധത്തിലെ കെടുതികൾ ധാരാളം അനുഭവിക്കേണ്ടിവന്നു. അദ്ദേഹത്തിന്റെ പട്ടണമായ ഗെൽസെൻകിർച്ചൻ ബവറിൽ സഖ്യശക്തികളുടെ ജർമ്മനിയിൽ വർഷിച്ച ബോംബുകളിൽനിന്ന് അദ്ദേഹവും കുടുംബവും കഷ്ടിച്ച് രക്ഷപ്പെടുകയായിരുന്നു.

ശാസ്ത്രജ്ഞനാകണമെന്ന ആഗ്രഹം

കുട്ടിക്കാലത്തുതന്നെ അദ്ദേഹത്തിന് ജൈവശാസ്ത്രത്തിൽ നല്ല താല്പര്യമായിരുന്നു. പക്ഷികളെയും മൃഗങ്ങളെയും പൂക്കളെയും കുറിച്ചു പഠിക്കണമെന്നും ശാസ്ത്രജ്ഞനാകണമെന്നും അദമ്യമായ ആഗ്രഹം കൊച്ചു സുർ ഹാസനിലുണ്ടായിരുന്നു. സ്കൂൾ പഠനകാലമായ 1943 ൽ നിരന്തരമുള്ള ബോംബിങ് കാരണം പഠനം പലപ്രാവശ്യം മുടങ്ങേണ്ടി വന്നു. പത്തുവയസ്സിൽ ഉയർന്ന ക്ലാസിൽ ചേർന്നപ്പോൾ ഈ സ്കൂൾ മുടക്കം പ്രശ്നങ്ങളുണ്ടാക്കിയിരുന്നു. ഒരു വർഷത്തിന് ശേഷം ഈ പ്രയാസങ്ങളെല്ലാം മറികടക്കാൻ കഴിഞ്ഞു. 1950 ൽ കുടുംബം വടക്കൻ ജർമ്മനിയിലേക്ക് പോവുകയും 1955 ൽ ഹൈസ്കൂൾ പഠനം നല്ലനിലയിൽ പാസാവുകയും ചെയ്തു.

ഡോക്ടറാകണോ എന്ന ചിന്ത

അതിനുശേഷം ജൈവശാസ്ത്രം പഠിക്കണോ ഡോക്ടറാകണോ എന്ന ചിന്തയിലായി. തുടർന്ന് ഡോക്ടറാകുക എന്ന തീരുമാനത്തിലെത്തി. അങ്ങനെ ബോൺ യൂണിവേഴ്സിറ്റിയിൽ പഠനമാരംഭിച്ചു. ആദ്യത്തെ രണ്ടു വർഷത്തെ അനാറ്റമിയും ഫിസിയോളജിയുമെല്ലാം കുറച്ചു കഠിനമായിരുന്നു. അതോടൊപ്പം തന്റെ ഇഷ്ടവിഷയമായ ജൈവശാസ്ത്രക്ലാസുകളിലും പോയിരുന്നു. അദ്ദേഹത്തിന്റെ ഇരുപത്തിനാലാമത്തെ വയസ്സിൽ, 1960 ൽ അദ്ദേഹത്തിന് ഡസ്സൽഡോർഫ് യൂണിവേഴ്സിറ്റിയിൽ നിന്ന് എം ഡി ലഭിക്കുകയുണ്ടായി.

കുട്ടിക്കാലത്തെ ആശ

കുട്ടിക്കാലത്തെ ജൈവശാസ്ത്രജ്ഞനാകണമെന്ന ആശ മനസ്സിൽ കെടാതെ കിടന്നിരുന്നു. എന്നാൽ ഡോക്ടറായി പ്രാക്ടീസ് ചെയ്യണമെന്നുമുണ്ടായിരുന്നു. അതിന് രണ്ടു കൊല്ലത്തെ ഇൻടേൺഷിപ്പ് വേണമായിരുന്നു. അതിൽ എല്ലാവിഷയത്തിലും പരിശീലനം ഉൾപ്പെട്ടിരുന്നു. സ്ത്രീരോഗവിഭാഗമായ ഗൈനെക്കോളജിയും ഓബ്സ്റ്റട്രിക്സും അവസാനമായിരുന്നു. അതിൽ അദ്ദേഹത്തിന് വലിയ താല്പര്യമായി. പരിശീലനം കഴിഞ്ഞ് ആസ്പത്രിയിൽനിന്ന് വിട്ടതിന് ശേഷം ആദ്യമായി ഡസൽഡോർഫ് യൂണിവേഴ്സിറ്റിയിലെ മൈക്രോബയോളജിയിലും ഇമ്യൂണോളജിയിലുമാണ് പ്രവർത്തിച്ചത്. മനസ്സ് ചാഞ്ചാടുകയായിരുന്നു. പ്രാക്ടീസ്, ഗവേഷണം ഇവയായിരുന്നു ചിന്തകൾ. ഒടുവിൽ തീരുമാനത്തിലെത്തി. ഗവേഷണത്തിൽ തുടരുക. അദ്ദേഹത്തിന് രോഗനിർണ്ണയ ബാക്ടീരിയോളജിയിലും വൈറോളജിയിലും നല്ല അടിസ്ഥാനപരമായ പരിശീലനം ലഭിച്ചു. തുടർന്ന് അദ്ദേഹം പരീക്ഷണം നടത്തിയത് ആദ്യമായി വൈറസ്കൊണ്ട് ക്രോമോസോമുകളിൽ വരുന്ന മാറ്റമാണ്.

ശാസ്ത്രീയവിദ്യാഭ്യാസത്തിന്റെ പോരായ്മ

ഡസൽഡോർഫിലുണ്ടായിരുന്ന കാലത്ത് ശാസ്ത്രീയവിദ്യാഭ്യാസത്തിന്റെ പോരായ്മ അദ്ദേഹത്തിന് അനുഭവപ്പെട്ടിരുന്നു. തുടർന്ന് ഉപരിപഠനാർത്ഥം അദ്ദേഹം അമേരിക്കയിലേക്ക് പോയി. അവിടെ ഫിലാഡെൽഫിയയിലെ പ്രശസ്തരായ വെർണറും ഗോർട്രൂഡ് ഹെൻലെയുമായി ബന്ധപ്പെടുവാൻ അവസരം ലഭിച്ചു. വെർണർ വൈറോളജി വിഭാഗത്തിന്റെ തലവനായിരുന്നു. 1962-65 ൽ പല യൂണിവേഴ്സിറ്റികളിലും ഗവേഷകനായിരുന്നിട്ടുണ്ട്.

ജനനേന്ദ്രിയത്തിലെ ചെറിയ വാർട്ടുകൾ

1964 ൽ അദ്ദേഹം വിവാഹിതനായി. അടുത്തവർഷം ആദ്യത്തെ മകൻ ജാൻ ഡർക് ജനിച്ചു. ആ വർഷംതന്നെ ഫിലാഡെൽഫിയയിലെ

ജോലിവാഗ്ദാനം സ്വീകരിച്ചു. ആ അവസരത്തിൽ ജനനേന്ദ്രിയത്തിലെ ചെറിയ വാർട്ടുകൾ (genital warts) അർബ്ബുദമായി മാറുന്നതിനെപ്പറ്റിയുള്ള ശാസ്ത്രീയ റിപ്പോർട്ടുകൾ അദ്ദേഹം വായിച്ചിരുന്നു. ആ വാർട്ടുകളിൽ പാപ്പില്ലോമ വൈറസ് ഉള്ളതായി തെളിഞ്ഞിരുന്നു. തുടർന്ന് പാപ്പില്ലോമ വൈറസ് ഗർഭാശയമുഖ അർബ്ബുദം ഉണ്ടാക്കിയേക്കാം എന്ന സംശയം ബലപ്പെട്ടു. എർലാങ്കൻ എന്ന സ്ഥലത്ത് പാപ്പില്ലോമ വൈറസ് ഗവേഷണം ആരംഭിച്ചു. അവിടത്തെ ത്വക് രോഗവിഭാഗവുമായി സഹകരിച്ച് ഈ വാർട്ടുകളുടെ ബയോപ്സികൾ ധാരാളമായി എടുത്തു. അതിലെ വൈറസ് ഡി എൻ എയും കാലിൽ കാണുന്ന വാർട്ടുകളിലെ ഡി എൻ എയും താരതമ്യം ചെയ്തു. തുടർന്ന് പലതരത്തിലുള്ള പാപ്പില്ലോമ വൈറസുകളുണ്ടെന്ന് മനസ്സിലായി.

1966 മുതൽ 69 വരെ ഫിലാഡെൽഫിയയിലെ കുട്ടികളുടെ ആസ്പത്രിയിലും ഹാസൻ പ്രവർത്തിച്ചിട്ടുണ്ട്. തുടർന്ന് പല ജർമ്മൻ യൂണിവേഴ്സിറ്റികളിലും വൈറൽ വിഭാഗത്തിൽ പ്രവർത്തിച്ചു. 1977 മുതൽ അദ്ദേഹം ഫ്രീബർഗ് യൂണിവേഴ്സിറ്റിയിലെ വൈറോളജി വിഭാഗം തലവനായി. തുടർന്ന് എർലാങ്കനിലെ പഴയ സഹപ്രവർത്തകർ ഫ്രീബർഗിലേക്ക് വന്നു അദ്ദേഹത്തോടൊപ്പം ചേർന്നു. ഗവേഷണം പൂർവ്വാധികം ശക്തമായി തുടർന്നു. 1983 ൽ ജർമ്മനിയിലെ ഹീഡെൽബെർഗിലുള്ള അർബ്ബുദ ഗവേഷണകേന്ദ്രത്തിന്റെ ഡയറക്ടറും ചെയർമാനുമായി. 2003 ൽ അദ്ദേഹം അവിടെ എമരിറ്റസ് പ്രൊഫസറായിരുന്നു. പാപ്പില്ലോമ വൈറസ് തരം 16 ഉം 18 ഉം കണ്ടുപിടിച്ചതിനു ശേഷം രണ്ടു വർഷം കഴിഞ്ഞതോടെ ഇവ അർബ്ബുദത്തിന് കാരണമാകുമെന്ന് ഉറപ്പായിരുന്നു. രണ്ടു വൈറസ് ജീനുകളായ ഇ 6 ഉം ഇ 7 ഉം അർബ്ബുദകോശങ്ങളിൽ നിന്ന് ലഭിച്ചിരുന്നു. ഇതൊരു ശക്തമായ തെളിവാണ്. ഗർഭാശയമുഖത്തെ അർബ്ബുദപൂർവ്വകോശങ്ങളിലും (Precursor lesions) പാപ്പില്ലോമ വൈറസുകളും അവയിൽ മേല്പറഞ്ഞ ജീനുകളും കണ്ടെത്തിയിരുന്നു.

തുടർന്ന് മരുന്നുകമ്പനികളുമായി സാമ്പത്തികസഹകരണത്തിനും സഹായത്തിനും ശ്രമിച്ചു. അവർ ഒരു മാർക്കറ്റ് സർവ്വെ നടത്തിയതിന് ശേഷം പ്രോത്സാഹജനകമല്ലാത്ത മറുപടി തന്നു. പക്ഷേ, പിന്നീട് അവർ സമീപനം മാറ്റി.

പാപ്പില്ലോമ വൈറസും അർബ്ബുദകോശങ്ങളും

ഏറ്റവും കൂടുതൽ കാണപ്പെടുന്ന തരം പാപ്പില്ലോമ വൈറസും അവ അർബ്ബുദകോശങ്ങളിൽ കാണപ്പെടുന്നതിന്റെയും തെളിവ് നിഷേധിക്കാനാവുന്നതായിരുന്നില്ല. അതും ഈ അർബ്ബുദത്തിനുള്ള പ്രതിരോധവാക്സിൻ കണ്ടുപിടിച്ചതും ആയിരുന്നു നൊബേൽ കമ്മിറ്റി പുരസ്കാരത്തിന്റെ പകുതിത്തുക സമ്മാനിക്കുവാൻ കാരണങ്ങൾ.

2003 ൽ ഇരുപത് വർഷത്തിനുശേഷം സുർ ഹാസൻ ഡയറക്ടർ പദവി രാജിവെച്ചു. അദ്ദേഹം ഇന്റർനാഷണൽ ജേർണൽ ഓഫ് ക്യാൻസ

റിന്റെ പത്രാധിപത്യം തുടർന്നു.

ആദ്യമായാണ് തെളിവുകളോടെ ഒരുതരം അർബ്ബുദത്തിന്റെ കാരണം വ്യക്തമാകുന്നത്. മാത്രമല്ല അർബ്ബുദത്തിന് വാക്സിൻ കണ്ടുപിടിക്കുന്നതും ആദ്യമായാണ്. രോഗാണുപഠനത്തിന് സമാനമായാണ് ഇവിടെ അർബ്ബുദഗവേഷണം നടത്തിയത്. രോഗം പരക്കുന്ന രീതിയിൽ അർബ്ബുദവും വരാം എന്നതായിരുന്നു ആ സാങ്കല്പികസിദ്ധാന്തം. അദ്ദേഹത്തിന്റെ ഈ ഗവേഷണതപസ്യയിൽ നിരവധി സഹപ്രവർത്തകരോടൊപ്പം ശാസ്ത്രജ്ഞയും വൈറോളജിസ്റ്റും ആയ ഭാര്യ ഇതെൽ മിഷീൽ ഡിവില്ലിയേഴ്സ് ചെറുതല്ലാത്ത പങ്ക് വഹിച്ചിട്ടുണ്ട്. അദ്ദേഹം വിശ്രമജീവിതം നയിച്ചു വരുന്നു.

1980 ലാണ് നൊബേൽ സമ്മാനത്തിലേക്ക് നയിച്ച കണ്ടുപിടിത്തങ്ങൾ ഉണ്ടായത്. ആദ്യം ഇവയ്ക്ക് തെളിവുകൾ ദുർബ്ബലമായിരുന്നുവെങ്കിലും പിന്നീട് അതെല്ലാം പൂർണ്ണമായി പരിഹരിക്കപ്പെട്ടു. സ്ത്രീകളിൽ കണ്ടുവരുന്ന ഗർഭാശയമുഖ അർബ്ബുദത്തിന് കാരണമായ പാപ്പില്ലോമ വൈറസിനെ കണ്ടുപിടിച്ചതും അത് അതിനുള്ള വാക്സിൻ നിർമ്മാണത്തിലേക്ക് നയിച്ചതും വൈദ്യശാസ്ത്രത്തിൽ രജതരേഖകളാൽ രേഖപ്പെടുത്തേണ്ട മഹത്തായ കണ്ടുപിടുത്തങ്ങളാണ്.

ഫ്രാങ്കോയി ബാരി സിനൗസി (1947 -)

ഫ്രാങ്കോയി ബാരി സിനൗസി എന്ന വനിത ശാസ്ത്രജ്ഞ ജനിച്ചത് 1947 ജൂലൈ 30 നാണ്. മാതാപിതാക്കൾ റോഗർ സിനൗസിയും ഴാനിൻ ഫാവുമായിരുന്നു. പാരീസിലായിരുന്നു ജനനം. ഇപ്പോഴും അവർ അവിടെ ജീവിക്കുന്നു. പഠനത്തിൽ എപ്പോഴും ശാസ്ത്രവിഷയങ്ങളിലായിരുന്നു മുന്നിൽ. കുട്ടിക്കാലത്തെ ഒഴിവുസമയങ്ങളിൽ അവർ മദ്ധ്യ ഫ്രാൻസിലെ നാട്ടിൻപുറത്തേക്ക് പോകുമായിരുന്നു. സിനൗസിക്ക് പ്രകൃതിയെ വളരെ ഇഷ്ടമായിരുന്നു. ജൈവലോകത്തെ അവർ വളരെ ഇഷ്ടപ്പെട്ടു. അവർ പരിചയപ്പെട്ട ഴാങ്ങ് ക്ലാഡ് ബാരിയെ 1978 ഒക്ടോബർ 7ന് വിവാഹം കഴിച്ചു.

1980 കളുടെ ആദ്യവർഷങ്ങളിൽ എയ്ഡ്സ് (AIDS (acquired immuno deficiency syndrome) എന്ന മാരകവ്യാധിയെക്കുറിച്ച് ആർക്കും ഒരു രൂപവും ഉണ്ടായിരുന്നില്ല. പിന്നീട് എയ്ഡ്സിന്റെ കാരണം കണ്ടുപിടിക്കുക എന്നത് ലോകത്തെ ലബോറട്ടറികളുടെയും പ്രഥമപരിഗണനയായി മാറി. ആദ്യമായി ഈ ഭീകരമായ രോഗത്തിന് കാരണഭൂതമായ വൈറസ് എൻസൈം (enzyme) തെളിവുമായി മുന്നോട്ട് വന്നത് ഈ മഹതിയായിരുന്നു. ലക് മൊണ്ടാഗ്നിയറുമൊരുമിച്ച് പ്രവർത്തിച്ചുകൊണ്ടാണ് അവർ ഈ മഹത്തായ കണ്ടുപിടിത്തം നടത്തിയത്. ഈ ചരിത്രപ്രധാനമായ കണ്ടുപിടിത്തമാണ് എച്ച് ഐ വി വൈറസിനെ (HIV (human immuno deficiency virus) തിരിച്ചറിയാനും എയ്ഡ്സിനെ നേരി

ടാനും ആദ്യപടിയായിത്തീർന്നത്.

റിട്രോ വൈറസ് വിദഗ്ദ്ധ

സിനൗസി ഒരു റിട്രോ വൈറസ് വിദഗ്ദ്ധയാണ്. എയ്ഡ്സ് വൈറസ് ആ വിഭാഗത്തിൽപെടുന്നതാണ്. അതുകൊണ്ട് ഗവേഷണത്തിനായി അവരെ പാരീസിലെ പാസ്ചർ ഇൻസ്റ്റിറ്റ്യൂട്ട് ക്ഷണിക്കുകയായിരുന്നു. ഫ്രാൻസിന്റെ തലസ്ഥാനവും ശാസ്ത്രീയ സാംസ്കാരിക തലസ്ഥാനവുമായ പാരീസിലാണ് അവർ ജനിച്ചത്. അവരുടെ വിദ്യാഭ്യാസവും അവിടെയായിരുന്നു. ബിരുദമെടുത്തത് പാരീസ് യൂണിവേഴ്സിറ്റി ഓഫ് സയൻസസിയിൽനിന്നായിരുന്നു. അവിടെനിന്നുതന്നെ വൈറോളജിയിൽ പി എച്ച് ഡിയും നേടി. ഡോക്ടറേറ്റിന് പാസ്ചർ ഇൻസ്റ്റിറ്റ്യൂട്ടിലെ പരിശീലനവും ഉണ്ടായിരുന്നു. ഡോക്ടറേറ്റിന് ശേഷം അവർ അമേരിക്കയിലെ നാഷണൽ ഇൻസ്റ്റിറ്റ്യൂട്ട് ഓഫ് ഹെൽത്ത് മേരിലാന്റിൽ വിദഗ്ദ്ധ പരിശീലനവും നേടി. പാസ്ചർ ഇൻസ്റ്റിറ്റ്യൂട്ടിൽ പ്രവർത്തിക്കുമ്പോൾ അവർ ലക് മൊണ്ടേഗ്നിയറുടെ കീഴിൽ അസിസ്റ്റന്റ് പ്രൊഫസറായിരുന്നു. 1982 ലാണ് ഡോക്ടർ വില്ലി റോസൻബാം പകരുന്ന മാരകരോഗം സ്വവർഗ്ഗാനുരാഗികളിലുണ്ടെന്ന് ആദ്യമായി ഇവരുടെ ലബോറട്ടറിയെ അറിയിച്ചത്. അന്ന് സിനൗസിയുടെയും മൊണ്ടേഗ്നിയറുടെയും ശ്രമം മാരകരോഗമായ എയ്ഡ്സിന്റെ കാരണത്തെ തിരിച്ചറിയലായിരുന്നു.

അവർക്ക് പരീക്ഷണത്തിനായി യുവാവായ ഒരു എയ്ഡ്സ് രോഗിയുടെ ലിംഫ് നോഡ് (lymph node) ലഭിച്ചു. (ലിംഫ് നോഡുകൾ ശരീരത്തിന്റെ പല ഭാഗത്തുമുണ്ട്. അത് രോഗാണുബാധയും അർബ്ബുദവും ഉണ്ടാകുമ്പോൾ ചീർത്ത് വലുതാവുകയും വേദനിക്കുകയും ചെയ്യും. അപ്പോൾ അതിനെ കഴലവീക്കം എന്നു പറയാറുണ്ട്. ഇപ്രകാരം രോഗാവസ്ഥയിലുള്ള കഴലകളെ ഓപ്പറേഷൻ മുഖേന എടുക്കാറുണ്ട്) അന്നുതന്നെ സിനൗസി എയ്ഡ്സിന്റെ കാരണം ഏതോ റിട്രോവൈറസ് ആയിരിക്കാമെന്ന നിഗമനത്തിലായിരുന്നു. അന്ന് രണ്ടു റിട്രോവൈറസുകളെക്കുറിച്ചുമാത്രമെ അറിവുണ്ടായിരുന്നുള്ളൂ. സിനൗസി എൻസൈം പ്രവർത്തനം കണ്ടുപിടിച്ചപ്പോൾ അത് അറിയപ്പെട്ടിരുന്ന രണ്ടു വൈറസുകളുടെതുമായിരുന്നില്ല. അവർ കണ്ടുപിടിച്ചത് പുതിയ എയ്ഡ്സ് വൈറസായിരുന്നു. 1983 മെയ് മാസത്തിലാണ് സിനൗസിയുടെ സംഘം ടി ലിംഫോസൈറ്റ് എന്ന രക്താണുക്കളെ ബാധിക്കുന്ന റിട്രോവൈറസിനെ ആദ്യമായി കണ്ടെത്തിയത്. 1984 ൽ അത് തെളിവുകളോടെ സ്ഥാപിച്ചു. വീണ്ടും ധാരാളം പരീക്ഷണങ്ങൾ നടത്തിയതിനുശേഷമാണ് അവരുടെ എയ്ഡ്സ് വൈറസ് കണ്ടെത്തൽ പ്രസിദ്ധീകരിച്ചത്. കാരണക്കാരനായ വൈറസിനെ കണ്ടെത്തിയതുകൊണ്ട് അതിനെതിരെ പ്രതിരോധവും ചികിത്സയും കണ്ടെത്തുന്നതിനുള്ള ശ്രമങ്ങൾക്ക് വ്യക്തമായ ദിശാബോധം ഉണ്ടായി.

ഡോക്ടർ ബാരി സിനൗസി അദ്ധ്യാപനത്തിലും ഗവേഷണത്തിനും

നേതൃത്വമുണ്ട്. പല സാമൂഹ്യസേവനസംഘടനകളിലും എയ്ഡ്സിന് ആശ്വാസം പകരുവാനുള്ള സേവനത്തിലും വ്യാപൃതയാണ്.

ലക് മൊണ്ടാഗ്നിയറിനോടൊപ്പം

2008 ൽ ലക് മൊണ്ടാഗ്നിയറിനോടൊപ്പം സിനൗസിക്ക് എയ്ഡ്സ് വൈറസ് കണ്ടുപിടിച്ചതിന് നൊബേൽ പുരസ്കാരം ലഭിച്ചു. അവർ 200 ഓളം ശാസ്ത്രീയപ്രബന്ധങ്ങൾ പ്രസിദ്ധീകരിച്ചിട്ടുണ്ട്. 250 ഓളം അന്താരാഷ്ട്രകോൺഫറൻസുകളിൽ അവർ സംബന്ധിച്ചിട്ടുണ്ട്. 17 പേറ്റന്റുകൾ അവരുടെ പേരിലുണ്ട്. 2009 ൽ അവർ പോപ്പ് ബെനഡിക്റ്റ് പതിനാറാമന് എയ്ഡ്സ് വ്യാപനത്തിന് പ്രതിവിധിയായി കോണ്ടം ഉപയോഗിക്കേണ്ടതിന്റെ ആവശ്യകതയെപ്പറ്റി എഴുതുകയുണ്ടായി.

'ശാസ്ത്രത്തിൽ എപ്പോഴും പ്രതീക്ഷയുണ്ട്.'

അവർ എപ്പോഴും ശുഭാപ്തി വിശ്വാസം വിടാത്ത വ്യക്തിയാണ്. അവർ പറയുമായിരുന്നു. 'ജീവിതത്തിൽ എപ്പോഴും പ്രതീക്ഷയുണ്ട്. കാരണം ശാസ്ത്രത്തിൽ എപ്പോഴും പ്രതീക്ഷയുണ്ട്.' 2008 ൽ പ്രസിദ്ധീകരിച്ച അവരുടെ ആത്മകഥയിൽ പ്രതീക്ഷാനിർഭരയായ സിനൗസി അടുത്ത പടിയായി എയ്ഡ്സിന് ഫലപ്രദമായ ചികിത്സ കണ്ടുപിടിക്കാനാകും എന്ന ശുഭചിന്തയിലാണ്. വിഭവശേഷി കുറഞ്ഞ ഏഷ്യയിലെയും ആഫ്രിക്കയിലെയും രാജ്യങ്ങളെ സഹായിക്കുവാനും അവിടെനിന്ന് കൂടുതൽ വിവരങ്ങൾ ശേഖരിക്കുവാനും അവർ ശ്രമിക്കുന്നുണ്ട്. 1992 ൽ സിനൗസിയെ ബയോളജി ഓഫ് റിട്രോവൈറസ് വിഭാഗത്തിന്റെ ഡയറക്ടറായി നിയമിച്ചു. 2005 ആ സംഘടന റെഗുലേഷൻ ഓഫ് റിട്രോവൈറൽ ഇൻഫെക്ഷൻസ് യൂണിറ്റ് എന്ന് പുനർനാമകരണം ചെയ്തു. ഫ്രാൻസ് കേന്ദ്രമായ ടോട്ടൽ ഫൗണ്ടേഷൻ എന്ന സംഘടന എയ്ഡ്സിനെതിരെ മനുഷ്യസ്നേഹപരമായ പ്രവർത്തനങ്ങൾക്ക് നേതൃത്വം കൊടുക്കുകയും സംഭാവനകൾ സ്വീകരിക്കുകയും ചെയ്യുന്നുണ്ട്. ആ സംഘടന ഫ്രോങ്കോയി ബാരി സിനൗസി ചെയർ രൂപവല്ക്കരിച്ച് എയ്ഡ്സിനെതിരെ പരിശീലനവും ഗവേഷണവും പ്രോത്സാഹിപ്പിക്കുന്നുണ്ട്.

ലക് മൊണ്ടാഗ്നിയർ (18. 08. 1932–)

ലക് മൊണ്ടാഗ്നിയർ ഫ്രാൻസിലെ ഛാബ്രിസിലാണ് ജനിച്ചത്. ഒരു നഗരത്തേക്കാൾ ചെറുതും ഗ്രാമത്തേക്കാൾ വലുതുമായിരുന്നു ആ ഗ്രാമം. അദ്ദേഹത്തിന്റെ പിതാവ് പട്ടാളത്തിൽ സേവനം ചെയ്യുമ്പോൾ ഗുരുതരമായ സന്ധിരോഗത്തെ തുടർന്ന് ആ സേവനത്തിൽനിന്ന് ഒഴിവായി. ഹൃദ്രോഗം വന്ന അദ്ദേഹത്തിന് ഗുമസ്തജോലിയിൽ ശിഷ്ടകാലം കഴിയേണ്ടി വന്നു. തുടർന്നാണ് പോയ്റ്റിയേഴ്സ് ഭാഗത്ത് കുടുംബം താമസമാക്കിയത്. കുടുംബിനിയായിരുന്ന അമ്മയുടെ വാത്സല്യഭാജനമായി

രുന്നു ഒറ്റ മകനായ ലക്. അഞ്ചു വയസ്സുള്ളപ്പോൾ അദ്ദേഹത്തിന് മറക്കാനാവാത്ത ഒരു സംഭവമുണ്ടായി. റോഡുമുറിച്ചുകടക്കുമ്പോൾ അമിതവേഗതയിൽ വന്ന കാറിടിക്കുകയായിരുന്നു. വിദഗ്ദ്ധചികിത്സയോടെ ആ കുട്ടി പൂർണ്ണരോഗവിമുക്തി നേടി.

കഷ്ടപ്പാടുകളുടെ ജീവിതം

ആ ഗുരുതര അപകടത്തിൽനിന്ന് രക്ഷപ്പെട്ട് രണ്ടു വർഷം കഴിഞ്ഞതിന് ശേഷമാണ് 1939 ൽ യുദ്ധപ്രഖ്യാപനമുണ്ടാകുന്നത്. ആ സമയം ലക്കിന്റെ കുടുംബം അമ്മാവന്റെ തോട്ടത്തിലെ മുന്തിരിത്തോട്ടത്തിൽ വിളവെടുക്കുകയായിരുന്നു. ജർമ്മൻ യുദ്ധവിമാനങ്ങൾ ബോംബ് വർഷിക്കുന്നതിന്റെ ഭയപ്പെടുത്തുന്ന വാർത്തകളുമായാണ് പത്രങ്ങൾ എന്നും രാവിലെ വന്നിരുന്നത്. ആദ്യം പത്രങ്ങളിൽ ഭയചകിതവാർത്ത മാത്രമായിരുന്ന യുദ്ധം ശരിക്കും മുറ്റത്തെത്തി. ശരിയായ യുദ്ധം. ലക്കിനും കുടുംബത്തിനും വീട് വിട്ടോടേണ്ടി വന്നു. പോകുന്ന വഴി ഒരു റെയിൽവെ സ്റ്റേഷൻ കടക്കേണ്ടതുണ്ടായിരുന്നു. അത് ജർമ്മൻകാരുടെ കീഴിലായിരുന്നു. ഭാഗ്യംകൊണ്ട് മാത്രം ക്രൂരന്മാരായ പട്ടാളക്കാരുടെ കണ്ണിൽനിന്ന് ഒരു ചെറിയ കാറിൽ രക്ഷപ്പെട്ടു. ഫ്രാൻസ് കീഴടക്കപ്പെട്ടു. ജർമ്മൻ അധീനതയിലായി. ആ ഒരു കൊല്ലം ആ കുടുംബം വളരെ കഷ്ടപ്പെട്ടു. പലപ്പോഴും ഭക്ഷണം പോലുമില്ലാതെ പട്ടിണി കിടക്കേണ്ടിവന്നു. യുദ്ധത്തിന്റെ നാലു വർഷം കുട്ടിയായ ലക്കിന് ഒട്ടും തൂക്കം കൂടിയതേയില്ല. വല്ലപ്പോഴും കിട്ടുന്ന വെറും സാധാരണ ഭക്ഷണത്തിൽ ആ കുട്ടിക്ക് യാതൊരു താല്പര്യവും തോന്നിയില്ല. വിശന്നു കിടന്നുറങ്ങുമ്പോൾ ഓറഞ്ചും ചോക്കലേറ്റും സ്വപ്നം കണ്ടു. പിതാവിന് അതിസാരം. അപ്പൂപ്പനാണെങ്കിൽ കുടലിൽ അർബ്ബുദം. ആ കുടുംബം ഇതിലും കൂടുതൽ കഷ്ടപ്പെടാനില്ല. വളരെ കഷ്ടപ്പാടും അസഹ്യമായ വേദനയും അനുഭവിച്ച് പിതാവ് 1947 ൽ മരിച്ചു. ആ അനുഭവം കൊണ്ടാണ് അദ്ദേഹം വൈദ്യശാസ്ത്രം പഠിക്കുവാനും അർബ്ബുദത്തിൽ ഗവേഷണം നടത്തണമെന്നും ലക്ഷ്യമിട്ടത്.

വീട്ടിൽ വീണ ബോംബ്

1944 ജൂണിൽ അവരുടെ വീട്ടിൽ ബോംബ് വീണു. ഇപ്രാവശ്യം അതു സഖ്യകക്ഷികളുടേതായിരുന്നു. വീടിന്റെ ഒരുഭാഗം തകർന്നു. ഇപ്രകാരം ഫ്രാൻസിനെ മോചിപ്പിക്കണമോ എന്ന് ചിന്തിച്ചു. മരിച്ചവരുടെ ശവശരീരങ്ങൾ, പട്ടിണികിടക്കുന്നവർ, കോൺസൻട്രേഷൻ ക്യാമ്പുകളിൽനിന്ന് എല്ലും തൊലിയും മഹാരോഗങ്ങളുമായി മല്ലിട്ട് രക്ഷപ്പെട്ടവർ. ഹോ ഇതാണോ യുദ്ധം? യുദ്ധത്തെയും എല്ലാവിധ അക്രമങ്ങളെയും വെറുക്കുന്നു.

യുദ്ധം കഴിഞ്ഞുകിട്ടി. ലക് സ്കൂളിൽ ചേർന്നു. ഹൈസ്കൂളിൽ മറ്റുള്ള കുട്ടികളേക്കാൾ പഠിക്കുവാൻ മിടുക്കനായിരുന്നു. കത്തോലിക്ക

മതവിശ്വാസം ഉപേക്ഷിച്ച് ശാസ്ത്രവിജ്ഞാനത്തിൽ ജിജ്ഞാസയായി.

ജൈവശാസ്ത്ര ഗവേഷണം

പിതാവ് എലക്ട്രിക് ബാറ്ററി ഉയോഗിച്ച് ചിലതൊക്കെ ചെയ്യുമായിരുന്നു. ആ ചുവടുപിടിച്ച് ഹൈഡ്രജൻ, ആൽഡിഹൈഡുകൾ, നൈട്രോ യൗഗികങ്ങൾ എന്നിവ ഉണ്ടാക്കിയിരുന്നു. അക്കാലത്ത് നല്ലവണ്ണം വായിക്കുവാനും അദ്ദേഹത്തിന് താല്പര്യമുണ്ടായിരുന്നു. ഭൗതികശാസ്ത്രത്തിന്റെ വളർച്ച, പ്രത്യേകിച്ച് ആറ്റോമിക് ഭൗതികശാസ്ത്രത്തിന്റെ പുതിയ കണ്ടുപിടിത്തങ്ങൾ എന്നിവ ആ കൗമാരക്കാരനെ വല്ലാതെ ആകർഷിച്ചു. അപ്രകാരമാണ് ശാസ്ത്രവിഷയത്തിനും വൈദ്യശാസ്ത്രത്തിനും പഠിക്കുവാൻ തീരുമാനമെടുത്തത്. ആദ്യത്തെ ലക്ഷ്യം പോടിയേഴ്സിൽ ജൈവശാസ്ത്ര ഗവേഷണത്തിന് ചേരുക എന്നതായിരുന്നു. എന്നാൽ അവിടെ അപ്രകാരമൊരു കോഴ്സ് ഇല്ലായിരുന്നു. വൈദ്യശാസ്ത്രസ്ഥാപനവും ജൈവശാസ്ത്രസ്ഥാപനവും അടുത്തടുത്തായതിനാൽ രണ്ടും ഒരുമിച്ച് കൊണ്ടുപോകുവാൻ കഴിഞ്ഞു. മൊണ്ടാഗ്നിയർ പോയ്റ്റിയേഴ്സ്, പാരീസ് എന്നീ യൂണിവേഴ്സിറ്റികളിൽനിന്ന് 1953 ൽ ശാസ്ത്രത്തിലും 1960 ൽ വൈദ്യശാസ്ത്രത്തിലും ബിരുദം നേടി. 1955 ൽ അദ്ദേഹം ഗവേഷക ശാസ്ത്രജ്ഞൻ എന്ന ജോലിയിൽ പാസ്ചർ ഇൻസ്റ്റിറ്റ്യൂട്ടിൽ ചേർന്നു.

ഗവാവ്ദാൻ എന്ന ബോട്ടണി പ്രൊഫസർ

അദ്ദേഹത്തിന്റെ ഭാഗ്യത്തിന് ഗവാവ്ദാൻ എന്ന ബോട്ടണി പ്രൊഫസർ ഉദാരമായ സഹായഹസ്തവുമായി അവിടെ ഉണ്ടായിരുന്നു. സാധാരണ പ്രൊഫസർമാർ ചെയ്യുമ്പോലെ വിഷയത്തെ പരമ്പരാഗതമായി സമീപിക്കുകയായിരുന്നില്ല അദ്ദേഹം ചെയ്തത്. ആധുനികമായ ജൈവശാസ്ത്രത്തിന്റെ ജാലകം ലക്കിനു മുന്നിൽ അദ്ദേഹം മലർക്കെ തുറന്നിട്ടു. ഡി എൻ എ പിരിയൻ കോണി എന്ന ഡബിൾ ഹെലിക്സ്, ലബോറട്ടറിയിൽ റൈബോസോം ഉപയോഗിച്ച് പ്രോട്ടീൻ ഉണ്ടാക്കുന്ന വിധം, വൈറസുകളുടെ ഘടന എന്നിവയെപ്പറ്റി മൊണ്ടാഗ്നിയർക്ക് അടിസ്ഥാനപരമായ വിജ്ഞാനം അദ്ദേഹത്തിൽനിന്ന് ലഭിച്ചു. ആ സമയത്ത് വീട്ടിൽവെച്ച് സമയമനുസരിച്ച് പ്രവർത്തിക്കുന്ന ക്യാമറയും മൈക്രോസ്കോപ്പും ഉപയോഗിച്ച് ആദ്യത്തെ ഗവേഷണം ലക് മൊണ്ടാഗ്നിയർ ആരംഭിച്ചു. ഇതിന് പിതാവ് സഹായിച്ചിരുന്നു.

ലക് മൊണ്ടാഗ്നിയറുടെ ഗൗരവമായ എയ്ഡ്സ് ഗവേഷണം ആരംഭിക്കുന്നത് 1982 ലാണ്. റിട്രോവൈറസുകളെ പിടിക്കുക എന്നതായിരുന്നു ഗവേഷകരുടെ തുടക്കം മുതലേയുള്ള ലക്ഷ്യം. ആദ്യത്തെ സംശയം അമേരിക്കക്കാരനായ ആർ സി ഗാല്ലോ ഉന്നയിച്ചതായിരുന്നു. എച്ച് ടി എൽ വി എന്ന റിട്രോ വൈറസ് എലികളിൽ ലുക്കീമിയയോടൊപ്പം ശരീരം ശോഷിക്കുന്ന അവസ്ഥ ഉണ്ടാക്കുന്നുണ്ട്. ഇവിടെയും

പ്രതിരോധശക്തി നശിക്കുന്നുമുണ്ട്.

ചീർത്ത കഴല

ആയിടയ്ക്കാണ് ഡോ. വില്ലി റോസൻബാമിന്റെ കഴലവീക്കവും എയ്ഡ്സ് ലക്ഷണങ്ങളുമുള്ള രോഗിയെപ്പറ്റി ഒരു സഹപ്രവർത്തകയായ ഫ്രാങ്കോയി സിനൗസി പറയുന്നത്. ആ രോഗി പതിവായി അമേരിക്കയിൽ പോകുന്ന സ്വവർഗാനുരാഗിയായിരുന്നു. ആ രോഗിയുടെ ചീർത്ത കഴല (lymph node) എടുത്ത് അവർ പഠനം തുടങ്ങി. അതൊരു വഴിത്തിരിവായിരുന്നു. വേറൊരു സംഭവം ഉണ്ടായത് ഹിപ്പറ്റൈറ്റിസ് വാക്സിൻ ഉല്പാദിപ്പിക്കുന്ന പാസ്ചർ ഇൻസ്റ്റിറ്റ്യൂട്ടുമായി ബന്ധമുള്ള ഒരു കമ്പനിയുടെ ആവശ്യമായിരുന്നു. അമേരിക്കയിൽനിന്ന് ഇറക്കുമതി ചെയ്യുന്ന പ്ലാസ്മയിൽ എയ്ഡ്സ് വൈറസ് ഉണ്ടോ എന്ന് അവർക്കറിയണം. അത് ഒരു ഉത്തേജനമായിരുന്നു.

വൈറസിന്റെ ലക്ഷണം

കഴലയിൽനിന്നെടുത്ത ഭാഗത്തെ എയ്ഡ്സ് ബാധിക്കുന്ന ടി സെൽ കൾച്ചറിൽ വെച്ചു ഓരോ മൂന്നു ദിവസം കൂടുമ്പോഴും വൈറസിന്റെ ലക്ഷണമുണ്ടോ എന്നു നോക്കിക്കൊണ്ടിരുന്നു. ഫ്രാങ്കോയി ബാരി സിനൗസിയും ഴാങ് ക്ലാഡ് ചെർമാനുമായിരുന്നു അത് നോക്കിയിരുന്നത്. പതിനഞ്ചാം ദിവസം വൈറസിന്റെ ലക്ഷണം സിനൗസി മനസ്സിലാക്കി. അടുത്ത ആഴ്ച അത് ഉറപ്പിക്കുകയും ചെയ്തു. രോഗിയുടെ കഴലയിൽ റിട്രോവൈറസുണ്ടെന്ന് മനസ്സിലായി. പക്ഷേ, അത് എച്ച് ടി എൽ വി എന്ന ഗാല്ലോ സംശയിച്ചതാണോ, അതൊരു പാസഞ്ചർ വൈറസാണോ, അതോ എയ്ഡ്സിന്റെ കാരണമായ പുതിയ വൈറസാണോ എന്നിവയായിരുന്നു ആദ്യപാദ ഗവേഷണത്തിന്റെ ഫലം.

വൈറസിനെ ലബോറട്ടറിയിൽ വളർത്തണം

ഈ വിവരങ്ങൾ തിരിച്ചറിയുന്നതിന് ഈ വൈറസിനെ ലബോറട്ടറിയിൽ വളർത്തണം. എന്നിട്ട് വൈറസിനെ രസതന്ത്രപരമായും രോഗപ്രതിരോധശാസ്ത്രപരമായും പഠിച്ചവ വിലയിരുത്തണം. ഗവേഷകരുടെ ഭാഗ്യത്തിന് മനുഷ്യരക്തത്തിലെ ടി ലിംഫോസൈറ്റിൽ വൈറസ് നന്നായി വളരും. രക്തദാതാക്കളുടെ രക്തമെടുത്ത് അവയെ ലാബിൽ വളർത്തി. ഇവയെ ലുക്കീമിയയിലെ കോശങ്ങളിലും ധാരാളമായി വളർത്താമെന്നും കണ്ടുപിടിച്ചു. തുടർന്ന് അടുത്ത വഴിത്തിരിവുണ്ടായി. ഈ വൈറസുകൾ രോഗപ്രതിരോധശാസ്ത്രപരമായി എച്ച് ടി എൽ വി എന്ന വൈറസല്ല. എലക്ട്രോൺ മൈക്രോസ്കോപ്പിലൂടെ നോക്കിയപ്പോൾ എച്ച് ടി എൽ വി വൈറസിനോട് രൂപത്തിൽ സാമ്യമില്ല എന്നും മനസ്സിലായി. അതെ ഇതൊരു പുതിയ വൈറസ് തന്നെ. ഇനി അദ്ദേഹത്തിന്റെയും

സഹപ്രവർത്തകരുടെയും അടുത്ത വെല്ലുവിളി ഈ പുതിയ അറിവിന് കൂടുതൽ തെളിവുകൾ കണ്ടെത്തുകയും ഈ വൈറസ് തന്നെയാണോ എയ്ഡ്സ് ഉണ്ടാക്കുന്നതെന്ന് തെളിയിക്കുകയുമാണ്. അദ്ദേഹത്തിന്റെയും സഹപ്രവർത്തകരുടെയും ആവേശം കൊടുമുടിയിലെത്തിയിരുന്നു.

എൽ എ വി ലിംഫഡിനോപ്പതി അസോസിയേറ്റഡ് വൈറസ്

ഈ പുതിയ വൈറസിന് ഗവേഷകസംഘം പുതിയ പേരിട്ടു. എൽ എ വി ലിംഫഡിനോപ്പതി അസോസിയേറ്റഡ് വൈറസ് (Lymphadenopathy Associated Virus). അതായത് ലിംഫഡിനോപ്പതി എന്ന കഴല ഉണ്ടാക്കുന്ന പരിമിതമായ പേരു മാത്രമെ അവർക്ക് അതിന് കൊടുക്കുവാൻ കഴിയുമായിരുന്നുള്ളൂ. എല്ലാ ശനിയാഴ്ചകളിലും രാവിലെ ഗവേഷണത്തിന്റെ പുരോഗതി വിലയിരുത്തുവാൻ ഗവേഷകസംഘം ഒത്തുകൂടുമായിരുന്നു. ഓരോ ആഴ്ചയും അവർക്ക് സഹപ്രവർത്തകരിൽനിന്ന് പ്രോത്സാഹജനകമായ വിവരങ്ങൾ ലഭിച്ചു. പൂർണ്ണമായും എയഡ്സുള്ള രോഗികളുടെ രക്തത്തിൽനിന്നും എടുത്ത് വളർത്തിയ വൈറസുകളെ ഐ ഡി എ വി അതായത് ഇമ്യൂണോ ഡെഫിഷ്യൻസി അസോസിയേറ്റഡ് വൈറസ് എന്ന് വിളിച്ചു. ഇത് ടി ലിംഫോസൈറ്റ് കൾച്ചറിൽ ആദ്യം കണ്ടെത്തിയ വൈറസിനേക്കാൾ നന്നായി വളരുന്നതായും കണ്ടെത്തി. അവയുടെ കോളനികൾ വലിയ കൂട്ടമായും കണ്ടു. അവ ബാധിച്ച കോശങ്ങളെ പരസ്പരം കട്ടപിടിപ്പിക്കുന്നതായും കണ്ടു. ചിലവ ബി, ടി എന്നീ കോശങ്ങളിൽ വരികളായി വളരുന്നതും കണ്ടു. അതുകൊണ്ട് ഇവയെ ഗവേഷണാവശ്യത്തിന് അധികമായി വളർത്തുവാൻ കഴിയുമെന്നും മനസ്സിലായി.

1984 ലും 1985 ലും അമേരിക്കയിലെ നാഷണൽ ഇൻസ്റ്റിറ്റ്യൂട്ട് ഓഫ് ഹെൽത്തിലെ ഡോ. ഗാല്ലോയും സാൻഫ്രാൻസിസ്കോയിലെ ജെയ് ലെവിയും ഈ നിഗമനങ്ങൾ ശരിവെക്കുന്ന കണ്ടുപിടുത്തങ്ങൾ നടത്തിയിരുന്നു. (നൊബേൽ സമ്മാനാവസരത്തിൽ ഡോ. ഗല്ലോ അവകാശവാദം ഉന്നയിക്കുകയും ചെയ്തിരുന്നു.) എയ്ഡ്സ് രോഗവും ഈ വൈറസും തമ്മിലുള്ള ബന്ധത്തിന് ഗല്ലോയുടെ സംഘം കൂടുതൽ തെളിവുകൾ നല്കിയിരുന്നു.

പല മരുന്നുകളുടെയും യോജിച്ചുള്ള ഉപയോഗം എയ്ഡ്സിന്റെ ഭാവിഫലം കൂടുതൽ തൃപ്തികരമാക്കിയിട്ടുണ്ട്. ഏകദേശം അവർക്കൊരു സാധാരണ ജീവിതം നയിക്കാം എന്നായിട്ടുണ്ട്. വൈറസ് നശിപ്പിക്കപ്പെടുന്നില്ല. അതുകൊണ്ട് മരുന്നുകൾ മുടങ്ങുമ്പോൾ പഴയപോലെ എല്ലാം തിരിച്ചു വരുന്നു. ഇന്ന് വർഷംതോറും 20–30 ലക്ഷം പേർ എയ്ഡ്സ്മൂലം മരണമടയുന്നുണ്ട്. ഈ ദുരവസ്ഥയ്ക്ക് പരിഹാരം കാണേണ്ടിയിരിക്കുന്നു. അതിനു വേണ്ടത് അടിസ്ഥാന ഗവേഷണവും ക്ലിനിക്കൽ ഗവേഷണവും ശക്തമായി തുടരുക എന്നതാണ്. ഈ അവസ്ഥ തുടർന്നു

കൂടാ.

വികസിതരാജ്യങ്ങളിൽ മാത്രം ഗവേഷണം തുടർന്നാൽപോരാ

1990 ഓടെ മൊണ്ടാഗ്നിയറിന് വ്യക്തമായത് വിഭവസമൃദ്ധവും വിദഗ്ദ്ധരും വേണ്ടുവോളമുള്ള വികസിതരാജ്യങ്ങളിൽ മാത്രം ഗവേഷണം തുടർന്നാൽ പോരാ. തെക്കൻ രാജ്യങ്ങളിലും ധാരാളം പേർ എയ്ഡ്സും ക്ഷയരോഗവും മലേറിയയും പിടിപെട്ട് ദുരിതമനുഭവിക്കുന്നുണ്ട്. പല നിരീക്ഷണങ്ങളും കാണിക്കുന്നത് അവികസിതരാജ്യങ്ങളിലെയും വികസിതരാജ്യങ്ങളിലെയും ലബോറട്ടറികൾ തമ്മിലുള്ള സഹകരണം തുല്യനിലയിലല്ല എന്നാണ്. ഈ അവസ്ഥ തുടർന്നുകൂടാ.

വികസിതരാജ്യങ്ങളിൽ പരിശീലനം ലഭിച്ച ധാരാളം ഗവേഷകർ അവരുടെ അവികസിതമായ മാതൃരാജ്യങ്ങളിലേക്ക് മടങ്ങിപ്പോകാൻ ആഗ്രഹിക്കുന്നുണ്ട്. പക്ഷേ, അപ്രകാരം അവർ പോകാത്തതിനു കാരണം അവിടെയുള്ള അടിസ്ഥാനസൗകര്യങ്ങളുടെ അപര്യാപ്തതയാണ്. നമ്മുടെ നാടിനെപ്പോലെയുള്ള അവികസിതരാജ്യത്തിന് ഇവിടെ വ്യക്തമായ സന്ദേശമുണ്ട്. വിദ്യാഭ്യാസവും കഴിവും താല്പര്യവുമുള്ള എണ്ണമറ്റ യുവജനങ്ങളുടെ കേന്ദ്രമാണ് ഇന്ത്യയെന്ന് ഓർക്കണം. നമ്മുടെ രാഷ്ട്ര നേതൃത്വം ഈ വസ്തുത ഓർക്കണം. ഗവേഷണത്തിൽ മുന്നിൽ നില്ക്കുന്ന ഇന്ത്യക്ക് മാത്രമെ മറ്റു രംഗങ്ങളിലും മുന്നേറാൻ കഴിയുകയുള്ളൂ. രോഗങ്ങൾ അധികമുണ്ടാവുകയും അത് തടസ്സമില്ലാതെ പകരുകയും ചെയ്യുന്ന ഒരു രാജ്യത്തുതന്നെ അതിനുള്ള ഗവേഷണവും ഉണ്ടാകേണ്ടത് ശാസ്ത്രീയമായ യാഥാർത്ഥ്യമാണ്. ഈ യാഥാർത്ഥ്യം മുന്നിൽ കണ്ടുകൊണ്ടാണ് മൊണ്ടാഗ്നിയർ യുനെസ്കോയുടെ പഴയ ഡയറക്ടറായ ഫെഡറിക്കോ മേയറുമായി ചർച്ചകൾ നടത്തിയത്.

ആഫ്രിക്കൻ രാജ്യങ്ങളിൽ എയ്ഡ്സ് പ്രതിരോധത്തിനുവേണ്ടി അപ്രകാരം ഉണ്ടാക്കുവാൻ കഴിഞ്ഞു. ഈ ലക്ഷ്യം ബുദ്ധിമുട്ടുള്ളതാണെങ്കിലും ഈ ആശയത്തിൽ അവിടെയുള്ള ഡോക്ടർമാർക്കും മറ്റു സഹപ്രവർത്തകർക്കും നല്ല താല്പര്യം ഉണ്ടായി. പല സർക്കാരുകളും മുന്നോട്ടുവന്നു. ഉദാഹരണമായി കാമറൂൺ മുന്നോട്ടുവന്നു പരിപാടികൾ ആരംഭിച്ച രാജ്യമാണ്. ഈ അനുഭവത്തിൽനിന്നുള്ള വിജ്ഞാനം പങ്കിട്ട് എല്ലാം അവികസിതരാജ്യങ്ങളും ഇത്തരം മഹാമാരികൾക്കെതിരെ സംഘടിതശക്തിയായി മുന്നോട്ടു വരണമെന്ന് അദ്ദേഹം നിർദ്ദേശിച്ചു.

ദോഷകരമായ ഓക്സിഡേറ്റീവ് സ്ട്രെസ്

എയ്ഡ്സ് ഗവേഷണത്തിൽനിന്നു പഠിച്ച വേറൊരു പാഠം രോഗപ്രതിരോധസംവിധാനത്തിനും മറ്റും സംഭവിക്കുന്ന ദോഷകരമായ ഓക്സിഡേറ്റീവ് സ്ട്രെസ് ഫലങ്ങളാണ്. ഇവ നീണ്ടു നില്ക്കുന്ന രോഗങ്ങളായ പാർക്കിൻസൺസ് രോഗം, അൾഷീമേഴ്സ് രോഗം, റുമറ്റോയ്ഡ്

ആർത്രൈറ്റിസ് എന്ന സന്ധിരോഗം എന്നിവയിൽ കാണുന്നു. ഇത് ഈ നീണ്ടുനില്ക്കുന്ന രോഗങ്ങളുടെ കാരണമോ ഫലമോ അവ രണ്ടും കൂടിയോ ആകാം. ഇതും തുടർന്നുള്ള ഗവേഷണങ്ങൾകൊണ്ട് തെളിയിക്കേണ്ട സമസ്യകളാണ്.

ഫ്രാൻസിലെ ഗവേഷകശാസ്ത്രജ്ഞനായ അദ്ദേഹം ഹാരാൾ സുർ ഹാസനും ഫ്രാങ്കോയി ബാരി സിനൗസിക്കുമൊപ്പം 2008 ലെ വൈദ്യശാസ്ത്രത്തിനുള്ള നൊബേൽ സമ്മാനം പങ്കിട്ടു. മൊണ്ടാഗ്നിയറിനും ബാരി-സിനൗസിക്കുമായിരുന്നു സമ്മാനത്തുക. അത് എയ്ഡ്സ് വൈറസ് കണ്ടുപിടിച്ചതിനായിരുന്നു.

വേൾഡ് ഫൗണ്ടേഷൻ ഫോർ എയ്ഡ്സ് റിസേർച്ച് ആന്റ് പ്രിവെൻഷൻ

1993 ൽ അദ്ദേഹം വേൾഡ് ഫൗണ്ടേഷൻ ഫോർ എയ്ഡ്സ് റിസേർച്ച് ഏന്റ് പ്രിവെൻഷൻ സ്ഥാപിച്ചു. 1998-2001 ൽ ന്യൂയോർക്കിലെ ക്വീൻസ് കോളേജിലെ ചെയർ സ്ഥാനം സ്വീകരിച്ചു. അവിടെ മൊണ്ടാഗ്നിയർ സെന്റർ ഫോർ മോളിക്യുലാർ ആന്റ് സെല്ല്യുലാർ ബയോളജിയുടെ തലവനായിരുന്നു. 2001 ൽ മൊണ്ടാഗ്നിയർ എമരിറ്റസ് പ്രൊഫസറായി പാസ്ചർ ഇൻസ്റ്റിറ്റ്യൂട്ടിലേക്ക് തിരിച്ചു വന്നു. യൂറോപ്യൻ ഫെഡറേഷൻ ഫോർ എയ്ഡ്സ് റിസേർച്ചിന്റെ പ്രസിഡന്റ് സ്ഥാനത്തേക്കും മൊണ്ടാഗ്നിയർ നിയമിതനായിരുന്നു.

പാസ്ചർ ഇൻസ്റ്റിറ്റ്യൂട്ട്

1980 കളുടെ തുടക്കത്തിൽ പാസ്ചർ ഇൻസ്റ്റിറ്റ്യൂട്ടിൽ പ്രവർത്തിക്കുമ്പോഴാണ് റിട്രോവൈറസുകളെക്കുറിച്ച് കൂടുതൽ ഗവേഷണം നടത്തുകയും തുടർന്ന് എയ്ഡ്സ് വൈറസിനെ തിരിച്ചറിയുകയും ചെയ്തത്. സഹായത്തിന് സഹപ്രവർത്തകയായ ബാർ-സിനൗസിയും ഉണ്ടായിരുന്നു. 1987 ൽ അമേരിക്കയിലെ റോബർട്ട് ഗാല്ലൊ എയ്ഡ്സ് വൈറസ് കണ്ടുപിടിച്ചതിന് അവകാശവാദം ഉന്നയിച്ചുവെങ്കിലും അവസാനം മൊണ്ടാഗ്നിയർ, ബാരി-സിനൗസി സംഘമാണ് അത് ആദ്യം കണ്ടെത്തിയതെന്നതാണ് പൊതുവെ ലോകം അംഗീകരിച്ചത്.

റഫറൻസസ്

Medicine Online Etymology Dictionary
Coulehan JL, Block MR (2005). The Medical Interview: Mastering Skills for Clinical Practice (5th ed.). F. A. Davis. ISBN 0-8036-1246-X. OCLC 232304023.
Blainey, Geoffrey (2011) A Short History of Christianity Penguin Viking.
Insuring America's Health: Principles and Recommendations, Institute of Medicine at the National Academies of Science, 2004-01-14
The Royal Australasian College of Physicians: What are Physicians?. Royal Australasian College of Physicians. Archived from the original on 6 March 2008. Retrieved 5 February
therapeutics (medicine). Britannica Online Encyclopedia. Retrieved 2012-04-21.
a b Grove WH, Zald DH, Lebow BS, Snitz BE, Nelson C. (2000). *Clinical versus mechanical prediction: A meta-analysis* (w). Psychological Assessment 12 (1): 19–30. doi:10.1037/1040-3590.12.1.19. PMID 10752360.
Eliminating Health Disparities. American Medical Association.
Grammaticos, P. C.; Diamantis, A. (2008). *Useful known and unknown views of the father of modern medicine, Hippocrates and his teacher Democritus*. Hellenic journal of

nuclear medicine 11 (1): 2–4. PMID 18392218. edit
Rana, RE and Arora, BS (2002). *History of Plastic Surgery in India*. Journal of Postgraduate Medicine 48 (1): 76–8. PMID 12082339.
Saraf, Sanjay; Ravi S. Parihar (2007). *Sushruta: The first Plastic Surgeon in 600 B.C.* The Internet Journal of Plastic Surgery 4. doi:10.5580/1456#sthash.mkTSe3sP.dpuf. ISSN 1528-8293. Retrieved 12 November 2012.
Garrison, Fielding H. (1966). *History of Medicine*. Philadelphia: W.B. Saunders Company. p. 97.
Martí-Ibáñez, Félix (1961). *A Prelude to Medical History*. New York: MD Publications, Inc. p. 90. Library of Congress ID: 61-11617.
Vaisrub, Samuel; A. Denman, Michael; Naparstek, Yaakov; Gilon, Dan (2008). *Medicine*. Encyclopaedia Judaica. The Gale Group.
Blainey, Geoffrey (2011) A Short History of Christianity, Penguin Viking, pp. 214-215.
Liljestrand, G. The Prize in Physiology or Medicine, in: Schück, H., Sohlman, R., Österling, A., Liljestrand, G., Westgren, A., Siegbahn, M., Schou, A. and Ståhle, N. K., Nobel - The Man and His Prizes, Sohlmans Förlag, Stockholm, 1950.
Liljestrand, G. *The Prize in Physiology or Medicine, in: Schück*, H., Sohlman, R., Österling, A., Liljestrand, G., Westgren, A., Siegbahn, M., Schou, A. and Ståhle, N. K., Nobel - *The Man and His Prizes*, Third revised, updated and enlarged edition Elsevier Science, Inc., New York, 1972.
Porter, Roy (2008). *The Cambridge History of Science:* Volume 4: 18th Century Based Science. Cambridge: Cambridge University Press. pp. 661–3. ISBN 978-0-511-46833-9.
Edward T James et al. eds (1971). *Notable American Women*, 1607–1950: A Biographical Dictionary. Harvard U.P. pp. 685–86 vol 2.
Risse, G. B. (1990). *Mending bodies, saving souls: a history of hospitals*. Oxford University Press. p. 56.
Loudon, Irvine (2002-03-07). Western Medicine: An Illustrated History. Oxford University Press. ISBN 978-0-19-924813-1.

പദസൂചി

ബയോമെഡിക്കൽ ഗവേഷണം
റോഗര്യൂസ് ദി പ്രാക്ടീസ് ഓഫ് സർജറി
മതപരമായ വിലക്കുകൾ
സൾഫ മരുന്നുകൾ
ആന്റിബയോട്ടിക്കുകളുടെ യുഗം
ആയുർദൈർഘ്യം
സാഹിത്യവും ശാസ്ത്രവും
നവോത്ഥാനം
എലിസബത്തൻ കാലഘട്ടം
വില്യം ഷെയ്ക്സ്പിയർ
പ്രോട്ടസ്റ്റന്റ് പരിഷ്കരണങ്ങൾ
റിയലിസം
റൊമാന്റിസിസം
നാച്ചുറലിസം
ഗോയ്ഥെ
എരാസ്മസ് ഡാർവിൻ
ലാ മാർക്ക്
ജന്മവാസന
പാൻജനിസിസ്
സ്ത്രീകളും ഗവേഷണവും
സ്വപ്നങ്ങൾ
പരികൽപ്പനകൾ
ആശയങ്ങളിൽ അവ്യക്തത

പഠനത്തിന്റെ ലക്ഷ്യം
ഹിപ്പോക്രാറ്റിസ്
ഹിപ്പോക്രാറ്റിക് ഫേഷീസ്
ആധുനികവൈദ്യശാസ്ത്രത്തിന്റെ പിതാവ്
ഴാങ്ങ് ആസ്ട്രക്
സിഫിലിസ്
റെനെ തിയോഫിൽ ഹയാസിന്ത് ലിനെക്
സ്റ്റെത്തസ്കോപ്പ്
ഹെൻറി ഗ്രെ
ജോസഫ് ലിസ്റ്റർ
പഴയകാലത്തെ സർജറി
ആന്റിസെപ്സിസ്
ലിസ്റ്ററൈൻ മൗത്ത് വാഷ്
ഡോ. ബിൽ റോത്ത്
ചാൾസ് റിച്ചാർഡ് ഡ്രൂ
വെർജീനിയ അപ്ഗാർ
അപ്ഗാർ സ്കോർ
ക്രിസ്ത്യൻ നീത്ലിങ്ങ് ബർനാർഡ്
പീറ്റർ സഫാർ
ഹൃദയശ്വാസകോശ പുനരുജ്ജീവനം
ജീവൻരക്ഷാസംവിധാനങ്ങളുള്ള ആംബുലൻസ്
ഫ്രിറ്റ്സ് ഹാബർ
വളം ഉല്പാദനം
സ്ഫോടകവസ്തുക്കളുടെ ഉല്പാദനം
രാസായുധം
കാൾ ലാന്റ്സ്റ്റൈയിനർ
രക്തഗ്രൂപ്പുകൾ
എഡ്വേഡ് ജെന്നർ
റൂഹൻ ഓട്ടൻബർഗ്
വസൂരി വാക്സീൻ
വാക്സീനിയ
നോർമ്മൻ ബോർലാഗ്
ഗ്രീൻ വിപ്ലവം
പദ്മവിഭൂഷൺ
ജീനുകളിൽ ഗവേഷണം
ഭക്ഷ്യസുരക്ഷ
ജനനനിയന്ത്രണം
ആബെൽ വൊൾമാൻ
ബിൽ ഫീജ്

ലാസ്കർ പബ്ലിക് സർവീസ് അവാർഡ്
വസൂരി തുടച്ചുമാറ്റാനുള്ള സമരം
ജോൺ എൻഡേഴ്സ്
അഞ്ചാംപനി വൈറസ്
ആധുനിക വാക്സിനുകളുടെ പിതാവ്
മീസിൽസ് (അഞ്ചാംപനി) വാക്സിൻ
ഹോവാർഡ് ഫ്ളോറി
ഗാന്ധിയുടെ പുത്രൻ
ഗാസ്റ്റൺ റാമൺ
ഡേവിഡ് നലിൻ
പുനർജ്ജലീകരണ ചികിത്സ
പാനീയചികിത്സ
മരണനിരക്ക്
ലൂയി പാസ്ചർ
പോളറൈസ് ചെയ്ത വെളിച്ചം
രോഗാണുസിദ്ധാന്തം
ആന്ത്രാക്സ് വാക്സീൻ
റാബീസ് വാക്സിൻ
പാശ്ചർ ഇൻസ്റ്റിറ്റ്യൂട്ട്
സിഗ്മണ്ട് ഫ്രോയ്ഡ്
ഹിസ്റ്റീരിയ
ന്യൂറോസിസ്
മാനസികാപഗ്രഥനം
സ്വപ്നവിശകലനം
ജന്മവാസന
ദ്വന്ദ്വഭാവം
ഈഗോ
സാമൂഹ്യവല്ക്കരണം
സൂപ്പർ ഈഗോ
അബോധമനസ്സ്
ഉപബോധമനസ്സ്
പ്രതിരോധ മാർഗ്ഗങ്ങൾ
ക്ലോദ് ബർണാദ്
മാംസഭുക്കുകളായ മുയലുകൾ
കരളിന്റെ ഗ്ലൈക്കോജൻ പ്രവർത്തനം
വിഷപഠനം
വൈറ്റൽ ശക്തി
റുഡോൾഫ് വെർച്ചോ
നരവംശശാസ്ത്രം

രാഷ്ട്രീയം
മസ്തിഷ്കാഘാത പഠനം
കോശസിദ്ധാന്തം
രോഗക്കത്തൽ
സൂക്ഷ്മാണുശാസ്ത്രം
ആൻഡ്രിയാസ് വെസാലിയൂസ്
ശരീരശാസ്ത്രം
ചക്രവർത്തിയുടെ ഡോക്ടർ
മേരി ക്യൂറി
ഫ്രാൻസിസ് ക്രിക്ക്
പിരിയൻകോണി
വില്യം ഹാർവി
സിരകളിലെ വാൾവുകൾ
ജീവൻ നഷ്ടപ്പെട്ട പുരോഹിതൻ
ഭ്രൂണശാസ്ത്രം
ഡി മോടു കോർഡിസ്
കാപില്ലറികൾ
മാർസെല്ലൊ മാൽപീഘി
റോബർട്ട് കോക്ക്
ആന്ത്രാക്സ്
വിത്തുരൂപങ്ങളുടെ കണ്ടുപിടിത്തം
തൂങ്ങുന്ന തുള്ളി
മുറിവിലെ പഴുപ്പുകൾ
കോക്ക്സ് പോസ്റ്റുലേറ്റ്സ്
ക്ഷയരോഗാണു ഗവേഷണം
ട്യൂബർക്കുലിൻ
ജയിംസ് വാട്സൺ
ഡബിൾ ഹെലിക്സ്
ലാ ഓഫ് ഇൻഡിപെന്റന്റ് അസ്സോർട്മെന്റ്
ലാ ഓഫ് സെഗ്രിഗേഷൻ
റിസെസ്സീവ് ട്രെയ്റ്റ്
ഡോമിനെന്റ് ട്രെയ്റ്റ്
ജീനുകൾ
തോമസ് ഹണ്ട് മോർഗൻ
ക്രോമോസോം
അടിസ്ഥാനഗവേഷണം
പോൾ എഹ്ർലിച്ച്
ചായങ്ങളെക്കുറിച്ചുള്ള ഗവേഷണം
ഹിമറ്റോളജി

ചാൾസ് സ്കോട് ഷെറിങ്ടൺ
സൈനാപ്സ്
മസ്തിഷ്കപരീക്ഷണം
കോളറ
നൊബേൽ ജേതാക്കളായ വിദ്യാർത്ഥികൾ
സർ വില്യം മഡ്ഡോക്ക് ബെയ്‌ലിസ്
ഹോർമോണുകൾ
ഫ്രെഡറിക് സാങ്കർ
രണ്ടു നൊബേൽ സമ്മാനങ്ങൾ
ഇൻസുലിൻ ഗവേഷണം
അമിനോ അമ്ലങ്ങളുടെ ഘടന
പ്രോട്ടീൻ സിക്വൻസിങ്
മനുഷ്യജീൻ സിക്വൻസിങ്
ഏണസ്റ്റ് ഹീക്കൽ
ഡാർവിനിസത്തിന് പിന്തുണ
പ്ലാസ്റ്റിഡ്യൂൾസ്
ജോനാസ് സാൽക്ക്
പോളിയോ ഗവേഷണം
എമിൽ ക്രെപ്രപ്ലിൻ
മനോരോഗശാസ്ത്രം
വൈദ്യശാസ്ത്രത്തിന്റെ ഭാഗം
രോഗമാതൃക
മനോരോഗികളോട് സഹാനുഭൂതി
ആധുനികമായ ക്ലാസിഫിക്കേഷൻ
ആൽഫ്രെഡ് കിൻസെ
വിവാഹപൂർവ്വ കൗൺസലിങ്
ബി എഫ് സ്കിന്നർ
ഓപ്പറാന്റ് കണ്ടീഷനിങ്
പെരുമാറ്റപഠനങ്ങൾ
അലക്സാണ്ടർ ഫ്ളെമിങ്
പൂപ്പലായ പെനിസീലിയം
എക്സ് റെ
ബേരിയം പ്ലാറ്റിനോസയനൈഡ്
മാക്സ് ഡെൽബ്രക്
മോളിക്യുലർ ജനിറ്റിക്സ്
നാസി ജർമ്മനി
ബാക്ടീരിയോഫാജുകൾ
ഴാങ് പിയാജെ
ഗെർട്രൂഡ് ബെല്ലെ എലിയോൺ

ചാൾസ് ഡാർവിൻ
ജെ എസ് ഹെൻസ്ലാ
മ്യൂട്ടേഷൻ
ജീവിവർഗങ്ങളുടെ ഉത്ഭവം
യുഗപുരുഷൻ
പ്ലാസ്മിഡ്
ആന്റിബയോട്ടിക് പ്രതിരോധം
പൈലസ്
ആർച്ചീ
യൂകാര്യോട്ടുകൾ
പ്രോക്കാര്യോട്ടുകൾ
സാർവ്വലൗകികമായ ഡാർവിനിസം
ഫ്രാൻസിസ് ഗാൾട്ടൺ
ബീജഗുണോൽകർഷവിജ്ഞാനീയം
ഹെരിഡിറ്ററി ജീനിയസ്
മനുഷ്യന്റെ കഴിവുകളിലേക്കുള്ള അന്വേഷണം
യൂജെനിക്സ്
ആൽഫ്രെഡ് ബിനെ
സ്റ്റാറ്റിസ്റ്റിക്സ്
റൊണാൾഡ് റോസ്
മലേറിയ ഗവേഷണം
മലേറിയ പ്രതിരോധപ്രവർത്തനം
ഇവാൻ പാവ്ലോവ്
ഞരമ്പുകളുടെ പോഷകപ്രവർത്തനം
കണ്ടീഷന്റ് റിഫ്ളക്സ്
മാനസികമായ കാരണവും ഒരു റിഫ്ളെക്സ്
സെറിബ്രൽ കോർട്ടക്സ്
കണ്ടീഷന്റ് സിഗ്നൽ സ്പെഷൽ ഡിക്രി
ഫ്രെഡറിക് ബാന്റിങ്
ഇൻസുലിൻ
ടൊറണ്ടോ യൂണിവേഴ്സിറ്റി
ഹരോൾഡ് സുർ ഹാസൻ
ജനനേന്ദ്രിയത്തിലെ ചെറിയ വാർട്ടുകൾ
പാപ്പില്ലോമ വൈറസ്
ഫ്രാങ്കോയി ബാരി സിനൗസ്സി
റിട്രൊ വൈറസ്
എയ്ഡ്സ്
ടി ലിംഫോസൈറ്റ്
ലിംഫ് നോഡ്

ലക് മൊണ്ടാഗ്നിയർ
ജൈവശാസ്ത്ര ഗവേഷണം
ഗവാവ്ദാൻ
കോൺസൻട്രേഷൻ കാമ്പുകൾ
വൈറസിന്റെ ലക്ഷണം
എൽ എ വി (ലിംഫഡിനോപ്പതി അസോസിയേറ്റഡ് വൈറസ്)
ഓക്സിഡേറ്റീവ് സ്ട്രെസ്സ് വേൾഡ് ഫൗണ്ടേഷൻ ഫോർ എയ്ഡ്സ്
റിസേർച്ച് ആന്റ് പ്രിവെൻഷൻ
പാസ്ചർ ഇൻസ്റ്റിറ്റ്യൂട്ട്

www.ingramcontent.com/pod-product-compliance
Lightning Source LLC
LaVergne TN
LVHW090336051026
849518LV00005B/1966
* 9 7 8 8 1 1 9 1 3 1 1 0 5 *